राहुल बजाज

राहुल बजाज

एक असामान्य जीवन

गीता पिरामल

अनुवाद : सविता दामले

मंजुल पब्लिशिंग हाउस

First published in India by

Manjul Publishing House

Corporate and Editorial Office
•2nd Floor, Usha Preet Complex, 42 Malviya Nagar,
Bhopal 462 003 – India
Sales and Marketing Office
•C-16, Sector 3, Noida, Uttar Pradesh 201301, India
Website: www.manjulindia.com
Distribution Centres
Ahmedabad, Bengaluru, Bhopal, Kolkata, Chennai,
Hyderabad, Mumbai, New Delhi, Pune

Marathi translation of *Rahul Bajaj: An Extraordinary Life*

Copyright © Gita Piramal 2022
All rights reserved.

English edition first published by Penguin Random House India

Marathi edition first published in 2023
by Manjul Publishing House Pvt. Ltd.

ISBN: 978-93-5543-151-6

Marathi translation: Savita Damle

Printed and bound in India by Manipal Technologies Limited

All rights reserved. No part of this publication may be reproduced, stored in or introduced into a retrieval system, or transmitted, in any form, or by any means (electronic, mechanical, photocopying, recording or otherwise) without the prior written permission of the publisher. Any person who does any unauthorized act in relation to this publication may be liable to criminal prosecution and civil claims for damages.

अमर्त्य आणि अगस्त्य

या माझ्या दोन चिमुकल्या गुरूंना सप्रेम

अनुक्रमणिका

''निष्ठा आणि चारित्र्य यांना अर्थ असतो.
त्यांच्याशिवाय तुमच्याकडे कितीही क्षमता असली तरी
तुम्ही कुठेच पोहोचू शकत नाही.
त्याचसोबत तुमच्याकडे धाडसही हवं. कठीण निर्णय घेण्यासाठी
लागणारं धाडस आणि तुमची सदसद्विवेकबुद्धी सांगत असेल की
हे चूक आहे तर त्याचा विरोध करण्याचं धाडस.''

– राहुल बजाज

प्रस्तावना :
राकेश मोहन

राहुल बजाज यांचे चरित्र लिहून गीता पिरामल यांनी देशाची महान सेवाच केली आहे. राहुल यांच्या जीवनातील सर्व पैलूंना स्पर्श करणारे हे लेखन खूप आपुलकीने आणि जिव्हाळ्याने लिहिलेले आहे. भारताच्या स्वातंत्र्योत्तर काळात उदय पावून मोठ्या झालेल्या महत्त्वाच्या औद्योगिक घराण्यांच्या मनोवेधक कहाण्या शब्दांत पकडणे हे गीता पिरामल यांच्यासारख्या कुशल व्यक्तीलाच साधते. त्या स्वतः भारतातील एका जुन्या, यशस्वी घराण्याच्या सदस्य असल्याने आतल्या गोटात असण्याचा लाभ त्यांना मिळतोच, पण त्याशिवाय त्या बजाज समूहाच्या शिखर संचालक मंडळाच्या गैर-कार्यकारी संचालकही होत्या. यामुळे आपल्या चरित्रनायकाशी त्यांची वैयक्तिक-व्यावसायिक अशी दोन्ही पातळ्यांवर ओळख होती. पण त्यामुळे हे पुस्तक केवळ कौतुकग्रंथही बनू शकले असते. परंतु तसे होऊ न देण्यात गीता पिरामल यशस्वी ठरल्या आहेत. शाळा-कॉलेजांतल्या स्वच्छंदी विद्यार्थ्यापासून हळूहळू बदल घडत राहुल बजाज शाब्दिक आणि लाक्षणिक अशा दोन्ही अर्थांनी भारताच्या सर्वोच्च औद्योगिक नेत्यांमधील एक कसे बनले त्याबद्दलचे हे पुस्तक वाचता वाचता हळूहळू आपल्याला त्यांचे गुणदोषही कळू लागतात. परंतु कुठल्याही पार्श्वभूमीवर पाहिले तरी त्यांची उपस्थिती कायमच डोळ्यांत भरणारी राहिली आहे हेही आपल्याला जाणवते.

आघाडीच्या भारतीय उद्योजकांत पाहता राहुल यांचे संगोपन अत्यंत अपवादात्मक पद्धतीने झाले. जीवन, उद्योग आणि कुटुंब यांविषयीच्या त्यांच्या दृष्टिकोनावर या संगोपनाचा बहुधा प्रभाव पडला असावा. त्यांचे आजोबा जमनालाल बजाज हे गांधीजी दक्षिण आफ्रिकेहून परतल्यावर त्यांच्या अगदी सुरुवातीच्या सहकारी-मित्रांपैकी एक होते. त्यांचे पिता कमलनयन बजाज यांनीही वडिलांचा कित्ता गिरवला आणि महाराष्ट्रातील वर्धा येथील आश्रमात जीवनाचा बराच काळ कंठला. त्यांची आई सावित्री हीदेखील स्वातंत्र्यलढ्यात सक्रिय होती. तिने तर तुरुंगवासही भोगला.

परिणामतः राहुल एका पारंपरिक मारवाडी औद्योगिक परिवारात वाढले; परंतु त्यांच्या मनात सत्य, साधेपणा, सचोटी, करुणा, इतरांप्रति आदर आणि एकूणच कर्तव्यभावना ही

गांधीवादी तत्त्वे बिंबली. तीच पुढे त्यांनी त्यांच्या मुलांच्या मनांतही बिंबवली. एक व्यक्ती, नीतिमान औद्योगिक नेता, पुत्र, पिता आणि कुटुंबप्रमुख म्हणून राहुल हळूहळू कसे उत्क्रांत होत गेले ते हे पुस्तक वाचता वाचता वाचकांना समजू लागतं. सत्तेत कुठलीही राजवट असली तरी त्यांनी नेहमी सत्य तेच सांगितलं आणि वेगवेगळ्या काळात औद्योगिक आणि वैयक्तिक स्तरावर कितीही दबाव आले तरी स्वतःचा स्वतंत्र बाणा नेहमीच दर्शवला. संसद सदस्य होण्याचं त्यांनी मान्य केलं तेव्हाही कुठल्याही विशिष्ट पक्षात सामील होऊन सदस्य बनण्यापेक्षा स्वतंत्र सदस्य बनण्याचा त्यांनी आग्रह धरला. 'लायसन्स-परमिट' राज्यकाळात त्यांच्या विवेकी, समंजस नेतृत्वाने अक्षरशः एक-एक वीट रचत 'बजाज ऑटो'चा पाया घातला गेला आणि दुचाकी गाड्यांच्या क्षेत्रातले ते आघाडीचे नेते बनले. अर्थात तेव्हाच्या 'नियंत्रित अर्थव्यवस्थे'चा त्यांना अन्य काही लोकांप्रमाणे भरपूर लाभ झाला. म्हणजे कुठलेही नवीन संशोधन न करता स्कूटर्सचे मर्यादित संख्येने उत्पादन करून ते तत्कालीन मर्यादित बाजारपेठेवर नियंत्रण राखू शकत होते. परंतु वेस्पा हा लोकांचा अत्यंत आवडता ब्रँड बनला : जणू भारतीय मध्यम वर्गाच्या बाजारपेठेतील आगमनाचं ते प्रतीकच होतं. अर्थात, १९९१ साली जी मोठी आर्थिक सुधारणा झाली त्या सुधारणेचा निषेध करणाऱ्या तथाकथित 'बॉंबे क्लब'चे ते नेते असले तरी नंतर त्यांच्या काही अन्य सहकाऱ्यांना झाला नसला तरी त्यांना स्वतःला या सुधारणांचा भरपूर लाभ झाला. देशांतर्गत मुक्त बाजारपेठ आणि स्पर्धा यांच्यामुळे निर्माण झालेल्या सर्व नव्या संधींचा लाभ घेऊन त्यांनी कंपनी अधिकच उंचीवर नेली. त्यांनी डेव्हॉस येथील वर्ल्ड इकॉनॉमिक फोरममध्ये सहभाग घेऊन तिथंही भारताचं नेतृत्व केलं आणि भारतीय आर्थिक शिखर परिषदांमध्ये पुढाकार घेतला अशा प्रकारे भारताला आंतरराष्ट्रीय स्तरावर घेऊन जाणाऱ्या आघाडीच्या भारतीय उद्योगनेत्यांत त्यांचा समावेश होता. खरं सांगायचं तर मी त्यांना १९९०च्या डेव्हॉस येथील मीटिंगमध्येच सर्वप्रथम भेटलो. तेव्हा आमची व्यावसायिक मैत्री झाली ती आजन्म टिकली.

कॉन्फेडरेशन ऑफ इंडियन इंडस्ट्री (सीआयआय) या संस्थेत परिवर्तन घडवून आणणाऱ्यांत ते एक होते. ही संस्था मुळात असोसिएशन ऑफ इंडियन इंजिनिअरिंग इंडस्ट्री (एआयईआय) म्हणून सुरू झाली होती आणि नंतर तिचं रूपांतर कॉन्फेडरेशन ऑफ इंडियन इंडस्ट्री (सीआयआय) मध्ये झालं आणि त्यातूनच ती मुख्यत्वेकरून आंतरराष्ट्रीय दृष्टिकोन बाळगणारी आघाडीची भारतीय व्यावसायिक संस्था बनली. १९९०च्या दशकात या उदारीकरणाचा वेग किती असेल या बाबत त्यांच्या मनात शंका होत्या. परंतु देशाला अत्यंत महत्त्वाच्या अशा आर्थिक परिवर्तनातून नेण्यासाठी सरकार प्रयत्नशील होतं त्यामुळे पुढील पंचवीस वर्षे सरकारच्या त्या प्रयत्नांना साथ देण्यासाठी सीआयआयने महत्त्वाची भूमिका निभावावी यासाठी राहुल यांनी खूप मदत केली. ते मुख्यत्वेकरून संस्थानिर्माते होते आणि देशात व देशाबाहेर असे दोन्हींकडे देशाचे व्यापक हितसंबंध सांभाळले जावेत याच हेतूने काम करत होते.

या पुस्तकाच्या वेगवेगळ्या भागांत गीता यांनी त्यांच्या दोषांचं वर्णन केलं आहे. काय आहेत ते दोष? ग्राहकांच्या पसंतीचा काटा हळूहळू स्कूटरकडून मोटरसायकलीकडे झुकतो आहे ते लक्षात येण्यास त्यांना थोडा वेळच लागला परंतु ते पुढील पिढीचं ऐकत होते आणि एकदा का त्यांना एखादी गोष्ट पटली की ते इतक्या वेगाने काम सुरू करायचे की त्या योगे

बजाज ऑटो पूर्ण वेगाने त्या क्षेत्रातील जणू 'पॉवर हाउसच' बनायची आणि अटीतटीच्या स्पर्धेलाही तोंड देऊ शकायची. त्याच प्रकारे असंही दिसतं की तंत्रज्ञान आणि संशोधन यांच्याकडे त्यांच्या कंपन्यांनी फारसं लक्ष पुरवलं नाही. परंतु त्यांची कंपनी एका संरक्षित बाजारपेठेत मोठी झाली होती हे आपण लक्षात घेतलं पाहिजे. म्हणजे त्या काळात अत्यंत आवडीची वेस्पा गाडी मिळावी यासाठी लोक दहा दहा वर्षं रांगेत उभे राहायचे. परंतु पुन्हा एकदा त्यांनी पुढल्या पिढीचं ऐकलं असं दिसतं, कारण त्यानंतर बजाज ऑटो व्यवसाय विकासाच्या या पैलूकडे ही खूप जास्त रस दाखवू लागली. सरतेशेवटी, अन्य कार्यमग्न उद्योगनेत्यांप्रमाणेच त्यांनीही त्यांच्या वाढीच्या वयातल्या कुटुंबाकडे सुरुवातीच्या काळात दुर्लक्ष केलेलं असलं तरी त्यांच्या स्वतःच्या म्हणण्यानुसार हल्लीच्या काळात त्यांनी त्याची थोडीफार का होईना पण भरपाई केली.

त्यांनी त्यांची मुलं आणि नातवंडं यांना दिलेल्या हृदयस्पर्शी मानवंदनेचा उल्लेख पुस्तकाच्या शेवटी दिलेला आहे. त्यातून एक कुटुंबप्रमुख या नात्याने राहुल यांची उत्क्रांती कशी झाली आणि त्यांनी त्यांच्या विस्तारित कुटुंबाप्रति किती लक्ष दिलं याविषयी गीता यांनी किती उत्तम लेखन केलं आहे ते समजतं.

एक कुटुंबप्रमुख या नात्याने राहुल यांची उत्क्रांती कशी झाली आणि त्यांनी त्यांच्या विस्तारित कुटुंबाप्रति कसं लक्ष दिलं याविषयी लिहिताना गीता यांचा इतिहास लेखक म्हणून लागलेला उत्तम कस दिसून येतो. त्यांनी त्यांची मुलं आणि नातवंडं यांच्याबद्दल केलेलं हृदयस्पर्शी चिंतन पुस्तकाच्या शेवटी दिलं आहे त्यातूनही ते कळून येतं. बजाज उद्योग साम्राज्य विस्ताराच्या पुढल्या टप्प्याकडे जाताना सुरळीत वारसा हस्तांतरणाचं नियोजन त्यामुळेच शक्य झालं. त्यातही समस्या होत्याच; परंतु तरीही आपल्या विस्तरित कुटुंबांतील वेगवेगळ्या सदस्यांच्या विकासासाठी पुरेशी जागा आणि भावी प्रगतीची शक्यता निर्माण करण्यात ते यशस्वी ठरले. वाढत्या बजाज समूहात नेतृत्वस्थान मिळवण्यासाठी त्यातील प्रत्येकाला आपल्याकडे व्यावसायिक कौशल्य आहे हे सिद्ध करावं लागलं. आयतं ताटावर कुणालाही बसायला मिळालं नाही. ते स्वतः जसजसे सक्रिय व्यवस्थापनातून हलके हलके बाजूला गेले तसतसे नव्या पिढीचं म्हणणं अधिक लक्षपूर्वक ऐकू लागले. नव्या पिढीने त्यांना पटवून दिलं की आपण अर्थक्षेत्रात उतरून विमा आणि बँकबाह्य अर्थपुरवठा या शाखांत शिरलं पाहिजे आणि ही प्रत्येक शाखा खाजगी क्षेत्रातील नेता म्हणून आपापल्या क्षेत्रात उदयाला आली पाहिजे.

संपूर्ण बजाज कुटुंबाचं संगोपन नैतिकतेच्या तत्त्वावर झालेलं आहे, तसंच परिश्रमी वृत्तीही अंगी असल्याने पुढील पिढीही आपल्या कुटुंबप्रमुखाने घालून दिलेल्या उदाहरणावरून प्रेरणा घेईल अशी आशा आपण नक्कीच करू शकतो.

त्याशिवाय मला अशीही आशा आहे की गीता यांनी मोठ्या प्रेमाने आणि कष्टाने हे पुस्तकलेखनाचे कार्य सिद्धीस नेलं आहे ते मोठ्या प्रमाणावर वाचलं जाईल आणि सतत गतिशील आणि नैतिक व्यवसाय, जबाबदार नेतृत्व आणि आपल्या जीवनातील कुटुंबसंस्थेच्या महत्त्वाचं उदाहरण या सर्वांसाठी दीपस्तंभ म्हणून कार्य करील.

ओळख

यशस्वी नेत्यांकडे वेगवेगळ्या लोलकांतून बघता येतं आणि राहुल बजाज तशा नेत्यांपैकीच एक आहेत. त्यांच्यासारख्या असामान्य जीवनाचा अभ्यास करण्यामागे कारणं तर बरीच आहेत. मैत्रीण, पत्रकार, लेखिका, संचालक मंडळाची सदस्य आणि उद्योग जगताची इतिहासकार या नात्याने त्यांच्या अपवादात्मक प्रवासाचं अगदी जवळून निरीक्षण करण्याची संधी मला लाभली. त्यांनी केवळ जगातली अमूल्य अशी एक दुचाकी वाहनांची कंपनी निर्माण केली एवढंच नव्हे तर त्यामागोमाग त्यांनी आर्थिक क्षेत्रातील एका 'पॉवर हाउस'चीही पायाभरणी केली. बऱ्याच काळापासूनच मला या कहाणीचं दस्तऐवजीकरण करायचं होतं आणि ते अधिक व्यापक जगापर्यंत पोहोचवायचं होतं.

मला वाटतं की राहुलची जीवनकहाणी वेगवेगळ्या पिढ्यांच्या वाचकांना प्रेरित करील मग तो एमबीएचा तरुण विद्यार्थी असो, मुरलेला उद्योजक असो, कारकिर्दीचा मध्य गाठलेला व्यावसायिक असो की या लक्षवेधी माणसाला थोडंसं अधिक चांगलं जाणून घेण्याची इच्छा असणारा वाचक असो. त्यामुळेच प्रिय वाचकांनो, तीन महत्त्वाच्या लोलकांतून त्यांचा प्रवास पाहाण्यासाठी मी आपणांस आमंत्रित करते आहे.

सगळ्यात पहिला लोलक आहे नेतृत्वाचा. माझ्या मते, बिझनेस स्कूलमध्ये जे नेतृत्व शिकवलं जातं तेच नेतृत्व प्रत्यक्षातल्या कॉर्पोरेट जगतात कितीदातरी आपल्याला हुलकावणी देत असलं तरी माझ्या मते त्या नेतृत्वाचं राहुल हे मूर्तिमंत उदाहरणच आहे. तो एक द्रष्टा माणूस असून काय धोरण आखायचं याविषयी त्याचे विचार अगदी स्पष्ट असतात. त्याला विनाविलंब निर्णय घ्यायला आवडतात, लवकर कृती आणि लवकर अंमलबजावणी हेच त्याचे ध्येय असते. तसंच तो लोकांशी व्यवहार करण्यात आणि टीम निर्माण करण्यात तर उत्कृष्टच आहे, त्याच्या मनातील ठाम विश्वास, स्वतःचं बोलणं स्पष्ट सांगण्याची वृत्ती आणि आपण ज्यावर विश्वास ठेवतो त्याचं समर्थन करण्याची तयारी या सगळ्यांमुळेच तो इतरांपेक्षा वेगळा वाटतो. सरतेशेवटी नेतृत्वाचं खरं लक्षण तर हेच आहे ना! दुसरं म्हणजे त्याच्या प्रवासातून आपल्याला उद्योगधंदा, सरकार आणि समाज यांच्यातील अत्यंत गुंतागुंतीचं आणि अतूट नातं समजून येतं. हे नातं भारतात कसं उत्क्रांत

झालं त्याचं सहा दशकांहून अधिक काळ तो प्रतीकच होता. हे पुस्तक म्हणजे जेवढी बजाज कंपनीसमूहाची कहाणी आहे तेवढीच ती– या सगळ्या वर्षांत भारतीय उद्योग जगत, सरकार आणि समाज यांच्यातील नातेसंबंध कसे होते ते सांगणारी कहाणीही आहे. मला वाटतं की इतिहासकारांना हे पुस्तक खूपच साहाय्यकारी वाटेल. परंतु इतिहासातले धडे तर आपणां सर्वांनाच लागू होत असतात. आपण आता अशा जगात राहू लागलो आहोत, जिथं पर्यावरणीय, सामाजिक आणि प्रशासकीय अशा चिंता दिवसेंदिवस गुंतवणूकदार आणि अन्य हितसंबंधीयांना महत्त्वाच्या वाटत आहेत. त्यामुळे मला आशा वाटते की हे धडे वेगवेगळ्या पार्श्वभूमींवरून आलेल्या वाचकांना मनात नक्कीच प्रतिध्वनी उमटवतील.

सरतेशेवटी शाश्वतता (सस्टेनेबिलिटी) आणि चिरंतन टिकणारा वारसा सोडून जाण्याचे मोल याविषयी बोलते. बऱ्याच तरुण उद्योजकांना आज करोडो-डॉलर्सची संपत्ती निर्माण करून त्या क्षेत्रातून लवकर निवृत्ती घेण्याची इच्छा असते. हा नक्कीच मोह घालणारा मार्ग आहे. परंतु राहुलचा प्रवास हा चिकाटी आणि हेतूपूर्ण जीवनाचा होता, त्याचं मूल्य-निर्मितीचं क्षितिज कित्येक पिढ्यांना कवेत घेणारं होतं. प्रिय वाचकांनो, तुम्हाला दीर्घकालीन दृष्टिकोनातून तुमचं जीवन, करिअर अथवा उद्योग यांचं परीक्षण करायचं असेल तर मला वाटतं की ते सुरू करायचं ठिकाण याच पुस्तकात सापडेल.

या पुस्तकाच्या रचनेविषयीही मला दोन शब्द सांगायला आवडतील. ते म्हणजे या पुस्तकातील प्रत्येक प्रकरणात राहुलच्या जीवनातील एकेक महत्त्वाच्या घटनेचं वर्णन केलं आहे. ती घटना संपूर्णपणे समजावून देण्यासाठी कधीकधी हे अध्याय मध्येच केव्हातरी पुढील काळातही उडी घेतात त्यामुळे हे पुस्तक पारंपरिक, एकरेषीय अनुक्रमाने लिहिलं गेलेलं नाही. त्याऐवजी प्रत्येक अध्याय हा स्वतंत्र लेख म्हणूनही वाचता येऊ शकतो. तर सर्व प्रकरणे एकत्रितपणे पाहता त्याच्या इतिहासाचा व्यापक लेखाजोखा आहे असंही दिसून येतं.

एका उत्तम जगलेल्या जीवनात आपणा सर्वांचं स्वागत...

– गीता पिरामल

बजाज यांचा वंशवृक्ष

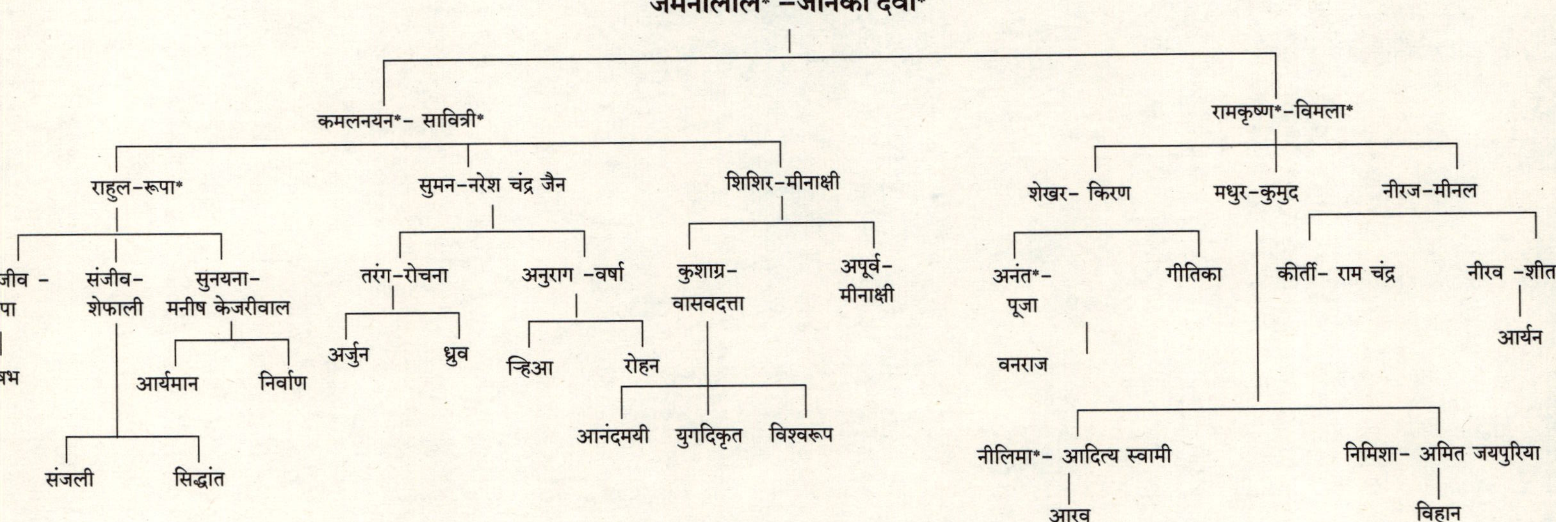

*दिवंगत

प्रकरण १

११ ऑगस्ट, १९४२

सावित्री, बजाज आणि कमलनयन

सहा वर्षांच्या मुलाने समोरच्या त्या चेहर्याकडे पाहून म्हटलं, ''आई... तू आई आहेस ना माझी?'' ते ऐकून सावित्रीच्या गालांवरून अश्रू वाहू लागले.

राहुल बजाज केवळ चार वर्षांचे असताना सावित्रीला त्यांच्यापासून दूर जावं लागलं होतं. ९ ऑगस्ट, १९४२ रोजी मुंबईत 'छोडो भारत' आंदोलन छेडण्यात आलं. त्यानंतर ११ ऑगस्ट रोजी गांधी चौकात एक जमाव जमला. तेव्हा झालेल्या गोळीबारात दोन माणसांना गोळ्या लागल्या, त्यातला एक तर जागच्या जागीच गतप्राण झाला. त्या संघर्षामुळे बजाज यांची आई सक्रिय राजकारणात उतरली. सावित्रीने 'गॉड्स प्लॅन वर्क्स,' या आपल्या आत्मचरित्रात या प्रसंगाचं पुढीलप्रमाणे वर्णन केलं आहे.

> ''मृताच्या आईवडिलांना बोलावून घेण्यात आलं तेव्हा त्यांनी फोडलेला हंबरडा सहन होण्यासारखा नव्हता. आज अगदी ४७ वर्षं उलटून गेल्यावरही मला ते दृश्य तेवढ्याच स्पष्टपणे आठवतं आहे. त्याचा पिता केवढा शूर होता, किती धाडसी होता. मला त्याचं नाव माहीत नाही किंवा अन्यही फारशी माहिती नाही पण मुलाच्या मृतदेहाच्या बाजूला उभं राहून त्यानं मराठीत उच्चारलेले शब्द आजही माझ्या स्मरणात आहेत, 'माझा मुलगा देशासाठी मेला याचा मला अभिमान आहे,' असं म्हणाला होता तो. त्या क्षणी माझ्या हृदयाच्या तारा पूर्वी कधी नव्हेत एवढ्या छेडल्या गेल्या आणि मी त्या आंदोलनात भाग घ्यायचं ठरवलं. माझ्यासारखी एक भित्री मुलगी त्या दिवशी अंतर्बाह्य बदलून गेली.
>
> ९ ऑगस्ट हा माझा वाढदिवसही होता, अवघी बावीस वर्षांची होते मी तेव्हा. आणि मला वाटलं की त्या दिवशी आपला पुनर्जन्मच झाला आहे म्हणूनच मीही साम्राज्यवादाविरुद्धच्या त्या लढाईत भाग घेतला. मग कलकत्ता येथे माझ्या बाबांना त्याच रात्री पत्र लिहिलं की माझा मुलगा राहुल आणि मुलगी सुमन यांना तुमच्याकडे नेण्यासाठी कुणाला तरीपाठवा. ही दोन्ही मुलं तेव्हा अनुक्रमे चार आणि तीन वर्षांची होती. ती माझ्या आईवडिलांकडे असती तर मला त्यांची काळजी वाटली नसती. कारण इथं वर्ध्यातील वातावरण अस्थिर बनलं होतं. कधी काय घडेल आणि कुणाला अटक होईल – कुणालाच माहीत नव्हतं.
>
> संपूर्ण बजाज कुटुंबच 'छोडो भारत' चळवळीत गुंतलेलं होतं पण माझे आईवडील राजकारणात सक्रिय नव्हते. त्यानंतर थोड्याच दिवसांत मुलं कलकत्त्याला त्यांच्याकडे गेली. मला आठवतंय की त्यांचा विरह मला फारसा दुःखदायक वाटला नाही. कारण माझं हृदय आणि मन वर्तमान विषयांत बुडून गेलेलं होतं.''

मुळातच बजाज कुटुंब भारतीय स्वातंत्र्यचळवळीत आघाडीवर होतं. त्यामुळे आपल्या कुटुंबातील व्यक्ती अचानक दिसेनाशा होण्याची राहुलना बालपणी सवयच झाली होती. ते जसजसे मोठे होऊ लागले तसतसं त्यांना त्यामागचं कारण कळलं आणि आपल्या

घरातील माणसं चांगल्या कामासाठी तुरुंगात जात आहेत हे त्यांनी मनोमन स्वीकारलंही. सावित्रीला वर्धा, नागपूर, जबलपूर इत्यादी ठिकाणच्या तुरुंगात तेरा महिने दहा दिवस ठेवण्यात आलं. तिला सोडलं तेव्हा धड चालताही येत नव्हतं. अन्य कुटुंब-सदस्यांना याहून दीर्घ आणि याहून कडक शिक्षा झाली होती परंतु आईचा विरह दोन वर्षं सहन करणं खूपच कठीण होतं.

प्रकरण २

लग्नगाठी पडतात स्वर्गात[1] : १९३८–४६

डावीकडून उजवीकडे – सुमन, सावित्री, कमलनयन आणि बज़ाज.

---

१ (टीप. क्र.१– सावित्री बजाज यांच्या 'गॉड्स प्लॅन वर्क्स' या आत्मचरित्रातून आणि 'आय राइट ॲज आय फील' या लेखसंग्रहातून हे अंश घेतले आहेत.

राहुल यांचे आजोबा, जमनालाल बजाज उंच, देखणे, ताठ बांध्याचे होते. (म्हणजे या पुस्तकाच्या शेवटल्या प्रकरणातील खडबडीत फोटोत ते या शब्दांशी सुसंगत दिसत नसले तरी प्रत्यक्षात होते.) ९ जानेवारी, १९१५ रोजी सव्वीस वर्षांचे जमनालाल गेटवे ऑफ इंडियाच्या धक्क्यावर येऊन पोहोचले तेव्हा धक्का बांधून जवळजवळ पूर्णच झाला होता. तिथं पोहोचल्यावर ते आणि काही समविचारी उद्योजकांचा गट एका छोट्या फेरीबोटीत बसला. ही छोटी फेरीबोट त्यांना एस.एस. अरेबिया या मोठ्या बोटीकडे घेऊन जाणार होती. त्याच बोटीने मोहनदास करमचंद गांधी एकवीस वर्षं दक्षिण आफ्रिकेत व्यतीत करून भारतात परतत होते.

या दोन्ही माणसांच्या मनातील तार बघताक्षणीच जुळली होती आणि त्यांच्या मैत्रीही परस्परांसाठी ऊर्जादायी ठरली होती. त्यानंतर तुरुंगाच्या काही वाऱ्या, दांडी मोर्चा आणि अन्य काही उपक्रम हाती घेऊन १९३३ साली गांधीजी वर्धा येथे म्हणजे बजाज यांच्या जन्मग्रामी पोहोचले. जमनालालजींनी त्यांना जमिनीचा एक तुकडा देणगी म्हणून दिला होता आणि त्याच जागी सेवाग्राम आश्रम बांधला गेला होता. एप्रिल, १९३६ पर्यंत हा आश्रम सुरूही झाला होता. गांधीजींच्या दैनंदिनी चाळताना दिसून येतं की राजकारणाशिवाय गांधीजींना लग्नंही जुळवायला आवडत होतं. म्हणजे त्यांची हत्या होईपर्यंत बजाज परिवारात सामील होऊ शकेल अशा प्रत्येक संभाव्य स्त्री-पुरुष उमेदवाराची ते कसून वधूपरीक्षा किंवा वरपरीक्षा घेत असत.

जमनालाल यांच्या पाचही मुलांसाठी जोडीदार शोधण्याचं आवडतं स्थळ होतं कलकत्ता. (टीप क्र. २- बजाज कुटुंबवृक्ष पाहा) त्या काळात कलकत्ता हे मारवाडी समाजाच्या संपत्ती आणि अन्य आकर्षणाचं जणू केंद्रच होतं. तेथील सर्व मारवाडी व्यवसायांत ताराचंद घनश्यामदास नावाची पेढी अग्रक्रमाने झळकत होती. १७५५ सालच्या सुमारास भगोतिराम पोद्दार यांनी ती पेढी काढली होती. असं हे पोद्दार घराणं म्हणजे सावित्री बजाज यांच्या माहेरचं घराणं होतं.

''पोद्दार औद्योगिक साम्राज्याच्या मुंबई आणि कलकत्ता येथील सर्व बंदरांवर शाखा होत्या, तशाच त्या गंगेच्या अन्य ठिकाणच्या बंदरांवर आणि अफू-कापूस पिकवणाऱ्या भागांतही होत्या.'' असं वर्णन इतिहासकार थॉमस टिमबर्ग यांनी केलं आहे. ही पेढी लोकांकडून ठेवी घेत होती, त्यांना कर्जे देत होती आणि वस्तू-मालाच्या घाऊक व्यापारात भाग घेत होती. दूरदूरच्या शहरांतल्या ग्राहकांना निधी पाठवत होती, हुंड्या (व्यापारी बिले) वटवत होती, जहाजांचे विमे काढत होती आणि संधी मिळेल तेव्हा कमॉडिटी बाजारात सट्टाही खेळत होती. जयपूर, बिकानेर, हैदराबाद येथील संस्थानिक राजघराण्यांची हीच पेढी बँकरही होती. घनश्यामदास बिर्ला आणि लक्ष्मी मित्तल या दोघांच्या आजोबांचं प्रशिक्षण पोद्दार यांच्या कलकत्त्याच्या कालीगोदाम येथल्या मुख्य शाखेतच झालं होतं. ही मुख्य शाखा बड्या बाजारातील मलिक स्ट्रीटवर होती.

परंतु लवकरच ताराचंद घनश्यामदास पेढीच्या कामकाजावर आणि तिच्या मालकांवर पहिल्या महायुद्धाची काळी सावली पडणार होती. त्याच सुमारास रॉकेल आणि तेलात भारतात मोठीच तेजी निर्माण झाली. तेव्हा इथं येणाऱ्या अमेरिकी उद्योजकांना अमेरिकन

व्यापारी वकिलाने सल्ला दिला की तुम्ही ताराचंद घनश्यामदास हीच पेढी घट्ट धरून ठेवा. जेव्हा एखाद्या तगडी हमी देणाऱ्या दलालाच्या माध्यमातून व्यवसाय केला जातो तेव्हा विक्रेत्याला खूपच कमी धोका असतो कारण खरेदीदाराने पैसे दिले नाहीत तर त्याचा मध्यस्थ देतोच.

परंतु ही मध्यस्थाचं काम करणारी पेढी स्वतःच कोलमडून पडेल असा विचारही त्या टप्प्यावर कुणाच्या मनात येणं शक्य नव्हतं. मग काय, भावी घबाड मिळण्याची संधी उघडली त्यासरशी लक्ष्मणप्रसाद आणि राधाकृष्ण (म्हणजे सावित्रींचे काका) हे वेगाने मथुरा येथील आपल्या धंद्याची मूळ कौटुंबिक कंपनी सोडून कलकत्त्याला रवाना झाले. ''आजोबांना संपूर्ण भारतात रॉकेल पुरवण्यासाठी बर्मा शेल कंपनीची एजन्सी मिळाली,'' सावित्रींनी आपल्या आठवणींत लिहिलं आहे. त्या एजन्सीच्या एकूण ३०० ते ४०० शाखा होत्या आणि मुख्य कचेऱ्या कलकत्ता, बॉंबे, मद्रास आणि कराची येथे होत्या. शॉ वॉलेसनी गॅरंटी मागितली तेव्हा ताराचंद घनश्यामदास हे अखंड भारतातील तेल आणि खतांच्या आयातीची हमी घेण्यास सक्षम होते. परंतु स्वातंत्र्यानंतर हीच ताराचंद घनश्यामदास पेढी ३ मार्च, १९५८ रोजी मोडीत काढावी लागली.

१९१६ साली राधाकृष्ण पोद्दार यांचा मृत्यू झाला तेव्हा तिन्ही बहिणींची लग्नं झालेली होती, त्यानंतर पुढली पिढी क्र. १०, सेंट्रल ॲव्हेन्यू येथे चार भावांच्या संयुक्त कुटुंबात राहू लागली होती. ते भाऊ होते, रघुनाथप्रसाद, जानकीप्रसाद, लक्ष्मणप्रसाद (सावित्रीचे वडील) आणि हनुमानप्रसाद. याच काळात बंधूंमधील नात्यांत दुरावा निर्माण होऊ लागला.

''आमचं खूप मोठं- पाच मुलांचं कुटुंब होतं,'' सावित्रीने उकलून सांगितलं. ''सर्वांत मोठ्या काकांना तर मूलबाळच नव्हतं, दुसऱ्या काकांना एकच मुलगी होती आणि सगळ्यात धाकट्या काकाचं लग्न होऊन फार वर्षं झाली नव्हती. अशा स्थितीत मोठा परिवार असलेला एकच भाऊ सर्वांच्या नजरेत काट्यासारखा सलू लागतो. संयुक्त कुटुंबात एकाच भावावर होणारा जास्त खर्च सहन केला जाऊ शकत नाही. त्यामुळे माझ्या आईला खूपच त्रास दिला जाऊ लागला. रोजच्या जगण्यात अंतर्गत असंतोष आणि बेबनाव धुमसू लागला.''

तेव्हा मग लक्ष्मणप्रसादांनी अलिपूर येथे हॅस्टिंग्ज रोडवर भाड्यानं घर घेतलं. घराच्या आसपास फॅशनेबल ब्रिटिश वस्ती होती. ते, पत्नी उर्मिला, मुलगे महावीर आणि जगदीश आणि मुली सावित्री, विमला आणि ललिता ही सर्व जणं नंबर १० या घरातून बाहेर पडली. त्याच काळात इंग्लंडला स्थलांतर करण्याची इच्छा प्रबळ झाल्याने लक्ष्मणप्रसाद विचार करू लागले की ताराचंद घनश्यामदास पेढीचे आणि ब्रिटिश कंपन्यांचे लागेबांधे वापरून आपल्याला व्यवसायाची नवी दारं उघडतील का?

१९३०च्या दशकात त्यांनी कुटुंबास इंग्लंडला नेलं. तिथंच स्थायिक होण्याची त्यांना इच्छा होती. त्यांनी आपल्या छोट्या मुलांसाठी इंग्लिश गव्हर्नेस नेमली तर मोठ्या मुलांना हर्टफोर्डशायर परगण्यातील लेचवर्थ खेड्यातल्या शाळेत घातलं. शाळेजवळच एक साधंसं घर भाड्याने घेतलं. ते स्वतः कलकत्त्यातील प्रेसिडेन्सी कॉलेजातदोन वर्षे शिकले होते. तेव्हापासूनच लक्ष्मणप्रसादना बंगाली नाटकं, टेनिस, फुटबॉल, होडी वल्हवणे या गोष्टी फार आवडू लागल्या होत्या.

मुलं मोठी होऊ लागली तसतसं ते त्यांनाही स्वतःच्या छंदांत गुंतवू लागले. सावित्रीला 'रेगाटा' पद्धतीने (म्हणजे एकामागे एक वल्हेकरी बसून बोट वल्हवतात तसे) बोट वल्हवता येऊ लागली. ती टेनिस खेळू लागली. बॉल डान्स आणि मास्करेड्स पार्ट्यांना (तोंडावर मुखवटे घालून जायच्या पार्ट्यांना) छान छान कपड्यांत जाऊ लागली. इंग्रजी शाळेत लागणारी ही सर्व उपयुक्त कौशल्यं होती. रुसी एम.लाला म्हणतात की, सावित्रीवर दोन जगांचा प्रभाव पडला होता.एक प्रभाव होता ब्रिटिशांचा तर दुसरा होता स्वातंत्र्यवाद्यांचा. तिचे पिता ब्रिटिशांकडे झुकलेले मारवाडी व्यावसायिक होते. परंतु सावित्रीनं लिहिलंय, ''दोन कारणांमुळे इंग्लंडमध्ये राहण्याची वडिलांची योजना फलद्रूप झाली नाही. एक म्हणजे अकल्पनीय आर्थिक समस्या आणि दुसरं कारण म्हणजे घरची तीव्र ओढ. जसजसे महिने जाऊ लागले तसतशी वडिलांना त्यांच्या नेहमीच्या जीवनाची, मित्र-नातेवाइकांची खूप आठवण येऊ लागली. नवीन भूमीत मित्र मिळवणे आणि भारतीय पद्धतीपेक्षा वेगळी जीवनशैलीत स्थायिक होणे सोपे नसते.'' त्यामुळे निराश झालेलं पोद्दार कुटुंब परत अलिपूरला आलं तेव्हा लंडनमध्ये दुसऱ्या गोलमेज परिषदेतील चर्चा चालू आहे तसंच गांधीजी आणि घनश्यामदास बिर्ला तिथं हजर आहेत या गोष्टीशी त्यांना काहीही देणंघेणं नव्हतं. किंबहुना त्याविषयी ते अनभिज्ञ होते असं म्हटलं तरी चालेल. (टीप ४- इंग्लंडमध्ये एकूण तीन गोलमेज परिषदा घेतल्या गेल्या. पहिली १२ नोव्हेंबर, १९३० ते १९ जानेवारी, १९३१. दुसरी गोलमेज परिषद- ७ सप्टेंबर, १९३१ ते १ डिसेंबर, १९३१ आणि तिसरी १७ नोव्हेंबर, १९३२ ते २४ डिसेंबर, १९३२.)

ओ, कलकत्ता

कलकत्त्याला परतल्यावरचा मोठा प्रश्न हा होता की बारा वर्षांची सावित्री ही तिथल्या समाजाला सून म्हणून स्वीकारण्यासाठी खूपच मोठी अथवा जगावेगळीच ठरली असती का? तसं पाहता वयाच्या चौथ्या वर्षीच एका स्थानिक मारवाडी कुटुंबात तिचा वाङ्निश्चय झालेला होता. त्या मुलाकडच्यांना लग्न लावून देण्यात काहीच अडचण नव्हती. परंतु नवऱ्या मुलीनं त्या लग्नास नकार दिला. त्याविषयी सावित्री म्हणतात, ''आठ वर्षांपूर्वी मला मिळालेले सर्व दागिने आम्ही परत देऊन टाकले. माझे ते होणारे सासरे त्यामुळे खूपच दुखावले गेले.'' त्या काळात बहुतेक मारवाडी स्त्रिया पडदा पद्धती पाळत होत्या, सामाजिकदृष्ट्या नियंत्रित जीवन जगत होत्या. पण त्यानंतर सावित्री भावी वरांना नाकारतच राहिली. तिच्या आईनं तर तिला सामाजिक समारंभात सोबत नेणंच बंद करून टाकलं. आणि अचानक कमलनयन बजाज यांचं नाव समोर आलं.

सावित्री म्हणतात, ''बाबांनी बहुधा जमनालालजींविषयी आणि त्यांच्या पार्श्वभूमीविषयी ऐकलं होतं. त्यांच्याकडे फार पैसा नव्हता परंतु कर्मठ कुटुंबाची नियंत्रणंही असणार नव्हती. मग कलकत्त्याला जमनालालजी मला बघायला आले. तेव्हा त्यांचा मुलगा कमलनयन अभ्यासासाठी सिलोनला गेला होता. तो काही आठवड्यांतच परतणार होता.''

सावित्रींच्या सासूबाई जानकीदेवी बजाज यांनी 'माय लाइफ्स जर्नी' या आत्मचरित्रात लिहिलं आहे, ''कमल हा आम्हा बछराज कुटुंबातला तीन पिढ्यांनंतरचा पहिला मुलगा

होता. सावित्री दिसायला खूपच सुंदर होती, त्यामुळे माझा कल 'हो' म्हणण्याकडेच होता. पण ती खूपच बारीक होती, त्यामुळे हिला मुलं होतील की नाही अशी शंका माझ्या मनात येऊ लागली. पोद्दार कुटुंब लग्नासाठी उत्सुक होतं आणि बापूंनीही (मोहनदास करमचंद गांधी यांनीही) या प्रस्तावास होकार दिला होता. पोद्दार मंडळींना खूप मोठा विवाहसोहळा आयोजित करायचा होता. आमच्या घरची मंडळी खूप मोठ्या प्रमाणात त्यात सहभागी होतील अशीही त्यांची अपेक्षा होती. तथापि, बापूजींच्या सल्ल्यानुसार आमच्याकडील केवळ पंधराच लोक कलकत्ता येथे लग्नाला गेलो. आम्ही लग्नात खादीचे वेश धारण केले होते. सावित्रीला भरजरी साडी नेसायची इच्छा होती त्यामुळे आम्ही तशी खादीची साडी चरखा संघाकडून मागवली आणि त्यांनी खादीची साडीच जरीचे धागे घालून खास विणून दिली. मुलीकडच्यांनीही कमलनयनसाठी रेशमी सदरा आणि भरतकाम केलेला फेटा असे खादीमिश्रित कपडे बनवून घेतले. त्यातली काही मंडळी आम्हाला कलकत्त्याच्या एक स्थानक अगोदर घ्यायला आली होती. त्यांनी इच्छा प्रदर्शित केली की कमलनयनने लग्नाच्या पोशाखात गाडीतून खाली उतरावे. पण त्याला त्याचा खादीचा कुडता, धोतर, टोपी आणि केशरी शाल हा पोशाखच प्रिय होता. त्यानं लग्नसमारंभाला तेच कपडे ठेवले. आमचं कलकत्ता स्थानकावर अत्यंत आपुलकीने स्वागत झालं. आगगाडीतून नवऱ्या मुलाकडली फक्त पंधराच मंडळी आलेली पाहून मुलीकडील कुटुंबाची निराशा झाली. त्यांनी खूप मोठ्या ताफ्याच्या स्वागताची व्यवस्था केली होती. आम्ही सकाळी तिथे पोहोचलो आणि संध्याकाळी सहा वाजता लग्न लागलं. आम्ही दुसऱ्या दिवशी परतणार होतो. बिर्लाजींना (घनश्यामदास बिर्लांना) त्यांच्या घरी स्वागत समारंभ आयोजित करायचा होता. लग्नानंतरचा सोहळा बिर्लाजींच्या घरात पार पडल्यावर सावित्रीच्या कुटुंबीयांना आमच्यावर भेटवस्तूंचा वर्षाव करायचा होता. परंतु आम्ही नम्रपणे त्या वस्तू स्वीकारण्यास नकार दिला. अशा सगळ्या प्रथा पाळणं आम्ही सोडून दिलं होतं. सरतेशेवटी आम्ही नवऱ्या मुलासाठी कपड्यांचे दोन जोड स्वीकारले. तसंच त्यांचा मान ठेवण्यासाठी म्हणून कमलनयनने केवळ एक रुपया त्यांच्याकडून स्वीकारला. सावित्री तिच्या वस्त्रप्रावरणांसोबत काय काय वस्तू घेऊन आली होती याच शोध घेण्यात आम्हाला काहीच रस नव्हता.''

३० जून, १९३७ रोजी कमलनयन आणि सावित्री यांचा विवाह झाला. सावित्री खेदाने लिहितात, ''माझ्या विवाहसमारंभाचे फोटो काहीच नव्हते कारण वाट पाहत बाहेर ताटकळणाऱ्या छायाचित्रकाराला बोलवायचं कुणाच्या लक्षातच आलं नाही. दुसऱ्या दिवशी अर्थातच आम्ही स्टुडिओत जाऊन काही फोटो काढले.''

मुलगा झाला

'गॉड्स प्लॅन वर्क्स' या चरित्रात सावित्री लिहितात, ''वर्ध्याहून आम्ही मधुचंद्रास जाणं अपेक्षित होतं पण ते केवळ एक स्वप्नच ठरलं. कमलनयन आणि मी केवळ दहाच आठवडे एकत्र होतो, त्यानंतर तो केंब्रिजला जाणार होता. खरं तर लग्नानंतर मीही त्याच्या सोबत इंग्लंडला जायचं असं आधी ठरलं होतं. परंतु तेवढ्यात मला पहिल्या बाळाचे वेध लागले आणि माझी परिस्थिती पाहून मला तिथं जाण्याची परवानगी कुणीच दिली नाही.

त्यामुळे माझी खूपच निराशा झाली. लग्नानंतर इतक्या लवकर वियोग आणि तोही इतक्या दीर्घ काळासाठी- हा म्हणजे असह्य छळच होता. माझ्या सासरच्यांना वाटत होतं की मी वर्ध्याला राहावं आणि माझं बाळंतपणही तिथंच व्हावं. परंतु आईवडिलांकडे परत जायला मिळाल्याने मी मात्र आनंदले होते. ऑक्टोबरमध्ये नवरात्रीपूजा सुट्टीच्या काळात माझे आईबाबा मला आणि माझ्या भावंडांना घेऊन रांची या कलकत्त्याजवळील थंड हवेच्या ठिकाणी गेले. त्यानंतर होळीच्या वंसतोत्सवाला माझे सासरे आमच्याकडे रांचीला काही दिवसांसाठी आले तेव्हा माझ्या भांवडांनी त्यांच्या अंगावर रंग टाकला आणि त्यांना गाढवावर बसायला लावलं. त्यांना कसंबसं सायकलवर बसता आलं. ते खूपच खिलाडू वृत्तीचे होते आणि माझ्या माहेरच्यांत चांगले मिळून मिसळून वागत होते. माझी बहीण विमला त्यांना खूपच आवडली. त्यानंतर नऊ वर्षांनी विमलाचं लग्न कमलनयनचा धाकटा भाऊ रामकृष्ण याच्याशी झालं.''

१० जून, १९३८ रोजी गुटगुटीत, निरोगी राहुलचा जन्म झाला. पण ती प्रसूती खूप अवघड होती. तिच्या वेणाही दीर्घ काळ चालल्या. सावित्री लिहितात, ''मी आईजवळ होते आणि मला घरीच उत्तम वैद्यकीय सुविधा मिळाल्या हे नशीबच म्हणायचं.'' त्यानंतर महिन्याभराने कमलनयन लंडनहून परतले आणि आपल्या पहिल्यावहिल्या अपत्याला बघण्यासाठी त्यांनी कलकत्त्याला धाव घेतली.

मग हे तिघांचं कुटुंब कलकत्ता सोडून डिसेंबर, १९३८च्या मध्यावर कॉंग्रेस कार्यकारिणीच्या सभेसाठी वर्ध्याला जायला निघालं. सेवाग्राममध्ये गांधीजींकडे भारतातील राज्यांतील धोरणांसाठी एक मसुदाच तयार होता. सावित्री लिहितात, ''एके दिवशी सेवाग्राममध्ये कमलनयनच्या नावाने भरपूर बोंब झाली. बापूजींना तो ताबडतोब हवा होता. ते ऐकून तो जरासा घाबरलाच आणि ताबडतोब सेवाग्रामला बापूजींना भेटायला निघाला. तिथं बापूजींनी त्याला विचारलं, 'तू सावित्रीच्या घराबद्दल काही खटपट सुरू केलीस की नाही? तिला आराम मिळतोय ना हे पाहातो आहेस ना?' हे शब्द ऐकून कमलनयनचा जीव भांड्यात पडला. घेतलेल्या घरात आपण काय काय बदल केलेत ते त्यानं सांगितल्यावर बापूजी खूश झाले, त्यांचं समाधान झालं. दत्तक आजोबा या नात्याने त्यांनी मला जमनालालजींची सून म्हणून पसंत केलं होतं त्यामुळे माझी व्यक्तिशः जबाबदारी आपल्यावर आहे असं त्यांना वाटत होतं.''

सावित्री पुढे लिहितात, ''जवाहरलालजी माझ्या मुलाला बघायला आणि आशीर्वाद द्यायला आले होते. 'त्याच्यासाठी नाव सुचवा,' असं मी त्यांना सांगितलं. तर पंडितजी लगेच म्हणाले की 'राहुल' नाव ठेव. त्या काळात राहुल नाव फारसं प्रचारात नव्हतं. मग मदालसाजी खोलीतून धावत बाहेर गेल्या, त्यांनी घरातून काहीतरी गोडधोड आणलं आणि पंडितजी व आम्हा सर्वांचं तोंड गोड केलं. हे नाव त्याच्यासाठी आणि अर्थातच आम्हा सर्वांसाठी भाग्याचं ठरलं.'' त्यानतर लवकरच सावित्रीला दुसऱ्यांदा डोहाळे लागले आणि ६ ऑगस्ट, १९३९ रोजी सुमनचा जन्म झाला. त्यानंतर शिशिरचा जन्म पुढे १० डिसेंबर, १९४७ रोजी झाला.

मसुरी

१९४४ साली सावित्रीची जबलपूर तुरुंगातून सुटका झाली तेव्हा तिचे वडील तिला न्यायला गेले होते. आगगाडीचा पहिला थांबा वर्ध्यालाच होता. सावित्री लिहितात, ''स्थानकाच्या फलाटापासून अगदी मोटारीपर्यंत मला खुर्चीवरूनच नेण्यात आलं. मी चेहरा पदराने अर्धवट झाकून घेतला होता. जमनालालजींच्या सुनेची अवस्था पाहून तिथले हमाल, तिकीट तपासनीस, फलाटावरले बाकी सर्व जण हळहळले. त्यानंतर काही दिवसांनी माझे बाबा मला मसुरी या गढवाल-हिमालयाच्या पायथ्याच्या थंड हवेच्या ठिकाणी घेऊन गेले. लढाईच्या वर्षात माझ्या वडिलांचं मसुरी येथील घर सरकारने ताब्यात घेतलं होतं परंतु त्यांच्याकडे अद्यापि मथुरा येथील छोटं घर आणि भोवतालची बाग होती. मग उन्हाळ्याच्या कडक उष्म्याच्या काळात त्यांनी मसुरी येथे कल्सिया संस्थानच्या राणीचं घर भाड्यानं घेतलं.'' तिथं पोहोचल्यावर सावित्री, राहुल आणि सुमन यांना नेण्यासाठी हात-रिक्षा घेऊन चार हमाल हजर झाले. त्या लिहितात, ''माझी लाडकी मुलं माझ्या बाजूला बसली होती. त्या दोघांना बंद गळ्याचे लोकरी कोट आणि पँट असे सारखेच कपडे मी घातले होते. माझे भाऊ महावीर आणि जगदीश, दोघी वहिनी आणि बहिणी- माझं सगळं कुटुंबच आमची आतुरतेने वाट पाहत होतं.'' रिक्षातून खाली उतरली मात्र- आणि सावित्रीच्या मनात आठवणी पिंगा घालू लागल्या. जुलै, १९४२ मध्ये जगदीशचा विवाहसोहळा त्यांच्या घरच्यांनी मसुरी येथे साजरा केला होता. सावित्री त्याबद्दल लिहितात, ''माझे सासरे (जमनालाल बजाज) नुकतेच फेब्रुवारीत वारले होते त्यामुळे सासूबाईंना एकटीला ठेवून जावंसं मला वाटत नव्हतं. त्यामुळे भावाच्या लग्नाला जायला मी जराशी अनिच्छुकच होते. परंतु सासुबाई खूपच प्रेमळ होत्या. 'तू राहुलला आणि सुमनला घेऊन मसुरीला लग्नाला जावंस,' म्हणून त्यांनी माझं मन वळवलं.''

वडिलांच्या पश्चात कुटुंबातील ज्येष्ठ पुत्र या नात्याने कमलनयन वयाच्या सत्ताविसाव्या वर्षी कुटुंबाचे कर्ते बनले. त्यानंतर काही आठवड्यांतच सावित्री पुन्हा वर्ध्याला आल्या आणि गांधी चौकातील गोळीबार झाला.

तुरुंगात सावित्रीचं वजन घटून ३३ किलोंच्या खाली गेलं होतं. परंतु आपलं कुटुंब आणि मुलं यांच्या सहवासात आल्यावर तिच्या जिवाला शांतता आणि नियमितता लाभली. त्यानंतर कमलनयन आला, त्यामुळेही वर्तुळ पूर्ण झालं. त्या लिहितात, ''पुढल्या वर्षी कमलनयननं आमच्यासाठी भाड्याचं वेगळं घर घेतलं. आम्ही चार मिनिटांतच खाली उतरून माझ्या आईवडिलांच्या घरात पोहोचू शकत होतो. हिवाळ्यात आम्ही मथुरेच्या पोद्दारांच्या घरी जात होतो. अशी मी एकूण तीन वर्षं काढली. या काळात माझी तब्येत सुधारली आणि मी मुंबईला परतले. आता राहुल आणि सुमन यांना शाळेत घालायची वेळ झाली होती.

त्या लिहितात, ''त्यांना हिंदी माध्यमात घालण्याकडे कमलनयनचा कल होता परंतु मला खात्री होती की वरच्या अभ्यासासाठी आणि जीवनातील अन्य क्षेत्रांसाठी इंग्रजीतील शिक्षण आवश्यक आहे. त्यावर माझ्या पतींनी आग्रह धरला नाही. सुरुवातीला मी मुलांना जवळच्या छोट्याच शाळेत घातलं. त्यानंतर राहुलला कॅथेड्रल बॉइज स्कूलमध्ये आणि

सुमनला कॅथेड्रल गर्ल्स स्कूलमध्ये प्रवेश मिळाला.'' राहुल बजाजनी त्याबद्दल लिहिलं आहे की, मला नीट आठवत असेल तर १९६५ सालपासून ही कॅथेड्रल शाळा मुलामुलींची संयुक्त शाळा बनली.

राहुल यांच्या लहानपणी कमलनयन फारच क्वचित घरी असायचे. त्यांनी लिहिलंय, ''त्या काळात वडील म्हणजे दूरचीच कुणीतरी व्यक्ती असल्यासारखे होते. त्यामुळे आईचाच माझ्यावर खूप प्रभाव पडला. माझ्या मनाची चौकट तिनंच घडवली.'' एका विशिष्ट टप्प्यावर राहुल बजाज यांचे आईवडील विभक्तही झाले होते परंतु मुंबईला जाणाऱ्या रात्रीच्या आगगाडीच्या प्रवासात त्यांची अचानक भेट झाली आणि ते दोघेही पुन्हा एकत्र आले. रुसी एम. लाला हे सहलेखक लिहितात, ''त्यानंतर पती आजारी पडले तेव्हा सावित्री बजाज रोज सकाळी त्यांच्या घरी जाऊन त्यांची देखभाल करू लागल्या. त्यानंतर काही दिवसांनी त्यांनी पत्नीला पुन्हा घरी राहायला बोलावलं. त्यानंतर १९७२ साली कमलनयन यांचं निधन होईतो ते एकत्रच राहिले.''

सुमन

सुमन जैन म्हणजेच राहुल बजाज यांच्या भगिनी लहानपणीच्या आठवणी सांगतात, ''माझं सुरुवातीचं बालपण मसुरी, कलकत्ता, रांची, मथुरा आणि वर्धा येथे भैयासमवेत (राहुल बजाज यांच्या समवेत) गेलं. ते दिवस खूपच सुंदर होते. आजही मला ते हुरहुर लावतात. या काळात घरचे लोक आम्हाला खूप वेळ देत होते, आमच्याकडे लक्ष देत होते, आमच्यावर प्रेमाचा वर्षाव करत होते. काही सुट्ट्यांचा काळ तर अगदी वेगळा असा आठवणीत राहिलेला आहे. डाकूंचा सुळसुळाट असलेल्या राजस्थानचा मोटारीने प्रवास, हाउसबोटीत काढलेले काश्मीरचे दिवस. मथुरा येथील आमचे गुरुजी (पंडितजी) आमच्या सोबत या सर्व ठिकाणी यायचे, त्यामुळे आमच्या प्राथमिक शिक्षणात व्यत्यय येत नसे. भैया अभ्यासात खूप हुशार होता पण फारच खट्याळ होता. तो मला चिडवायचा, माझ्या खोड्या काढायचा. एकदा आईनेच दाखवून दिलं की आमचा फोटो काढायच्या आधी त्यानं मला चिमटा काढला होता. मी रडू लागले तेव्हा मोठ्या लोकांनी गोड खाऊ देऊन मला गप्प करावं लागलं होतं. नंतर आम्ही मोठे झालो तेव्हा माझ्या खोड्या काढल्याची शिक्षा म्हणून त्याची खेळणी मला द्यायची असा नियम करण्यात आला त्यामुळे माझी मजाच झाली.

''पंडितजी आम्हाला महाभारत आणि रामायणातल्या गोष्टी सांगायचे. त्यांनी आमची गोष्टींच्या पुस्तकांशी ओळख करून दिली, आमच्या मनावर चांगली मूल्ये बिंबवली. राहुल आणि मला वाचनाची खूपच आवड आहे. लहानपणची आणखी एक आठवण म्हणजे एकदा राहुल एका पुलाच्या कठड्यावरून चालत होता आणि ते बघून गरीब बिचारे पंडितजी प्रचंड घाबरले होते. आम्ही खूप लहान होतो तेव्हा बराच काळ कलकत्त्याचे आजी-आजोबा आणि आई यांच्या सोबत मसुरीला राहायचो. कधीकधी तर हा काळ सलग सहा महिन्यांचाही असे.''

सुमन जैन सांगतात, ''त्याशिवाय आम्ही एकदा तीन महिन्यांसाठी काकासाहेब कालेलकर आणि आईबाबा यांच्या सोबत आफ्रिकेलाही गेलो होतो. (काकासाहेब

कालेलकर हे १९५२ ते १९६४ हा काळ राज्यसभेचे सदस्य होते. १९५३ साली बॅकवर्ड क्लासेस कमिशनचे अध्यक्षपद त्यांना मिळाले होते. त्यानंतर त्यांनी १९६७ साली वेदछी (गुजरात) येथे गांधी विद्यापीठाची स्थापना केली आणि त्याचे उपकुलगुरू म्हणून काम पाहिलं.) आफ्रिकेला गेलो तेव्हा अप्पासाहेब पंत हे तिथले अधिकृत राजदूत होते. परंतु आफ्रिकेतील परिस्थिती काय आहे हे पाहाण्यासाठी नेहरूजींना औपचारिक राजदूतही हवे होते. आम्ही मोठ्या जहाजाने मोंबासा येथे गेलो. आमचे बाबा बोटीवर ब्रिज खेळत बसलेले असायचे. तिथं 'जिंजर सरबत' पिऊ का? अशी परवानगी मागायला राहुल मलाच पाठवायचा. मला खरं तर ते सोडा घातलेलं सरबत मुळीच आवडत नव्हतं पण ते त्याला आवडत होतं. मग मी मूर्खासारखी काकाजींकडे (कमलनयन बजाज यांच्याकडे) विचारायला जायची. ते मला कधीच कशाला नाही म्हणत नसत. त्यामुळे राहुल मग माझ्या वाट्याचं आणि त्याच्याही वाट्याचं ते सोडा घातलेलं फसफसणारं सरबत पिऊन टाकायचा.

''आम्ही दोघांनी आफ्रिकेत युगांडा, टांझानिया, केनिया येथे खूप मजा केली. आम्ही जिथं गेलो तिथं तेव्हा काही नरभक्षक जमाती राहत होत्या. त्यामुळे आमच्या सोबत एक ट्रक, एक जीप आणि बंदूकधारी पहारेकरी असायचे. आम्ही एका मसाई खेड्यात गेलो. ते लोक खूप उंच होते आणि स्वभावाने अगदीच सौम्य होते. त्यांची नजर एवढी तीक्ष्ण होती की आमच्या दुर्बिणींना रानम्हशी दिसण्यापूर्वीच त्यांनी तो कळप येताना पाहिलेला असे. आम्ही जंगली प्राण्यांच्या खूप शिकारी पाहिल्या. काकाजी मला आणि राहुलला गाडीत वेगवेगळ्या खिडक्यांशी बसायला लावायचे. कारण भैया मला सारखा त्रास द्यायचा. तिथं बरेच कार्यक्रम-समारंभही होत असत. आमचे आईवडील तिथे गेल्याने आम्ही इथे घरी भरपूर खाऊ खायचो. भरपूर साखर घालून चहा प्यायचो कारण आमच्याकडे लक्ष द्यायला कुणीच नसायचं. लोक आमचे फारच लाड करायचे. वर्ध्यातही आम्ही बराच काळ व्यतीत केला. तिथं आम्ही सायकल शिकलो. पंडितजी आणि कधीकधी दादीजी (जानकीदेवी बजाज) आमच्या दोघांच्या वर्गात सामील होत. तेव्हाही भय्या माझ्या खोड्या काढायचा. त्यामुळे आईबाबांनी त्याच्यासाठी एक शिक्षा शोधून काढली होती. मी ओरडले की 'चीज जप्त'- की मला त्याचं एक खेळणं घ्यायला मिळायचं. हा प्रकार त्याच्यासाठी विजेचा धक्का मिळाल्यासारखाच होता कारण आम्हाला कलकत्त्याच्या नातेवाइकांकडून पुष्कळ खेळणी मिळायची. कधीकधी तर माझ्याकडे एकाच प्रकारची दोन-दोन खेळणीही असायची. आम्हाला खेळणी आणावीत असं आमच्या वर्ध्याच्या नातेवाइकांना कधी सुचलंच नव्हतं. ते आपले स्वातंत्र्य चळवळीच्या कामात मग्न होते. एकदा काकाजींनी मला एक सुंदर घड्याळ दिलं. तेव्हा मला वेळ बघायचं कळत नव्हतं हे माहीत असल्याने राहुल भडकला होता. त्यावर मला चोवीस तास देऊन सांगण्यात आलं की एक तर वेळ बघायला शीक नाहीतर घड्याळ परत देऊन टाक.

''त्यानंतर आम्ही मुंबईला आलो. आम्ही दोघंही कॅथेड्रल शाळेत शिकलो. मी मुलींच्या विभागात तर भैया मुलांच्या विभागात. आम्ही दोघं सिनेमा पाहायला एकत्र जायचो. तेव्हा आइसक्रीम कोन हा प्रकार नवा होता. आम्ही दोघे एकेक कोन आत शिरतानाच घ्यायचो. त्यानंतर दुसरा कोन मध्यंतरात घ्यायचो आणि तिसरा कोन तिथून घरी

निघताना खायचो. त्या किशोरवयात तो नेहमीच माझ्यासाठी होता – प्रेमळ, रोखठोक, न्यायी मनाचा आणि मदतीला सदैव तत्पर. त्याच्यासारखा मोठा भाऊ आपल्याला होता आणि आहे अशी बढाई सगळीच लहान भावंडं मारू शकणार नाहीत.''

'डिअर राहुल' या नावाने रूपा बजाज यांनी राहुल बजाज यांच्यासाठी व्यक्तिगत स्मरणिका तयार केली आहे. त्यात त्यांची मावशी चंद्रमुखी बजाज यांनी लिहिलं आहे की, प्रिय राहुल, तुम्हा दोघांची सर्वांत आवडती अशी आठवण माझी कुठली असेल तर ती म्हणजे छोटासा तू आणि छोटीशी सुमन– तुम्ही दोघं छोट्या छोट्या पँट्स आणि लोकरीच्या स्वेटरच्या गुंड्यात गुंडाळलेली असायचात तेव्हा अगदी छोट्याशा गोंडस इग्लूसारखे दिसायचात. तू तर इतका खट्याळ होतास की जातायेता सुमनला चिमटे काढून रडवायचास. तेव्हा नानाजी म्हणायचे, ''काय ही सुमन, अखखा दिवस रडुबाईच असते''. तेव्हा तुझ्या चेहऱ्यावर 'कश्शी मज्जा आली' असं म्हणणारं ते दुष्ट स्मित खेळायचं. नंतर जिजाजींनी (कमलनयन बजाज यांनी) तुला कलकत्त्याला अभ्यासाला पाठवलं आणि तू आमच्याकडे राहायला आलास. त्यानंतर मला तुझ्याकडून खूप प्रेम आणि जिव्हाळा लाभला. पुढे तुझ्या वाढत्या वयात तू एक प्रेमळ, दुसऱ्याचा विचार करणारा मुलगा बनलास, त्यामुळे सगळ्यांचा लाडकाही बनलास. मलाही तू खूप आवडू लागलास.

सुमन जैन सांगतात, ''भय्या खूप चांगला विद्यार्थी होता आणि मी नव्हते. परंतु एकदा झालं असं की शाळेच्या शेवटच्या परीक्षेत मी चांगल्या गुणांनी उत्तीर्ण झाले. आमचा निकाल वर्धा येथे आला. तो ऐकून भैया उड्या मारत गादीवर लोळू लागला आणि मोठमोठ्याने ओरडू मारू लागला, 'ही एवढी बुद्दू असताना हिला एवढे चांगले मार्क मिळालेच कसे?' मला मात्र खूपच आनंद झाला होता. अशा प्रकारे आम्ही एकत्र लहानाचे मोठे झालो. आमच्या बालपणाच्या खूप सुंदर आठवणी माझ्यापाशी आहेत. पण त्याच्याही तशाच असतील का, हे मी सांगू शकत नाही.''

डिसेंबर, १९६० साली सुमन आणि नरेशचंद्र यांनी नवी दिल्ली येथे विवाहाच्या वेळचे फेरे घेतले तेव्हा भावनांचा जणू पूरच लोटला होता. सावित्री ती आठवण सांगतात, ''नेहरूंनी त्या विवाहास हजेरी लावली होती. तेव्हा स्वतः खूप मेहनतीने सजवलेला लग्नमंडप कमलनयनने नेहरूजींना फिरून दाखवला होता.''

प्रकरण ३

मुंबईहून परत मुंबईला : १९४५–६२

सेंट स्टीफन्स कॉलेज, दिल्ली येथे राहुल बजाज

कमलनयन बजाज आणि रामकृष्ण बजाज हे दोघेही गांधीजींचा सेवाग्राम आश्रम आणि विनोबा भावे यांचा पवनार आश्रम येथे लहानाचे मोठे झाले. बाल्यावस्थेतील राहुल बजाज मध्य भारतातील उन्हात आणि धुळीत आश्रमातील अन्य मुलांसह खेळले आहेत. ती सगळीच मुलं गांधीजींची लाडकी होती. त्यांच्या मांडीवर आपण बसलो होतो हे राहुलना आठवतं. दुसऱ्या महायुद्धाच्या ऐन मध्यावर (१ सप्टेंबर, १९३९ ते २ सप्टेंबर, १९४५ या काळात) ब्रिटिश सत्तेपासूनचं स्वातंत्र्य अगदी दृष्टिपथातच आलं होतं. त्याच सुमारास बजाज कुटुंब हळूहळू वर्धा येथून बाहेर पडू लागलं. त्यांचं संयुक्त कुटुंब बाँबेच्या 'पॉश' कार्मायकेल रोडवर मोगऱ्याचा सुगंध आणि तुऱ्यासारख्या रंगीबेरंगी फुलांच्या झाडाझुडपांच्या परिसरात राहू लागलं. १४ ऑगस्ट, १९४७ रोजी मध्यरात्री रेडिओवर लागलेलं नेहरूंचं 'मध्यरात्रीच्या स्वातंत्र्या'चं भाषण जागं राहून ऐकण्याची अनुमती नऊ वर्षीय राहुल बजाज यांना मिळाली होती.

सावित्रींनी डायरीत लिहिलंय, ''बाँबेत मी खूपच आनंदात होते, मी मुळात शहरी मुलगीच होते. मला शहरातलं वातावरण आणि तिथल्या मनोरंजनाच्या पर्यायांची खूप आवड होती. आम्ही मुंबईला आल्यावर सुरुवातीला जुहू येथे राहिलो. आमच्याकडे तिथला एक मोठा भूखंड होता. त्या जमिनीवर आम्ही भरपूर शॅक्स (समुद्रकाठावरची झावळ्यांची घरं) बांधली होती आणि ती भाड्याने लोकांना दिली होती. घरातून समुद्र दिसणाऱ्या त्यातल्याच एका घरात आम्ही राहत होतो. आसपासचा परिसर आणि एकूणच दृश्य फार देखणं, शांत-निवांत होतं. परंतु शहरात रोज जाणंयेणं हे माझ्यासाठी शापासारखं होतं- खूपच दमायला व्हायचं आणि प्रवासात वेळही खूप जायचा. पण कमलनयनला ते पसंत होतं. त्याला जुहूला राहणंच पसंत होतं. त्याला भल्या सकाळी समुद्रात पोहायला, काठावरल्या वाळूत चालायला आणि बाहेर व्हरांड्यात झोपायलाही फार आवडत होतं.''

राहुल बजाज म्हणतात, ''किशोरवयीन वर्षांत माझं घर मुंबई होतं, पुण्यातलं आकुर्डी नव्हतं.'' १९४६च्या सुरुवातीला रामकृष्ण काका 'शांती भवन' या वाळकेश्वर रोड येथील इमारतीतल्या फ्लॅटमध्ये राहायला गेले. विरेन शहाही त्याच इमारतीत राहत होते. त्यानंतर काही महिन्यांनी बहुतेक कुटुंबीय कार्मायकेल रोडवरील 'भगवती भवन' येथे राहायला गेले. राहुल बजाज आठवण सांगतात, ''माझ्या बालपणी वडील फारच क्वचित घरी असायचे. ते म्हणजे दूरची, कुणीतरी त्रयस्थ व्यक्ती असल्यासारखेच होते.'' त्यामुळे त्यांच्यावर आई सावित्री हिचा खूप प्रभाव पडला. ''तिनंच माझ्या मनाची जडणघडण केली, त्यास आकार दिला,'' असंही त्यांनी म्हटलं आहे.

नरोत्तम सेखसरिया यांनी आठवण सांगितली आहे, ''१९५०च्या दशकात राहुल आणि मी एकाच इमारतीत लहानाचे मोठे झालो. भगवती भवनच्या कंपाउंडमध्ये आम्ही गल्लीतील क्रिकेट खेळायचो. तो तर काय सुपरमॅनच होता. क्रिकेटचा चेंडू इतक्या जोरात मारायचा की काचेची तावदानं धडाधड फुटायची. शिशीर, शेखर, मधुर, नीरज आणि मी- आम्हा सर्वांसाठी राहुलभय्या आमचा नेता होता.'' नंतर पुढील काळात हाच शेखसरिया गुजरात अंबुजा कंपनीच्या माध्यमातून भारतातील सिमेंट उद्योगाचा अग्रणी बनणार होता.

राहुल सीनिअर केंब्रिजची परीक्षा पास होईतो रामकृष्ण काका त्याच्यावर चांगलंच लक्ष ठेवून होते. ''माझं काकांबद्दलचं पहिलं मत मी बारा-तेरा वर्षांचा असतानाच

झालं असावं. लहानपणी 'मोठी माणसं काय बोलतात' याकडे माझं लक्ष असायचं. पण काकांचं बोलणं काही नेहमीच साधंसुधं नसायचं.'' राहुल उत्साहाने सांगतात. त्यांच्या आठवणीतले काका हे 'कडक आणि शिस्तप्रिय' होते. त्यांना फालतूपणा केलेला अजिबात आवडत नसे.

राहुल अभ्यासात आणि खेळात दोन्हींकडे चांगला होता. शाळेत हाउस कॅप्टन होता, वर्गाचा मॉनिटरही होता. परंतु ते त्याविषयी सांगतात, ''काकांना माझी बहीण सुमनच जास्त आवडायची. मला वाटायचं की त्यांचा माझ्याविषयी कसलातरी पूर्वग्रह आहे. अर्थात माझी बहीण स्वभावाने गरीब होती, माझ्यासारखी नव्हती. त्यानंतर मग त्यांना कसं हाताळायचं हे मी शिकलो आणि मग सगळ्या गोष्टी सुरळीत होऊ लागल्या.'' परंतु काकांशी जो काही किशोरवयात संबंध आला त्यावरून त्यांचं मत बनलं की काकांना आज्ञाधारकपणा पसंत होता. शिवाय वेळ असो की पैसा- जे काही असेल त्याचा हिशोब त्यांना द्यावा लागे.

बजाज कुटुंबाचं पुढलं निवासस्थान होतं एक खूपच देखणी इमारत. तिचं नावही 'माउंट युनिक' असं यथार्थ ठेवलं गेलं होतं. अगदी २०२१मध्येही ही इमारत पटकन नजरेत न येणारी, पेडर रोडच्या गजबजाटापासून दूर असणारी अशी आहे. या उत्तुंग इमारतीचे सर्वांत वरचे मजले म्हणजे दोन प्रशस्त ड्युप्लेक्स पेंटहाउस अपार्टमेंट्स होते. त्यातील एक पेंटहाउस रामकृष्ण शाखेच्या कुटुंबीयांचं होतं तर दुसरं कमलनयन शाखेच्या कुटुंबीयांचं होतं. गच्ची सर्वांना समान होती. ही अपार्टमेंट्स मिळवताना रामेश्वरदास बिर्लांनी मध्यस्थी केली होती असं सावित्रींनी आत्मचरित्रात लिहिलं आहे. ''बिर्लांनी दबाव टाकला असता तर मला नाही वाटत की कमलनयननी शहरात जागा घेतली असती.''

द कॅथेड्रल बॉईज स्कूल

आता राहुलनी मुंबईच्या एखाद्या व्यवस्थित शाळेत शिक्षण घेण्याचा समय आला होता. ते आठवण सांगतात, ''मुंबईला आल्यावर मी सेंट झेवियर्स हायस्कूलला गेलो.'' कॅथेड्रल बॉईज स्कूल या उच्चभ्रू शाळेत त्याला प्रवेश देण्यासाठी सावित्रीला दोन वर्षं लागली. (या शाळेचं नाव पुढे 'कॅथेड्रल अँड जॉन कॉनन स्कूल' असं झालं.) मुंबईत आपल्या मुलांना ज्या दोन शाळांपैकी एका शाळेत प्रवेश मिळावा असं लोकांना वाटतं त्यांतली ही एक शाळा आहे. ती १८६० साली स्थापन झाली होती. (तर दुसरी शाळा आहे २००३ साली स्थापन झालेली धीरुभाई अंबानी इंटरनॅशनल स्कूल.) अगदी १९४१-५० या दशकातही कॅथेड्रल स्कूलमध्ये प्रवेश मिळणं मोठं चुरशीचं होतं.पण तुम्ही सुदैवाने एखाद्या युरोपिअनाची किंवा भारतीय उच्चभ्रू उद्योजकाची मुलं असाल तर ते एवढं अवघडही नव्हतं. त्या शाळेच्या सुरुवातीच्या एका मुख्याध्यापकांनी म्हटलं होतं की, आमची शाळा भारतीय असली तरी इथे परदेशीयांना स्वतःच्या घरात असल्यासारखं वाटतं. हे विधान त्यांच्या प्रवेशाच्या धोरणाचा अंतर्गत भागच बनलेलं आहे. उदाहरणार्थ, राहुल बजाज यांच्या या उच्च कुलीन सहाध्यायींमध्ये झुल्फिकार अली भुत्तो होते, ते आधी पाकिस्तानचे अध्यक्ष आणि नंतर पंतप्रधान बनले. टाटा परिवाराच्या वेगवेगळ्या पिढ्यांची हजेरीही तिथं जोरदार होती. खाली रतन टाटा यांचं एक पत्र दिलं आहे. ते स्वतः एक वर्ष राहुल बजाज यांच्या वर्गात होते.

त्याअगोदर जे. आर. डी. टाटा हेदेखील काही वर्षं कॅथेड्रल येथे शिकायला होते. तर सायरस पालनजी मिस्त्री खूपच वर्षांनी पण तिथंच शिकायला होते. तसेच वेगवेगळ्या काळांतली गोदरेज कुटुंबांतील बहुतेक सदस्यांची मुलं तिथं शिकली आणि आजही शिकताहेत. राहुल बजाज यांच्यापेक्षा काही वर्षांनी लहान असे अदी गोदरेज शाळेत खालच्या यत्तेत होते. अवाढव्य औषधी कंपनी सिपला हिचा भावी संस्थापक युसुफ ख्वाजा हमीद हाही राहुल यांचा आणखी एक समकालीन विद्यार्थी होता.

कुणाची दादागिरी चालवून न घेण्याच्या स्वभावामुळे कुठंही गेलं तरी राहुल बजाज पटकन ड्रायव्हरची सीट ताब्यात घ्यायचे. ते शक्य तेवढ्या विनयाने म्हणाले, ''दहाव्या यत्तेत मी वर्गाचा मॉनिटर होतो. अकराव्या यत्तेत हाउस कॅप्टन होतो. टेबल टेनिसमध्ये शाळेचा कॅप्टन होतो, बॉक्सिंग टीमचाही कॅप्टन होतो. मला वादविवाद स्पर्धेत भाग घ्यायला आवडायचं. काय काय करायला आवडत होतं म्हणून सांगू.'' शाळेतही त्यांचा पहिला नंबर येत असे. १९५४ साली ते सीनिअर केंब्रिज एक्झामिनेशन बोर्डची परीक्षा उत्तम गुणांनी उत्तीर्ण झाले आणि संपूर्ण बाँबे प्रांतात नववे आले. ''कॅथड्रल शाळेत मी खूप काही शिकलो. तिथली शिकवण्याची पद्धत खूपच चांगली होती. वैयक्तिक लक्षही पुरवलं जात होतं.''

सेंट स्टीफन्स कॉलेज

''मला अर्थशास्त्राचा अभ्यास करायचा होता म्हणून मी सेंट स्टीफन्स हे दिल्लीचं कॉलेज निवडलं. सीनिअर केंब्रिज परीक्षेनंतर पदवी मिळवण्यास मुंबईत चार वर्षं लागत होती तर दिल्लीत तीनच वर्षं लागत होती.'' राहुल बजाज म्हणतात. अर्थशास्त्रातील 'ऑनर्स'च्या पदवीसाठी त्यांचा प्रवेश अर्ज मान्य झाला आणि त्यांना दिल्लीने साद घातली.

राहुल सांगतात, ''पहिले साधारण तीन महिने मी माझी मावशी उमा अग्रवाल हिच्या घरी राहिलो. कारण मला वसतिगृहात जागा मिळाली नाही. त्यानंतरही परीक्षेच्या आधीचे शेवटचे तीन-चार आठवडेही मी अभ्यासासाठी मावशीच्या घरीच जात असे. बाकीचं माझं तीन वर्षांचं वास्तव्य रुद्र नॉर्थ येथे सेंट स्टीफन्स हॉस्टेल, खोली क्र. एल-६ येथे झालं. वसतिगृहाचा अनुभव घेणं हेही आकर्षण त्यामागे होतं. फाटक मध्यरात्री बारा वाजता बंद होत असे. कधीकधी आम्ही कॅनॉट प्लेसला जायचो. तिथं पॅलेस हाइट्स नामक एक नाइट क्लब होता. तिथून परत येईतो पहाटेचे एक वाजायचे. फाटक तर बारा वाजताच बंद झालेलं. मग आम्ही फाटकावरून उडी मारून आत यायचो. खूपच मजा होती ती. वेगवेगळ्या, एरवी न करता येणाऱ्या गोष्टी तिथं करायला मिळाल्याने सेंट स्टीफन्समध्ये आकर्षणांनी भरलेलं जणू मोठ्ठं ताटच डोळ्यांसमोर ठेवलेलं दिसायचं.''

युरोपात वेस्पा जेवढी प्रिय होती तेवढीच भारतातही होती. श्रीमंताना आणि मध्यम वर्गीयांना समान मानणारं ते पहिलंच वाहन असावं. ब्रिटिश डिझायनर सर टेरेन्स कॉनरॅन यांनी तरुणपणी वेस्पानेच लंडन पालथं घालत होते.

राहुल आठवण सांगतात, ''वडिलांनी मला वेस्पा भेट दिली होती, त्यामुळे माझी लोकप्रियता चांगलीच वाढली. कारण १९५५-५८ या काळात मी अर्थशास्त्रातील

'ऑनर्स'च्या पदवीसाठी सेंट स्टीफन्स येथे शिकत असताना त्या कॉलेजात फक्त दोघांकडेच या स्कूटर होत्या आणि त्यातला एक मी होतो. तत्कालीन भारतात स्कूटरवर पाठीमागे मुलीला घेऊन फिरणे म्हणजे पहिल्या चुंबनाइतकं रोमांचकारक होतं.''

स्कूटरची लोकप्रियता वाढली तसतसे तिच्यावर कडक निर्बंधही लागू झाले. नंतरच्या काळात अरुणाचल प्रदेशचे राज्यपाल बनलेले अरविंद दवे मोठ्या प्रेमाने त्या दिवसांची आठवण सांगतात,''राहुल आणि मी दोन वर्षं सेंट स्टीफन्समध्ये होतो. तिथले उत्तम बार कुठले आहेत ते पाहायला आणि अधूनमधून पॅलेस हाइट्स नाइट क्लबमध्ये डोकवायला त्याच्या स्कूटरवरूनच आम्ही जात होतो.'' पण राहुल पुढे म्हणतात, ''माझ्या वडिलांनी नंतर एक अट घातली की मी स्कूटरवर मागे कुणालाही बसवून न्यायचं नाही. त्यामुळे मजा कमी झाली तरीही मी स्वतः स्कूटरवर बसून फिरण्याचा आनंद पूर्णपणे लुटला. वडील मला म्हणाले की, तुला काय हवं ते तू कर. पण मग काय करायचं ते एकदा का तू ठरवलंस की त्या कामात जगातला सर्वोत्तम बनण्याचा प्रयत्न कर.'' कमलनयन यांच्या अपेक्षेअनुसार राहुलनी उत्तम काम करण्यासाठी नेहमीच परिश्रम केले.

राहुल आठवणी सांगतात, ''माझ्या शिक्षकांत प्राध्यापक नाग होते, प्राध्यापक घोष, प्राध्यापक बलबीर सिंग आणि अन्य शिक्षक होते. एके रात्री मी काही मित्रांसह एका प्राध्यापकांच्या झोपायच्या खोलीत फटाके वाजवले. साहजिकच प्राध्यापक भडकले परंतु माझ्याकडे बोट दाखवून गरजलेही,'केवळ राहुल बजाज हे करू शकतो...'''

राहुल हसत हसत सांगतात, ''खरोखरच सेंट स्टीफन्सचा तीन वर्षांचा काळ मस्तीचा काळ होता. एकदा दोन अमेरिकन मुली दिल्लीला आल्या होत्या. आमची त्यांच्याशी मैत्री झाली.''

त्यावर ललित मोहन म्हणाले, ''आम्हाला खूप मत्सर वाटायचा राहुलचा, आम्ही सेंट स्टीफन्समध्ये असलो तरी ते मुलामुलींचं एकत्र कॉलेज नव्हतं. त्यामुळे आम्ही मिरांडा हाउसच्या विद्यार्थिनींना कॉफीशॉपमध्ये भेटलो की याचा हजरजबाबीपणा आणि लाघवी स्वभाव यांच्यामुळे त्या पोरींचं फारच 'आहा' आणि 'उहू' चालायचं ना. त्यामुळे जळायचो आम्ही!'' पुढल्या काळात हेच ललित मोहन आयकर आयुक्त बनणार होते.

''वसतिगृहात राहत असलात तर अभ्यास करावा लागतोच.'' राहुल खोडकरपणे म्हणतात,''पण इथं कोण अभ्यास करत होतं? मला तर रॉयल क्लास म्हणजे थर्ड क्लास मिळाला होता. द्वितीय वर्गात उत्तीर्ण होण्यासाठी पन्नास टक्के गुण मिळवावे लागतात. पण असं होईल असं मला जन्मात वाटलं नव्हतं. मला तसे ४८ टक्के मिळाले होते. पण द्वितीय वर्गासाठी केवळ दोनच टक्के कमी पडले होते. अर्थात मला ती शिक्षा मिळायलाच हवी होती.'' राहुल दिल्लीच्या सेंट स्टीफन्स कॉलेजातून अर्थशास्त्रात बीए (ऑनर्स) करून १९५८मध्ये बाहेर पडले तेव्हा ते वीस वर्षांचे होते.

त्यानंतर ते परत मुंबईला आले आणि त्यांनी गव्हर्नमेंट लॉ कॉलेजात नाव घातलं. त्यावर ते म्हणतात की, लॉ कॉलेजातही मी अभ्यास केला नाहीच पण तीन आठवडे परीक्षेच्या आधी भरपूर रट्टा मारला आणि १९६० मध्ये द्वितीय श्रेणीत उत्तीर्ण झालो.

१९५६ सालचा उन्हाळा

राहुल सांगतात की, काकाजी (कमलनयन बजाज) परदेशी जायचे तेव्हा ते बरेचदा पुढल्या पिढीतल्या कुणालातरी सोबत न्यायचे. सेंट स्टीफन्सच्या १९५६च्या उन्हाळी सुट्टीत ते मला महिनाभर युरोपला घेऊन गेले. त्यानंतर १९६०मध्ये म्हणजे सुमनच्या लग्नाच्या थोडंसंच आधी दोन महिन्यांहून जास्त काळ तिला घेऊन युरोपला गेले. तर १९७१च्या उन्हाळी सुट्टीत मधुरला घेऊन गेले. तो काकाजींचा युरोपचा शेवटचाच दौरा ठरला. १९५६ सालचा प्रवास हा माझ्या दृष्टीने सुट्टीचा काळ होता तर काकाजींना नेदरलँड्स, फ्रान्स आणि इटलीसारख्या काही देशांत कामही होतं. लंडनमध्येही काही लोकांना त्यांना भेटायचं होतं. तिथून ते विमानाने भारतात परतले.

१९५६ सालचा दौरा हा व्यवसायाच्या दृष्टीने महत्त्वपूर्ण ठरला. नेदरलँड्समध्ये कमलनयन फ्रेडरिक जॅक्स या फ्रिट्स फिलिप्स कंपनीच्या अध्यक्षांना भेटले आणि त्यातूनच भारतात त्यांनी लायटिंग संबंधीच्या उद्योगाचा संयुक्त उपक्रम (जॉइंट व्हेंचर) सुरू केला. इटलीत कमलनयन यांनी 'बजाज' या नावाची ओळख पियाज्जिओ कंपनीला करून दिली. तुरिन शहरात मुख्य ठाणं असलेल्या या कुटुंबाचं मोठं औद्योगिक साम्राज्य होतं. 'मनी मेकर्स' ग्रंथाचे लेखक डेव्हिड लोमॅक्स यांच्या मते ''हे औद्योगिक साम्राज्य एवढं मोठं आणि प्रभावशाली होतं की इटलीतलं कुठलंही सरकार त्यांच्याकडे दुर्लक्ष करू शकत नव्हतं तसंच त्यांच्या एकूण हितसंबंधांना धक्का पोहोचेल असं धोरण आणण्याचं धारिष्ट्यही करत नव्हतं.''

''आम्ही पियाज्जिओंकडून वाहनं आयात करत होतो,'' राहुल आठवण सांगतात, ''त्या काळात पियाज्जिओची कचेरी जिनोआ येथे होती आणि कारखाना पाँटेडेरा येथे होता. त्यांच्या दहा हजाराव्या वेस्पा स्कूटरचं उत्पादन झालं तेव्हाच्या सोहळ्याला आम्हाला त्यांनी आमंत्रित केलं होतं. मला तिथं कळलं की त्यांना हा विक्रीचा आकडा गाठता आला कारण म्हणे रोमन हॉलिडे हा ग्रेगरी पेक आणि ऑड्रे हेपबर्न यांचा सिनेमा पाहून बऱ्याच अमेरिकनांनी ती स्कूटर विकत घेतली होती. सुट्टी संपताना मी जिनोआ, इटली येथून एसएस व्हिक्टोरिया बोटीने मुंबईला परतलो.''

जहाजावर राहुल यांच्या केबिनमध्ये कांतिलाल शहा होते. ती आठवण सांगताना शहा म्हणतात, ''राहुल तेव्हा जेमतेम अठरा वर्षांचा होता. माझ्याकडील सामान बघून त्याला धक्काच बसलेला दिसला. आमची केबिन सगळी भरूनच गेली परंतु आम्ही मित्र बनलो. मुंबईतही राहुल बरेचदा आमच्या नेपियन सी रोडच्या घरी भेटायला यायचा. माझी बायको त्याच्या लग्नात त्याच्या बायकोची - रूपाची - करवलीही बनली होती.

व्यवसायात येण्यासाठी नव्या पिढीला घडवणे

उद्योजकतेस उत्तेजन आणि विकास यासाठी मारवाड्यांकडे शतकानुशतकांपासून काळाच्या परीक्षेवर उतरलेला 'जुना-जाणता कानमंत्र' (फॉर्म्युला) असतो. हा कानमंत्र देण्यात ते कुठल्याही मुलाचा अपवाद करत नाहीत. परंतु एके काळी ती संधी कुठल्याही मुलीला मात्र मिळत नव्हती.

नियम क्र. १ : औपचारिक शिक्षणामुळे आत्मविश्वास मिळतो. त्यामुळे मनातील न्यूनगंडाची भावना कमी होते तरी केवळ तेवढेच शिक्षण पुरेसे नसते.

नियम क्र. २ : मित्र, कुटुंब आणि ग्राहक यांचे निरीक्षण करा आणि त्यापासून शिका.

नियम क्र. ३ : इतरांचे अनुभव आणि स्वतःचे अनुभव यांची जुळणी करून परिणामकारक कृतीची योजना आखा.

मारवाडी कुटुंबात कुठलंही नवीन पाऊल उचललं की सुरुवात ओवाळून केली जाते. त्यानुसार सावित्रींनी १९५८ साली पुत्र राहुलच्या कपाळावर पारंपरिक तिलक लावला. त्यानंतर हसऱ्या चेहऱ्याने तो भगवती भवनातून बाहेर पडून कारमायकेल रोडवरील रेडिओ लँप वर्क्स (बजाज इलेक्ट्रिकल्सची पूर्वज कंपनी) येथे गेला. त्याचं आगमन आणि कंपनीच्या इतिहासातील एक महत्त्वाचा टप्पा योगायोगाने एकाच वेळी झाला. राहुलच्या इंटर्नशिपच्या काही महिने आधी म्हणजे १९५४मध्येच कमलनयन यांनी त्या कंपनीत गुंतवणूक केली होती. ते संचालक मंडळातही होते. त्यानंतर राहुल कंपनीत यायच्या वेळेसच कंपनीचे वृद्ध संस्थापक किशनचंद केसी यांचेकडून कमलनयननी ती कंपनी पूर्णच विकत घेतली.

कंपनीबरोबरच तिचे गुणवान जनरल मॅनेजर आणि भावी संचालक मनमोहनलाल गौबाही कमलनयन यांना वारसाहक्कात मिळाले. गौबांनी दुसऱ्या महायुद्धापूर्वी जर्मनीत इंजिनिअरिंगचा अभ्यास केला होता आणि मूळ लाहोरमधील रेडिओ लँप वर्क्स ही कंपनी फाळणीच्या काळात वाचवून भारतात आणली होती. १९५५च्या सुमारास त्यांनी बजाज समूहासाठी त्यातूनच एक किफायती धंदा उभारला. हे तब्येतीने जाडजूड मॅनेजर बजाजचे पहिलेवहिले व्यावसायिक मार्गदर्शक बनले आणि एकूण व्यवसायावर रामकृष्ण काका नजर ठेवू लागले.

उत्तर प्रदेशातील शिकोहाबाद येथील मुख्य कारखान्यात दिवे आणि ट्यूबलाइट्सच्या उत्पादनापासून राहुलनी इंटर्नशिप सुरू केली नाही. तशीच ती मुंबई शहराच्या वेशीवरील इलेक्ट्रिकल ट्रान्स्फॉर्मर बनवणाऱ्या छोट्या कारखान्यातूनही केली नाही. तर ती गिचमिडयुक्त दक्षिण मुंबईतील विक्री आणि मार्केटिंग ऑफिसातून केली.

ती आठवण सांगताना राहुल म्हणतात, ''चर्चगेटचं ऑफिस गव्हर्नमेंट लॉ कॉलेजच्या अगदी शेजारी होतं. ते सकाळी ९.३० ला सुरू व्हायचं तर लॉचे वर्ग सकाळी ७.३० ते १० असायचे. मी एलएल.बी.च्या पदवीसाठी प्रवेश तर घेतला होता पण माझ्या उपस्थितीबद्दल विचारू नका. तिथल्या कॉफीशॉपमध्ये ती उपस्थिती उत्तम असायची किंवा क्रिकेट सामने बघतानाही उत्तम असायची.''

मोठेपणी डीसीडब्ल्यू या 'बेसिक केमिकल्स'मधील बहुविध उत्पादने बनवणाऱ्या कंपनीचे मुख्य बनलेले शशीचंद जैन आठवण सांगतात की, राहुल आणि मी अगदी नियमितपणे ब्रेबॉर्न स्टेडिअमवर सामने बघायचो. आपले वडील किती कडक आहेत, काही काळ ते बाँबेतून बाहेर गेले तर किती बरं होईल म्हणजे त्यांच्या नजरेच्या धाकातून थोडीशी सुटका मिळेल असा आम्ही विनोदही करायचो.

आपटे समूहाचे माधव आपटेही म्हणतात, ''मला बरेचदा वाटायचं की राहुलने क्रिकेट खेळायचं मनावर घेतलं असतं तर तो चांगला आक्रमक बॅट्समन झाला असता. तथापि,

त्याचं देखणेपण आणि स्वभावातील गोडवा यांच्यामुळे तो अत्यंत यशस्वी गोलंदाजही झाला असता. म्हणजे काय, एका मागोमाग एका मुलीची विकेट घेत सुटला असता ना तो.''

''मला शाळेत पहिला वर्ग मिळायचा तसा इथं कधीच मिळाला नाही,'' राहुल कुरकुरत म्हणतात. पण ते काहीही असलं तरी त्यांनी रेडिओ लँप वर्क्स येथील इंटर्नशिप वेळेत पूर्ण केली आणि कुटुंबातील एक तरुण, होतकरू असा कार्यकारी सदस्यही बनला.

त्यानंतर वेगवेगळ्या ठिकाणी काम करायला लावून अनुभव घ्यायचा मारवाडी 'रोटेशन' सिद्धान्तही अमलात आणण्यात आला. १९६१ साल ते १९६२ सालचे पहिले सहा महिने एवढा काळ राहुल- 'मुकंद आयर्न अँड स्टील' येथे कनिष्ठ खरेदी अधिकारी म्हणून काम करत होते. ते म्हणतात की, मी कार्मायकेल रोडवरील घरातून कुर्ल्याला जायचो. तिथं साडेआठला पोहोचण्यासाठी मला घरातून आठ वाजता निघावं लागे. तिथून घरी मी सात किंवा आठ वाजता संध्याकाळी येत असे. असं आठवड्यातले सहा दिवस करताना माझ्या मनात एकदा आलं की आपण गाडी घेतली पाहिजे.तर वडील म्हणाले,

''नाही, हा तुझा प्रशिक्षण कार्यक्रम आहे. मी तुला गाडी देणार नाही.''

''मग मी कसा जाऊ?'''

'स्कूटरने.'

त्यावर आई म्हणाली, ''नको रे बाबा, स्कूटर धोकादायक आहे, स्कूटरने नाही जायचं.''

''मग मी जाऊ कसा?''

''गाडीने जा.''

''पण काकाजी नाही म्हणतात ना?''

''मग जा बसने.''

काकाजी गाडी नको म्हणाले, आई स्कूटर नको म्हणाली, मी बसला नको म्हणालो आणि सरळ स्कूटरकडे वळलो. आईला हट्ट सोडावा लागला. त्यानंतर दोन वर्षं मी कुर्ल्याला स्कूटरने जात होतो. पण खरंच ते नेहमीच गेले का ते तसे? कारण 'मुकंद'च्या मॅनेजर लोकांच्या कानगोष्टींवरून कळतं की हा ट्रेनी मनुष्य अधूनमधून बसनेही जाताना-येताना दिसत होता.

बजाज ऑटोबद्दल काय?

सहसा मारवाडी बाप असं कधी करत नाहीत परंतु कमलनयननी राहुलना निवडीसाठी पर्याय दिला. ''आम्ही उद्योगधंद्यात असलो तरी मला त्यातच पडलं पाहिजे असं कधी कुणी सांगितलं नव्हतं.'' राहुल बजाज आठवण सांगतात, ''नंतरही काकाजी मला म्हणाले, 'अमुक काही करायचं असं मनात आहे का तुझ्या? आपण उद्योगधंद्यात आहोत हे तुला माहिती आहेच. परंतु तुम्ही सगळ्यांनीच धंद्यात पडलं पाहिजे असं नाही. तुला जे करावंसं वाटतंय तेच तू केलं पाहिजेस.'

''मग मी भारतभर जिथे जिथे आमचे कारखाने आणि कचेऱ्या होत्या तिथं तिथं गेलो. मी कुठे काम करायचं हे मलाच ठरवायचं होतं. काकाजी म्हणाले, 'विचार कर आणि मग ठरव. कारण ठरवायला तर हवंच.' मग अशा सगळीकडे फेऱ्या मारून झाल्यावर मी काकाजींना विचारलं की, तुम्हाला काय वाटतं? तर ते म्हणाले की, शेवटी निर्णय तुझा आहे, परंतु मी असं सांगेन की तू बजाज ऑटो आणि बजाज टेंपो इथे गेलास तर बरं होईल. त्यावर मी म्हणालो, 'मीही तोच विचार करत होतो.' अशा प्रकारे मी नोव्हेंबर, १९६४ मध्ये बजाज ऑटो आणि बजाज टेंपो या ठिकाणी कामाला गेलो.'' परंतु अधिकृत तारीख आम्ही सांगितली ती जानेवारी, १९६५.

खरे प्रशिक्षण डायनिंग टेबलाशी सुरू होते.

''मी १९६५ साली पूर्ण वेळ व्यवसायात पडल्यावर काकाजी आणि मी मुंबईत किंवा अधिक करून पुण्यातच एकत्र आलो की जेवणानंतर चर्चेला बसायचो. साधारणपणे रात्री नऊ वाजता ही चर्चा सुरू व्हायची आणि बरेचदा पहाटे २ पर्यंत चालायची.'' जुन्या आठवणींनी हळवं होत राहुल सांगतात, ''मी काकाजींशी बरेचदा सहमत होत नसे, कधीकधी तर तावातावाने माझं म्हणणं मांडत असे. परंतु त्यांनी ते कधीच मनावर घेतलं नाही. कधीही कुणा कुटुंब–सदस्याला अडचण आली तर ते मदतीला तयार असत. परंतु त्यांच्या आम्हा तरुण पिढीकडून पुष्कळ अपेक्षा होत्या. काम करून घेण्यातही ते अगदी कडक होते. त्यामुळे त्यांच्या उपस्थितीत पटकन काम उरकून टाकणे किंवा 'डफराव'पणे काम करणे या गोष्टी कठीणच होत्या. प्रत्येक कृती आणि शब्द यांची काट्यासारखी छाननी होत असे. त्यांची स्वतःची शिकवण्याची आणि मार्गदर्शनाची खास पद्धत होती आणि त्याच वेळेस आम्हालाही त्या कामात मजा येत आहे याचीही ते खात्री करून घेत असत.

राहुल यांचं पहिलं काम डेप्युटी जनरल मॅनेजरचं होतं. ते म्हणतात की, मला व्यवसायाची व्यापारी बाजू बघावी लागत होती. त्यात खरेदी, मार्केटिंग, विक्री, अकाउंटिंग, फायनान्स, ऑडिट आणि उत्पादन वगळता बाकी सर्व गोष्टी येत होत्या. त्यांचे बॉस होते नवलमल कुंदनमल फिरोदिया. ते तेव्हा बजाज ऑटोचे मुख्य कार्यकारी अधिकारी होते आणि बजाज टेंपोचे व्यवस्थापकीय संचालक होते.

चाचाजी हे काकाजींच्या एवढेच कडक होते. एकदा चोवीस वर्षांच्या राहुलनी कौटुंबिक खात्यातून एका योग्य कारणासाठीच ३००० रुपये घेतले तेव्हा त्यामागे स्पष्ट समजूत अशीच होती की हा पैसा कसा खर्च झाला त्याचा तो सगळा हिशोब देणार. राहुलनी पैसे तर खर्च केले परंतु आधी ठरल्यानुसार ठरावीक वेळेत हिशोब सादर करायला अन्य तरुण लोकांप्रमाणे तेही विसरले. ते सांगतात, ''तेव्हा मला चाचाजींच्या (रामकृष्ण काकांच्या) समक्ष बोलावून 'पैशांचं काय झालं,' हा हिशोब विचारण्यात आला. 'पैसे व्यवस्थित खर्च झालेत आणि कसलाही वायफळ खर्च केलेला नाही.' असं मी खरं खरं सांगितलं.''

''पण हिशोब कुठे आहे?'' काकाजींनी विचारलं.

''मी विसरलो द्यायला,'' मी म्हणालो.''

''हिशोब न देण्याचा हा शेवटचाच प्रसंग असू दे. पैशाचा संबंध येतो तेव्हा तू जबाबदारीने वागशील अशी माझी अपेक्षा आहे. आणि विसरलो वगैरे सबबी चालणार नाहीत.''

''बाप रे, काय कडक होते ते,'' ती आठवण काढून राहुल म्हणतात की, हा धडा आपण कधीच विसरणार नाही. ''काकाजी म्हणजे वडील- दैनंदिन बारीकसारीक गोष्टींत कधीच वेळ घालवत नसत.'' राहुल त्यांची आठवण सांगतात. ''त्यांची व्यावसायिक गोष्टींवरील पकड आठवली की त्यांची उणीव मला खूप जाणवायची. गरज पडेल तेव्हा ते अशा काही गहन कल्पना सांगायचे आणि तोडगे सुचवायचे की ते आमच्या कुणाच्याच डोक्यात आलेले नसत. ते केवळ सहज प्रेरणेने वागणारे नव्हते. त्यांचा स्वतःच्या विश्लेषण शक्तीवर खूप विश्वास होता. ते त्यांची बुद्धी तर्कनिष्ठपणे आणि वस्तुनिष्ठपणे प्रत्येक बाबतीत वापरायचे, तरीही त्यामागे मानवी स्पर्शही असायचा. त्यांची देवावर श्रद्धा होती, स्वतःच्या नशिबाबद्दल कधीच तक्रार करताना ते दिसत नसत. ते नेहमी म्हणायचे की जे लोक नशिबावर अवलंबून असतात ते प्रत्यक्षात फार काही साध्य करू शकत नाहीत. आपण जे काही मिळवतो ते शास्त्रशुद्ध आणि वस्तुनिष्ठ दृष्टिकोन बाळगूनच मिळवू शकतो.'' कार्यक्षमता म्हणजे काय हे समजावून सांगण्याची त्यांची स्वतःची अशी खास पद्धती होती. ते म्हणायचे की आपल्याकडे दोन विजेचे दिवे आहेत असं समजा - एकाकडे १०० वॅट्स प्रकाश आहे तर दुसऱ्याला १० वॅट्सचा प्रकाश आहे. आता १०० वॅट्सची ताकद असूनही तो दिवा ६५ वॅटचाच उजेड देत असेल तर आपण त्यास अकार्यक्षम म्हणायला हवं. तर त्याउलट १० वॅट्सचा दिवा ११ वॅट्स ताकदीचा प्रकाश देत असेल तर तो केवळ कर्तबगार नसून १०० वॅटच्या दिव्याहूनही कर्तबगार आहे असं म्हणावं लागेल. हे त्यांचं लाडकं उदाहरण होतं.

''काकाजींनी आम्हाला शिकण्याचं आणि चुकत चुकतच प्रगती करण्याचं स्वातंत्र्य दिलं होतं,'' राहुल म्हणतात. ''त्यांना यश किंवा अपयश याची फारशी चिंता नसे. त्यांना कृती करण्याचं अधिक महत्त्व वाटत असे. त्यांना वाटायचं की एखाद्या माणसाने हाती घेतलेलं काम पूर्ण करण्यासाठी जास्तीतजास्त मेहनत करावी. मग ते कितीही कठीण असो. त्यांना वाटायचं की यश आणि अपयश यांच्यातील सीमारेषा खूपच फिकट असते. अशा प्रकारच्या चर्चांतूनच मला उद्योग आणि जीवन यांच्याविषयी खूप काही समजलं.''

Whoever would have thought
that the quiet, well-behaved
boy who sat in the corner of the
classroom in Cathedral School
would become such a flamboyant
and successful scooter king!

Rahul's success has made
all of us who know him proud
to be his friend – even if you
have to be the butt of his jokes
The empire which he has built
will not only be his legacy to his
future generations, but a legacy
to the nation.

Well done Rahul. All the best
and good health to you.

Yours

रतन टाटा यांनी राहुल बजाज यांना २०१७ मध्ये लिहिलेलं पत्र

प्रकरण ४

पाँटेडेरा ते गोरेगाव : १९४५–५८

(इटलीत तयार झालेली 'द वेस्पा ९८,' एप्रिल, १९४६)

मुंबईपासून ६३३९ किमी अंतरावर इटलीमध्ये एनरिको पियाज्जिओ, त्याचं कुटुंब आणि कंपनी आधीच्या कामाचा गाशा गुंडाळत होतं. त्याचं असं झालं की पियाज्जिओ आणि त्याचा भाऊ अर्मांडो हे दोघे दुसरं महायुद्ध सुरू झाल्या–झाल्या विमानबांधणीच्या व्यवसायात शिरले. पण २१ जानेवारी, १९४४ रोजी एका अमेरिकन लढाऊ विमानाने त्यांच्या पाँटेडेरा कारखान्यावर बाँब टाकला. तसंही युद्धच संपल्यावर विमानबांधणी चालू ठेवण्यात अर्थही नव्हता त्यामुळे मग काम शोधता शोधता एनरिको स्कूटर उत्पादनावर येऊन स्थिरावला. त्यानं एक गुणवंत इटालिअन एअरोनॉटिकल इंजिनिअर कोर्राडिनो डिअस्कानिओ यास कामावर ठेवलं आणि एका आगळ्यावेगळ्या स्कूटरचं डिझाइन बनवण्यासाठी प्रोत्साहन दिलं. डिअस्कानिओने खरोखरच तशी स्कूटर बनवलीदेखील.

तर इकडे पाँटेडेरापासून ६३३९ किमी अंतरावरील भारतात कमलनयन बजाज, त्यांचं कुटुंब आणि उद्योगसमूह आधीच्या कामांचा गाशा गुंडाळण्यात गर्क होतं. ब्रिटिशांच्या दृष्टीने भारत म्हणजे महायुद्धासाठी लागणाऱ्या वस्तू वेचून नेण्याचं स्थान बनला होता. दुसरं महायुद्ध संपल्यावर ब्रिटिशांनी येथून घाईघाईने पळ काढला तर फाळणीमुळे कमलनयन यांचा पोलादाचा कारखाना पाकिस्तानात गेला. त्यांना फक्त तिथं काम करणाऱ्या आपल्या सर्व हिंदू व्यवस्थापकांना सुरक्षितपणे भारतात हलवणं तेवढं शक्य झालं. परंतु त्यांच्या आशावादाने त्यांना कधीही दगा दिला नाही.

नवसुंदरी आली शहरी

'वेस्पा' या नावाचा टिळा लाभलेल्या त्या स्कूटरला जागतिक यश मिळेल अशी कल्पनाही त्या काळी कुणी केली नव्हती. पण मुळात ती स्कूटर हीच एक नवलाई होती. कारण तिची नवीकोरी बांधणी. तिचं इंजीन बंदिस्त असल्याने कपडे खराब होत नव्हते, चालकाची बसण्याची व्यवस्था आरामशीर होती. टायर सहज बदलण्याजोगे होते, ती उभी करून ठेवायलाही सोपी होती. पटकन चढण्याजोगी आणि उतरण्याजोगी होती.

तिचं उत्पादन २३ एप्रिल, १९४६ रोजी सुरू झालं आणि मिलानच्या वासंतिक उद्योगजत्रेत तिनं पहिलं पदार्पणही केलं. पहिल्या पन्नास स्कूटर खूपच कमी गतीने विकल्या गेल्या. स्टँडर्ड मॉडेलची किंमत ५५००० इटालिअन लिरा होती तर डिलक्स मॉडेल ६६००० लिरांना मिळत होतं. मात्र हप्त्याने पैसे देण्याची सुविधा दिल्यावर विक्रीने जोर धरला. त्यानंतर कमी विक्री आणि कमी मार्जिन ही स्थिती बदलण्यासाठी म्हणून एनरिको भारतासह आंतरराष्ट्रीय बाजारपेठेसाठी सीकेडी किट्स बनवू लागला. (सीकेडी पॅक्स म्हणजे कंप्लिटली नॉक डाउन पॅक्स म्हणजे एखाद्या वस्तूचे वेगवेगळे भाग बनवून तो संच पाठवायचा आणि नंतर त्याची जुळणी करून तो वापरायचा.) पियाज्जिओ लवकरच जगातला सगळ्यात मोठा स्कूटर-उत्पादक बनला परंतु काही काळातच बाकीचे स्पर्धकही बाजारात उतरले.

गोरेगाव

राहुल बजाज म्हणतात, ''दुसरे महायुद्ध, कोरियन आणि व्हिएतनामी युद्धे, तेजी-मंदीचे काळ, शीतयुद्ध इत्यादी घडामोडींमुळे बदलत्या जगासोबत माझे वडीलही स्वतःला बदलायचा प्रयत्न करत होते. ते आमच्या कंपन्यांच्या व्यवस्थापकांना सांगायचे की जागतिक स्तरावर चाललेल्या तंत्रज्ञानाच्या विकासाशी आपण जुळवून घेतलं पाहिजे. त्यांनी धंद्यात उत्तम भागीदारांना आमंत्रण दिलं, मग ते इटलीचे पियाज्जिओ असोत, हॉलंडचे फिलिप असोत किंवा मुकंद कंपनीसाठी आणलेले यूकेचे डेव्हिड ब्राउन असोत. अशा अनेकांना त्यांनी इथं आमंत्रित केलं.''

बाँबहल्ल्यात उद्ध्वस्त झालेल्या पायाभूत सुविधांची पुनर्बांधणी करणारे एनरिको पियाज्जिओ कमलनयन बजाज यांची सीकेडी पॅक्सची विनंती ऐकून खूश झाले. मग वेस्पा सीकेडी पॅक्ससाठी आयात परवाना मिळावा म्हणून कमलनयन दिल्लीत पाठपुरावा करू लागले. जवाहरलाल नेहरू प्रशासनाने त्यांची इच्छा १९४८ साली पूर्ण केली. मग या

भावी 'स्कूटर किंग'ने इटलीच्या पियाज्जिओच्या स्कूटरचा 'जुळवणीदार' (असेंब्लर) म्हणून मुंबईच्या वेशीवरील गोरेगाव येथे एका पत्र्याच्या शेडमध्ये आपलं काम सुरू केलं.

गोरेगावचा कारखाना सुरू झाल्यावर कमलनयननी डीलरशिपविषयी माहिती सांगायला सुरुवात केली. हळूहळू त्यांनी राष्ट्रीय स्तरावर डीलर्सचं जाळं निर्माण केलं. बजाज स्कूटर्सची डीलरशिप घ्यायला आलेला पहिला माणूस एक पीळदार बांध्याचा, उंच, सडपातळ, देखणा आणि हसरा तरुण होता. मुतिया अन्नमलाई चिदंबरम चेट्टीयार नामक त्या तरुणाने वेस्पा स्कूटर पाहता क्षणी तिचं भावी सामर्थ्य ओळखलं.

राहुल सांगतात, ''आम्ही त्यांना 'मॅक' अशी हाक मारायचो.'' मॅकपेक्षा राहुल वीस वर्षांनी लहान होते. जीवनलाल मोतीचंद शहा यांच्यामुळे मॅकचा बजाज कुटुंबाशी परिचय झाला. १९४१-४२च्या सुमारास शहा आणि मॅक 'इंडियन ॲल्युमिनिअम' नामक एका कॅनडिअन कंपनीत संचालक होते. कमलनयननी मॅकना स्वतःहून मद्रास येथील डीलरशिप देऊ केली. स्वतः मॅक एका श्रीमंत, राजघराण्यातले तिसऱ्या पिढीतले सदस्य होते, नंतर ते 'उद्योजक' म्हणून चांगलेच पुढे आले. परंतु एक मारवाडी कुटुंब आणि गर्भश्रीमंत घराण्यातले चेट्टियार यांच्यातील उमलत्या मैत्रीला १९५८ मध्ये जोरदार धक्का बसला.

तिरुवेल्लोर तथ्थाई कृष्णम्माचारी

राहुल बजाज म्हणतात की, आम्ही उत्पादन परवान्यासाठी अर्ज केला, तो सचिवालयाने तत्कालीन अर्थमंत्री श्री. कृष्णम्माचारी यांच्या समोर ठेवला. तेव्हा कृष्णम्माचारी यांनी त्यांचे मित्र श्री. एम. ए. चिदंबरम म्हणजेच आमचे डीलर 'मॅक' यांना मद्रासमध्ये फोन करून म्हटलं की बजाज यांनी पियाज्जिओ यांच्याशी कोलॅबरेशन करून स्कूटर्स बनवण्यासाठी अर्ज दाखल केला आहे. तर तुम्हीही लँब्रेटाशी कोलॅबरेशन करून स्कूटर बनवायचा परवाना का मागत नाही? त्यावर या चिदंबरमनी त्यांना सांगितलं की मी चेन्नई येथे वेस्पाचा डीलर आहे. त्यावर मला असं समजलं की श्रीयुत कृष्णम्माचारी ताडकन म्हणाले, ''मग काय झालं त्यात?''

त्यानंतर चिदंबरमनी इटलीच्या इनोसेंटी यांचेशी तंत्रज्ञानाच्या कोलॅबरेशनचे करारपत्र करायचा बेत आखला. मग त्या कंपनीचे संस्थापक फर्डिनंडो इनोसेंटी यांच्याशी भागीदारीविषयी व्यवस्थित चर्चा आणि तिला औपचारिक स्वरूप देण्यासाठी म्हणून हे मॅक महाशय मिलान येथे पोचले. त्यांना भेटल्यामुळे इटलीबाहेर विस्ताराच्या शक्यता आहेत हे अजमावताना फर्डिनंडो इनोसेंटींनाही खूप आनंद झाला.

दुसऱ्या महायुद्धात इटलीच्या युद्ध मंत्रालयाने इनोसेंटींना मोठमोठी टेंडर्स दिली होती. १९३८ ते १९४३ या काळात मिलान येथील त्यांच्या कारखान्यातील मजुरांची संख्या ८०० वरून ७००० पेक्षाही वाढली होती. इटलीच्या युद्धकालीन उत्पादनाचा १७ टक्के भाग - त्यातही तोफांचे गोळे आणि दारूगोळा साठवायचे पेटारे या वस्तू इनोसेंटीकडूनच येत होता. त्यामुळे युद्धानंतर इनोसेंटीला नव्या उद्योगाची गरज होती.

पियाज्जिओ यांच्याप्रमाणेच इनोसेंटी यांनी लगेचच त्यांचा युद्धात नुकसान झालेला कारखाना पुन्हा उभारला आणि त्याचं रूपांतर शांतताकालीन कामांसाठी केलं. लँब्रेटा स्कूटर

बाजारपेठेत १९४७ साली आली आणि तिनं वेस्पासमोर तगडी स्पर्धा उभी केली. मग हे इटालिअन स्पर्धक स्पेन, अर्जेंटिना, जर्मनी, फ्रान्स आणि ब्राझिल येथे आक्रमकपणे उत्पादन परवाने देऊ लागले. मॅकचं मिलानमध्ये येणं अगदी योग्य वेळेस झालं होतं. इनोसेंटीने भारताचं नाव त्यांच्या वाढत्या यादीत लिहून घेतलं.

राहुल पुढे सांगतात. सांगताना त्यांच्या स्वरातला राग अजूनही जाणवतो, ''मॅकनी भारत सरकारला औद्योगिक परवान्याचा अर्ज करताक्षणी तो मंजूर झाला. १९५५ मध्ये आमच्या बच्छराज ट्रेडिंगनी केंद्र सरकारला स्कूटर उत्पादनाच्या परवानगीचा अर्ज केला होता. तर तेव्हा माझ्या वडिलांना 'थांबा' असं सांगण्यात आलं होतं, 'हे खूपच लवकर होत आहे' असंही सांगितलं गेलं होतं. सरतेशेवटी, आमच्या बच्छराज ट्रेडिंग कंपनीला सांगण्यात आलं की स्कूटरचा कोटा हा पूर्णतया वापरला गेला आहे. संभाव्य मागणी पूर्ण करण्यासाठी लागणारी आवश्यक क्षमता आधीच मंजूर झाली आहे, त्यामुळे आपल्या अर्जाचा विचार करता येणार नाही. वरवर पाहता सरकारी निर्णय निःपक्षपाती दिसत होता. परंतु मॅकने बजाजचं स्वप्न शर्यतीत धुळीस मिळवलं होतं. मग बजाज यांचा अर्ज शांतपणे फायलीत बंद करण्यात आला आणि ती फाईलही धूळ खाण्यासाठी एका शेल्फात ठेवून देण्यात आली.''

मॅकच्या यादीतलं पुढलं काम होतं : एखादा स्कूटरचा कारखाना शोधा अथवा बांधा. इंडस्ट्रिअल स्क्रू बनवताना आपल्याला उत्पादनाचीही आवड आहे असं त्याला जाणवलं होतं. मग या तामिळी माणसानं त्याला हवं ते ठिकाण भांडुप येथील ३१.५ एकर भूखंडावर शोधून काढलं. ते ठिकाण मुंबई-आग्रा रोडवर (सध्याच्या लाल बहादुर शास्त्री मार्गावर) होतं. हा कारखाना रूटेस ग्रूप या एका मोठ्या ब्रिटिश स्वयंचलित वाहन उत्पादक कुटुंबाच्या साम्राज्याचा भाग होता आणि त्यांना भारतातून बाहेर पडायचं होतं. मॅकनं पटकन तो भूखंड ताब्यात घेऊन टाकला. त्याला लागलेला शोध नशीबवान ठरला. कारण तिथं मॅकला हवी ती मशिनरी आधीपासूनच होती. मद्रासच्या तामिळी उच्चभ्रू समाजात भरपूर एकजूट होती. त्या समाजाचा सदस्य या नात्याने मॅकना अगदी खात्रीच होती की टी. टी. कृष्णम्माचारी हे असे मंत्री आहेत ज्यांच्याशिवाय नेहरूंचे पानही हलणार नाही. परंतु फेब्रुवारी, १९५८ उजाडेपर्यंत कृष्णम्माचारी काही त्या पदावर राहिले नाहीत, त्यानंतर सर्वांना समपातळीवर खेळता येईल असं मैदान निर्माण झालं. मग बजाजना स्कूटर उत्पादनाचा परवाना एप्रिल १९५९ या काळात म्हणजे नेहरू स्वतःच पंतप्रधान आणि अर्थमंत्री असतानाच्या काळात मिळाला.

राहुल बजाजनी त्याबद्दल म्हटलंय की, त्या काळात 'द डायरेक्टर जनरल ऑफ टेक्निकल डेव्हलपमेंट (डीजीटीडी) या नावाचं पद उद्योग खात्यात होतं. त्या पदावरील अधिकारी म्हणायचे,''बाजारात याहून जास्त मागणीच नाहीये.'' ते उत्पादनावरही नियंत्रण ठेवून म्हणायचे, ''तुमच्याकडे गरजेहून जास्त उत्पादन क्षमता असता कामा नये, आपल्याकडे स्रोत आणि साधने मर्यादित आहेत.'' आम्हाला दोन आणि तीन चाकी वाहनं बनवायची औद्योगिक परवानगी पहिल्यांदा मिळाली तेव्हा वर्षाला ६००० स्कूटरच बनवायच्या असं सांगण्यात आलं. खरं तर आम्हाला मुळातच दोन वर्षे उशिरा परवानगी मिळाली होती. परंतु समाजवाद आणि बंद अर्थव्यवस्था असते तेव्हा तुम्ही जे जे उत्पादन करता त्या सर्वांसाठी परवाना लागतो.

त्या काळाचा विचार करताना राहुल म्हणाले, ''माझं रक्त नुसतं उकळायचं. अरे, देशाला दुचाकी गाड्यांची गरज आहे. बजाज स्कूटरची ऑर्डर दिल्यापासून ती मिळायला दहा–दहा वर्षं लागत होती आणि तरीही मला व्यवसायाच्या विस्ताराची परवनागी नव्हती. असला कसला होता हा समाजवाद?''

अखेर शेवट झाला

१९७२ पासून मॅकच्या नशिबाचे काटे उलटे फिरू लागले. इटलीत फर्डिनंडो इनोसेंटीदेखील दबावाखाली आले. त्याचं असं झालं की भारत सरकारच्या वतीने लखनौ येथील सरकारी अधिकाऱ्यांचा एक गट त्यांच्या मदतीस धावून आला. त्यांनी स्कूटर्स इंडिया (एसआयएल) ही कंपनी स्थापन केली आणि इनोसेंटीचे सगळे कारखाने आणि मशिनरी तसेच लँब्रेटा उत्पादनाचे आणि लँब्रो ब्रँडचे जागतिक हक्क विकत घेतले आणि तो कारखाना सुंदर मिलान शहरातून लखनौच्या अमौसी इंडस्ट्रिअल एरियात आणला. त्यानंतर 'विजय सुपर ब्रँड' या नावाने देशांतर्गत बाजारपेठेत तर परदेशी बाजारपेठेत (विरोधाभास म्हणजे इटलीतही) 'लँब्रेटा' या नावाने या स्कूटर्स निर्माण होऊ लागल्या.

राहुल बजाज तेव्हाही आणि आताही त्याविषयी कडवटपणे बोलतात, ''माझा राग भारत सरकारवर होता कारण त्यांनी या लोकांना पुन्हा बाजारपेठेत येऊ दिलं होतं. हे धोरण चुकीचं होतं, मला परदेशी कंपन्यांशी स्पर्धेची भीती वाटत नव्हती हे पुढील काळानेही सिद्ध केलं आहे. परंतु त्यांना असं स्पष्ट सांगायला हवं होतं की तुम्ही भारतीय निर्यातदारावरचे सगळे खटले आधी काढून घ्या आणि मगच भारतात या.''

या क्षेत्रात पहिल्यांदा पाऊल टाकण्याचा लाभ मिळाल्याने लँब्रेटा १९६०च्या दशकात खूपच लोकप्रिय झाली होती. परंतु वेस्पानेही चटकन वेग पकडला आणि जोरदार स्पर्धा दिली. याच काळात बजाज ऑटोने स्कूटरचे सुटे भाग देशी स्तरावर बनवण्यात आणि डीलर्सचं जाळं उभारण्यात लक्ष पुरवलं होतं. ''स्थानिक सहभाग केवळ २६ टक्केच आधी होता. परंतु आयातीस पर्याय निर्माण करायचा या भारत सरकारच्या आग्रहामुळे तो हळूहळू वाढला,'' हार्वर्ड बिझनेस स्कूलच्या नटाली लेडलर म्हणतात.

१९६६पर्यंत बजाज ऑटो ही भारताची सर्वांत मोठी स्कूटर उत्पादक कंपनी बनली होती. मागणी तर पुरवठ्याहून कायम जास्त होत चालली होती. गोखले इन्स्टिट्यूटचे शकील अहमद लक्ष वेधतात की, मोठ्या उत्पादनाच्या दृष्टीने आकुर्डीच्या कारखान्याचे नियोजन करता येत नव्हतं, त्यामुळे भारत सरकार जसजशी स्कूटर्स उत्पादनसंख्येची मर्यादा परवान्याद्वारे वाढवून देत होतं तसतशी उत्पादन क्षमता तुकड्यातुकड्याने वाढवली जात होती.''

मॅकने आपल्या साहसी प्रवासात तीन उत्पादन केंद्रांपर्यंत विस्तार केला होता : महाराष्ट्रात मुंबई आणि औरंगाबाद तर मद्रासबाहेरील अंबात्तुर येथे हे कारखाने होते. १९८४ साली मुंबई आणि औरंगाबाद येथील कामगारांनी 'आस्ते कदम'चे धोरण सुरू केले. औरंगाबाद येथील कारखान्यात मारुती उद्योग, हिंदुस्तान मोटर्स, प्रीमिअर ऑटोमोबाइल्स, आणि फिरोदियांचे 'बजाज टेंपो' या कंपन्यांचे मूळ भाग बनत होते. त्यांच्याकडून तक्रारी येऊ लागल्या. वातावरणात तणाव खदखदू लागला. औरंगाबाद कारखान्यातलं काम

बंद पडलं आणि त्यामागोमाग नोव्हेंबर, १९८६ला टाळेबंदीच झाली. त्यामुळे परिस्थिती अधिकच चिघळली.

बजाजचा बाजारपेठेतील हिस्सा वाढू लागला तेव्हा हातघाईवर आलेले मॅक परिस्थिती थोडीफार काबूत आणण्यासाठी मियाझू नामक जपानी डिझाइन कंपनीकडे वळले आणि १९८६ मध्ये लँबी पोलो स्कूटरचा जन्म झाला. पोलोचा आकार आधीच्या मॉडेल्सहून अधिक सडपातळ होता पण तिच्या कडा आणि कोपरे अधिक तीक्ष्ण होते. ही स्कूटर कधी चांगली विकली गेलीच नाही. इनोसेंटी लँब्रो तीन चाकीपासून बनवलेल्या 'विक्रम' श्रेणीतील रिक्षा म्हणजेच ऑटोमोबाइल प्रॉडक्ट्स ऑफ इंडिया (एपीआय) ही उत्पादनेही खुरडत खुरडत चालू होती. संचालक दालनातील चिंता संपूर्ण कंपनीतच हळूहळू झिरपू लागली.

१९८७ साली एकूण निव्वळ मालमत्तेत प्रचंड घट झाल्याने एपीआयला बोर्ड फॉर इंडस्ट्रिअल अँड फायनान्शिअल रिकन्स्ट्रक्शन (बीआयएफआर) खाली ठेवण्यात आलं. तसंच तीन चाकी वाहनांची विक्री वाढवण्याचे आणि तामिळनाडूत मोपेडच्या उत्पादनाचा परवाना मिळवण्याचे प्रयत्न कधी फलद्रूप झालेच नाहीत. मॅक यांचा वयाच्या ८२ व्या वर्षी मृत्यू झाला त्यानंतर दोन वर्षांनी म्हणजे २००२ साली एपीआयचं उत्पादन पूर्ण थांबलं.

राहुल बजाज म्हणतात, ''१९७१-८०च्या दशकात आम्ही श्री. चिदंबरम यांच्या पुढे केवळ अधिक चांगल्या व्यवस्थापनामुळेच जाऊ शकलो होतो. त्यानंतर पुढील वीस वर्षांत ते कंपनी म्हणून नामशेषच झाले. मात्र बजाज ऑटोला त्यानंतरची बावीस वर्षे सातत्याने विक्रेत्यांना सोयीस्कर बाजारपेठेतला मोठा हिस्सा मिळत राहिला.''

प्रकरण ५

बाबा आणि निवडणूक व्यवस्थापक : १९५१–७१

डावीकडून उजवीकडे – वर्धा येथे – कमलनयन, रामकृष्ण आणि जवाहरलाल नेहरू

राहुल बजाज यांनी आठवण सांगितली की, काकाजींनी (कमलनयन बजाज यांनी) वर्धा ग्रामीण मतदारसंघातून एकूण १९५७, १९६२ आणि १९६७ अशी तीनदा निवडणूक लढवली. तेव्हा मी दोन दोन आठवडे तिथं प्रचाराला जात असे. या तिन्ही निवडणुकांत ते जिंकले. अर्थात, १९५७मध्ये मी केवळ एकोणीस वर्षांचा होतो. माझ्यासाठी तो शिकण्याचा मोठाच अनुभव होता. राजकारणाची आवड त्यांनी जाणीवपूर्वक जोपासली आणि राहुल बजाज यांच्या मनातलं ते आकर्षण कधीच संपलं नाही.

राहुल बजाज पुढे सांगतात, ''१९५७ सालचा निवडणूक प्रचार आजच्यासारखा मुळीच नव्हता.आज संसदेतील एका जागेसाठी कोट्यवधी रुपये खर्चले जातात त्या तुलनेने तेव्हा खर्च केलेले पैसे अगदीच क्षुल्लक असायचे. काकाजींनी त्यांचा प्रचार करणाऱ्या दोन तीन जवळच्या सहकाऱ्यांना सांगितलं की तुमच्यातल्या एकासोबत प्रचारासाठी यालाही घेऊन जा. प्रत्येक निवडणुकीत मी अंदाजे दोन आठवडे प्रचार करायचो. ज्या माणसासोबत मी जायचो त्यांना बहुतेक शहरातली दोनचार माणसं माहीत असायची. काही ठिकाणी तर आम्ही काही मिनिटंच थांबायचो आणि तिथला भयकंर गोड साखरेचा चहा प्यायचो. प्रांजळपणे सांगायचं तर मला चहाची ती चव आवडायची. कधीकधी काकाजी त्या दिवशी काय काय घडलं ते मला सांगायचे. मला शिकवण्याची ही त्यांची पद्धत होती.

''काकाजी वर्ध्यात असले की त्यांच्या मतदारसंघातले लोक कधीकधी भेटायला यायचे आणि 'सरकारने अमुक तमुक केलं पाहिजे,' असं सांगायचे. एके प्रसंगी मला आठवतंय की त्या माणसाची विनंती चुकीची होती तेव्हा 'काय करता येईल ते मी बघतो,' अशा प्रकारचं उत्तर देण्याऐवजी त्यांनी त्या माणसांना तोंडावरच सांगितलं होतं की तुमची मागणी समर्थनीय नाही, त्यामुळे मी आपणांस मदत करू शकत नाही. त्यांचं बोलणं असं रोखठोक होतं.''

पहिली लोकसभा : २५ ऑक्टोबर, १९५१ ते २१ फेब्रुवारी, १९५२

भारताने ऑगस्ट १९४७मध्ये स्वातंत्र्य मिळवलं. परंतु लोकसभा निवडणुकीचं व्यवस्थापन करण्यासाठी चार वर्षं लागली.

पहिली सार्वत्रिक निवडणूक २५ ऑक्टोबर, १९५१ ते २१ फेब्रुवारी, १९५२ अशा एकूण अडुसष्ट टप्प्यांत घेतली गेली. या निवडणुकीत मताधिकार असलेल्या ८५ टक्के लोकांना लिहिता-वाचता येत नव्हतं. त्या काळात नेहरूंनी २५००० मैलांहून अधिक प्रवास केला आणि ते साडेतीन कोटी लोकांशी म्हणजे भारताच्या लोकसंख्येच्या एक दशांश लोकांशी सभांमधून बोलले.

या वेळेस सतरा राज्यांतल्या आणि केंद्रीय प्रदेशांतल्या या निवडणुका एकूण ५३ पक्षांनी आणि ५३३ स्वतंत्र उमेदवारांनी लढवल्या. त्यात कमलनयन बजाज आणि त्यांचे दोन मेव्हणे म्हणजे श्रीमान नारायण (भगिनी मदालसा हिचे पती) आणि रामेश्वरप्रसाद नेवतिया (भगिनी कमला हिचे पती) हेदेखील होते. श्रीमान यांनी महाराष्ट्रातील वर्धा हे ठिकाण उभं राहाण्यासाठी निवडलं होतं तर रामेश्वर प्रसाद उत्तर प्रदेशातील शहाबाज येथून उभे राहिले होते. कमलनयन यांनी राजस्थानमधील सिकार हा मतदार संघ निवडला होता. तिकीट मिळवणे सोपे होते परंतु निवडणुकीत जिंकणे हा मात्र वेगळाच विषय होता. रामेश्वर प्रसाद आणि श्रीमान निवडून आले, तर कमलनयन रामराज्य परिषद पक्षाच्या उमेदवाराकडून पराभूत झाले. आचार्य कृपलानींच्या पराभवानंतर रामकृष्ण बजाज यांचा काँग्रेसमध्ये कुणी पाठीराखा राहिला नाही म्हणून त्यांनी काँग्रेस पक्षाचा राजीनामा दिला.

एकूण मतांपैकी ४५ टक्के मतं मिळवून भारतीय राष्ट्रीय काँग्रेसला ४९८ जागांपैकी ३६४ जागांवर दणदणीत विजय मिळाला तर 'समाजवादी पक्ष' या दुसऱ्या क्रमांकावरील मोठ्या

पक्षाला बारा जागा मिळाल्या. जवाहरलाल नेहरू हे लोकशाही मार्गाने निवडून आलेले पहिले पंतप्रधान बनले. डॉ. राजेंद्र प्रसाद भारताचे पहिले राष्ट्रपती बनले.

कमलनयन यांनी निवडणुकीनंतर पक्षाच्या अंतर्गत वितरणासाठी आठ पानांचं एक कठोर निरीक्षण लिहिलं होतं, ते हल्लीच इतिहासकार रामचंद्र गुहा यांनी उघड केलं आहे. त्यात त्यांनी लिहिलं होतं की, रामराज्य परिषदेला ब्राह्मणांनी मतं द्यावीत म्हणून त्यांना भरपूर पैसे वाटले गेले. तसेच रामराज्य परिषदेच्या नावाने घोषणा देण्यासाठी लहान मुलांना भरपूर मिठायाही वाटण्यात आल्या होत्या. रामराज्य परिषदेचे कार्यकर्ते हरिजनांनाही पैसे देत होते परंतु काही ठिकाणी लोकांनी त्यांचे पैसे नाकारून म्हटलं की आम्ही काँग्रेसलाच मतं देणार आहोत.

बऱ्याच मतदान केंद्रांवर रामराज्य परिषदेचे कार्यकर्ते हातात लाठ्या-काठ्या आणि उघड्या तलवारी घेऊन सगळीकडे फिरून लोकांना सांगत होते की रामराज्य परिषदेला मत द्यायचं असेल तरच मतदान केंद्रात जायचं नाहीतर घरी जायचं. रामराज्य परिषदेचे कार्यकर्ते गरिबांना आणि अडाणी मतदारांना धमकावू लागले त्यामुळे त्यांना नेहमीचं जीवन जगणं शक्य होईना. एवढं सगळं असूनही एकूण भावना अशीच होती की काँग्रेस सत्तेत येण्याचीच शक्यता आहे. त्यामुळेच जहागीदारांच्या वर्चस्वाखालील भागातही काँग्रेसला मते मिळाली. परंतु मला असा दाट संशय आहे की काही ठिकाणच्या मतपेट्यांत काँग्रेस आणि किसान सभेला मिळालेल्या मतांत काही ठिकाणी गडबड करण्यात आली.

राहुल बजाज तेव्हा तेरा वर्षांचे होते. बातम्या वाचणे आणि रेडिओ ऐकणे यांतून भारताच्या त्या पहिल्या निवडणुकीच्या चार महिन्यांच्या काळात काही ठिकाणी हिंसाचारयुक्त गोंधळ घालण्यात आला तो फाळणीइतकाच डोळे उघडणारा ठरला.

दुसरी लोकसभा : २४ फेब्रुवारी ते ९ जून, १९५७

१९५२ सालच्या अनुभवावरून लक्षात आलं की निवडणुकीचे नियोजन नव्याने करण्याची गरज आहे. १९५७च्या निवडणुकीअगोदर बऱ्याच राज्यांच्या सीमाही बदलण्यात आल्या. उदाहरणार्थ, बुलढाणा, अकोला, अमरावती, यवतमाळ, भंडारा आणि चांदा या मराठी भाषक जिल्ह्यांसोबत वर्धा आणि नागपूर यांना मुंबई राज्यात सामील करण्यात आलं. त्याचा एकूण परिणाम असा झाला की १९५२ साली लोकसभेचे १८४ मतदारसंघ आणि २३२ जागा होत्या ते वाढून १९५७ साली २१८ मतदारसंघ आणि २८८ जागा झाल्या.

(टीप- अखिल भारतीय हिंदू महासभा, अखिल भारतीय रामराज्य परिषद, ऑल इंडिया भारतीय जनसंघ, ऑल इंडिया शेड्युल्ड कास्ट फेडरेशन, भारतीय कम्युनिस्ट पक्ष, फॉरवर्ड ब्लॉक (मार्क्सवादी), गणतंत्र परिषद, जनता पक्ष, झारखंड पक्ष, पीपल्स डेमोक्रॅटिक फ्रंट, प्रजा पक्ष, प्रजा समाजवादी पक्ष आणि क्रांतिकारी समाजवादी पक्ष असे वेगवेगळे पक्ष काँग्रेससह तेव्हा निवडणुकीत सहभागी होते.)

२४ फेब्रुवारी ते ९ जून, १९५७ अशा साडेतीन महिन्यांच्या काळात चाललेल्या या निवडणुकीत केवळ ४५ महिला उमेदवारांनी भाग घेतला होता. त्यातल्या अर्ध्या जिंकून आल्या. अटल बिहारी वाजपेयी त्यांची पहिली निवडणूक जिंकले. फिरोझ गांधी

रायबरेलीहून दुसऱ्यांदा निवडून आले पण ती त्यांची शेवटचीच निवडणूक ठरणार होती. कमलनयन बजाज वर्धा येथील जागा सहजगत्या जिंकले.

नेहरूंच्या दुसऱ्या कार्यकाळासाठी त्यांना ४९४ जागांपैकी ३७१ जागा मिळाल्या. काँग्रेसचा मतांचा वाटा ४५ टक्क्यांहून वाढून ४७.८ टक्के झाला. दुसऱ्या क्रमांकाच्या कम्युनिस्ट पक्षापेक्षा ही मतं ५ पटीने जास्त होती. तरीही ही निवडणूक कठीणच गेली. कारण नेहरूंना त्यांच्याच पक्षातल्या उजव्या बाजूच्या अंतर्गत शत्रूंशी आणि कम्युनिस्ट-समाजवादी अशा बाह्य शत्रूंशी एकाच वेळेस लढावं लागलं. त्यातच हिंदू वैयक्तिक कायद्यातील सुधारणा आणि १९५५ची बांडुंग परिषद यांच्या पार्श्वभूमीवर या निवडणुका आल्या होत्या.

नेहरू आणि कमलनयन जसजसे आपापल्या भूमिकेची जास्त जास्त जागा व्यापू लागले तसतसे त्यांच्यातील नात्याला तडे जाऊ लागले. भारतभरात सर्वत्र फिरत आणि उद्योजकांनी बांधलेल्या औद्योगिक संकुलांचं एकामागून एक उद्घाटन करत नेहरूंच्या रूपातील 'फेबियन समाजवाद्या'ने लायसेन्स राज्याचा पाया घातला. त्यांच्याशिवाय व्ही. के. कृष्ण मेनन यांच्यासारखे आणखीही काही टोचण्या देणारे लोक होतेच. कृष्ण मेनन हे संसद सदस्य आणि राजनैतिक मुत्सद्दी परराष्ट्र खात्याचा कारभार सांभाळत होते. ते नेहरूंच्या अत्यंत विश्वासातले सल्लागारही होते. मेनन यांच्या विरुद्ध रामकृष्ण बजाज यांनी केलेल्या तक्रारी नेहरूंनी निर्विकारपणे ऐकून घेतल्या. कम्युनिस्टांनीही काही उद्योजकांची सीआयएशी म्हणजेच अमेरिकन गुप्तहेर संस्थेशी हातमिळवणी आहे हे सांगणारी मोहीम काढली. परंतु डोळे विस्फारायला लावणारी आणि सनसनाटी मथळे देणारी ही मोहीम विश्वासार्हतेच्या अभावी निकालात निघाली. तरीदेखील बजाज घराण्यास वादंगात ओढण्यात आलंच. नेहरू मेनन यांचेवर अवलंबून होते आणि मेनन नेहरूंवर अवलंबून होते.

तिसरी लोकसभा १९-२५ फेब्रुवारी, १९६२

आधीच्या निवडणुकांत चालत असलं तरी या तिसऱ्या लोकसभा निवडणुकीच्या वेळी आयोगाने निर्बंध घातले की प्रत्येक मतदारसंघाने एकच उमेदवार निवडून दिला पाहिजे. या वेळेस काँग्रेसला ४४.७ टक्के मतं पडली आणि ४९४ जागांपैकी ३६१ जागांवर ते निवडून आले. मागील दोन निवडणुकांपेक्षा ही टक्केवारी थोडीशीच कमी होती. वर्ध्यात ६९ टक्के मतदान झालं आणि कमलनयन यांना ११.२ टक्के मार्जिनसह ३,४०,३२८ मते मिळाली. जानेवारी, १९६४ मध्ये नेहरूंना हृदयविकाराचा झटका आला आणि लाल बहादुर शास्त्रींनी पंतप्रधानांचं काम हाती घेतलं. २७ मे, १९६४ रोजी झालेल्या नेहरूंच्या मृत्यूने खूप मोठी पोकळी निर्माण झाली. गुलझारीलाल नंदा यांनी काळजीवाहू पंतप्रधान म्हणून किल्ला लढवला. या काळात काँग्रेसमध्ये नेतेपदासाठी कसलाही आडपडदा न ठेवता झालेल्या तेरा दिवसांच्या रस्सीखेचीत लाल बहादुर शास्त्रींचा विजय झाला.

११ जानेवारी, १९६६ रोजी ताश्कंद, उझबेकीस्तान (तेव्हा रशिया) येथे शास्त्रीजींचा अचानक मृत्यू झाला. तो कसा झाला त्याचं कारण कळालं नाही. त्यानंतर इंदिरा गांधी यांचा शास्त्री यांचे स्थानग्रहण करण्याचा मार्ग मोकळा झाला. त्यांना 'गूँगी गुडिया' असं संबोधून काँग्रेसचे वरिष्ठ नेते त्या आपल्या मनाप्रमाणे वागतील असे मनसुबे रचत होते.

'इंदिराजींचं नेतृत्व हे देशहिताचं नाही. त्यांच्यामुळे देश हुकूमशाहीकडे वळेल,' असा कमलनयन यांचा पक्का ग्रह झाला होता. त्यानंतर १९६९ साली काँग्रेस पक्षाचं दुभाजन होऊन काँग्रेस (आय) आणि काँग्रेस (ओ) असे दोन भाग पडले. त्याची पार्श्वभूमी सांगताना राहुल बजाज म्हणतात, ''काँग्रेस (आय)चं नेतृत्व इंदिरा गांधींकडे होतं आणि त्यांच्या सोबत काँग्रेसमधला मोठा गट होता, तरीही काकाजी मोरारजींच्या काँग्रेस (ओ) सोबत राहिले. काकाजींना 'बँकांचे राष्ट्रीयीकरण' यासारखी इंदिराजींची बरीच धोरणं मान्य नव्हती. तेव्हा वैतागलेल्या इंदिराजींनी प्रश्न केला की जमनालालजींचा मुलगा जवाहरलालजींच्या मुलीविरुद्ध कसा जाऊ शकतो? शेवटी काय, तर जवाहरलालजी आणि जमनालालजी हे भावाभावांसारखेच होते ना? योगायोगाने दोघांचाही जन्म १८८९मध्येच झाला होता.''

त्यानंतर भारताच्या या पहिल्या स्त्री पंतप्रधान अकरा वर्षे आणि एकूणसाठ दिवस आपलं पद धरून होत्या. जानेवारी, १९६६ ते मार्च, १९७७ हा काळ आणि त्यानंतर जानेवारी, १९८० पासून ते ऑक्टोबर, १९८४ मध्ये हत्या होईतो त्या पंतप्रधानपदावर होत्या. त्यामुळे त्यांच्या पित्यानंतर भारताचं पंतप्रधानपद दीर्घ काळ भूषविणाऱ्या त्या दुसऱ्या पंतप्रधान ठरल्या.

चौथी लोकसभा : १७–२१ फेब्रुवारी, १९६७

''१९६७च्या निवडणुका जसजशा जवळ येऊ लागल्या तसतसा उद्योगजगतातील उच्चभ्रू अभिजनांनी मैदानात प्रवेश केला. १२६ मुख्य कंपन्यांनी दिलेल्या देणग्यांपैकी ३४ टक्के देणग्या टाटा आणि बिर्ला या दोन मोठ्या औद्योगिक घराण्यांनी दिल्या होत्या, दोघांनीही काँग्रेसलाच पैसे दिले होते. टाटा हे बिर्लांपेक्षा काँग्रेसप्रति कमी उदार होते. परंतु टाटांनी 'स्वतंत्र पार्टी' या पक्षालाही पुष्कळ देणगी दिली आहे हे उठून दिसत होतं.'' असं विख्यात इतिहासकार स्टॅन्ले ए. कोचानेक यांनी लिहून ठेवलं आहे. स्वतंत्र पार्टीच्या अन्य मुख्य समर्थकांत मार्टिन बर्न, खटाव, सिंदिया, वालचंद अँड ठाकरसी इत्यादी मंडळी होती. काँग्रेसला ७० लाख ३७ हजार रुपये मिळाले तर स्वतंत्र पार्टीला वीस लाख बावन्न हजार रुपये मिळाले.

एकूण ५२१ लोकसभेच्या जागा आणि १९ पक्षरूपी खेळाडूंपैकी काँग्रेसने २८३ जागा जिंकल्या, याचा अर्थ पक्षाने शंभरहून जास्त जागा गमावल्या होत्या आणि त्यांचा मतदानातील वाटा ४०.८ टक्के इतका घसरला होता.

काँग्रेसला गुजरात, मद्रास, ओरिसा, राजस्थान, पश्चिम बंगाल आणि दिल्ली येथे भरपूर नुकसान सोसावं लागलं. अन्य महत्त्वाच्या खेळाडूंपैकी स्वतंत्र पार्टीला चव्वेचाळीस जागा, भारतीय जनसंघाला पस्तीस जागा आणि द्रविड मुन्नेत्र कळघमला (डीएमकेला) पंचवीस जागा मिळाल्या. इंदिराजींचा ४ मार्च, १९६७ रोजी पंतप्रधान म्हणून शपथविधी झाला.

वर्ध्यात काँग्रेसच्या तिकिटावर कमलनयन यांना १,४४,७५६ मतं म्हणजे एकूण ४०.३९ टक्के मतांचं मार्जिन मिळून ते जिंकले. जुनागढमध्ये स्वतंत्र पार्टीचे वीरेन शहा १,०८,३०३ म्हणजे एकूण ४६.३ टक्के मतांनी जिंकले. बाँबेत जॉर्ज फर्नांडिस यांनी स.का. पाटील या मुंबईच्या अनभिषिक्त राजाचा पराभव करून दक्षिण मुंबईतील जागा जिंकली

तेव्हा त्यांना ३,१३,३८८ मते मिळाली, एकूण मतदान ६७.४ टक्के झालं आणि ९.४ टक्के मार्जिनने जॉर्ज जिंकून आले.

त्यानंतर दोन वर्षांनी राजकारणाने पलटी खाल्ली. १२ नोव्हेंबर, १९६९ रोजी कॉंग्रेस पक्षाने इंदिरा गांधींना पक्षशिस्त मोडली म्हणून पक्षातून काढून टाकलं.

त्यांनी बदला म्हणून कॉंग्रेस (आय) हा प्रतिस्पर्धी पक्ष काढला. तेव्हा २२० लोकसभा सदस्य इंदिराजींसोबत राहिले पण कमलनयन त्यात नव्हते हे बाईंच्या लक्षात आलं. त्या संबंधी राहुल बजाज लिहितात, ''१९६९मध्ये कॉंग्रेस फुटली आणि कॉंग्रेस (आय) आणि कॉंग्रेस (ओ) असे दोन पक्ष तयार झाले. कॉंग्रेस (आय)कडे जास्त सदस्यसंख्या असूनही काकाजी कॉंग्रेस (ओ)मध्येच राहिले. परंतु कॉंग्रेस फुटीनंतर काकाजी माझ्याशी प्रांजळपणे बोलले होते. मला ते म्हणाले की, कॉंग्रेस (ओ)मध्ये राहण्याच्या माझ्या निर्णयामुळे कॉंग्रेस (आय)चे लोक बजाज समूहातील कंपन्यांशी सहकार्य करणार नाहीत अशी शक्यता आहे. आपल्याला कदाचित विस्ताराची संधी मिळणार नाही. मला त्यांनी असंही विचारलं की सरकारच्या संभाव्य रोषापासून समूहाची सुटका करण्यासाठी मी आपल्या कंपन्यांच्या अध्यक्षपदाचा आणि संचालकपदाचा राजीनामा द्यावा का? मी त्यांना सरळ सांगतलं की तसं काही करण्याचा प्रश्नच उद्भवत नाही. आणि आपण असल्या दबावतंत्राला बळीही पडायचं नाही.''

''कुटुंबातल्या अन्य सदस्यांनी विचारलं की, एखाद्या उभरत्या उद्योगसमूहाला सरकारशी पंगा घेणं परवडू शकतं का? तर त्यावर कमलनयन यांनी अगदी थोडक्यात साधं उत्तर दिलं, 'परिवारातील सदस्यांना माझे दृष्टिकोन पटत नसतील, माझी भूमिका परिवाराच्या हिताची वाटत नसेल तर उद्योगाशी असलेले सगळे बंध सोडून माझ्या मार्गाने निघून जायला मी तयार आहे.' ही त्यांची पोकळ धमकी नव्हती हे सगळ्यांनाच माहीत होतं. त्यांनी कॉंग्रेस (ओ)च्या जुन्या मित्रांसोबत राहायचं ठरवलं होतं आणि मोरारजी देसाई त्यांतले एक होते.'' राहुल बजाज यांनी पुढे सांगितलं.

हटवादी बनलेल्या इंदिराजींनी मोरारजी देसाई यांचेकडून १६ जुलै, १९६९ रोजी अर्थमंत्रिपद काढून घेतलं. त्यानंतर तीन दिवसांनी म्हणजे १९ जुलै रोजी त्यांचा बँकांच्या राष्ट्रीय़ीकरणाचा निर्णय आला. ज्या पद्धतीने त्यांनी तो निर्णय अमलात आणला त्यामुळे कमलनयन यांची विचारप्रक्रिया अधिकच पक्की झाली. मात्र आपल्या अखत्यारीतील बँक राष्ट्रीयीकृत होताना बघण्याची वेळ त्यांच्यावर आली नाही. पंजाब नॅशनल बँक या राष्ट्रीयीकरण होणाऱ्या बँकेचे ते पंधरावे अध्यक्ष होते परंतु त्यांचा अध्यक्षपदाचा तीन वर्षांचा कार्यकाळ १९६७ मध्येच संपला होता.

मध्यावधीवरील आश्चर्याचा धक्का : फेब्रुवारी, १९७१

पुढली निवडणूक हाच अचानक मिळणारा धक्का होता. २७ डिसेंबर, १९७० रोजी इंदिराजींनी रेडिओ-टीव्हीवर येऊन लोकांसमोर जाहीर केलं की लोकसभा विसर्जित झाली आहे आणि नव्याने निवडणूका फेब्रुवारी, १९७१ च्या मध्यावर घेण्यात येतील. '''न्यूजवीक' मासिकाने या निवडणुकीचे मुद्दे काय असतील?'' असं विचारलं तेव्हा

त्यांनी हसतच उत्तर दिलं की, मी स्वतः हाच एक मुद्दा आहे. इंदर मल्होत्रा या दिल्लीतील मोठे पत्रकार, संपादक आणि लेखकांनी लिहिलं. ''बांगलादेशच्या निर्मितीमुळे इंदिराजी तर भारताच्या सम्राज्ञी झाल्या होत्या.''

राहुल बजाज म्हणतात की, आधीच्या तीन निवडणुकांच्या वेळेस मुंबईतील दोन नातेवाइकांना मी माहितीपर टिपणं पाठवली होती. त्यात आपण जिंकायची शक्यता आहे असं लिहिलं होतं. तथापि, मार्च १९७१च्या चौथ्या निवडणुकीच्या वेळेस मात्र आपण हरण्याची शक्यता आहे असं मी लिहिलेलं आठवतं. माझे वडील काँग्रेस (आय)मध्ये न जाता काँग्रेस (ओ)मध्ये गेले आणि त्यानंतर मोरारजींच्या आधिपत्याखालील काँग्रेस (ओ) फारच वाईट पद्धतीने हरली आणि कमलनयनही हरले. साहजिकच मला मतदारांची नाडी ओळखता येत होती असं दिसून आलं.

बजाज घराण्याची 'तीव्र नावड' आता पणाला लागली होती. 'गरिबी हटाव' या घोषणेवर लक्ष केंद्रित करून इंदिराजींनी पाचव्या लोकसभा निवडणुकीत निर्णायक विजय मिळवला. पक्षात पडलेल्या फुटीतूनही त्या बाहेर आल्या आणि आधीच्या निवडणुकीत गमावलेल्या सगळ्या जागा त्यांनी परत मिळवल्या. (पाचवी लोकसभा १५ मार्च, १९७१ ते १८ जानेवारी, १९७७.)

भारत-पाकिस्तान-बांगलादेश युद्धात विजय मिळवून त्यांनी भारतीयांची स्वप्रतिमा उंचावली होती. (बांगलादेशाचे युद्ध २६ मार्च, १९७१ ते १६ डिसेंबर, १९७१ या काळात झाले.) त्या सर्वांवर शिरपेच म्हणून की काय- पण त्यांनी 'स्मायलिंग बुद्धा' या प्रकल्पाखाली १८ मे, १९७४ रोजी थरच्या वाळवंटात भारताची पहिली यशस्वी अण्वस्त्र चाचणीही केली. त्यामुळे आपण जगातले सहावे अण्वस्त्रधारी देश बनलो.

काँग्रेस (ओ)च्या नेतृत्वाखाली त्यांच्या मुख्य राजकीय शत्रूंनी 'इंदिरा हटाव' हा त्यांचा एक कलमी उद्देश घोषित केला तेव्हा इंदिराजींनी ताबडतोब युद्धाचं रणशिंग फुंकून घोषणा दिली, ''गरिबी हटाव.'' त्याचा देशावर अगदी विजेचा धक्का बसावा तसा परिणाम झाला. बहुसंख्य लोक गरीबच होते. ते भावनेने भरून आले. सरतेशेवटी आपला तारणहार आपल्याला लाभला अशीही भावना त्यांच्या मनात दाटून आली.

''ही लाट कुणाच्याही लक्षात आली नव्हती,'' इंदर मल्होत्रांनी लिहिलं आहे, परंतु ती अत्यंत निष्ठुर होती. काँग्रेस (ओ)ने २३८ जागा लढवल्या आणि त्यांपैकी त्यांना फक्त १६ जागांवर विजय मिळाला. भारतीय जनसंघ १५७ जागांवर लढला आणि त्याला केवळ बावीस जागा मिळाल्या. स्वतंत्र पार्टी या चव्वेचाळीस खासदारांच्या एकमेव विरोधी पक्षाच्या जागा आटून त्यांना केवळ आठच जागा मिळाल्या. संयुक्त समाजवादी पक्षाला १९६७च्या निवडणुकीत २३ जागा मिळाल्या होत्या ते या वेळेस ९३ जागांवर उभे होते आणि त्यांपैकी त्यांना केवळ तीनच जागा मिळाल्या. प्रजा समाजवादी पक्षाने त्यांच्या बऱ्याच जागा गमावल्या आणि १९६३मध्ये १३ जागा मिळाल्या होत्या त्याऐवजी त्यांना आता फक्त दोनच जागांवर समाधान मानावं लागलं. काँग्रेस (ओ) सोबतची महान आघाडीची स्वप्ने भारतीय जनसंघ, स्वतंत्र पार्टी आणि संयुक्त समाजवादी पक्षाने पाहिली होती ती सर्व धुळीस मिळाली.

खरे औषध न मिळता लुटुपुटीचे औषध मिळतेय, अशी मतदारांची मन:स्थिती झाल्याने काय करावं ते न कळलेले बरेच मतदार आधीच्या निवडणुकांच्या मानाने या निवडणुकीत तटस्थच राहिले. १९६७ ते १९७१ या काळात मतदारांची संख्या २ कोटी तीस लाखांनी वाढली होती; परंतु १९७१ साली ३० लाख लोकांनी १९६७ मधल्या निवडणुकीपेक्षा कमी मतदान केलं. त्यामुळे एकूण मतदानाची टक्केवारी ६१.३२ वरून ५५.२५ टक्के झाली.

काँग्रेस (आय)ने ३५२ जागा पटकावल्या, त्यामुळे संविधानात दुरुस्ती करण्यासाठी लागणारं दोन तृतीयांश बहुमत इंदिरा गांधींना मिळालं. मार्च, १९७१ मध्ये इंदिराजींनी ३६ सदस्यांचं सरकार स्थापन केलं. तसंच लोकानुनयी दहा कलमी कार्यक्रम, 'गरिबी हटाव' ही घोषणा आणि काँग्रेस पक्षयंत्रणेवरील प्रभुत्व यांच्यामुळे काँग्रेस (ओ)ला हटवून लावणं शक्य झालं. उत्तर प्रदेश ७३ जागा मिळवून तिथेही उत्साह ओसंडून वाहत होता. इंदिराजींनी लोकसभेच्या ५१८ जागांपैकी ३५२ वर विजय मिळवून दोन तृतीयांशाहून अधिक बहुमत मिळवलं होतं.

राहुल बजाज आठवण सांगतात, ''बरंच उशिरा म्हणजे १९७१-७२च्या सुमारास मी नारायण दत्त तिवारी यांना प्रथमच भेटलो. ते तेव्हा केंद्र सरकारमध्ये अर्थमंत्री होते. आम्हाला बजाज ऑटोची दुचाकी आणि तिचाकी वाहने बनवण्याची क्षमता वाढवायची होती. तेव्हा ते मला म्हणाले होते ते वाक्य मला आठवतं, 'राहुल, तुझे बाबा विरोधी पक्षात आहेत. त्यामुळे मी तुला मदत करू शकत नाही.'''

राष्ट्रवादी राजकारणाच्या न संपणाऱ्या अनिश्चितता, तणाव आणि हृदयविकार या सगळ्या भोवऱ्यात सापडल्यामुळे कमलनयन मे, १९७२ मध्ये अकालीच निधन पावले. पुढे त्यांचाच पुत्र राहुल बजाज राज्यसभेत प्रवेश करणार होता.

प्रकरण ६

लाल कन्व्हर्टिबल कार : १९५८–६१

३१ डिसेंबर, १९६० रोजी रूपा आणि राहुल रिट्झ हॉटेल, मरीन ड्राइव्ह येथे.

''कुलाब्याचं ताज महाल चालेल की मरीन ड्राइव्हवरचं रिट्झ हॉटेल?'' राहुलनी रूपाला कार्मायकेल येथील तिच्या आईवडिलांच्या घरी सोडता सोडता विचारलं. ''आपण लवकर

बुक करून टाकली पाहिजे तारीख नाही तर दोन्ही ठिकाणं मिळणार नाहीत,'' तो हे बोलला तेव्हा १९५१-६० चं दशक संपायला थोडेच दिवस उरले होते.

साह अँड सांघी समूहाचे सहसंस्थापक अरुण सांघी म्हणतात, ''रिट्झ हॉटेलच्या गच्चीवर आम्ही नववर्षाच्या पूर्वसंध्येला सर्वप्रथम भेटलो. तो त्याची देखणी प्रेयसी रूपा हिच्या समवेत नृत्य करत होता. डिनर जाकीट आणि बो-टायमधला राहुल तेव्हा तर अगदी राजबिंडाच दिसत होता.''

राहुल म्हणतात, ''त्या दिवसांत दोन वेगवेगळ्या जातींच्या मुलामुलींत विवाह होणं सोपं नव्हतं. मी जातीने मारवाडी बनिया होतो, आमचा संयुक्त कुटुंबाचा व्यवसाय होता. तर रूपा मराठी ब्राह्मण होती. तिचे वडील आयसीएस अधिकारी होते. (आयसीएस - इंडियन सिव्हिल सर्व्हिस. स्वातंत्र्यानंतर तिचे नामकरण इंडियन ॲडमिनिस्ट्रेटिव्ह सर्व्हिस (आयएएस) असं करण्यात आलं.) ती मला नेहमी चिडवायची- म्हणायची, 'राहुल, मी माझ्या दोन पातळी खालच्या मुलाशी लग्न करते आहे.'''

ब्राह्मण आणि बनिया

राहुल सांगतात, ''माझ्या आईची श्रीमती काश्यप नावाची मैत्रीण होती. एकदा त्यांनी आईला जेवायला बोलावलं तेव्हा तिनं मलाही बरोबर नेलं. तेव्हा स्वतः काश्यप धरून तिथं आणखी फक्त तीनच पाहुणे होते- माझी आई, मी आणि रूपा घोलप. आता मुद्दामच तसं घडवून आणलं होतं की तो एक योगायोग होता याबद्दल अद्यापही माझी खात्री नाही. माझा प्रथम दृष्टिक्षेपात प्रेम अशा गोष्टीवर विश्वास नाही पण त्या संध्याकाळी मी तिला 'आपण परत एकदा भेटू या का?' असं विचारलं. तिनं सहसा मुली घेतात तसे आढेवढे घेतले. ते बघून मी म्हणालो की, मी तुला फोन करतो, तेव्हा सांग. त्यानंतर ती शनिवारी डिनरला यायला तयार झाली.''

त्याबद्दल रूपाने सांगितलं, ''जूनमधल्या उकाड्यात एका संध्याकाळी आमच्या दोघांच्या समान परिचितांच्या घरी मी आणि राहुल भेटलो. या उंच, देखण्या, डोळ्यांत चमक असलेल्या तरुणाची आणि माझी भेट घडवून आणण्यात आमच्या त्या परिचित बाईंचा नक्कीच अंतस्थ हेतू होता. दहा मिनिटं बोलणं होतंय न होतंय तेवढ्यात या राहुलनं 'मला उद्या सिनेमाला येतेस का?' असं विचारलं. केवढी ही हिंमत आणि किती आक्रमक आहे याचं व्यक्तिमत्त्व असंच माझ्या मनात आलं होतं तेव्हा.''

राहुल सांगतात, ''आम्ही आणि घोलप कार्मायकेल रोडवरच राहत होतो.'' शनिवार आला आणि राहुल रूपाला न्यायला आला. रूपाची बहीण चित्रा सांगते की, तो ज्या लाल कन्व्हर्टिबल गाडीतून आला ती आम्ही नेहमीच पाहत होतो. पण आम्हाला राहुल माहीत नव्हता.

''रूपा आणि मी भेटू लागलो. हा क्रम काही महिने जारी राहिला. मग एके सकाळी मी ऑफिसला जायला निघत असताना आईनं मला विचारलं, 'तुझं रूपाविषयी काय मत आहे?' तेव्हा मला खरोखरच आश्चर्याचा धक्का बसला होता.'' राहुल सांगतात. ''असं का विचारते आहेस तू?'' मी आईला विचारलं.

'''अरे, रूपाला भेटण्यापूर्वी तू मला कुणाला भेटायला जातो आहेस ते सांगायचास, आणि सहसा दोन किंवा तीन वेगवेगळ्या मुली असायच्या त्या.' ती उत्तरली. 'परंतु मागचे काही महिने तू फक्त रूपालाच भेटतो आहेस. दुसऱ्या कुठल्याही मुलीला तू डेटवर नेलेलं नाहीयेस.' त्यावर प्रतिसादादाखल मी काहीतरी पुटपुटलो.

''लवकरच आमच्या लक्षात आलं की आम्ही दोघं अन्य कुणालाही भेटत नाही आहोत.'' रूपाने आठवण सांगितली, ''तीन की चार महिन्यांनी आम्हाला दोघांना लक्षात आलं होतं की आपल्याला एकमेकांची खूपच ओढ वाटते आहे. आम्ही दोघंही फक्त एकवीस वर्षांचेच होतो, पण आम्हाला सारखं एकत्रच असावंसं वाटू लागलं होतं. पण एखाद्या 'टिपिकल' पुरुषाप्रमाणे राहुलच्या तोंडून योग्य शब्द निघतच नव्हते. कुणालाही शब्दानं बांधून घेणं किती कठीण जातं पुरुषांना.'' रूपाने लिहिलं आहे, ''त्यामुळे एका प्रणयरम्य संध्याकाळी मीच त्याला विचारलं. तेव्हा त्याचा चेहरा लालेलाल झाला आणि डोळेही विस्फारले. तो म्हणाला, 'तुला माहित्ये का, मला अगदी हेच विचारायचं होतं.' मला नाही वाटत मी अन्य कुणाला याविषयी सांगितलं असेल. कारण त्याच्या पुरुषी अहंकाराला मला छिद्र पाडायचं नव्हतं ना.''

राहुल सांगतात, ''मग मी घरी गेलो आणि आईला सांगितलं की मला रूपाशी लग्न करायचं आहे.''

आणि रूपानेही तिच्या घरच्यांना सांगितलं.

घोलप मंडळी

बजाज आणि घोलप ही दोन्ही कुटुंबे आपापल्या परीने कर्तृत्व गाजवलेली कुटुंबे होती. स्वातंत्र्यापूर्वी ते दोघे कुंपणाच्या विरुद्ध बाजूला होते. म्हणजे महात्मा गांधींच्या बाजूला उभं राहून बजाज मंडळी स्वातंत्र्यासाठी लढली होती तर लक्ष्मण त्रिंबक घोलप - म्हणजे रूपाचे वडील - आयसीएस सेवेत वरिष्ठ अधिकारी होते. ब्रिटिश राज्याची ही अति उच्चभ्रू शाखा होती. त्याशिवाय ते रॉयल इकॉनॉमिक सोसायटीचे विद्वान सदस्यही होते. १९४६ साली किंग जॉर्ज सहावे यांनी त्यांच्या वाढदिवसासाठी उपस्थित राहाणाऱ्या आमंत्रित भारतीय मान्यवरांच्या यादीत घोलप यांचं समाविष्ट केलं होतं आणि साम्राज्याप्रति घोलप यांच्या योगदानास दाद दिली होती. स्वातंत्र्य मिळाल्यानंतर इंपीरिअल सिव्हिल सर्व्हिसचे नामकरण इंडियन अॅडमिस्ट्रेटिव्ह सर्व्हिस (आयएएस) असं झालं.

फाळणी होतानाची आणखी एक शोकांतिका टाळण्यासाठी सरदार पटेल यांनी घोलप यांचं साहाय्य घेतलं होतं. स्वातंत्र्य मिळालं तेव्हा घोलप 'कंट्रोलर ऑफ शिपिंग अँड चेअरमन ऑफ बाँबे पोर्ट ट्रस्ट' या पदावर होते. मग कराचीत बोटींवर चढण्याची व्यवस्था आणि महाराष्ट्र तसेच गुजरातच्या किनाऱ्यावर उतरण्याची व्यवस्था करून घोलप यांनी सर्व उपलब्ध जहाजं कराचीला वळवली आणि अडीच लाख हिंदू, सिंधी व शीख निर्वासितांना सुरक्षितपणे भारतात आणण्याची व्यवस्था केली.

१९५५च्या ऑक्टोबरच्या मध्यावर 'ऑपरेशन फ्लड' या जगातील सर्वांत मोठ्या कृषी दुग्धोत्पादन विकास उपक्रमाचे संस्थापक व्हर्गीस कुरियन अडचणीत आले होते. त्यांनी

आयात केलेले बॉयलर्स मुंबईच्या दाटीवाटीच्या बंदरात येऊन तर पडले होते परंतु त्या काळात पोर्टचा संप चालू होता. तेव्हा घोलपांनी मुंबई पोर्ट ट्रस्टच्या संचालक मंडळाची तातडीची बैठक बोलावली. त्या बैठकीत घोलपांची विनंती मान्य झाली. मग ते बॉयलर्स घेऊन आलेलं जहाज पुढे काढण्यात आलं, त्यातले दोनच बॉयलर्स बाहेर काढून नंतर ते आधीच्या जागी नेऊन ठेवलं गेलं. पश्चिम रेल्वेने हे दोन्ही बॉयलर्स आणंदला नेऊन पोहोचवले.

'विकासासाठी अर्थपुरवठा' ही संकल्पना रुजू झाली तेव्हा वाणिज्य खात्यात पदसिद्ध संयुक्त सचिव पदावर घोलपांची नेमणूक झाली. मग ते पब्लिक लिस्टेड कंपन्यांच्या संचालक मंडळात सरकारी सदस्य या नात्याने बसू लागले. या कंपन्यांमध्ये १९४८ साली ए. एच. भिवंडीवाला यांनी स्थापन केलेली 'द ग्रेट ईस्टर्न शिपिंग कंपनी' होती. भिवंडीवालांच्या दृष्टीने घोलप यांना संचालक मंडळावर घेणे हा मोठाच सरकारी डाव होता. मग १९६० साली घोलप यांनी आयएएसमधून निवृत्ती घेतली आणि त्यांनी अन्यत्र नोकरी स्वीकारली.

परीक्षा

''आम्ही दोघांनी लग्न करायचं ठरवलं तेव्हा मी रूपाला स्पष्ट केलं की तुझ्या आईवडिलांची संमती तू घे, किंवा घेऊ नकोस पण मला मात्र माझ्या आईवडिलांची संमती घ्यावीच लागेल. माझी आई 'ठीक आहे' असं म्हणाली. पण वडिलांनाही मीच सांगावं असं तिचं म्हणणं होतं. ते तेव्हा प्रवासात होते. परतल्यावर त्यांना मी रूपाची आणि तिच्या कुटुंबाची माहिती सांगितली. तेव्हा त्यांनी 'रूपाला जेवायला घरी बोलाव,' असं म्हटलं. त्याप्रमाणे ती आली. ती संध्याकाळ खूपच छान गेली. जेवण झाल्यावर काकाजींनी तिला घरी पोहोचवून यायला सांगितलं. मी परतल्यावर ते म्हणाले,'मुलगी चांगली वाटते, तिची कांतीही तेजस्वी आहे. मला दोन आठवडे दे, मी त्या कुटुंबाची माहिती काढतो आणि तुला सांगतो. ती मराठी आहे आणि आपण मारवाडी आहोत. पण तो प्रश्न नाही. पण आपण गांधीवादी कुटुंबातले आहोत. आणि ती खूपच वेगळ्या पार्श्वभूमीतून आलेली आहे. आपलं कुटुंब स्वातंत्र्यलढ्यात होतं, आपण तुरुंगात गेलो होतो, आपलं कुटुंब औद्योगिक कुटुंब आहे. तिच्या कुटुंबात पाहिलं तर तिचे वडील आयसीएसमध्ये सरकारी अधिकारी होते. भारताला स्वातंत्र्य मिळेपर्यंत ते विरुद्ध बाजूला होते. आपल्या संस्कृतीही खूप वेगळ्या आहेत. तुम्ही दोघं एकेमकांना भले खूप आवडत असाल पण तुम्ही खूप लहानही आहात. त्यात प्रेम किती आणि आकर्षण किती हे कळणं अवघडच आहे. त्यामुळे ते कळण्यासाठी एक वर्षभर एकमेकांना पत्रं पाठवायची नाहीत, भेटायचं नाही की फोनवरही बोलायचं नाही. याला तुमची तयारी असेल तर मी तुम्हाला माझे आशीर्वाद आणि शुभेच्छा- दोन्ही द्यायला तयार आहे.'

'''आशीर्वाद आणि शुभेच्छा यांत काय फरक आहे?' मी अस्वस्थ होऊन विचारलं. पण माझ्या समोर दुसरा पर्याय नव्हता. मी रूपाच्या घरी गेलो. काकाजींची अट ऐकून तिला आणि तिच्या आईवडिलांना धक्काच बसला. त्यांना ती अट मुळीच आवडली नव्हती. पण रूपाने संबंध न तोडता थांबायचं ठरवलं. आम्ही न भेटण्याची अट पाळली असली तरी झालं काय, की माझे दोन-तीन मित्र तिचेही मित्र झाले होते. ते आम्हाला एकमेकांची माहिती द्यायचे.

''योग्य वेळी माझा आणि रूपाचा अधिकृत वाङ्‌निश्चय झाला. त्यानंतर सहा महिन्यांनी आमचं लग्न होणार होतं. मग चाचाजी आणि मौसी (विमला चाचाजींची पत्नी होती आणि आईची सख्खी बहीणही होती.) हे दोघं मला आणि रूपाला बाहेर जेवायला घेऊन गेले. जेवण झाल्यावर रूपाला घरी पोहोचवायचं मी कबूल केलं होतं. मग चाचाजी आणि मौसी घरी गेले. मला परतायला दहा मिनिटांहून अधिक वेळ लागेल अशी अपेक्षा नव्हती. पण झालं काय, काहीतरी गप्पागोष्टी होत राहिल्या आणि त्या नादात मला परतायला एक तास लागला. चाचाजी माझी वाटच पाहत होते. आता आपली खैर नाही हे माझ्या लक्षात येऊन चुकलं होतं. ते मला म्हणाले, 'हे बघ, तुझ्या वडिलांनी तुझी जबाबदारी माझ्यावर दिली आहे आणि तू नीट वागावंस अशीच माझी अपेक्षा आहे. रूपला घरी सोडून यायला एक तास लागण्याची काहीच गरज नव्हती.' हे त्यांचं बोलणं चालतच राहिलं. त्या दिवशी माझी कानउघाडणी तर जोरदारच झाली.''

राहुलनी पुढे म्हटलं, ''आमचं लग्न १६ डिसेंबर, १९६१ रोजी झालं. आमच्या कुटुंबातलं ते पहिलंच प्रेमलग्न आणि पहिलंच आंतरजातीय लग्नही असावं. त्यामुळे सर्वांनाच धक्का बसला होता - म्हणजे माझ्या जवळच्या कुटुंबीयांना नव्हता परंतु विस्तारित आणि पुराणमतवादी मारवाडी कुटुंबाच्या दृष्टीने तो मोठाच धक्का होता. माझा भाऊ आणि तीन चुलत भावांचीही लवकर लग्ने झाली आणि त्या सर्वांचीच कलकत्त्याच्या मारवाडी मुलींशी झाली. शिशिरचं लग्न मीनाक्षीशी (जालान कुटुंब), शेखरचं किरणशी (धानुका कुटुंब), मधुरचं कुमूदशी (बागला कुटुंब) आणि नीरजचं मीनलशी (अग्रवाल कुटुंब) अशी ती लग्ने झाली.''

दीर्घ प्रतीक्षा

उत्साही राहुल एचबीएसकडून (हार्वर्ड बिझनेस स्कूलकडून) स्वीकारपत्र येण्याची अस्वस्थपणे वाट पाहत असताना वेळ अगदी सुस्तावल्यासारखा हळूहळू जात होता.

रूपाची बहीण चित्रा पमनानी म्हणाल्या की, कमलनयन रूपाशी खूप चांगलं वागायचे. ती बजाज कुटुंबातली पहिली आणि एकमेव बिगर-मारवाडी सून होती. लग्न झाल्यावर लगेचच राहुल एमबीए करायला हार्वर्डला गेला. त्यानंतर मारवाडी कुटुंबातील चालीरीती, ते कसं चालतं हे कमलनयनजींनी रूपाला शिकवलं.

रूपाने 'डिअर राहुल' या आपल्या स्मरणगाथेत लिहिलं आहे, ''जत्रेतल्या पाळण्यात बसावं तसं आमचं वैवाहिक जीवन सुरू झालं होतं. आम्ही दोघं एकमेकांना दोन वर्षांहून अधिक काळ ओळखत असूनही एकत्र राहू लागल्यावर गोष्टी खूप वेगळ्या झाल्या होत्या - 'कभी खुशी कभी गम' असंच आमचं होत होतं. (हिंदी चित्रपट 'कभी खुशी कभी गम' याचा इथे संदर्भ येथे घेतला आहे.)

''लग्नाच्या दुसऱ्याच दिवशी मला 'पहिला धडा' देण्यात आला. टूथब्रश योग्य प्रकारे कसा ठेवायचा? टूथपेस्ट जास्तीतजास्त कशी वापरायची? काहीही फुकट जाता कामा नये. मला लवकरच या सूचनांच्या छोट्या छोट्या गोळ्या गिळण्याची सवय झाली. एवढ्या की आता मला त्या स्पष्टपणे आठवतही नाहीत.''

प्रकरण ७

आकुर्डी : १९५९

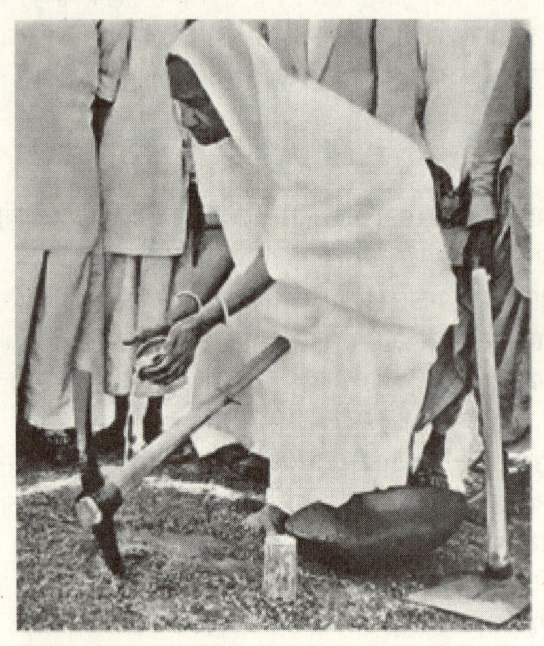

जानकीदेवी बजाज यांच्या हस्ते ९ मार्च, १९६१ रोजी बजाज ऑटोचे आकुर्डी येथे भूमिपूजन

खरखरीत, शुभ्र खादीच्या साडीतल्या, दुर्बळ देहयष्टीच्या अडुसष्ट वर्षीय आजीने हातात कुदळ घेतली, ती डोक्यावर उंच उचलली आणि एक जोरदार प्रहार भूमिपूजनासाठी

तयार केलेल्या कोरड्या चौकोनावर मारला. त्यानंतर एका छोट्या वाडग्यात पाणी घेऊन चौकोनाच्या मध्यावर हलकेच पाणी ओतलं. हिंदू पंचांगानुसार गुरुवार, ९ मार्च १९६१ हा दिवस नवीन प्रकल्पाचा शुभारंभ करण्यासाठी योग्य होता. हा प्रकल्प सुरू करण्याचं तर १९४५ सालापासूनच चाललं होतं. त्यात बरेचदा परवाना हातात येण्याचे आणि निसटून जाण्याचे क्षण आले होते. सरतेशेवटी १९५९ साली परवाना हाती आला.

त्यानंतर काही आठवड्यांतच बच्छराज ट्रेडिंग कंपनीच्या हातात पियाज्जिओशी केलेला अत्यंत महत्त्वाचा कोलॅबोरेशनचा करार होता. त्या करारानुसार या भारतीय कंपनीला पियाज्जिओची वेस्पा स्कूटर तयार करून ती विकण्याचा हक्क प्राप्त होत होता. दहा लाखांहून अधिक परदेशी चलनाच्या प्रकल्पांना औद्योगिक विकास, अंतर्गत व्यापार आणि कंपनी कामकाज मंत्र्यांची मंजुरी लागत असे. स्कूटरचे कारखाने उभारण्यासाठी डझनावारी उद्योजकांनी अर्ज करून ठेवले होते आणि त्या खात्याने तर त्यातल्या एकालाही मंजुरी दिली नव्हती. का? सरकार काय केवळ अस्तित्वात असलेल्या उत्पादकांनाच संरक्षण देत होतं का? आपले पंख कापले जात आहेत अशीच भावना बजाज समूहाच्या मनात येऊ लागली होती. ती आठवण सांगताना राहुल म्हणाले, ''औद्योगिक परवाना मिळेतो तुम्ही काहीच करू शकत नाही आणि तो मिळाल्यावरही क्षमतेच्या पंचवीस टक्क्यांहून अधिक उत्पादन करायची अनुमती नव्हतीच. त्यामुळे पहिल्यांदा लायसन्स मिळालं तेव्हा 'तुम्ही वर्षाला सहा हजार स्कूटरच उत्पादित करा,' असं आम्हाला सांगण्यात आलं होतं.''

आयपीओ (इनिशिअल पब्लिक ऑफरिंग)

''सुरुवात करायची तर अगोदर भांडवलाची गरज होती. आम्हाला जमीन विकत घ्यायची होती, कारखाना बांधायचा होता, त्यात हर तऱ्हेची यंत्रसामग्री आणि कर्मचारी आणायचे होते.'' रामेश्वर प्रसाद नेवाटियांनी सांगितलं, ''कमलनयनजींनी बजाज ऑटोची सुरुवात केली तेव्हा मूळच्या बच्छराज ट्रेडिंग कंपनीचं निर्यात व्यवसायात जवळजवळ सगळंच भांडवल नाहीसं झालं होतं. त्यामुळे त्यांचे सहकारी कुठलाही नवा उद्योग काढण्याच्या आर्थिक स्थितीतच नव्हते. परंतु कमलनयन यांनी स्वतःच्या जोखमीवर काही लोकांची मदत घेतली जे त्यांना गुंतवणूक आणि व्यवस्थापनात मदत करू शकत होते. आर्थिक मुद्दे आणि भांडवलाचा लाभप्रद उपयोग या विषयांत कमलनयन यांचा मेंदू अत्यंत तल्लख होता. बजाज ऑटोला यशस्वी करून त्यांनी स्वतःचा कस सिद्धही केला.''

बजाज ऑटो या येऊ घातलेल्या महत्त्वाच्या आयपीओमुळे शेअर बाजारात तऱ्हेतऱ्हेचे प्रवाद पसरले. राहुल अजूनही रेडिओ लँप वर्क्स या कारखान्यात उमेदवारी करतच होते. (याच कंपनीचे नाव १ ऑक्टोबर, १९६० रोजी 'बजाज इलेक्ट्रिकल्स' ठेवण्यात आलं.) पण कमलनयनना आता अधिक हातांची गरज होती. त्यांनी राहुलला वयाच्या बाविसाव्या वर्षी बढती देऊन बच्छराज ट्रेडिंगच्या संचालक मंडळावर घेतलं. हा सर्वांत तरुण सदस्य खूपच प्रश्न विचारायचा, प्रॉस्पेक्ट्समधील प्रत्येक शब्द वाचायचा आणि एखाद्या तज्ज्ञ प्रूफरीडरसारखा त्याचं संपादनही करायचा. राहुल त्यावर म्हणाले,''मी वकील कधीच बनू शकलो नसतो परंतु थोडीशी पार्श्वभूमी असली तर व्यवसायात उपयोगी होते.''

व्यवस्थापक एजन्सी फर्मला नावांत काही बदल करावे लागले. सुरुवातीला २९ नोव्हेंबर, १९४५ ला बच्छराज ट्रेडिंग कॉर्पोरेशन लिमिटेड या नावाने तिची स्थापना झाली होती. ते नाव बदलून २१ जून, १९६० रोजी 'बजाज ऑटो प्रायव्हेट लिमिटेड' असं करण्यात आलं. त्यानंतर २४ ऑगस्ट, १९६० रोजी तिचं रूपांतर पब्लिक लिमिटेड कंपनीत झाल्यावर सध्याचं नाव 'बजाज ऑटो लिमिटेड' असं करण्यात आलं.

शनिवार, १५ ऑक्टोबर, १९६० रोजी संध्याकाळी ४ वाजता ईजीएम म्हणजे समभाग धारकांची एक्स्ट्रा ऑर्डिनरी जनरल मीटिंग बजाज ऑटोच्या नोंदणीकृत कार्यालयात – डॉ. ऍनी बेझंट मार्ग, वरळी, मुंबई येथे घेण्यात आली. ती बैठक खाजगी होती. तिथं उपस्थित समभाग धारक राहुल बजाज (वय वर्षे २२ हे सर्वांत तरुण आणि नव्यानेच सामील झालेले संचालक), विनोद कुमार नेवाटिया, बच्छराज अँड कंपनीचे प्रतिनिधी पुरुषोत्तम झुनझुनवाला, जमनालाल अँड सन्सचे प्रतिनिधी एल.एन. पनपालिया, नवलमल कुंदनमल फिरोदिया आणि बालमुकंद खन्ना एवढी मंडळी हजर होती. कंट्रोलर ऑफ कॅपिटल इश्यूज यांचेकडून परवानगी मिळवून प्रत्येकी १०० रुपये किमतीच्या ६०१०० समभागांचा इश्यू काढण्याचा खास प्रस्ताव क्र. ४ ताबडतोब मंजूर करण्यात आला. कमलनयन तेव्हा हजर नव्हते परंतु त्यांनी सर्व तपशील बारकाईने तपासलेला होता.

सवयीनेच राहुल बजाज नऊ पानांचे प्रॉस्पेक्टस वारंवार तपासून पाहत होते. त्यांची नजर पहिल्याच पानावरील पाचव्या मुद्द्यावर खिळली. : ''सबस्क्रिप्शन यादी १४ नोहेंबर, १९६० रोजी बँकिंगचे तास सुरू झाले की सुरू होईल आणि १९ नोव्हेंबर, १९६० रोजी बँकिंग तास संपण्याच्या वेळेस किंवा संचालकांच्या इच्छेअनुसार त्या आधीही बंद होईल पण तरीही ती वेळ १६ नोव्हेंबर, १९६०चे बँकिंगचे तास संपण्याआधीची नसेल.''

आयपीओपूर्वी बजाज ऑटोचे पेड अप कॅपिटल ९,९०,००० होते आणि ते १०० रुपयांच्या ९९०० समभागांत वाटले गेले होते. आयपीओद्वारे ३४३६० समभाग जनतेसाठी १०० रुपयांच्या पार व्हॅल्यूला देऊ केले होते आणि विद्यमान समभाग धारकांना २५७४० प्रत्येकी १०० अॅट पार समभाग देऊ केले होते.

'कंट्रोलर ऑफ कॅपिटल इश्यूज'नी २१ ऑक्टोबर, १९६० रोजी परवानगी दिली. जसजसा दिवस जवळ येऊ लागला तसतसे संचालक कमलनयन बजाज, रामेश्वरप्रसाद नेवाटिया, वीरेन शहा, मदनमोहन आर. रुईया, रामनाथ पोद्दार, शंतनू एल. किर्लोस्कर आणि नवलमल फिरोदिया हे मुंबई शेअर बाजारातले प्रवाद काय चालले आहेत ते ऐकू लागले.

बजाज ऑटोने इश्यू विकायला १० ब्रोकर्स नेमले होते. त्यातले सहा मुंबईत होते, दोन दिल्लीत होते आणि मद्रास-कलकत्ता येथे प्रत्येकी एक होता. साठ लाख एक हजारांचा तो इश्यू बाजारात आलेल्या मोठ्या इश्यूपैकी एक होता. पण सर्वांचा जीव भांड्यात पडला कारण तो जास्तीच भरला. बजाज ऑटोचे समभाग मुंबई शेअर बाजारात एप्रिल १९६१ मध्ये सर्वप्रथम लिस्ट झाले.

आता खरं काम सुरू झालं.

खेळाचे नियमच बदलून टाकणारी एमआयडीसी

राहुल म्हणाले, ''आम्ही ३०० एकर जमीन आकुर्डीत विकत घेतली, पण खरी तर आमच्या ताबडतोबीच्या गरजेहून ती बरीच जास्त होती परंतु आम्ही भविष्याचा विचार करून तसं केलं होतं. त्या काळात आकुर्डी मागास विभाग म्हणून जाहीर झाला होता, त्याचे आम्हाला आर्थिक लाभ मिळणार होते. नेहमीप्रमाणे राहुल बजाज यांनी वेळ योग्य साधली होती. १ मे, १९६० रोजी महाराष्ट्र राज्य स्थापन झाले आणि त्याचे मुख्यमंत्री यशवंतराव चव्हाण होते. त्यानंतर चार महिन्यांनी चव्हाण यांनी 'बोर्ड ऑफ इंडस्ट्रिअल डेव्हलपमेंट' (बीआयडी) हे मंडळ सदाशिव गोविंद बर्वे यांच्या अध्यक्षतेखाली स्थापन केलं. या बीआयडीने एक कायदा तयार केला आणि 'महाराष्ट्र उद्योग कायदा' राज्य विधानसभेने संमत केला. त्या कायद्याखाली महाराष्ट्र औद्योगिक विकास महामंडळ (एमआयडीसी) १ ऑगस्ट, १९६२ रोजी स्थापन झाले. बर्वे यांच्या कार्यक्षमतेमुळे ते लवकरच उद्योग या त्यांच्या आवडत्या खात्याचे मंत्री बनले.

त्यानंतर बर्वे सरकारसाठी ताबडतोब सगळीकडे मोठमोठे जमिनीचे पट्टे विकत घेत सुटले. उत्पादन हब्ज, रस्तेबांधणी, रेल्वेजाळ्याची जोडणी आणि पाणी पुरवठा पायाभूत सुविधा, अशा गोष्टींसाठी ती जमीन हवी होती. परंतु आसपासच्या खेड्यांतल्या अफवा केवळ एकाच विषयाभोवती गरगरत होत्या : एमआयडीसी म्हणजे काय? स्पेशल इकॉनॉमिक झोन म्हणजे काय आणि या सगळ्या चित्रविचित्र घटनांचा खेडुतांवर काय परिणाम होईल? जसजसा काळ गेला तसतसे हजारोंच्या संख्येनी लोक एमआयडीसीने निर्माण केलेल्या या हब्जकडे स्थलांतरित झाले कारण तिथं नोकऱ्या होत्या आणि वेगवान आर्थिक विकासाचे लाभ मिळणार होते. १९६७च्या सार्वत्रिक निवडणुकांत बर्व्यांनी भाग घेतला आणि काँग्रेसच्या तिकिटावर ते जिंकूनही आले. परंतु जिंकल्यावर काही महिन्यांतच त्यांना हृदयविकाराचा झटका आला आणि त्यात ते मरण पावले.

बर्व्यांच्या प्रारंभीच्या निष्ठावंतांत कमलनयन होते, त्यांनी स्कूटरचं असेंब्ली उत्पादन मुंबईच्या गोरेगावातून आकुर्डी येथे आणले. आयपीओत जमलेले पैसे आकुर्डी येथील कारखान्यात स्कूटर बनवण्याच्या यंत्रसामग्रीवर ताबडतोब खर्चण्यात आले. बजाज ऑटोला काही गोष्टी पूर्ण करायच्या होत्या. अपेक्षेहून अधिक खर्चीक अशी काही सामग्री १९६४ साली घेणे गरजेचे ठरले. तेव्हा बजाज ऑटोचे भांडवल १० लाख रुपयांवरून ७० लाख रुपयांवर गेले. लायसन्स तर वर्षाला ६००० स्कूटर बनवण्याचे मिळाले होते परंतु कारखाना मात्र २४००० स्कूटर्सच्या उत्पादनासाठी सिद्ध होता.

९ मार्च, १९६१ रोजी स्कूटर कारखान्याचं बांधकाम सुरू झालं. बांधकाम खर्च दर चौ. फुटाला बारा रुपये होता. त्या काळात शंतनुराव लक्ष्मणराव किर्लोस्कर हे कंपनीचे संचालक होते. त्यांनी खर्चाची काटकसर आणि बांधकामाचा उत्कृष्ट दर्जा यांवर भाष्य केलं. केवळ असेंब्लीतून प्रत्यक्ष तंत्रज्ञान घेऊन त्यानुसार स्कूटर तयार करायची हे काम हे प्रवर्तकांच्या अपेक्षेहून अधिक आव्हानात्मक ठरले.

कास्टिंग, फोर्जिंग, गिअर्स आणि अभियांत्रिकी घटकवस्तू या सगळ्यांची स्थानिक स्तरावर आणि कमी प्रमाणात निर्मिती करायची हे अपेक्षेहून अधिक खर्चीक ठरत होते. मुंबईत

औद्योगिक कामगार मोठ्या संख्येने उपलब्ध होते तसे इथं नसल्याने शेतात काम करणाऱ्या शेतमजुरांना तिथून उचलून चुचकारत प्रशिक्षण देणे हे कामही अपेक्षेहून अवघड निघाले.

गोखले इन्स्टिट्यूटचे शकील अहमद यांनी निरीक्षण नोंदवले आहे की, मोठ्या उत्पादनासाठी आर्कुडीचे नियोजन योग्य प्रकारे करता आले नाही. भारत सरकारने जसजशी लायसन्सद्वारे उत्पादन क्षमता वाढवायला मुभा दिली त्यानुसार तुकड्यातुकड्याने क्षमता वाढवण्यात आल्या. परंतु हार्वर्ड बिझनेस स्कूलच्या नटाली लॅडलर म्हणतात की- तथापि, सरकारने आयात वस्तूंचा पर्याय शोधून काढण्यावर भर दिल्याने स्थानिक घटकांचा सहभाग हळूहळू २६ टक्क्यांपर्यंत वाढला. १९६६ सालापर्यंत बजाज ऑटो ही कंपनी भारतातील सर्वांत मोठी स्कूटर उत्पादक कंपनी बनली. मागणी पुरवठ्याहून नेहमीच जास्त राहिली होती.

देशात तयार केलेली पहिली वेस्पा

९ मार्च, १९६२ रोजी राहुल बजाजनी असेंब्ली लाइनमधून पहिली स्कूटर बाहेर पडताना पाहिली तेव्हा त्यांचा उत्साह ओसंडून वाहू लागला होता. भूमिपूजनाचा सोहळा झाल्यावर बरोब्बर बारा महिन्यांनी ते घडलं होतं. जवळजवळ ३९९४ वेस्पा त्यानंतर कारखान्यातून बाहेर पडल्या होत्या. लायसन्स तर वार्षिक ६००० स्कूटर्सच्या उत्पादनाचं मिळालं होतं परंतु कारखान्याची क्षमता वार्षिक २४००० ची होती. मात्र दुसरीकडे राहुल बजाज यांच्यासाठी रूपासोबत अमेरिका आणि हार्वर्ड बिझनेस स्कूल येथे जायला काही महिनेच बाकी होते.

प्रकरण ८

हार्वर्ड बिझनेस स्कूल : १९६२–६४

सावित्री आणि राहुल बजाज –
अमेरिकेत हार्वर्ड बिझनेस स्कूलला जाण्यापूर्वी मुंबई विमानतळावर

राहुल स्वतःच्या गोष्टींचे नियोजन करतात त्यामागे नेहमीच कसलेतरी ध्येय आणि धडाडी असते. वयाच्या एकविसाव्या वर्षी त्यांचं लक्ष हार्वर्ड बिझनेस स्कूलमधील प्रवेशावर केंद्रित झालेलं होतं. त्यानंतर छप्पन्न वर्षांनी दातार यांच्याशी बोलताना ते म्हणाले की, तिथे प्रवेश मिळवण्यासाठी आपल्याला प्रशिक्षण घेतलंच पाहिजे, असं मला वाटत होतं. हे त्यांचं धोरण योग्य ठरलं कारण त्यांच्या प्रवेश अर्जासोबतच्या माहितीत लिहिलेला वेगवेगळ्या ठिकाणचा- खास करून आयपीओचा अनुभव हे त्या सुप्रसिद्ध बिझनेस स्कूलमध्ये त्या चोवीस वर्षीय मुलाला प्रवेश मिळवण्यासाठी पुरेसा होता. ''भारतातून तिथे येणाऱ्या आमच्या अगदी सुरुवातीच्या विद्यार्थ्यांमध्ये राहुल होता.'' एचबीएसचे डीन श्रीकांत एम. दातार म्हणतात.

राहुलला एचबीएसला प्रवेश मिळाला ही गोष्ट सगळीकडे पसरली. पण राहुल त्यामुळे हुरळून गेला नाही. सेंट स्टीफन्स येथे त्याच्याहून दोन वर्षे पुढे शिकणाऱ्या विनय भारत रामने राहुलचं पत्र लिहून अभिनंदन केलं तेव्हा त्यानं विचारलं, ''त्यात काय एवढं विशेष केलं मी? मला काय मूठभर हिरे थोडेच मिळाले आहेत?''

अमेरिकेला जायचे म्हणजे कामातून रजा घेणं भाग होतं. तिथे जाण्यापूर्वी कमलनयन टोक्योला कामासाठी चालले होते. त्यांनी राहुलला सोबत यायचं आमंत्रण दिलं. राहुल त्याबद्दल सांगतात, ''आम्ही भारताचे जपान येथील राजदूत लालजी मेहरोत्रा यांचेकडे राहिलो. त्या काळात जपान आणि भारत यांच्यात शांतता करार होणार होता आणि त्या करारानुसार जपान भारताला ९० लाख येन दुसऱ्या महायुद्धाची भरपाई देणार होता.'' त्यानंतर १९७३ साली राहुलनी याच मेहरोत्रा यांना बजाज ऑटोच्या संचालक मंडळावर येण्याचं आमंत्रण दिलं.

राहुलनी म्हटलं, ''जपानचं काम झाल्यावर मी आणि वडील वेगवेगळ्या मार्गाला लागलो. त्यांना युरोपात काहीतरी काम होतं तर मी 'हवाई'ला एक थांबा घेऊन लॉस एंजेलिसला विमानाने गेलो. त्या वेळेस टोक्योतून लॉस एंजेलिसला थेट विमानसेवाच नव्हती. 'हवाई' हा एक अनोखा अनुभव होता. तिथं दोन मारवाडी परिचितांनी माझ्यासाठी हॉस्टेलची व्यवस्था केली होती. आम्ही वायकीकी समुद्रकिनाऱ्यावर गेलो आणि नंतर होनोलुलूला परतलो.''

सोल्जर्स फील्ड कँपसला राहुल एकटाच गेला. व्हिसाची काहीतरी गडबड झाल्याने रूपाला येता आलं नाही, ती नंतर सहा महिन्यांनी केंब्रिजला (अमेरिकेतील) येऊ शकली. राहुल सांगतात, ''मी अमेरिकेत वेस्ट कोस्टला उतरलो मग तिथून रातोरात बोस्टनचं विमान पकडलं आणि १ सप्टेंबर रोजी कँपसवर पोहोचलो. मला झोपण्यासाठी जागा हवी होती पण हॉस्टेल तर २ तारखेला उघडणार होतं. मग त्या रात्रीसाठी केंब्रिज येथे एक जागा मिळवली. ती डॉर्मिटरी मॅककुलॉक हॉल येथे होती. त्या काळात विवाहितांना राहण्यासाठी हॉस्टेल्समध्ये विभाग नव्हता. त्यामुळे रूपा आल्यावर मी भाड्याच्या घरात राहायला गेलो.'' एचबीएस येथील एमबीएचा अभ्यासक्रम दोन वर्षांचा होता. राहुल त्या संस्थेत एका ऐतिहासिक क्षणी सामील झाले होते कारण दोन वर्षांच्या एमबीए पूर्ण अभ्यासक्रमासाठी स्त्रियांनाही प्रवेश द्यायचा असा निर्णय डिसेंबर, १९६२ मध्ये एचबीएसच्या व्यवस्थापकांनी

घेतला होता. त्यानंतर ऑगस्ट, १९६३ मध्ये आठ स्त्रियांना त्या अभ्यासक्रमात प्रवेश मिळाला होता.

पहिला दिवस

पण एकदा गडबड झालीच. राहुलनी खेदाने म्हटलं, ''माझं एचबीएस येथलं पहिलंच लेक्चर हुकलं. मला थेट दुसऱ्या तासाला हजर राहता आलं. तेव्हा प्राध्यापकांनी माझ्याकडे कठोरपणे पाहून म्हटलं, 'मिस्टर बजाज, आत्ता येताय तुम्ही?' त्याचं असं झालं की मला ड्रायव्हिंग लायसन्स हवं होतं. एक मित्र त्याच्या गाडीने मला त्या कचेरीत घेऊन जायला तयार झाला. मला लायसन्स मिळालं आणि ते घेऊन मी धावत धावत कॉलेजात आलो, पण हाय, तरी मला उशीर झाला होता. त्यानंतर मात्र मी फारच क्वचित तास बुडवला असेल.''

नवशिक्या मुलांना आपल्या विद्यापीठीय संस्कृतीत सामावून घेण्यासाठी हार्वर्डकडे बऱ्याच दशकांचा अनुभवसिद्ध असा शिक्षणाचा गाळीव फॉर्म्युला होता. राहुलना १९६४च्या वर्गातील विभाग एफ येथे बसवण्यात आलं. त्याच्यासोबत जॉन एम. ट्रास्क हा सहविद्यार्थी होता. ते सांगतात, ''आमचा गट खूपच लक्षपूर्वक निवडला आहे असं आम्हाला सांगितलं गेलं. डीन जे. लेस्ली रॉलिन्स यांना मानवी स्वभावाविषयी चांगलीच जाण होती. कौटुंबिक व्यवसायाच्या पार्श्वभूमीतून येणाऱ्या मुलांची मानसिकता आणि संस्कृती त्यांना उत्तम प्रकारे समजत होती - आपण कुठून आलो आहोत आणि कुठे जाणार आहोत, याचं पक्कं भान असणारी मुलं होती ती.''

त्या जुन्या दिवसांची आठवण काढत राहुल म्हणाले, ''त्या काळात एचबीएसला शिकणारी खूपच कमी भारतीय मुलं होती. मला तिथे दोन जिवाभावाचे मित्र भेटले. टॉम बीच आणि मायकेल अल्पर्ट. मी विभाग एफमध्ये होतो आणि ते दोघे वेगळ्या विभागांत होते. दोघेही तेव्हा अविवाहित होते. आम्ही जेवायच्या खोलीत सगळ्यात आधी भेटलो. तेव्हा मला कळलं की 'तीन पत्ती' हा खेळ अमेरिकेत लक्षात ठेवायचा नाही. इथे लोक 'पोकर' खेळतात. मी तो खेळ शिकलो आणि स्वतःला जुळवून घेतलं.''

टॉम बीच मात्र त्यांच्या पहिल्या भेटीची वेगळीच कहाणी सांगतात, ''माझी राहुलशी पुढे दीर्घ काळाची मैत्री झाली खरी, पण तिची सुरुवात मी फारशी योग्य समजत नाही, त्याला मात्र ती फारच समाधानकारक वाटते.'' बीचनी राहुलला एक भलंमोठं पत्रही नंतर लिहिलं. त्यात ते म्हणतात, ''आपण एचबीएस येथे पहिल्याच दिवशी भेटलो आणि कसं कोण जाणे पण त्या दिवशी मी पिंगपाँगच्या स्पर्धेत भाग घेतला. तेव्हा राहुलने मला म्हटलं की मी एक गरीब भारतीय आहे, त्यामुळे माझ्याकडे मूर्खांसारखे खेळ खेळायला ना वेळ आहे ना पैसा. परंतु आत्ता आपल्याकडे वेळ घालवायला दुसरं काहीच साधन नसल्यामुळे मी तुझ्याशी खेळेन. पण माझे पंधरा पॉइंट झाले तर तू मला १० डॉलर्स द्यायचे. (तेव्हा एक गेम जिंकायला एकवीस पॉइंट लागत असत.) नाही तर मी तुला देईन; मी भोळसटासारखं ते मान्य केलं. या वेड्या मुलावर मी मात नक्कीच करीन असा मला विश्वास होता. पण, त्यानं माझीच चांगली वाट लावली. जेव्हा मी १० डॉलर्स त्याला देऊ लागलो तेव्हा त्यानं

उघड केलं की तो हायस्कूलमध्ये पिंगपाँगचा चँपियन होता आणि मी मूर्ख अमेरिकन होतो. या खच्ची करणाऱ्या शेऱ्यानंतर आमची जी मैत्री झाली ती आता पंचेचाळीस वर्षं टिकली आहे. मी त्याच्याकडून व्यवसायाचा धडा शिकलो तो कुठल्याही वर्गात शिकण्याइतकाच अमूल्य होता.''

पॉल आणि युला हॉफ हे एचबीएसमधील आणखी एक जोडपं होतं ज्यांच्यासोबत रूपा आणि राहुल मोकळा वेळ मजेत व्यतीत करायचे. त्याची आठवण युला सांगते, ''आम्ही दोघे आणि राहुल-रूपा 'हाय रॉक वे' या एकाच इमारतीत काही काळ राहत होतो, हो की नाही राहुल?''

लाइन स्ट्रीटवरील येणं-जाणं

राहुल सांगतात, ''रूपा डिसेंबरमध्ये येईल हे मला माहीत होतं. त्यामुळे मी नदीपलीकडेच कॉलेजपासून जवळ असं केंब्रिजमध्ये घर शोधू लागलो. सुदैवाने मला नुकताच नूतनीकरण केलेला पहिल्या मजल्यावरचा फ्लॅट मिळाला. घरमालकीण पोलंडची होती. (अमेरिकेत तळमजल्याला पहिला मजला म्हणतात. पण राहुलने भारतीय परिभाषेतला पहिला मजला म्हटलं आहे.) लाइन स्ट्रीटला खरं तर रस्ता म्हणण्याऐवजी गल्ली म्हणणं अधिक शोभलं असतं. फ्लॅट छोटा होता पण माझ्यासाठी आणि रूपासाठी पुरेसा होता. जवळच सुपरमार्केटही होतं.

''मला सोल्जर्स फील्डला सकाळी जायला आणि लाइन स्ट्रीटला घरी संध्याकाळी परतायला गाडीची गरज होती. बोस्टनमधला हिवाळा कडाक्याचा असे. उणे १५ अंश तपमान घसरत होतं. डिसेंबर-मार्चच्या दरम्यान ते आणखीही खाली जात होतं. भाड्याच्या गाडीचं दरमहा भाडं १२० डॉलर्स होतं, ते माझ्या बजेटच्या बाहेर होतं. तेवढ्यात मला कळलं की एचबीएसचा एक पदवीधर कार्ल हर्मन याला त्याची आकाशी रंगाची ५७ सालची जवळजवळ नवीच अशी स्टुडबेकर गाडी विकायची आहे. गाडीची नोंदणी १९६२ सालची होती. तिला हँडगिअर होते आणि त्याची बायको अलेक्सा हिला 'ऑटोमॅटिक गिअर'ची गाडी हवी होती. मग मी त्याच्याकडून ३५० डॉलर्सना गाडी विकत घेतली.

''एचबीएसमध्ये तेव्हा आणि आताही सगळे वर्ग बरोब्बर सकाळी ८.४० वाजता सुरू होतात आणि दुपारी साडेतीनला संपतात. आठवड्यातले पाच दिवस - दिवसाला तीन वर्ग असा तो क्रम असतो.'' राहुल सांगतात, ''रूपा येण्यापूर्वी मी वर्ग संपल्यावरही तिथेच बसून अभ्यास करायचो. पण ती आल्यावर मी घरीच जाऊ लागलो. आमच्या फ्लॅटवर मी बरोब्बर चार वाजता पोहोचत असे. त्यानंतर मात्र केवळ अभ्यास, अभ्यास आणि अभ्यासच असे. रोज तीन उदाहरणे आणि प्रत्येक उदाहरणाच्या अभ्यासासाठी सरासरी दोन तास प्रत्येकी असे मी देत होतो. रूपा पोळीभाजी करायची आणि आम्ही जेवायचो. त्यानंतर मी मध्यरात्री बारापर्यंत अभ्यास करायचो. दुसऱ्या दिवशी सकाळी मी सात वाजता उठायचो, आठ वाजता कॉलेजला निघायचो. वर्ग सुरू होण्यापूर्वी साडेआठला तिथे पोहोचायचो. गाडीने तिथपर्यंत पोहोचायला पंधराच मिनिटं लागायची पण पार्किंग मिळणंच अवघड होतं. तेच शोधण्यात वेळ जायचा. हिवाळ्यात तर खूपच अडचण व्हायची. तेव्हा तर बोगदेही नव्हते.''

एचबीएसची विद्यार्थ्यांकडून अपेक्षा असते की त्यांनी सहावा दिवस म्हणजे शनिवार हा डब्ल्यूएसी म्हणजे 'रिटन ॲनॅलिसिस ऑफ द केसेस' (वेगवेगळ्या उदाहरणांचे लेखी विश्लेषण) करावे. त्याबद्दल राहुलनी म्हटलं, ''आम्हाला ही उदाहरणं दर शुक्रवारी संध्याकाळी मिळत. प्रत्येक प्रकरणाची लांबी वेगवेगळी असे. कधीकधी ती केवळ दोनच पाने असायची तर कधीकधी वीस ते पन्नास पानांपर्यंत कितीही असायची. 'एचआर'ची म्हणजे कर्मचारीविषयक प्रकरणे तर सर्वांत मोठी असायची. त्यातही आमचे लेखी विश्लेषण शनिवारी संध्याकाळी बरोब्बर पाच वाजता बेकर लायब्ररी अथवा मॉर्गन हॉल येथील मेजावर पोहोचलेच पाहिजे असाही दंडक होता. कुणी ते तिथं ठेवलं नाही तर तो मोठ्याच अडचणीत सापडत असे.'' राहुल पुढे म्हणाले की- अर्थात, मी कधीच अशा अडचणीत सापडलो नाही. पण एक समस्या होती, ती म्हणजे अर्थविषयक प्रकरणांची तयारी मला जमत नसे. मला ती समजतच नसत. बाकीच्यांना ती जमायची. माझी आकडेमोड कुठेतरी भरकटायची कशी तेच मला कळत नसे.

''व्यवस्थित टाइप करूनच गृहपाठ देण्याचा दंडक होता. रूपा येण्यापूर्वी मी सगळं हातांनी लिहून काढायचो आणि 'मेरी स्मिथ'ला टाइप करायला द्यायचो. 'मेरी स्मिथ' हा काही महिलांचा 'टायपिंग पूल' होता. एके दिवशी एक ३०० पानांच्या पुस्तकासारखंच प्रकरण आलं. मी रूपाला विचारलं की यातला काही भाग तुला वाचायला आवडेल का? मग ते वाचून लिहिण्याचं कामही मी तिलाच दिलं. रूपाला केसची माहिती वाचायला मजा वाटली, मग तिनं वाचलेल्या भागाचं विश्लेषण लिहून मला दिलं. मग मी दोघांची पानं घेऊन टायपिस्टकडे गेलो आणि टाइप झालेले कागद मेजावर ठेवून दिले. रूपाने लिहिलेल्या भागाला बी+ श्रेणी मिळाली.'' राहुलनी हसत हसत सांगितलं. ''रूपा माझ्या सोबत राहायला आल्यावर आयुष्य सोपं झालं.''

त्यानंतर कित्येक वर्षांनी रूपाने सांगितलं, ''एचबीएसमुळे राहुलच्या विश्लेषक वृत्तीला आणि आपलं तत्त्व न सोडता वेगाने निर्णय घेण्याच्या क्षमतेला धार आली.'' त्यावर राहुल म्हणाले, ''एचबीएसमुळे माझं क्षितिज विस्तारलं. मला व्यवसाय, वित्त, अकाउंट्स, मार्केटिंग आणि उत्पादन यांची मूलतत्त्वे एका बहुविध वातावरणात शिकायला मिळाली. मला हेही कळलं की केस स्टडीमध्ये (एखाद्या उदाहरणाच्या अभ्यासात) अधिक भर हा विचार आणि विश्लेषणक्षमता यांच्यावर असतो. तर वर्गात बसून लेक्चर ऐकण्यात अधिक भर स्मरणशक्तीवर राहातो. एका केस स्टडीत कंपनीच्या खरेदी-विक्री वषयी प्रश्न विचारला होता. मी कंपनी विकत घेण्याचा पर्याय निवडला तर माझ्या मित्राने विकण्याचा पर्याय निवडला. दोघांनाही त्यात सर्वोच्च श्रेणी मिळाली.''

उन्हाळ्यातील बागडणे

''उन्हाळा आला की केस स्टडींच्या तयारीची कवायत संपायची, त्याऐवजी अमेरिकेचा शोध घेण्याची सुरू व्हायची.'' राहुल सांगतात, ''१९६३ सालच्या उन्हाळ्यात मी आणि रूपा आमच्या स्टुडबेकर गाडीतून अमेरिकेत फिरायला बाहेर पडलो. माझे वडील त्यातला अर्धा वेळ आमच्या सोबत गाडीत होते. आम्ही दर रात्री १० डॉलरवाल्या मोटेल्समध्ये राहिलो.

आम्ही विद्यार्थ्यांसारखं राहावं अशी त्यांची अपेक्षा होती आणि तेही आमच्यासारखेच राहत होते. मेक्सिको, टेक्सास, फोर्ट वर्थ, ऑस्टीन, सेंट फ्रान्सिस्को, यला स्टोन नॅशनल पार्क, ग्रँड कॅनयन, लास वेगास. आम्ही त्या तीन महिन्यांत सगळीकडे गेलो.

''दर आठवड्याला किंवा दहा दिवसांतून एकदा मी एखाद्या गॅरेजवर किंवा सर्व्हिस सेंटरवर गाडी दाखवायला न्यायचो. गाडीचा टायर कधीही फ्लॅट झाला नाही किंवा पंक्चरही झाला नाही. आमची गाडी जुनी असूनही चांगल्या हातांत होती.'' राहुल विजयी स्वरात म्हणाले, ''एचबीएस सोडायची वेळ आली तेव्हा गाडीही विकावी लागली. जी स्टुडबेकर मी ३५० डॉलर्सना घेतली होती तीच मी ७०० डॉलर्सना विकली. २५ हजार मैल चाललेल्या गाडीची ती योग्य किंमत होती. ते ७०० डॉलर्स हे मी कमवलेले पहिले पैसे म्हणावे लागतील.''

जानेवारी, १९६३मध्ये राहुल आणि रूपा भारतात परतले. कमलनयन यांनी एचबीएसचे प्राध्यापक मिल्टन पी. ब्राउन (रिटेलिंग आणि मार्केटिंग तज्ज्ञ) आणि जेम्स आर. ब्राइट (तंत्रज्ञानातील नवे शोध आणि स्वयंचलित यंत्रे यांची विशेष गोडी असणारे इंजिनिअर) यांना भारतभेटीस बोलावलं. त्यांनी बांधकाम चालू असलेल्या बजाज कारखान्यांच्या आराखड्यांची कसून तपासणी करावी आणि समूहाच्या वाढीच्या योजनांवर चर्चा करावी असा त्यांचा त्यामागे हेतू होता. मुकुंद आयर्न अँड स्टील कारखाना तेव्हा कळव्याला उभारी घेत होता. आकुर्डी संकुलात यंत्रसामग्री येत होती आणि कमलनयन मनातल्या मनात हर्षभरित होत होते.

माझी हॅट कुठे आहे?

१९६४ साली मे महिन्यात राहुल पदवी परीक्षा उत्तीर्ण झाला. त्यानं डीन जॉर्ज ई. बेकर यांचेकडून एमबीए डिग्री घेतली आणि 'पुढील आव्हानास तयार आहोत' असं मनाशीच म्हटलं. इथं राहुलला पदवी मिळाल्याची बातमी भारतात कमलनयनना मिळाली तेव्हा ते हर्षभरित झाले. स्वतः कमलनयनना जमनालालजींचं अचानक निधन झाल्यामुळे आणि कुटुंबाचे व्यवसायही खालावू लागल्यामुळे १९३८ साली पदवीपरीक्षेला बसण्याआधीच फिट्झविल्यम हाउस या केंब्रिज विद्यापीठातील कॉलेजातून बाहेर पडावं लागलं होतं. त्यामुळे राहुलला जगातल्या सर्वांत प्रतिष्ठित अशा विद्यापीठातून एमबीएची पदवी मिळणं ही वडिलांच्या भूतकाळातील जखमेवर घातलेली फुंकरच होती. परंतु त्याआधी युरोप... राहुलनी मागच्या आठवणींत रंगून जात म्हटलं, ''एचबीएस सोडल्यावर रूपा आणि मी आणखी एका मित्र-जोडप्यासह युरोपला महिनाभर सुट्टी घालवायला गेलो.''

अमेरिकेबद्दल रूपाने लिहिलंय, ''बोस्टनमधील आमच्या रहिवासात आमची एकमेकांशी चांगली गट्टी झाली. आमचा विवाह हा मित्रमैत्रिणींतला विवाह होता, दोन समान भागीदारांतला विवाह होता, दोन सहचरांचा विवाह होता. खरोखरच आमचा हा संयुक्त उपक्रम यशस्वी झाला. एकमेकांना 'अरेला का रे' करण्याऐवजी आपण एकमेकांना पूरक कसे ठरू हेच आम्ही त्या काळात शिकलो. त्यानंतर आम्ही भारतात परतलो ते आकुर्डीत येऊन स्थिरावलो.''

चाळीस वर्षांनी

२००५ साली डीन किम बी. क्लार्क यांनी राहुल बजाजना हार्वर्ड बिझनेस स्कूलमध्ये त्यांचं 'अल्युम्नी अचिव्हमेंट अॅवॉर्ड' (माजी विद्यार्थी यशस्वी कामगिरी पारितोषिक) घेण्यासाठी आमंत्रण दिलं. ''१९८१-९०च्या दशकात बजाज ऑटोला एवढ्या समस्यांना तोंड द्यावं लागलं की हार्वर्ड बिझनेस स्कूलला नमुना म्हणून त्यांचाच अभ्यास करता आला असता,'' असं स्कूलने जाहीरपणे सांगितलं तेव्हा श्रोतृवृंदात रूपा बसलेली होती. तिची तब्येत बरी नव्हती तरीही हा खास क्षण पतीसमवेत अनुभवण्याचा निर्धार करूनच ती तिथं आली होती. कॅंपसवर राहाणाऱ्या एका एमबीएच्या विद्यार्थिनीनं रूपाला थोडी विश्रांती दिली आणि तिचं मन रमवलं.

व्यासपीठावर बोलावून ''तुम्ही इथे आयुष्यभर उपयोगी होईल असा कुठला धडा शिकलात?'' असं राहुलना विचारण्यात आलं तव्हा त्यांनी उत्तरादाखल सांगितलं की, एखाद्या प्रकरणाचा अभ्यास करण्याची इथली पद्धत अशी की ती आपल्याला त्या परिस्थितीतील सत्य माहिती गोळा करून समजून घ्यायला शिकवते. त्यानंतर तिचं विश्लेषण करून निर्णय घ्यायलाही शिकवते. पण त्याहून महत्त्वाचं म्हणजे या प्रक्रियेत तुम्हाला खूप विचार करावा लागतो. हेच मी इथे शिकलो. माझ्या करिअरमध्ये त्याहून महत्त्वाचं असं काहीच नसेल.

हार्वर्ड बिझनेस स्कूल
(एचबीएस)

गव्हर्नमेंट लॉ कॉलेज,
मुंबई

सर स्टीफन्स कॉलेज, दिल्ली

कॅथेड्रल बॉईज हायस्कूल, मुंबई

प्रकरण ९

ऑर्किड्सच्या घरात : १९६४–२०१३

राहुल, रूपा, राजीव, संजीव आणि सुनयना

रूपाने सांगितलं, ''अमेरिकेत असतानाच सासऱ्यांशी आमचं बोलणं झालं होतं की आम्ही पुण्यातील आकुर्डी येथे राहू. कर्मचारी आणि अन्य कामगार आकुर्डीत आणि आम्ही मात्र पुण्यातल्या मोठ्या बंगल्यात असे राहणार नाही.'' राहुल बजाज यांचे संगोपन आणि मूल्ये ही उच्च-मध्यम वर्गातली होती- संरजामी नव्हती.

'माउंट युनिक' इमारतीत परतल्यावर सर्व वयांच्या कुटुंबसदस्यांत राहताना त्यांना छान वाटू लागलं. अमेरिका, हार्वर्ड, युरोप आणि तेथील वास्तुरचना सौंदर्य हे सर्व त्यांनी मागील काळात अनुभवलं होतं. भारतापासून दूर कामातून तात्पुरती रजा घेऊन तिथे स्वातंत्र्याची परीक्षा आणि चव दोन्ही घेता आली याबद्दल राहुल आणि रूपा यांना कृतज्ञता वाटत होती. आता थोड्याच दिवसांत बाहेर पडण्याचा काळ येणार होता.

एके दिवशी कमलनयननी राहुलला खूण केली आणि राहुलने मान हलवली. मग दोघंही हळूच गच्चीवर गेले.

''आता काय करायला आवडेल तुला?'' त्यांनी मुलाला विचारलं.

''म्हणजे काय? आकुर्डीला जायला आवडेल, ठरलंय ना.'' लगेच उत्तर आलं.

मांउट युनिक इमारत मागे सोडून बजाज आणि रूपा आकुर्डीच्या दक्षिणेस १५.६ किमी अंतरावरील गणेशखिंड येथे बजाज गेस्ट हाउसच्या दिशेने निघाले. रूपाने लिहिलंय की, आम्ही गणेशखिंड वसाहतीतल्या गेस्ट हाउसमध्ये राहायला गेलो तेव्हा बजाज इलेक्ट्रिकल्सचे मॅनेजर मनमोहन लाल गाबा यांचं कुटुंब तिथं आधीपासून राहत होतं. (रेडिओ लँप वर्क्सचं नाव ऑक्टोबर, १९६०मध्ये 'बजाज इलेक्ट्रिकल्स' ठेवण्यात आलं होतं.) आम्हाला प्रारंभी दहा बाय बारा चौरस फुटांची खोली देण्यात आली. १९६०च्या दशकात जनरल मॅनेजर या पदाला सध्याच्या मॅनेजिंग डायरेक्टर या पदाचा मान होता. आणि त्या काळात बजाज इलेक्ट्रिकल्स ही बजाज ऑटोहून मोठी कंपनी होती. तिची विक्री १९६५-६६ साली बजाज ऑटोच्या दुपटीने होती.

राहुलनी आठवण लिहिली आहे, ''बजाज ऑटोत काम करायला सुरुवात केल्यावर १९६४ साली आकुर्डी हेच माझं मुख्य घर ठरलं. कित्येक वर्षे आम्ही मध्यम वर्गीय कुटुंबासारखेच राहिलो. आमच्या घरात तिथं कधीकधी सापही यायचे. पण रूपाला तिथं राहायला आवडत होतं.''

सरतेशेवटी १९६५च्या दसऱ्याला हे जोडपं स्वतःच्या घरात गेलं. हा एक साधासुधा एकमजली बंगला होता. रूपाने थोड्याच काळात छोटीमोठी कामं करून आणि करवून घेऊन त्या घराला घरपण दिलं. ती बागकामही करू लागली. त्या शिस्तप्रिय घरातील सर्वांत महागड्या वस्तू कुठल्या असतील तर रूपाने खूप सुंदरशा ऑर्किड्सची बाग फुलवायला घेतली होती.

हाताशी वेळ असल्याने रूपाने वसाहतीतील स्त्रियांना गोळा केलं आणि 'वनिता मंडळ' नामक सेवाभावी संस्था काढली. त्यानंतर बेबी स्मॉक्स (लहान मुलांची झबली) आणि कपडे पुणे क्लबकडे विक्रीसाठी येऊ लागले. एका कामगारपत्नीने म्हटलं, ''रूपाताई आम्हाला आईसारख्या वाटायच्या. वसाहतीतील बऱ्याच स्त्रिया त्यांच्याकडे सल्ला मागायला जायच्या. त्यांना बागकाम आवडायचं त्यामुळे त्यांनी मागच्या अंगणात फुलं आणि

भाजीपाला लावण्यात सक्रिय सहभाग घेतला होता. त्यांच्या घरातील बहुतेक भाज्या त्यांच्याच परसबागेतून आलेल्या असत.''

एका कर्मचाऱ्याच्या पत्नीने सांगितलं, ''अफाट वैद्यकीय ज्ञानामुळे रूपाताई अर्ध्या डॉक्टरच बनल्या होत्या. ॲलोपथीच्या वैद्यकीय ज्ञानासोबत त्यांना सर्दीपडशासारख्या आजारांसाठी नैसर्गिक, घरगुती जडीबुटीची औषधंही माहीत होती. जास्वंद, कोरफड, मेथीच्या बिया वापरून त्या खोबरेल तेलापासून पोषणदायी केशतेल बनवायच्या.''

तेव्हा आणखी एक जण म्हणाली, ''त्यांना नाटक-सिनेमा पाहायलाही खूप आवडायचं हे विसरू नका.''

१९९६ मध्ये या जोडप्याने एक आलिशान घर मूळ बंगल्याला जोडलं. सध्या तेच मूळ घर साध्या बंगल्याहून पुढे दिसून येतं.

स्त्रीचा गंध

राहुल बजाज म्हणतात, ''आकुर्डीला गेल्यावर मला रूपाला अधिक जाणून घेता आलं. ती व्यक्ती म्हणून किती सुंदर आहे, तिच्यामुळे आपल्याला किती धीर वाटतो, तिचा स्वभाव केवढा पारदर्शक आहे हे तेव्हाच मला कळू लागलं. आमच्यात पती-पत्नींतले नेहमीचे मतभेद होत होते, मात्र तिनं कधीही आवाज चढवला नाही पण माझी प्रत्येक मागणी मान्यही केली नाही. माझ्यासाठी 'डिअर राहुल,' या पुस्तकाचं संकलन तिनं केलं त्यात रूपाने लिहिलंय, 'तो म्हणतो की मी कमी बोलते आणि मी म्हणते की तो जास्त बोलतो. आमचं लग्न झालं तेव्हा माझ्या आत्या, मावशा, काक्यांनी मला विचारलं की मारवाडी घरात एक उंच, सुशिक्षित मराठी मुलगी कशी राहू शकेल? त्या माझ्या हितचिंतकच होत्या पण त्यांना या अशा परिस्थितीची सवय नव्हती. परंतु नातेवाइकांच्या आणि मित्रांच्या मारवाडी पत्नींशी रूपाचा परिचय हळूहळू परिचय झाला आणि ती बजाज कुटुंबाशी एकरूप होऊन गेली. तिचा ऋजू स्वभाव, प्रामाणिकपणा आणि हुशारी यांच्यामुळे तिनं त्यांना जिंकून घेतलं. कौटुंबिक परंपरा, त्यांच्या गांधीवादी परंपरा- ज्या हल्ली आपण फारशा अनुकरणात आणत नाही त्यांच्याविषयी ती खूपच जागरूक होती.'' रूपाजी सांगतात, ''काळासोबत आम्ही थंडावलो परंतु राहुलची ऊर्जा कधीच कमी झाली नाही. त्याच्या सोबत सदैव राहण्यासाठी मला आमच्या घरातील लोकांची मदत लागत होती.''

राहुलनी दातारांना सांगितलं, ''रूपा म्हणायची तसं माझे वडील करायचे. आम्हा दोघांत कधी मतभेद झाले तर काकाजी सुनेच्याच बाजूने उभे राहायचे. आयुष्यभर त्यांनी तसंच केलं. माझे आईवडील वारल्यावर रूपा घरातली ज्येष्ठ बनली. तिनं सर्व विस्तारित कुटुंबाला एकत्र ठेवलं.

''तिनं तीन मुलांना वाढवलं. आमच्या मुलांना वाढवण्यात माझा सहभाग नव्हता याची मला खंत वाटते. आज ते किती चुकीचं वाटतं. मी कामात आहे किंवा प्रवासात आहे ही माझी नेहमीचीच सबब होती. आज माझी मुलं जी काही आहेत ती तिच्यामुळेच आहेत असं मला वाटतं. ती असामान्य आहेत आणि मला त्यांचा अभिमान वाटतो. मला वाटतं की तिनं आमच्या घरात शांत वृत्ती आणली, प्रगल्भता आणली. त्याचा आम्हाला

व्यवसायातही फायदा झाला. मी अंधश्रद्ध नाही, खरं तर अंधश्रद्धेला उत्तेजन मिळेल असं आम्ही घरात काहीच करत नाही परंतु तिनं आमच्या वाट्याला भाग्य आणलं असं मला वाटतं. तिचं निधन झालं तेव्हा आमच्या विवाहाला बावन्न वर्षे झाली होती.''

''व्हेअर डू द चिल्ड्रन प्ले?''

('रिमेंबर द डेज ऑफ द ओल्ड स्कूल यार्ड...' या कॅट स्टिव्हन्सच्या कवितेतील ही ओळ आहे.)

रूपा आणि राहुल यांचे आकुर्डीत आगमन होण्याच्या सुमारासच त्या मागास भागात एका स्विस ननने शाळा सुरू करण्याची शक्यता किती असावी? 'अशी शक्यता फारच कमी आहे,' असं कुणीही सहसा म्हणेल. परंतु मदर निकोलस बुलमन हिने दृढ निश्चय केला होता. सेंट उर्सुला हायस्कूल (आकुर्डी) ही शाळा 'सोसायटी ऑफ सेंट उर्सुला' संस्थेच्या व्यवस्थापनाखाली १९६५ साली स्थापन झाली आणि शाळेनं परत मागे वळून पाहिलं नाही.

राहुल बजाज म्हणतात, ''राजीवचा जन्म १९६६चा, संजीवचा जन्म १९६९चा आणि सुनयनाचा १९७१चा! त्या सर्वांना रूपाने सेंट उर्सुला शाळेत घातलं, ती त्यांना गाडीने नव्हे, स्कूटरवरूनही नव्हे तर स्कूल बसने शाळेत पाठवायची. माझ्या मुलांच्या शाळेत माझ्या मॅनेजर मंडळींची मुलं जात नव्हती कारण ते सगळे पुण्यात राहत होते. तर माझ्या कामगारांची मुलं आणि माझी मुलं स्थानिक शाळेत जात होती, त्याचा मला अभिमान वाटतो. सुट्ट्यांच्या काळात कारखान्याच्या मोकळ्या जागेत माझी मुलं कामगारांच्या मुलांसोबत खेळायची.

''राजीव आणि संजीव अनुक्रमे चौदा आणि अकरा वर्षांचे होते तेव्हा त्यांनी रूपाला 'आमचा पॉकेटमनी वाढव,' असं सांगितलं. 'तो पुरत नाही असं,' नाही म्हणाले ते. ते म्हणाले की आमच्या सगळ्या वर्गमित्रांना आमच्यापेक्षा जास्त पॉकेट मनी मिळतो. त्यावर रूपा त्यांना म्हणाली, 'मग काय झालं? त्यांना मिळतो तर मिळू दे की.' त्यावर ते म्हणाले की त्यांच्यातले काही जण आम्हाला सांगतात की तुमच्या वडिलांच्या कंपनीत आमचे वडील काम करतात. तुमचे वडील कंपनीचे मालक आहेत तर तुम्हा दोघांना आमच्याहून जास्त पैसे मिळायला हवेत. त्यावर रूपाने त्यांना काय सांगावं? ती म्हणाली, की तुम्ही बरोबर म्हणताय, तुम्ही 'बजाज' आहात म्हणूनच तुम्हाला कमी पैसे मिळतात. असं होतं रूपाचं मुलांना वाढवणं.''

राहुल यांचा स्वभाव भावनाप्रधान नव्हता. कौटुंबिक गोष्टी ते फक्त मित्रमंडळींशीच बोलू शकत होते. गुल मनसुखानी हे त्यांचे मित्र म्हणतात, ''राजीवला बारावीत ९३ टक्के मिळाले तेव्हा राहुलला वाटणारा अभिमान स्पष्टच दिसत होता. पण बोलताना तो एवढंच म्हणाला की हा मुलगा आपल्या बापाच्याही पुढे गेला.''

''तिघांमधली सगळ्यात लहान आणि घरातली एकच मुलगी.'' सुनयना सांगते, ''मी आईच्या तळहातावरचा फोड होते. माझं बालपण खूपच प्रेमात आणि आनंदात गेलं. आईचं व्यक्तिमत्त्व उत्तुंग होतं. वरवर पाहता ती आतल्या गाठीची आणि कडक वाटायची पण आतून खूप प्रेमळ आणि काळजी घेणारी होती. खूप हुशार आणि शहाणी होती. ती प्रेमाचं

प्रदर्शन करत नसे पण तिनं आम्हाला भावनिक स्थैर्य, सुरक्षितता दिली, आमची काळजी घेतली त्यामुळे आम्हाला कधी काही कमी आहे असं वाटलंच नाही.

''आमचे डॅड नेहमीच प्रवासात असायचे किंवा रात्री उशिरापर्यंत काम करायचे, परंतु आई नेहमीच एखाद्या आधारस्तंभासारखी पाठीशी असायची - आमची आधारवडच होती ती. तिच्या निगराणीत लहानाचं मोठं होताना आयुष्य सोपं होतं आणि निरामय होतं. आम्हा तिघांच्याही मनावर तिनं नम्रता, प्रामाणिकपणा, दयाळूपणा, इतरांप्रति आदर आणि जबाबदारीची-कर्तव्याची जाणीव ही मूल्ये बिंबवली.

''एका विभक्त, उदारमतवादी मराठी कुटुंबातली ती मुलगी लग्न करून एका पारंपरिक, संयुक्त अशा मारवाडी कुटुंबात आली आणि तिनं त्यानुसार स्वतःला जुळवूनही घेतलं. आमच्या वाढीच्या काळात ती खूप शिस्तप्रिय आणि जराशी कडकच पालक होती. परंतु आम्ही हळूहळू मोठे झालो, लग्नाच्या वयात आलो तेव्हा तीही कसलीच अडचण न येता मैत्रिणीच्या भूमिकेत आली. तिनं अत्यंत सुंदरपणे सगळ्यांना आपल्या मायेच्या पाशांतून मुक्त केलं.

''आईला विनोदाचं चांगलंच अंग होतं. तशी स्वभावाने शांत असली तरी एखाद्या पार्टीत असं एखादं हजरजबाबी वाक्य बोलून जायची की सगळे गार व्हायचे. तिला शब्द चांगले सुचायचे, ती लिहायचीही खूप छान. माझा मोठा भाऊ राजीव याने हा गुण तिच्याचकडून घेतला आहे. वृत्तपत्रांत एक सदर लिहायचा विचारही काही काळ ती करत होती पण ते पुढे गेलं नाही.

''रोज संध्याकाळी साडेपाच ते सहा या वेळात दोघींनी एकमेकींशी फोनवर बोलण्याची मूक- अलिखित प्रथा आम्ही पाडली होती. मला काहीतरी डाचत असेल तर तिला ते सांगावं लागायचं नाही. तिला ते आपोआप कळायचं, मग ती माझ्याशी अशा प्रकारे बोलायची की मनावर फुंकर घातल्यासारखं व्हायचं. संभाषण संपेपर्यंत आपल्याला आपल्या समस्येवर तोडगाच सापडला आहे असं मला वाटू लागायचं. आमच्या घरचे लोक म्हणायचे की माझी नाळच अजून आईपासून तुटलेली नाहीये.

''ती आमच्यासाठी खूप सुंदर आठवणी ठेवून गेली आहे. ती तिचं जीवन शांतपणे, समर्थपणे आणि आंतरिक अभिजाततेने जगली. ती मृदुल होती तशीच प्रसंगी धाडसीही होती. अगदी आजही कधीकधी माझा हात संध्याकाळी साडेपाच वाजता फोनकडे वळतो....''

प्रकरण १०

मी परत आलो : १९६३-२०१३

फोटो आणि खालील मथळा

आकुर्डी येथील बजाज कारखान्यात बांधकाम सुरू असलेली 'गिअर रूम', १९६३

राहुल आणि रूपा एचबीएसला असतानाच इथे बजाज ऑटो कारखाना चैतन्याने धडधडू लागला होता. १९६३पर्यंत स्कूटर असेंब्ली लाइन्स उभ्या झाल्या होत्या आणि मालवाहू पट्टेही सुरू झाले होते. हीट ट्रीटमेंट शॉप १९६४ साली उभं राहिलं तर वेस्पाच्या क्रँक केसची टू अँड थ्री स्टेज बोअरिंग मशिन्स १९६५ सालापर्यंत उभी राहिली. थोडीच मशिनरी

खास आयात केली होती ज्यायोगे स्थानिक घटकांचे प्रमाण ९० टक्के व्हावे. नियोजन, कार्यक्षमता, योग्य वेळ साधण्याचे कौशल्य म्हणा किंवा मग सरळ नशिबाची साथ म्हणा, पण बजाज ऑटोच्या बहुतेक यंत्रसामग्रीची आयात १९६५च्या मध्यापर्यंत पूर्ण झाली होती. ही आयात विलंबाने झाली असती तर त्या सगळ्यांची किंमत खूप वाढली असती आणि बजाज ऑटोचा ताळेबंद ढेपाळला असता.

योग्य डोके वापरणाऱ्या सर्वच बापांप्रमाणेच कमलनयन यांनीही आपल्या पहिल्या पुत्राची सुरुवात चांगल्या ठिकाणी होईल हे पाहिले होते. त्याला प्रत्यक्ष अनुभव मिळाला तर ते चांगलं असा विचार करून त्यांनी भागीदार फिरोदियांना सल्ला विचारला तेव्हा फिरोदिया म्हणाले, ''बजाज ऑटो सध्या वेगाने वाढते आहे. त्यामुळे मला बाकीच्या कंपन्यांकडे पाहायला वेळच मिळत नाही. त्यामुळे राहुलने बजाज टेंपो मोटर्समध्ये काम सुरू करावं आणि त्याची वाणिज्यिक बाजू म्हणजे खरेदी, मार्केटिंग, विक्री, हिशोब, वित्त, ऑडिट अशा सगळ्या गोष्टी पाहाव्यात. म्हणजे फक्त उत्पादनच त्या यादीत नसेल.''

मग राहुल बजाज टेंपो येथे डेप्युटी जनरल मॅनेजर म्हणून लागले आणि १ एप्रिल, १९७० रोजी मॅनेजिंग डायरेक्टर बनले. त्यांचे हे पद एक पायरी वरचेच ठरले कारण त्यांना बसल्या जागीच स्कूटर कारखान्याचे दृश्य उत्तम प्रकारे दिसू लागले. १९६० आणि १९७०च्या दशकांतले कारखाने बांधताना उत्पादन तळमजल्यावर घेतले जाई आणि एक छोटीशी कचेरी पहिल्या मजल्यावर उभारली जाई- व्यवस्थापकांना म्हणजे या ठिकाणी राहुलला कारखान्यात काय चाललंय ते दिसावं यासाठी तिला भलीमोठी काचेची खिडकी असे.

''मला सगळं कामकाज बसल्या जागीच दिसत होतं,'' राहुल उत्साहाने सांगतात.

६/६/६६

१९६६ हे वर्ष उल्लेखनीय ठरलं ते केवळ त्या वर्षाने एकूण तीन पंतप्रधान पाहिले म्हणून नव्हे (लाल बहादुर शास्त्री, गुलझारी लाल नंदा आणि इंदिरा गांधी- अर्थातच एकामागून एक) तर उत्पादनाच्या दृष्टीने ते फारच त्रासदायक वर्ष होतं म्हणून त्यास उल्लेखनीय म्हणावं लागेल. तिसऱ्या पंचवार्षिक योजनेच्या दुःखद अपयशामुळे पुढली तीन वर्षे योजना बनवल्याच गेल्या नाहीत. (१९६६-६७, १९६७-६८, १९६८-६९) त्यामुळे भारताची आर्थिक स्थिती खालावलेली राहिली.

अर्थतज्ज्ञ, पत्रकार आणि सदरलेखक स्वामीनाथन अय्यर आठवण करून देतात की, १९६२ साली चीनशी लढाई, १९६५ साली पाकिस्तानशी लढाई त्याचसोबत १९६५, १९६६ साली पडलेले दुष्काळ या सगळ्या संकटांमुळे भारताला अत्यंत दयनीय अवस्थेत अन्नाच्या मदतीसाठी अमेरिकेवर अवलंबून राहावं लागलं. वाढती वित्तीय तूट, परकीय चलनाचं संकट यांच्यामुळे ६ जून, १९६६ रोजी इंदिरा गांधींनी रुपयाचे अवमूल्यन करून तो दर डॉलरला ४.७६ रुपयांपासून ७.५७ रुपये केला. भारताला स्वातंत्र्य मिळालं तेव्हा अमेरिकन डॉलर आणि रूपयाचे मूल्य समान होते. सुदैवाने १९६७चा पाऊस नेहमीपेक्षा चांगला होता.

बजाज ऑटो कारखान्याची परिस्थिती पाहून राहुलना जूनमध्ये येणारा आपला अठ्ठाविसावा वाढदिवस साजरा करण्याची मुळीच इच्छा नव्हती. कंपनीकडे १२ हजार स्कूटर्स आणि रिक्षा बनवण्याची परवानगी होती. सुदैवाने रुपयाचं अवमूल्यन होण्यापूर्वी मोठी ऑर्डर दिलेली आयात मशिनरी नुकतीच आली होती. परंतु सगळे भाग अद्यापि आले नव्हते. जे काही बसवलं होतं ते बसवून झालं होतं परंतु अजूनही या इंजिनिअरिंग कोड्याचे बरेच भाग आलेले नसल्याने कामाचं समाधान मिळालेलं नव्हतं.

भारतात बनवता न येणारे पियाज्जिओचे भाग विकत घेण्यासाठी परकीय चलन हवं होतं आणि त्या पितापुत्रांसमोरची हीच मोठी समस्या होती. आयातीचा एकमेव पर्याय म्हणजे निर्यातीतून मिळवलेला फायदा तिथे वळवणे हाच होता. अंड्यातून नुकत्याच बाहेर पडलेल्या बजाज ऑटोसमोरचा अडथळा म्हणजे सरकारी 'बाबू'लोक होते. निर्यातीतून काहीही भरीव उत्पन्न येणार नाही असं मुळी त्यांनी गृहीतच धरून टाकलं होतं. मोरारजी देसाई अर्थमंत्री झाल्यावर धोरण बदललं आणि निर्यात हे क्षेत्र आर्थिक धोरणात महत्त्वाचं बनलं.

पण 'बाबूशाही' आपल्याच गतीने काम करत होती. जसजसे दिवस गेले तसे बजाज ऑटोकडील आयात भागांचा साठा तळ गाठू लागला. पुढल्या वर्षाचा आयात परवाना अगदीच किरकोळ मिळेल अशी शक्यता होती. राहुलनी या गोष्टीवर कमलनयन यांच्याशी चर्चा केली. कच्चा माल नसल्याने उत्पादन तर जवळजवळ ठप्पच झालं. कारखाना जवळजवळ चार महिने आळसावल्यासारखा झाला. आकडेमोड करून संकटाचा अंदाज घेतल्यावर राहुलने बघितले तर १९६५-६६ सालात विक्री २१ टक्क्यांनी घटू शकत होती. नफ्याबद्दल तर बोलणंच वेडेपणाचं होतं. राहुलनी वडिलांना लिहिलं, "उत्पादन तसंच चालू ठेवण्यासाठी आम्ही आणखी पर्याय शोधण्याचा प्रयत्न करतो आहोत." मग पियाज्जिओ आणि कमलनयन यांच्याशी चर्चा करून त्यांनी २.९७ लाख डॉलर्सचं कर्ज हळूहळू परतफेडीच्या बोलीवर घेतलं. कर्जातून केलेल्या आयातीमुळे कारखाना चालू ठेवता आला. पण असं करणं किती काळ शक्य होतं? आता इंडस्ट्रिअल क्रेडिट अँड इन्व्हेस्टमेंट कॉर्पोरेशन ऑफ इंडिया (आयसीआयसीआय) यांचेकडून मदत हीच मोठी आशा होती. तिचे अध्यक्ष होते गगनविहारी एल. मेहता. ते १९५२-५८ या सहा वर्षांच्या काळात भारताचे अमेरिकेतले राजदूत होते. त्यामुळे वॉशिंग्टनमधले लोक त्यांना ओळखत होते. आयसीआयसीआयने यापूर्वी बजाजला मशिनरी आयात करायला १०.०५ लाख डॉलर्स कर्जाऊ दिले होते. ऑगस्ट, ६७ मध्ये मेहता पुन्हा अमेरिकेत गेले. या वेळेस ते जागतिक बँकेचे अध्यक्ष जॉर्ज डेव्हिड वूड्स यांनी भारतीय उद्योगांना डॉलर्समध्ये कर्जपुरवठा दुसऱ्यांदा करावा म्हणून मागणी करण्यास गेले होते. मेहता अडीच कोटी डॉलर्स घेऊन भारतात परतले.

आकुर्डीमध्ये आपल्या टीमचं मनोधैर्य उंचावण्यासाठी राहुलनी त्यांना कामात गुंगवून ठेवलं होतं. मुंबई-पुणे मार्गावरल्या वर्दळीच्या शिवाजीनगर स्थानकाजवळ त्यांनी एक शाखा उघडली. तिच्या दर्शनी भागात वेस्पा मॉडेलच्या स्कूटर्स आणि रिक्षाची एक चकचकित शोरूम होती. तर बाजूला सर्व्हिस स्टेशन होतं आणि खूप आतवर स्पेअर पार्ट्स विभाग होता. या शाखेतच त्यांनी त्यांच्याकडे काम करणाऱ्या सर्व्हिस मेकॅनिक मंडळींसाठी आणि देशभरातील वितरकांनी नेमलेल्या मॅकेनिक मंडळींसाठीही अंतर्गत प्रशिक्षण केंद्र उघडलं होतं.

परंतु आतल्या आत राहुल आणि कमलनयन यांच्या समोर एक खरंखुरं संकट उभं होतं. बजाज ऑटोने ४,२६,८५० डॉलर्सची यंत्रसामग्री १९६४-६५ मध्ये आयात केली होती तसंच आणखी ४,२७,०५८ डॉलर्सची यंत्रसामग्री १९६५-६६ मध्ये आयात केली होती. आयसीआयसीआयच्या करारातील अटींअनुसार बजाज ऑटोने १०,०५,००० डॉलर्सचे कर्ज एकोणीस हप्त्यांत फेडायचं होतं. पहिला ३७ हजार डॉलर्सचा हप्ता वेळेवर फेडता आला. परंतु उर्वरित अठरा हप्त्यांची किंमत आकाशाला भिडली होती. १५ ऑगस्ट, १९४७ रोजी रुपया आणि डॉलर यांची किंमत एकच होती परंतु ६/६/१९६६ नंतर बजाज ऑटोचे परकीय चलनातील कर्ज रुपयांमध्ये ५७.५ टक्क्यांनी वाढलं. १९६६मध्ये परिस्थिती एवढी कठीण झाली की उत्पादन अखंड चालू ठेवण्यासाठी सरकारने सांगितलं की पियाज्जिओ यांच्याशी वाटाघाटी करून त्यांना द्यायचे हप्ते पुढे ढकला. सुदैवाने ते लोक तयार झाले, परंतु अर्थात प्रत्येक गोष्टीची किंमत चुकवावीच लागते.

गुडबाय

इंदिरा गांधी प्रशासनाने ३० मार्च, १९७० रोजी मॅनेजिंग एजन्सी व्यवस्था रद्दबातल केली. ब्रिटिश सत्तेची देणगी म्हणून उरलेली ती प्रथा स्वातंत्र्यपूर्व काळात ब्रिटिश उद्योजकांना भारतात सहज शिरकाव करायला सोयीची होती. परंतु आता भारताला कालसुसंगत आणि आधुनिक यंत्रणेची गरज होती. मॅनेजिंग एजन्सी प्रथेच्या नाशानंतर 'मॅनेजिंग डायरेक्टर' या पदाचा जन्म झाला.

ओंकार गोस्वामी स्पष्ट करतात की, मॅनेजिंग एजन्सी ही एक विशिष्ट कॉर्पोरेट रचना होती. तिच्यामुळे काही ठरावीक भागीदारांना पब्लिक लिमिटेड आणि जॉइंट स्टॉक कंपन्यांवर नियंत्रण ठेवता येत होतं, मग त्या कंपन्यांतील समभागधारक किती का कमी असेनात. त्यामुळे उद्योजकतेचे महान गुण आणि संघटनक्षमता असणाऱ्या लोकांना बऱ्याच उद्योगांत भाग घेता येत होता आणि अन्य व्यवसायांचाही पुरस्कार करता येत होता. परंतु हीच व्यवस्था दुसऱ्यांचे शोषण-दमन करण्यासही कारणीभूत होऊ शकत होती. मॅनेजिंग एजन्सी या सगळ्या कंपन्यांचे व्यवस्थापन दीर्घकालीन व्यवस्थापन करारांच्या माध्यमातून करत होती त्यामुळे त्यांच्याकडे संपूर्ण नियंत्रण आणि भरपूर मोबदला जात होता तर प्रत्यक्ष गुंतवणूकदारांना थोडक्यावरच समाधान मानावं लागत होतं.

बजाज समूहाच्या मॅनेजिंग एजन्सी संख्येने खूपच जास्त होत्या. त्या रद्द झाल्याने आपली कमीतकमी ७० लाखांची बचत होईल अशी आकडेमोड कमलनयन यांनी केली. त्यामुळे परिवार-सदस्यांच्या व्यवसायांतील भूमिकाही अधिक पारदर्शक बनणार होत्या. १९३८ साली स्थापन झालेल्या आणि त्यानंतर वेगवेगळी नावं धारण करत चालत आलेल्या बजाज इलेक्ट्रिकल्सचा कारभार कित्येक दशकांपासून रामकृष्ण पाहत होते. मॅनेजिंग एजन्सी व्यवस्था रद्द झाल्यावर रामकृष्ण यांची नेमणूक बजाज इलेक्ट्रिकल्सचे मनेजिंग डायरेक्टर म्हणून करता आली. १९६५-७० या काळात जमनालाल अँड सन्स या मॅनेजिंग एजन्सीच्या छत्राखाली डायरेक्टर-मॅनेजिंग एजंट्स या पदावरून राहुल बजाज हे बजाज ऑटोचं काम पाहत होते. त्यामुळे आता मॅनेजिंग डायरेक्टर बनण्यासाठी बजाज ऑटोच्या समभाग धारकांची केवळ एक एक्स्ट्रा ऑर्डिनरी जनरल मीटिंग घेणे आवश्यक झाले.

स्पेशल रिझोल्युशन (खास ठराव)

बापाने आणि मुलाने एकमेकांकडे पाहिलं. समोरचं काम काही सोप्या प्रकारे निपटणारं नव्हतं.

फिरोदियांविषयी प्रश्न विचारता राहुल म्हणाले, ''मी काही लोकांच्या शेपटीवर पाय दिला हे मान्य करतो. परंतु सुरुवात त्यांनीच केली. फिरोदियांनी सुरुवातीला बजाज ऑटोचे ४.५ लाखांचे १,०४,२५० समभाग म्हणजेच १३ % इश्श्यूड भांडवल खरेदी केलं होतं, ते पूर्णपणे प्रामाणिक आणि वैध कृत्य होतं. त्यानंतर नवल फिरोदियांनी बजाज ऑटोचे समभाग धारक म्हणून डीलर्सना आणणं हेही तेवढंच तर्कनिष्ठ आणि पटणारं होतं. १९६०च्या दशकात डीलर्सना एखाद्या ब्रँडशी बांधून घेण्यासाठी या मार्गाचा वापर केला जात होता. अगदी १९९३मध्येही बजाज ऑटोच्या ३७ कोटी भागभांडवलापैकी ५१ टक्के भांडवलावर बजाज परिवाराचं नियंत्रण होतं. तर कंपनीच्या डीलर्सकडे १० टक्के समभाग आणि २० टक्के समभाग फिरोदियांकडे होते.

आता आपण फेब्रुवारी १९६८च्या अखेरीस जाऊ. तेव्हा फिरोदियांकडे २३ टक्के समभाग होते. हे समभाग नोंदणी करून घ्यायला हवे होते. याआधी फिरोदियांनीच सुचवलं होतं की राहुलनी व्यवसायाच्या वाणिज्यिक भागाकडे पाहावं. हे समभाग हस्तांतरणासाठी राहुलकडे आले तेव्हा त्यांनी साहजिकच त्यास नकार दिला. बजाज ऑटो कंपनी काढताना कमलनयन यांच्याकडे २८ टक्के समभाग होते. फिरोदियांचा अंतस्थ हेतू लक्षात आल्यावर बजाज ऑटोच्या रजत महोत्सवी (पंचविसाव्या) वर्षात बऱ्याच किरकोळ कुरबुरी निर्माण झाल्या. (बजाज ऑटोची स्थापना २९ नोव्हेंबर, १९४५ रोजी मेसर्स बच्छराज ट्रेडिंग कॉर्पोरेशन प्रा. लि. म्हणून झाली होती.) त्याच वर्षी एक लाखावी स्कूटर त्यांनी निर्माण केली. कमलनयन यांनी बजाज ऑटोच्या पहिल्या मॅनेजिंग डायरेक्टरचं पद बत्तीस वर्षीय राहुलला दिलं. त्यानंतर समभाग धारकांची संमती घेण्यासाठी एस्क्ट्रा ऑर्डिनरी जनरल मीटिंग १३ फेब्रुवारी, १९७० रोजी घेण्याचे ठरले.

कमलनयन आणि राहुल त्या दिवशी हॉलवर आले तेव्हा हॉल पूर्ण भरलेला होता. राहुलला पाच वर्षांसाठी त्या पदावर दरमहा ७५०० पगार अधिक दर आर्थिक वर्षाला निव्वळ नफ्याच्या १ टक्का कमिशन द्यायचं. मात्र दरवर्षी मिळणारी रक्कम ४५ हजार रुपयांच्या वर नसेल, तसेच त्याला अतिरिक्त भत्ते आणि सुविधाही मिळणार असा खास ठराव तेव्हा संमत करून घ्यायचा होता.

मग व्यासपीठावर जाऊन कमलनयननी बजाज ऑटोच्या उभारणीत राहुलनी निभावलेली भूमिका विशद केली. बरीच वर्षे जमनालाल अँड सन्स या मॅनेजिंग एजंट्सचे प्रतिनिधी म्हणून तोच बजाज ऑटोचा पदसिद्ध संचालक होता. कमलनयन म्हणाले, ''तो १९६४ सालपासून बजाज ऑटोचं काम करतो आहे. याच काळात कंपनीची प्रगती झाली आणि नफाक्षमतेतही वाढ झाली.''

''परंतु राहुलच्या नियुक्तीला कडवा विरोध झाला. त्या ईजीएममधील भांडण हे खूपच वाईट प्रकारे झालं. मीटिगआधीच विरोधकांच्या मुख्य गटाने राहुलच्या नियुक्तीस विरोध करण्यासाठी प्रॉक्झी गोळा करण्याची मोहीम चालवली होती.'' असं 'इकॉनॉमिक अँड

पोलिटिकल विकली'च्या वार्ताहराने लिहिलं आहे. त्यावर व्यवस्थापनाने ''पुणे येथील मीटिंगसाठी मुंबईतील समभाग धारकांना कंपनीच्या बसमध्ये भरून आणलं आणि आपल्या समर्थकांची संख्या वाढावी यासाठी तीस कंपनी कर्मचाऱ्यांनाही प्रत्येकी एक समभाग दिला.'' अशी विरोधकांत कुजबुज झाली. (उपरोल्लेखित साप्ताहिक आणि राहुल बजाज यांच्याशी वैयक्तिक संवादातून हे कळले.)

या प्रस्तावाला आव्हान देणाऱ्या आणखी एका गटाने राहुलचं वर्णन ''हा एक थिल्लर आणि अननुभवी तरुण असून तो १९६५ सालापासून सप्टेंबर, १९६८ पर्यंत बजाज टेंपो मोटर्समध्ये डेप्युटी जनरल मॅनेजर या कनिष्ठ पदावर दरमहा रुपये २२००वर काम करत होता. मॅनेजिंग एजन्सी व्यवस्था रद्द केल्याने नष्ट झालेले फायदे मागच्या दाराने पुन्हा मिळवण्यासाठीच बजाज परिवारातील या सदस्याची अत्यंत अतिशयोक्त शर्तींवर नेमणूक केली जात आहे.'' (असे 'फॉर हुज बेनिफिट?' पृष्ठ क्र. ४३१-२ या इकॉनॉमिक अँड पोलिटिकल विकलीच्या २८ फेब्रुवारी, १९७०च्या आवृत्तीत हंसविवेक यांनी लिहिले.)

मग हा प्रस्ताव मतदानासाठी टाकण्यात आला तेव्हा २०० समभाग धारक (५१,८५३ समभाग) यांनी ठरावाच्या बाजूने निर्णायक मतदान केलं, तर ६३६ समभागधारकांनी (२७७६१ समभाग) विरुद्ध मतदान केलं.

समभागांसाठीचं युद्ध सुरूच राहिलं. राहुल अभिमानाने सांगतात, ''माझे वडील धाडसी होते. एलआयसी आणि यूटीआय या दोन वित्तसंस्थांकडे मिळून बजाज ऑटोचे ४ टक्के समभाग होते, त्यांना ते विकायचे होते. मग लिलावाचे नियोजन झाले. समभागाचा बाजारभाव २६० रु. होता त्यावर आधारित अशी फिरोदियांनी २६२.५० रुपयांची बोली सर्व समभागांसाठी लावली, त्यावर माझ्या वडिलांनी अत्यंत आक्रमकतेने ४११ रुपयांची बोली लावली. त्यांच्यात एक प्रकारचा बेडरपणा होता. त्यामुळे हार मानून फिरोदिया लिलावस्थळावरून अलिप्तपणे निघाले. निघता निघता म्हणाले की माझ्याकडे असा उधळून टाकायला पैसा नाही.''

दोन्ही पक्ष कोर्टात गेले. प्रत्येक वेळेस एकाच्या बाजूने निकाल लागला की दुसरा पक्ष काहीतरी वेगळाच मुद्दा काढून ते मान्य करत नसे. एकूण काय तर पुढे काहीच घडत नव्हते.

या किरकोळ चकमकी कित्येक वर्षे चालल्या. बजाज टेंपो मोटर्स ब्रँडवरून २००५ सालची लढाई सुरू झाली. अभय फिरोदिया यांच्या नेतृत्वाखाली त्यांची दुसरी पिढी 'हा ब्रँड नको त्याऐवजी आपण फोर्स मोटर्स हे ब्रँडचं नाव करू,' असं म्हणत होती. आपल्या म्हणण्यास पुष्टी मिळावी यासाठी अभय फिरोदियांनी कायद्याचा भरपूर गृहपाठ केल्यावर त्यांना हवं ते कलम मिळालं : कंपनी कायदा, १९५६ च्या तरतूद क्र.२२ मध्ये लिहिलं होतं की नावात बदल करायचा झाल्यास साधारण ठराव करून भागणार होतं. राहुलनी लगेच त्यावर प्रत्युत्तरादाखल इशारा दिला, ''कंपनीच्या नावातून बजाज हे शब्द काढण्याच्या कुठल्याही प्रस्तावास किंवा ठरावास आमचा विरोध राहील.'' त्यानं पुढे असंही सांगितलं की नावबदलासाठी कंपनी कायद्याच्या तरतूद क्र. २१ अनुसार खास ठराव करावा लागतो.

शांतता करार

एकमेकांच्या कंपन्यांतील समभाग मालकीचे असण्यावरून पाच दशकांहून अधिक काळ झगडे केल्यानंतर बजाज आणि फिरोदियांनी शेवटी भांडण संपवायचं ठरवलं. मनमिलापाची वेळ आणि स्थळ कुणालाही आश्चर्य वाटण्यासारखंच होतं. सप्टेंबर, २०१३ मध्ये सोसायटी ऑफ इंडियन ऑटोमोबाइल मॅन्युफॅक्चरर्स यांच्या वार्षिक सभेत राजीव बजाज आणि अभय फिरोदिया एकाच व्यासपीठावर होते. दोघांनीही कुटुंबातील स्नेहबंधांच्या आठवणी काढल्या. मग राजीवने अभयला विचारलं, ''मला कर्णोपकर्णी कळलंय की तुम्ही असं म्हणालात की जोवर राजीव मॅनेजिंग डायरेक्टर आहे तोवर मी बजाज ऑटोचे माझे समभाग विकणार नाही. ते खरं का?'' त्यानंतर दोघांतले संबंध सौहार्दाचे झाले. त्यानंतर २०१४च्या पानगळीच्या मोसमात बजाज होल्डिंग्जनी १६.५६ लाख फोर्स मोटर्सचे समभाग मुक्त बाजारात रु. ४३६ ते ५९२ या मधल्या दरांत विकले. त्यामुळे बजाजना ९१ कोटी रुपये मिळाले. तेव्हा प्रसारमाध्यमांनी प्रचंड उसुकता दाखवली. त्यावर नीरजने 'ही कृती फार महत्त्वाची नाही,' असं सूचित करताना इकॉनॉमिक टाइम्सच्या शबरीनाथ एम यांना सांगितलं, ''आम्हाला चांगली किंमत मिळाली. समभाग विकण्यामागे खास कारण असं काही नव्हतं. आमच्याकडे अजूनही थोडे समभाग असतील.'' खरं तर ते फोर्स मोटर्समधले उर्वरित समभागही २४ टक्के म्हणजे जास्तच आहेत. परंतु तुलनेने ते चिंता करण्यासारखे नाहीत. तर फिरोदिया यांचेकडे बजाज ऑटोचे १० टक्क्यांपेक्षा कमी समभाग असून त्यांची किंमत ६१७७ कोटी होती.

नीरज बजाज पुढे म्हणाले की, बजाज ऑटोतील त्यांचे समभाग फिरोदिया कुणालाही विकायला मोकळे आहेत. आम्ही एकमेकांना शब्द दिलेला नाही किंवा अमुक-तमुक करणार नाही असं आपापसात ठरवलेलं नाही.

प्रकरण ११

चांगुलपणातील अवघडपणा : १९६४–२०००

राहुल आणि कमलनयन बजाज

राहुल अमेरिकेतून भारतात परतले तेव्हा भारतात भ्रमिष्टपणाची लाट आली होती. मोठ्या उद्योगांकडून आपल्याला काहीच लाभ होणार नाही याबद्दल इंदिराजींची खात्रीच पटली होती. त्यांच्या प्रभावावर नियंत्रण घालायलाच हवं होतं म्हणून त्या सामान्य लोकांकडे वळल्या आणि त्यांनी रबिंद्र किशन हजारी यांना लोकानुनयी अजेंडा तयार करण्यास मदतीला घेतलं. या गृहस्थांना नेहरूंनी अगोदर हेरलं होतं. ही संधी मिळाल्याने हुरळून गेलेला हा आदर्शवादी तरुण मोठ्या उद्योगांच्या नाकात वेसण घालण्यात त्यांचा उजवा हात बनला. भारताची

'पहिली स्त्री पंतप्रधान' म्हणून आपलं स्थान भक्कम करण्यासाठी हा विषय महत्त्वाचा आहे असं बाईंना वाटत होतं.

हजारी कामाला तर लागले पण त्यांचा लवकरच भ्रमनिरास झाला. ''आम्ही नियंत्रण कुणावर घालतोय आणि त्यामागचं कारण तरी काय? आमचं कुठे चुकलं आणि का?'' मृत्यूपूर्वी अर्थतज्ज्ञ हजारींनी हळहळतच लिहिलं आहे. स्वातंत्र्यानंतर मोठ्या उद्योगांची वाढ झाली तिची आकडेवारी गोळा करण्यात हजारींनी भरीव भूमिका निभावली होती. ती आकडेवारीच इंदिराजींच्या हातातील अस्त्र बनली.

इंदिराजींच्या प्रयत्नांना श्रीनिवासन चक्रवर्ती यांचीही उपयुक्त साथ मिळाली. त्यांनी मोनॉपॉलीज अँड रिस्ट्रिक्टिव्ह ट्रेड प्रॅक्टिसेस (एमआरटीपी - एकाधिकारशाही आणि प्रतिबंधित व्यापार पद्धती) कायदा १९६९ हा तयार करण्यात खूप मदत केली. नंतर ते एमआरटीपी आयोगाचे सदस्यही बनले. हजारी यांचेप्रमाणेच चक्रवर्तींचाही लवकरच भ्रमनिरास झाला.

चक्रवर्तींनी लिहून ठेवलंय की, बाजारपेठेतील शक्ती, स्पर्धा आणि बाजारपेठेचे कार्यक्षम व्यवहार यांच्यावर अवलंबून राहण्याऐवजी आदेश देऊन नियंत्रण करण्याचा दृष्टिकोन पत्करल्यामुळे सरकारचा हस्तक्षेप जवळजवळ प्रत्येकच आर्थिक कामकाजात होऊ लागला. उदाहरणार्थ, स्पर्धात्मक बाजारपेठच नव्हती त्यामुळे व्यवसायांना सहज प्रवेश किंवा सहज बहिर्गमन शक्य नव्हतं. कारखान्याचा आकार, ठिकाणे, महत्त्वाच्या क्षेत्रांतील किमती आणि तुलनेने कमी अशा आर्थिक स्रोताचं वाटप हे सगळं सरकारच ठरवत होतं. त्यामुळे इंदिराजींच्या सल्लागार गटाने जगभरातील वेगवेगळे कायदे शोधून आणले. भारतातील एमआरटीपी कायदा बनवताना अमेरिकेचा १८९० सालचा शेर्मान अँटीट्रस्ट कायदा आणि १९१४ सालचा क्लेटन अँटीट्रस्ट कायदा यांचा आधार घेतला तसंच इंग्लंडचा १९४८चा मोनॉपॉलीज अँड रिस्ट्रिक्टिव्ह ट्रेड प्रॅक्टिसेस (इन्क्वायरी अँड कंट्रोल) कायदा तसेच रिसेल प्राइसेस कायदा, १९६४ यांचाही आधार घेतला. शिवाय जपान, कॅनडा आणि जर्मनी येथूनही काही कल्पना घेतल्या, असं चक्रवर्ती आठवणींत सांगतात.

काहीही खळखळ न करता संसदेने १८ डिसेंबर, १९६९ रोजी एमआरटीपी कायदा संमत केला. २७ डिसेंबर, १९६९ रोजी राष्ट्रपती वराह गिरी व्यंकट गिरी यांनी त्यास संमती दिली. त्यानंतर त्या कायद्याखाली कसलीही अडचण न येता एमआरटीपी आयोगही १ जून १९७० रोजी कार्यान्वित झाला. त्यानंतर कित्येक दशके हा आयोग मोठे उद्योग आणि औद्योगिक वाढ यांच्यात खीळ घालत राहिला.

असल्या धोरणाच्या वातावरणात घोटाळे होणं अटळच होतं. त्यात झालेल्या एका घोटाळ्याचे पडसाद काही वर्षे घुमत राहिले.

१९६५-६६ साली स्कूटर उत्पादन परवान्यासाठी अर्ज करणाऱ्या डझनभर व्यावसायिकांत पी.एन.सिंग होते. इंदिरा गांधींनी त्यांच्या अर्जावर लिहिले की याचा सहानुभूतिपूर्वक विचार करावा कारण हा कारखाना पूर्व उत्तर प्रदेश (भारतातील अति जास्त लोकसंख्येचे राज्य) येथे उभारला जाणार असून तो भाग आर्थिक मागासही आहे. तरीही त्यांना लायसन्स मिळालं नाही. सिंग यांनी आरोप केला की एका वरिष्ठ राजकारण्याचा

सचिव लायसन्सकरता तीन लाखांची लाच मागायला आला होता. मी त्याचं बोलणं गुपचूप ध्वनिमुद्रित केलं आहे. विरोधकांनी त्या प्रकरणाचा वापर सरकारवर हल्ला करण्यासाठी केला. ही टेप उपराष्ट्रपती व्ही.व्ही. गिरी यांच्या समोर संसदेत ठेवण्यात आली पण काहीच घडलं नाही. मग ते प्रकरण सीबीआयकडे गेलं आणि तिथेच त्यानं चिरविश्रांती घेतली.

बजाज समूहाबाबत बोलायचं तर त्यांच्याकडे वाजवीहून जास्तच गुणवान, महत्त्वाकांक्षी तरुण होते आणि ते कुटुंबाच्या वेगवेगळ्या व्यवसायाच्या विविध भागांत कार्यरत होते. त्यामुळे बजाज समूह केवळ १२ वर्षांतच शून्यातून झेप घेऊन भारताच्या मोठ्या उद्योगसमूहांपैकी एकोणिसाव्या क्रमांकावर आला. हजारींच्या अंदाजानुसार या समूहाकडे २९.२५ कोटींची मालमत्ता होती.

हाक

''बजाज ऑटोला प्रारंभी दरमहा १ हजार स्कूटर्स आणि ५० रिक्षांचे उत्पादन करायचं लायसन्स मिळालं होतं. अडचण काहीच नव्हती कारण ती अगदी सुरुवातीचीच अवस्था होती. १९६२मध्ये बजाज ऑटोने दर वर्षीची उत्पादन क्षमता ३० हजार स्कूटर्स आणि ६ हजार रिक्षा इतकी वाढवण्याची परवानगी मागितली. पण प्रतिसाद काहीच आला नाही. १९६३ साली त्यांनी २४ हजार स्कूटर्सवरून ४८ हजार स्कूटर्सची क्षमता वाढवण्यासाठी परवानगी मागवली. तरीही प्रतिसाद नाही. १९७० साली त्यांनी १ लाख क्षमतेसाठी अर्ज केला तरीही प्रतिसाद नाही. सरतेशेवटी १९७१ मध्ये सरकारने ४८ हजार स्कूटर्सच्या वार्षिक उत्पादनास मंजुरी दिली. परंतु ही मंजुरी निरर्थक होती कारण मंजुरी मिळूनही आमचा अर्ज कंपनी अफेअर्स खात्याकडे शिक्क्यासाठी पडूनच राहिला होता. आम्हाला आणखी विलंब व्हावा म्हणून खेळलेली ती चाल होती.'' वरिष्ठ व्यवस्थापक धीरजलाल एस. मेहता म्हणाले. ''त्यामुळे आम्ही लायसन्सच्या मर्यादेबाहेर उत्पादन केलं त्यामुळे आमच्यावर खटला घालता येऊ शकत होता.''

बजाज ऑटोकडे क्षमता, उत्पादन क्षमता, आर्थिक स्रोत, विक्री आणि वितरण यंत्रणा हे सगळं होतं परंतु रिमोट कंट्रोल सरकारकडे होता. राहुल बजाजनी दातारांना सांगितलं की, त्या वेळेस डायरेक्टोरेट जनरल ऑफ टेक्निकल डेव्हलपमेंट (डीजीटीडी) हे उत्पादनावर नियंत्रण ठेवत होते. ते लोक म्हणायचे की जास्त मागणीच नाहीये. किंवा मग तुम्हाला जास्त उत्पादन क्षमता देऊ शकत नाही कारण आपल्याकडे स्रोत मर्यादित आहेत. जो कुणी उत्पादक लायसन्सच्या अटींचे उल्लंघन करून त्यात दिलेल्या क्षमतेच्या २५ टक्के उत्पादन जास्त करील तो अडचणीत सापडलाच म्हणून समजा. मग त्यानं आहे तीच उत्पादन क्षमता वाढवून, आहे त्याच यंत्रसामग्रीचा अधिक उत्तम वापर केला तरी फरक पडत नव्हता. मी बरेचदा असे म्हणत होतो की माझे आईवडील स्वातंत्र्यलढ्यात लढताना तुरुंगात गेले तसा मी जास्तीचे उत्पादन केलं म्हणून तुरुंगात जायला तयार आहे.

मेहता आठवण सांगतात, ''एके दिवशी कमलनयन माझ्या केबिनमध्ये आले, रात्रीचे नऊ वाजले होते. त्यांनी मला विचारलं, 'आत्ता या वेळेस तुम्ही काय करत आहात?' मी उत्तरलो की एमआरटीपी आयोगासाठी टिपण तयार करत आहे. त्यावर ते म्हणाले की, तुम्ही

कितीही तसदी घ्या, पण तुम्हाला काही केल्या क्षमता वाढवून मिळणार नाही. त्यावर मी उत्तरलो की, केवळ तुमच्या राजकारणामुळेच आम्हाला हवंय ते मिळत नाहीये.''

बजाज ऑटोच्या संचालक मंडळातील सात संचालकांपैकी बहुतेकांचं हेच मत होतं. रामनाथ पोद्दार, श्रीयांश प्रसाद जैन आणि तनुभाई डी. देसाई हे बाहेरचे संचालक घाईघाईने संचालक मंडळातून निघून गेले तेव्हा कमलनयन आणि राहुल आश्चर्याने थक्कच झाले होते. त्यानंतर वीरेन शहा यांच्या सोबत किल्ला लढवायला फक्त एकच संचालक मदनमोहन रुईया तेवढे उरले होते. केवळ घट्ट मैत्रीमुळेच शहा आणि बजाज कुटुंब एकमेकांशी जोडले गेले होते. १९३९ साली मुकंद आयर्नमधील त्यांची संयुक्त मालकी निर्माण झाली होती, पण तेवढंच कारण त्यामागे नव्हतं. त्यानंतर वेगळे बाह्य सदस्य घेऊन सात सदस्यांचं नवीन संचालक मंडळ घाईघाईने निर्माण करण्यात आलं : त्यात शहा यांच्या सोबत विश्वासार्ह रुईया आणि गांधीवादी रिशबदास रांका हेही सातत्याने आतल्या गोटात-बाहेरच्या गोटात करणारे संचालक होते. उर्वरित चार जागा अंतर्गत अधिकारी व्यक्तींनी स्वीकारल्या- अध्यक्ष कमलनयन, बजाज इलेक्ट्रिकल्सचे मनमोहन लाल गौबा, डी.एस. मुल्ला आणि स्वतः राहुल बजाज.

कुणी करायचं कंपनीचं प्रतिनिधित्व?

एमआरटीपीच्या (मक्तेदारी आणि प्रतिबंधात्मक व्यापार पद्धतीच्या) खटल्याच्या सुनावणीच्या वेळेस स्वतःच्याच मनाशी वाद करून कमलनयननी ठरवलं की तिथे कंपनीचा प्रतिनिधी म्हणून राहुलला पाठवायचं. आपला मुलगा काहीतरी युक्ती लढवून करून परिस्थिती सांभाळेल याचा वडिलांना विश्वास होता. एप्रिल, १९६८ मध्ये समभाग धारकांनी बहुमताने निर्णय दिला आणि हा ३३ वर्षांचा तरुण बजाज ऑटोच्या मॅनेजिंग एजन्सीचा पदसिद्ध कार्यकारी अधिकारी बनला.

त्याबद्दल राहुल सांगतात, ''वडिलांनी सुचवलं की पुढील काही दिवसांत एमआरटीपीची सुनावणी येईल तेव्हा मी कंपनीचं प्रतिनिधित्व करावं. तांत्रिकदृष्ट्या पाहता बजाज ऑटोने परवान्याच्या मर्यादेपेक्षा २५ टक्क्यांनी उत्पादन वाढवलं होतं त्यामुळे त्यांच्यावर खटला दाखल होऊ शकत होता. मेहतांनी एका विख्यात वकिलाकडून मत मिळवलं होतं की, आहे त्या क्षमतेतच उत्पादन वाढवणं हा गुन्हा नाही तर विनापरवाना क्षमताच वाढवणं हा गुन्हा आहे आणि आम्ही तो केलेला नाही.'' मग संतप्त राहुल प्रतिकारासाठी सज्ज झाला. सुनावणी सुरू झाली.

राहुल ती आठवण सांगतात, ''मी दिल्लीला त्रिसदस्य आयोगासमोर वकील न घेताच गेलो. लँब्रेटा स्कूटर्स उत्पादित करणाऱ्या एपीआयचे अध्यक्ष एम. ए. चिदंबरम हे स्पर्धक म्हणून आमंत्रित होते. त्यांनी दाखवायचा प्रयत्न केला की त्यांची १०० किलोची स्कूटर अधिक चांगली आहे आणि बजाज यांची फक्त ९४ किलोची वेस्पा कमी प्रतीची आहे त्यामुळे त्यांचीच स्कूटर अधिक श्रेष्ठ आहे. त्यावर मी उत्तर दिलं की- होय, लँब्रेटा ही १०० किलो चांदी असेल तर बजाज स्कूटर ९४ किलो सोनं आहे.

''एमआरटीपी आयोगाच्या त्रिसदस्य खंडपीठात एम.व्ही. परांजपे, न्यायमूर्ती सुब्रमण्यम आणि अध्यक्ष ए.अलगिरी स्वामी हे उच्च न्यायालयाचे माजी न्यायाधीश होते. त्यांनी मला

बरेच तपशील विचारले, त्यातील बहुतेक असंबद्ध होते. मी एकट्यानेच त्या सगळ्यांची उत्तरे दिली.''

हळूहळू सुनावणी शेवटाकडे आली तेव्हा त्या सदस्यांपैकी एकाने मेहतांना म्हटलं, ''आम्ही अगदी संदर्भहीन माहिती विचारली तरी तुम्ही आम्हाला ती दिली. बजाज हे पूर्णतया पारदर्शक आहेत.'' राहुल यांच्या बाजूने निर्णय लावून सरतेशेवटी १९७५ साली सुनावणी संपली.

राहुल आठवण सांगतात, ''या सदस्यांनी बजाज ऑटोला केवळ विस्ताराचीच अनुमती दिली नाही तर माझं ज्ञान आणि या प्रकरणाची आकडेवारीसह सखोल माहिती याचं त्या अहवालात त्यांनी कौतुकही केलं. त्या अहवालात असंही लिहिलं आहे की बजाज स्कूटर्सवर खुल्या बाजारात प्रीमिअम असला आणि पुरवठ्याहून मागणी जास्त असली तरी बजाजची स्कूटर सर्वांत स्वस्त आहे. एवढं होऊनही आयोगाने उत्पादनावरील निर्बंध हटवायला नकारच दिला. त्यामुळे शेवटी राजकीय समीकरणाने गुणवत्तेवर कुरघोडी केली असंच म्हणावं लागेल. यूपी स्कूटर्स आणि एपीआय यांच्यासारख्या स्पर्धकांच्या लॉबीने मोठ्या उद्योगाच्या ताकदीविषयीच्या चिंतेला भडकवायचं काम सातत्याने केलं. मी त्या काळात कारखान्याऐवजी उद्योग भवनच्या मार्गिकेतच वेळ घालवत होतो आणि डायरेक्टर जनरल ऑफ टेक्निकल डेव्हलपमेंट विभागातील बऱ्याच जणांशी मैत्री जोडली. त्यात विभागाधिकारी एच. सी. शर्माही होते. औद्योगिक परवानाही मिळवणं सोपं नव्हतं. कारण राजकीय समीकरणं अधिक महत्त्वाची होती.''

''कारखान्याऐवजी उद्योग भवनच्या मार्गिकांत वेळ घालवल्यामुळे मिळालेलं सकारात्मक शिक्षण वाया जात गेलं असं वाटलं का?''

त्यावर बजाजनी उत्तर दिलं, ''लायसन्ससाठी दिल्लीत कुणाचा पाठलाग करणं किती कठीण होऊ शकतं हे मी तिथेच शिकलो. कुणीतरी मूर्ख उठतो आणि त्याला स्वतःला काहीतरी हवं असतं म्हणून तो सगळ्या प्रकल्पालाच विलंब लावतो. पण सुदैवाने मला कधीच त्याचा दंड भोगावा लागला नाही याबद्दल देवाचे आभारच मानावे लागतील. म्हणजे पैसे देऊन लायसन्स मिळवता येत असलं तरी मी अगदी ठामपणे सांगतो की आम्ही कुठल्याही मंत्र्याला अथवा नोकरशहाला लायसन्स मिळवण्यासाठी पैही दिली नाही.''

तुम्ही बजाजवर मात करू शकत नाही

रस्त्यावरील सर्वसामान्य माणसांइतकीच राजकारण्यांनाही बजाज स्कूटरची तीव्र गरज होती. मात्र अधूनमधून बजाज स्कूटर राजकारण्यांचं खाद्य बनायची. १३ ऑगस्ट, १९७६ रोजी लोकसभेत एका संसदसदस्याने आरोप केला की १९७१च्या निवडणुकीत बजाज ऑटोने उत्तर प्रदेशातील रायबरेली येथे विरोधी पक्षाच्या उमेदवाराला १.२० लाख रुपये आणि काही स्कूटर्स दिल्या.

हा खूपच मोठा धोका समोर होता. आपल्या मृत पित्याच्या प्रतिकारास धावून जात राहुलने तत्कालीन अर्थखात्याच्या राज्यमंत्र्यांना म्हणजे प्रणव मुखर्जी यांना पत्र लिहून आरोप फेटाळून लावला. ''१९७१ साली कंपनीचे अध्यक्ष या नात्याने कमलनयन यांनी

उत्पादकाच्या स्वतःच्या कोट्यातून राज्यकर्त्या आणि विरोधी पक्षांतल्या अशा दोघांनाही स्कूटर्स अग्रक्रमाने दिल्या होत्या. परंतु सर्व पैसे घेतल्यावरच दिल्या होत्या.'' त्या पत्रात राहुल सावधपणे म्हणाले होते की कमलनयन विरोधी पक्षाचे होते त्यामुळे काही स्कूटर्स साहजिकच विरोधकांना दिल्या असतील आणि त्यातल्या काहींचे संबंध रायबरेली येथील विरोधक उमेदवारांशी असूही शकतील.

रायबरेली मतदारसंघ हा भारतातील पहिल्या सार्वजनिक निवडणुकांपासून गांधी कुटुंबीयांच्या लोकप्रियतेचा जणू निकषच होता. त्याची सुरुवात इंदिराजींचे पती फिरोझ गांधी यांचेपासून झाली. ते तिथून दोनदा निवडणूक जिंकले होते. या वेळेस विरोधी उमेदवार राज नारायण होते. त्यांची राज्यसभेतील पाच वर्षांची मुदत १९७१मध्ये संपली होती. आता त्यांची नजर भावी लोकसभा निवडणुकीवर होती. म्हणून त्यांनी इंदिराजींना त्यांच्या घरच्याच मतदारसंघात आव्हान दिले आणि त्यात ते पार हरले. मग इंदिराजींनी निवडणुकीत भ्रष्टाचार केला अशी याचिका त्यांच्या विरुद्ध त्यांनी कोर्टात दाखल केली.

त्यानंतर पाच वर्षे गेली. १२ जून १९७५ रोजी अलाहाबाद उच्च न्यायालयाने राज नारायण यांनी केलेले आरोप उचलून धरले आणि इंदिराजींनी निवडणूक आयोगाचे कायदे मोडले म्हणून त्या दोषी असल्याचा निकाल दिला. त्यामुळे देशात आणीबाणीचे आवाहन करण्याकडे त्यांची पावलं वेगाने पडू लागली. हा २५ जून, १९७५ ते २५ मार्च, १९७७ असा २१ महिन्यांचा काळ होता. त्यानंतर इंदिरा गांधींची सत्ता गेली आणि जनता पक्षाने सूत्रं हाती घेतली.

इंदिरा गांधींच्या दुसऱ्या सत्ता-कालावधीत एमआरटीपी कायदा १९६९ संमत झाला होता. तो १० जून, १९७० पासून अमलात आला. त्यानंतर २००२मध्ये तो रद्द करण्यात आला. संसदेने २००२ मध्ये कॉंपिटिशन कायदा संमत केला आणि १४ ऑक्टोबर, २००३ रोजी कॉंपिटिशन कमिशन ऑफ इंडिया (भारतीय स्पर्धा आयोग) उभारला. एमआरटीपी आयोग १ सप्टेंबर, २००९ पर्यंत खटले हाताळत होता, त्यानंतर त्यानं खटले स्वीकारणं बंद केलं. फारसा काहीच बदल झाला नाही.

Some observations from the report of the M.R.T.P. Commission

The Commission has complimented the Company for its efficient working and performance. The Commission states that "It is really creditable that Bajaj Auto has been able to keep the sale price of the scooter at Rs. 2,280/- for the last five years and absorb the increase in cost of raw material and labour." The report states "The NCAER study gives adequate proof to indicate that there is a definite preference for bajaj scooters in the market". The Commission has also appreciated the Research & Development efforts of the Company and the training facilities being provided by the Company to ensure the availability of a good and skilled labour force. The Commission was impressed by the high level of skill of the workmen and also the standards of quality control and formed a favourable impression of the Company as a result of their visit to its plant. The Commission notes that the Company has followed a prudent financial policy of declaring reasonable dividends and ploughing back large part of its profits in the business for the development of the industry.

The Commission observes that the comparative working has shown that Bajaj Auto has been able to manage more efficiently and generate more funds on its own.

The Commission has complimented the Company's Management and its Managing Director in particular. It states "we are later referring to the fact that the Management of the factory for the last five years has been very efficient. That is the period during which Shri Rahulkumar has been Managing Director. Furthermore, during the course of the public hearing we were very much impressed by Mr. Rahulkumar Bajaj's command over the facts and figures of the case and his extensive knowledge of business matters."

The Commission states that the Company can expand its manufacturing capacity in the least possible time. It also notes that the price of the scooter to be produced by the new units, if any, which may come up, would be more by at least Rs. 300/- as compared to the price of the Company's scooter.

Expansion would not only eliminate the current shortage of scooters but would also enable the Company to spend substantially on Research & Development and enable it to be in a better position to exploit the export markets. The report goes on to state that if any durable goods in the present context need encouragement surely the scooter can be counted as one among them.

The Commission states that its recommendation to increase the manufacturing capacity of Bajaj Auto to 60,000 scooters per year has been made keeping in mind "the crying demand from the public for more scooters". According to the Commission, "the question has to be dealt with the utmost expedition and our recommendation must be such as can be implemented without any further enquiries or negotiations with the parties and the attendant delay."

6

बजाज ऑटो वार्षिक अहवाल – १९७१–७२

प्रकरण १२

सगळं महत्त्व तपशिलात : १९६८-९०

१९७०च्या दशकातील आकुर्डी

कमलनयन यांच्या नेतृत्वाखाली चार वर्षांचा अनुभव घेतल्यावर नव्या व्यवस्थापकीय संचालकांची बजाज ऑटोच्या भविष्याविषयीची तिधारी रणनीती १९६८ सालापर्यंत पूर्णत्वाला आली.

एक प्रमाणित (स्टँडर्डाइझ्ड) उत्पादन ग्राहकांना अशा किमतीस उपलब्ध करून देणे ज्यामुळे नफ्याचे प्रमाण योग्य राहील ही सर्वांत पहिली नीती होती. दुसऱ्या नीतीअनुसार बजाज स्कूटरची लोकप्रियता जास्त असल्याने खात्रीलायक मागणी आणि दीर्घ उत्पादन क्रम यांच्या आधारे कंपनी उत्पादन क्षमता निर्माण करू शकत होती. ते करताना खर्चावर सतत लक्ष ठेवल्याने कंपनीला उच्च नफा मिळू शकत होता. तिसरी रणनीती होती तपशिलावर लक्ष. लायसन्स-परमिट कारभाराला तोंड देतानाची निराशा पचवूनही बजाज ऑटो चांगलं चालत होतं. राहुल बजाज म्हणतात, ''टीम नसेल तर नेता फार काही करू शकत नाही पण टीम कितीही चांगली असली तरी नेता चांगला नसेल तर तिला योग्य दिशा मिळू शकत नाही. त्यामुळे दोन्हींची गरज असते. माझ्याकडे खूप चांगली टीम असल्याने मी नशीबवानच होतो. त्याचंच रूपांतर वचनबद्ध आणि कळकळीच्या व्यवस्थापनात झालं. माझ्या बहुतेक स्पर्धकांकडे हे नव्हतं.''

कमलनयन यांच्या राज्यात बजाज ऑटोने एकदाच एका आर्थिक वर्षात एक लाख वाहने उत्पादित केली आणि विकलीही. मुलाने १९७०चा हा टप्पा १९७७ साली गाठला. वास्तवात राहुल १९६८ पासूनच कंपनी चालवत होता. म्हणजे अधिकृतपणे व्यवस्थापकीय संचालक म्हणून आणि नंतर वयाच्या ३४व्या वर्षी अध्यक्ष म्हणून त्याची नेमणूक होण्यापूर्वीपासूनच तो कंपनीत काम करत होता. तो त्याविषयी सांगतो की, आम्ही जाहिरात करतच नव्हतो. 'आम्हाला स्कूटर' द्या असं सांगणारी पत्रं मला यायची. मग ती का देऊ शकत नाही हे त्यांना उलट लिहावं लागायचं. त्या पत्राचा शेवट करताना मी लिहित होतो की, तुम्ही आत्ता स्कूटर नोंदवा, तुम्हाला ती दहा वर्षांनी मिळेल.

२३ जानेवारी १९७२पासून पुढले चार दिवस जागतिक बँकेच्या वरिष्ठ अधिकाऱ्यांची टीम बजाज ऑटो फॅक्टरीला भेट द्यायला आली तेव्हा निराशेच्या मळभातून समाधानाचा क्षीण किरण बाहेर आल्याचा भास झाला. त्यानंतर ७ ऑक्टोबर, १९७२ रोजी कंपनीच्या वार्षिक सर्वसाधारण सभेत राहुलनी हसतहसत समभागधारकांना सांगितलं, ''आपल्या कंपनीला ऑटोमोबाइल क्षेत्रातील कार्यक्षम कंपनी गणलं जातं हे आम्हाला त्यांच्याकडून कळलं.''

१९७७ साली इंदिरा गांधींचं सरकार पडलं आणि जनता पक्षाचे नवे उद्योगमंत्री जॉर्ज फर्नांडिस यांनी बजाज ऑटोला त्यांची लायसन्सखालील क्षमता दुप्पट करून १,६०,००० दुचाक्या आणि तीनचाक्या केली. परंतु लायसन्सिंग आणि किंमत नियंत्रण हे खूप कमी प्रमाणात सैल झाले त्यामुळे १९६१-७०च्या दशकात जसं होतं तसंच पुढेही राहिलं.

'हेच खूप झाले' असं म्हणायला लावणारे राहुल बजाज यांचे तीन नियम

वेस्पाच्या जागी चेतक आली आणि तिने लोकप्रियतेचा उच्चांक गाठला. त्यामुळे बजाज स्कूटर्सची प्रतीक्षा यादी दहा वर्षांपर्यंत पुढे गेली. ''आम्ही स्पर्धेला समोरून अंगावर घेतलं आणि मी एकूण तीन गोष्टींवर लक्ष केंद्रीत केलं. मी मनाशी म्हणालो, भरपूर उत्पादन, सर्वांत कमी खर्च आणि सर्वोत्तम दर्जा. अगदीच सोपं होतं ते.'' राहुल म्हणाले, ''त्यात काही फार हुशारीचं काही नव्हतं. ते शिकण्यासाठी हॉर्वर्डला जावं लागत नाही. या तीन गोष्टी तुमच्याकडे नसतील तर तुम्ही गोत्यात याल असं समजा. बाकीच्यांना या तिनांत अपयश आलं त्यामुळे ते दर्जा आणि किंमत या बाबतीत आमची स्पर्धा करू शकले नाहीत. उत्तम

दर्जात अत्याधुनिक, इतरांना भारी ठरणारं तंत्रज्ञान लागतं. आणि तेच मी सातत्याने करत होतो. मला दर्जा आणि किंमत या दोन्हींसाठी मोठ्या स्तरावर काम करायचं होतं म्हणून मी विस्ताराची मंजुरी घेण्यास सातत्याने दिल्लीला जात होतो.''

काही वाचकांना या ठिकाणी असहमती व्यक्त करावीशी वाटेल परंतु राहुल यांच्या धोरणाचं फलित लक्षात घेतलं पाहिजे. कारण १९८०च्या दशकात इंडो-जपानीज संयुक्त उपक्रमातून बऱ्याच स्कूटर्स भारतात आल्या पण त्यांच्याशी टक्कर देणारा १९६० आणि १९७०च्या दशकातील भारतीय स्कूटर ब्रँड एकच होता आणि तो बजाजचा होता.

नरेश पटनींनी त्याचं उदाहरणासहित स्पष्टीकरण दिलं आहे. ''बंद- संरक्षित अर्थव्यवस्था आणि लायसन्सिंगच्या राज्यात राहुल भैयांकडे संपूर्ण एकाधिकारशाही होती आणि ग्राहक मुळीच 'राजा' वगैरे नव्हता. मला एक घटना आठवते. ग्राहकांची काळजी आणि त्यांना त्यांच्या पैशांचा पुरेपूर मोबदला देण्याविषयीची त्यांची दूरदृष्टी आणि कळकळ याविषयी या प्रसंगातून आपल्याला खूप काही कळतं. १९७५ साली राहुल भैया रेल्वेने नागपूरहून पुढे जात होते. मी त्यांना धावती सदिच्छा भेट देण्यास स्थानकावर गेलो. गाडीतून उतरताक्षणी त्यांनी मला प्रश्न केला, 'नरेश, आपल्याकडे ग्राहकाची एक तक्रार आली होती तिचं काय झालं पुढे?' माझ्यासाठी तो प्रसंग डोळे उघडणारा ठरला. त्या काळात अर्थव्यवस्था विक्रेत्यांच्या बाजूची होती. त्या प्रसंगाचा माझ्यावर कायमचा परिणाम झाला आणि माझी विचारसरणीच बदलून गेली.''

राहुल म्हणायचे, ''ग्राहकाला शक्य तेवढी उत्तम वस्तू, शक्य तेवढ्या कमी किमतीला देणे तसेच कर्मचाऱ्यांना दिवसाच्या कामाचे न्याय्य वेतन मिळणे हा उद्योगातील नीतिमत्तेचा निकष असतो.'' आपल्या वर्चस्वाच्या स्थानाचा गैरवाजवी फायदा घेत नाही त्याबद्दल सरकारने राहुल आणि बजाज ऑटो यांचं कौतुक केलं खरं पण ते तरीही उत्पादनावरील मर्यादा हटवायला काही तयार नव्हते.

अर्थमंत्री विश्वनाथ प्रताप सिंह यांचे १९८५ सालचे नवे आर्थिक धोरण काही प्रमाणात वाढीच्या मार्गातील अडथळे काढून टाकणारे ठरले. ब्रॉड-बँडिंग याचा अर्थ एखाद्या कंपनीकडे सध्या काही वस्तू बनवण्याचं लायसन्स असेल तर त्या वस्तूशी संबंधित दुसऱ्या वस्तू बनवण्यासाठी त्यांना स्वतंत्र लायसन्स घेण्याची गरज नव्हती. डी-लायसन्सिंग म्हणजेच परवाना पद्धत नष्ट झाल्याने कंपन्यांना त्यांच्या कारखान्यांचा विस्तार करता आला. तेव्हा मार्केटिंगविषयी राहुल म्हणाले होते, ''मैलभर लांबीची प्रतीक्षा यादी असताना मार्केटिंग विभागाची गरजच काय आहे? त्यामुळे वितरण विभागानेच १९८८ सालापर्यंत किल्ला लढवला.'' दुचाकी मॉडेल्स देशभरात सगळीकडे उगवली आणि त्यासोबत त्रस्त करणारी अपेक्षित स्पर्धाही उगवली.

नवे संशोधन आणि विकास केंद्र (आर अँड डी सेंटर)

१ एप्रिल, १९७१ रोजी पियाज्जिओ औपचारिकपणे बाहेर पडले, त्यानंतर वेस्पाला केवळ बजाज याच नावाचा बिल्ला लावण्यात आला. पियाज्जिओ यांनी मागे ठेवलेली यंत्रसामग्री तर त्यांच्याकडे होती परंतु तंत्रज्ञानासाठी बजाज आता कुठल्याही भागीदारावर अवलंबून राहू शकत नव्हते. राहुल त्याविषयी स्पष्टीकरण देतात, ''१९७१-७२च्या काळात भारतीय

उद्योगातील 'काळा अध्याय' सुरू झाला. माझ्या मते तो स्वतंत्र भारताच्या इतिहासातील अत्यंत वाईट असा अध्याय होता. मला सांगा, एवढी चांगली चालणारी एस्कॉर्ट स्कूटर कुठे गेली? कुठेच नाही. त्यांचा दुचाकी विभाग यामाहाला विकून टाकण्यात आला. जावा ही कंपनी सध्या कुठे आहे हेही मला माहीत नाही. या दशकात खाजगी क्षेत्रात – खास करून ऑटो आणि इंजिनिअरिंग उद्योगांत तंत्रज्ञानाचे नवे करार फारच थोडे केले गेले. त्यामुळेच तर आम्ही रिसर्च आणि डेव्हपलमेंट (आर अँड डी) विभाग १९७१-७२च्या सुमारास सुरू केला.'' त्यातूनच एक छोटंसं परंतु उत्साही वर्कशॉप निर्माण झालं. मग १९७२मध्ये बजाज चेतक स्कूटर रस्त्यांवर आली.

तीनचाकी मालवाहू वाहन पियाज्जिओ यांच्या देखरेखीखाली तयार होत होतं. उत्साहाने भारलेल्या आर अँड डी टीमने या डिझाइनला अशा प्रकारे आकार दिला की ते रिक्षा म्हणून वापरता येईल तसंच मालवाहू व्हॅन म्हणूनही वापरता येईल. राहुल म्हणाले, ''हे मॉडेल निर्यातीसाठी आणि भारतीय बाजारपेठेसाठीही बनवण्यात आलं होतं. मला स्पर्धेत पुढे जायचं होतं त्यामुळे माझ्या समोर तीन अग्रक्रम होते- विद्यमान उत्पादनांची इंधन-कार्यक्षमता सुधारणे, खास बाजारपेठांच्या गरजेअनुसार नवीन उत्पादने विकसित करणे आणि मूलभूत स्तरावर नवे असे तीनचाकी वाहनाचे डिझाइन घेऊन येणे.''

१९७३च्या मध्यावर तीन ते चार आसनक्षमतेचे रिक्षाचे नमुने टीमने राहुलना दाखवले. चाचणी मार्केटिंगही चांगले झाले. आता वेगवेगळ्या राज्यांतील परिवहन अधिकाऱ्यांकडून या वाहनांना टॅक्सी-कॅब म्हणून रस्त्यावर आणण्यास मंजुरी घेणे हे काम व्यवस्थापनाकडे आले. पुढल्याच वर्षी त्या आर अँड डी सेंटरच्या टीमने – (आता त्याचं अधिकृत नाव 'इंजिनिअरिंग सेंटर' असं झालं होतं) पाठीमागे ट्रेलर लावून ७१५ कि.ग्रॅ.ची वजनक्षमता असलेली तीनचाकी विकसित केली. आधीच्या मालवाहू व्हॅनला आता मागच्या बाजूला 'फ्लॅप' आणि अधिक मजबूत 'चॅसीस' लावण्यात आला. या नव्या तीनाचाक्यांना ट्रॅफिकेटर दिवे आणि इलेक्ट्रिक विंडस्क्रिन वायपर्स लावण्यात आले. इंधन अर्थव्यवस्थेने आयात भागांच्या जागी स्थानिक मटेरिअल वापरणे सुरू केले. त्यांनी ब्रेकिंग यंत्रणा, सस्पेन्शन प्लेट्स, ब्रेक ड्रम्स, रिव्हर्स गिअर सिस्टिम्स आणि सॅटलाइट गिअर हाउसिंग अशा यंत्रणा आणून कार्यक्षमता आणि बचत हे आपले मुख्य हेतू आहेत हे दाखवून दिले.

आकुर्डी टीम 'महाराष्ट्र स्कूटर्स' हा विभाग हाताळत असतानाच महाराष्ट्र स्कूटर्सच्या सातारा येथील कारखान्यात आकुर्डी सीकेडी पॅक्समधून जुळणी करून 'प्रिया' नावाची एक मोटराइझ्ड आणि गिअर्ड स्कूटर शोरूममध्ये १९७६मध्ये आणली गेली. त्याच वर्षी आकुर्डीने बजाज सुपर ही टू-स्ट्रोक, १५० सीसीची गाडी बाजारात आणली. ही गाडी वेस्पा सुपरसारखी खूपच दिसत होती. दोन्हींचीही चाके ८ इंची होती, हेडलाइट्स उत्तम होते. बजाज ऑटो मॉडेल्सवर वेस्पाची खूपच झाक राहिली होती. १९६१-७०च्या दशकात स्कूटर पार्ट्सची मुख्य समस्या हीच होती की महत्त्वाचे भाग बनवण्याचं तंत्रज्ञान (नो-व्हाय आणि नो-हाऊ) बजाज ऑटोकडे नव्हतं त्यामुळे त्यांना पियाज्जिओच्या आयात भागांवर अवलंबून राहावं लागत होतं. त्यानंतर दुस्तरीय धोरण विकसित करण्यात आलं : पियाज्जिओला द्यावयाची रॉयल्टी आणि त्यांच्याकडून स्कूटरच्या भागांची केलेली आयात यांच्यासाठी जागतिक बँकेकडून आलेला निधी वापरायचा. ही रणनीती काही वर्षं वापरली

गेली तरी लवकरच राहुल यांच्या लक्षात आलं की हा मार्ग तात्पुरती सुटका म्हणूनच होता. त्यामुळे आयातीसाठी पैसे मिळावेत म्हणून निर्यातीवर जोरदार भर देणे हा मंत्र राहिला.

१९७७ साली मागच्या बाजूच्याला इंजिनाची रिक्षा विकसित केली तेव्हा हा आर अँड डी विभाग लोकांच्या डोळ्यांत भरू लागला. परंतु या टीमची सर्वांत मोठी कामगिरी १९७९ मध्ये त्यांनी बजाज-चेतकमध्ये केलेली यशस्वी सुधारणा हीच असावी. कारण त्यामुळे यूएस फेडरल मोटर वाहन सुरक्षा मानकांच्या कसोटीवर ती उतरली. त्याच काळात पियाज्जिओ यांच्याशी तिथल्या कोर्टातल्या खटल्यात कायद्याचं युद्ध चालू होतं. एकट्याने हे काम केल्याने खूपच प्रशंसा होऊ लागली. मग १९८१-९०च्या दशकातही कौशल्ये अधिक सुधारली कारण काम कसं करायचं हे आर अँड डी टीम आता शिकली होती. राहुल त्याविषयी सांगतात, ''१९८५च्या सुमारास अंतर्गत स्तरावर बजाज ऑटोमध्ये बरेच बदल घडू लागले होते.'' आर अँड डी टीममध्ये त्यांना जे आश्वासन जाणवलं होतं त्यातून त्यांना एक नेहमीपेक्षा वेगळ्या कृतीची प्रेरणा मिळाली. त्यांनी इंजिनिअरिंग रिसर्च सेंटर वेगळ्याच इमारतीत नेऊन बसवलं आणि त्यांना रंगवणे आणि जुळवणे यांच्या स्वतंत्र सुविधाही दिल्या.

राहुल यांनी ज्ञानदात्यांची (नॉलेज प्रोव्हायडर्सची) एक छोटीशी यंत्रणा तयार केली. त्यात इटलीतून आलेले तीन तज्ज्ञ होते- तंत्रज्ञानासाठी आणि कॅप्टिव्ह कंझम्प्शनसाठी लागणाऱ्या स्पेशल पर्पज मशीन टूल्सच्या उत्पादन-साहाय्यासाठी 'विगेल एसपीए' यांची निवड केली होती तर मागच्या इंजीनवाल्या तीनचाकीच्या बॉडीच्या पुनर्रचनेसाठी आणि इंडस्ट्रिया प्रोटोटिपीसाठी 'आयडिया'ची निवड केली होती तसंच नव्या बजाज स्कूटरचं बॉडी डिझाइन निर्माण करण्यासाठी 'सेरी'ची निवड केली होती. स्पेनमधून बजाज यांनी मोटो पिआट एस ए. यांची निवड मॅग्नेटो आणि इलेक्ट्रॉनिक इग्निशन यंत्रणेसारख्या इलेक्ट्रॉनिक घटकांसाठी केली होती. १५० सीसीच्या स्कूटरमध्ये इंधन इंजेक्शन यंत्रणा विकसित करून इंधन वापर आणि धूर (एमिशन) कमी व्हावा यासाठी त्यांनी ऑस्ट्रेलियातून सॅरिच ऑर्बिटल इंजीन कंपनीला बोलावलं होतं तर इंजिनात सुधारणा करण्यासाठी ऑस्ट्रियातून एव्हिएल यांना आमंत्रण दिलं होतं.

१९९१-२०००च्या दशकात या तज्ज्ञ मंडळींचा समूह विस्तारून त्यात जपान्यांची भर पडली. १९९५ मध्ये जपानच्या कुबोता कॉर्पोरेशनसोबत तंत्रज्ञानाविषयीचा करार झाला त्यानुसार तीनचाकीच्या ४१७ सीसीच्या फोर स्ट्रोक डिझेल इंजीनसाठी त्यांचे तंत्रज्ञान घेण्याचे ठरवले गेले. माजी होंडा मोटर तज्ज्ञांची एक टीम टोकियो रिसर्च अँड डेव्हलपमेंट सेंटर या नावाने काम करू लागली होती. ते लोक बजाजसाठी बाह्य डिझाइनपासून ते इंजीन स्टायलिंगपर्यंतच्या स्कूटरच्या नमुन्यावर काम करू लागले. अमेरिकन आणि इटालिअनही बाजूबाजूला काम करत होते. अमेरिकेच्या युनिक मोबिलिटी इन्क या कंपनीला इलेक्ट्रिक पॉवर रिक्षा बनवण्याचं आणि इलेक्ट्रिक आणि हायब्रीड इलेक्ट्रिक सिस्टिमचा नमुना बनवण्याचं काम देण्यात आलं होतं. तर कागिवा या इटालिअन कंपनीला हाय एंड कागिवा सीआरएक्स ही १५० सीसीची फोर स्ट्रोक स्कूटर बनवण्यासाठी बोलावण्यात आलं होतं.

अंतर्गत आर अँड डी टीमने अथकपणे राबून १०० सीसीची स्कूटर विकसित केली ती बजाज कब या नावाने बाजारात आणण्यात आली. इलेक्ट्रॉनिक इग्निशन यंत्रणेच्या बजाज कबची मर्यादित आवृत्ती १९८४ साली बाजारात आणली असली तरी तिचे उत्पादन

तसे घाईघाईने बंदही करण्यात आले. स्थानिक आर अँड डीला अजून चांगली कामगिरी करण्यासाठी काही काळ जावा लागणार होता.

एम५० स्कूटरबद्दलही लोकांच्या फारच उच्च अपेक्षा होत्या. मूळ मोपेड स्वरूपातील ही एम५० काही मध्यभागी पेट्रोलची टाकी असलेली नेहमीसारखी मोटरबाइक नव्हती. बाह्य रूपात जपानी तंत्रज्ञानाचं प्रतिबिंब पडलेली एम५० ही 'स्कूटर-टाइप हँडलबार-माउंटेड गिअर शिफ्टर' याच बाबतीत वेगळी होती. या गाडीसाठी ११ लाख बुकिंगचा लोंढा आला. परंतु आल्या तशाच त्या ऑर्डर्स हवेत अदृश्यही झाल्या. चुकीच्या जुळवलेल्या घटकांमुळे गाडीच्या चालनक्षमता, इंधनक्षमता आणि विश्वासार्हता यांच्यावर परिणाम झाला होता. राहुलनी ताबडतोब स्पेशल टास्क फोर्स त्यासाठी उभारला. आर अँड डीने सुचवलं की आपण ८० सीसीचं मोठं इंजीन घेऊ. मग एम५०चे रूपांतर एम८०मध्ये करण्यात आलं. ''बजाज एम८०च्या बुकिंगचा पहिला दिवस संस्मरणीय होता,'' राहुल आठवण सांगतात, ''उदयपूर शहरात तर एवढ्या रांगा लागल्या होत्या की सुव्यवस्था ठेवण्यासाठी पोलिसांना बोलवावं लागलं.''

ज्या वर्षी एम८० आकुर्डी येथे जन्माला आली त्याच वर्षी वाळुज येथे कावासाकी बजाज (केबी) १०० ही मोटरसायकल जन्माला आली. घरच्याच विभागात विकसित केलेल्या स्कूटर्समुळे मूलभूत संशोधन आणि विकास क्षमतांवरील विश्वास अधिकच वाढला. तरीही संशोधन विकास यांच्यावर विक्रीच्या टक्केवारीच्या दृष्टीने पाहता कमीच रक्कम बाजूला ठेवणे राहुलनी जारी ठेवले. त्यांच्या क्षेत्रात घुसखोरी करणारे जागतिक ऑटोमोबाइल दिग्गज त्या मानाने बरीच रक्कम खर्च करत होते.

भारतभर मोर्चा

राहुल आठवण सांगतात, '''दुचाकी निर्माता' या नात्याने मी भारताचं परिवर्तन 'स्कूटरच्या देशातून' 'मोटरसायकलच्या देशात' होताना पाहिलं. बजाज ऑटोसारख्या मोठ्या स्कूटर उत्पादक कंपनीसाठी साहजिकच त्यामुळे काही समस्या निर्माण झाल्या. परंतु स्कूटरची कल्पनाच बाहेर फेकली गेली आहे असं मला वाटत नव्हतं. योगायोगाची गोष्ट म्हणजे होंडा कंपनीलाही तसं वाटत नव्हतं. फक्त एक असंभवनीय गोष्ट घडत होती ती म्हणजे प्रतिमेविषयी सजग आणि किमतीबद्दल तुलनेने संवेदनशील होत चाललेल्या ग्राहकांना एक कंपनी वर्षामागून वर्षे एक फारसा फरक न केलेलं उत्पादन लाखोंच्या संख्येने विकू शकत होती.

''१९८०च्या दशकाच्या अखेरीस आमच्या विक्रेत्यांच्या डीलरशिपचं स्वरूप बदलत होतं त्यामुळे मार्केटिंगही बदलणं गरजेचं होतं. मला त्या काळात काळजी कसली वाटत होती तर बजाज ऑटोच्या वाढीच्या गतीहून स्पर्धाच अधिक वाढू लागली होती. बाजारपेठेत सक्रिय स्पर्धेत उतरू शकतील असे अधिक धडाडीचे डीलर्स आम्ही शोधू लागलो. आमचा बाजारपेठेतला वाटा १९८४ साली ९५ टक्के होता तो १९९२ मध्ये ६४ टक्के एवढा घसरला. तर दुसरीकडे तीनचाकीच्या छोट्या क्षेत्राचा वाटा १९८५-८६ मध्ये ७० टक्के होता तो १९९२ मध्ये वाढून ९१ टक्के झाला.''

राहुल पुढे म्हणाले, ''ऑटोमोबाइल डीलर धंद्यातला नफा बघतो तसाच समाजातील स्वतःची प्रतिष्ठाही बघतो आणि ते योग्यच आहे. डीलर ज्या ब्रँडचं प्रतिनिधित्व करतो

त्याच्याच नावाने ओळखला जातो. बाजारपेठ बदलून विक्रेत्याकडून खरेदीदाराकडे गेली तेव्हा काही डीलर्सनी मोठ्या प्रमाणावर वितरण करायचं ठरवलं पण आपण वैयक्तिक ग्राहकांच्या व्यवस्थापनासाठीही आहोत असं त्यांनी मानलं नाही. त्या काळात डीलरने ग्राहकासाठी तयार केलेलं 'इन्व्हॉइस' हे एक तर त्याच्याशी संपर्काचा शेवटचा टप्पा ठरत होता किंवा नव्या नात्याचा पहिला टप्पा ठरत होता. यातील दुसरा दृष्टिकोन स्वीकारला तर तो यशाकडे जातो. मग ती डीलरशिप केवळ एखादी वस्तू किंवा उत्पादन विकत नाही तर ती एक ब्रँड विकते. डीलर ज्या प्रकारे एखादं उत्पादन विकतो आणि सेवा देतो त्यानुसार तो त्या ब्रँडचं मूल्य निर्माण करतो किंवा त्याचा विनाश करतो.

''आपल्या मानसिकतेमुळेच उग्र स्पर्धा, सतत बदलतं तंत्रज्ञान आणि मागणीपेक्षाही अधिक उत्पादन क्षमता यांचे परिणाम काय होतात ते नीट समजून घेण्यात आपण अयशस्वी ठरतो.'' राहुल म्हणतात, ''ग्राहकांची अपेक्षा आणि काही डीलर्सची क्षमता यांच्यात खूप मोठी दरी निर्माण झाली होती. जेव्हा स्पर्धा करणाऱ्या सर्व वाहनांची किंमत आणि गुणवत्ता सारखीच असते तेव्हा कुठल्या डीलरकडून ग्राहक गाडी विकत घेईल? हे त्या ग्राहकाच्या मनातील अपेक्षांवर अवलंबून असेल.

''उत्पादक भावी ग्राहकाच्या मनातील अपेक्षा त्याच्या उत्पादनांची किंमत, गुणवत्ता आणि जाहिराती या मार्गानि वाढवू शकतो.'' राहुल सांगतात, ''तथापि, विक्री आणि सेवा यांच्या माध्यमातून ग्राहकाच्या मनात निर्माण झालेल्या आकांक्षांना मान देऊन त्या पुऱ्या करण्याच्या स्थितीत डीलर होते का? त्यासाठी डीलरशिप म्हणजे नुसताच कोरडा व्यापार नसून ती विक्री आणि मार्केटिंग यामध्ये बदलायला हवी होती. मग वाहनांचे डीलर ग्राहकांचे चेहरे पाहू लागले. त्यांना समजू लागलं की आपण नुसतंच एक उत्पादन विकत नसून लोकांना वाहतूक विकत आहोत, एक सोय विकत आहोत. मग हे उत्पादन जेवढा काळ ग्राहकाकडे असेल तेवढा काळ आपण त्यांना उत्तम सेवा दिली पाहिजे, केवळ सर्व्हिसिंगची चार कुपनं दिली की भागणार नाही.

''अधिक चांगली विक्री व्हावी आणि आपापल्या प्रभागात बाजारपेठेचा आपला हिस्सा वाढावा यासाठी बहुतेक डीलर्सनी कौशल्ये आणि क्षमता विकसित केल्या परंतु विक्रीपश्चात सेवेचा प्रश्न आला तेव्हा त्यांची कामगिरी खूपच ढिली पडली,'' राहुलनी सांगितलं, ''विकसित देशांतील चांगल्या डीलरशिपच्या तुलनेने आमची डीलरशिप खूपच निकृष्ट दर्जाची ठरली. ऑटोमोबाइल डीलरशिपला त्यांचा सर्व खर्च वर्कशॉप आणि स्पेअर पार्ट्समधून मिळणाऱ्या उत्पन्नातून काढता यायला हवा.

''डीलरने ग्राहकांशी दीर्घकालीन नाते जोडले पाहिजे. डीलरकडे ग्राहकाला 'घरच्यासारखे' वाटले पाहिजे. दुसऱ्या स्कूटरची विक्री किंवा एक देऊन दुसरी घेणे, नवनवी वाहने बाजारात आलेली त्याला, त्याच्या कुटुंबाला आणि मित्रांना कळवणे या दृष्टीने ग्राहक हा डीलरच्या नेहमीच्या ग्राहकयादीत पाहिजे. ग्राहक टिकवून ठेवणे हा डीलरच्या कामगिरीचा उत्तम निकष आहे. अन्य पर्याय असूनही किती ग्राहक पुन्हा आपल्याचकडे येतात हे आपल्याला माहीत असतं का? जे येत नाहीत त्या मागचं कारण आपण समजून घेतो का? का नाही घेत? विक्रीचा शेवट हा खरं तर ग्राहक आणि डीलर यांच्यातील

नात्याची सुरुवात असते किंवा असली पाहिजे. कुठल्याही दीर्घकालीन नात्यात पुढील वैशिष्ट्ये असतात : 'संवाद, समजून घेणे आणि पारदर्शकता.'

''वस्तू इच्छित किमतीला आणि योग्य त्या कामगिरीच्या पातळीवर उत्पादित करणे तसेच ब्रँड मूल्य अथवा ब्रँड इक्विटी निर्माण करणे ही उत्पादकाची जबाबदारी असते. तथापि, डीलरशिप हे स्थान असं असतं जिथं ग्राहकांना 'ब्रँडचा अनुभव' घेता येतो. वेगळ्या शब्दांत सांगायचं तर उत्पादक स्वप्नांची निर्मिती करतो आणि डीलर त्या वास्तवात आलेल्या स्वप्नाला रंग देतो.

''डीलर्सचे अधिक जोमदार आणि वचनबद्ध जाळे हळूहळूच तयार होते म्हणूनच वितरक आणि डीलर्स यांचा विश्वास जिंकण्यासाठी आकुर्डी येथे डीलर्ससाठी वार्तासत्रे सुरू करण्यात आली. त्यानंतर आकुर्डी येथे व्हीएएक्स ८८०० मेनफ्रेम संगणक बसवला आणि सुरूही झाला त्यानंतर एका वेळेस देशभरातील शंभरहून अधिक विक्रेत्यांशी डायल अप-टेलिफोन लिंक्सद्वारे संवाद साधता येऊ लागला.

अधिक वेगवान, अधिक चांगले,अधिक नवे, अधिक स्वस्त

या टोकापासून त्या टोकापर्यंत सर्वच बदलण्याच्या प्रक्रियेने राहुलच्या अपेक्षेहून अधिक काळ घेतला. पुढील आठ वर्षांच्या काळात राहुलनी उत्पादन प्रक्रियेत आमूलाग्र बदल घडवून आणले, संशोधन आणि विकास (आर अँड डी उर्फ रिसर्च अँड डेव्हलपमेंट) यातली गुंतवणूक वाढवली. दुचाकीच्या सर्व उपलब्ध क्षेत्रांत शिरकाव केला, कंपनीची संरचना बदलली आणि पॅन-इंडिया संगणकीय जाळे उभारले. संदीपन देब म्हणतात की, कामकाजाच्या सर्वच क्षेत्रांत आणि १८ हजारांहून अधिक कर्मचाऱ्यांवर या सर्व घडामोडींचा काही ना काही परिणाम झालाच.

राहुलनी म्हटलं, ''राजकीय कारणांमुळे धोरणे आखली गेली. परंतु त्या धोरणांमुळे काम तर काहीच झालं नाही, उलट उद्यमशीलता खच्ची झाली. एकदा आम्हाला सीआरसीएची आयात स्टील शीट्ससाठी करावी लागली. (सीआरसीए म्हणजे कोल्ड रोल्ड क्लोज अनिल्ड ही प्रक्रिया हॉट रोलिंग आणि पिकलिंग प्रक्रियेनंतर करावी लागते त्यायोगे पोलादाची जाडी कमी होते आणि पोलाद अधिक कठीणही होते.) त्यापासून काय काय बनणार त्या प्रत्येक घटकाचे तपशील आम्हाला द्यावे लागले. ही सगळी लिखापढी खूपच कठीण होती कारण आम्हाला वेगवेगळ्या जाडीचे स्टीलचे पत्रे हवे होते आणि त्यांचा वापर उत्पादनाच्या बदलत्या मिश्रणावर अवलंबून होता. शिवाय आम्हाला सहा महिन्यांचा स्टॉकही करून ठेवावा लागणार होता कारण या सरकारी बाबूशाहीच्या उलथापालथीचा काही नेम नव्हता. हे सगळं करताना प्रत्यक्षात कामाचे मोल काहीच न वाढवणाऱ्या म्हणजेच बिनकामाच्या खर्डेघाशीत आमच्या कंपनीची ऊर्जा वाया जात होती. आम्ही कुणाला लाच देत नव्हतो त्यामुळे आमची वाढ मंद गतीने होत होती. पण मालक म्हणजे मी कंपनीत बसून असायचो आणि सगळे जण भरपूर काम करायचे म्हणून आमचं बरं चालत होतं.''

सीआयआयचे तरुण दास अर्धवट थट्टेने म्हणतात, ''चुंबकाकडे लोखंडाच्या पिना खेचल्या जाव्यात तसं राहुलकडे काम खेचलं जातं. त्यांना आर्थिक बाबी व्यवस्थित माहीत

असतात आणि ते उत्पादनाच्या आकड्यांवर रोज लक्ष ठेवून असतात. कमी खर्च हा त्यांचा मंत्र आणि खर्चावर नियंत्रण हा त्यांचा ध्यास. बजाज ऑटो ही अत्यंत व्यावसायिक कंपनी असली तरी राहुलच्या परवानगीशिवाय पाच रुपयेही खर्च करता येत नव्हते.''

जेव्हा जेव्हा जोमदार वाढ असते तेव्हा उच्च-नीच पदांची उतरंड अटळपणे जन्मते आणि गुणाकाराने वाढते. १९८५च्या सुमारास राहुलनी व्यवस्थापकांच्या पातळ्या अकरावरून सहांवर आणल्या. त्याबद्दल ते म्हणाले, ''त्यापूर्वी कारखान्यात एखाद्या निर्णयाची अंमलबजावणी करायची असेल तर व्यवस्थापनाच्या तीन ते चार पातळ्यांवरून तो निर्णय संमत व्हावा लागायचा.'' संगणकीकरणाचे धोरण आणल्याने स्कूटर, मोटरसायकल, रिक्षा आणि इंजिने हे चार विभाग अगदी स्वतंत्रपणेच काम करू लागले होते.

'रोबोटिका' या केंब्रिज विद्यापीठाच्या प्रेस जर्नलमध्ये १९८७ साली 'स्वयंचलित यंत्रे आणि रोबोंचा वापर' यावर केलेल्या जागतिक सर्वेक्षणाबद्दल लिहून आलं. त्यात नेहमीच्या आलेखाच्या वर जाऊन ठळक प्रगती करणारी काही उदाहरणं दिली होती. अमेरिकेतला पेंट करणारा रोबो, जपानमधला ॲल्युमिनिअमचे कास्टिंग करणारा रोबो, इंग्लंडमधील मशीन व्हिजन, बेल्जियममधला फोर्ड असेंब्ली प्लँट आणि आकुर्डी, इंडिया येथील बजाज ऑटो लि., अशी उदाहरणं त्यात होती. रोबोटिकाच्या संपादकांनी लिहिलं होतं, ''उत्पादन प्रक्रियांमध्ये संगणकीकरण ही खूप दीर्घ प्रक्रिया असेल असं आम्हाला वाटत होतं परंतु बजाज ऑटो यांनी सुरुवात केली आहे. पुढील तीन वर्षांत कंपनी वेगवान यंत्रसामग्री आणि इलेक्ट्रॉनिक उपकरणे बसवण्याची योजना आखते आहे. बजाज ऑटोतले इंजिनिअर्स सध्या मर्यादित स्वरूपात ऑनलाइन उत्पादन नियंत्रण यंत्रणेची चाचणी घेत आहेत तसेच त्यांच्या उपकरण-कक्षात काही संगणकाधारित उपकरणेही आहेत. खास प्रकल्पांवरील व्यवस्थापकांना वाटते की कारखान्याची कार्यसंस्कृती बदलून टाकण्याची प्रक्रिया दीर्घ असेल. तथापि, उत्पादन-नियंत्रण आणि अन्य कामांसाठी 'मुख्य फ्रेम आणि ऐंशी टर्मिनल्स' कुणाकडून घ्यावी यासाठी कंपनीने आयबीएम, डीईसी आणि बरोज यांच्यापैकी एकाचा विचार सुरू केला आहे. त्याशिवाय प्रायोगिक तत्त्वावर असेंब्लीसाठी रोबो आणण्याचा विचार ते करत आहेत. हल्लीहल्लीच त्यांनी व्यापारात १.४० कोटी डॉलर्सचं उत्पन्न कमावलं आणि त्यांची विक्री २३.२० कोटी डॉलर्स आहे त्यामुळे ते बहुधा जगातले दुसऱ्या क्रमांकावरील स्कूटरनिर्माते असावेत असा अंदाज आहे. तरीही भविष्यासाठी स्वयंचलनाचा परिणाम भारतात काय होईल याचा अंदाज बांधणं कठीण आहे.''

राहुल म्हणतात, ''आम्हाला तंत्रज्ञान, रिॲक्शन टाइम, ग्राहक समाधान इत्यादी विषयांत जगातल्या अन्य कुणाएवढंही चांगलं बनायचं आहे तेव्हा आणि आताही.''

शांतपणे ऐकून घेणारा

शारीरिकदृष्ट्या राहुल कधी शांत बसूच शकत नाहीत. हातच हवेत चक्राकार फिरवत राहतील नाहीतर ते हवेत उडवत राहतील. कधी पायाच्या अंगठ्यांचा ठेका धरत राहतील. परंतु वेळ पडल्यास जराही तरंग न उठणाऱ्या तळ्यासारखे शांतही राहतील आणि त्यांचा सल्ला तर घेणाऱ्याला अपेक्षित असा फारच क्वचित असेल. त्याची दोन उदाहरणे खाली दिली आहेत.

श्याम रुईया सांगतात, ''एका बजाज कंपनीचा माझ्या कंपनीशी सातत्याने वाद चालला होता. त्यावर तोडगा काहीच निघत नव्हता हे वेगळं सांगायला नकोच. आम्हाला वाटत होतं की बजाज कंपनीचे कर्मचारी फारच आडमुठेपणा करताहेत. त्यांचंही आमच्याविषयी तेच मत असणार. आता आम्हा दोन कुटुंबांत कायदेशीर विवाद उभा राहाण्याचा प्रश्नच नव्हता त्यामुळे एकच पर्याय असा होता तो म्हणजे कुणाचीतरी मध्यस्थी घेणे. त्या वेळेस मध्यस्थ म्हणून मला राहुलच आठवला. त्याचा निर्णय हा आमच्या बाजूने आला, त्यामुळे मी अगदी भारावूनच गेलो.''

१९८०च्या दशकातले मुंबईतले तडफदार युनिअन नेते दत्ता सामंत यांच्याशी समोरासमोर उभं राहायची वेळ आली तेव्हा बजाज समूहातील कंपनी हर्क्युलस हॉइस्ट्स हिचे त्रस्त व्यवस्थापकीय संचालक हरीप्रसाद आनंदकिशोर नेवाटिया राहुलकडे सल्ला आणि दिलासा यांच्यासाठी पोहोचले.

ते सांगतात, ''हर्क्युलस हॉइस्ट्सच्या ट्रेड युनिअनचे नेते आणि कामगार खूपच बेशिस्त झाले होते. १९८१-८२ या काळात कंपनी बंद होऊ नये यासाठी वाटाघाटी करताना मी दर साल १० लाखांचं ओझं उचलायचं कबूल केलं होतं. परंतु मला ते ओझं हळूहळू वाढवत १३ लाखापर्यंत दर साल न्यावं लागलं. सरतेशेवटी जेव्हा करारावर स्वाक्षरी करायची वेळ आली तेव्हा कामगारांनी हा आकडा १३.५० लाख इतका वाढवला. त्यामुळे कारखान्यातील वातावरण तंग बनलं. मग रामकृष्णजींच्या सांगण्यावरून मी आणि पुरुषोत्तम झुनझुनवाला राहुलभाईंना सल्ला विचारण्यासाठी भेटलो. सगळी माहिती शांतपणे, लक्षपूर्वक ऐकून झाल्यावर राहुलभाई म्हणाले की प्रश्न जास्तीच्या ५० हजार रुपयांचा नाही पण आत्ता तुम्ही ते मान्य केलंत तर कामगार आणखी जास्त मागू शकतात आणि नाही मागितले तरी त्यानंतर कारखाना चालवणं तुम्हाला कठीण होऊन बसेल. त्यानंतर दहा महिने कारखाना आम्ही बंद ठेवला. तो नंतर सुरू झाला तो आमच्या अटींवर आणि शर्तींवर सुरू झाला. हा अनुभव दुःखद असला तरी कामगारांसोबतचं आमचं त्यानंतर नातंच बदलूनच गेलं आणि आम्ही परिस्थिती अधिक आत्मविश्वासाने हाताळू शकलो. त्यामुळे पुढल्या सर्व वाटाघाटींच्या वेळेसही आम्हाला फायदाच झाला. राहुलभाई खूपच लक्षपूर्वक ऐकून घेतात.''

महाराष्ट्राचे पोलीस महासंचालक आणि मुंबईचे माजी पोलीस आयुक्त अनामी एन. रॉय म्हणतात, ''मला राहुलभाईंच्या दोन गोष्टी खूपच लक्षवेधी वाटल्या. एक म्हणजे तपशिलातच सगळे काही आहे ही त्यांची श्रद्धा. ते जे काम हातात घेतात त्याच्या अगदी मुळाशी जातात. त्याची संपूर्ण माहिती घेतात आणि तिचा अंशतः प्रभाव आपल्या कुटुंबावर आणि निदान काही मित्रांवर पाडतात. दुसरी गोष्ट म्हणजे 'नाही' म्हणण्याची त्यांची क्षमता. हा माणूस कितीही सर्वोच्च आणि शक्तिमान व्यक्तीला 'नाही' असे सांगू शकतो. आम्हा सरकारी अधिकाऱ्यांना प्रशिक्षण अकादमीत 'नकार' देण्याविषयी सांगितलेलं असतं. कधीकधी नकार दिला पाहिजे अशीच परिस्थिती असते आणि तो देऊन बराच भडीमार आणि 'परिणाम' भोगावे लागतात. परंतु राहुल या नशीबवान माणसाला 'नाही' म्हणूनही तसे परिणाम भोगावे लागले नाहीत.''

प्रकरण १३

अध्यक्ष : १९७२–२०२१

तिसरे अध्यक्ष

राहुल म्हणतात, ''आज मागे वळून बघताना वाटतं की १९७१–८०चं दशक माझ्यासाठी खूप कष्टाचं होतं.'' वडील १ मे, १९७२ रोजी वारले हा त्यांच्यासाठी खूप मोठा धक्का होता. कमलनयन तेव्हा दिल्लीहून बडोद्याला चालले होते आणि वाटेत अहमदाबादला उतरून

बहीण मदालसा आणि तिचे पती श्रीमान नारायण यांना भेटणार होते. श्रीमान नारायण त्या काळात गुजरातचे राज्यपाल होते. रात्री जेवताना त्यांचा बेत ठरला की उद्या सकाळी आपण साबरमती आश्रमास भेट द्यायला जायचं.

मधुमेहग्रस्त कमलनयनना त्यापूर्वी १९६९मध्ये हृदयविकाराचा झटका आला होता. पण रविवार, ३० एप्रिल, १९७२च्या रात्री ते झोपण्यासाठी खोलीत गेले तेव्हा आनंदी आणि विश्रांत दिसत होते. परंतु सोमवारी, भल्या पहाटे त्यांना हृदयविकाराचा झटका आला. कमलनयन यांचे दीर्घकालीन सेक्रेटरी विठ्ठल कामत यांनी आठवण सांगितली. ''आपली शेवटची घटका जवळ आल्याचं त्यांना जाणवू लागलं असावं त्यामुळे ते उठले. परंपरेअनुसार हिंदू माणसाने पलंगावर मरणं उचित नसतं. म्हणून ते खाली गालिचावर आडवे झाले. आडवं होताना आपलं मस्तक गालिचाच्या बाहेर राहील हेही त्यांनी पाहिलं कारण त्यांना पृथ्वीमातेच्या मांडीवर असताना प्राण सोडायचे होते. दुसऱ्या दिवशी सकाळी ते त्याच अवस्थेत सापडले तेव्हा त्यांच्या चेहऱ्यावर प्रसन्न भाव होते.'' हिंदू प्रथेअनुसार शक्य तितक्या लवकर दहन केलं जातं.

राहुल बजाज यांनी त्या क्षणांची आठवण अविचल भावाने सांगितली, ''प्रत्येक विषयाची उकल करताना माझे वडील केवळ अंत:प्रेरणेनेच वागत नसत तर ते बुद्धीचा तर्कनिष्ठ आणि वस्तुनिष्ठ वापर करत असत, तरीही त्यास मानवतावादाचा स्पर्श असे. त्यांचा स्वतःच्या विश्लेषण कौशल्यांवर विश्वास होता. देवावरही विश्वास होता परंतु त्यांच्या तर्कनिष्ठ विचारसरणीमुळेच ते कधीही दैववादाचा सहारा घेऊ शकले नाहीत. ते नेहमी म्हणायचे की जे दैवावर विसंबून राहतात त्यांना आयुष्यात फारच कमी साध्य करता येतं, आपण जे काही मिळवतो ते केवळ शास्त्रीय आणि वस्तुनिष्ठ वृत्तीने काम केल्यासच शक्य आहे.''

राहुल आठवण सांगतात, ''आमच्या व्यवसायाची इमारत काकाजींनी जवळजवळ पायापासूनच उभी केली होती. ते व्यवसायाच्या दैनंदिन कामकाजात कधीच गुंतत नसत किंवा लक्ष घालत नसत. पण त्यांची महत्त्वाच्या व्यावसायिक मुद्द्यांची ग्रहणशक्ती फारच चांगली होती. गरज पडलीच तर ते एवढ्या गहन कल्पना आणि तोडगे सुचवत जे आमच्यातल्या कुणाच्या डोक्यातही आले नसते. अशा गोष्टींचा वापर झाल्यानेच बजाज समूह इतक्या कमी कालावधीत इतकी उंची गाठू शकला.''

''स्वतःच्या स्वभावास इमानी राहून त्यांनी कधीच यशापयशाची पर्वा केली नाही.'' राहुल पुढे म्हणतात, ''त्यांचा कृतीवर भरवसा होता. त्यांना वाटायचं की हाती घेतलेलं काम तडीस नेण्यासाठी त्या माणसाने शक्य तेवढे उत्तम काम केलं पाहिजे मग ते कितीही कठीण असो. त्यांना वाटायचं की यश आणि अपयश यांच्यातली सीमारेषा अगदीच अस्पष्ट असते.'' राहुलही वडिलांच्या पावलांवर पाऊल टाकून चालत होते.

बजाज ऑटोच्या संचालक मंडळावर मदनमोहन रुईया, वीरेन शहा, मनमोहन लाल गौबा, डी. एस. मुल्ला, रिशभदास रांका आणि रामकृष्ण बजाज होते. या सर्वांनी राहुलना अध्यक्ष नियुक्त केलं तेव्हा ते केवळ चौतीस वर्षांचे होते. आणि पुढला प्रवास बिकट होता. भारतीय अर्थव्यवस्था गाळात जाऊ पाहत होती, मॅनेजिंग एजन्सी सिस्टिमचे पतन होऊ घातले होते त्यामुळे व्यवसाय वेगळ्या प्रकारे करावा लागणार होता.

भविष्यास तोंड देताना

अर्थतज्ज्ञ आणि व्यासंगी विद्वान दीपक नय्यर सांगतात, ''मागे पडलेल्या औद्योगीकरणाने १९७१च्या प्रारंभापासून वेग पकडला पण ते फार पुढे जाऊ शकलं नाही. सरकारचा दावा होता की बाजारपेठेचं सरंक्षण आणि वाढ व्हावी यासाठीच आम्ही प्रतिबंधात्मक धोरणे आणली आहेत. परंतु प्रत्यक्षात त्यामुळेच आपण सर्व बाजूंकडून कैचीत सापडलो आहोत अशीच राहुल यांची भावना होती.''

बकुल पटेल त्या काळाबद्दल सांगतात, ''आमच्या घरीच माझी राहुलभाईंशी पहिल्यांदा भेट झाली. माझे पती रजनी पटेल हे तत्कालीन पंतप्रधान इंदिराजींचे जवळचे सहकारी आणि सल्लागार होते, त्यांना भेटायला ते आमच्या घरी आले होते. ही साधारण १९७४-७५ची गोष्ट असेल. रजनी तेव्हा मुंबई प्रदेश काँग्रेस कमिटीचे अध्यक्ष होते आणि तत्कालीन 'तरुण आश्वासक राजकारणी' शरद पवार आणि महाराष्ट्रातील एका मोठ्या उद्योग समूहाचे वारस आणि उभरते उद्योजक अजित गुलाबचंद यांच्यासह राहुलभाई एक शिष्टमंडळ घेऊन भेटीला आले होते. महाराष्ट्रातील औद्योगिक धोरणातील एका मुद्द्याविषयी चर्चा करायला ते आले होते.'' बकुलबेन पुढे बोलू लागल्या, ''तो लायसन्स युगाचा काळ होता. त्यांच्या समस्यांचे निराकरण व्हावे यासाठी केंद्रीय उद्योगमंत्र्यांना साकडे घालण्यासाठी बहुधा त्यांना रजनी यांच्या मदतीची आणि सल्ल्याची गरज होती. त्याचं निवेदन ऐकत मी तिथं बसून राहिले तेव्हा आपला दृष्टिकोन समोरच्यास पटवून देण्याची राहुलभाईंची ताकद पाहून मी चकित झाले. त्याचं देखणेपण, विश्वासू व्यक्तिमत्त्व आणि शब्दलाघव यांच्यामुळे राहुलभाई त्या शिष्टमंडळाचे अत्यंत वाक्पटू आणि समतोल प्रवक्ते म्हणून नजरेत भरत होते. नेतृत्वगुण आणि स्वतःचे म्हणणे मांडण्याची ताकद या गोष्टी माझ्या स्मृतीवर कायमच्या कोरल्या गेल्या.''

६ ते २४ ऑक्टोबर, १९७३ या काळात मध्यपूर्वेत इजिप्त-सीरिया यांच्या आधिपत्याखालची अरब राष्ट्रे आणि इस्रायल यांच्यात युद्ध झाल्याने तेलसंकट निर्माण झालं. हा राहुल आणि बजाज ऑटो यांच्यासाठी मोठाच तडाखा होता. (या लढाईचा उल्लेख योम किप्पुर युद्ध, रमादान युद्ध किंवा ऑक्टोबर युद्ध असाही करतात.) बजाज स्कूटर्स पेट्रोलवर चालणाऱ्या होत्या. राहुलनी रेडिओवर बातम्या ऐकल्या की खनिज तेलाच्या किमती ३ डॉलर्सवरून १२ डॉलर्सवर गेल्या आहेत. त्यानंतर संध्याकाळी मुंबई दूरदर्शनवरून पुण्यास रिले होणारे मुंग्या-मुंग्यांचे काळे-पांढरे सिग्नलही पाहिले. २ ऑक्टोबर १९७३ या गांधी जयंतीच्या दिवशी पूना दूरदर्शन केंद्र स्थापन झालं. (१९७८ साली 'पूना' जे नाव 'पुणे' असं करण्यात आलं.)

तेल संकटामुळे भारतात दोन अंकी महागाई सुरू झाली आणि जागतिक मंदीही आली. राहुल यांनी दातारांशी बोलताना म्हटलं, ''१९७५-८० या काळात भारत चीनच्या मागे पडला. १९७०च्या सुरुवातीला मला वाटतं की चीन आणि भारताचा जीडीपी जवळजवळ सारखाच होता. परंतु डेंग झिआओ पिंग यांच्या नेतृत्वाखाली चीनने शेतीचं एकत्रीकरण रद्द केलं. परदेशी गुंतवणुकीसाठी दारं उघडली आणि उद्योजकांना व्यवसाय सुरू करण्याची परवानगी दिली. भारताच्या आर्थिक वाढीचा दर ३.५ टक्के दरमहा होता. १९८० साल डोळे

उघडणारं ठरलं. : जागतिक बँकेच्या माहितीअनुसार १९८० साली भारताच्या जीडीपीची ५ टक्क्यांनी घटच झाली.

भ्रष्टाचार तर मोकाट सुटला होता. उदाहरणार्थ, स्टेट ट्रेडिंग कॉर्पोरेशन या सार्वजनिक क्षेत्रातील कंपनीने फारच विचित्र मार्गांनी पैसे कमावले.'' नवी दिल्ली येथे नेमणूक झालेले परदेशी राजनैतिक अधिकारी या कॉर्पोरेशनच्या माध्यमातून मोटारगाड्या आयात करू शकत होते. 'आर्थिक इतिहासा'चे अभ्यासक तीर्थंकर रॉय म्हणतात, ''या गाड्या भारतीयांना नंतर म्हणून सेकंड हँड म्हणून विकल्या जायच्या. सर्वच संबंधितांसाठी हा धंदा लाभदायक ठरत होता. राजनैतिक अधिकाऱ्यांना हव्या त्या गाड्या मिळत होत्या, सरकारला २००-३०० टक्के कर मिळत होता आणि भारतीय गाड्यांची ती मंद डिझाइन्स आणि अकार्यक्षमता यांमुळे सेकंड हँड गाड्याही मूळ किमतीपेक्षा जास्तच भावात विकल्या जात होत्या. या व्यवहारातला मलिदा कॉर्पोरेशन खिशात घालत होती.''

सियाओ... सियाओ...

राहुल जुनी आठवण सांगतात, ''पियाज्जिओसोबतचा करार आम्हाला निदान पाच वर्षे तरी वाढवायचा होता पण 'अरिवेदेर्सी' म्हणजे 'चला, लवकरच भेटून बोलू,' हा पर्यायच समोर नव्हता. कारण १९७०च्या प्रारंभीच्या काळात इंदिरा गांधी सरकारने ऑटोमोबाइल उद्योगासह बऱ्याच उद्योगांतील कोलॅबोरेशनच्या एकाही कराराचं नूतनीकरण होऊ दिलं नाही. आम्ही तो अतिरेकी समाजवादाचा काळही पाहिला.''

लायसन्स परमिट राज्य याचा अर्थ स्पर्धा अजिबातच नव्हती असा नव्हता. १९७०च्या दशकात अर्धा डझन मोटरसायकल उत्पादक होते आणि आयडियल जावा, एन्फिल्ड आणि राजदूत कंपन्या आघाडीवर होत्या. लँब्रेटा स्कूटर श्रेणीला चिकटून होती. तांत्रिकदृष्ट्या स्वयंपूर्ण स्कूटर आणि मोपेड या उपविभागांमुळे स्कूटर क्षेत्रातील दोन आणि मोपेड क्षेत्रातील तीन नव्या प्रवेश-इच्छुकांचा लाभ झाला.

फॉरिन एक्स्चेंज रेग्युलेशन कायदा (फेरा) १ जानेवारी, १९७४ रोजी आणला गेला. त्याचे अधिक दूरगामी परिणाम झाले. परकीय चलनाचे नियमन, विशिष्ट प्रकारच्या देयकांवर (पेमेंट्सवर) कडक नियंत्रण, तसंच परदेशी चलन आणि त्याची आयात निर्यात यांचेवर अप्रत्यक्ष परिणाम होणाऱ्या परकीय चलनातल्या तशाच सिक्युरिटीजमधल्या व्यवहारांवर नियंत्रण, हे ते परिणाम होते.

तंत्रज्ञानातील कुंठिततेच्याही मर्यादा पडल्याने परिणामतः खूपच कमी नवी उत्पादने किंवा कंपन्या बाजारात प्रवेश करत होत्या कारण हे पूर्ण क्षेत्रच जवळजवळ पूर्णतया परदेशी कोलॅबरेशनवर उभं होतं.

१९७५ सालच्या सुमारास परदेशी चलनाची बोंब झाल्याने इंदिरा गांधी सरकारने स्कूटरना अग्रक्रमानेॲलॉटमेंट देण्याची एक योजना काढली, त्यानुसार ५००० रुपयांचे परदेशी चलन दर स्कूटरमागे द्यायचे होते. ''या योजनेखाली ३१ मार्च, १९७५ पर्यंत १८२०० 'बजाज-१५०' स्कूटर्स दिल्या गेल्या. त्यामुळे देशाला ९ कोटी रुपयांहून अधिक परदेशी चलन मिळालं.'' असं राहुलनी आपल्या समभागधारकांना उद्देशून समाधानपूर्वक

लिहिलं. पुढल्याच वर्षी सरकारने २४००० 'बजाज-१५०' स्कूटर या योजनेखाली देण्याचे ठरवले. ''त्यामुळे कंपनीने परदेशी चलनांच्या स्वरूपात १२ कोटी देशाला मिळवून दिले.'' राहुल म्हणाले. असंच पुढे चालत राहिलं....

विकासात्मक वित्तपुरवठ्यातील महाराजे

कुंदापूर वामन कामत म्हणतात, ''मी कर्जाच्या प्रस्तावाची तपासणी करायला आकुर्डी येथील कारखान्यात १९७१-८०च्या दशकाच्या अखेरीस गेलो होतो तेव्हा राहुलभाईंना पहिल्यांदा भेटलो. त्यांना कदाचित ते आठवणारही नाही. मला त्यांच्या जागी एक तरतरीत, तरुण उद्योजक नेता दिसला. तो अत्यंत हुशार, तीक्ष्ण ग्रहणशक्तीचा आणि बोलण्यात तरबेज होता. १९७०च्या दशकात मी आयसीआयसीआय बँकेतला एक तरुण अधिकारी होतो. बजाज ऑटोला नव्या भारताचं प्रतीक मानत होतो. 'आम्ही हे करू शकतो,' या कंपनीच्या वृत्तीमुळेच तर त्यांनी भारतीय जनतेची एवढी आवडती स्कूटर बनवली होती की त्यासाठी काही वर्षांच्या प्रतीक्षा यादीत थांबावं लागत होतं या गोष्टीचा माझ्यावर खूपच प्रभाव पडलेला होता.''

विकासात्मक वित्त पुरवठा आणि नियोजन ही विचारसरणी तेव्हा भारतात आली होती. (नियोजनबद्ध आर्थिक विकासाच्या सुरुवातीच्या टप्प्यात स्थापन झालेल्या आर्थिक संस्था पुढीलप्रमाणे होत्या : इंडस्ट्रिअल क्रेडिट अँड इन्व्हेस्टमेंट कॉर्पोरेशन ऑफ इंडिया (आयसीआयसीआय, १९५५), लाइफ इन्शुरन्स कॉर्पोरेशन (एलआयसी, १९५६), रिफायनान्स कॉर्पोरेशन फॉर इंडस्ट्रीज (आरएफआय, १९५८, नंतर आयडीबीआयने ताब्यात घेतलेली संस्था), ॲग्रीकल्चरल रिफायनान्स कॉर्पोरेशन (१९६३, एआरडीसी आणि नाबार्ड यांची पूर्वसुरी संस्था), युनिट ट्रस्ट ऑफ इंडिया (यूटीआय, १९६४), इंडस्ट्रिअल डेव्हलपमेंट बँक ऑफ इंडिया (आयडीबीआय, १९६४), रुरल इलेक्ट्रिफिकेशन कॉर्पोरेशन (आरईसी, १९६९), हाउसिंग अँड अर्बन डेव्हलपमेंट कॉर्पोरेशन (हुडको, १९७०), इंडस्ट्रिअल रिकन्स्ट्रक्शन कॉर्पोरेशन ऑफ इंडिया (आयआरसीआय १९७१, आयआयबीआयची पूर्वसुरी) आणि जनरल इन्शुरन्स कॉर्पोरेशन ऑफ इंडिया (जीआयसी, १९७२).)

के. व्ही. कामत यांचे थेट बॉस आणि आयसीआयसीआयचे अध्यक्ष हसमुख टी. पारेख त्यांना म्हणाले, ''एखादा उद्योजक एखाद्या प्रकल्पाची योजना आखत असला तरी त्याला वित्तपुरवठा करणारी विकासात्मक बँकही त्या प्रकल्पाची कसून तपासणी घेत असते आणि त्याच्या व्यवहार्यतेची स्वतंत्रपणे परीक्षा करत असते. विकासात्मक बँकांना प्रकल्पांना नाकारण्याची इच्छा नसते तर त्यांची व्यवहार्यता वाढावी यासाठी त्यांच्यातील दोष दूर करण्याच्या प्रयत्नांत त्या असतात. म्हणजे एकदा का एक प्रकल्प मंजूर झाला की विकासात्मक बँका अंमलबजावणी टप्प्यापर्यंत त्यांचा मागोवा घेण्याचा प्रयत्न करत असतात. त्यायोगे त्या प्रकल्पाच्या प्रगतीवर त्यांचे सारखे लक्ष राहते.''

पारेख पुढे म्हणाले, ''वित्तपुरवठ्याचे कार्य हे प्रकल्प नियोजन आणि अंमलबजावणी यापलीकडले स्वतंत्र कार्य असते. सार्वजनिक आणि जॉइंट सेक्टर कंपन्यांच्या अर्थपुरवठ्यात विकासात्मक बँकाचा वापर ही या स्वतंत्र सेवेस दिलेली मान्यताच आहे.''

दीपक नय्यरही म्हणतात की, छोट्या किंवा मध्यम कालावधीसाठी कमी दरावरील परतावा हा विकासात्मक बँकांसाठी समर्थनीय असतो कारण चिकाटीने टिकून राहणाऱ्या आणि आतली खबर मिळण्याचा लाभ असलेल्या भांडवलाला दीर्घावधीत हेच परताव्याचे दर खूप जास्त मिळू शकतात.

१९४०च्या दशकात म्हणजे १९४८ साली इंडस्ट्रिअल फायनान्स कॉर्पोरेशन ऑफ इंडिया (आयएफसी) अस्तित्वात आली. १९५०च्या दशकात म्हणजे १९५५ मध्ये इंडस्ट्रिअल क्रेडिट अँड इन्व्हेस्टमेंट कॉर्पोरेशन अस्तित्वात आली आणि १९५६ साली लाइफ इन्शुरन्स कॉर्पोरेशन अस्तित्वात आली. १९६०च्या दशकात म्हणजे १९६४ साली इंडस्ट्रिअल डेव्हलपमेंट बँक ऑफ इंडिया आणि युनिट ट्रस्ट ऑफ इंडिया या दोन संस्था निर्माण झाल्या. संसदेत कायदा संमत करून शिखर कर्जदात्या संस्था (अपेक्स लेंडिंग संस्था) आणि रिझर्व्ह बँकेच्या उपकंपन्या म्हणून त्यांची निर्मिती झाली होती. १९७०च्या दशकाने इंडस्ट्रिअल इन्व्हेस्टमेंट बँक ऑफ इंडिया (आयआयबीआय, १९७१)ची निर्मिती पाहिली, १९८०च्या दशकात नॅशनल बँक फॉर अॅग्रीकल्चर अँड रुरल डेव्हलपमेंट (नाबार्ड, १९८२) आणि एक्स्पोर्ट इंपोर्ट बँक (एक्झिम १९८२) पाहिली. विकासात्मक वित्तपुरवठा उत्साही वातावरणात वाढत होता.

सेराजुल हक खान यांच्या नेतृत्वाखाली आयडीबीआय ही आयसीआयसीआय-पेक्षाही मोठी वित्तसंस्था ठरली. आयडीबीआयची भूमिका लवकरच वाढवून कर्जांचे पुनर्वाटप (रिफायनान्सिंग), तंत्रज्ञान विकास आणि बँकिंग सेवा अशी झाली. तसंच ती प्रकल्प, व्यवस्थापन आणि पुनर्रचना यांच्याविषयी सल्लागाराची भूमिकाही निभावू लागली. १६ फेब्रुवारी, १९७६ रोजी रिझर्व्ह बँकेने आयडीबीआयला भारत सरकारकडे सुपूर्द केलं. त्यानंतर आयडीबीआय ही उद्योगांचे वित्तपुरवठा, उत्तेजन आणि विकसन करणारी मुख्य अर्थसंस्था बनली.

सरकारी निधी मिळत असल्याने या विकासात्मक वित्तसंस्था बाजारातील व्याजदराहून कमी व्याजावर स्रोत आणू शकत होत्या, त्यामुळे भारतीय उद्योग आणि साहजिकच बजाज ऑटो यांची पहिली पसंती त्यांनाच मिळू लागली. अर्थात, या सुविधेसोबत काही निर्बंधही येत होतेच. त्यांच्या कडक शर्ती असायच्या त्या केवळ सुरक्षितता, मुद्दलाची परतफेड आणि वेळवर व्याज अदा करणे याविषयीच केवळ नसायच्या तर त्यांनी वित्तसाह्य दिलेल्या चालू प्रकल्पांतही काय करावे आणि काय नाही हेही ते सांगत असत. मुख्य (लीड) संस्था आणि सहभागी (पार्टिसिपेटिंग) संस्था या बँकांच्या संघ यंत्रणेशी (काँझोर्टिअमशी) सुसंगत असायच्या. बऱ्याच बाबतीत कर्जाचा काही भाग इक्विटी कॅपिटलमध्ये परिवर्तित करण्याची अटही असायची. कर्जाच्या कालावधीत आधीपासून ठरवलेल्या किमतीस हे परिवर्तन होत असे.

१९७०-७१ या काळातील कर्जवाटप कमीच होते म्हणजे ते भारताच्या ढोबळ भांडवल निर्मितीच्या केवळ २.२ टक्के होते परंतु ते हळूहळू वाढले आणि १९९०-९१ मध्ये १०.३ टक्के झाले आणि १९९३-९४ मध्ये १५.२ टक्के झाले. हळूहळू संसदेच्या विभिन्न कायद्यांन्वये स्थापन झालेल्या संस्थांनी बऱ्याच विकासात्मक वित्तसंस्था निर्माण केल्या तसेच कंपनी कायद्याखालीही बऱ्याच अशा विकासात्मक वित्त कंपन्या निर्माणही झाल्या.

...आणि त्यांचे नामनिर्देशित संचालक

कर्ज आले की त्यामागोमाग कर्जदात्याला म्हणजेच या बाबतीत विकासात्मक बँकेला स्वतः चे प्रतिनिधी म्हणून एक किंवा दोन संचालक कर्जदार कंपनीच्या बोर्डावर नेमण्याचा हक्क प्राप्त होतो. अशा नामनिर्देशित संचालकांना काही विशेषाधिकार असतात- उदाहरणार्थ, त्यांना एकामागोमाग एक (रोटेशनने) निवृत्त व्हावे लागत नाही, तसेच संचालक म्हणून सक्षम होण्यासाठी समभाग विकत घ्यावे लागत नाहीत. त्यांची मुख्य भूमिका त्यांच्या त्यांच्या वित्तसंस्थांचे हितसंबंध राखणे एवढीच नसते तर सार्वजनिक हितसंबंधांचेही ते रक्षण करतात आणि त्यासाठी प्रवर्तक व्यवस्थापन काही अनिष्ट कृत्यांत गुंतलेले नाही ना याची काळजी घेतात.

कंपन्यांच्या कामकाजावर देखरेख ठेवण्यासाठी या विकासात्मक बँकांच्या नामनिर्देशित संचालकांची संख्या आयसीआयसीआय किंवा आयडीबीआय यांचेशी चर्चा करून ठरवलेली असे. त्यामुळे समभाग धारकांचे प्रतिनिधित्व करणारा उच्च प्रशिक्षित पूर्ण वेळ संचालकांचा ताफाही उदय पावला. विकासात्मक संस्थांचे संपूर्ण भारतात आणि राज्याराज्यांत प्रतिनिधित्व करणाऱ्या या संचालकांच्या नियुक्त्या जून, १९७१नंतर संस्थात्मक झाल्या. त्यासाठी तेव्हा सरकारने कर्जाचे रूपांतर इक्विटी कॅपिटलमध्ये करण्यासाठी मार्गदर्शक सूचना जारी केल्या.

सुरुवातीचं नावीन्य आणि उडालेली धूळ खाली बसली आणि मग मार्गदर्शक सूचनाही उत्तम रचल्या गेल्या. नामनिर्देशित संचालकांच्या विश्वस्तात्मक कर्तव्यांचा परीघ वाढला आणि त्यांना संचालक मंडळात एकतृतीयांश संचालक नामनिर्देशित नेमण्याचा हक्क प्राप्त झाला. तर खाजगी क्षेत्रातील प्रवर्तकांना एक संचालक कमी नेमला तरी चालत होता. खाजगी प्रवर्तक, सर्वसामान्य जनता आणि विकासात्मक संस्था यांचे इक्विटी मालकीचे गुणोत्तर २६:२५:४९असे झाले. अत्यंत संवेदनशील अशी पूर्ण वेळ वित्त संचालकाची जागाही भरण्याचा हक्क निर्माण झाला. महत्त्वाची बाब म्हणजे विकासात्मक वित्त संस्थेने अध्यक्ष नेमायचा तर खाजगी प्रवर्तकाने व्यवस्थापकीय संचालक नेमायचा असेही अधिकार त्यांना मिळाले. विकासात्मक वित्तसंस्थांच्या हक्कांची पोतडी प्रशस्त आणि वाढती बनली होती.

एकूण पाहता अध्यक्षपद त्यांना देणे हा प्रवर्तकांचा एकमेव विजय होता. खरंच होता का तो? नोकरशाहीने खरंच का माघार घेतली होती?

''कर्जसाहाय्य करणाऱ्या बँकांतील अधिकाऱ्यांना कर्जदार कंपन्यांच्या संचालक मंडळावर अध्यक्ष अथवा व्यवस्थापकीय संचालकांसारख्या वरिष्ठ पदांवर ठेवणे ही अनिष्ट प्रथा होती,'' असे सार्वजनिक आस्थापन समितीने कठोरपणे सुचवले, ''कारण नामनिर्देशित संचालकांचे अहवाल वित्तसंस्था तपासतात आणि अध्यक्षांच्या जागीच हे नामनिर्देशित संचालक असतील तर त्यांच्या अहवालाचा आढावा घेणे शक्य नसते.''

दशकाच्या अखेरीस 'इंडिया टुडे'च्या गुप्तहेरांनी माहिती काढली की १९७० ते १९७९ या काळात :

- नोकरशहांची संख्या फुगत जाऊन एक कोटी पाच लाखांवरून दीड कोटींवर गेली.
- केंद्र सरकारचा खर्च १६६१ कोटींवरून ६००० कोटींवर गेला.
- आयकराचे सरकारी उत्पन्न ११०० टक्के म्हणजे १०६ कोटींवरून १३६५ कोटी झाले.
- सर्व करांपासूनचे उत्पन्न २२०० कोटी रुपयांवरून ८१०० कोटी रुपयांवर गेले.
- पेट्रोलच्या किमती १.११ रु. दर लिटरहून वाढून ४.४३ रुपये लिटर झाल्या.
- स्वयंपाकाचा गॅस सिलिंडर १९७० मध्ये २३ रुपये होता तो १९७९ मध्ये ४० रुपये झाला.
- अँबेसेडर गाडी १९७० मध्ये २०००० रुपयांना मिळत होती ती ५०००० रुपये झाली.

त्यामुळे राहुलना आपल्यावर खूप बंधनं आली आहेत असं वाटल्यास त्यात आश्चर्य काहीच नव्हतं.

सावध करणारा इशारा

''कदाचित आपल्या मनात तेवढा दृढ निश्चय नाही.'' हातांतील लगाम सैल सोडताना आणि वरिष्ठ अधिकाऱ्यांना धोरण आणि अंमलबजावणीत स्वतःच्या मनासारखं थोडंफार करायची संधी देताना राहुल विचार करत होते. ''या बाबतीत 'ली लकोका' या तज्ज्ञांशी माझं मत जुळतं. सर्वानुमते निर्णय घेण्यावर माझा विश्वास नाही. मी महत्त्वाच्या गोष्टींत इतर लोकांचं मत विचारतो आणि निःपक्षपणे त्यांची मतं ऐकतो पण मी काही मतदान घेत नाही. मी निर्णय घेतो.''

धूम्रपान आणि हृदयविकाराचा झटका हे एकमेकांचे चांगले मित्र आहेत म्हणूनच ते आपले मित्र नाहीत. मुरली देवरा सातत्याने सांगत असूनही राहुलनी त्यांच्या या चतुर बोलण्याकडे दुर्लक्षच केलं आणि हृदयविकाराचा झटका आल्यानंतरच धूम्रपान सोडलं.

राहुल ज्या ज्या डॉक्टरांना भेटले त्या प्रत्येकाकडे त्यांच्याबद्दल सांगण्यासारखा एक किस्सा होताच. हृदयविकार तज्ज्ञ आणि पुण्याच्या रुबी हॉल कार्डिअॅक सेंटरचे संचालक परवेझ ग्रांट म्हणतात, ''मी राहुल यांचेसोबत ब्रीच कँडी हॉस्पिटलमध्ये होतो. त्यांना अचानक एक ओळखीचा माणूस दिसला. तो हृदयाच्या वॉल्व्ह समस्येसाठी अँजियोग्रॅम काढायला आला होता. राहुल त्यांच्याकडे सहज चालत गेले, त्यांच्या नातेवाइकांना भेटले आणि त्यांच्याशी थोड्याच काळात 'हार्ट व्हॉल्व्ह शस्त्रक्रिये'विषयी बोलू लागले. ते अखंड बोलत होते आणि अत्यंत चांगलं बोलत होते, त्यांनी त्यांच्या नातेवाइकांवर चांगलाच प्रभाव टाकला हेही मला मान्य केलं पाहिजे. सरतेशेवटी एकाने हात वर करून त्यांना विचारलं, 'सर, आपण डॉक्टर आहात का?' तर त्या पेशंटच्या सुदैवाने राहुल म्हणाले, 'नाही.'''

डॉ. राजन कोठारी सांगतात, ''मी अस्थिरोगतज्ज्ञ आहे पण मी राहुल सरांना भेटलो तेव्हा कोण कुणाला भेटतंय हेच मला कळलं नाही. त्यांनी माझी मुलाखत खूपच भेदक प्रश्न विचारून घेतली. मला सगळ्यात काय आवडलं असेल तर त्यांची लहान मुलासारखी

ज्ञान मिळवण्याची तळमळ आणि गुंतागुंतीच्या गोष्टी खूप सोप्या करून सांगण्याची क्षमता.'' डॉ. अप्पाजी कृष्णन यांनाही राहुल यांचा हाच अनुभव आला. : ''जेव्हा जेव्हा मी त्यांना भेटायचो तेव्हा तेव्हा ज्या निर्दोष तऱ्हेने त्यांनी त्या भेटीची तयारी केलेली असायची ते पाहून मी प्रत्येक वेळेस थक्क होत असे.''

२ नोव्हेंबर, २००१ रोजी कित्येक वर्षांच्या लढाईनंतर मुरली देवरा सर्वोच्च न्यायालयात एक अत्यंत महत्त्वाचा खटला जिंकले. त्या निर्णयानुसार सर्वोच्च न्यायालयाने सर्व राज्ये आणि केंद्रशासित प्रदेशांना हुकूम दिला की श्रोतृगृहे, रुग्णालये, आरोग्य संस्था, शैक्षणिक संस्था, ग्रंथालये, न्यायालये, सार्वजनिक कचेऱ्या, रेल्वेसह सार्वजनिक वाहतूक यंत्रणा या सर्व सार्वजनिक जागांवर धुम्रपान पूर्णतया बंद राहील. परंतु विडीचं आव्हान स्वीकारायला तो कायदा कमी पडला.

प्रकरण १४

परदेशांवर विजय पताका : १९७२–२०२१

इंडोनेशिया : टाइम मासिक

मार्च, २०१५ मध्ये इथिओपियातील हवासा शहर एकदम ठप्प झालं. तीनचाकी मोटरसायकल टॅक्सींचे चालक संपावर गेले. २.५० लाख लोकसंख्या आणि केवळ चारच सरकारी मालकीच्या बस असल्याने हवासा हे शहर 'बजाज' याच नावाने ओळखल्या जाणाऱ्या टॅक्सींवर अवलंबून होते. संशोधक समाजशास्त्रज्ञ डॅनियल मेन्स आणि इशेतायेहु किन्फू यांना एका प्रवाशाने सांगितलं, ''बजाज टॅक्सी संपली तर सगळं संपलं. बजाजशिवाय आम्ही हालचालही करू शकत नाही, नव्हे आमचं शहरही उरणार नाही,''

१९८३ : 'ऑक्टोपुसी' या जेम्स बाँड साहसपटात एक खास सनसनाटी पाठलाग-दृश्य आहे. खलनायकाचा उजवा हात गोबिंदा (कबीर बेदी) उदयपूरच्या रस्त्यांवर बाँडच्या (रॉजर मूरच्या) पाठलागावर असतो. तेव्हा हा ब्रिटिश सुपर हेर त्याचा अमूल्य जीव घेऊन एका रिक्षात बसून पळत असतो आणि ती रिक्षा हसतमुख चेहऱ्याचा विजय हा ड्रायव्हर (विजय अमृतराज) चालवत असतो.

बजाज ऑटोच्या तीनचाकीच्या मसालेदार कथांना जगभरात दंतकथांचं रूप आलं आहे. फिलिपाइन्स, दक्षिण आफ्रिका आणि कंबोडियामध्ये तिला 'टूकटूक' किंवा 'रिक' म्हणतात. इंडोनिशेयात जकार्ता येथे 'बजाय' म्हणतात, पाकिस्तानात 'चांद गिरी' म्हणतात, मादागास्करमध्ये 'पोसी', सुदानमध्ये 'रक्षा', टांझानियाच्या दारेसलाम येथे 'बजाजी', बांगलादेशात 'बेबी टॅक्सी', भारतात 'ऑटोरिक्षा', नायजेरियात 'केके नापेप' किंवा 'केके मारुवा' म्हणतात. गाझा पट्टीतल्या गाढवावरल्या वाहतुकीच्या जागी हीच 'टोकटोक' आली आहे. तरीही ही खूपच छोटी यादी आहे. (लापा, टुक्सी, पिजन, सामोसा, टेंपो, मोटो टॅक्सी किंवा नुसतीच ऑटो अशीही तिला नावं आहेत.)

भारत तीनचाकीच्या कल्पनेस कधीही अपरिचित नव्हता. पाठीमागे दोन चाकं आणि गाडी पायी धावून पुढे नेणारा हडकुळा माणूस अशीच पूर्वीची वाहने होती. दुसऱ्या महायुद्धाच्या काळात बँकॉकच्या रस्त्यावरील रिक्षांच्या रचनेतून 'मोटरयुक्त टूकटूक'चा जन्म झाला. पारंपरिक गाडीत एक छोटंसं इंजीन बसवण्यात आलं आणि 'टूकटूक' तयार झाली.

युरोपातले कारखाने तर विध्वंसाच्या जवळच पोहोचले होते अशा वेळेस पियाज्जिओसारख्या काही इटालिअन कौटुंबिक कंपन्या शून्यातून पुन्हा सर्व उभं करण्यासाठी त्वरेने पुढे आल्या. जगभरात सर्वत्र जाऊन आपले तंत्रज्ञानकौशल्य ज्यांच्याशी नफ्यात वाटून घेता येईल असे स्थानिक उद्योजक त्या शोधू लागल्या. त्यानंतर यांत्रिक तीनचाक्यांच्या वेगवेगळ्या आवृत्त्या आकुर्डीसह जगभरात पुढे पुढे येऊ लागल्या. या ठिकाणी तर ३ लाख एकरांच्या उजाड माळावर एक औद्योगिक प्रक्षेत्रच उभं राहणार होतं.

बजाज ऑटोच्या या तरुण कारखान्याची वाढ झाली तसतशी पियाज्जिओच्या सुट्या भागांच्या मागणीतही वाढ होऊ लागली. १९७०च्या दशकात आयातीसाठीचा पैसा केवळ निर्यातीतूनच उपलब्ध होऊ शकत होता. परंतु डिसेंबर, १९६९ मध्ये परदेशी व्यापार मंत्रालयाने परकीयांशी करावयाच्या जॉइंट व्हेंचर्सबद्दल मार्गदर्शक सूचना जारी केल्या त्यातच मोठ्ठी दुविधा होती.

''भारत सरकारला परदेशी व्यापार वाढवायचा होता आणि परदेशी गुंतवणुकीमार्गे निव्वळ विदेशी चलनातील मिळकत वाढवायची होती.'' इतिहासकार डेनीस जे. इन्कार्नेशन

म्हणतात, ''एकीकडे मंत्रालय म्हणत होते, इक्विटीच्या बदल्यात भारतात बनलेली यंत्रसामग्री निर्यात करा. यजमान देशाने आग्रह धरला नाही तर त्यांना मायनॉरिटी इक्विटी सहभाग द्या. इंदिरा गांधी सरकारला सतत वाढत्या परकीय चलन संकटाला आणि खास करून इंजिनिअरिंग आणि भांडवली वस्तूंच्या उद्योगांत अधूनमधून येणाऱ्या मंदीला तोंड द्यावं लागू लागलं तरीही १९६०च्या दशकात आणि १९७०च्या दशकाच्या सुरुवातीच्या काळात या उद्दिष्टांना विविध सांसदीय समित्यांनी वारंवार समर्थन दिलं.''

टॅली हो!

१९७०च्या दशकाच्या प्रारंभी ३२ वर्षांच्या राहुल बजाजनी नवीन कामाशी बांधिलकी ठेवणाऱ्या व्यवस्थापकांच्या छोट्या गटाची नियुक्ती केली होती. कार्यकारी संचालक जयंत शहा, निर्यात व्यवस्थापक अजय भार्गव आणि कामकाज व्यवस्थापक डी.व्ही. बोरगावकर अशी ती मंडळी होती. स्कूटर्स आणि तीनचाकी वाहनांचा प्रसार आणि विक्री करू इच्छिणाऱ्या परदेशी डीलर्सची माहिती घेण्याचे काम हा गट करू लागला. धाडसाची बाब म्हणजे भारतातून पुरवले जाणारे सीकेडी पॅक्स असेंबल करणारे कारखाने तिथे उभे करता येतील अशी अशा त्यांना वाटू लागली. बजाज ऑटो टीमला पहिल्याच प्रयत्नात १९७२ साली नायजेरिया येथे काम मिळालं. १००० स्कूटर्स, तीनचाकी आणि स्पेअर पार्ट्सची ती ऑर्डर २५ लाखांची होती. भारतात स्कूटरची फ्रँचायझी उभारण्याचा अनुभव असल्याने बजाजच्या संपूर्ण पोर्टफोलिओसाठीच जागतिक स्तरावर फ्रँचायझी शोधण्यात आणि विकसित करण्यात अडथळा आला नाही.

पाकिस्तानकडून स्वातंत्र्य मिळवून नव्याने जन्माला आलेला बांगलादेश पुन्हा स्थिरस्थावर येण्याच्या मार्गाकडे लागला होता. त्यासाठी भारताकडून त्यास न्याय्य मदत मिळत होती. (सुमंत्र घोषाल यांच्यासारखे स्वयंसेवक विद्वान पेट्रोलही या सीमेवरून त्या सीमेवर ट्रकने पोहोचवत होते.) त्याच भरात पुढल्या वर्षी बजाजच्या टीमला ६२ लाख रुपयांची 'फ्री फॉरिन एक्स्चेंज'मधली ऑर्डर ट्रेडिंग कॉर्पोरेशन ऑफ बांगलादेशकडून मिळाली. ही ऑर्डर १५०० बजाज तीनचाकी चासीससाठी होती. चारच महिन्यांत ही ऑर्डर व्यवस्थित पूर्ण करण्यात आली.

खजिन्यात निधी कमी असल्याने इंदिरा गांधी सरकारने 'बजाज १५०' या लोकांना हव्या असलेल्या स्कूटरसाठी अग्रक्रमानेॲलॉटमेंट योजना आणली. मग १९७४ या आर्थिक वर्षाच्या अखेरीस १८२०० स्कूटर्स ५००० रुपये (विदेशी चलनात) दर स्कूटरमागे आकारून विकल्या गेल्या, त्यात देशाला ९ कोटी रुपयांचे विदेशी चलन मिळाले. (भारताचे सध्याचे आर्थिक वर्ष हे वसाहतवादी ब्रिटिश सरकारने १८६७ साली स्वीकारलेले होते तेच आहे. तेव्हा त्यांनी भारताचे आणि ब्रिटिश साम्राज्याचे आर्थिक वर्ष समान असावे म्हणून तसे केले होते.) पुढच्या वर्षीची परवानगी थोडी अधिकच उंचावर होती : तेव्हा २४ हजार स्कूटर्स विकल्या जाऊन १२ कोटी विदेशी चलन आले. स्कूटर्स आणि तीनचाकीच्या ऑर्डरी हळूहळू ऑस्ट्रेलिया, सुदान, बहारीन, हाँगकाँग आणि येमेन येथून येऊ लागल्या. बजाज चेतक ही परदेशी बाजारपेठांत एवढी लोकप्रिय झाली की काही काळ स्थानिक बाजारपेठेत विकण्यासाठी एकही स्कूटर शिल्लक राहिली नाही.

त्याशिवाय १९७४ साली ढाक्याच्या मुखलेसर रहमान यांच्याशी झालेली भेट ही बजाज निर्यात टीमच्या दृष्टीने प्रारंभीचा महत्त्वपूर्ण टप्पा ठरली. बजाज आणि रहमान यांचे लगेचच एकमत होऊन रहमान यांनी चितगाव येथे मेनका मोटर्स कंपनी उभारली आणि बांगलादेशचा तीनचाकी रिक्षा आणि दुचाकी स्कूटर्सचा पहिला असेंब्ली कारखाना १९७८ साली उभा राहिला. त्यांनी त्यासाठी तंत्रज्ञानाच्या कोलॅबोरेशनचा करार बजाज ऑटोशी केला होता. अष्टपैलू रहमान यांनी त्यानंतर डझनभर क्षेत्रांत पसरलेले समृद्ध असे उद्योगसाम्राज्य उभारले.

टीमची ताकद वाढतच चालली. फेब्रुवारी, १९७५च्या पहिल्या पंधरवड्यात राहुलनी दोन कोलॅबोरेटर्सचं आकुर्डीत स्वागत केलं. त्या दोघांनाही राहुलच्या दुचाकी आणि तीनचाकी वाहनांसाठी कोलॅबरोरेशन करायचं होतं : इंडोनेशियाच्या पी.टी. टुनास बेकासी मोटर कंपनीने २ फेब्रुवारी रोजी करार केला तर त्यानंतर आठवड्याभराने म्हणजे ९ फेब्रुवारीला तैवानच्या पाईजिफा इंडस्ट्रिअल कंपनीने करार केला.

इंडोनेशिया हा देश अनेक बेटांचा बनलेला आहे. (त्याच्या बेटांच्या राजधान्या पुढीलप्रमाणे आहेत : बाली, बिआक, बोर्निओ, सेलेबेस, सेराम, हल्माहेरा, जावा, लोंबोक, न्यू गिनी, सुमात्रा आणि तिमोर) बजाज ऑटो टीम जकार्ताला पोहोचली तेव्हा तो देश वाढीच्या अत्यंत वेगवान गतीवर स्वार झाला होता. सुहार्तोंच्या राजवटीत उत्पादन वाटप करार केल्यामुळे परदेशी पेट्रोलिअम कंपन्यांची स्थिती इंडोनेशियात कशी असेल याविषयीची अनिश्चिततेची टांगती तलवार नाहीशी झाली त्यामुळे तेलाचं उपादन वाढलं. आर्थिक इतिहासाचे अभ्यासक पिअरी व्हॅन डेर एंग सांगतात की ज्या देशातील लोकसंख्या २.१ टक्क्यांनी वाढत होती तिथे खऱ्या जीडीपीची वाढ दर साल ७.१ टक्क्यांनी होऊ लागली.

उत्तरा समूहाची सर्वांत मोठी कंपनी इंडोनेशिया मोटर्स ही नव्या-जुन्या फियाट, होल्डन आणि मर्सिडिझ बेंझ गाड्यांची आयातदार तर होतीच; पण त्याशिवाय त्यांच्या मालकीचे बरेच पेट्रोल पंप होते आणि इंडोनेशियातील खनिज तेलाच्या व्यवहारांतही त्यांचा थेट संबंध होता.

इंडोनेशिया मोटर्स कंपनीच्या गुहासदृश शेड्समध्ये आकुर्डीचे रंग सजू लागले. त्या ठिकाणी बजाजचे तीनचाकी सीकेडी पॅक्स उघडून त्यातून वाहनांची जुळणी होऊ लागली आणि स्थानिक बाजारात विक्रीसाठी सिद्ध झाली. ही बातमी कर्णोपकर्णी झाली. मग बंजारमसीनचे त्रिभूज प्रदेशीय बेट बजाज तीनचाकी वाहने स्थानिकांसाठी आणि पर्यटकांसाठी आयात करू लागले. सुहार्तोपश्चातच्या काळात खनिज तेलसमृद्ध इंडोनेशिया नवे अध्यक्ष अब्दुर रहमान वाहीद यांच्या कारकिर्दीत अधिकच मुक्त झाला आणि बजाज ऑटो, होंडा, सुझुकी, यामाहा, कावासाकी, वेस्पा, महातोर आणि जिआलिंग यांच्यामध्ये खूपच तगडी स्पर्धा भरात आली.

त्यानंतर भावी काळात म्हणजे २००५च्या सुमारास राहुल यांनी बजाज ऑटोचा सर्वांत पहिला पूर्णस्वरूपी तीनचाकीचा कारखाना इंडोनेशियात काढण्याचे नियोजन सुरू केले. स्वतःचा कारखाना तिथे असल्याने अत्युच्च आयात करांची बचत होणार होती आणि जपानी, चिनी आणि तैवानी लोकांच्या स्पर्धेला परिणामकारकरीत्या तोंड देता येणार होतं. बोएंतारो हा आर्थिक सल्लागार समूह ५ टक्के समभागांसह त्यात सहभागी झाला. मग के. एस. गृहपती यांच्या मुख्य पदाखाली पी. टी. बजाज इंडोनेशियाने या जगात पाऊल टाकले.

बांगलादेश आणि इंडोनेशिया येथील कामामुळे आनंदित होऊन बजाज टीमने आपले पुढले पाऊल तैवान येथे टाकायचे ठरवले. राहुल त्याबद्दल सांगतात, ''इंडोनेशियन लोक येऊन गेल्यावर काही दिवसांतच आम्ही ९ फेब्रुवारी, १९७५ रोजी आकुर्डी येथे तैवानच्या पाईजिफा कंपनीशी करारावर स्वाक्षऱ्या केल्या.'' पुढील दशकात एडी तानसिल यांच्या अध्यक्षतेखाली पाइजिफा कॉलेबोरेशन दोन्ही पक्षांसाठी लाभदायकपणे चाललं. परंतु चीनने २० लाख अमेरिकी डॉलर्सची मोटरसायकल्सची ऑर्डर अचानक रद्द केली आणि त्यामुळे जुलै, १९८५ मध्ये तैवानचा सर्वांत मोठा स्कूटर निर्यातदार आर्थिक संकटात सापडला. त्यामागे इतिहास होता. डेंग झिआओ पिंगच्या नेतृत्वाखाली १९७८ साली बीजिंगने तैपेईशी (तैवानशी) वाढती आर्थिक देवाणघेवाण ठेवली होती.''

कौलालंपूरचे प्राध्यापक मुथिया अलगप्पा सांगतात, ''त्यांना वाटत होतं की दोघांना लाभदायक अशा वाढत्या आर्थिक देवाणघेवाणीमुळे या आखातातील राजकीय तणाव कमी होईल, बीजिंगला तयारी करायला वेळ मिळेल आणि सरतेशेवटी तैवान बेट मुख्य भूमीशी जोडलं जाण्याची वाट मोकळी होईल. म्हणून पीआरसीने (पीपल्स रिपब्लिक ऑफ चायना उर्फ चीनने) तैवानी मालावरचा कर रद्द केला, त्यांना अग्रक्रमाची वागणूक दिली आणि तैवानला आपला माल २० टक्के सवलतीत ते विकू लागले. परंतु १९८१च्या सुमारास व्यापारात वाढती तूट आणि तणावग्रस्त होऊ पाहणारी अर्थव्यवस्था यांच्यामुळे चीनने तैवानच्या सगळ्या अग्रक्रमाच्या सुविधा काढून घेतल्या. त्यामुळे तैवानी निर्यात १९८२ आणि १९८३ मध्ये घटली.

चीनने औपचारिकरीत्या आपली अंतर्गत बाजारपेठ तैवानी गुंतवणूक, जहाजे आणि व्यापार यांच्यासाठी १९८५ साली खुली केली परंतु रस्त्यावरील वास्तव फारच कठीण होतं. सुरुवातीला चीनशी व्यापार करायला धावलेले तैवानचे चिनी व्यापारी नंतर सावधगिरीने व्यवहार करू लागले.'' ३१ जुलै, १९८५ रोजी 'बिझनेस टाइम्स'ने लिहिले, ''आधी दिलेल्या ऑर्डरी चीन रद्द करीत असल्याने बऱ्याच कंपन्या गंभीर संकटात सापडल्या आहेत त्यामुळे तैवानी व्यावसायिक सावधगिरीने पाऊल उचलत आहेत.'' त्याचे सर्वज्ञात उदाहरण पाईजिफा इंडस्ट्रिअल कंपनी या मोटरसायकल उत्पादक कंपनीचे आहे. हाँगकाँगच्या बर्याच कंपन्यांनी ६४०० मोटरसायकली चीनला पाठवायची ऑर्डर रद्द केली त्यामुळे या कंपनीवर २० लाख डॉलर्सहून अधिक कर्ज चढले आहे आणि तिचे कामकाज ठप्प झाले आहे, असा अहवाल फॉर्च्युनचे लुईस क्रार आणि पॅट्रिशिया ए. लंगन यांनी दिला .

आकुर्डीचा गट काठावर उभं राहून या सगळ्या बातम्या बघत होता आणि वाचत होता. 'तानसिल' नामक माणसाचा खरा अवतार आणि पाईजिफाची वाताहत नजरेस पडल्याने ते थक्कच झाले होते. जकार्ताच्या मुव्हमेंट ऑफ सिटिझन्स कन्सर्न्ड अबाउट स्टेट ॲसेट्स यांनी दिलेल्या निवेदनात स्पष्ट झालं की तानसिल हे जकार्ताच्या 'गोल्डन की' समूहाचे माजी कार्यकारी अधिकारी होते. एका भ्रष्टाचारी खटल्यात सापडून त्यांना वीस वर्षे कारावासाची शिक्षा सुनावली गेली होती. मे १९९६मध्ये ते तुरुंगातील पहारेकऱ्यांच्या मदतीने पळाले. वॉल स्ट्रीट जर्नलनुसार एका इंडोनेशियन 'जागल्या गटाने' दावा केला आहे की हा तानसिल देशातला पळून गेलेला सर्वांत मोठा गुन्हेगार असून तो सध्या चीनमध्ये राहतो आणि तिथल्या बिअर उद्योगात सक्रिय आहे.

बजाजच्या टीमसाठी पूर्वेकडे पाहणे याचा अर्थ पश्चिमेकडे, उत्तरेकडे किंवा दक्षिणेकडे पाहायचेच नाही असा नव्हता. नाजयेरिया हा शब्द आकुर्डीत परवलीचा शब्द बनला. बिआफ्राशी नागरी युद्ध जानेवारी, १९७० मध्ये संपुष्टात आल्यावर नायजेरियातल्या मोठ्या शहरांत पुनर्वसन आणि रस्तेबांधणीचे काम जनरल याकुबु गोवोन यांच्या प्रशासनाखाली सुरू झाले. ओपेकचे (ऑर्गनायझेशन ऑफ पेट्रोलिअम एक्स्पोर्टिंग कंट्रीजचे) दरवाजेही १९७१ साली त्यांच्यासाठी खुले झाले.

१९७५च्या सुमारास ६० लाख लोकसंख्येचा नायजेरिया हा देश सब सहारन आफ्रिकेतील मोठी अर्थव्यवस्था म्हणून उदयास आला. खनिज तेलाच्या किमतींमुळे १९७४ साली नायजेरियाच्या व्यापाराच्या शर्ती ३०० टक्क्यांनी वाढल्या आणि देशात भरपूर संपत्ती आली. खिशात पैसे खुळखुळू लागल्याने मोटरसायकलींवरील बंदीने काही काळ त्रास दिला असला तरी त्याचा बजाजच्या तीनचाकी केके नापेप आणि केके मारुवा यांचा त्यामुळे फायदाच झाला. (लागोसचे लष्करी राज्यपाल, बुबा मारुवा यांच्या माघारी १९९१–२००० दशकाच्या शेवटी या गाड्यांना हे नाव देण्यात आले.) त्यानंतर बजाज ऑटोचे भारताबाहेरील दुचाकी आणि तीनचाकी वाहनांसाठी नायजेरिया ही सर्वांत मोठी बाजारपेठ बनली. टीव्हीएस आणि कायनेटिक बजाज ऑटोच्या पुष्कळच मागे पडल्या. मग हर्षभरित राहुलनी टाइम मॅगझिनच्या आशियाई आवृत्तीत तिसऱ्या कव्हर पानावर आपली जाहिरात दिली. तसं करणारे कदाचित ते पहिलेच भारतीय जाहिरातदार असतील.

पहारेकऱ्यात बदल

''पुत्र राजीवने २००७ सालापासून निर्यातीची जबाबदारी घेतली आणि आमची परदेशांतली विक्री मोठ्या प्रमाणावर वाढवली.'' राहुल हसत हसत सांगतात, ''मला वाटतं की एखादी कंपनी देशांतर्गत बाजारपेठेत नेतेपदावर असेल तरच तिला निर्यातीतली वाढ कायम राखता येऊ शकते. बजाज ऑटोच्या निर्यातविषयक कामगिरीबद्दल मी खूश असलो तरी मला चिंता होती की ज्या बाजारपेठांत बजाज ऑटोकडे नेतृत्व होतं तिथे नुसते चिनीच नव्हेत तर जपानी लोकही मागून पुढे जातील की काय?''

राजीव बजाज सांगतात, ''बजाज ऑटोने केवळ देशांतर्गत बाजारातच न राहता जागतिक खेळाडू बनावं हा निर्णय माझ्या जीवनातला सर्वांत कठीण क्षण होता. याचा अर्थ कंपनीला आवश्यक त्या मार्केटिंग, तंत्रज्ञान आणि कामकाजातील नव्या क्षमतांचं व्यवस्थापन करावं लागणार होतं आणि त्याच वेळेस नव्या धोरणामुळे कालबाह्य झालेली जुनी उत्पादने, कारखाने आणि माणसे यांचीही नीट व्यवस्था लावायची होती. एखाद्या कंपनीच्या उत्पादनांचा पोर्टफोलिओ हा ज्या बाजारपेठांत तिला जायचं आहे त्यांच्या रुंदीच्या व्यस्त प्रमाणात असणं गरजेचं असतं. अनुभवी, मुरब्बी उद्योगांना यशस्वी बनण्यासाठी चांगल्या दर्जाची उत्पादने आवश्यक असली तरी केवळ योग्य प्रकारे सादर केलेले थोडेच ब्रँडच पुरेसे असतात. अमेरिकन जाहिरात गुरू जॅक ट्राऊट यांच्या शब्दांत सांगायचं तर, 'समस्या स्वतःहून सोडवणे सोपे असते पण तिच्यावरील उपायच विकणे अधिक कठीण असते कारण त्यातून लोकांची मानसिकता बदलायची असते.'''

प्रकरण १५

तिसरा कर्ता : १९७२–९४

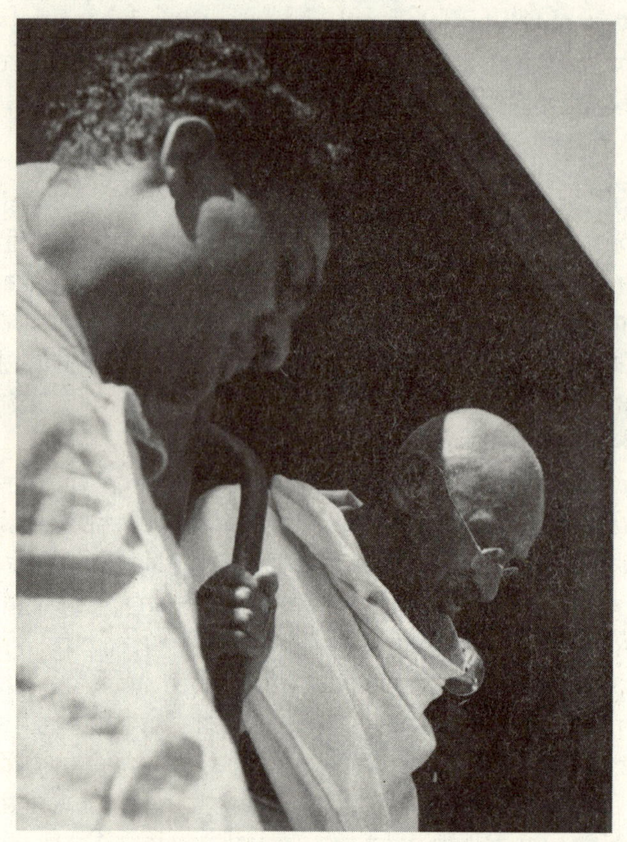

रामकृष्ण आणि मोहनदास करमचंद गांधी

कमलनयनजींचे १९७२ साली निधन झाल्यानंतर राहुल हे बजाज ऑटोचे दुसरे अध्यक्ष बनले आणि त्यांचे काका रामकृष्ण हे बजाज समूहाचे तिसरे कर्ता बनले. ''महान नेत्याची जागा घेणं कधीच सोपं नसतं. काळ बदलतो आणि वारशामध्येच प्रचंड बदल घडवून आणावे लागतात तेव्हा तर त्या महान नेतृत्वाची जागा घेणे अधिकच कठीण बनते.'' सुमंत्र घोषाल असं एकदा म्हणाले होते आणि हेच आव्हान रामकृष्णांच्या समोर उभे होते.

ज्येष्ठ माणूस म्हणून रामकृष्ण आपोआपच हिंदू संयुक्त कुटुंबाच्या संपत्तीचे ताबेदार बनले होते, त्यामुळे एकीकडे कडक शिस्त राखताना दुसरीकडे ते समूहाच्या व्यवसायांच्या आणि प्रत्येक कुटुंबसदस्याच्या योगक्षेमासही जबाबदार झाले होते. खरं तर नुकतीच वयाची पन्नाशी ओलांडलेले रामकृष्ण या धक्क्याने हादरले होते. त्यातून स्वतःला सावरत त्यांनी ठरवलं की आपली नवी भूमिका ही कमलनयन आणि नवीन पिढी यांच्यातील पुलाची असणार आहे.

कमलनयन यांच्यासारखं त्यांचं व्यक्तिमत्त्व करिष्माई नव्हतं. ते तुलनेने शांत होते. अर्थातच त्या काळासाठी तसं असणं योग्य होतं. एमआरटीपी कायदा रद्द झाल्याने बजाज उद्योग साम्राज्य वाढ होण्यासाठी योग्य टप्प्यावर होतं. बरेच गुणवंत कुटुंबसदस्य, चुलत भावंडे आणि सासुरवाडीकडील मंडळी उपलब्ध होती.

रामकृष्णांचे कौटुंबिक व्यवसायात आगमन १९४७ साली हिंदुस्तान शुगर मिल्सच्या माध्यमातून झालं होतं. ऑक्टोबर, १९६२ मध्ये त्यांच्या देखरेखीखालील कंपन्यांत बजाज इलेक्ट्रिकल्स आणि तिच्या सहकारी कंपन्या आल्या. (हिंद लॅंप्स, मॅचवेल इलेक्ट्रिकल्स, रेडिओ अँड इलेक्ट्रिकल्स आणि केसी इंडस्ट्रीज या त्या कंपन्या होत्या.) त्यांनी आचार्य विनोबा भावे यांना एका पत्रात लिहिलं होतं की, मला उत्पादन कार्यात अधिक रस वाटू लागला आहे. मॅनेजिंग एजन्सी यंत्रणा रद्द झाल्यावर रामकृष्ण यांनी १९७०मध्ये बजाज इलेक्ट्रिकल्सचे व्यवस्थापकीय संचालकपद स्वीकारले आणि रेडिओ लॅंप वर्क्सचे १९७०-८०च्या काळात स्वीकारले.

प्रत्येक मुलगा हा हुशार असला पाहिजे असंच गृहीतक असायचं. अपयश हा शब्दच त्यांच्या शब्दकोषात नव्हता. प्रत्येक जण अमेरिकेतल्या किंवा युरोपातल्या आयव्ही लीगमध्ये (म्हणजे प्रथितयश विद्यापीठामध्ये) प्रवेश मिळवण्यात यशस्वी झाला होता. आणि प्रत्येक जण हातात एमबीएचं प्रमाणपत्र फडकवतच मूळ कॅंपात परतला होता. राहुल बजाज हॉर्वर्ड बिझनेस स्कूलमधून तर शिशिर न्यू यॉर्कच्या स्टर्न स्कूल ऑफ बिझनेसमधून एमबीए झाले होते. शेखरने न्यू यॉर्क विद्यापीठातून, मधुरने स्वित्झर्लंडच्या आयएमडीतून तर नीरजने हॉर्वर्डमधून या पदव्या मिळवल्या होत्या. बजाज समूहाची तिसरी पिढी रामकृष्ण यांच्या देखरेखीखाली वाढू लागली होती.

भारतात परतल्यावर राहुलनी बजाज ऑटोची निवड केली तर शिशिर आत्याचे पती रामेश्वरप्रसाद नेवाटिया (जमनालाल यांचे ज्येष्ठ जावई) यांना हिंदुस्तान शुगर मिल्समध्ये सामील झाला. शेखर बजाज इलेक्ट्रिकल्समध्ये गेला, तो त्याचा व्यवस्थापकीय संचालक पुढल्या काळात बनणार होता. मधुरने बजाज ऑटोच्या औरंगाबाद कारखान्यात बस्तान ठोकलं तर नीरज मुकंद आयर्न अँड स्टीलमध्ये वीरेन शहा आणि त्यांचे पुत्र राजेश आणि

सुकेतू यांच्या देखरेखीखाली गेला. पुढे जात्या काळासोबत त्यातील प्रत्येक जण आपापल्या कंपनीतील शिडी चढत अध्यक्षपद पटकवणार होता.

या प्रवर्तकीय पातळीखाली शेकडो असामान्य व्यवस्थापक होते. अत्यंत काळजीपूर्वक निवडलेले, कठीण प्रसंगीच्या व्यवस्थापनात पुरेपूर उतरण्याची सत्त्वपरीक्षा पुन्हा पुन्हा देणारे आणि बजाजच्या मूल्यांना पाठिंबा देणारे असेच ते लोक होते. या सगळ्या कामांत स्कूटर्स, तीनचाकी, मोटरसायकली, पोलाद, अलॉय कास्टिंग्जची यंत्रसामग्री, साखर, सिमेंट, इंजिनिअरिंग सेवा, इलेक्ट्रिकल्स (औद्योगिक आणि वैयक्तिक ग्राहकांसाठी), मटेरिअल हाताळणी उपकरणे, स्विचेस आणि मोटर कंट्रोल्स, व्यापार, आयुर्वेदिक औषधे आणि सल्लागारी असे बरेच उद्योग-व्यवसाय अंतर्भूत होते. समूहाच्या विविध कंपन्यांच्या वार्षिक अहवालांतून प्रत्येक पैसा कामाला लावण्याची बजाज समूहाची वैयक्तिक आणि सामूहिक क्षमता कळत होती.

एका पत्रकाराने एकदा राहुल यांना विचारलं की तुमचं आणि रामकृष्णांची नातं कसं आहे? त्यावर ते उत्तरले होते, ''माझे काका बजाज कुटुंबाचे प्रमुख आहेत, त्यांच्याशी मर्यादा सांभाळूनच आम्ही बोलतो. त्यांचं स्थान आम्ही कुठलाही प्रश्न न विचारता स्वीकारलं आहे, मला प्रत्येक निर्णयावर त्यांना विचारावं लागत नाही परंतु आम्ही एकूणच गोष्टींचा आढावा घेण्यासाठी एकमेकांशी बोलत असतो. त्यात कसलीही गुप्तता नसते. सल्ला कधी द्यायचा आणि कुठली सीमारेषा ओलांडायची नाही हे त्यांना माहीत आहे. त्यांची निःपक्षपाती बुद्धी आणि वस्तुनिष्ठता विलक्षण आहे. चाचाजी त्यांच्या मुलांना मी आणि माझा भाऊ यांच्यापेक्षा झुकतं माप देत आहेत असं उभ्या आयुष्यात मला कधी जाणवलेलं नाही. मूलतः त्यांचे औदार्य, निःपक्षपातीपणा आणि स्वतःच्या मर्यादांचा स्वीकार यांच्यामुळेच आम्ही आज सगळे एकत्र आहोत. ते अधिकार पुढे सोपवतात आणि ती कामगिरी क्षुल्लक नव्हे.''
आणि रामकृष्णांचं नातं राहुल यांच्याशी कसं आहे? असं एम. व्ही. कामत यांनी विचारलं तेव्हा ते म्हणाले, ''हे बघा, एक प्रकारे आम्ही सर्व जण बजाज ऑटोची गतिशीलता आणि यश यांचे लाभार्थी आहोत. 'बजाज पुनर्निमाण' म्हणून जे ओळखले जाते ते होण्यास त्यामुळेच तर आधार मिळाला. असं असूनही यश कधी राहुल याच्या डोक्यात गेलं नाही. तो अगदी विनम्र, निरहंकारी आहे आणि सर्वांचा प्रिय आहे. त्याचा भाऊ आणि माझी मुले यांचे त्याच्यावर खूप प्रेम आहे. तो जणू त्यांचा हिरोच आहे. अगदी मी स्वतःही त्याच्याकडून खूप शिकलो आहे. त्याशिवाय कौटुंबिक एकता राखण्यातही त्यानं महत्त्वाची भूमिका बजावली आहे. यश मिळवून आणि मोठी कामगिरी करूनही तो कधी उद्दामपणे वागला नाही. उलट तो नेहमीच दुसऱ्यांचा विचार करणारा आणि न्यायी वागत आला आहे. त्याची आणि त्याच्या कुटुंबाची जीवनशैली आमच्या घराण्याच्या सर्वमान्य मापदंडांशी सुसंगत राहिली आहे. त्यानं उदाहरण घालून दिल्याने सर्व भाऊ आणि त्यांच्या पत्नींमध्ये सलोखा निर्माण झाला आहे.''

सातत्याचे माळीकाम

राजकीय वातावरणाचं व्यवस्थापन हेच मुख्य काम होतं. रामकृष्णांचे नेहरू परिवाराशी निकटचे संबंध असले तरी ते फार सौहार्दपूर्ण होते असं म्हणता आलं नसतं. जवाहरलाल

नेहरूंची निवड मोहीम तिसऱ्या लोकसभा निवडणुकीसाठी १९ ते २५ फेब्रुवारी, १९६२ या काळात राबवली गेली होती त्या काळात त्या संबंधांनी पहिला पडता काळ पाहिला. त्याअगोदर काही आठवडे रामकृष्णांनी काँग्रेस आणि युवक काँग्रेसचा राजीनामा देऊन काँग्रेस अध्यक्ष एन. संजीव रेड्डी यांना पत्र लिहिलं होतं. नेहरूंना लोकसभेत ७० टक्क्यांहून अधिक बहुमत मिळून ते जिंकून आले.

आता मधली कुंपणे पुन्हा तोडण्याची वेळ आली होती. नेहरूंनी १ मे, १९६२ रोजी रामकृष्णांना नवी दिल्ली येथे भेटण्याचं कबूल केलं. रामकृष्णांना पुन्हा काँग्रेसमध्ये यायचं होतं. एम.व्ही. कामत लिहितात, ''नेहरू त्यांच्याबद्दल फारसे मोकळे नव्हते. काही आठवड्यांपूर्वीच रामकृष्णांनी आपल्या नैतिक अधिकारास आव्हान दिलं होतं हे ते विसरू शकत नव्हते. नेहरूंनी त्यांना सांगितलं की, आपण इतक्या लवकर काँग्रेसमध्ये पुन्हा सामील व्हावं हे योग्य दिसणार नाही, अन्यथा पक्षात खूपच ओरड होईल. रामकृष्णांनी त्यावर नेहरूंना ग्वाही दिली की आपल्याकडून हिरवा सिग्नल मिळेपर्यंत मी काँग्रेसच्या बाहेर राहूनच काम करीन. तरीही नेहरू हलले नाहीत. ते फक्त एवढेच म्हणाले की, लोक काय विचार करतात ते आपण पाहू. त्यानंतर नेहरू २७ मे, १९६४ रोजी वारले. (त्यानंतर तीन पंतप्रधान होऊन गेल्यावर रामकृष्णांच्या जीवनातील कष्टाचा काळ सुरू झाला. पहिले पंतप्रधान गुलझारीलाल नंदा-१९६४, दुसरे पंतप्रधान लालबहादुर शास्त्री-१९६४-६६. त्यानंतर परत गुलझारीलाल नंदा १९६६. त्यानंतर चौथ्या पंतप्रधान इंदिरा गांधी-१९६६-७७.) इंदिरा गांधींच्या बाबतीत म्हणायचं तर वेगवेगळ्या लोकांसाठी वेगवेगळे नियम होते. नव्याने निर्माण केलेल्या कायदेशीर किचकट भाषेत एक नवीन कलम शांतपणे घालण्यात आलं होतं. संविधानाच्या त्या शेकडो पानांत पंतप्रधान पदावरील व्यक्तीच्या न्यायालयीन चौकशीवर निर्बंध घालण्याची तरतूद दडून बसली होती. 'इंदिरा हीच इंडिया आणि इंडिया हीच इंदिरा' हेच नवीन घोषवाक्य बनलं होतं. त्यामुळे त्या आणि त्यांच्याशी नातं असल्याने त्यांचा धाकटा पुत्र संजय आता स्वेच्छेअनुसार कसंही वागू शकत होते.''

आणीबाणी (२५ जून १९७५-२१ मार्च, १९७७) हा स्वतंत्र भारताच्या इतिहासातला एक अत्यंत विवादास्पद काळ आहे. भारताचे तत्कालीन राष्ट्रपती फकरुद्दीन अली अहमद यांनी अध्यादेशाद्वारे निवडणुका आणि नागरी स्वातंत्र्ये निलंबित करून इंदिरा गांधीच्या हाती देशाची सत्ता दिली. ७ ऑगस्ट, १९७५ रोजी एक ऐतिहासिक दुरुस्ती आणली गेली आणि राज्यसभेद्वारे घाईघाईने मंजूर करण्यात आली. त्यानंतर सतरा राज्य विधानसभा ९ ऑगस्ट रोजी बोलावण्यात आल्या आणि त्यांनी त्या दुरुस्तीस मान्यता दिली. अध्यक्ष अहमद यांनी त्यांची मान्यता १० ऑगस्ट, रविवार या दिवशी दिली. सरकारी अधिकाऱ्यांनी दुपारी गॅझेटमध्ये त्याची सूचना छापली.

आणीबाणी आली होती. ती २१ महिने जशीच्या तशी राहिली. (२५ जून, १९७५-२१ मार्च,१९७७) त्यामुळे देशाच्या राजकीय यंत्रणेच्या ढाच्यास वेगळाच रंग आला. बजाज कुटुंबाचा काटा त्यानंतर इंदिराजींना आयुष्यभर सलत राहिला.

विश्व युवक केंद्रात काय चाललं होतं?

नवल टाटा यांच्या अध्यक्षतेखाली विश्व युवक केंद्राची मीटिंग चालली होती, वातावरण गंभीर होतं. टाटा यांच्याकडे एक धक्कादायक बातमी होती. हल्लीच त्यांचं बोलणं संजय गांधी आणि इंदिराजींचे निकटचे सहकारी यशपाल कपूर यांच्याशी झालं होतं. संजय गांधी त्यांना म्हणाले होते की अगोदर त्यांना केंद्राच्या या इमारतीत रस असला तरी आता त्यांना त्यात रस उरलेला नाही. त्यावर सोहराब पी. गोदरेज म्हणाले, "पण मी जेव्हा संजय गांधींना भेटलो तेव्हा ते म्हणाले की ही इमारत तुम्ही कशा प्रकारे मिळवली हे त्यांना माहीत नसलं तरी त्यात त्यांना अजूनही रस आहे."

रामकृष्ण यांची माहिती तर अधिकच धक्कादायक होती. काही दिवसांपूर्वीच ते विद्याचरण शुक्ला आणि मोहम्मद युनुस यांना स्वतंत्रपणे भेटले होते. (विद्याचरण शुक्ला हे संसदीय कामकाज मंत्री (१९९३-९६) होते आणि लोकसभेचे सदस्य (१९९१- ९६) होते. तर मोहम्मद युनुस यांनी १९४७ मध्ये इंडियन फॉरिन सर्व्हिसमध्ये प्रवेश घेतला होता आणि ते इंदिराजींचे - खास करून आणीबाणीच्या काळात (१९७५-७७) - अत्यंत विश्वासू सल्लागार होते.)

शुक्लांनी रामकृष्णांना सांगितलं होतं की या विश्व युवक केंद्राच्या सर्व विश्वस्तांनी राजीनामा द्यावा आणि सगळा कारभार संजय गांधी यांच्या हाती सोपवावा. युनुस तर त्याहून एक पाऊल पुढे जात म्हणाले होते की, आपण शुक्लांचा सल्ला माना आणि सरकारच्या विरोधात जाऊ नका. युनुसनी तर रामकृष्णांना सरळ सरळ सुनावलं होतं, "विश्वस्तांनी प्रतिकार केला तर त्यांना तुरुंगातही टाकलं जाऊ शकतं."

ते ऐकल्यावर अस्वस्थ झालेल्या टाटांनी म्हटलं की सरकार उद्धट प्रकारे ट्रस्टशी वागत आहे ते आपल्याला पटलेलं नाही. त्यामुळे सर्व विश्वस्तांनी राजीनामा देणंच योग्य ठरेल. एवढं बोलून ते मीटिंग संपण्यापूर्वीच तिथून निघून गेले कारण त्यांना दुसरीकडे काम होतं. निघता निघता टाटांनी सांगितलं की, मी माझा राजीनामा ट्रस्टला पाठवून देतो.

या चर्चेमुळे प्राध्यापक व्ही. व्ही. जॉन खूपच वैतागले. ते नंतर शहा आयोगासमोरील साक्षीत म्हणाले, "मी अध्यक्ष नवल टाटा यांना सांगितलं की माझी काही राजीनामा द्यायची तयारी नाही. मी त्या मीटिंगला उपस्थित विश्वस्तांनाही सांगितलं की सरकारने आपल्याला ज्या परिस्थितीत आणून टाकलंय ते पाहता मी माझ्यावर टाकलेल्या विश्वासाला धक्का पोहोचू देऊ शकत नाही. कुठल्याही बाहेरच्या माणसाला आत येणं सोपं करून द्यायचा माझा मुळीच इरादा नाही. मी त्यापुढे असंही म्हणालो की तुरुंगात सडवून ठेवण्याच्या धमकीचा माझ्यावर काहीही परिणाम होणार नाही. आमच्याहूनही कित्येक चांगल्या चांगल्या लोकांनाही तुरुंगात टाकलं गेलं आहे."

२२ मे, १९७३ रोजी शुक्ला रामकृष्णांना भेटायला आले तेव्हा काहीतरी शिजतं आहे याची जाणीव रामकृष्णांना झाली होती. विश्व युवक केंद्राच्या व्यवस्थापक विश्वस्त मंडळाच्या रचनेत पंतप्रधानांना बदल करायचा आहे अशी विनंती त्यांना शुक्लांनी कसलीही भीड न बाळगता केली होती. त्यानंतर काही दिवसांनी रामकृष्णांनी शुक्लांना कळवलं की विश्व युवक केंद्राच्या विश्वस्तांची बैठक झाली आणि ही सूचना स्वीकारायची नाही असं आम्ही ठरवलं आहे.

ते ऐकून इंदिराजी भडकल्या. १० ऑगस्ट, १९६१ रोजी स्थापन झालेल्या इंडियन यूथ सेंटर्स ट्रस्टच्या सहा संस्थापकांपैकी त्या एक होत्या. मोरारजी देसाई, नवल टाटा, रविंद्र वर्मा, वीरेन शहा आणि रामकृष्ण बजाज हे अन्य पाच संस्थापक होते. मोरारजी देसाई संस्थापकीय अध्यक्ष होते तर रामकृष्ण व्यवस्थापकीय विश्वस्त होते.

पण रामकृष्णांना एक गोष्ट माहीत नव्हती. ती म्हणजे संजय गांधीच्या आतल्या गोटातले लोक म्हणजे शुक्ला, ओम मेहता आणि अंबिका सोनी यांनी दिल्ली येथील विश्व युवक केंद्राची इमारत पाहिली आहे आणि त्यांना ती युवक काँग्रेसची मुख्य शाखा म्हणून हवी आहे. (यातले ओम मेहता हे इंदिरा गांधी सरकारमधील केंद्रीय मंत्री होते तर अंबिका सोनी या भारतीय युवा काँग्रेसच्या अध्यक्षा आणि संजय गांधींसोबत काम करणाऱ्या कार्यकर्त्या होत्या.) या संकुलात एक सुसज्ज वसतिगृह होतं आणि चाणक्यपुरीसारख्या आलिशान भागातील डिप्लोमॅटिक एन्क्लेव्ह या हिरव्यागार परिसरात अत्यंत सोयीच्या ठिकाणी हे केंद्र वसलेलं होतं. संजयचा विवाह मनेका आनंद हिच्याशी २३ सप्टेंबर, १९७४ रोजी झाला होता तेव्हा या विषयात थोडा खंड पडलेला असला तरी विवाहानंतर थोड्याच अवधीत इंदिराजींनी रामकृष्णांना त्यांच्या कर्तव्याची जाणीव व्यक्तिशः करून दिली होती.

ऑगस्ट, १९७५ हा महिना फारच धामधुमीचा होता. इंदिरा गांधींनी दिल्लीचे लेफ्टनंट गव्हर्नर क्रिशन चंद यांना सांगितलं की विश्व युवक केंद्र ताब्यात घेण्याचा अध्यादेश काढायला हवा. कारण तिथे परदेशी लोकांचे अनिष्ट चाळे चालतात अशा तक्रारी त्यांच्याकडे आल्या आहेत. त्यावर सरकारी यंत्रणेने ताबडतोब हालचाल केली.

३० ऑगस्ट, १९७५ रोजी 'संरक्षण आणि अंतर्गत सुरक्षा कायद्या'च्या कलम क्र. २३ खाली विश्व युवक केंद्राची इमारत ताब्यात घेण्याचा आदेश निघाला. शहा आयोगाला दिलेल्या साक्षीत रामकृष्णांनी वर्णन केलं की, त्यानंतर त्या इमारतीला ताबडतोब ताब्यात घेतलं गेलं आणि तिथल्या वसतिगृहात राहणाऱ्या ८० लोकांना जबरदस्तीने बाहेर काढलं गेलं. केंद्राच्या इमारतीतील सर्व फर्निचर तळमजल्यावरील सभागृहात आणलं गेलं आणि ते फर्निचर आणि पुस्तकं ठेवलेलं सभागृह कुलूपबंद करून सर्व रहिवाशांना ३१ ऑगस्ट, १९७५ रोजी सकाळी ११ वाजता बाहेर काढण्यात आलं. त्यानंतर इमारत आणि मुख्य फाटक यांनाही ताबडतोब टाळं ठोकण्यात आलं.

"...त्यानंतर पुढल्या काही महिन्यांत विश्वस्त, राजकारणी, नोकरशहा, प्रशासक आणि नको त्या लोकांच्यात भरपूर रस्सीखेच झाली आणि त्या सर्वांनी आपलंच म्हणणं दुसऱ्याने मानावं यासाठी एकमेकांवर दबाव आणायचा यत्न केला. पण ते सगळे प्रयत्न व्यर्थ ठरले. त्यानंतर केंद्रीय गृहमंत्री ब्रह्मानंद रेड्डी यांच्याशी दीर्घ काळ पत्रसंवाद झाला परंतु रामकृष्णांच्या विनंतीकडे कुणीच लक्ष दिलं नाही." असं पत्रकार, लेखक आणि राजकीय विश्लेषक रशीद किडवई यांनी '२४ अकबर रोड' या पुस्तकात लिहिलं आहे. इंदिरा म्हणजेच इंडिया होती आणि इंडिया म्हणजेच इंदिरा होती. आणि संजयला जे काही हवं होतं तेच इंदिरेलाही व्हायला हवं होतं.

इमारत बहुशः वापराविनाच राहिली आणि एका सरकारी खात्याकडून दुसऱ्या सरकारी खात्याकडे फिरत राहिली. कुणालाच हे लचांड आपल्या गळ्यात नको होतं. हा मुद्दा

रामकृष्णांना कित्येक वर्षे रागाचा विषय होणारा होता. त्यानंतर इंदिरा गांधी आजारी विनोबा भाव्यांना भेटायला वर्ध्याला आल्या तेव्हा तिथे सहा तास होत्या. रामकृष्णांनी हा विषय त्यांच्याकडे काढला. त्यानंतर दिल्लीला परतताना विमानात रामकृष्णांनी त्यांना हिंदीत विचारलं,'' आपकी मुझसे कोई नाराजगी है क्या?'' त्यावर त्यांनी उत्तर दिलं,'' होय, तक्रारी तर काय होतच राहातात.'' त्यानंतर रामकृष्णांनी त्यांचं लक्ष विश्व युवा केंद्राच्या विषयाकडे वळवायचा प्रयत्न केला पण पंतप्रधानांनी त्यावर काहीच प्रतिक्रिया व्यक्त केली नाही.

याच काळात सरकार इन्कम टॅक्सच्या चौकशा करत होतं. बजाज समूहावर इन्कम टॅक्सच्या धाडी पडल्या आणि जवळजवळ ४६ महिने त्यांना खूपच जाचाला तोंड द्यावं लागलं. १८ मे, १९७६ रोजी पडलेली सगळ्यात मोठी धाड आठवडाभर चालली. जवळजवळ ११०० अधिकारी त्यासाठी नेमून आयकर खात्याने बजाज समूहाच्या देशभरातील ११४ आस्थापनांवर एकाच वेळेस धाड टाकली. सर्व आस्थापनांची कसून तपासणी झाली आणि मुकंद समूहासह नऊ आस्थापनांचे सर्वेक्षणही झाले.

राहुल यांची ८४ वर्षांची आजी जानकीदेवी यांनी पती जमनालाल यांच्या १९४२ साली झालेल्या निधनानंतर सर्वसंगपरित्याग केला होता त्यांनाही या लोकांनी प्रश्न विचारले. शोधपार्टीच्या म्होरक्या अधिकाऱ्याला वर्धा येथे पाठवण्यात आलं तेव्हा त्यानं लिहून दिलं की त्यांच्या घरात लिहून देण्यासारखं असं काहीच सापडलं नाही. सावित्री बजाज यांनी त्यांच्या आठवणींत लिहिलं आहे की, माताजींना त्यांच्यावर कसलाही खर्च व्हावा असं वाटत नव्हतं. ते जुनं घर अगदीच जीर्णशीर्ण अवस्थेत होतं. ते दृश्य बघून कर अधिकारीही अवाक झाले होते आणि त्या वृद्धेला आपण त्रास देतोय म्हणून लज्जितही झाले होते. त्यांनी निघताना माताजींच्या पायांना हात लावून वंदन केलं.

शहा आयोगाचा अहवाल

इरा सेळियन हे इंदिरा गांधींचे शत्रू असतील तर बजाज कुटुंबाच्या दृष्टीने ते सत्याचे कैवारी होते. त्यांचं सत्य हे कसलाही मुलामा न लावलेलं निखळ सत्य. द्रमुक पक्षाचे संसद सदस्य या नात्याने सेळियन हे जगातले एकमेव व्यक्ती होते त्यांच्याकडे शहा आयोगाच्या १९७७ सालच्या अहवालाचा तीन खंडांचा पूर्ण संच होता. (टीप : त्याचा अंतरिम अहवाल क्र. १ हा ११ मार्च, १९७८ला आला, अंतरिम अहवाल क्र.२- २६ एप्रिल, १९७८ ला तर तिसरा अहवाल ६ ऑगस्ट, १९७८ला आला.) इंदिराजींनी त्याच्या सर्व प्रती नष्ट करून टाकल्या होत्या किंवा निदान बाईंचा तसा समज तरी झाला होता. सेळियन यांनी एक धाडसी छपाईदार शोधला आणि त्यांच्या जवळील अहवालाची प्रत पुस्तकरूपात छापून त्यास 'शहा कमिशन रिपोर्ट - लॉस्ट अँड रिगेन्ड' असं नाव दिलं. पुस्तक ताबडतोबच यशस्वी झालं. पानामागोमाग पानावर त्या अहवालात आणीबाणीने उद्ध्वस्त केलेल्या हजारो लोकांच्या छळाचं वर्णन होतं तसंच छळकर्त्यांची नावंही होती.

मोरारजी देसाईंच्या नेतृत्वाखाली युती सरकारने २४ मार्च, १९७७ रोजी हातात सत्ता घेतली. जनता पक्षाच्या सरकारने जयंतीलाल छोटालाल शहा या सर्वोच्च न्यायालयाच्या

निवृत्त न्यायमूर्तींना एका आयोगाचे प्रमुख नेमलं. आणीबाणीच्या काळातील अत्याचार, गैरप्रकार आणि दुष्कृत्ये यांचा तपास त्यांनी करावयाचा होता. शहा आयोगाने आपला तपास २८ मे, १९७७ रोजी सुरू केला. त्यात बजाज समूहासह बऱ्याच लोकांना पाचारण करण्यात आलं. शहा आयोगाच्या अहवालाची प्रत रामकृष्णांनी वाचली तेव्हा त्यांच्या मनात आठवणींचा पूर दाटून आला. एवढ्या वर्षांनंतरही त्यांच्या मनातली संतापाची टोचणी कमी होत नव्हती. ते न्यायमूर्ती जयंतीलाल छोटालाल शहा यांच्या अंतरिम अहवाल क्र.२चं सहासष्टावे पान वाचू लागले. सुनावणीच्या वेळी रामकृष्णांनी लेखी टिपण आयोगाला वाचून दाखवलं होतं. त्यात त्यांनी शपथेवर सांगितलं होतं की १९६६मध्ये इंदिरा गांधींनी पंतप्रधानपदावर सांगितलेल्या दाव्याला माझे बंधू कमलनयन यांनी विरोध केला आणि तेव्हापासून गांधी घराण्याशी आमच्या घराण्याचे संबंध बिघडू लागले. त्यांनी दावा केला की ही आमच्यावर घातलेली धाड हा राजकीय सूड होता. तेव्हापासूनच आधीच्या राजवटीने गृहीतच धरून टाकलं होतं की आमचं कुटुंब त्यांच्या विरुद्ध आहे. जे त्यांच्या सोबत नाहीत ते त्यांच्या विरुद्ध आहेत अशीच त्यांची भूमिका होती.

न्यायमूर्ती शहा यांनी सातत्याने प्रश्न विचारल्यानंतर सत्याचा काही अंश बाहेर आला आणि संशयाची सुई सेंट्रल बोर्ड ऑफ डायरेक्ट टॅक्सेसचे अध्यक्ष एस. आर. मेहता यांच्याकडे वळली. हळूहळू प्रक्रियेतील चुका आणि 'बजाज यांचं नाव खराब करण्याच्या मोहिमेचा गोंधळ' असे आणखी आणखी भयंकर तपशील बाहेर आले; परंतु कुणी आणि तो कशामुळे धाडीचा आदेश दिला यावर फारच कमी प्रकाश पडला.

रामकृष्ण इंदिराजींच्या मनातून उतरले कारण त्यांनी संजय गांधींच्या ताब्यात दिल्लीतील विश्व युवक केंद्र देण्यास नकार दिला. बडोदा डायनामाइट खटल्यात गुंतल्यामुळे वीरेन शहा सरकारचे शत्रू झाले. जयप्रकाश नारायणांनी आणीबाणीचा निषेध करण्याचे आवाहन जनतेला केले तेव्हा बजाज कुटुंबाचे बरेच सदस्य रुग्णालयातील त्यांच्या पलंगाशी जमले होते. त्यात आणखी भर पडली ती म्हणजे श्रीमान नारायण यांनी प्रक्षुब्ध झालेल्या विनोबा भावेंसाठी एक संमेलन आयोजित केले होते त्यास बजाजनी अंशतः साहाय्य केले होते. यामुळे बजाज समूहाला ४६ महिने सातत्याने छळ सहन करावा लागला आणि आणीबाणी संपल्यावरच तो संपला. २३ जानेवारी, १९७७ रोजी इंदिरा गांधींनी सर्व राजकीय बंद्यांना मुक्त केलं आणि निवडणुका जाहीर केल्या. त्यात काँग्रेसचा पार धुव्वा उडाला. २७ मार्च, १९७७ रोजी मोरारजी देसाईंच्या नेतृत्वाखाली आघाडी सरकारने सत्ता हाती घेतली. जनता सरकारने वीरेन शहांवरील खटला काढून घेतला. जॉर्ज फर्नांडिस उद्योगमंत्री बनले. जानेवारी, ८०मध्ये इंदिराजी पुन्हा सत्तेवर आल्या. सर्वोच्च न्यायालयाला शोध लागला की खास न्यायालये कायदेशीर प्रकारे उभारलेली नाहीत म्हणून त्यांनी ती रद्द करून टाकली. कसल्याही सुनावण्या चालल्या नाहीत. शहा आयोगाने सूचित केलेले बरेच अधिकारी पुन्हा आपल्या यशस्वी कारकिर्दीकडे परतले.

२३ जून, १९८० रोजी संजय गांधी विमान अपघातात मरण पावले आणि या सगळ्याचा अंत झाला. निदान एका दशकासाठी तरी झाला. (अधिक माहितीसाठी प्रकरण २१ बघावे)

अल्प प्रमाणातील स्वातंत्र्यच जणू!

१९८०-९०चं दशक सुरू झालं आणि संयुक्त कुटुंबाचे आणि संयुक्त व्यवसायांचे प्रमुख म्हणून रामकृष्णांची भूमिका अधिकच कणखर झाली. तिच्यातली औपचारिकता गळून पडली. या काळात समूहाचं रक्षण करण्यासाठी बरेच कौटुंबिक ट्रस्ट बहराला आले. तसंच त्यांची व्यवस्था पाहाण्यासाठी लक्ष देणं गरजेचं झालं. चाळिशीतील राहुल आणि तिशीतले शिशिर व शेखर हे पश्चिमेकडील उत्तम विद्यापीठांतून शिकून आले होते. त्यांनी नेतृत्वाची भूमिका घेतली. मधुर आणि नीरज विशीत होते आणि विद्यापीठांत जाण्याची स्वप्ने पाहत होते.

रामकृष्णांनी दिलेले मूलभूत बाबींविषयीचे प्रशिक्षण आणि अनुभव यांमुळे वाढता समूह, पुनर्रचनेतील आर्थिक बदल आणि इंदिरा गांधींचे चिडखोर सरकार यांच्यावर ठाम लक्ष केंद्रित करता आलं. इंदिरा गांधी लहानपणी कमलनयन आणि रामकृष्ण यांच्याच शाळेत होत्या पण त्यांचं तेव्हाही एकमेकांशी कधी जमलं नव्हतं.

रामकृष्णांविषयी राहुल सांगतात, ''आमच्या समूहाच्या बावीस कंपन्यांपैकी एकाही कंपनीतील महत्त्वाचा निर्णय चाचाजींना सांगितल्याशिवाय आम्ही घेत नव्हतो. परिश्रम, कार्यक्षमता आणि सकारात्मक फलित यांचं त्यांना इतकं सहज कौतुक वाटायचं की त्यामुळेच आम्हाला आत्मविश्वास यायचा.''

ते पुढे सांगू लागले, ''१९८५पासून राजीव गांधींच्या राजवटीत भारत हळूहळू मुक्त अर्थधोरणाकडे जाऊ लागला तेव्हा नवीन तंत्रज्ञानाला परवानगी मिळू लागली आणि नव्या प्रवेशेच्छुंनाही प्रवेश मिळू लागला पण तरी त्यात बहुधा भारतीय आणि परदेशी कंपन्यांतील ते संयुक्त उपक्रम (जॉइंट व्हेंचरच) असत. १९५०-८० या काळात आम्ही जीडीपीतील वाढ अंदाजे ३ टक्के दरसाल नोंदवली होती त्यास जीडीपी वाढीचा 'हिंदू दर' असे नाव पडले. आपली लोकसंख्या दर वर्षी २ टक्के दराने वाढत असल्याने आपल्या दरडोई उत्पन्नावर त्याचा काही परिणामच होत नव्हता. १९८०च्या दशकात आपण ५ टक्के दर साल जीडीपी वाढवला.''

आयात मालाच्या जागी देशी पर्याय शोधण्याच्या नियमाला बगल देत कधीकधी आयात करणे गरजेचे का होते हे नोकरशहांना पटवून देणे कंपन्यांकरता आवश्यक ठरले. याविषयी ओंकार गोस्वामी लिहितात की, स्थानिक स्तरावरची उपलब्धता हा निकष ठेवल्याने भारतीय कच्चा मालच विकत घ्यावा लागू लागला. परंतु त्यामुळे कमी दर्जाच्या वस्तू उत्कृष्ट दर्जाच्या आयात वस्तूंहून महाग होऊ लागल्या. आयात कच्च्या मालाच्या जागी स्थानिक कच्चा माल वापरणे हेही खपून जाऊ लागले कारण किती माल आयात करावा यावर निर्बंध घालण्यात आले होते. तसेच सरकारने वेगवेगळ्या प्रकारचे आयात परवाने काढणं अनिवार्य केलं आणि आयात मालावर भरपूर कर लादला जाऊ लागला. १९८५ सालापर्यंत सरासरी कर १४६ टक्के हा मध्यम उत्पादन प्रक्रियेत लागणाऱ्या आयात कच्च्या मालावर लागत होता तर भांडवली आयात वस्तूंवर तो १०७ टक्के होता. यातील काही धोरणे इंजिनिअरिंग, औषधे आणि फार्मा, रसायने, खते आणि पेट्रोकेमिकल्स या क्षेत्रांत औद्योगिक क्षमता प्रस्थापित करण्यासाठी उपयुक्तही ठरली.

गटागटांची आणि प्रत्येक प्रकरणाची परिस्थिती पाहून सरकार वाढीवर नियंत्रण ठेवून होतं. बजाज समूह भारताच्या औद्योगिक घराण्यांच्या क्रमवारीत ठळकपणे वरवर चढू लागला. मोनॉपॉली आणि रिस्ट्रिक्टिव्ह ट्रेड प्रॅक्टिसेस आयोगानुसार १९६४ साली बजाज समूह हा या क्रमवारीत ४०व्या स्थानावर होता. याच वर्षापासून हा आयोग आकडेवारी गोळा करू लागला होता. १९९० सालापर्यंत बजाज समूह हा भारताचा सातव्या क्रमांकाचा मोठा उद्योगसमूह बनला होता. नेहमीप्रमाणे यादीत टाटा पहिल्या क्रमांकावर होते, बी.के.-ए.व्ही. बिर्ला हे पितापुत्र दुसऱ्या क्रमांकावर होते. धीरूभाई अंबानी तिसऱ्या क्रमांकावर तर ललित मोहन थापर चौथ्या, गौर हरी सिंघानिया पाचव्या आणि रामप्रसाद गोएंका पाचव्या क्रमांकावर होते. परंतु २०२० साली बजाज समूह तिसऱ्या क्रमांकावर होता.

शेवटचा निरोप

२१ सप्टेंबर, १९९४ रोजी रामकृष्णांचं निधन झालं. राजीव-दीपा आणि संजीव-शेफाली यांचे त्यानंतर काही आठवड्यांनी लग्न होणार होते ते त्यांच्या उपस्थितीविना करावं लागलं.

प्रकरण १६

सातारा : १९७५–२०२१

द प्रिया

''सोन्याचं अंडं देणारी कोंबडी कधीही मारू नका,'' संजीव बजाज श्रोत्यांना म्हणाले. ''महाराष्ट्र स्कूटर्सनी समूहाच्या कंपनीत गुंतवणूक केली त्यामुळे तुमच्या कंपनीची एनएव्ही (नेट ॲसेट व्हॅल्यू- निव्वळ मालमत्ता मूल्य) वाढलं. तुम्ही कंपनीच्या भागभांडवलात गुंतवलेल्या १ लाख रुपयांनी २ कोटी रुपये लाभांश रूपात दिले आहेत आणि सध्याच्या बाजारभावानुसार त्या शेअर्सची किंमत १५ कोटी झाली आहे.'' त्यावर काही अल्पसंख्य गुंतवणूकदारांनी किल्ला लढवायचा त्यांच्या परीने कठोर प्रयत्न केला. जुलै, २०१६ मध्ये महाराष्ट्र स्कूटर्स लिमिटेड (एमएसएल)ची एकेचाळिसावी वार्षिक सर्वसाधारण सभा बजाज ऑटोच्या आकुर्डी संकुलात भरली होती. 'एक झोपाळू कंपनी बंद करून टाका आणि समभाग धारकांना पैसे परत देऊन टाका,' असा आरडाओरडा अल्पसंख्य गुंतवणूकदारांनी केला परंतु त्यांचं कुणीच ऐकून घेतलं नाही. औपचारिकता म्हणून काही प्रश्न विचारले गेले. त्यानंतर मग चहा, खाणं आणि मसालेदार गप्पांची वेळ झाली.

सातारा – चाळीस वर्षांपूर्वी

इटालिअन मंडळी १९७१ साली इटलीला परत गेली. बजाजच्या तेव्हा तुलनेने छोट्या रिसर्च आणि डेव्हलपमेंट टीमने चेतकची निर्मिती केली. जग खरोखरच आदर्श असतं तर राहुल बजाजनी आकुर्डीतच विस्तार केला असता. अधिक जास्त आणि अधिक चांगली यंत्रसामग्री खरीदली असती, कामगार वाढवले असते, उत्पादन वाढवून आणखी डीलर्सही नेमले असते. परंतु इंदिराजी राजवटीत परवानग्या मिळवणं खूपच कठीण होतं. त्यामुळे सातारा पर्याय समोरून आला तेव्हा राहुलनी तो ताबडतोब स्वीकारला.

१९७१मध्ये संयुक्त क्षेत्राची (खाजगी-सरकारी अशा क्षेत्राची) संकल्पना त्या वेळेस नुकतीच येऊ लागली होती. एकाधिकारशाहीवर नियंत्रण मिळवण्यासाठी आणि आर्थिक सत्तेचे केंद्रीकरण कमी होण्यासाठी हे परिणामकारक साधन आहे असं त्या संकल्पनेच्या रचेत्यांना आणि नोकरशहांना वाटत होतं. खाजगी क्षेत्राच्या दृष्टीने पाहता एमआरटीपीच्या मंजुऱ्या बाजूला सारण्याची संधी त्यात खूपच होती. केंद्र सरकारने राज्यांना 'लेटर्स ऑफ इंटेट' (उद्दिष्टपत्रे) जारी करून त्यांच्याकडे विषय टोलवला होता. त्यावर वेगवेगळ्या उद्योजकांना आणि मोठमोठ्या औद्योगिक घराण्यांना आपल्याकडे बोलावण्याची मुख्यमंत्र्यांमध्ये स्पर्धाच लागली. यात केंद्रातील सत्तारूढ पक्षाशी त्यांचे धागेदोरे आहेत की नाही याचाही विचारही त्यांनी केला नव्हता.

मूळ उद्दिष्टांत नवनव्या उद्दिष्टांची वेगाने भर पडली. एपीआय कंपनीची धडपड आणि पियाज्जिओ यांची नजीकच्या काळात होणारे बहिर्गमन याची माहिती असल्यामुळे बाजारपेठेत शिरकाव कसा करता येईल यावर राज्य सरकारी मालकीचे वेस्टर्न महाराष्ट्र डेव्हलपमेंट कॉर्पोरेशनने (डब्ल्यूएमडीसीने) भर दिला होता. जुलै, १९७२मध्ये या कॉर्पोरेशनने दर साल २४ हजार स्कूटर बनवण्याचा औद्योगिक परवाना गुपचूप मिळवला आणि ते बजाज ऑटोकडे आले.

ती आठवण सांगताना राहुल म्हणाले, ''त्यांच्याकडे २४ हजार स्कूटर्स दरवर्षी काढायचा औद्योगिक परवाना होता आणि त्यांना आमच्या सोबत जॉइंट व्हेंचर करून 'असेंब्ली' कारखाना काढायचा होता. आमची बोलणी १९७२च्या अखेरीस सुरू झाली.

दोन्ही पक्षांनी काय करायचे आणि काय नाही याचे मुद्दे १६ ऑगस्ट १९७५पर्यंत निकालात निघाले. बजाज ऑटोचे महाराष्ट्र स्कूटर्समधले शेअरहोल्डिंग २४ टक्के होते. प्रत्यक्ष कामकाजावर नियंत्रणाचा हक्क आमच्याकडे होता तर कॉर्पोरेशनकडे नुसतेच २७ टक्के शेअरहोल्डिंग होते. महाराष्ट्र स्कूटर्सच्या तीन दस्तऐवजांत सर्व अटी आणि शर्ती लिहिल्या होत्या. : ते दस्तऐवज होते मेमोरँडम ऑफ असोसिएशन, आर्टिकल्स ऑफ असोसिएशन आणि प्रोटोकॉल ॲग्रीमेंट. सुरुवातीचं भांडवल ५१ लाख रुपये होतं आणि तेही २४:२७ या गुणोत्तरावर आधारित होतं.

सुरुवातीला राहुल आणि श्रीनिवास प्रभाकरन यांनी संयुक्तपणे अध्यक्ष उर्फ व्यवस्थापकीय संचालक पद स्वीकारलं. जयंत एच. शहा आणि धीरजलाल एस. मेहता हे बजाज ऑटोचं प्रतिनिधित्व करत होते. माधव गोविंद पवार, जयंतराव कृष्णराव भोसले आणि पद्माकर महादू नाईक हे कॉर्पोरेशनचे प्रतिनिधी संचालक होते. महाराष्ट्र स्कूटर्सचा जन्म ११ जून, १९७५ रोजी झाला. ती तारीख २५ जून या इंदिरा गांधींनी आणीबाणी जाहीर केल्याच्या तारखेच्या बरोब्बर दहा दिवस आधीची होती.

राहुल यांच्यासाठी साताऱ्याचा प्रकल्प हा बऱ्याच दृष्टींनी पहिलावहिला प्रकल्प होता. सरकारशी भागीदारी करून ते एक पूर्णतया असेंब्ली करणारा कारखाना बनवणार होते. या दोन्ही गोष्टी मनातून राहुलना नको होत्या. परंतु सुरुवातीचं फलित त्यांच्या अपेक्षेहून अधिक चांगलं निघालं. काहीच नसण्यापेक्षा अर्धी भाकरी मिळाली तर बरंच होतं.

स्वागताचा गालिचा

राष्ट्रीय महामार्ग ४ आणि सातारा रेल्वे स्थानकाजवळ एम.आय.डी.सी.ची कचेरी होती. महाराष्ट्र स्कूटर्सचा कारखाना त्या भागात येत आहे ही बातमी म्हणजे बुडत्याला काडीचा आधार मिळावा तशी होती. तिच्यामुळे पुढील सगळा डावच बदलून जाणार होता. सुरुवातीच्या निरीक्षकांचा अंदाज होता की तिथे ७७० कामगार आणि अन्य कर्मचारी लागतील. त्याशिवाय महाराष्ट्र स्कूटर्स स्थानिक गॅरेजेसना अप्रत्यक्ष कामही देणार होतीच.

जमीन तयार करणे, पाणी, वीज सहज उपलब्ध करणे अशा पायाभूत सुविधांसाठी मग कंपनीच्या टीम्स झटू लागल्या. एन्व्हायरोन्मेटल इंजिनिअरिंग विभागाने स्वतंत्र २४बाय७ पाणी पुरवठा केंद्राची सोय केली. स्थानिक महाराष्ट्र राज्य विद्युत मंडळाने २००० किलोवॉल्ट ॲंपिअर (केव्हीए) विजेची मंजुरी दिली आणि कनेक्टेड लोड ३४५५ किलोवॅट्स (केडब्ल्यू) दिला. स्वस्त दराने जमीन उपलब्ध करून दिली. डिस्ट्रिक्ट इंडस्ट्रिअल सेंटर (डीआयसी) यांनी स्वतःसाठी त्या भागात खास स्थान निर्माण केलं. मग एक दूरध्वनी केंद्र, पोलिस ठाणे आणि वेगवेगळ्या बँकांच्या शाखाही सुरू झाल्या.

सगळ्यात महत्त्वाचं म्हणजे व्यवसाय सुरू करण्याचे प्रमाणपत्र १७ जुलै, १९७५ रोजी हाती आले. त्यानंतर दोनच आठवड्यांनी १.९० लाख चौ.मी. क्षेत्रफळाची जमीन ९५ वर्षांच्या भाडेपट्ट्याने एमआयडीसीकडून प्राप्त झाली. हा भाडेपट्टा २६ ऑगस्ट, १९७५ पासून सुरू होणार होता. कारखान्याचं बांधकाम ऑक्टोबर, १९७५मध्ये सुरू झालं आणि स्कूटरच्या पेंट, असेंब्ली व फॅब्रिकेशनच्या लाइन्स ऑगस्ट, १९७६ पासून सुरू झाल्या.

महाराष्ट्र स्कूटर्सनी भांडवली बाजारात नोव्हेंबर, १९७७ मध्ये प्रवेश केला. हा इश्यू ४९ लाखांचा होता. तो दहा पट जास्त भरला. सेंट्रल बँक ऑफ इंडियाने २५ लाखाचे दीर्घ मुदतीचे कर्ज दिले आणि जमीन आणि अन्य मालमत्तेच्या तारणाच्या बदल्यात 'डिफर्ड पेमेंट गॅरंटी'च्या सुविधाही दिल्या आणि नेहमीचं २० लाखांचं कर्जही दिलं.

प्रिया, तुज काय हवे अजुनी?

आराखड्यात असे होते की बजाज ऑटोच्या आकुर्डी येथील कारखान्यातील सीकेडी पॅक्सची सातारा एमआयडीसी येथे जुळणी होऊन दुचाक्या बनवल्या जातील. तसेच ही स्कूटर 'प्रिया' या ब्रँडखाली विकली जाईल.

इंजिन आणि गिअर बसवून सज्ज झालेली पहिली 'प्रिया' स्कूटर १३ ऑगस्ट, १९७६ रोजी रस्त्यावर मिरवायला आली. त्या गाडीला ताबडतोबच घवघवीत यश मिळालं. १९७८च्या प्रारंभी तर तिचं यश अधिकच बहारदार दिसू लागलं कारण सरकारने स्कूटर (वितरण आणि विक्री) नियंत्रण अध्यादेशच काढून टाकला. त्यामुळे बजाज चेतक आणि प्रिया या दुचाक्या कुणालाही आणि कुठेही विकता येऊ लागल्या.

आता डीलर्सकडे मागच्या ऑर्डर्सचा बराच साठा प्रतीक्षेतच पडून होता, तो अनुशेष भरून काढणं हेच राहुल यांच्यासमोरील मोठं आव्हान होतं. उत्पादन करताना समान वितरण झाले पाहिजे हा मुद्दा ऐरणीवर आला तेव्हा राहुलनी ठरवलं की जुन्या ऑर्डर्स पूर्ण होईतो स्कूटर्सची वितरण प्रक्रिया आकुर्डी आणि सातारा या दोन्हींकडे चालूच ठेवायची.

महाराष्ट्र स्कूटर्स अस्तित्वात आल्यापासूनची ती पहिली दोन वर्षं सुवर्ण काळासारखीच होती. फारशी उलथापालथ न होता स्थानिक शेतकरी औद्योगिक कामगार बनले. आकुर्डी कारखान्यातून तात्पुरत्या मागवलेल्या कुशल तंत्रज्ञांनी त्यांच्यात शिकण्याची कौशल्ये रुजवली. यंत्रसामग्री आणि कन्व्हेयर बेल्ट्स अगदी सुरळीतपणे चालले होते. उत्पादित स्कूटर्सची संख्या नित्यनेमाने वाढत होती. भरभक्कम मार्केटिंग आणि डिलर्सचे तसेच जाळे यांच्यामुळे ग्राहकांची उत्सुकता चाळवली गेली. कामाचा बोजा वाढत गेला तसतसे महाराष्ट्र स्कूटर्स आपलं काम स्थानिक लोकांच्या शेड्सकडे देऊ लागले त्यामुळे त्यांना स्थानिक पातळीवरही अधिक आदर-सन्मान मिळू लागला.

आकुर्डीनेही विपुल प्रमाणात निर्मिती करून तब्बल ५४७३५ सीकेडी पॅक्स साताऱ्याला पाठवून उच्चांक गाठला. अपग्रेडेड चासिस शॉपमध्ये उत्पादन पूर्ण वेगात सुरू झाले. जसजशी विक्री वाढली तसतसं किरकोळ सुधारणा केल्यामुळे प्रियाची मागणी तशीच वाढती राहिली. महाराष्ट्र स्कूटर्सच्या व्यवस्थापकांना आलेली एकमेव अडचण होती ती म्हणजे आकुर्डीहून जास्तीतजास्त सीकेडी पॅक्स यावेत यासाठी लागलेली आस. त्यानंतर दहा वर्षांच्या आतच ५ लाखांहून थोड्या अधिकच ग्राहकांनी प्रिया स्कूटर मोठ्या अभिमानाने विकत घेतली.

आकुर्डीहून सीकेडी पॅक्सचा वर्षाव होऊ लागला तशी सातारा येथील थेट कर्मचाऱ्यांची संख्या १९७८ साली म्हणजे उत्पादनाच्या पहिल्या वर्षी २३९ होती ती वाढून १९८९ पर्यंत ५२७ झाली. दशक संपल्यावर तर पुढलं वर्ष खूपच चांगलं सुरू झालं. महाराष्ट्र स्कूटर्स ही

राज्यातील सर्वाधिक पगार देणारी कंपनी ठरली. बजाज ऑटो आणि महाराष्ट्र स्कूटर्स यांचा बाजारपेठेतला संयुक्त हिस्सा ७०.७० टक्के इतका बिनतोड झाला.

कटकट

"जून १९७९मध्ये समस्या सुरू झाली ती सातारा येथे नाही तर आकुर्डीच्या कारखान्यात सुरू झाली. नेहमीचा सीकेडीचा माल तिथून सातारा येथे आलाच नाही. सुरुवातीला महाराष्ट्र स्कूटर्सच्या व्यवस्थापनाला नक्की काय घडतंय ते कळलंच नाही. परंतु फोनाफोनी केल्यावर स्पष्ट झालं की आकुर्डीत संप झाल्यामुळे डिलिव्हरी निघाल्या नाहीत. नंतर टाळेबंदी लागल्याने तर फारच गोंधळ झाला.

"पुढल्या वर्षी महाराष्ट्र स्कूटर्सचे कामगार संपावर गेले. राहुलनी शेअरहोल्डर्सना अहवालात सांगितलं की, २४ एप्रिल, १९८० रोजी येथील नियमित कामगार संपावर गेले. वाटाघाटींनंतर ५ जून, १९८० रोजी त्यांनी संप मागे घेतला. बजाज ऑटो ८ नोव्हेंबर, १९७९ पर्यंत बंद होती आणि त्यानंतर पुढे महाराष्ट्र स्कूटर्स कारखान्यात संप झाला त्यामुळे प्रिया स्कूटर्सच्या उत्पादनात खूपच मोठी पोकळी निर्माण झाली. त्यानंतर ४२ दिवसांनी १९८० सालचा हा संप थांबला खरा, पण त्यामुळे मुद्द्यांवर तोडगा काहीच निघाला नव्हता.

"त्यानंतर अकरा महिन्यांनी नियमित कामगार पुन्हा त्यांच्या पगाराच्या मागण्या घेऊन १८ मे, १९८१ रोजी आले. त्यांनी तो संप २७ जून रोजी मागे घेतला. त्यानंतर १७ ऑगस्ट, १९८१ रोजी तोडगा निघाला. कामगारांच्या या गोंधळामुळे प्रिया स्कूटरचं उत्पादन २४१६६ युनिट्स इतकं खाली आलं." राहुलना तेव्हाच्या त्रासाची आठवण सांगताना वेदना होत होती.

वातावरणात बदल

महाराष्ट्र स्कूटर संथ गतीने एकविसाव्या शतकात शिरली. सहसा त्यांचा बाँबे शेअर बाजारातील स्टॉक निद्रित असायचा परंतु २००६ मध्ये तो डोकेदुखी घेऊनच जागा झाला. त्या कंपनीच्या वार्षिक अहवालांच्या परिच्छेदांवर नजर फिरवली असता मंद गतीने पण सातत्याने कंपनीची अधोगती होत आहे असं दिसू लागलं होतं. शेअरहोल्डर्स प्रश्न विचारू लागले. सुरुवातीला राहुलना, मग २००७-०८ साली विलगीकरण झाल्यावर राहुल आणि संजीव दोघांना प्रश्न विचारू लागले.

१५ जुलै, २००६ रोजीची एकतिसावी सर्वसाधारण वार्षिक सभा

"महाराष्ट्र स्कूटर्स ही आता उत्पादक कंपनी म्हणून शिल्लक राहिलेलीच नाही." १५ जुलै, २००६ रोजीच्या एकतिसाव्या सर्वसाधारण वार्षिक सभेत राहुलनी शेअरहोल्डर्ससमोर जाहीर केलं. "३० जूनपासून सीकेडी किट्सचा साठा नसेलच. कारण बजाज ऑटोने गिअर्ड स्कूटर्सचे उत्पादन बंद केलं आहे. जुलैपासून आणि हे वर्ष संपेपर्यंत विक्री शून्यच असणार आहे. शिवाय हे आता उत्पादन युनिट न राहिल्याने त्याच्या ६४० कामगारांची समस्याही

धसास लावावी लागणार आहे. ४८७ कर्मचाऱ्यांसोबतचा वेतन करार तेहतीस महिन्यांपासून प्रलंबित आहे.

''आणि... 'शेवटची पाचर,' जानेवारी, २००६ मध्ये डब्ल्यूएमडीसीने दर शेअरमागे १५१.५६ रुपये घेण्याची ऑफर नाकारली आणि ते मुंबई उच्च न्यायालयात गेले. कोर्टात एकदा प्रकरण गेल्यावर ते कधी सुटेल याचा अंदाज कुणीच करू शकत नाही.''

त्यानंतर बारा महिन्यांनी म्हणजे १२ जुलै, २००७ रोजी झालेल्या बत्तिसाव्या वार्षिक सर्वसाधारण सभेत राहुल म्हणाले :

> ''आम्ही महाराष्ट्र स्कूटर्स कंपनी बंद करणार नाही. हा पर्याय समोर आहे पण आम्हाला ती बंद करायची नाही.''
>
> त्यावर एका शेअरहोल्डरने प्रश्न विचारला, ''आपण सातारा येथील कारखाना पुन्हा चालू करू शकत नाही का?'' त्यावर राहुलनी पटकन उत्तर दिलं की, सातारा येथे कर सवलत काहीच नाही. त्यामुळे तिथं जुळणी केलेल्या स्कूटर्स कर सवलत मिळणाऱ्या ठिकाणच्या उत्पादनांपेक्षा महाग असतील.
>
> ''डब्ल्यूएमडीसीला पाच पाच संचालक या कंपनीच्या संचालक मंडळात ठेवण्याचा काहीएक अधिकार नाही,'' एक संतप्त शेअरहोल्डर म्हणाला. त्यावर डब्ल्यूएमडीसीचे नियुक्त संचालक व्ही. एच. देशमुख म्हणाले की, आपलं काहीतरी चुकतंय यात. मुळात डब्ल्यूएमडीसीच्या स्वतःच्याच संचालक मंडळात भरायला आमच्याकडे माणसं नाहीत तर जिथे आमचे शेअर्स आहेत तिथेही आम्ही त्या प्रमाणात आमचे संचालक नेमू शकत नाही.

त्यानंतर सहा महिन्यांनी म्हणजे जानेवारी, २००८ मध्ये डब्ल्यूएमडीसीचे संचालक आर.ए. जोशी, व्ही. एच. देशमुख आणि एस.एस. सुरवसे पायउतार झाले. मेरी नीलिमा केरकट्टा, पी. आर. सूर्यवंशी, डी. डब्ल्यू. पाटील आणि आर.के. निखार्गे आत आले. जयंत एच शहा, डी. डब्ल्यू. पाटील आणि संजीव बजाज यांनी पुनर्नियुक्तीचे अर्ज भरले.

भागीदारीतून बाहेर

१९७५ साली करार करताना डब्ल्यूएमडीसी आणि बजाज ऑटोनी ठरवलं होतं की एका भागीदाराला बाहेर पडायचं असेल किंवा शेअर्स अन्य कुणाच्या नावे करायचे असतील तर महाराष्ट्र स्कूटर्सचे शेअर्स विकत घेण्याचा पहिला हक्क उर्वरित भागीदाराला असेल. डब्ल्यूएमडीसीने राहुलना कळवलं की आपल्याला पैसे घेऊन महाराष्ट्र स्कूटर्समधून बाहेर पडायचं आहे. ही काही आश्चर्याची गोष्ट नव्हती. १९७०च्या दशकाच्या उभरतीच्या काळात स्थापलेल्या संयुक्त क्षेत्रीय भागीदारींमागचे वलय आणि उपयुक्तता दोन्ही १९९१च्या आर्थिक उदारीकरणानंतर संपल्या होत्या. डब्ल्यूएमडीसीने महाराष्ट्र स्कूटर्समधील स्वतःचे २७ टक्के भांडवल विकायचं ठरवलं.

राहुल यांच्यासाठी डब्ल्यूएमडीसीचे २७ टक्के शेअर्स आणि त्यांचे स्वतःचे २४ टक्के शेअर्स जोडण्याची कल्पना तर भुरळ घालणारी होती. पण त्यासाठी किंमत काय द्यावी लागणार होती? त्यांनी ५० रु. दर शेअरमागे देण्याचा प्रस्ताव दिला आणि नंतर तो ७५ रु. असा केला. महाराष्ट्र मोटर्सची मार्केट कॅप १९९५ मध्ये ८० कोटी रु. होती ती घसरून २००० मध्ये वीस कोटी झाली. ती आणखीही खाली गेली असती का? की कलकत्त्यातील चटकन लक्षात येणाऱ्या 'आशावादी' (बुलिश) सट्टेबाजांना काय होतंय ते कळल्यामुळे ती वाढली असती?

इथं प्रत्यक्ष जमिनीवरील महाराष्ट्र स्कूटर्सची परिस्थिती वाईटपासून बिकटपर्यंत उतरली. विक्री प्रचंड वेगाने उतरली आणि तोट्याचे डोंगर वाढू लागले. राहुल बजाजनी २६ जुलै, २००२ रोजी भरलेल्या वार्षिक सर्वसाधारण सभेत शेअरहोल्डर्सना आणि कामगारांना सांगितलं की कारखाना बंद करण्याचा विचार नाही; परंतु महाराष्ट्र स्कूटर्सला तरून जायचं असेल तर त्यांच्या उत्पादन सुविधांमध्ये सुसूत्रीकरण आणण्यासाठी आणि त्यांची पुनर्रचना करण्यासाठी बजाज ऑटोला लवचीक धोरण अवलंबिण्यास दिलं पाहिजे. आपल्या बोलण्यास वजन यावं यासाठी एरवी उत्साहाने सळसळणारे राहुल म्हणाले की, महाराष्ट्र स्कूटर्सचं भवितव्य अंधकारमय वाटतं आहे. बजाजला सरकारचा हिस्सा विकून टाकण्यात चालढकल होत असल्याने तिची मार्केट कॅप (बाजारातली पत) ढासळत आहे.

वार्षिक सर्वसाधारण सभेच्या आधी वैतागलेल्या राहुलनी महाराष्ट्राचे तत्कालीन मुख्यमंत्री विलासराव देशमुख यांना नोटीस दिली की बजाज ऑटो सीकेडी किट्सचा महाराष्ट्र स्कूटर्सचा पुरवठा थांबवणार आहेत. त्यामागचा तर्कही राहुल यांनी त्यात दिला होता, त्या वेळेस महाराष्ट्र स्कूटर्स कारखान्यात जुळणी केलेल्या स्कूटर्सवर जास्तीचा ३८४ रुपये विक्रीकर लागत होता परंतु प्रत्यक्षात बजाज ऑटो प्लँटच्याच किमतीतच त्या विकाव्या लागत होत्या.

राहुल किंवा डब्ल्यूएमडीसी हे दोघेही विक्री-किमतीवर अडून बसल्याने दोघांनीही एकाच लवादाची मागणी केली. त्याचाही उपयोग झाला नाही तेव्हा वेगवेगळ्या कोर्टांतल्या एकदोन फेऱ्या झाल्या. त्याच्या पुढली पातळी होती क्रिसिल. ही पतमापन एजन्सी आर. रविमोहन यांच्या अध्यक्षतेखाली होती. त्यांनी ३१ ऑगस्ट, २००२ रोजी दिलेल्या अहवालानुसार महाराष्ट्र स्कूटर्सचा भाव दर शेअरमागे २३२ रुपये होता. राहुलनी तो मान्य केला नाही आणि आपण निवडलेल्या एजन्सीतर्फे दुसऱ्यांदा मूल्यांकन करावं असं प्रतिपादन केलं.

त्यानंतर विलासराव देशमुखांची सत्ता गेली आणि सुशीलकुमार शिंदे आले. शिंदे यांनी मुख्य सचिव अजीत निंबाळकर यांच्या अध्यक्षतेखाली ९ सदस्यांची समिती नेमली. त्यांनाही किंमत ठरवण्यात अपयश आलं. कारण मूळ करारात निसटताही पर्याय नव्हता. डब्ल्यूएमडीसी आणि बजाज ऑटो यांच्या भरभक्कम करारात लिहिलं होतं की दोन्हींपैकी एखाद्या पक्षाला आपला वाटा विकायचा नसेल किंवा दुसऱ्याचा घ्यायचा नसेल तर शेअरबाजारातील खरेदी-विक्रीद्वारे शेअर्सचा खूपच कमी वाटा विकला जाऊ शकत होता तेव्हा मग सरकारने सर्वोच्च न्यायालयाचे किंवा मुंबई उच्च न्यायालयाचे निवृत्त न्यायमूर्ती

लवादावर नेमायचं ठरवलं आणि निवृत्त न्यायमूर्ती अरविंद सांवत यांना एक आगळावेगळा तोडगा सापडला जो इतरांना शोधण्यात अपयश आलं होतं. 'नुसतंच पोकळ बोलण्यापेक्षा केलेलं कामच अधिक बोलतं. त्यावर बोला,' असं डब्ल्यूएमडीसीचे संचालक आर. एन.जोशी यांना विचारलं. पण ते भाष्य करण्यास उपलब्ध नव्हते.

बजाज होल्डिंग्ज (बीएचआयएल)ने डब्ल्यूएमडीसीचा महाराष्ट्र मोटर्समधील २७ टक्के हिस्सा घेताना रु. २३२ दर शेअर अधिक १४ जानेवारी, २००६ सालापासूनचे १८ टक्के वार्षिक व्याज दिले. हे चक्रवाढ व्याज असेल असे गृहीत धरून दर शेअरला अंदाजे २००० रुपये किंमत अधिक विवादकाळातील २२८ रु. दर शेअरमागे लाभांशही येत होता. थोडक्यात सांगायचं तर बजाज होल्डिंगने डब्ल्यूएमडीसीला ६७० कोटी रुपये देऊन 'निघा' असं सांगितलं. मग बजाज होल्डिंग्जचा महाराष्ट्र स्कूटर्समधील हिस्सा ५१ टक्के झाला आणि ती बजाज होल्डिंगची उपकंपनी बनली. हा क्षण खरं तर खूप महत्त्वाचा ठरायला हवा होता. परंतु कोर्टबाजीत गेलेला वेळ आणि एकूणच त्याची भरावी लागलेली किंमत यांच्यामुळे बजाज होल्डिंग्जचं लक्षणीय नुकसान झालं.

बजाज ऑटोने डब्ल्यूएमडीसीचे महाराष्ट्र स्कूटर्समधील सर्व समभाग विकत घेण्यासाठी ४६.७८ कोटी रुपये (दर शेअरमागे ५१.६३ रु.) दिले. याबद्दलची माहिती पत्रकारांना देताना राहुल म्हणाले, ''मी अगदी उद्यासुद्धा हे शेअर्स विकत घेण्यास तयार आहे, परंतु मला वाटतं की महाराष्ट्र स्कूटर्सचे संचालक मंडळ आम्हाला हे शेअर्स विकण्यापूर्वी एक मीटिंग बोलावेल. या प्रस्तावात सर्वांचाच फायदा आहे.''

महाराष्ट्र स्कूटर्सच्या स्क्रिपला रु. ४६४० ची बोली लावली गेली. त्यांची बजाज समूहाच्या वेगवेगळ्या कंपन्यांतली आणि अन्य इन्स्ट्रुमेंट्समधील गुंतवणूक रु. १७४.२७ कोटी होती. त्यांच्या बजाज समूहातील गुंतवणुकीत बजाज ऑटोचे समभाग ३३.८० लाख होते. बजाज ऑटो फायनान्सचे १०.०२ लाख समभाग होते आणि बजाज हिंदुस्तानमध्ये १०.२५ लाख समभाग होते. १५४.३० कोटींच्या गुंतवणूक पोर्टफोलिओत महाराष्ट्र स्कूटर्सकडे ३३,८७,०३६ एवढे बजाज ऑटोचे समभाग होते. महाराष्ट्र स्कूटर्सचा समभाग १८.८० किमतीवरून ऑगस्ट, २००१ मध्ये ८८ रुपये झाला.

महाराष्ट्र स्कूटर्सकडे आणखीही दोन उद्योग होते. वाहन उद्योगासाठी मुख्यत्वे लागणारे डाय कास्टिंग डाईज, फिक्स्चर्स आणि डाय कास्टिंग्ज कॉंपोनंट्स बनवणे हा एक उद्योग होता तर दुसरा होता महाराष्ट्र स्कूटर्सनी गुंतवलेल्या जास्तीच्या निधीच्या व्यवस्थापनासाठी लागणारी ट्रेझरी ऑपरेशन्स करणे. महाराष्ट्र स्कूटर्सनी बजाज समूहातील कंपन्यांत भरीव गुंतवणूक केली होती. त्यातून बाहेर पडताना राहुलनी स्पष्ट केलं की महाराष्ट्र स्कूटर्सना आम्ही बजाज ऑटोमध्ये विलीन करणार नाही. हे बराच काळ चाललेलं युद्ध १७ जून, २०१९ रोजी संपलं आणि कॉर्पोरेशनने आपला २७ टक्के हिस्सा बीएचआयएल या बजाज यांच्या कंपनीकडे देऊन टाकला.

प्रकरण १७

मध्यम वर्गासाठी हालचाल : सुलभता - चेतक : १९७५-२०२१

चेतक आणि चेतकचा पुनर्जन्म

पियाज्जिओच्या गच्छन्तीनंतर बजाज स्कूटरला नवीन नाव ठेवण्याची गरज निर्माण झाली. राहुलनी त्याबद्दल सांगितलं, ''मला जेव्हा कळलं की सरकार काही पियाज्जिओसोबतच्या कराराचं नूतनीकरण करणार नाही त्यामुळे त्यांच्या ब्रँडचं 'वेस्पा' हे नाव आमच्या स्कूटरना आणि 'एप' हे नाव तीनचाकी गाड्यांना ठेवता येणार नाही हे स्पष्टच झालं. आम्ही 'बजाज' हेच ब्रँड नेम आमच्या वाहनांसाठी ठेवलं पाहिजे हेही माझ्या डोक्यात स्पष्ट होतं. म्हणून मग मी काकाजींशी बोललो, कदाचित, संचालक मंडळाकडेही हा विषय काढला असेल. त्यानंतर आमची जाहिरात एजन्सी 'लिंटास' यांच्याशी मी त्यावर चर्चा केली. अलिक पदमसी हे त्या एजन्सीचे प्रमुख होते.''

राहुलनी सरतेशेवटी 'बजाज-चेतक' हे दुहेरी नाव निवडलं. चेतक हा महाराणा प्रताप सिंह यांचा सुप्रसिद्ध घोडा होता. त्यानं २१ जून, १५७६ रोजी झालेल्या हळदीघाटीच्या युद्धात राणाजींचे प्राण वाचवले होते. राहुल म्हणाले की, नावात बदल होण्यात काहीच समस्या नव्हती कारण बजाज स्कूटर्स आणि तीनचाक्यांना दहा वर्षांचा डिलिव्हरी अवधी असाही होताच. आमचा ब्रँड वेस्पाच्या जागी सहजच जाऊन बसला.

''१९७० साली स्कूटर विकत घेणे फारच गुंतागुंतीचे होते.'' अभिषेक गौर हे स्कूटरविषयी लिहिणारे उत्साही ब्लॉगर आठवण करून देतात, ''अगोदर तुम्हाला डीलरला एक अर्ज लिहावा लागे. त्यात 'आपल्याला वैयक्तिक वापरासाठी स्कूटर हवी आहे,'

असा उल्लेख करावा लागे. मग पोस्ट ऑफिसात जाऊन बचत खातं उघडावं लागे आणि त्यात २५० रुपये अनामत रक्कम भरावी लागे. पोस्ट ऑफिस तुम्हाला पासबुक देई. मग ते पासबुक स्कूटर डीलरला देऊन स्कूटर विकत घेण्याचा आपला उद्देश आहे याची खात्री त्याला द्यावी लागे. मग तुम्हाला तुमची वेळ येण्याची वाट पाहावी लागे. मग तो आनंदाचा दिवस उजाडला की डीलर ते पासबुक परत देऊन तुम्हाला २५० रुपये काढण्याची परवानगी देत होता आणि त्यानंतर तुम्ही पूर्ण पैसे भरू शकत होता. याचा अर्थ तुम्ही लग्नाआधी स्कूटरसाठी अर्ज केला असेल तर स्कूटर मिळेपर्यंत तुमची मुलं शाळेत जाऊ लागलेली असत. 'स्कूटर्स (वितरण आणि विक्री) कंट्रोल ऑर्डर, १९६०' या नियमात ही सगळी प्रक्रिया नमूद केलेली होती.''

भारताने स्वतःच स्वतःची स्कूटरची बाजारपेठ बिघडवून टाकली होती. मध्यम वर्ग वाढत होता, त्याला वाहनांची गरज होती. नियोजन आयोगाने अंदाज व्यक्त केला होता की १९७३-७४ या काळात २.१० लाख स्कूटर्सची गरज निर्माण होणार होती. तर नॅशनल कौन्सिल ऑफ अप्लाइड इकॉनॉमिक रिसर्च या 'थिंक टँक'ने (विचार मंचाने) अंदाज बांधला होता की १९७९-८० सालापर्यंत वार्षिक मागणी २.४३ लाख स्कूटर्स एवढी वाढेल. हे आकडे वास्तवातील परवानगी मिळालेल्या उत्पादनाहून खूपच जास्त होते. प्रलंबित स्कूटर बुकिंगची संख्या ३१ मार्च १९७० रोजी लँब्रेटासाठी ८४,८८३ होती आणि वेस्पासाठी (नवीन नाव बजाज-चेतक) ती १,७६,९३३ होती. ह्या स्कूटर ज्या ग्राहकाला मिळायच्या तो एवढा भाग्यवान होता की स्कूटर ताब्यात येताक्षणी तो दुप्पट किमतीला विकून टाकू शकायचा. बजाज स्कूटर ही मध्यम वर्गीय कुटुंबाच्या हुंड्याच्या मागणीतील एक वस्तू बनली. मग रांगेत पुढे नंबर लावण्यासाठी डीलर मंडळी अनधिकृतपणे ग्राहकांकडून भरपूर पैसे उकळू लागली. अर्थात, जे लोक थांबू शकत नव्हते त्यांना प्रीमिअम देऊन भरभराटीला आलेल्या काळ्या बाजारातून बजाज चेतक घेता येत होतीच.

अप्रत्यक्षपणे सांगण्याची तऱ्हा

राहुल सांगू लागले, ''काही लोक मोठ्या रांगेत उभं राहणं टाळू शकत होते. सरकारने विदेशी चलनाची एक योजना आखली होती. त्या योजनेअनुसार ग्राहकांनी बजाज-चेतकची किंमत विदेशी चलनात दिली तर त्यास लवकर स्कूटर मिळत होती.'' बजाज, अमेरिकेच्या मुख्यालयातही हा विचार चांगल्या प्रकारे स्वीकारला गेला. तेव्हा डेव्हिड जोन्स हे बजाज़ अमेरिका या शाखेचे प्रमुख होते.

त्याविषयी डेव्हिड जोन्सनी सांगितलं, ''सुरुवातीला चेतकला अमेरिकेतला प्रतिसाद गुळमुळीतच होता. त्यामुळे राहुलनी अमेरिकेत एक योजना आणली, त्यानुसार अमेरिकेतील भारतीय लोक तिथे चेतक विकत घेण्यासाठी डॉलरमध्ये पैसे देऊ शकत होते आणि ती भारतात पुनर्निर्यात करून आपल्या नातेवाइकांना देऊ शकत होते. स्कूटर मिळणाऱ्या लोकांना दीर्घ प्रतीक्षा यादी टाळता येत होती आणि बजाज कंपनीलाही विदेशी चलन मिळत होतं.''

जोन्स त्याविषयी म्हणाले, ''योजना चांगली चालली. सगळेच लोक त्यात खूश होते. ४०० स्कूटर्स पुन्हा भारतात परत पाठवल्या गेल्या. या स्कूटर्स भारतातच तयार झालेल्या होत्या आणि सरतेशेवटी भारतातच चालवल्या जाणार होत्या तरीही त्यांना अमेरिकेची ट्रिप करून यावं लागत होतं आणि पुन्हा परतावं लागत होतं तेही नोकरशाहीचे औपचारिक नियम पाळण्यासाठी म्हणूनच. या स्कूटर्स बजाज अमेरिका कंपनीच्या कोलंबिया- साउथ कॅरोलिना येथील गोदामात ठेवल्या जायच्या आणि त्यांचे क्रेटही न उघडता तशाच परत माघारी धाडल्या जायच्या. जहाज कंपन्यांनी आता आम्हाला खास राउंड-रॉबिन फ्रेटच्या स्वस्त दराची सुविधा देण्यास सुरुवात केली.''

मोरारजी देसाईंच्या राज्यात स्कूटर उत्पादकांना श्वास घेण्याइतकी फुरसत मिळाली कारण १ जानेवारी, १९७८ रोजी स्कूटर (वितरण आणि विक्री) नियमन अध्यादेश, १९६० हा रद्दच करून टाकण्यात आला. परंतु तेव्हा राहुल यांच्या लक्षात आलं की, आपल्या डीलर्सकडे प्रलंबित ऑर्डर्स मोठ्या संख्येने पडून आहेत त्यामुळे बजाज स्कूटर्सचे वितरण रुळावर येण्यासाठी हा अध्यादेश काढून टाकण्यापूर्वी जी प्रक्रिया होती तीच आपल्याला सध्यातरी चालू ठेवावी लागणार आहे. ते म्हणाले. ''माझ्यावर कामगार, डीलर्स, व्हेंडर्स- सर्वांकडूनच स्कूटरची किंमत वाढवून नफा वाढवण्यासाठी दबाव येत होता. पण मी त्यास नकार दिला. तुटवड्याचा काळ म्हणजे ते स्कूटर जास्त पैसे आकारून विकत होतेच ना. बनवत होतेच. कोटा राजवटीतील बाजारपेठेतील प्रीमिअम ग्राहकांसोबत काही व्यापारी आणि दलाल यांनाही जात होता. हे व्यापारी/दलाल लोक स्कूटर बुक करून ठेवायचे आणि त्यांचा नंबर आला की ती काळ्या बाजारात विकून टाकायचे.''

एकदा राहुल यांच्या टेबलावर एक आगळंवेगळं प्रकरण आलं. 'लवकर स्कूटर द्या' अशी वैयक्तिक विनंती एअर चीफ मार्शल इद्रीस एच. लतिफ यांच्याकडून आली.

ती आठवण सांगताना लतीफ म्हणतात, ''१९७१ साली मी लोहगाव पुणे येथील आमच्या लढाऊ आणि बॉंबफेकी विमानांच्या तळाचा अधिकारी होतो. तिथं १० हजार माणसे कामाला होती त्यात काही नागरी सेवेतील माणसंही होती. त्यातलाच एक व्हिन्सेंट नावाचा माणूस माझ्या महत्त्वाच्या कर्मचाऱ्यांत होता. हवाई दल हे दिवसाचे चोवीस तास कामावरच असते. बांगलादेशाची लढाई अगदीच तोंडाशी आल्यावर आम्ही अत्यंत दक्ष स्थितीत होतो. व्हिन्सेट आमच्या छावणीपासून दूर चार जणांच्या कुटुंबासह राहत होता. त्याला एक अपंग मुलगी होती. त्यामुळे कळवल्यावर लगेच दिवसाच्या कुठल्याही वेळेस हजर राहणं त्याला प्रचंड कठीण जाऊ लागलं. एके दिवशी सकाळी त्यानं खूपच संकोचाने मला विचारलं की आपण मला बजाज स्कूटर लवकर मिळण्यासाठी मदत करू शकता का? तेव्हा ती गाडी म्हणजे फारच अमूल्य होती. तिचा पुरवठाही मर्यादित होता. मग मीही भीड पडलेली असूनही केवळ व्हिन्सेंटसाठी म्हणून राहुल बजाज यांना पत्र लिहिण्याचं मान्य केलं. तोवर मी राहुल यांचं फक्त नाव ऐकलं होतं पण त्यांना भेटलो कधी नव्हतो. मग परिस्थितीबद्दल तपशीलवार सांगून मी विनंती केली की खास अपवाद म्हणून...'' त्यानंतर आठवड्याच्या आतच मला उत्तर आलं, 'स्कूटर नक्कीच मिळणार तुम्हाला.'''

‘हमारा बजाज’

“बजाजचं चिन्ह खरं तर बजाज इलेक्ट्रिकल्सकडून घेतलेलं आहे.” राहुल म्हणतात, “पंचविसावा वाढदिवस साजरा करण्यासाठी बजाज इलेक्ट्रिकल्सनी आपलं नाव रेडिओ लँप वर्क्सपासून ‘बजाज इलेक्ट्रिकल्स’ असं करायचं ठरवलं. या नाव बदलासाठी त्यांनी १९६२ साली एक स्पर्धा घेतली होती. त्या शेकडो चिन्हांतून काकाजींनी निवडलेलं हे बक्षीसपात्र चिन्ह हिरो पब्लिसिटी या संस्थेने तयार केलं होतं. बजाज ऑटोनेही हेच चिन्ह १९६२ साली आपल्या कॉर्पोरेट वापरासाठी स्वीकारलं होतं. आम्हाला एक मोनोग्राम किंवा प्रतीक हवं होतं. आमच्याकडे मुकंद कंपनीत विनायक पंडित काम करत होते. त्यांनी आम्हाला ‘बी’ हे इंग्रजीतील अक्षर षटकोनी रूपात काढून दिलं. १९७० आणि ८०च्या दशकांत आम्ही स्कूटरची एकूण तीन मॉडेल्स विकसित केली. पहिल्याचं नाव आम्ही ‘बजाज१५०’ ठेवलं तर दुसऱ्याचं आणि तिसऱ्याचं अनुक्रमे ‘बजाज चेतक’ आणि ‘बजाज सुपर’ अशी ठेवली.”

नावातील बदलाच्या पाठीशी पूर्णाकृती जाहिराती होत्याच. ‘हमारा बजाज’ आणि ‘यू जस्ट कांट बीट अ बजाज’ या दोन ओळी खूपच प्रसिद्ध झाल्या. अक्षरशः ‘घोड्यासारखं काम करणारी’ ही स्कूटर, तिची वाजवी किंमत आणि कमी देखभाल खर्च यांच्यामुळे मध्यम वर्गीय भारतीयांच्यात बजाज स्कूटर कमालीची यशस्वी ठरली. तिच्या वितरणाविषयी काहीच चुकीचं नव्हतं आणि किमतीही वाजवी होत्या.

सामाजिक भाष्यकार संतोष देसाई यांनी लिहिलं, “‘हमारा बजाज’ ही मोहीम केवढी खरी वाटत होती. भारतीय मध्यम वर्गीय माणूस स्वतःच एखादं उत्पादन म्हणून पुन्हा जन्माला आला असता तर तो ‘बजाज स्कूटर’ म्हणूनच जन्माला आला असता असं वाटतं. पाय पुढे घेऊन बसलेला माणूस – पोटाची ढेरी भांड्यासारखी पुढे येऊ लागलेली, अंगात राखाडी सफारी सूट – फारसा पटकन नजरेत न भरणारा तरी हिकमती माणूस. पाठीमागे अवघडून बसलेली बायको, दोघांच्या मध्ये कशीबशी बसलेली गुडिया आणि पुढे उभा राहिलेला चिकू – त्याशिवाय या स्कूटरला एक स्टेपनीही होती. तिच्यामुळे स्वतंत्र वृत्तीच्या भारतीय रस्त्यांवर सुरक्षा कवचही मिळत होतं. संपूर्ण कुटुंबाला कोंबून बसवायची जागा तिच्यात होती, भाजी घेऊन जायची जागा होती, डिकीत कुटुंबाच्या छोट्यामोठ्या गरजांच्या वस्तू ठेवता येत होत्या. तिला ‘किक’ मात्र सारखी मारावी लागायची. सुरुवातीला आक्रमकपणे पण नंतर मात्र अगदी विनंती केल्यासारखी. तसंच कधीकधी पेट्रोलचा प्रवाह नीट वाहू लागावा यासाठी तिला विचित्र कोनात कलती करून ठेवावीही लागत होती. तिच्या स्पार्क प्लग्जना खूपच स्वच्छ ठेवावं लागत होतं पण तरी आम्ही जसे राहत होतो, आमच्या श्रद्धा जशा होत्या त्यानुसार ही स्कूटर आमच्या जीवनात छान मिसळून गेली होती. संयमित, दडपली गेलेली आणि फारसा गाजावाजा न करता अष्टपैलू असणारी ही स्कूटर जणू आमच्या वतीने आणि आमच्या जीवनाविषयी बोलत होती ते अन्य कुणालाही साध्य झालं नसतं.” स्कूटरवरून पाठलाग दाखवणाऱ्या चित्रपट दिग्दर्शकांसाठी तर ही स्कूटर आदर्शच होती.

चेतकची निर्मिती बंद करणे

आकुर्डी येथील कारखान्यातील कन्व्हेअर बेल्ट्सवरून निघणाऱ्या प्रारंभीच्या स्कूटर्स वेस्पा स्प्रिंट या १५० सीसीच्या टू-स्ट्रोक यंत्रावर आधारित होत्या, पियाज्जिओ यांनी या स्कूटर्स जागतिक स्तरावर १९६५ ते १९७६ या काळात बनवल्या. परंतु आपल्या इथल्या स्कूटर्स किंचित छोट्या म्हणजे १४५ सीसी इंजिनाच्या बनत होत्या. (तंत्रज्ञानविषयक विचार करणाऱ्यांसाठी पुढील माहिती : २००२ सालापूर्वीची चेतकला १४५ सीसीचे टू स्ट्रोक इंजीन होते आणि ते ७.५ बीएचपी (मॅक्झिमम पॉवर ५५०० आरपीएम) आणि १०.८ एनएम (पीक टॉर्क ३५०० आरपीएम) असे असून चार स्पीड गिअर बॉक्सला जोडलेले होते. २००२ सालानंतर अधिक कडक उत्सर्जन नियमांनंतर बजाज ऑटोने १४५ सीसी इंजिनाची ४ स्ट्रोक आवृत्ती काढली होती.) १९७१ साली इंदिरा गांधी सरकारने तंत्रज्ञानातील कोलॅबोरेशनचा करार वाढवण्यास परवानगी नाकारल्याने त्या वर्षी हे कोलॅबोरेशन संपुष्टात आले.

राहुलनी जवळजवळ तेच उत्पादन चेतक या नावाने बनवायला सुरुवात केली. स्कूटरला खूपच जास्त मागणी असल्याने पूर्णतया नवेच डिझाइन आणण्याची गरज आहे असे बजाज ऑटोला वाटलं नाही. त्यांनी जुन्या वेस्पा डिझाइनमध्येच किंचितसे बदल केले. चेतकची उत्पादन प्रक्रिया तीस वर्षांच्या काळात एवढी सुरळीत जुळलेली होती की एका असेंब्ली लाइनवरच्या चाळीस कामगारांना एका कामातून दुसऱ्या कामात जाण्यापूर्वी दोन सेकंदांहून जास्त काळ उसंत नसे.

दहा वर्षांच्या प्रतीक्षा यादीमुळे राहुलना बजाज चेतकसाठी ग्राहकांचे म्हणणे काय आहे हे जाणून घेण्याची गरजच नव्हती. राहुल यांनी स्कूटरमध्ये सुधारणा करण्यात हटवादीपणे नकार दिला. १९७० आणि १९८० या दशकांत देशभरातील ६० टक्के स्कूटर विक्रीतील वाटा बजाज चेतकचा होता पण त्यास इलेक्ट्रीक इग्निशन नव्हतं तर किक मारूनच चालू करावं लागत होतं. तिच्या टू स्ट्रोक इंजिनातून बाहेर निघणारा धूर हा भारतीय कायद्यांनुसार चालणारा असला तरी आंतरराष्ट्रीय मापदंडांनुसार खूपच प्रदूषणकारी होता. (भारताने १९९०च्या दशकाच्या अखेरीच उत्सर्जनविषयक मापदंड निर्माण करायला सुरुवात केली.) दीर्घ काळात रिसर्च अँड डेव्हलपमेंटवरील खर्च अगदीच किरकोळ १ टक्का होता. नवीन उत्पादनाचा विकास करायचा झाल्यास चार-पाच वर्षांचे चक्र जावे लागत होते. तर जपानी स्पर्धकांसाठी हा काळ फक्त २-३ वर्षेच होता.

''जवळजवळ चाळीस वर्षे चेतक स्कूटरचं रूप, तिचा दर्जा आणि शैली तीच होती,'' व्यवस्थापनशास्त्राचे प्राध्यापक हरीश बी. नायर म्हणतात. ''म्हणजे १९९०च्या दशकात अर्थव्यवस्था मुक्त झाल्यावरही स्कूटर क्षेत्रात फारशी स्पर्धा आलीच नाही. एपीआयच्या लँबीला फारसं यश मिळालेलं नसलं तरी कायनेटिक होंडाला गिअरलेस स्कूटर्समुळे स्वतःचं स्थान बाजारपेठेत निर्माण करता आलं. आणखी एक वाढतं क्षेत्र होतं ते म्हणजे टीव्हीएस स्कूटीसारख्या छोट्या स्कूटरचं!''

ज्योती कैंथ आणि तन्मय माथुर यांच्यासारखे एकनिष्ठ मित्र सदैव पाठीशी राहिले. ते म्हणाले की, बजाज ऑटोने आपला पहिला देशी ब्रँड आणला तेव्हा त्याची व्यवहार्यता

आणि वाजवी किंमत यांच्यामुळे कंपनीसाठी ते अत्युच्च विक्रीचे उत्पादन ठरले. कोलगेटचे नाव टूथपेस्टशी जोडलं गेलं तसं बजाजचं नाव स्कूटर्सशी जोडलं गेलं.

द डे द म्युझिक डाय (सूर विरले...)

(अर्थ– 'अमेरिकन पाय' या १९७२च्या सुप्रसिद्ध गीतात ३ फेब्रुवारी १९५९ या दिवसाचा उल्लेख 'द डे द म्युझिक डाइड' असा केला आहे.)

"...आणि त्यानंतर मग जपानी त्यांच्या मोटरसायकली घेऊन आले." राजीव बजाज आठवण सांगतात, "मी पुणे येथे १९८४–८८ या काळात इंजिनिअरिंग कॉलेजात होतो. माझा शाळा–कॉलेजातला जिवलग मित्र जोहर याला चेतक स्कूटर विकत घ्यायची होती आणि त्यासाठी प्रतीक्षा यादी तर दहा वर्षांची होती. पण माझ्याकडे ती देण्याची शक्ती होती आणि त्याच्याकडे भिक्षापात्र होतं. मग मी बाबांशी बोललो तेव्हा त्यांनी 'बजाज सुपर घे,' असं सुचवलं. ते म्हणाले की या दोन्ही स्कूटर्स सारख्याच आहेत. पण मी आग्रह धरला की जोहरला चेतकच हवीये. ती थोड्याच दिवसांत मिळणार होती. तेवढ्यात टीव्हीएसने १९८४मध्ये मोटरसायकल काढली आणि जोहरने जाऊन सरळ सुझुकी मोटरसायकल घेऊन टाकली. माझा जिवलग मित्र, ज्याला चेतक अगदी निकराने हवी होती तो सरळ जाऊन अचानक वेगळ्याच कंपनीची मोटरसायकल विकत घेऊन आला होता."

"मागे वळून पाहता १९९९–२००० या काळात दुचाक्यांची बाजारपेठ स्कूटर्सवरून मोटरसायकल्सकडे गेली आहे हे आम्हाला दिसायला हवं होतं." राहुल मान्य करतात. "तरीही प्रतीक्षा काळ संपलेला असला तरी बजाज स्कूटर्स २००० सालापर्यंत चांगल्या विकल्या जात होत्या. २००१मध्ये मागच्या वर्षाचा आढावा घेतल्यावर लक्षात आलं ते वर्ष बजाज ऑटोसाठी खूपच वाईट वर्ष निघालं आहे. मात्र करपश्चात कंपनीचा नफा पूर्वीहून कमी झालेला असला तरी तो आमच्या स्पर्धकांपेक्षा जास्त होता. आणि हे स्पष्ट बोलायला मी जराही डगमगलो नाही. आम्ही चेतकचं उत्पादन २००५ मध्ये बंद केलं आणि एकूणच स्कूटर्सचं उत्पादन २००९ मध्ये बंद केलं."

अख्ख्या भारतभरातून एकसुरात हळहळ व्यक्त करणारे शब्द उठले. बजाज ऑटोने जेव्हा उत्पादन बंद करण्याची घोषणा केली तेव्हा बजाज–चैतक चालवणाऱ्या जवळजवळ प्रत्येकच भारतीयाला आपल्या लाडक्या चेतकची काहीतरी आठवण सांगायची होतीच. वैद्यकीय अभ्यासक्रमाच्या एका विद्यार्थ्याने सांगितलं की सीबीएसईच्या वैद्यकीय प्रवेश परीक्षेसाठी तो मथुरेहून दिल्लीला स्कूटरने गेला तेव्हा आपल्या वडिलांच्या स्कूटरबद्दलचा त्याचा विश्वास कित्येक पटींनी वाढला. तो म्हणाला, "त्या दिवशी बसचा संप होता परंतु माझ्या वडिलांना खात्री होती की स्कूटर आम्हाला बरोब्बर वेळेत पोहोचवणारच." लग्नानंतर एका नवऱ्या मुलाने आपल्या नववधूला अलिगढहून हिसार येथे सामानासह नेलं होतं. तो म्हणाला, "ही गाडी मला कधीच दगा देणार नाही अशी माझी श्रद्धा होती. माझे वडीलच नाही का अगदी वयाच्या पंचाहत्तराव्या वर्षी त्यांचं निधन होईपर्यंत बजाज कबवरूनच फिरत होते."

स्कूटर विभाग बंद करून बजाज ऑटोने चूक केली होती का? परंतु अपेक्षेअनुसार स्कूटरने प्रत्यक्षात मरण्यास नकार दिला. बजाज ऑटोच्या टीमला जिथं जायचं होतं त्या ठिकाणी पोहोचण्यास काही वेळ जरी लागला असला तरी नव्या युगातील 'चेतक' अगदी सहजगत्या आपल्या बॅटरी संचालित अभिमानी स्वरूपात आणि अभिमानी जाणिवेत विनाव्यत्यय शिरली. २५ सप्टेंबर, २०१९ पासून चाकण येथील कारखान्यात उत्पादनाचा घरघराट सुरू झाला. १६ ऑक्टोबर, २०१९ रोजी अर्बनाइट ईव्ही सब-ब्रँडखाली 'चेतक'चे अनावरण घडून आले.

शेवटचा शब्द

शुक्रवार, १ जानेवारी, २०२१ रोजी बजाज ऑटोला काम सुरू करून ७५ वर्षे झाली होती आणि बजाज ऑटोच्या समभागाची किंमत राष्ट्रीय शेअर बाजारात ३४७९ झाली होती त्यामुळे मार्केट कॅपिटलायझेशन १००६७०.७६ कोटी एवढे झाले होते. (अमेरिकी डॉलर्स १३.६ बिलियन) त्यामुळे बजाज ऑटो ही जगातली सर्वांत किमती दुचाकी कंपनी बनली होतीच; परंतु ती जगातली तिसऱ्या क्रमांकाची दुचाकी बनवणारी कंपनी बनली होती तर तीनचाकी बनवणारी पहिल्या क्रमांकाची कंपनी बनली होती.

आता ८ सप्टेंबर, १९७१कडे जाऊ. डेटोना बीच हे फ्लोरिडा येथील अटलांटिक समुद्रकिनाऱ्यावरील एक शहर असून अमेरिकन मोटरसायकलस्वार तिथल्या सुप्रसिद्ध कडक वाळूच्या समुद्रकिनाऱ्यावरच्या शर्यतीत भाग घेण्यासाठी गर्दी करून येतात. ८ सप्टेंबर, १९७१ रोजी डेटोना बीच मॉर्निंग जर्नलने एक अहवाल छापला. त्याचं शीर्षक होतं- 'स्कूटर्स विकल्या गेल्या'.

> त्याचं असं झालं की, हजारो लोक स्कूटरची नोंदणी करण्यासाठी उदयपूर येथे एका स्कूटर शोरूमवर धावून गेले तेव्हा झालेल्या चेंगराचेंगरीत दहा लोक मारले गेले आणि चार लोक जखमी झाले. सहाशेहून अधिक पोलिस स्कूटर खरेदीदारांच्या या गर्दीला आवरण्यासाठी तैनात करण्यात आले होते. हे सगळे लोक शोरूम ज्या दिवशी उघडणार होती त्याच्या आदल्या दिवशी रात्रीच तिथं जमा झाले होते. एका स्कूटरची किंमत ३४६० रुपये अथवा ४६० अमेरिकी डॉलर्स एवढी असून ती सर्वसाधारण भारतीय कामकऱ्याच्या सहा महिन्यांच्या पगाराइतकी आहे. दोनच वर्षांपूर्वी राहुलनी उत्पादन वाढवण्याची परवानगी सरकारकडे मागितली होती. त्याविषयी ते म्हणाले, ''जेव्हा जेव्हा आम्ही आमच्या अर्जाचं काय झालं असं विचारायचो तेव्हा तेव्हा तो विचाराधीन आहे, असं आम्हाला सांगितलं जायचं. त्याचं कारण आमच्या संचालक मंडळाचे अध्यक्ष कमलनयन बजाज हे काँग्रेसच्या विरोधी पक्षाचे नेते होते त्यामुळे हा विषय आर्थिक होता, तेवढाच राजकीयही होता.''

DAYTONA BEACH MORNING JOURNAL

DAYTONA BEACH, FLORIDA, WEDNESDAY, SEPTEMBER 8, 1971

Scooters Sold Out

NEW DELHI, (AP) — A sign in the window of a motor-scooter dealer advises prospective buyers: "Delivery period approximately 10 years."

G.C. Choadhry, the scooter dealer, smiled at the visitor and remarked," Yes, that's right; if you wanted to buy a scooter, you would have to wait 10 years for delivery."

The demand is so great that 10 people were killed and four injured last week in Udaipur, 300 miles southwest of here, when thousands of people stormed a scooter showroom to register for vehicles.

More than 600 policemen were marshaled to contain the crowd of scooter buyers, who gathered near the showroom the night before it was scheduled to open.

Those waiting to register had already paid a small charge to the government—a guarantee to the dealer of intent to buy and to the purchaser of delivery, even 10 years later.

A scooter costs about 3,460 rupees or $460, half a year's wages for the average Indian worker.

The government, noting the gap between demand and supply, has announced plans to produce scooters at the rate of 100,000 annually, but its production is not expected to start for another five years.

Choadhry's firm, Bajaj Auto, and Lambretta are the only two sanctioned scooter manufacturers in the country now. They producea total of about 60,000 units a year, far below the current estimated demand of 230,000 annually.

"We have the capacity to produce more schooters and, of course, we want to, but the government prohibits us," Choadhry explained.

In general, the government's socialistic policy is to limit the expansion of prosperous private industries, preferring to fill consumer needs with public, or government-controlled manufacturing.

Scooters provide the only form of private transportation for millions of Indians—students, physicians, farmers, dentists and government workers. Cars are too costly.

In many villages scooters are a status symbol, but in sprawling cities such as New Delhi they become a necessity because of irregular and inadequate public transportation.

Two years ago Bajaj applied to the government for permission to increase production.

"Every time we ask about the status of the application, we're told that it's still being considered," he said.

"You see, this matter is political as well as economic. Our board chairman, Kamalnayan Bajaj, is also a leader of the Congress opposition party."

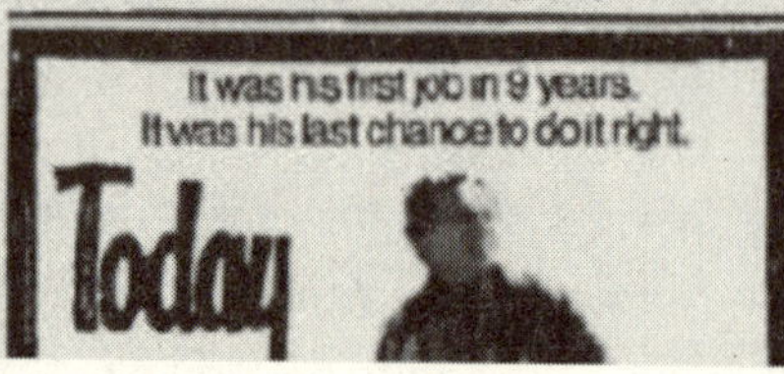

प्रकरण १८

असमाधानाचे वारे : १७ जून, १९७९

बजाज ऑटो, आकुर्डी

''दुसऱ्या शिफ्टमध्ये मध्यरात्रीचे बारा वाजून गेल्यावर शेकडो कामगार माझ्या घरी आरडाओरडा करत आले, 'आम्ही आमच्या हक्कांसाठी लढणार.' मी झोपायच्या खोलीतून बाहेर येऊन त्यांना म्हणालो, 'मंडळींनो, तुम्ही बजाज नावाच्या माणसाशी बोलत आहात. माझ्या आयुष्याची पहिली आठ वर्षं आणि माझ्या वडिलांच्या आयुष्याची पहिली वीस वर्षं गांधीजींच्या आश्रमात गेली आहेत. आश्रमातलं आयुष्य कसं असतं, तुम्हाला माहिती आहेच. त्याहून खूप चांगलं जीवन तुम्ही जगत आहात. झगडा करून तुम्हाला काहीच मिळणार नाही. तुम्ही कारखाना हवे तेवढे दिवस बंद ठेवू शकता. आमच्याशी बोला, वाटाघाटी करा, मी नक्कीच न्यायीपणाने वागेन पण तेवढाच ठामही असेन.'''

राहुल पुढे सांगू लागले, ''कामगार आणि युनिअन यांचेसह ज्यांचे ज्यांचे माझ्या कामात आर्थिक हितसंबंध होते त्या सर्वांशीच व्यवहार करताना हेच धोरण मी ठेवलं होतं.

ठाम राहायचं आणि न्यायीही राहायचं. तुम्ही न्यायीपणाने वागला नाहीत तर कंपनी चालवूच शकणार नाही. तुम्ही ठाम नसलात तरी तसंच होईल. काही बहुराष्ट्रीय कंपन्या आपल्याकडे आल्या, काय घडतंय ते त्यांना कळलंच नाही. त्या सगळ्या मागण्या मान्य करत गेल्या आणि त्यामुळे संपूर्ण वातावरणच बिघडून गेलं.

''जिथे काम करता त्या औद्योगिक संकुलात राहाण्याची कल्पना मारवाडी समाजातील अन्य सरंजामशाही वृत्तीच्या लोकांना विचित्र आणि हास्यास्पद वाटत असली तरी राहुलना तशी ती वाटत नव्हती. 'तुमची कृती हीच शब्दांहून जास्त काम करते.' उंटावरून शेळ्या हाकण्यावर माझा विश्वास नव्हता,'' राहुलना असं बोलायला आवडत होतं.

शनिवार

'कामगार करारा'ची मुदत मार्च, १९७९ मध्ये संपत होती. (या वेळेपर्यंत बजाज ऑटोचे एकूण मनुष्यबळ जवळजवळ ५ हजार झालं होतं. कराराच्या नूतनीकरणाविषयीच्या वाटाघाटी व्यवस्थापन आणि कामगार संघटना यांच्यामध्ये नेहमीप्रमाणे वेळेच्या बऱ्याच आधी सुरू झाल्या होत्या. १९७८च्या उन्हाळ्याच्या सुरुवातीला कामगार संघटना, तिचा नेता रूपमय एम. चतर्जी हा बंगालचा समाजवादी तरुण आणि राहुल बजाज यांच्यात बोलणी सुरू झाली. कंपनीची कामगिरी सुधारण्याचा राहुल यांचा निर्धार आणि चतर्जींची संघटनेविषयीची कळकळ एकमेकांच्या तोडीस तोड होती. त्या वेळेस कंपनीची अधिकृत प्रस्थापित क्षमता तीन चाकी गाड्यांसह वार्षिक २ लाख स्कूटर उत्पादनाची होती.

व्यवस्थापन नवीन कराराविषयी चर्चा करण्यास तयार झाल्यावर जुलै ते सप्टेंबर, १९७८ हा पंचेचाळीस दिवसांचा संप मागे घेण्यात आला. परंतु संघटनेच्या तीन नेत्यांना नोकरीतून निलंबित केल्याच्या नोटिसा दिल्या गेल्या. चौथ्याही नेत्याच्या निलंबनामुळे पुन्हा एकदा निषेध व्यक्त करण्यात आला. या वेळेस दर दिवशी एक तास 'यंत्र बंद' अशी पद्धत अवलंबण्यात आली. वैतागलेल्या व्यवस्थापनाने चतर्जीला फोन केला पण त्यानं स्पष्ट केलं की ही उत्स्फूर्त, वैयक्तिक कृती आहे आणि माझी युनिअन या निषेधाच्या मागे नाही.

कार्यकर्त्यांच्या आपापसांतील ताणतणावामुळे बरेचदा एकाच कारखान्यात दोन युनिअन स्थापन होतात. बजाज ऑटोमध्ये एका कामगार गटाने 'पूना लेबर युनिअन'च्या सदाशिव बागायतकर यांचं नेतृत्व पत्करलं तर दुसऱ्या गटाने 'पूना वर्कर्स फेडरेशन'च्या चतर्जी यांना अधिक पसंत केलं. इकॉनॉमिक अँड पोलिटिकल वीकलीच्या जे. एन. प्रधान यांनी अहवाल दिला की, दोघेही नेते व्यक्तिशः प्रामाणिक होते परंतु दोन्ही संघटना एकमेकींवर भ्रष्टाचाराचे आरोप करत होत्या आणि स्वतःचे स्वतंत्र अस्तित्व जपत होत्या. कामगार चळवळीसाठी कार्यकर्त्यांचं काम असतं ते म्हणजे संघटित संघर्षासाठी कामगारांना शिक्षण देणे, त्यांना एकत्र आणणे आणि त्यांची संस्थात्मक बांधणी करणे. ज्यायोगे ते आपल्या मागण्या पूर्ण करण्यासाठी एकत्रित संघर्ष करू शकतील.

कंत्राटी कामगार हा एक मोठा गट होता, त्याशिवाय प्रशिक्षणार्थीही होते. सर्वांत छोटा गट होता तो 'उच्च' दर्जाच्या कायमस्वरूपी कामगारांचा होता. : युनिअनचे पाठबळ लाभलेले, सामर्थ्यशाली आणि कामगार कंत्राटांचे आणि तीन वर्षीय कामगार करारांचेही

अभय लाभलेले असे हे गट होते. त्यामुळे पुण्याच्या सुखद हिवाळ्यातही ताणतणाव खदखदू लागला. वसंत ऋतू आला आणि गेला पण दोन्ही पक्षांत एकमत झालं नाही आणि मार्च, १९७९ची सीमारेषाही लुप्त झाली. राहुल बजाज यांनी जाहीर केलं की जोवर कंपनीने ठरवलेले उत्पादन क्षमतेचे निकष युनिअन मान्य करत नाही तोवर युनिअनच्या कुठल्याही मागणीवर चर्चा होणार नाही. मग १६ जून, १९७९ रोजी युनिअन आणि व्यवस्थापन यांच्यात एक मीटिंग ठरवण्यात आली. काही गोंधळ होऊ नये म्हणून पडद्याआडच्या हालचाली करून मुख्यमंत्री शरद पवार यांनी सर्व उद्योग पाच दिवस बंद राहतील असं जाहीर केलं. बाह्यतः वीज टंचाईचं कारण त्यामागे देण्यात आलं होतं. परंतु हा उपाय कामाचा ठरला नाही.

चतर्जी हा खूपच कार्यमग्न माणूस होता, तो सिटूच्या महाराष्ट्र युनिटचा उपाध्यक्षही होता. त्यानं तब्येतीच्या कारणाने मीटिंग एक दिवस पुढे ढकलण्याची विनंती केली. (सिटू म्हणजे सेंटर ऑफ इंडियन ट्रेड युनिअन्स, १९७० साली स्थापन झालेली ही राष्ट्रीय पातळीवरील संघटना असून ती राजकीयदृष्ट्या भारतीय कम्युनिस्ट पक्षाशी बांधलेली आहे.)

व्यवस्थापनाने ही विनंती मान्य केली. परंतु कामगारांना त्यामागचे कारण माहीत नव्हते. त्यातच व्यवस्थापनानेही दोन युनिअन सदस्यांना मेमो देऊन इशारा दिला की, कुठल्याही अनधिकृत कृतीत भाग घेऊ नका. त्यामुळे कामगार वैतागले. हा मेमो म्हणजे चार्जशीटच दिली आहे असा समज करून घेऊन ते दोन सदस्य आणि त्यांचे समर्थक बाहेर पडले व फॅक्टरीबाहेरच्या हिरवळीवर ठाण मांडून बसले.

बहुधा एका सुरक्षा अधिकाऱ्याच्या भडक भाषेमुळेच हिंसाचाराची ठिणगी पडली असावी. थोड्याच अवधीत ९०० कामगार 'झुंडीच्या मानसिकते'त सापडले. मग पोलिसांनी लाठीमार केला आणि अश्रुधूर सोडला तर कामगारांनी कारखान्यातले डबे त्यांच्यावर फेकले आणि तिथं एक तुंबळ रणधुमाळी सुरू झाली. त्यानंतर ५१ निदर्शकांनी कोर्टात अपील केलेल्या अपिलास रद्दबातल करताना न्यायाधीश एम. एफ. सालढाणा यांनी १ सप्टेंबर, १९९३ रोजी नोंदवलं की, कारखान्यात बांधकाम चालू होतं त्यामुळे कामगारांना दगड अगदी सहजासहजी मिळाले, ते त्यांनी पोलिसांवर, कंपनीच्या सुरक्षा कर्मचाऱ्यांवर आणि मालमत्तेवर म्हणजेच इमारतींवर आणि खास करून काचेच्या तावदानांवर मोकळेपणाने भिरकावले.

पोलीस आपल्या मागे येऊ नयेत म्हणून त्यांनी रस्त्यावर ॲसिड, धातूचे भाग आणि बॅरलचे रोल्स पसरवून ठेवले. त्यांनी लाकडी पेटाऱ्यांची आणि भंगाराची होळी पेटवली. बजाज ऑटोच्या सुरक्षा अधिकाऱ्याची स्कूटर जाळली आणि कंपनीच्या बसचंही गंभीर नुकसान केलं. कारखान्याच्या आणखी काही भागांत जाळपोळ होऊ लागली तशी पिंपरी-चिंचवड, देहू रोड, पुणे महानगरपालिका आणि खडकी छावणी भाग येथील सर्व आगीचे बंब आणि त्यातले कर्मचारी बजाज ऑटोच्या कारखान्याकडे धावून आले. त्यांनी ज्वाळा विझवल्या, रात्री साडे अकरापर्यंत परिस्थिती नियंत्रणाखाली आली. तेवढ्यात काही कामगारांनी मुख्य कचेरीवर हल्लाबोल केला. स्वागतकक्षातील फर्निचर आणि अन्य वस्तूंची मोडतोड केली. आतल्या सगळ्या गोष्टींवर अंदाधुंद दगडफेक केली. राहुल तेव्हा

पहिल्या मजल्यावर काम करत होते. त्यांनी आठवण सांगितली, ''आमच्या मुख्य सुरक्षा अधिकाऱ्याचं डोकं दगडफेकीत फुटलं. कामगार चाल करण्यापूर्वी चार पहारेकरी माझ्या कचेरीशी पोहोचले होते. त्यांनी कसंबसं त्या लोकांना आवरलं. तिथं काहीतरी घोषणाबाजी चालली होती आणि भाषणबाजीही चालली होती. पोलीस आल्यावर ती माणसं पांगली.'' पोलीस रेकॉर्डनुसार त्यानंतर आणखी हिंसाचार उद्भवू नये यासाठी स्थानिक पिंपरी पोलीस ठाण्याचे इन्स्पेक्टर मारुती संकोली यांनी त्यांच्या माणसांना बजाज कारखाना संकुलात रात्रभर थांबण्याचा आदेश दिला.

रविवार

दुसऱ्या दिवशी १७ जून रोजी सकाळी पोलिसांनी कारवाई केली. त्या कारवाईचे प्रमुख डेप्युटी कमिशनर सर्बदीप सिंग वीर्क होते. त्याशिवाय राज्य राखीव दलाची पलटण, अग्निशमन दलाची पथके, बजाज ऑटो कारखान्यासाठीच खास नेमलेली स्थानिक कॉंस्टेब्युलरीचे पथक आणि पुणे शहराचे डेप्युटी कमशिनर अनामी रॉय एवढा सगळा ताफाही दिसत होता.

नेहमीच्या दिवशी बजाज ऑटो येथील पहिली शिफ्ट सकाळी सहा वाजता सुरू व्हायची. व्यवस्थापनाशी एकनिष्ठ कामगार नेहमीप्रमाणे कार्ड पंच करायला रांगेत उभे राहिले. रात्री उशिराने भरणाऱ्या 'भावी डावपेच' मीटिंगमध्ये व्यवस्थापनाने ठरवलं होतं की प्रतिबंधात्मक उपाय म्हणून आपण कामगारांना दहा-दहाच्या गटातच इमारतीत प्रवेश करू द्यायचा. हा निर्णय खालपर्यंत पोहोचण्यास वेळ लागला आणि तो बूमरँग होऊन उलटला.

पोलिसांचा ताफा आता पूर्ण तैनात झाला होता, त्यांनी सुरुवातीला कामगारांना आत येण्यास मनाई केली. मग वरून आदेश आल्यावर पोलीस दहा-दहाच्या गटात कामगारांना आत सोडू लागले. जसजशी रांग आणि प्रतीक्षा वाढली तसतसे हैराण झालेले कामगार नेहमीसारखे 'आम्ही कारखान्यात येणार असा,' आग्रह धरू लागले. अस्वस्थ जमाव वाढतच चालला.

कामगारांचा एक गट तिथून निघाला आणि त्यांनी मुंबई-पुणे मार्गावरील वाहतूकच रस्त्यात अडथळे घालून बंद करून टाकली. आणखी एक जमाव पोलिसांवर दगडफेक करू लागला. आपली संख्या कमी आहे हे लक्षात आलेल्या पोलिसांनी वायरलेस व्हॅन 'फॉक्स मोबाइल'मधून पिंपरी स्टॅटिक नियंत्रण कक्षात संदेश पाठवला की ताबडतोब जास्तीचे आरक्षित पोलीस दल पाठवा.

संकोलींनी ताबडतोब प्रतिसाद दिला. ते कामगारांनी उभारलेले अडथळे पार करून फॉक्स मोबाइल व्हॅनमध्ये चढले आणि त्यांनी 'शांतता राखा आणि कसलीही बेकायदेशीर कृती करू नका,' असं आवाहन कामगारांना केलं. कामगारांनीही त्यांना तेवढ्याच उत्साहाने प्रतिसाद दिला- त्यांच्यावर आणि फॉक्स मोबाइल व्हॅनवर हल्ला चढवून.

व्हॅन कडेला उपडी पडली, तिची पेट्रोलची टाकी उघडण्यात आली आणि गोणींच्या तुकड्यांच्या मदतीने आतील ज्वालाग्राही इंधन बाहेर काढून तिला आग लावून देण्यात आली. व्हॅनमधल्या तिघांनी बाहेर उडी मारून स्वतःचे जीव कसेबसे वाचवले.

परिस्थिती आटोक्यात आणण्यासाठी कामगारांना योग्य ती ताकीद देऊन न ऐकल्याने त्यानंतर लाठीमार करण्यात आला. अश्रुधूरही सोडण्यात आला. पण त्याचा काहीच उपयोग झाला नाही. पोलिसांची माणसं हिंसाचाराचं लक्ष्य बनली आणि त्यांना बरीच दुखापत सहन करावी लागली. चाळीस पोलीस जखमी झाले. ''संकोली हे धिप्पाड शरीराचे होते, एका मोठ्या शिळेने त्यांच्या पोटावर वार करण्यात आला आणि ते बरेच महिने इस्पितळात होते.'' रॉय यांनी आठवण सांगितली.

वायरलेस व्हॅनला लागलेली आग आगीचा बंब आल्यावर विझवण्यात आली. परिस्थितीवर काबू मिळवता न आल्याने पोलिसांनी बंदुकीच्या एकोणतीस फैरी झाडल्या. त्यात दोन कामगार आणि एक दुकानदार ठार झाले.

जखमींना वैद्यकीय मदतीसाठी पाठवण्यात आलं. बऱ्याच साक्षीदारांचे जबाब नोंदवण्यात आले. काही त्याच दिवशी तर उरलेले पुढील काही दिवसांत नोंदवले गेले. आरोपींना अटक करण्यात आली, तपास संपल्यावर त्यांच्यावर आरोपपत्र दाखल करून खटले करण्यात आले. या सगळ्या हिंसाचारात पोलीस अधिकाऱ्यांना सगळ्यात संताप कुठल्या गोष्टीचा आला असेल तर कामगारांनी पोलिसांची वायरलेस व्हॅन उपडी करून जाळली याच गोष्टीचा.

गोळीबाराची बातमी पसरली तेव्हा त्याच्या निषेधाचे सूर सर्वत्र उमटू लागले. महानगरपालिकेचे कामगार त्यांच्या स्वतःच्या आठ दिवसांच्या संपानंतर पुन्हा कामावर परतत होते, त्यांनी समर्थनार्थ पुन्हा संप केला. अन्य कारखान्यांतील कामगारांनीही संप केला. त्यात नवीनच आलेल्या छोट्या सिल्व्हर ब्राइटसारख्या कंपन्याही सुटल्या नाहीत. ही कंपनी १९७४ साली स्टील रॉड्सचं उत्पादन करू लागली होती. चार हजारांहून अधिक कामगार अंत्यसंस्कारासाठी हजर राहिले. दुसऱ्या दिवशी दुकानदारांनी बंद पाळला.

रूपा

१६-१७ जून १९७९चा साप्ताहिक रजेचा काळ राजीवना व्यवस्थित आठवतो. एका बाजूला झाडांच्या दाटीमुळे त्यांना काय चाललंय ते पूर्णतया दिसलेलं नसलं तरी त्यामुळे संताप आणि हिंसा यांचे आवाज बंद झाले नाहीत. तो म्हणतो, ''आम्ही आमच्या खोलीबाहेरच्या बाल्कनीत जमलो होतो. मी, संजीव, मम्मी आणि आमच्याकडे काम करणाऱ्या हिराबाई असे आम्ही चौघे होतो. मम्मी चिंताग्रस्त होऊन पप्पांच्या ऑफिसच्या दिशेने पाहत होती. त्या ऑफिसला काही कामगारांनी आग लावली होती. हिराबाईही त्याच दिशेने पाहत होत्या. त्यांचा मुलगा तिथेच कामगार होता. त्याच्या सुरक्षेची काळजी त्यांना वाटत होती. बहुधा त्यांची द्विधा मन:स्थिती झाली असावी. माझी तर नक्कीच झाली होती. मी मम्मीला विचारलं, 'असं का घडतंय? कुणाचं बरोबर आहे आणि कुणाचं चूक आहे?' त्यावर मम्मी नेहमी बोलायची तशीच हळू पण ठाम स्वरात म्हणाली, 'जेव्हा जेव्हा आपल्याला अशी शंका येते तेव्हा तेव्हा आपल्या सदसद्विवेकबुद्धीचं ऐकायचं. तुमचा तो आतला आवाज असतो ना, त्यातून देवच तुमच्याशी बोलत असतो.'''

रूपाने याविषयी सांगितले, ''त्या रात्री आमचा डोळ्याला डोळा लागला नाही. आम्हाला एक-दोन विचित्र फोन आले. त्यात ते लोक म्हणत होते की मी आणि मुलं मुंबईला निघून गेलो तर बरं होईल. राहुल आणि मी त्याबद्दल विचार केला पण मी त्याला 'नाही' म्हणून सांगितलं. मला राहुलसोबत राहायचं होतं. 'बघा, परिस्थिती अवघड झाल्यावर राहुलची बायको आणि मुलं त्याला सोडून सरळ मुंबईला निघून गेली,' असा विचार वसाहतीतल्या लोकांनी केला असता हे तर मला कधीच मान्य झालं नसतं. शिवाय, माझ्या मनात असंही आलं की एकदा का मी इथून गेले की परत येण्यासाठी खूप खूप काळ थांबावं लागेल. एकदा का अशा परिस्थितीतून तुम्ही बाहेर पडलात की पुन्हा परत येण्यासाठी पुरेसं सुरक्षित वाटणं कठीणच होऊन बसतं. गोळीबार झाला होता आणि चौकशीही लवकरच होणार अशी परिस्थिती होती त्यामुळे हा सगळा प्रकार बराच काळ चालणार हे तर दिसत होतंच. व्यवस्थापनाशी दीर्घ काळ संघर्षाच्या मन:स्थितीत कामगार दिसत होते. मला इथंच राहुलसोबत राहायचं होतं.''

रूपाच्या निष्ठेमुळे राहुलला आणि मुलांना बळ मिळालं.

दोन्ही पक्ष जिंकतील अशा परिस्थितीची निर्मिती

स्थानिक आदरणीय राजकारणी आणि लोकसभा सदस्य मोहन धारिया यांनी त्रस्त मन:स्थितीत न्यायालयीन चौकशीची मागणी केली. महाराष्ट्राचे गृहमंत्री आणि माजी ट्रेड युनिअन नेते भाई वैद्य यांनीही तशीच मागणी केली; परंतु शरद पवार तसं करण्यास आढेवेढे घेऊ लागले. नव्याने निर्माण झालेल्या पोलीस मित्र मंडळानेही धमकी दिली की न्यायालयीन चौकशी होणार असेल तर चिंचवड पोलीस ठाण्यातील सर्वच्या सर्व पंचाऐशी पोलीस राजीनामा देतील. त्यावर कामगारांनी दहा हजार लोकांचा मोर्चा काढला. त्यामुळे राज्य सरकारला न्यायालयीन चौकशीचा आदेश द्यावा लागला.

न्यायालयीन चौकशी चालतच राहिली आणि इकडे चतर्जी आणि बजाज शांतपणे तडजोडीवर आले. पाच महिन्यांनी कारखाना पुन्हा सुरू झाला. त्या घटनेनंतर चौदा महिन्यांनी बॉंबे उच्च न्यायालयाने ३१ कामगारांना प्रत्येकी एक लाख रुपये दंड ठोठावला. आत्तापर्यंत कामगारांवर लावलेला एवढा मोठा दंड दुसरा कुठलाच नसेल. खालच्या कोर्टाने त्यांना ३ वर्षे सक्त मजुरीची शिक्षा ठोठावली होती.

या लक्षणीय शांततेविषयी राहुल म्हणतात, ''आम्ही, कसं कोण जाणे, पण दोन्ही पक्षांना लाभदायक ठरेल अशी परिस्थिती निर्माण करू शकलो होतो. आणि आमचे संबंध अधिकाधिक चांगले होऊ लागले होते. त्याच प्रकारे चतर्जी यांच्याशीही माझे संबंध उत्तम झाले होते. आम्ही करारावर सह्या केल्यानंतर आणि त्यानंतर चतर्जी यांचे निधन झाले. त्यानंतर त्यांचे उपमुख्य नेते गंगाधर आंबेडकर यांच्याशी आम्ही आणखी एका करारावर सह्या केल्या तेव्हा सगळ्याच गोष्टी सुंदर होऊ लागल्या.

चतर्जी यांच्या अंत्यसंस्कारास केवळ राहुल बजाज हे एकमेव उद्योगपती हजर होते याचं त्यांच्या शत्रूंनाही कौतुक वाटलं. राहुल त्याविषयी म्हणाले, ''ते सद्गृहस्थ होते. मला काही त्यांची आतली कहाणी माहीत नाही पण ते खूपच साधेपणाने जगले, सायकलवरून सगळीकडे

फिरायचे. १९७०च्या दशकातही युनिअनचे नेते गाड्यांतून किंवा कमीतकमी स्कूटरवरून तरी फिरत होते. पण चतर्जींनी तसं कधीच केलं नाही. ते सर्वसामान्य कामगारांसारखे चणेफुटाणे खायचे आणि त्यांच्यासारखेच कपडे घालायचे.'' मग ते कामगारांना उद्देशून म्हणाले, ''कामापासून दूर राहण्यात काय मतलब आहे? त्यामुळे उत्पादन होत नाही आणि पगारही मिळत नाही. त्यापेक्षा त्यांनी काम केलं असतं आणि त्यांच्या मिळकतीतील काही भाग मेलेल्या तिघांच्या कुटुंबीयांना मदत म्हणून दिला असता तर?''

सूर्यप्रकाश आणि सावल्या

राहुलना अनपेक्षित ठिकाणाहून समर्थन लाभलं. त्या संबंधी राहुलनी सांगितलं, ''जॉर्ज फर्नांडिस यांच्याइतका मोठा युनिअनचा नेता आणि उद्योगविरोधी माणूस अन्य कुठलाही असू शकत नव्हता. गोळीबारानंतरच्या दुसऱ्या दिवशी मला फोन आला की उद्योगमंत्री आपल्याशी बोलू इच्छित आहेत. मी खूपच अस्वस्थ मनःस्थितीत होतो. माझ्या कारखान्यासमोर आदल्याच दिवशी तीन माणसे गोळी लागून मेली होती. हे काही चांगलं नव्हतं. त्यापूर्वी आणि त्यानंतर आत्तापर्यंत तसं कधीही घडलेलं नाही.

भूतकाळ समजून घेतल्यावर बजाज ऑटोत उद्भवलेल्या अरिष्टामागील शक्तींचा अर्थ कळू शकत होता. भारतभरात आणीबाणीच्या काळात (२५ जून १९७५ ते २१ मार्च,१९७७) कामाचा भार मनाला येईल तसा अंदाधुंदपणे वाढवण्यात आला होता. पण आणीबाणी उठवल्यावर जनता पक्ष १९७७ची निवडणूक जिंकला आणि मोरारजींच्या प्रशासनाने कारभार हाती घेतला आणि कामगारांनी मागणी केली की कामाचा बोजा आणीबाणीपूर्व काळाइतका करावा. जेव्हा हे घडून आलं नाही तेव्हा कामगार अधिक चांगल्या आणि न्यायी व्यवहारासाठी भांडू लागले. मग देशभरात संघर्ष सुरू झाले.

जुलै, ७७मध्ये पुण्यातच कमीतकमी चोवीस संपांना तोंड फुटलं, त्यात ७ हजार कामगार सामील झाले. संपाची सुरुवात फिलिप्स इंडिया, ट्रॉब अँड फॉरमायका या ठिकाणी झाली. त्यांपैकी आठ संप तडजोड झाल्यावर मिटले. या संपाची लांबी साधारणतः ८ दिवस ते १३० दिवस होती. रिझर्व्ह बँकही त्यातून सुटली नाही. ४ जुलै, १९७९ रोजी म्हणजे सरकार कोसळण्याच्या काही दिवस आधी जनता पक्षाच्या सरकारने स्वतःच्या हातात अधिकार घेऊन सांगितलं की भारतीय रिझर्व्ह बँकेत संप करता येणार नाही किंवा अशी कुठलीही कृती करता येणार नाही ज्यायोगे बँकेचे काम बंद पडेल किंवा त्या कामात मोठा अडथळा निर्माण होईल.

मधल्या काळात शरद पवार वसंतदादा पाटील यांच्या काँग्रेस (यू)पासून वेगळे झाले आणि त्यांनी जनता पक्षासह आघाडी सरकारची स्थापना केली. या प्रक्रियेत ते वयाच्या अडतिसाव्या वर्षी महाराष्ट्राचे सर्वांत तरुण मुख्यमंत्री बनले. मुख्यमंत्री बनल्यावर पवारांनी एक चौकशी समिती नेमली. न्यायव्यवस्थेत चैतन्य तर आलं होतं पण कामगारांचा पोलिसांवरील संताप शांत होण्यासारखी त्यात धमक नव्हती की वेगही नव्हता. कामगार पोलिसांची नावं सांगायला कोर्टात पुढे आले आणि त्यांना कामावरून काढून टाकण्याची त्यांनी मागणी केली. त्यात एका विशिष्ट पोलीस इन्स्पेक्टरचं नाव डेव्हिड ब्राऊन, ग्रीव्हज,

एसकेएफ, गरवारे, नव नगरपालिका आणि अन्य कंपन्यांत घडलेल्या पोलीस दडपशाहीत पुन्हा पुन्हा येत होतं.

वाटाघाटी झाल्यानंतर बजाज ऑटो कारखाना पाच महिन्यांनी सुरू झाला. राहुलनी या सगळ्याचं तात्पर्य काढताना म्हटलं : ''कामगारांच्या संप करण्याच्या हक्कास मान्यता आहे त्याचप्रमाणे त्यांना काम करण्याच्या हक्कासही मान्यता मिळायला हवी. काही अतिरेकी विचारांचे अल्पसंख्य बरेचदा मूक बहुसंख्यांना कामावर जाण्यापासून रोखतात. हे लोकशाहीचे नाही आणि न्याय्यही नाही.''

आगळीवेगळी व्हीआरएस (व्हॉलंटरी रिटायरमेंट स्कीम – स्वेच्छा निवृत्ती योजना)

''१९९०च्या दशकातला भारताचा सर्वांत मोठा लाभ स्वस्त मानवी श्रम हा नव्हता तर स्वस्त डिझाइन आणि इंजिनिअरिंग कौशल्ये हा होता.'' स्वामीनाथन एस. अंकलेसरिया अय्यर सांगतात, ''आकुर्डी येथील कारखान्यात २० टक्के रोजंदारीवरचे कामगार होते, ८० टक्के कुशल कामगार होते आणि प्रत्यक्ष कामाच्या जागी इंजिनिअर तर एकही नव्हता. एकूण कर्मचारी संख्या १७,००० होती तर वेतन सरासरी ११,५०० रुपये होतं.''

बजाज ऑटोच्या २०००-०१च्या वार्षिक अहवालात राहुलनी स्पष्ट केलं की, हे वर्ष कठीण होतं. विक्री कमी झाली होती आणि ईबीआयटीडीए (अर्निंग बिफोर इंटरेस्ट, टॅक्स, डेप्रिसिएशन आणि अमोर्टायझेशन- व्याज, कर, घसारा आणि मालमत्तेचे मूल्य हळूहळू नाहीसे करण्याची योजना) यांचे मार्जिन एकूण कामकाजातून मिळणाऱ्या उत्पन्नाच्या (ऑपरेटिंग इन्कमच्या) ९.८ टक्के एवढं कमी झालं होतं. परंतु अशाही कठीण काळात मी बजाज ऑटोचे भविष्याबद्दलचे विचार आणि परिवर्तनासाठी आम्ही अंगीकारलेला मार्ग तुमच्यापुढे उघड केला तेव्हा माझा कंपनीवर अविचल विश्वास होता. राहुल म्हणतात, ''मला अजूनही तेव्हा लिहिलेलं एक वाक्य आठवतं आहे, 'एखादं वर्ष वाईट गेलं म्हणून माझा या भविष्यातील योजनेवरील विश्वास बदलणार नाही.'''

ऐच्छिक सेवानिवृत्ती योजना आणण्याचा विचार बजाज ऑटोच्या इतिहासात सर्वप्रथम झाला तेव्हा तो मुद्दा राहुल यांच्यासाठी खूपच कठीण आणि भावनिक मुद्दा ठरला. व्यवस्थापन, पर्यवेक्षण आणि कामगार पातळीवरील एकूण ३१५० कर्मचाऱ्यांपैकी (४५ आणि अधिक वर्षे वयाच्या कर्मचाऱ्यांसाठी ही योजना खुली होती.) १९७६ पात्र कर्मचाऱ्यांनी वेळेआधी निवृत्ती स्वीकारली. रणजीत गुप्ता, तत्कालीन उपाध्यक्ष, मनुष्यबळ विभाग यांनी 'हिंदू बिझनेस लाइन'ला आठवण सांगितली की, स्वेच्छा निवृत्तीसाठी एकूण ८० कोटी रुपये आम्हाला द्यावे लागले. या उदार स्वेच्छा निवृत्ती देयकामुळे बजाज ऑटोची कर्मचारी संख्या अर्ध्याने कमी झाली. परंतु ही घट पुरेशी होती का? चार वर्षांनी दुसरी स्वेच्छा निवृत्ती १ ते २१ जुलै, २००४ या काळात आणली गेली तेव्हा ६३८ कर्मचाऱ्यांनी ती स्वीकारली.

तिसरी स्वेच्छा निवृत्ती योजना ३० सप्टेंबर, २००७ रोजी आणण्यात आली त्यामुळे १६०० कामगारांनी कारखान्यासमोर पासष्ट दिवसांचा बैठा संप केला. मग आकुर्डीच्या कारखान्याने उत्पादन बंदच करून टाकलं. त्यावर नॉटिंगहॅम विद्यापीठातील योर्ग नोवाक

यांनी 'भारतातील मंदीत घडून आलेले मोठे संप' या विषयावरील निबंधात लिहिलं, ''बहुतेक चाळिशी आणि पन्नाशीतील कामगारांना पुढील दहा वर्षे दरमहा दहा हजार देण्याचे कबूल केल्यानंतर आकुर्डीच्या कारखान्यातला हा संघर्ष संपला.''

'कधीच होणार नाही असं कधीच म्हणून नका,' हे सुभाषित राहुल यांच्या शब्दकोषात कोरलेलं होतं. त्यानंतर सात वर्षांनी कावासाकी पुन्हा आकुर्डीत आली आणि २०१४ साली आकुर्डीतील असेंब्ली लाइन्स पुन्हा धडधडू लागल्या. परंतु या वेळेस त्या कावासाकी बाइक्ससाठी धडधडू लागल्या होत्या, बजाज स्कूटर्ससाठी नव्हे.

राहुल आठवण सांगू लागले, ''कावासाकींना मोठ्या बाइक्स भारतात विकायच्या होत्या. आयात कर कमी लागावा यासाठी भारतात मोठ्या बाइक्सची जुळणी करणे गरजेचे झाले. हे उच्च किमतीचे आणि कमी संख्येचे उत्पादन त्यांना त्यांच्या नियंत्रणाखालीच करायचे होते. आम्ही त्यांना काम करायला आकुर्डीत जागा दिली. त्यांच्या १०० टक्के भारतीय उपकंपनीने (इंडिया कावासाकी मोटर्सने) असेंब्ली लाइन्स उभ्या केल्या आणि हीच सुविधा २५०/३०० सीसीच्या बाइक्सची जुळणी करायलाही वापरली. या बाइक्सची जुळणी तोवर राहुल चाकण येथे करत होते. तसं करणं योग्य होतं कारण आकुर्डी येथील असेंब्ली लाइन्सच्या क्षमतांचा वापर वाढवणे आणि चाकण कारखान्यातील जागा व क्षमता मोकळी करणे हे बजाजची क्षमता वाढवणारं ठरत होतं.''

राहुल तपशीलवार सांगू लागले, ''अंतरिम व्यवस्था करण्यातच अर्थ होता कारण भारतात रिटेल व्यवसाय योजना राबवण्यासाठी कावासाकींनाही थोडा वेळ लागणारच होता. दीर्घकालीन योजनेच्या दृष्टीने कावासाकी हे भारतास महत्त्वाची आणि खूप मोठी बाजारपेठ मानत होते. त्यांना त्यांच्या नशिबावर स्वतःचं नियंत्रण हवं होतं आणि स्वतःच्या दमावर त्यांना ते घडवायचं होतं. कावासाकींच्या या निर्णयामुळे भारतातील मोठ्या बाइक-ग्राहकांसाठी त्यांना आधी आखलेल्या व्यवस्थांमध्ये बदल घडवावे लागले. त्यांनी स्वतःची शंभर टक्के मालकी असलेली 'इंडिया कावासाकी मोटर्स' (आयकेएम) ही कंपनी काढली आणि ती चालवण्यासाठी जपानमधून कर्मचारी पाठवले.''

राहुल पुढे सांगू लागले, ''त्यांनी कावासाकी बाइक्सचे उत्पादन आणि बाजारपेठ दोन्हींचे व्यवस्थापन केले आणि परिवर्तनपश्चात आयकेएमने यशस्वीरीत्या मोठ्या मोटरसायकलींचे क्षेत्र सांभाळले. बरीच नवी मॉडेल्स आणली आणि अजूनही आणत आहेत. बजाज आणि कावासाकी यांच्यातील संबंध सौहार्दाचे राहिले आहेत, फिलिपाइन्समध्येही आमची भागीदारी चांगली चालली आहे. तिथे त्यांची उपकंपनी आमची वितरक कंपनी आहे आणि मलेशियात त्यांची संयुक्त उपक्रमाची कंपनी आमची वितरक आहे''.

प्रकरण १९

बजाज अमेरिका : १९८०-८७

बजाज अमेरिका, १२३७, गॅडसेन स्ट्रीट, कोलंबिया, साउथ कॅरोलिना, २९२०१.

१ एप्रिल, १९७१ म्हणजेच एप्रिल फूल या दिवशी उंबर्टो ॲग्नेली यांनी कमलनयन यांस आभाराचं पत्र लिहिलं. कित्येक वर्षांच्या मैत्रीपर सहकार्याबद्दल त्यात कृतज्ञता व्यक्त करून त्यांनी बजाज ऑटोला 'यशस्वी भविष्या'च्या शुभेच्छाही दिल्या. त्या पत्राद्वारे ३१ मार्च, १९७१ रोजी पियाज्जिओशी बजाजने केलेला अकरा वर्षांचा तांत्रिक कोलेबोरेशनचा करार संपुष्टात आला. या करारान्वये भारताला दिलेल्या परवान्याखाली बजाज ऑटोत वेस्पा स्कूटर्स उत्पादित होत होत्या. त्यानंतर सुमारे दशकभराने आपली डिझाइन्स बजाजनी चोरली

म्हणून पियाज्जिओ कॅलिफोर्निया डिस्ट्रिक्ट कोर्टात बजाजवर दावा लावणार होता. म्हणजे भारतात एक खास व्यावसायिक नातं संपलं आणि त्याचाच नंतर अमेरिका, युरोप आणि आशियातील बऱ्याच कोर्टात कायदेशीर गुंताडा झाला.

सुरुवातीला दोन्ही बाजूंनी मध्यम मार्ग शोधण्याचा प्रयत्न केला. त्या संबंधी राहुल म्हणाले, ''मला आठवतंय, १९७५ साली माझ्या चार सहकाऱ्यांसह मी अख्खा आठवडा जिनोआ येथे घालवला होता, आमच्यात एक व्यवहार पूर्ण होणारही होता. सगळं काही झालं होतं. कसलीही रॉयल्टी आणि फी न लावता, आमच्या कंपनीत भागभांडवल न घेता पियाज्जिओ त्यांच्या स्कूटर्सचे आणि तीनचाकीचे आराखडे आम्हाला देणार होते. त्या बदल्यात आम्ही त्यांना आमची वाहने निर्यात करण्याचे जागतिक हक्क देणार होतो. दरवर्षी कमीतकमी किती किमतीची वाहने ते निर्यात करतील ती दहा वर्षांसाठीची रक्कमही आम्ही ठरवली होती. पण एका छोट्या मुद्द्यावर घोडं अडलं होतं. आम्हाला संशोधन आणि विकास यांच्यात सहकार्य हवं होतं. पण ते काही त्यास तयार नव्हते. परंतु १९७१प्रमाणेच तेव्हाही आम्ही मैत्रीच्या वातावरणात निरोप घेतला होता. त्यानंतर आमची निर्यात थोडीफार वाढली. पण ती काही फार घाबरण्यासारखी नव्हती तरीही पियाज्जिओंना ते आव्हान वाटलं.''

१९७८ ते १९८० या काळात बजाजची निर्यात सातत्याने वाढत होती. ती ९.२१ मिलियन डॉलर्स (६.३५ कोटी रुपये) पासून वाढून १४.८ मिलियन डॉलर्स (१३.३२ कोटी रुपये) एवढी वाढली. १९८० साली बजाज अमेरिका आयएनसी ही कंपनी कोलंबिया, साउथ कॅरोलिना येथे १५००० डॉलर इक्विटी भांडवलासह उघडण्यात आली. ती रक्कम नवीन कंपनीच्या इक्विटीच्या ३० टक्के होती. निर्यातीचे धोरण जोमदार होतं. पहिली भारतीय स्कूटर्सची बॅच अमेरिकेत आली. त्यात भारतातून जहाजानं आलेल्या ३२४४ स्कूटर्स आणि ३००५ तीनचाक्या (२५१८ सीकेडी पॅकसह) होत्या. त्यामुळे बजाज ऑटोला ६.२९ कोटी रुपयांचे परदेशी चलन मिळालं. त्याआधी ते २.२३ कोटी रुपये होतं. त्याशिवाय बजाज ऑटोने १,०३,८६३ बजाज चेतक स्कूटर्सही परदेशी चलनाच्या बदल्यात विकल्या. या विक्रीतून मिळालेलं विदेशी चलन हे ६३.३२ कोटी रुपयांचे होते. या सगळ्यावर कडी म्हणून की काय, पण बजाज ऑटोला ६ लाख रुपये किमतीचं विदेशी चलन तंत्रज्ञान देण्याची फी म्हणून परदेशांना दिलेल्या परवान्यांसाठी मिळालं. 'पुट अ बजाज इन एव्हरी गराज' (प्रत्येक गराजमध्ये एक बजाज) ही बजाज अमेरिका कंपनीची १९८३ सालची उद्घोषणा बनली. तीनचाक्यांचे आक्रमक मार्केटिंग करण्यासाठी ती वापरण्यात आली होती. बजाजच्या रिटेल किमती 'गोफर' या मॉडेलसाठी २६९५ डॉलर्स, ट्रिस्टार पिकअपसाठी २८९५ डॉलर्स तर ऑटोरिक्षासाठी ३३९५ डॉलर्स अशा होत्या. पण तरीही राहुल अजूनही कित्येक पावले मागेच होते. पियाज्जिओचे १९८१ मध्ये ९.०५ लाख वाहनांचे उत्पादन होते तर बजाज ऑटोचे फक्त १.७३ लाख होते. पियाज्जिओची विक्री ६२६ बिलियन लिरे होती (म्हणजे सध्याच्या दराने ४७० कोटी रुपये होती) तर बजाजची ११६ कोटी रुपये होती.

''चार महिन्यांत बजाजनी २५० तीनचाक्या विकल्या. प्रतिसाद खूपच उत्तम होता,'' अमेरिकन विभागाचे अध्यक्ष डेव्हिड जोन्सनी 'इंडिया वेस्ट' वृत्तपत्राला सांगितलं. 'टर्फ व्हेइकल गाइड'च्या स्थानिक वार्ताहराशी जोन्स तेवढ्याच उत्साहाने बोलले. ''बजाज

अमेरिका कंपनीत 'कुठे आहे मंदी?' हाच लाडका वाक्प्रयोग आम्ही करतो. बजाज कमी किमतीची, जास्त मैल चालणारी 'बजाज गोफर' ही वाहने बनवतात. १९८२च्या मध्यावर ही वाहने बाजारात आली तेव्हापासून ती खूप यशस्वी ठरली आहेत. आमच्या कारनेही खूप चांगली कामगिरी केली आहे आणि १९८३ हे साल खूप चांगलं जाईल अशी आम्हाला आशा आहे.'' जोन्स म्हणाले, ''सगळी परिस्थिती अचानक चांगलीच होईल असं म्हणणं घिसाडघाईचं ठरेल,'' त्यांनी मान्य केलं, ''काही उद्योग नुकत्याच कमी केलेल्या दरांमुळे खूप काही होईल अशी अपेक्षा करतात.'' विचित्र बाब म्हणजे त्याच काळात चेतक स्कूटरही बजाजनी अमेरिकेत आणली होती तिला मात्र फारसा प्रतिसाद मिळाला नाही.

पियाज्जिओ अमेरिका

पियाज्जिओ यांना स्वतःलाही अमेरिकेत आव्हानं होतीच. अ‍ॅग्रेली यांच्या वर्तनातील सगळा गोडवा संपून गेला. शेवटी काय, तर दुसरं महायुद्ध सुरू होण्यापूर्वी अमेरिकनांनी जगातली पहिली स्कूटर निर्माण केली होती ना. १९५०च्या दशकात उंबर्टो अ‍ॅग्रेली यांच्या मार्गदर्शनाखाली पियाज्जिओ यांनी अमेरिकेत त्यांच्या स्कूटर्स विकायला सुरुवात केली ती स्वतःच्या नावाने केली होती तशीच सीअर्स, रोबक ब्रँड आणि ऑलस्टेट क्रुसेअर यांच्याही माध्यमातून केली होती. विक्री कधीच खूप उच्च नसली तरी पियाज्जिओ यांचे अमेरिकन बाजारपेठेतील स्वारस्य कायम ठेवण्याइतकी होती. बजाज यांचा अमेरिकेतील प्रवेश हा त्यांना मिळालेला मोठाच धक्का होता.

पियाज्जिओ आणि सी.एस.पी.ए. इटली यांनी अमेरिकन कॉर्पोरेशनच्या वेस्पासह नॉर्दर्न डिस्ट्रिक्ट, कॅलिफोर्निया, सॅन फ्रान्सिस्को येथील फेडरल कोर्टात खटला दाखल केला आणि बजाज स्कूटर्सच्या अमेरिका-प्रवेशावर निर्बंध घालण्याची मागणी केली. तसंच त्यांनी नुकसान भरपाई म्हणून ५० मिलियन डॉलर्स (५ कोटी रुपये) मागितले. इटालिअनांनी दावा केला की भारतीय कंपनीने कोलॅबोरेशन कराराच्या शर्तींचा भंग केला असून पियाज्जिओचे मूळ आराखडे परत पाठवले नाहीत, त्यामुळे त्यांना स्कूटर उत्पादन करण्याचा हक्क प्राप्त होत नाही. त्याशिवाय पियाज्जिओने भारत, ब्रिटन, पश्चिम जर्मनी आणि हाँगकाँग या ठिकाणीही खटले दाखल केले की, बजाजनी या देशांना स्कूटर्स निर्यात करू नये.

राहुल हे सगळे युक्तिवाद बाजूला सारून म्हणाले, ''आमच्याकडे पियाज्जिओची ध्वनित परवानगी होती. ती आम्ही न घेणं कसं शक्य होतं? कारण ती नसती तर मग अचानक एके दिवशी आपल्याला उत्पादन करायला मिळणार नाही आणि सगळी गुंतवणूक वाया जाणार असा प्रकार असता तर आम्हीही कारखाना आणि यंत्रसामग्रीत कोट्यवधी रुपये का गुंतवले असते? आणि पियाज्जिओला आमची ही कृती मान्य नसती तर त्यांनी कायदेशीर कारवाई तेव्हाच करायला हवी होती, दहा वर्षांनी नव्हे.''

मग इटालिअन कंपनीने खटले काढून घ्यावेत यासाठी त्यांच्यावर सौम्य दबाव आणण्याची मागणी घेऊन पुन्हा एकदा राहुल सत्तेत पुन्हा आलेल्या इंदिरा गांधी सरकारकडे गेले. (हे सरकार १४ जानेवारी, १९८० ते ३१ ऑक्टोबर, १९८४ हा काळ सत्तेत होतं.) त्याविषयी राहुल म्हणाले, ''पियाज्जिओ जोवर भारताच्या निर्यातीवर मर्यादा आणण्याचे

डावपेच सोडत नाही तोवर त्यांना भारताकडून आणखी काही फायदे मिळू देणं हे देशहिताचं नाही हे तर स्पष्टच होतं. या इटालिअन कंपनीला आवळाही न देता कोहळा मिळावा अशी परिस्थिती व्हायला नको होती,'' त्यांनी टाइम्स ऑफ इंडियाला सांगितलं, ''किंवा निदान सरकारने इटालिअनांना भारतात नव्याने कोलॅबोरेशनचे करार करायची अनुमती तरी द्यावी. ती सरकार देईल का?''

या विनंतीकडे काणा डोळा करण्यात आला. उलट पियाज्जिओ इंडिया या कंपनीला दोन नवीन परवान्यांचे करार मिळाले. त्यातला एक आंध्र प्रदेश स्कूटर्स या सार्वजनिक क्षेत्रातल्या कंपनीशी होता तर दुसरा खाजगी क्षेत्रातील लोहिया मशीन टूल्स या कंपनीशी होता. सॅन लिआंद्रो येथील इंडिया वेस्ट वृत्तपत्राचे वार्ताहर रमेश आणि बिना मुरारका यांना राहुलनी सांगितलं की, दोन नव्या संयुक्त व्यवस्थांना तंत्रज्ञान देण्यामागील पियाज्जिओचे उद्देश शंकास्पद होते.

कॅलिफोर्नियाच्या नॉर्दर्न डिस्ट्रिक्टमधील यूएस डिस्ट्रिक्ट कोर्ट

पियाज्जिओचे वकील- रीम, ट्रेन, हॉर्निंग, एलिसन आणि रॉस्कोफ यांनी भारतीयांना सामोरे जाताना परिस्थितीविषयी फारसा आशादायक दृष्टिकोन स्वीकारला नाही; कारण समोर बजाजच्या वकिलांनी सांगितलं की, भारतीय कंपन्यांनी परदेशी कंपन्यांशी करार केल्यावर ते पाळणे हे राष्ट्रीयदृष्ट्या महत्त्वाचे आहे. आम्हाला परदेशी तंत्रज्ञानाचा अधिक जोरदार प्रवाह आत यायला हवा आहे. आम्ही करार पाळले नाहीत तर आमच्याबद्दल विश्वास कसा निर्माण होणार? त्यांनी एकसुरात सांगितलं.

बजाजनी बेकर-मॅकेंझी या जगातील मोठ्या आंतरराष्ट्रीय वकिली फर्मला वकील म्हणून नेमलं होतं आणि बजाजच्या बाजूने प्रतिवाद करण्यासाठी १० लाख डॉलर्स फी ओतली होती. त्या काळातील कंपन्यांच्या दृष्टीने पाहता हा आकडा लक्षवेधी होता.

ज्युरीसमोरील सुनावणी १० सप्टेंबर, १९८४ रोजी सुरू झाली. पियाज्जिओने म्हटलं की वेस्पा डिझाइन अमेरिकन मनावर एवढे कोरले गेले आहे की बजाज स्कूटरचं त्याच्याशी साम्य असल्याने एका नोंदणी न केलेल्या ट्रेडमार्कचा भंग होत आहे. 'बजाजनी करार रद्द केल्यानंतरही आमच्या ३५ ते ४० डिझाइन्सची कॉपी केली आहे' असा आरोप इटालिअनांनी केला. त्यावर बजाजनी म्हटलं की आमच्या वकिलांनी पियाज्जिओला विचारलं की तुमची कुठली डिझाइन्स आम्ही कॉपी केलीय त्यांची उदाहरणे द्या तेव्हा पियाज्जिओंना एकही उदाहरण देता आलं नाही. त्यातच भर म्हणून बजाजनी असंही म्हटलं की पियाज्जिओच अमेरिकेतील बाजारपेठेत एकाधिकारशाही आणू पाहत आहे.

कॅलिफोर्नियाच्या नॉर्दर्न डिस्ट्रिक्टमधील सॅन फ्रॅन्सिस्कोच्या यूएस डिस्ट्रिक्ट कोर्टाने पियाज्जिओचा बजाज ऑटो होल्डिंग्ज लिमिटेडविरुद्ध केलेला करारभंगाचा आणि कन्व्हर्जनचा (म्हणजे दुसऱ्या मालमत्तेच्या बेकायदा वापराचा) दावा तर फेटाळून लावलाच पण त्याशिवाय पियाज्जिओला त्यावर अपील करण्याची सोयही ठेवली नाही. पियाज्जिओ फक्त एवढीच मागणी करू शकत होते की त्यांनी स्पष्टपणे सांगितलेली विशिष्ट तांत्रिक वैशिष्ट्ये असलेल्या बजाज स्कूटरची विक्री होता कामा नये.

तो विजय खिशात घालून झाल्यावर बजाजनी पियाज्जिओचा अवमान होईल अशी एक कृती केली. बजाज ऑटोच्या आकुर्डी कारखान्यातून काही तीनचाकी वाहनं अमरिकेत आली होती. ''ही केवळ मार्केटिंगसाठीच आहेत, आम्ही केवळ संभाव्य शक्यता अजमावून पाहात आहोत,'' असं राहुलनी समभाग धारकांना व्यवस्थितपणे सांगितलं होतं.

या मोठ्या भांडणाच्या अखेरीस पियाज्जिओने आपल्या स्कूटर्सची अमेरिकेत मार्केटिंग आणि विक्री बंदच करून टाकली. तोवर प्रदूषणाचे नियमही बदलले होते. पियाज्जिओने निर्यात थांबवली ते त्यांना कठीणच गेलं. परंतु अमेरिकेत विकण्यासाठी उत्पादन नसतानाही पियाज्जिओने बजाजशी झगड्याचा अट्टाहास घृणास्पदरीत्या चालूच ठेवला. सहसा मान खाली घालायला लागणे कुणाला पटत नसते.

हमरीतुमरी काही संपली नव्हती. उलट ती जागतिक स्तरावर जाऊन पोहोचली. पियाज्जिओने त्यानंतर बजाज नाही तर बजाजच्या वितरकांविरुद्ध कायदेशीर कारवाईचा बडगा उगारायला सुरुवात केली. अमेरिका, यू.के, पश्चिम जर्मनी आणि हाँगकाँग येथे बजाज स्कूटरच्या विक्रीस पायबंद बसावा यासाठी त्यांनी पेटंटचा भंग केल्याचे दावे ठोकले. राहुल ती आठवण सांगतात, ''पियाज्जिओने अमेरिका आणि जर्मनीत खटले दाखल केलेच, पण त्याशिवाय इटलीतल्या आमच्या वितरकांविरुद्धही खटला दाखल केला.''

इवाईरॅड रॉथ

पलटवार येण्यास वेळ लागला नाही. त्याचं लक्ष्य होतं– पश्चिम जर्मनी (फेडरल रिपब्लिक ऑफ जर्मनी). वेस्पा जीएमबीएच या पियाज्जिओच्या उपकंपनीने इवाईरॅड रॉथ या नव्याने भरती झालेल्या बजाज डीलरवर खटला दाखल केला आणि भारतीय स्कूटर्स विकण्यास रॉथना प्रतिबंध करावा अशी मागणी केली.

१५ जून, १९८३ रोजी डार्मस्टाट येथील रिजनल कोर्टात झालेल्या सुनावणीची पहिली फेरी रॉथ आणि बजाज यांच्यासाठी वाईट गेली. न्यायमूर्तींनी मान्य केलं की इवाईरॅड यांना पश्चिम जर्मनीत बजाज स्कूटर विकण्यास कुणीही प्रतिबंध करू शकत नाही. मात्र वेस्पाची तंत्रज्ञानिक वैशिष्ट्ये बजाज स्कूटरला वापरण्यास मनाई करावी याचा आग्रह वेस्पा धरू शकते. न्यायाधीश म्हणाले की, भारतीय स्कूटरचं बाह्य रूप वेस्पाहून वेगळं नाही. भारतीय स्कूटरची तांत्रिक डिझाइन्सही वेस्पाशी तीन बाबींत साम्य राखतात– त्या आहेत, डायरेक्ट रेअर व्हील ड्राइव्ह, दोन्ही व्हील्सवर वन-साइडेड व्हील सस्पेन्शन्स आणि सेल्फ सपोर्टिंग चासीस. त्यामुळे बजाज मोटर स्कूटर लोकांना सादर करणे, तिची जाहिरात करणे किंवा ती विकणे याची इवाईरॅड रॉथ यांना बंदी करण्यात आली.

पण इवाईरॉड रॉथच्या हटवादी मालकाने प्रयत्न सोडून देण्यास नकार दिला. त्यानं डार्मस्टाडच्या रिजनल कोर्टच्या निर्णयाविरुद्ध फ्रँकफर्ट येथील कोर्टात अपील करण्यात यश मिळवलं. पियाज्जिओ जीएमबीएच यांनी ताबडतोब या निर्णयाविरुद्धचं अपील आणखी वरिष्ठ कोर्टात दाखल केलं. हे प्रकरण रेंगाळतच चाललं. मग जून, १९८९ मध्ये कागदपत्रांवरील धूळ पुन्हा एकदा झटकण्यात आली पण तरीही सुनावणी आली आणि काहीच तोडगा न काढता गेली. दोन्ही पक्षांनी सरतेशेवटी १९९०मध्ये स्वतःच तोडगा काढला. तो म्हणजे

जर्मनीत विकल्या जाणाऱ्या बजाज चेतक स्कूटर्सवर 'मेड इन इंडिया' असे शब्द लिहिलेले असतील.

पण...

''परंतु ही महान स्कूटर लढाई अगदीच गुळुमुळू करत संपली. आमच्याकडे केवळ वेस्पाचा कोलॅबोरेशन करार होता- तो तंत्रज्ञानाचा करार होता आणि त्यांच्याशी आमचे संबंधही सौहार्दाचे होते. परंतु १९७१ साली सरकारने सांगितलं की यापुढे कोलॅबोरेशन करायचं नाही. त्यानंतर थोडी कोर्टबाजी झाली पण मी पियाज्जिओना बोल लावणार नाही. शेवटी आम्ही तो खटला जिंकलो,'' राहुलनी दातारांना सांगितलं.

अमेरिकेत पियाज्जिओनी 'कोर्टाबाहेरच भांडण सोडवू,' अशी ऑफर दिली. त्यांची सुरुवातीची नुकसान भरपाईची मागणी ५ कोटी डॉलर्सवरून ५० हजार डॉलर्सवर आली पण बजाज ढिम्म हलले नाहीत. त्याविषयी समाधान व्यक्त करताना राहुल बजाज म्हणाले, ''तडजोडीच्या करारात बजाज ऑटोने आर्थिक भरपाई देण्याचे काहीच कलम नव्हते. आणि अंतिम तडजोडीत आम्ही त्यांना एवढंच वचन दिलं की पियाज्जिओ डिझाइन्सच्या बजाज स्कूटर्स आम्ही अमेरिकेत विकणार नाही.'' पण तोवर अमेरिकेतील स्कूटर्सची मागणी अशीही ओसरूच लागली होती. ''या काळात आमच्या निर्यातीवर दुष्परिणाम झाला. पियाज्जिओंचे ध्येय तेवढे का होईना पण साध्य झाले.''

परंतु बजाज हरले नसले तरी जिंकलेही नाहीत. ''आमच्याकडे अधिक चांगले तंत्रज्ञान, अधिक चांगली स्कूटर आणि भारतीय ग्राहकांसाठी अधिक चांगला सौदा आहे असा दावा करत पियाज्जिओ भारतात आले. ते आमच्यापेक्षा एवढे चांगले असते तर त्यांनी आम्हाला अमेरिका आणि जर्मनी येथे सहज धूळ चारली असती. त्यांना कोर्टाचा आसरा का घ्यावा लागला? पण मग आता तेही धंद्यात आहेत आणि आम्हीही धंद्यात आहोत. पत्रकारांना सगळ्या गोष्टी सनसनाटी करायची खोड असते. पण अगदी प्रांजळपणे सांगायचं तर आमच्यात द्वेष कधीच नव्हता. ती गंभीर व्यावसायिक लढाई होती. त्यांच्या जागी मी असतो तर मीही कदाचित तेच केलं असतं.''

परंतु पियाज्जिओ यांनी भारतीय कंपनीला निर्यातीसाठी स्कूटर उत्पदित करण्याचा हक्क दिला होता आणि भारतीय सरकारने बजाज ऑटोला परवान्याचा अवधी संपल्यानंतर जगात कुठेही स्कूटर निर्यात करण्याचा हक्क दिला होता, या युक्तिवादामुळे राहुल यांनी खटला जिंकला. त्यामुळे नाखूश झालेल्या पियाज्जिओनी बजाजचा १५ देशांना निर्यात करण्यातील प्रवेश अनिच्छेनेच मान्य केला. त्यानंतर इटालिअन कंपनी अमेरिकेला २००१मध्ये परतली.

युद्ध जिंकल्यामुळे आकुर्डीतल्या जागतिक महत्त्वाकांक्षांना अधिकच हवा मिळाली.

प्रकरण २०

बाइकक्षेत्रातील महाराजांच्या जोड्या जमणार तरी कुणाशी? : १९८२–२००५

संजीव, राहुल आणि राजीव

सप्टेंबर, १९८९ मध्ये सॅन फ्रॅन्सिस्को येथे स्टॅन्फर्ड रिसर्च इन्स्टिट्यूट इंटरनॅशनलने आयोजित केलेल्या आंतरराष्ट्रीय इंडस्ट्रिअल कॉन्फरन्सला राहुल बजाज गेले. त्या परिषदेला बासष्ट देशांतील अग्रणी उद्योजक हजर राहिले होते. त्या वर्षीचा मुख्य विषय होता, 'स्पर्धात्मक जागतिक अर्थव्यवस्थेचे व्यवस्थापन.'

कँपसवर फिरताना, सोनीचे प्रमुख अकिओ मोरिता यांचे परिषदेचे उद्घाटनपर भाषण ऐकताना, वीरेन शहा आणि अशोक बिर्ला या स्नेह्यांशी बोलताना राहुल यांचे मन पुन्हा पुन्हा एकाच प्रश्नाकडे वळत होते. : ''नियंत्रणे काढून टाकून आयातीचे उदार धोरण स्वीकारल्यावर आंतरराष्ट्रीय स्पर्धेत उतरू शकतील अशा दर्जाची उत्पादने बनवण्याकडे पावले पडू लागतील का? त्या क्षणी तरी जागतिक स्तरावर जाणे हे आमच्या क्षमतेपलीकडचे आहे,'' त्यांना खूप निराशा वाटत होती.

तथापि, 'इंडिया अब्रॉड' वृतपत्राचे वार्ताहर बटुक वोरा यांना मात्र राहुल बजाज नेहमीसारखेच उत्साही वाटले. ते म्हणाले की, मी पूर्वी सांगितलंय आणि आताही मला सांगितलं पाहिजे की भारताला आणखी काही वर्षांची गरज आहे. निवडणुकांनंतर राजीव गांधी पुन्हा सत्तेत येतील आणि आपली अर्थव्यवस्था हळूहळू खुली करतील अशी आशा मला वाटते.

त्या परिषदेविषयी राहुल म्हणाले, ''मोठ्या उद्योगसमूहाच्या प्रमुखांस भेटणे हा परिषदेस हजर राहाण्यामागील माझा मुख्य उद्देश होता. आमचा समूह ३०० मिलियन डॉलर्सशी पोहोचला होता तर ते लोक ३०० बिलियन डॉलर्सशी होते. बजाज ऑटोने स्कूटर्स आणि तीनचाकी जगभर निर्यात तर करायला सुरुवात केली होती पण आम्ही आंतरराष्ट्रीय मापदंडांच्या जवळपासही नव्हतो. मला तर असंही वाटत होतं की भारतात परदेशी भांडवलाला येण्यास १०० टक्के स्वातंत्र्य हवं.''

नमस्ते!

''१९८५पासून संपूर्ण वातावरणच बदलू लागलं. आम्ही आता रॉबिन्सन क्रूसोला गवसलेलं एकाकी, मागास बेट उरलो नव्हतो.'' फॉर्च्युन मासिकाच्या लुई क्रार यास राहुल यांनी १९८६मध्ये सांगितलं. 'स्मायलिंग बुद्धा' या १८ मे, १९७४ रोजी केलेल्या पहिल्या यशस्वी अणुबॉंब चाचणीनंतर भारत आणि जपान यांच्यात काही संबंधच राहिले नव्हते. सगळा खेळच बदलून टाकणाऱ्या खेळाडू होत्या इंदिरा गांधी. भारताची आर्थिक परिस्थिती सुधारण्यासाठी त्यांनी भरपूर प्रयत्न केले. त्यासाठी पंतप्रधान म्हणून १९८०-८४ या त्यांच्या तिसऱ्या कार्यकाळात त्यांनी ४० देशांना भेटी दिल्या, त्यात ५ ऑगस्ट, १९८२ रोजी दिलेली टोक्यो भेटही होती.

जपानचे पंतप्रधान झेनको सुझुकी यांच्या दोन वर्षांच्या कारकिर्दीत इंदिरा गांधी आणि ते एकूण तीन वेळा भेटले त्यातला एक प्रसंग कामाची बोलणी करण्यास उचित नव्हता. सोव्हिएत युनिअनवरील आपलं अवलंबित्व कमी करण्यासाठी भारताला जपानची गरज होती. त्या भेटी पुढील प्रकारे झाल्या. १) कॅनकन, मेक्सिको येथे २२-२३ ऑक्टोबर, १९८१ रोजी नॉर्थ-साउथ शिखर परिषद भरली होती. त्या परिषदेस पाच खंडांतील बावीस देशांचे प्रतिनिधी आले होते. २) टोक्यो येथे ५ ऑगस्ट, १९८२ रोजी केलेला शासकीय दौरा ३) सोव्हिएत युनिअन नेते लिओनिड इलिच ब्रेझनेव्ह यांचे १५ नोव्हेंबर, १९८२ रोजी मॉस्को येथे निधन झाले, त्या प्रसंगी भेट झाली. त्यानंतर बारा दिवसांनी यासुहिरो नाकासोने झेनको सुझुकी यांच्याकडून पंतप्रधानपद घेणार होते.

जागतिक मंदीमुळे मंदावलेली आर्थिक वाढ आणि कुंठित निर्यात यांना चालना देण्यासाठी झेनको सुझुकी नवनव्या बाजारपेठांच्या शोधात होते. मग दोन्ही देशांचे नेते 'समन्वयाच्या राजकारणा'च्या लाभांविषयी विचार करू लागले. त्यानंतर काही महिन्यांनी म्हणजे २६ नोव्हेंबर, १९८२ रोजी सुझुकी यांचा कार्यकाळ संपला. परंतु पुढले जपानी पंतप्रधान यासुहिरो नाकासोने यांनी भारताविषयीचे धोरण तेच ठेवले.

त्यानंतर ते भारतात आले तेव्हा त्या अगोदर इंडिया टुडे मासिकाच्या टी. एन निनान यांना हे ऐतिहासिक वळण प्रत्यक्ष बघण्यासाठी जपानला पाठवण्यात आले होते. त्यांनी अहवालात लिहिलं की, जपानी पंतप्रधान तेवीस वर्षांनी भारतास भेट देत आहेत त्यामुळे दोन्ही देश एकमेकांकडे नव्याने पाहू लागले आहेत यास पुष्टीच मिळत आहे. भारताच्या परराष्ट्र धोरणात जपानला एक नवी जवळीक दिसून येत आहे तर जपानी तंत्रज्ञान आणि संसाधने हे आपले आधुनिकीकरण आणि औद्योगिक वाढ यांच्यासाठी आदर्श व्यासपीठ आहे असे भारतास वाटत आहे. दुहेरी व्यापार वाढतो आहे आणि त्याचप्रमाणे औद्योगिक कोलॅबोरेशनही संख्या आणि महत्त्व या दोन्ही दृष्टीनी वाढते आहे.

नाकासोने यांनी ३-४ मे, १९८४ असा दोन दिवसांचा भारताचा दौरा केला. त्यात त्यांच्या सोबत परराष्ट्र व्यवहार मंत्री शिनतारो अबे (शिंझो अबे यांचे वडील) होते. हा दौरा तेवीस वर्षांनंतर दोन्ही देशांतील सौहार्दाचं पुनरुज्जीवन करणारा ठरला. जपानकडून ही मलमपट्टी फारच गरजेची होती परंतु तरीही भारतात येण्यापूर्वी एप्रिलमध्ये नाकासोने हे पाकिस्तानमध्ये उतरून झुल्फिकार अली भुत्तो यांना भेटून आलेच. जपान हा पाकिस्तानचा सर्वाधिक दाता देश आहे. त्यांनी अफगाण निर्वासितांसाठी निधी दिला आणि अफगाणिस्तानातून सोव्हिएत तुकड्यांनी ताबडतोब बाहेर पडावे असे आवाहन केलं.

नाथॅनियल बी. थायेर म्हणतात, ''तेव्हा जपानच्या दष्टीने मदत ही विकासात्मक असण्याऐवजी डावपचेत्मकच बनली होती. जपानचे पाकिस्तानशी महत्त्वाचे आर्थिक हितसंबंध नव्हते किंवा अफगाणिस्तानशी जवळचे सांस्कृतिक संबंधही नव्हते. ही भेट पूर्णतया राजकीय होती. भारतात इंदिरा गांधी आणि नाकासोने यांच्या बोलण्यातून त्यांनी मनात दीर्घ काळ धरलेला विश्वास दिसून आला, की जपान तिसऱ्या जगात एक खास भूमिका निभावू शकतो. आपण खरोखरच काम करण्यासाठी आलो आहोत हे दिसण्यासाठी नाकासोने यांनी सोबत जपानच्या सर्वांत मोठ्या वाहन उत्पादकांचे वरिष्ठ अधिकारीही आणले होते म्हणजे त्यांना संभाव्य भारतीय भागीदार हेरता आले असते.

इंदिराजींच्या हत्येच्या काही दिवस आधी नाकासोने दुसऱ्यांदा जपानमध्ये निवडून आले होते. ३१ऑक्टोबर, १९८४ रोजी ते शिनतारो अबे यांच्या सोबत त्यांच्या अंत्यसंस्कारासाठी आणि राजीव गांधी यांच्याशी ओळख करून घेण्यासाठी परतले. पुन्हा एकदा नाकासोने सोबत मोठे शिष्टमंडळ घेऊन आले होते, या वेळेस त्यांच्या सोबत उच्च स्तरीय आर्थिक टीम होती आणि भारतात कुठल्या कुठल्या क्षेत्रात सहकार्य करता येईल याचा विचार ती टीम करणार होती.

आईने आखलेले धोरण पुढे चालवण्यासाठी १९८५ साली राजीव गांधी सोव्हिएत युनिअनच्या शासकीय दौऱ्यावर सोबत अठरा उद्योजकांना घेऊन जाणार होते. भारताने

आपली दारं जगातल्या सर्वांत मोठ्या दुचाकी कंपन्यांसाठी खुली केली होती. परंतु प्रश्न तसाच राहिला होता तो म्हणजे राजीव गांधी आणि नाकासोने यांनी आयोजित केलेल्या या बॉलडान्समध्ये कोण कुणासोबत नाचणार आहे? आणि नृत्य संपल्यावर कोण कुणासोबत बाहेर पडणार आहे? मोठ्या भारतीय ऑटो कंपन्यांना हसू तर आलं परंतु जपान्यांची वेगवान घुसखोरी अस्वस्थ करणारी होती.

''संरक्षित बाजारपेठांमध्ये वर्चस्वाचं स्थान पटकावून बसलेल्या स्थानिक कंपन्यांना अचानक परदेशी स्पर्धकांनी सोबत आणलेल्या लाभांशी भयावह तोंड द्यावं लागू लागलं. परदेशी स्पर्धकांचे लाभ पुढील प्रकारे होते : भरीव आर्थिक स्रोत, प्रगत तंत्रज्ञान, अधिक उच्च दर्जाची उत्पादने, शक्तिमान ब्रँड्स आणि मुरब्बी मार्केटिंग व व्यवस्थापकीय कौशल्ये.'' हॉर्वर्ड बिझनेस स्कूलचे प्राध्यापक निरज डावर आणि टोनी फ्रॉस्ट सांगतात.

चार जपानी कंपन्या त्यात होत्या : होंडा, कावासाकी, सुझुकी, यामाहा. इटालिन कंपनी एक होती : पियाज्जिओ. १५० भारतीय कंपन्यांच्या अर्जांतून शेवटी पाचांची निवड झाली : बजाज, फिरोदिया, मुंजाल, नंदा आणि टीव्हीएस. वॉल्झ नृत्य सुरू झालं होतं. आता कुणाची गाठ कुणाशी पडणार होती?

एस्कॉर्ट्स-यामाहा

पहिला नंबर ना होंडांनी लावला ना कावसाकींनी लावला, तो लावला यामाहाने. एस्कॉर्ट्स-यामाहा ही नंदा घराण्यासोबत यामाहाने १९८३ साली केलेली भागीदारी होती. त्यांच्या टू स्ट्रोक 'यामाहा आरडी ३५०' या स्कूटरचे भारतातील नाव 'राजदूत ३५०' असे ठेवले गेले. (आरडी हे मूळ नाव होते- रेस डिराईव्हड) मोटरबाइक या विषयावरील ब्लॉगर फरहान काशिफ म्हणतात, ''या बाइकचा कस जगभरात सिद्ध झालेला होता. भारतातील बाइकप्रेमींवर प्रभाव पाडण्यात ही बाइक यशस्वी झाली पण किमतीमुळे विक्रीवर मर्यादा पडत होत्या.''

हरप्रसाद आणि युडी नंदा याच्यासाठी भारतातला बाइकउद्योग जपान्यांसाठी खुला झाला खरा, पण तो एका अवघड क्षणीच झाला होता. १९८३ साली लंडनस्थित स्वराज पॉल यांनी नंदा घराण्याची सर्वांत मोठी कंपनी एस्कॉर्ट्स ताब्यात घेण्यासाठी हल्ला केला होता. नंदा यांच्याकडे एस्कॉर्ट्सच्या इक्विटीतले केवळ ७.३ टक्केच भाग होते. त्यानंतर कित्येक महिने निकराचे प्रयत्न केल्यानंतरच पॉलनी माघार घेतली होती. आता आपण मूळ विषयाकडे परत येऊ. क्षणभर १९६०च्या दशकात जाऊ - त्या वेळेस नंदा बंधू नवनवे व्यवसाय काढण्याच्या मोहिमेवर होते. त्यांनी मिनेपोलिस (मिनिसोटा - फोर्ड मोटर्सचा जिल्हा) अमेरिका येथील फोर्ड ट्रॅक्टर कंपनीकडून भारतात ट्रॅक्टरजुळणीचे लायसन्स मिळवले. १९६५ साली बऱ्यापैकी दर्जाचा पहिला ट्रॅक्टर बाहेर पडला. त्यानंतरच्या वर्षात त्यांनी बरीच कोलॅबोरेशन्स केली. क्ष-किरण यंत्रांसाठी वेस्टिंग हाउस, हीटिंग एलिमेंट्ससाठी एल्प्रो, मोठे ट्रॅक्टर्स आणि शेती-ओद्योगिक यंत्रसामग्रीसाठी मिनेपोलिस-मोलिन हे हॉपकिन्स, मिनिसोटा येथे स्थित उत्पादक इत्यादी. १९६९मध्ये फोर्ड मोटर्सनी त्यांना भारतासाठीच्या लायसन्सखाली ट्रॅक्टर्स बनवण्याची परवानगी दिली. मेसी फर्ग्युसन, ब्रँटफोर्ड-अंटारियो

यांच्याशी शेतीच्या यंत्रसामग्रीसाठी करार केला. मग गोएत्झ-वेर्के अँड महले यांच्या मार्फत जर्मनीतून पिस्टन्स भारतात आली. ही यादी वाढतच चालली. नंदा यांनी पोलंडशीही उर्सुस एस.ए. ट्रॅक्टर उद्योगासाठी करार केला होता पण तेवढ्यात पोलंडमध्ये सोलिडॅरिटी मुव्हमेंट ही चळवळ सुरू झाली त्यामुळे तो करार पुढे जाऊ शकला नाही. अन्यथा नंदांना ते ट्रॅक्टरही उत्तम प्रकारे काढता आले असते. त्यानंतर ह्युजेस कम्युनिकेशन्स, जे. सी. बॅमफोर्ड एक्स्कावेटर्स, क्लास, करारो, फर्स्ट पॅसिफिक कंपनी, ज्युमाँट श्नायडर, डायनापॅक अशा बऱ्याच कंपन्या भारतात आल्या. आज पटकन पडताळणी करता अगदी २०२० सालीही परदेशी कंपन्यांच्या भारतीय उपकंपन्या चांगलं काम करत आहेत. नंदा घराण्याला याविषयी दाद द्यायलाच हवी. त्यानंतर मग यामाहा आली.

राजदूत ३५० बाइक ही आरडी ३५० या नावानेही ओळखल्या जाणाऱ्या बाइकची जुळणी १९८३ ते १९८९ या काळात नंदांच्या नोएडा औद्योगिक वसाहत (उ.प्र.) येथील सुरजपूर कारखान्यात होत होती. राजदूत ३५० ही जुन्या यामाहा आरडी ३५० बी या मॉडेलची लायसन्स मिळालेली कॉपी होती. भारतीय वातावरणात सोयीची होईल अशा प्रकारे तिच्यात बदल केले होते. कठोर वायुउत्सर्जन नियमांमुळे एअर कूल्ड बाइक्सचे उत्पादन जपानमध्ये १९७५च्या सुमारास बंद पडले होते तरी त्या स्कूटर्स १९८३ साली भारतात आल्या. तांत्रिकदृष्ट्या पाहता ती बाइक प्रगत होती.

बाइकप्रेमी जाणकारांसाठी आरडी ३५०कडे सेव्हन पोर्ट- टू स्ट्रोक पॅरलल ट्विन इंजीन होतं. तसंच यामाहाची लाल व्हॉल्व्ह वापरणारी पेटंटयुक्त टॉर्क इंडक्शन सिस्टिम, सिक्स स्पीड मॅन्युअल ट्रान्स्मिशन, ऑटो ल्यूब यंत्रणा, मेकॅनिकल टॅकोमीटर, चारहून कमी सेकंदांत सुरू होणारे ० ते ६० केएमपीएच स्टार्टचे १२ व्होल्ट इलेक्ट्रिक्स अशा बाबी होत्या. किंमत कमी करण्यासाठी म्हणून आरडी ३५०बीचा फ्रंट काढून त्या जागी यामाहा आरडी २५०चा ७ इंची ट्विन लीडिंग शू-ड्रम ब्रेक लावण्यात आला खरा पण ती युक्ती निरुपयोगी ठरली. राजदूत ३५०च्या निराशाजनक विक्रीमुळे यामाहाला परत येण्यासाठी काहीतरी नवे उत्पादन हवे होते आणि सुझुकीच्या एएक्स १००ने भारतात छोट्या क्षमतेच्या बाइक्सची गरज आहे हे दाखवून दिले होते.

या वेळेस यामाहानी सुरजपूर कारखान्याच्या विकासात खूपच सक्रिय सहभाग घेतला. जपानी उत्पादन पद्धती भारतीय कामगारांना शिकवण्यासाठी यामाहाने १० व्यवस्थापकांचा ताफा पाठवला. हा नवा कारखाना जपानी शैलीवर बनवला होता आणि पेशींच्या जाळ्यासारखी (सेल्युलर) कामाच्या टप्प्यांची रचना केली होती. जपान्यांच्या बऱ्याच व्यवस्थापकीय प्रथाही आचरणात आणल्या गेल्या. (उदा., जस्ट इन टाइम इन्व्हेंटरी.) त्याशिवाय कारखान्याच्या कामाची व्याप्ती वाढवली गेली आणि त्यात मोटरबाइक्सचे पूर्ण उत्पादन आणि जुळणी यांचा समावेश करण्यात आला.

नोव्हेंबर, १९८५ मध्ये यामाहा-एस्कॉर्ट्स यांनी यामाहा आरएक्स १०० बाहेर आणली. तिची वजनाने हलकी बॉडी आणि हाय पॉवरची कर्तबगारी यांच्यामुळे पॉवर आणि वजनाचे गुणोत्तर उत्तम होऊन १०० सीसीची चांगली बाइक मोठ्या प्रमाणावरील उत्पादनासाठी सज्ज झाली. जवळजवळ त्याच सुमारास सुझुकी-टीव्हीएस यांनी त्यांची १०० सीसीची टू स्ट्रोक

बाइक इंड-सुझुकी एएक्स १०० आणली. यमाहा आणि सुझुकी यांनी आपापसांत एक यशस्वी ब्रँड न्यू क्षेत्र भारतात प्रस्थापित केलं आणि १०० सीसी टू स्ट्रोक मोटरसायकलसच्या नव्या युगाचा प्रारंभ झाला.

होंडा : संधी की धमकी?

कावासाकी, यामाहा आणि सुझुकी यांच्या मोटरसायकलींना टू स्ट्रोक इंजिने होती. केवळ होंडालाच चार स्ट्रोकचे इंजीन होते. बाकीच्या गोष्टी समान असल्यावर चार स्ट्रोकचे इंजीन इंधन बचत करणारे ठरते आणि भारतातील अन्य तीन उत्पादकांवर होंडाचा यामुळेच वरचश्मा होता.

काही वर्षांपासूनच होंडा भारताच्या भव्य बाजारपेठेवर डोळा ठेवून होते. तादाशी कुमे या त्यांच्या नव्या अध्यक्षांनी डिसेंबर, १९८३मध्ये संस्थापक सोईचिरो होंडा यांचेकडून पदभार घेतला. मग भारत सरकारने गुंतवणुकीचं दार उघडलं तेव्हा कुमे ताबडतोब त्या दारातून आत शिरले. आत आल्यावर त्यांनी ताबडतोब विचार जाहीर केला की भारतात आम्हाला एक किंवा दोन जॉइंट व्हेंचरकर्त्यांसोबत काम करायचे आहे. त्यावर त्यांच्याकडे १५० अर्ज आले. तेव्हा खास जपान्यांना शोभेशा विवेकबुद्धीने होंडाच्या टीमने विचारपूर्वक काटछाट करून ही संख्या १२ आशावादी कंपन्यांपर्यंत खाली आणली. ही यादी आणखी कमी करून तीनवर आणण्यासाठी म्हणून १९८३-८४ या काळात होंडाचे अधिकारी या बाराही कंपन्यांच्या उत्पादन सुविधा काय आहेत ते पाहण्यासाठी दाखल झाले. लवकरच त्यांच्या लक्षात आलं की बजाज ऑटो, फिरोदियांचे बजाज टेंपो मोटर्स आणि ब्रिजमोहन लाल मुंजाल यांची हिरो मोटर्स ही लुधियानास्थित सायकल आणि मोपेड उत्पादक कंपनी याच तीन कंपन्या या सगळ्या कळपात उजव्या आहेत. मग टोक्योत परतल्यावर होंडा संचालकांनी ठरवले की दोन तुलनेने दुर्बळ कंपन्यांशी गाठ बांधायची. त्यामुळे मुंजाल आणि फिरोदिया हेच त्यांना बजाजपेक्षा अधिक बरे वाटले. बजाज यांच्याशी भागीदारी लाभदायक ठरली नसती कारण बजाज यांना 'खूपच हवं होतं.'

आकुर्डीत राहुल आणि मुलगा राजीव यांच्यात मोटरसायकलमध्ये काय सुधारणा करता येईल याविषयी चर्चा चाललेली असताना 'ऑपरेशन ब्ल्यूस्टार' या मोहिमेखाली १९८४च्या उन्हाळ्यात (१ ते ८ जून, १९८४) अमृतसरच्या सुवर्णमंदिरावर लष्कराने चढाई केली आणि उत्तर भारत पेटला. या सगळ्या हादऱ्यातूनही लुधियानास्थित ब्रिजमोहन लाल मुंजाल यांनी होंडा यांच्याशी तंत्रज्ञानाचे कोलॅबोरेशन करून हिरो होंडा मोटर्सच्या माध्यमातून भारतात मोटर सायकलचे उत्पादन सुरू करण्याचा करार कसाबसा केला. त्यानंतर काही आठवड्यांनी म्हणजे ९ ऑगस्ट, १९८४ रोजी हिरो होंडा मोटर्स यांनी आपला पहिला समभागांचा सार्वजनिक इश्यू बाजारात आणला.

एप्रिल, १९८५ मध्ये धरुहेरा, हरयाणा येथे पहिली १०० सीसीची हिरो होंडा मोटरसायकल असेंब्ली लाइनवरून खाली उतरली. आल्याआल्याच ही गाडी अत्यंत लोकप्रिय झाली. त्यासोबत 'फिल इट, शट इट, फरगेट इट' (पेट्रोल भरा, टाकी बंद करा आणि विसरून जा) ही चपखल जाहिरातीची मोहीमही भारतीयाना सांगू लागली की

स्कूटरवरून खाली उतरा आणि त्याऐवजी १०० सीसीच्या बाइकवर बसा. ही बाइक दर लिटरमागे ६५-७० किमीचे आश्वासन देत होती. 'आता भारतीय ग्राहक जपानी डिझाइन आणि तंत्रज्ञान यांची कामगिरी, उत्कृष्टता, तंत्रज्ञान आणि इंधन बचत यांची मौज लुटू शकतात,' असाच त्या जाहिरातींचा संदेश होता.

परंतु त्यातही काही गडबडी होत्याच. भारतीय सुट्या भागांच्या दर्जाविषयी साशंक असल्याने बाइकचे भाग जपानमधून आयात करण्याचा आग्रह होंडांनी धरला. परंतु मुंजालही १९४७च्या फाळणीनंतर बाइकच्या भागांचे उत्पादन करण्यात मुरले होते. त्यातच येन-रुपया यांच्या विमिनय दरात घट झाल्याने मुंजाल यांचं नुकसान होऊ लागलं. : प्रत्येक विकलेली बाइक म्हणजे घाट्याचा सौदा होऊ लागली. या सगळ्या अडचणींच्या आणि अन्य क्षुल्लक कटकटींमागे एक मोठा प्रश्न उभा होता- कोण किती पैसे कमवेल? होंडांनी पैसे कमवायचे की मुंजालनी कमवायचे? ट्रान्स्फर प्राइसिंगच्या या खेळाचा समतोल साधणे हे फारच नाजूक असते.

सरतेशेवटी नफा हळूहळू दिसू लागला. एक वर्षानंतर जपानी कंपनीने आपली हिरोसोबतची भागीदारी पुढल्या दहा वर्षांसाठी घोषित केली आणि एक 'ब्रँड-न्यू' सूर्योदयाच्या दिशेने हिरो आणि होंडा एकत्रच बाइकवरून धावू लागले.

बरं, पण स्कूटरही उपलब्ध होती हं!

होंडांनी त्याच वेळेस फिरोदिया यांचेशी कायनेटिक होंडा या माध्यमातून स्कूटर बनवण्याच्या जॉइंट इक्विटी व्हेंचर करारावर सह्या केल्या. पुणे येथील चोखंदळ ग्राहकांना फिरोदियांची नवीन नाव मिळालेली कायनेटिक होंडा स्कूटर, तिचं सुंदर डिझाइन, इंधन बचत आणि हाय-टेक वैशिष्ट्ये प्रचंड आवडली. पण उरलेला देश मात्र तिच्या उच्च किमतीकडे पाहतच राहिला. हळूहळू राहुल बजाज यांचा जीव भांड्यात पडला. १९९३ साली कायनेटिक होंडाने ८५ हजार स्कूटर्स (११ टक्के बाजार हिस्सा) विकला तर बजाज ऑटोने ५ लाख ३८ हजार स्कुटर्स (७६ टक्के बाजारहिस्सा) विकला.

होंडांनी आता भारतात नेतृत्वाची भूमिका स्वीकारली होती. ते कायनेटिकच्या संख्याशास्त्राकडे विरोधाभासी भिंगातून पाहू लागले होते. त्यांचे भारतातील प्रतिनिधी कोजी नाकाझोने यांच्या म्हणण्यानुसार कायनेटिक होंडाने ८५ हजार स्कूटर्सची विक्री केली हे फारच उत्तम केले कारण त्या काळात बाजारपेठ १२ टक्क्यांनी घटली होती. १९९३ साली होंडांनी कायनेटिक होंडामधील आपला वाटा ५१ टक्के केला, त्यांचे संचालक मंडळातले प्रतिनिधीही वाढवले आणि स्कूटर उत्पादनाची क्षमताही वाढवली.

मग एक काळ असा आला जेव्हा होंडा यांनी फिरोदिया आणि मुंजाल यांना एकमेकांविरुद्ध झुंजवायला सुरुवात केली. सरतेशेवटी होंडांनी मुंजाल यांना अशा एका क्षेत्रात जाण्याची अनुमती दिली जिथे तोवर फिरोदिया स्कूटर्सची संपूर्ण एकाधिकारशाही होती. होंडांनी त्यांना आपलं तंत्रज्ञान वापरून स्कूटर बनवण्यास मंजुरी दिली.

मुंजाल यांच्या दृष्टीने ही ऑफर उशिरा आली. हिरो होंडा मोटर्सचे मुख्य कार्यकारी अधिकारी पवन मुंजाल आठवण सांगताना म्हणाले, ''आम्ही अजूनही मोटर सायकलवरच

लक्ष केंद्रित करून होतो. आम्ही ठरवलं की पहिली दोन वर्षे होंडा एका स्वतंत्र कंपनीतर्फे स्कूटर्स तयार करील आणि आम्ही मोटरसायकलीच बनवू. त्यानंतर आम्ही दोघेही सर्व प्रकारच्या दुचाक्या बनवण्यास मोकळे असू.'' २००६ साली मुंजाल १०० सीसी प्लेझर ही स्कूटर घेऊन त्या बाजारपेठेत आले.

वरवर पाहाता भागीदार सौहार्दाचा मुखवटा घेऊन वावरत होते. परंतु आतल्या आत तणाव खदखदू लागला होता. उदाहरणार्थ, दुसऱ्या फेरीत कुठले मॉडेल लोकांसमोर आणायचे? या अशा कोंडीमुळे गुरगाव येथील कारखाना उभारण्यास विलंब होऊ लागला. त्यामुळे बजाज ऑटोला बाजारपेठेतला वाटा स्वतःकडे ओढून घेणं शक्य झालं. बजाजनीही चार स्ट्रोक इंजिनाची स्कूटर बाजारात आणली आणि चपखल जाहिरातीची ओळ लिहिली- 'क्यों हिरो?'

मुंजाल यांचा मोटरसायकलचा व्यवसाय स्कूटरहून मोठा झाला होता. स्कूटर उत्पादना- विषयीची निराशा मनात घोळत होती. होंडांनी भारतात मोटर आणायचं ठरवलं तेव्हा त्या जखमेवरची खपली निघाली. जपानी तेव्हा मुंजाल यांच्याकडे न येता श्रीराम यांचेकडे गेले. या सगळ्यांमुळे मुंजाल यांच्या विचारचक्रास खाद्य मिळाले. पवन मुंजाल यांच्या लक्षात आलं की फार काळ होंडांचे शेपूट पकडून आपला निभाव लागणार नाही. मग त्यांची २६ वर्षांची भागीदारी २०११ साली संपुष्टात आली.

फिरोदियांच्या बाबतीत म्हणायचं तर त्यांचा जॉइंट व्हेंचर उपक्रम १९९८ साली संपुष्टात आला. कायनेटिक इंजिनिअरिंगवाल्यांनी कायनेटिक ब्रँडखाली २००८ सालापर्यंत स्कूटर्स विकल्या, त्यानंतर त्या कुटुंबाने आपला व्यवसाय ट्रॅक्टर उत्पादक महिंद्र अँड महिंद्र या कंपनीस विकला.

होंडा भारतात आपली ताकद अजमावू लागले तेव्हा राहुल बजाजना काही चिंतेच्या क्षणांना सामोरं जावं लागलं. तथापि, ''परिस्थितीवर जवळून लक्ष ठेवणाऱ्या बजाज ऑटोच्या व्यवस्थापकांच्या लक्षात आलं की होंडांचे फायदे सुरुवातीला जेवढे मुळावर येणारे वाटले तेवढे ते नाहीत.'' निरज डावर आणि टोनी फ्रोस्ट त्याविषयी म्हणतात, ''होंडांशी भागीदारी करण्याऐवजी बजाज ऑटोच्या मालकांनी ठरवलं की आपण स्वतंत्रच राहायचं आणि आपल्या विद्यमान स्पर्धाक्षम घटकांनाच अधिक मजबूत करायचं. होंडांकडे उत्पादन विकासासंबंधी काही लाभ असले तरी बजाज ऑटोला त्यांच्या तोडीस तोड राहाण्यासाठी खूप जास्त खर्च करण्याची आवश्यकता नव्हती. त्याशिवाय होंडाच्या मुख्य ग्राहकांपेक्षा भारतीय स्कूटरची बाजारपेठ बऱ्याच प्रकारे वेगळी होती. ग्राहक कमी किमतीची, टिकाऊ यंत्रे शोधात होते आणि त्यांना खेडोपाड्यांत चटकन जिथे जाता येईल अशी देखभाल सुविधा हवी होती.''

बजाज आपल्या दणकट स्कूटर्स एका विस्तारलेल्या वितरण व्यवस्थेतून विकत होते. रस्त्याच्या कडेला उघडलेल्या मेकॅनिक मंडळींच्या दुकानांतून त्यांचे सर्वत्र पसरलेले सेवाजाळे भारतीय बाजारपेठेच्या दृष्टीने अगदी सुयोग्य होते. होंडांच्या देखण्या डिझाइन्सच्या स्कूटर्स मुख्यत्वेकरून मोठ्या शहरांतील दुकानांतून विकल्या जात होत्या पण त्यांचे असे सेवाजाळे नव्हते. त्यांनी वितरण व्यवस्था वाढवली आणि संशोधन-विकास यांच्यात

अधिक गुंतवणूक केली. त्यांच्या या धोरणास फळे मिळाली आणि होंडाला भारतीय स्कूटर बाजारपेठेत फक्त ११ टक्के वाटा घेता आला. परंतु हा हिस्सा त्याच हिश्शाखाली स्थिर झाला. मधल्या काळात बजाजचा वाटा त्यांच्या आधीच्या ७७ टक्के वाट्याहून किंचित खाली गेला होता. १९९८ सालच्या आर्थिक वर्षाच्या तिसऱ्या तिमाहीत होंडाने आव्हान देऊन म्हटलं की आम्ही स्कूटर उत्पादनाच्या इक्विटी जॉइंट व्हेंचरमधून बाहेर निघतो आहोत.

त्यानंतर बजाज ऑटो आणि कावासाकी हेवी इंडस्ट्रीज प्रथमच एकमेकांचा अंदाज घेऊ लागले. ती आठवण राहुल बजाजनी सांगितली की, होंडांबद्दल आमची समस्या अशी होती की त्यांना आमच्या समभागांतही वाटा हवा होता. पण आम्हाला तर फक्त तंत्रज्ञानाच्या कोलॅबोरेशनचा करार हवा होता. पण कावासाकींचे मत आमच्यासारखे होते त्यामुळे आम्ही कावासाकी यांच्या सोबत गेलो. हा दृष्टिकोन कावासाकी हेवी मोटर्सना सोयीचा होता आणि तो दोन्ही पक्षांना पुढील तीन दशके अगदीच सोयीचा ठरला. मग ६ ऑगस्ट, १९८४ रोजी कावासाकी हेवी इंडस्ट्रीजचे अध्यक्ष के. हासेगावा आणि कावासाकी मोटरसायकल ग्रूपचे व्यवस्थपकीय संचालक डॉ. हिरोशी ओहबा यांनी राहुल बजाज यांच्याशी करारार स्वाक्षऱ्या केल्या.

आर्थर ए. थॉंप्सन ज्युनिअर, ए.जे. स्ट्रिकलंड थ्री, जॉन ई. गॅंबल आणि अरुण के. जैन यांनी 'क्राफ्टिंग अँड एक्झिक्युटिंग स्ट्रॅटेजी : द क्वेस्ट फॉर कॉंपिटिटिव्ह ॲडव्हांटेज या पुस्तकात लिहिले आहे की, राहुल बजाज यांनी कावासाकी सोबत 'सहअस्तित्वा'चे धोरण तयार केले. त्यानुसार रुपये ३० हजार ते ६० हजार या मर्यादेतील वाहनांच्या विकसनावर बजाज लक्ष केंद्रित करणार होते तर ३५ हजारांपासून ते अडीच लाखापर्यंतच्या किमतींच्या वाहनांत अधिक पर्याय कसे मिळतील यावर कावासाकी लक्ष केंद्रित करणार होते. बजाज ऑटो हा कावासाकी यांच्यासाठी महत्त्वाचा उत्पादन तळ ठरला आणि त्यांच्या जागतिक विक्रीचा ६० टक्के भाग तिथे उत्पादित होऊ लागला. बाजारपेठेत बदल घडत असले आणि प्रतीक्षा समय संपुष्टात आलेला असला तरी २००० सालापर्यंत बजाज स्कूटर्सची विक्री चांगली होत होती.

टीव्हीएस सुझुकी

सुझुकी मोटर कंपनी भागीदारीसाठी आली तेव्हा बजाज यांच्याप्रमाणेच टीव्हीएस समूहालाही तंत्रज्ञान आणि मदतीचा करार हवा होता. जॉइंट व्हेंचर नको होते. टीव्हीएस यांचा आधीच एक मोपेड विभाग होता आणि ते इंजीन आणि ट्रान्समिशन पार्ट्स बनवण्यासाठी कारखाना उभारण्याच्या मार्गावर होते. परंतु मुळात सुझुकी आणि टीव्हीएस या दोन्ही कंपन्या संस्कृतीच्या दृष्टीने एकमेकींपासून खूपच वेगळ्या होत्या : एक हुकूमशाहीने एकटीच चालणारी जपानी कंपनी तर एक अनेक पिढ्यांपासून चालत आलेल्या भारतीय घराण्याची कंपनी. मात्र या दोन्ही कंपन्यांची मुळे कित्येक दशकांपासून इंजिनिअरिंगमध्ये रुजलेली तर होतीच.

१९८२ साली ओसामू सुझुकी आशिया दौऱ्यावर आले तेव्हा त्यांचा मूळ विचार जुळणीचे दोन कारखाने (भारतातील मारुती उद्योग) आणि दुचाकी गाड्या (टीव्हीएस) या काढणे आणि पाकिस्तान बाजारपेठेला भेट देणे हा होता. ऑक्टोबर महिन्यात त्यांना

भारत सरकारने मारुती उद्योगास जॉइंट व्हेंचर भागीदार घेण्यास अनुमती दिली. मोटार सायकलींसाठी टीव्हीएस आणि सुझुकी यांनी सुरुवातीला एक वर्षाचा करार केला तो मुख्यत्वेकरून भारतीय बाजारपेठेसाठीच म्हणून तंत्रज्ञान देण्याचा होता.

पुढल्या पाच वर्षांत या क्षेत्रात बरीच गजबज झाली. इंडो सुझुकी मोटरसायकल हे नाव बदलून टीव्हीएस सुझुकी करण्यात आले. भागीदारांनी बरीच मॉडेल्स आणली आणि त्या सर्वांची नावे आधीचीच होती : सुझुकी सुप्रा, सुझुकी सामुराई, सुझुकी शोगन आणि सुझुकी शाओलिन. टीव्हीएस समूह आणि सुझुकी मोटर कॉर्पोरेशन यांचे १५ वर्षांचे जॉइंट व्हेंचर २७ सप्टेंबर, २००१ रोजी संपुष्टात आले.

पियाज्जिओचे पुनरागमन

पियाज्जिओ भारतात १९८३मध्ये पुन्हा आले परंतु या वेळेस बजाजसोबत नाही. त्याऐवजी वेस्पाच्या 'सीरिज स्कूटर्सविषयी त्यांनी लोहिया मशिन्स (एलएमएल)च्या दीपक सिंघानिया यांच्याशी कोलॅबोरेशनच्या करारावर स्वाक्षऱ्या केल्या. तसेच आंध्र प्रदेश स्कूटर्स सोबत सीकेडी पॅक्स आणि तंत्रज्ञान यांच्या पुरवठ्याविषयी करार केला. ऑक्टोबर, १९८९ मध्ये पियाज्जिओ आणि बजाज यांच्यात सामंजस्याच्या खुणा दिसू लागल्या. पियाज्जिओच्या मायदेशात त्यांच्यावर जपान्यांचा हल्ला झाला होता आणि भारतातही एलएमएल वेस्पा काही फार चांगलं काम करत नव्हती. मग इटालिअन्स विचार करू लागले की एलएमएलमधली गुंतवणूक ही खरंच चांगली कल्पना होती का? मग धोरणात्मक युती कशी करता येईल यावर चर्चा करण्यासाठी फियाट साम्राज्याचे वारस आणि पियाज्जिओचे उपाध्यक्ष जिओवन्नी उंबर्टो ॲग्नेली यांनी राहुल बजाज आणि त्यांच्या टीमची एक गुप्त भेट पिसा येथील पियाज्जिओच्या मुख्यालयात आयोजित केली. एकमेकांच्या कंपन्यांत १० टक्के क्रॉस होल्डिंग हा त्या धोरणाचा मुख्य घटक होता. त्याशिवाय वाटाघाटींत स्पेअर पार्ट्ससाठीचे कॉलेबोरेशन हा विषय होता आणि पश्चिम जर्मनीत दीर्घ काळ चाललेल्या कोर्टबाजीतील उरलेसुरले मुद्देही संपवण्याचा विषय होता. परंतु पूर्वीप्रमाणेच हा प्रयत्नही निष्फळ ठरला.

इटालिअन्स पुन्हा एकदा एलएमएलकडे गेले, ती कंपनी एव्हाना गाळात खोल गेली होती. भारतातील स्वतःची प्रतिमा पुन्हा एकदा उजळवण्यासाठी म्हणून एलएलएमचे २३.६ टक्के भागभांडवल (१९९० साली त्याची किंमत ८ कोटी रुपये होती) पियाज्जिओने विकत घेतलं. परंतु हे नव्याने घातलेलं भांडवलही लवकरच वापरून झाले. १९९३ सालापर्यंत एलएमएलचे नुकसान ३६ कोटींपर्यंत पोहोचले होते.

सप्टेंबर, १९९३मध्ये ॲग्नेलीने समझोत्याचा तिसरा निष्फळ प्रयत्न केला. तो स्वतः टुरिनहून आकुर्डीला विमानाने आला. पियाज्जिओला सिंघानियांच्या जागी नवा भारतीय भागीदार हवा होता. पण राहुल तसा विचार करणार होते का? त्याऐवजी त्यांनी दोन्ही कंपन्यांत एकमेकांचे १० टक्के भागभांडवल असावे असा विचार मांडला. बोलणी यशस्वी होणारही होती. परंतु तेवढ्यात पियाज्जिओंनी परस्परांत गुंतवण्याच्या भांडवलाचे प्रमाण १० टक्क्यांहून अधिक असावं असा प्रस्ताव मांडला. त्यामुळे अचानक एलएमएलची आस्किंग प्राइस खूप जास्त वाटू लागली. परंतु अधिक भागभांडवलाची पियाज्जिओची

मागणी राहुलनी मान्य केली असती तर त्यांना त्यांच्या स्वतःच्या स्थानाला धोका निर्माण होऊ शकला असता. राहुलनी त्यांना १० टक्क्यांहून अधिक भागभांडवल दिलं आणि समजा, नंतर काही वाद झाला तर ते हत्यार पियाज्जिओ वापरू शकले असते.

परंतु संधीचा वास लागल्याने अन्य भारतीय उद्योजकांनी ताबडतोब इटलीची वारी सुरू केली. त्यांच्यामध्ये एस्कॉर्ट्सचे नंदा आणि हिरो मोटर्सचे मुंजाल होते. एका टप्प्यावर तर असं दिसलं की एस्कॉर्ट्सचे उपाध्यक्ष राजन नंदा यांनी व्यवहार पूर्णच केला की काय? मधल्या काळात पियाज्जिओंनी ठरवलं की जोवर दुसरा कुणी अधिक लक्षवेधी भागीदार समोर येत नाही तोवर सिंघानिया यांच्यापासून आपण वेगळं व्हायचं नाही.

पियाज्जिओंशी दीर्घ काळ रेंगाळलेल्या विवादानंतर एलएमएलने इटालिअन लोकांचे भागभांडवल १९९९ मध्ये विकत घेऊन टाकलं. त्यानंतर एलएमएलने पी सीरिजच्या गाड्या स्टेला या आणि अन्य नावांनी उत्पादित करून अमेरिकन बाजारपेठेत विकणं जवळजवळ पाच वर्षे चालूच ठेवलं होतं. २०१२ साली नवी दिल्ली येथे भरलेल्या ऑटो एस्क्पोमध्ये वेस्पा पुन्हा एकदा भारतीय बाजारपेठेत पियाज्जिओंच्या अत्याधुनिक स्कूटर्ससोबत आली. या वेळेस त्यांच्याकडे कुणीही स्थानिक भागीदार नव्हता. आणि त्यांनी भागीदार का घ्यावा? एक्स्पोच्या थोडंसं अगोदर पियाज्जिओंनी स्थानिक बाजारपेठेसाठी बारामती येथे स्वतःच्या कारखान्याचं उद्घाटन केलं होतं. काठावरून या सगळ्या प्रसंगांकडे पाहाताना बिझनेस इंडियाने कोपरखळी मारली की, पियाज्जिओंनी बजाजच्या वाढत्या मार्केट हिश्श्यात भगदाड पाडण्याचा प्रयत्न केला होता पण प्रत्यक्षात तेच तोंडावर आपटले होते.

२ जून, २०१७ रोजी एलएमएलने दिवाळखोरी जाहीर केली आणि ती कंपनी २०१८ साली कायमची बंद पडली.

जॉइंट व्हेंचर उपक्रमांवर कुऱ्हाड

'कोण कुणासोबत नृत्य करील?' आणि 'समारंभ संपल्यावर कोण कुणासोबत बाहेर पडेल?' हे दोन प्रश्न या प्रकरणाच्या सुरुवातीला उपस्थित केले होते. त्या प्रश्नाचं थोडक्यात उत्तर द्यायचं तर या सगळ्या नृत्यांचा शेवट काडीमोडीत झाला आणि खूपच कमी अपवादात्मक अशा 'दोन्ही पक्ष फायद्यात' असे उपक्रम घडून आले.

अटल बिहारी वाजपेयी सरकारने १४ डिसेंबर, १९९८ रोजी काढलेल्या प्रेस नोट १८च्या अनुसार सर्व सहभागींना समाविष्ट करण्याचा प्रयत्न केला. तथापि, सीआयआय पार्टनरशिप समीट, कलकत्ता या जानेवारी, २००५ मधील परिषदेत, १२ जानेवारी रोजी पंतप्रधान मनमोहन सिंग यांनी जाहीर केलं की आम्ही १९९८ची प्रेस नोट १८ मागे घेत आहोत आणि त्यांनी त्या बदल्यात प्रेस नोट १ (२००५ मालिकेतील) जारी केली. ती नोट जरी आयुष्य सोपं करण्याच्या उद्देशाने काढलेली असली तरी राष्ट्रीय आणि आंतरराष्ट्रीय मोठ्या ऑटो कंपन्यांनी आपल्या गरजा ऐकल्या जाव्यात म्हणून अधिकच धक्काबुक्की सुरू केली.

''त्यांची बाजू घेऊन एफआयसीसीआयचे जनरल सेक्रेटरी अमित मित्रा यांनी प्रेस नोट १ (२००५) वर कोरडे ओढू लागले : १४ डिसेंबर, १९९८ रोजी जारी केलेली प्रेस नोट १८ ही एक अद्वितीय प्रेस नोट होती, तिने आजच्या कित्येक विख्यात भारतीय

कंपन्यांना डब्यात जाण्यापासून वाचवले होते,'' असे मित्रा यांनी इकॉनॉमिक टाइम्समध्ये लिहिले. ''पीएन १मध्ये विसंगती आहेत, त्यांचा लाभ १२ जानेवारी, २००५नंतर येणाऱ्या परदेशी गुंतवणूकदारांना मिळू शकतो. मात्र जे लोक जॉइंट व्हेंचर उपक्रमात आधीपासून सामील झाले आहेत त्या गुंतवणूकदाराना मात्र पूर्व संमती लागणार आहे. भारताच्या काही भागांत स्वतंत्र टाय-अप्स झालेले आहेत परंतु त्यांच्यामुळे हॉटेल्स, हॉस्पिटॅलिटी आणि रूग्णालये यांच्या विद्यमान टाय-अप्सविषयी काहीच आकस बाळगला जात नाही. अशा व्यवसायांकडे या प्रेस नोटने दुर्लक्ष केले आहे. जाहिरातीसारख्या क्षेत्रात जिथे आधीपासूनच परदेशी कंपन्यांचं वर्चस्व आहे अशा क्षेत्रात या प्रेस नोटला काहीच महत्त्व नाही. जागतिक स्तरावरील विलीनीकरण (मर्जर) आणि ताबा घेणे यांसारख्या घटनांमुळे शेअर होल्डिंगची तऱ्हा बदलते त्या बदलांनाही ही नोट लागू होते. प्रेस नोट १ रद्द केली तर भारत परदेशी थेट गुंतवणुकीचे स्थान म्हणून आकर्षक बनू शकतो.''

मग 'घटस्फोटां'चा ढिगारा वाढू लागला : यामाहा-एस्कॉर्ट्स, होंडा-हिरो, होंडा-कायनेटिक, सुझुकी-टीव्हीएस, पियाज्जिओ-एलएमएल, बीएमडब्ल्यू-हिरो अशी ती नावं होती. बजाज-कावासाकी युती टिकली. परंतु या घुसळाघुसळीत बजाजची नंबर एकची जागा होंडाकडे गेली. एकूण पाहता, भारतीयांना आपली आपण उत्पादने विकसित करण्याचा आत्मविश्वास आला तरी जपानीही भारतीय बाजारपेठेचा साकल्याने अभ्यास करणे आणि ती समजून घेणे यात सक्षम झाले. बाजारपेठ विस्तारली. तंत्रज्ञान सुधारले आणि ग्राहकांना अधिक व्यापक आणि चांगले पर्याय निवडीसाठी उपलब्ध झाले.

जागतिक ऑटो उत्पादकांची एक नवीन, लांबलचक रांगच बजाजशी हातमिळवणी करण्यासाठी लागली. त्यात युरोपातले केटीएम आणि बीएमडब्ल्यू मोटोरॅड यांच्यासारखे ब्रँडही होते. पुढील दोन दशकांत आकुर्डी येथे बोलण्यासाठी बरेच पाहुणे वाढत्या संख्येने आले. काही अपवाद वगळता नवे अभ्यागत येथे चांगले मिसळूनही गेले.

प्रकरण २१

वाळुज : १९८५

राष्ट्रपती ग्यानी झैल सिंग आणि राहुल बजाज १९८५ सालच्या उद्घाटनप्रसंगी

५ नोव्हेंबर, १९८५ मंगळवार. भारावून गेलेले अधिकारी चेहऱ्यावर हसू थापून सगळीकडे फिरत होते. औरंगाबादच्या छोट्याशा विमानतळाने एवढ्या कमी कालावधीत विमाने उतरलेली आणि उडालेली कधीच पाहिलेली नव्हती. एकमेकांशी बोलणारे हजारो स्त्री-पुरुषांचे लोंढे विमानतळावर लोटत होते. कारखान्याचे उद्घाटन करणारे आदरणीय पाहुणे होते राष्ट्रपती ग्यानी झैलसिंग सोबत बंदूकधारी पहारेकऱ्यांचा ताफा आणि प्रेस सेक्रटरी

त्रिलोचन सिंग यांना घेऊन आले होते. त्याशिवाय नम्र टेक्निशिअन्स आणि पाठीमागून मदत करणारा सपोर्ट स्टाफ, नजरा वेधून घेणारे चित्रपट तारे-तारका आणि मोठमोठे उद्योगपती - सगळ्यांचीच प्रवेशप्रक्रिया वेगाने पूर्ण करणे आवश्यक होते. राहुल बजाज यांच्या व्यवस्थापकांच्या मार्गदर्शनाखाली अधिकारी सर्व काम उत्तम प्रकारे करत होते.

संपूर्ण भारतातून आणि जगातूनही बजाज यांचे पाहुणे वाळुजच्या नव्या कारखान्याचे उद्घाटन करायला जमले होते. २०० कोटी रुपयांचा कारखाना त्यांनी अवघ्या सोळा महिन्यांत उभा करून दाखवला होता. राहुलनी या क्षणाच्या प्रतीक्षेत बावीस वर्षे व्यतीत केली होती. उत्सुक लोक कारखान्याच्या गुहांसारख्या दिसणाऱ्या अंतर्भागात वाकून पाहत होते, तर बाकीचे बाहेरच्या सुखद, उबदार हवेची मौज लुटत होते. पदपथांच्या कडेला कुमुदने शानदार हिरवळ तयार केली होती, बऱ्याच ठिकाणी उंचवट्यांवर पुष्परचना करून ठेवली होती. त्यामुळे तिथे वेगवेगळ्या रंगच्छटांचं संमेलन भरल्यासारखं वाटत होतं. त्यांच्याच पाठिंब्यावर तर बजाज ऑटो आणि कावासाकी हेवी इंडस्ट्रीज यांनी कोलॅबोरेशन सुरू केलं होतं. राहुलना मोटरसायकलमध्ये स्वारस्य होतं आणि त्यामुळेच 'निंजा' या जगातील सर्वांत वेगवान मोटरसायकल बनवणाऱ्या कावसाकींशी भागीदारीवर त्यांचा डोळा होता. परंतु सध्यातरी त्यांना केबी १०० या मोटरसायकलवर समाधान मानावे लागणार होते.

बजाज ऑटोसाठीच्या परवानग्या १९८०च्या दशकात नियमितपणे येत नव्हत्या. चरण सिंग यांच्या अल्पकालीन राजवटीत नोकरशहांनी राहुलना त्यांची दुचाकीची क्षमता ८० हजारांपासून १ लाख साठ हजार अशी दुप्पट करायला परवानगी दिली. त्यानंतर थोड्याच काळात दीर्घ स्मरणशक्ती असलेल्या पंतप्रधान म्हणजे इंदिरा गांधी त्या जागी आल्या आणि त्यांनी थोडं कमी औदार्य दाखवून राहुल यांना सातारा येथील महाराष्ट्र स्कूटर्सच्या संयुक्त क्षेत्रातील कारखान्याची तीनचाकीची क्षमता १५ हजारांवरून २० हजार करण्यास अनुमती दिली आणि स्कूटर सीकेडी पॅक्समध्ये अगदी थोडीशी वाढ म्हणजे ३० हजारची ३२ हजार अशी करून दिली.

राजीव गांधींनी दिलेली वाढ अधिक प्रामाणिक, अधिक उदार होती. उद्योगमंत्री नारायण दत्त तिवारींनी वाळुज येथे कारखाना बांधण्याच्या प्रस्तावाला ७ ऑक्टोबर, १९८२ रोजी हिरवा कंदील दाखवला तेव्हा राहुलना धक्काच बसला होता. कारण परवानगी अवघ्या ६३ दिवसांत आली होती. भारत सरकारची यंत्रणा नवीन पंतप्रधानांना खूश करण्यासाठी ओव्हरटाइम करू लागलेली दिसत होती. राजीव गांधींनीही बजाज यांच्या पारड्यात आणखी आणखी परवाने टाकायला सुरुवात केली. परवान्याची क्षमता दरवर्षी ३ लाख वाहने होती ती १० लाख आणि १९९० मध्ये दहा लाखांवरून पंधरा लाखांवर गेली. बजाज ऑटोचा दुचाकीच्या बाजारपेठेतील हिस्सा ३० टक्क्यांवरून ४३ टक्क्यांवर आला.

यशाच्या सर्वोच्च शिखरावर असल्याची भावना

राहुल म्हणतात, ''औद्योगिक परवाना यंत्रणा पूर्णपणे रद्द करणे राजीव गांधींना शक्य झालं नाही परंतु 'ब्रॉड बँडिंग' छत्राखाली त्यांनी आम्हाला हवी तेवढी लायसन्स मिळवून दिली.'' तसंच भारताबाहेरून निधी मिळवण्यातही काही अडचण नव्हती. इंटरनॅशनल फायनान्स

कॉर्पोरेशन, वॉशिंग्टन यांनी वाळुज येथे गरजेची भांडवली यंत्रसामग्री आयात करण्यासाठी २.२० कोटी डॉलर्सचं (म्हणजे २४.२ कोटी रुपयांचं) कर्ज मंजूर केलं.

व्यवसाय-सुलभता हा विषय गांभीर्याने घेतल्यामुळे बसवलेल्या यंत्रसामग्रीला उत्पादन किती करायचे त्यात लवचिकता ठेवता आली. उत्पादनाचे परवाने पूर्वी केवळ एकाच उत्पादनासाठी मिळायचे ते अधिक विस्तारित उत्पादन गटासाठी मिळू लागले. उत्पादन गटाच्या अंतर्गत वैविध्य आणायचं असल्यास जोवर यंत्रसामग्रीत नवीन गुंतवणूक करावी लागत नाही तोवर परवानगी घेण्याची गरज उरली नाही. ''या योजनेमुळे उत्पादक मंडळी आता आपल्या परस्पर पूरक उत्पादनसंचाची निर्मिती करू शकली. त्यायोगे भांडवली गुंतवणुकीचा जास्तीतजास्त वापर करू शकली.'' प्राध्यापक महिपत राणावत आणि रजनीश तिवारी यांनी सांगितलं.

वाळुज कारखान्याला प्रारंभीची मंजुरी ३ लाख स्कूटर्स, बाइक आणि तीनचाकी बनवण्याची होती. १९८७ साली वाळुज कारखान्याला विचारण्यात आलं की तुम्ही ८७ हजार जास्तीचे सीकेडी पॅक्स वर्षाला बनवून महाराष्ट्र स्कूटर्सना पाठवणार का? कारण आकुर्डीतून त्यांना २ लाख सीकेडी पॅक्स मिळत होतेच. 'हो तर, का नाही?' परवानगी तर लगेच मिळाली. तोवर स्थानिक आणि परदेशी स्पर्धा तापू लागली होती. बजाज ऑटोचा जागतिक दर्जाच्या आकाराचा कारखाना मोठ्या प्रमाणावर उत्पादनाच्या दृष्टीने चांगला बांधण्यात आला होता त्यामुळे त्यांना इतरांपेक्षा एक लाभ अधिक होता.जसजसा कारखाना जुना झाला तसतसे निश्चित खर्च कमी-कमी होऊ लागलेआणि मग दर वाहनामागे खर्चही कमी होऊ लागला.

सगळ्यात उत्तम म्हणजे वाळुज येथील स्कूटर उत्पादन १९८५च्या मे महिन्याच्या मध्यावर नियोजित प्रकारे अगदी वेळेवर सुरू झाले. तेव्हाचा स्वयंचलित कारखाना हा भारतातल्या ऑटो उद्योगातला अत्याधुनिक कारखाना होता. एक लाखावी स्कूटर १६ ऑगस्ट, १९८६ रोजी असेंब्ली लाइनवरून खाली उतरली. वाळुजचे महाराष्ट्र स्कूटर्ससाठी बनवलेले सीकेडी पॅक्स ६९७०० वरून वाढून ८७००० झाले होते. म्हणजेच ३० टक्क्यांवरून ५० टक्के झाले होते. पुढल्या वर्षी महाराष्ट्र स्कूटर्सनी त्यांची सीकेडी पॅक्सची ऑर्डर ८७००० वरून थेट २ लाख केली.

आता वाळुज येथील कलाफलकावर तीनचाकी विभाग अवतरला. तो वर्षाला ५० हजार तीनचाक्या तयार करणार होता. कदाचित हे उत्पादन मार्च १९८८ पर्यंत चालूही होईल असा विचार राहुल करत होते तेवढ्यात त्यांच्या मनात आणखी एक विचार आला. हा परवाना वाढवून उत्तर प्रदेशातील गाझियाबाद जिल्ह्यातील सुरजपूर कारखान्यात १ लाखांच्या दुचाक्या तयार करता येतील का? ''होय, येतील की,'' राजीव गांधींच्या प्रशासनाकडून उत्तर आलं.

केबी १०० तयार केली

हे सगळे खळबळजनक प्रसंग घडत असताना राहुल यांच्या पाठीमागे मोटरबाइकविषयी वेगवेगळ्या कल्पनांशी चाळा करणे हा बजाज ऑटोच्या आकुर्डी येथील डिझाइनर्सचा

आवडीचा छंद बनला होता. त्यांना खरं तर माहीत होतं की आपल्या स्कूटरवेड्या अध्यक्षांच्या हातून असं काहीच घडणार नाही. वाळुज येथील आधुनिक कारखान्याचं उद्घाटन झाल्यानंतर आणि कावासाकीसारख्या मोटरसायकल शर्यतीतील बाप कंपनीशी युती केल्यानंतर नवीन स्वप्ने जन्माला आली होती. जेव्हा त्यांना कळलं की या कोलॅबोरेशन कराराचे पहिले उत्पादन नेहमीच्या प्रवासास उपयुक्त, साधीसुधी मोटरबाइक असणार आहे. निंजासारखी शर्यतीत राक्षसासारखी धावणारी बाइक नसणार आहे हे कळल्यावर त्यांची थोडीशी निराशाच झाली होती.

तीन जपानी मोठ्या कंपन्या रिंगणात आव्हान देत उतरल्या होत्या त्यामुळे आपल्या बाइकसाठी बाजारात जागा निर्माण करणं हे कावासाकीशी जॉइंट व्हेंचर न करता केवळ तंत्रज्ञानाचा करार करणाऱ्या राहुल बजाज यांच्याच हातात होतं. किती उत्पादन केलं की ते लाभदायक ठरतं ते राहुलना माहीत होतं. शिवाय एका ठरावीक प्रकारेच काम करण्याची त्यांची पद्धत होती (कुकी कटर ॲप्रोच) या दोन्ही बाबी आकुर्डी कारखान्यात उत्तम लागू झाल्या होत्या. अत्यंत नफेशीर उत्पादन करण्याच्या उद्देशाने हे सगळे गुण वाळुज येथील कारखान्यात एकवटून आले. परंतु त्यांच्यातील वैगुण्य म्हणजे संशोधन आणि विकास आणि तंत्रज्ञान यांच्याकडे दिलेले अपुरे लक्ष आणि कुणी काही वेगळी हुशारी दाखवली किंवा प्रयोग केला तर ते सहन करण्याची अनिच्छा ही होती.

परंतु राहुल यांनीही पैशांची थैली थोडी सैल केली आणि आकुर्डी व वाळुज या दोन्ही ठिकाणी संशोधन आणि विकास यांच्या पाऊलखुणा हळूहळू उमटू लागल्या. महाराष्ट्र स्कूटर्स कंपनीला त्याचे नियमित फायदे मिळू लागले. स्कूटर हीच अजूनही अग्रस्थानी होती. राहुलनी सनी स्कूटरच्या जुळणीसाठी स्वतंत्र संशोधन आणि विकास टीम जमवली. मोटर सायकलची टीम दुसऱ्या क्रमांकावर आपलं स्थान आहे याची सवय करून घेऊ लागली.

''आमच्याकडे एक्सएलओ मशीन टूल्स आणि एचएमटी (हिंदुस्तान मशीन टूल्स) होती, म्हणजे अगदी तीच यंत्रे नसली तरी त्याच कुटुंबातली, त्याच प्लॅटफॉर्मवरील आणि त्याच जनरेशनची दुसरी यंत्रे होती. वाळुज सूचनांचे पालन करण्याचा यत्न करणार होतं– कारण आमच्याकडे जपानी लोकांसारखी उत्तम प्रकारे कॅलिब्रेट केलेली, आधुनिक यंत्रे नव्हती तर जुनीच एक्सएलओ मशीन टूल्स आणि एचएमटी यंत्रे होती.'' राजीव ती आठवण सांगतात.

''कावासाकी जॉइंट व्हेंचरचे भागीदार नव्हते त्यामुळे त्यांची माणसे आमच्या माणसांना शिकवायला आली नाहीत,'' राजीव पुढे सांगू लागले, ''त्यांनी आमच्या इंजिनिअर्सना ड्रॉइंग्ज दिली. इंजिनिअर आकुर्डी येथे बसायचे तर मोटरसायकलचा कारखाना होता वाळुज येथे. जपानी लोकांनी शिफारस केलेल्या मर्यादा पातळ्या आकुर्डीवाले वाळुजच्या लोकांना लिहून द्यायचे.''

डिझाइन्स घेऊन मोटरबाइकची टीम कामाला लागली. ते काम शिवधनुष्य उचलण्यासारखेच होते. यात कावासाकीची चूक होती की बजाजची, असं टीकाकार विचारू लागले.

राहुल बजाज यांचे दोन्ही मुलगे बदल करण्याच्या बाजूने होते. ती आठवण संजीवने सांगितली, ''हॉर्वर्ड बिझनेस स्कूलमध्ये असताना मी होंडा, टोयोटा, ॲपल अशा मोठमोठ्या कंपन्यांविषयी वाचलं होतं. त्यातून मी एक गोष्ट शिकलो, ती म्हणजे कंपनी यशस्वी होण्यासाठी मुळात तिचं उत्पादन चांगलं असावं लागतं. परंतु आम्ही जपानी व्यवस्थापन पद्धती भारतात आणू यावर आमच्या बऱ्याचशा कामगारांचा विश्वासच बसत नव्हता. त्यांचा बदल करण्यास कडवा विरोध होता.'' राजीव सांगू लागले, ''समस्या मानसिकतेची होती. बजाज ऑटो स्कूटर कंपनी होती, त्यामुळे मोटरसायकल विभागाला दुय्यम वागणूक दिली जात होती. (१९९६ साली त्यांच्या व्यवसायाचा केवळ १०च टक्के वाटा मोटरसायकलींचा होता.) उत्पादनाचा दर्जाही चांगला नव्हता आणि जपानी बाइक जशा इंधनस्नेही होत्या, तशा या बाइक्स नव्हत्या. स्पष्टच शब्दांत सांगायचं तर मोटरसायकल कशा बनवायच्या हे बजाज ऑटोमधील लोकांना माहीतच नव्हते आणि त्या काळात बजाज ऑटोचे लोक बदलायलाही तयार नव्हते.''

राजीव पुढे सांगू लागले, ''हे बदलण्यासाठी आमच्याकडे काहीच धोरण नव्हतं. १९९५ ते २००० या वर्षांत आम्ही तंत्रज्ञान आणि उत्पादन विकासावर काम करायला सुरुवात केली. आम्ही म्हणालो की आम्ही आमचे धोरण तीन पायऱ्यांवर आखू- १) जे काही करण्यासारखे आहे ते आम्ही करू. त्यामुळे मी चार स्ट्रोकची मोटरसायकल बनवायला घेतली, त्यावर तरुण मुलांना कामाला लावलं. मग वडिलांना सांगितलं की मला मोटरसायकलचा व्यवसाय चालवायचा आहे.''

दर्जा आणि योग्य खर्च हे बरेचदा साहाय्यक घटकांवर अवलंबून असतात. दोन्ही भावांना शोध लागला की त्यांच्याकडे सुटे भाग पुरवणारे हजारच्यावर पुरवठादार आहेत आणि ते दर्जाबाबतीत अतिशय वाईट आहेत. म्हणून त्यांनी ठरवलं की आपण त्यांच्यात काटछाट करून संख्या २००वर आणायची. राहुलनी मुलांचा हा निर्णय जराशा तणावात येऊनच स्वीकारला.

''मोटरसायकल चार स्ट्रोकची असणार होती आणि ती होंडा, यामाहा व सुझुकी यांच्या समोर उभी राहणार होती. कावासाकी नेहमीच मोठ्या बाइक्स बनवायचे. ते छोट्या बाइक्सच्या धंद्यात कधी नव्हतेच. ते या वेळेस प्रथमच छोटी १०० सीसीची बाइक बनवणार होते,'' राजीवनी आठवण करून दिली. ''त्याचा त्यांच्या बाजारपेठेशी काही संबंधच नव्हता त्यामुळे त्यांनी स्वतः कधी ती उत्पादित केलीच नव्हती. त्यामुळे कावासाकीचे व्यवस्थापक वाळुज कारखान्यात आले तेव्हा त्यांनी सौजन्यामुळे काहीही भाष्य केलं नसलं तरी प्रत्यक्ष काम चालू होतं त्या ठिकाणच्या लोकांना त्यांच्या वागण्यात किंचित तुच्छतेची भावना जाणवायची;'' राजीव म्हणाले, ''जेव्हा जेव्हा कावासाकीचे लोक यायचे आणि जायचे तेव्हा आमचे उत्तम इंजिनिअर आणि जनरल मॅनेजर वसंत मोहन राव व्यथित व्हायचे. ते म्हणायचे, ''ते इथं येतात तेव्हा आम्हीच त्यांना आम्ही कसं करतो ते दाखवतो. त्यामुळे आम्ही कावसाकीकडून काहीच शिकलो नाही. हे जपानी कसे आहेत ते माहीतच आहे तुम्हाला. असंही ते आपल्याला फार काही सांगायला तयार नसतातच. आणि तुम्हाला जर बोलण्यात खुशी असेल तर ते गप्प बसण्यात खुशी मानतात. त्यांना काय- त्यांची रॉयल्टी मिळतेच आहे, ते काही तुम्हाला शिकवायला नाही येत इथं.''

''मी एकदा टोक्योत होतो तेव्हा कावासाकीच्या वरिष्ठ व्यवस्थापकांना विचारलं होतं की बाकीची जपानी जॉइंट व्हेंचर्स कशी चांगली चालली आहेत पण मग आपली ही व्यवस्था का नाही नीट चालत आहे?'' त्यावर ते म्हणाले, ''यात दोष कुणाचा? शिक्षकाचा की विद्यार्थ्याचा? त्यांच्या बोलण्यामुळे आमच्यात आतल्या आत बराच बदल घडून आला.'' सरतेशेवटी कावासाकी बजाज केबी १०० एकदाची १९८६ साली बाजारात आली तेव्हा तसा उशीर झाला होता. पहिल्या केबी १०० बाइक्स वाळुज येथील कारखान्यातून बाहेर पडल्या तेव्हा स्थानिक डिझाइन टीमच्या मनात संमिश्र भावना होत्या. सुरुवातीचे बजाज-कावासाकी उत्पादन ठीकठाक होते पण त्यावर काम करायची गरज होती. जपानी त्यास तयार झाले. त्यानंतर दोन वर्षांनी एक सुधारित केबी १०० आरटीझेड बाजारात आली. तिचा देखभालखर्च स्कूटरहून जास्त होता आणि तुलनेने ती स्कूटरइतकी इंधनस्नेहीही नव्हती.

''आम्ही किमती खूपच कमी केल्या. त्यामुळेच तर बॉक्सर बाजारात आली. ते मॉडेल नव्याने बनवलेले ४ स्ट्रोक चँपिअन होतं. आम्ही सुरुवातीला ते नुकसानीत विकलं. साहजिकच त्याला चांगला प्रतिसाद मिळाला. आम्ही दर्जावर भरपूर काम केलं कारण आम्हाला माहीत होतं की आम्ही दर्जात तडजोड करून केवळ नाव आहे म्हणून सुरुवातीला ५ लाख गाड्या विकल्या तरी आम्हाला पुन्हा कुणी दारात उभं करणार नाही.'' राजीव आणि संजीव बजाज म्हणाले.

केबी १००चे प्रेमीलोक तुलनेने दयाळू निघाले. त्यांनी त्यांच्या ब्लॉगवर लिहिलं, ''वैशिष्ट्ये आणि तंत्रज्ञान या बाबतीत या बाइकने उद्योगात क्रांतीच घडवून आणली.'' टॅकोमीटर हे त्या वर्गातले वैशिष्ट्य प्रथमच तिच्यात आलं होतं. नंतर यामाहा आरडी ३५०मध्ये ते दिसून आलं. इंधनाचा गॉज, केंद्रवर्ती लॉक आणि अंतर्गत इग्निशन याही गोष्टी उद्योगात प्रथमच आलेल्या होत्या. केबी १००ची डबल क्रेडल स्टील फ्रेमही तिची आंतरराष्ट्रीय भगिनी कावासाकी केएच १२५कडून थेट घेण्यात आली होती.

अधिक सुरक्षिततेसाठी तिचा कार्ब्युरेटर आतल्या बाजूस होता. बाइकपाशी १३० एमएमचे मोठे ड्रम ब्रेकही दोन्ही चाकांवर होते. हे वैशिष्ट्यही उत्तम दर्जाचंच होतं. मागचा रुंद टायर आणि मागचं रुंद चाक असल्याने सर्वांत मोठ्या व्हील-बेसला आणि केबी१००च्या मास सेंट्रलाइझ्ड डिझाइनला आधार मिळाला होता. हे सगळे चाहते एकसुरात म्हणत होते, ''केबी१०० सोबत ही सगळी वैशिष्ट्ये खास आलेली आहेत. केबी१००ची कामगिरीही यमाहा आरएक्स१०० या रस्त्यावरील राजापेक्षा कमी नाही परंतु दोन्ही बाइक्समधील लो-एंड टर्क फरक आहे त्यामुळेच जमीन-अस्मानाचा फरक पडतो आहे,'' असं ते सर्व ब्लॉगर्स एकमताने म्हणत होते. परंतु काशिफ म्हणतात की, अधिक स्पष्ट सांगायचं तर ती बाइक पार कोलमडली आणि भरपूर खर्च करून तीन वर्षांनी पुन्हा नव्याने आणावी लागली. तोवर जवळजवळ कुंठित झालेल्या १०० सीसीच्या बाजारपेठेत आधुनिक कावासाकी केबी१०० गाडीला बसवण्याचं शिवधनुष्य बजाजना उचलावं लागलं. त्यांच्या अडचणींमागील एक आणखी एक कारण म्हणजे बजाज यांनी उत्तम प्रकारे जाहिरात केली नाही.

'''हिरो होंडा'ची रु. ८०ची वार्षिक वॉरंटी होती तर बजाज मोटरसायकलची वॉरंटी वार्षिक ८०० रुपये होती. पण त्यामुळे कुणीही आमची मोटरसायकल घेईल असं होत

नव्हतं. आमच्या ते लक्षातच आलं नाही की हिरो होंडाच्या क्षेत्रात आम्ही जाऊन बसलो होतो. भारतात १०० सीसी मोटरसायकलने धंदा केला तो फक्त हिरो होंडानेच केला.'' राजीव म्हणाले.

चुकांतून शिकत बजाज ऑटोने केबी१००ची एक अधिक सडसडीत आवृत्ती केबी१०० आरटीझेड काढली आणि 'ओन अ चिता विच प्लग्ड टु द डेल्टा सुपर ट्यून्ड इंजीन' अशी टेलिव्हिजनवर जाहिरातही केली. मग लोक यामाहा आरएक्स१०० आणि इंडसुझुकी एएक्स१०० यांना कावासाकी बजाज केबी१०० आरटीझेडचा पर्याय उभा राहिला आहे असं मानू लागले. केबी१०० आटीझेड विकत घेतलेल्यांनी तिची स्थिरता आणि नियंत्रण याचं कौतुक केलं. वापराच्या दृष्टीने पाहता स्पर्धकांपेक्षा ती नक्कीच अधिक चांगली मोटरसायकल होती.

तिसरी आवृत्ती १९९६ साली आली. तिचं नाव होतं केबी१२५, तिच्यात रि-बोअर्ड १२५ सीसी इंजीन होतं. १२.७ पीएस पॉवर आणि ११ एनएम पीक टर्क निर्माण करण्याची त्या इंजिनाची क्षमता होती. ही मोटारसायकल आधीच्याच आवृत्त्यांसारखी दिसत होती आणि फरक म्हणायचा तर केवळ केबी१२५ हा लोगो आणि त्याच्या ग्राफिक्सचा तेवढाच काय तो होता. बजाज ऑटोने आपलं काम तर उत्कृष्ट करण्याचा प्रयत्न केला होता; परंतु तरीही दिसण्यात ते कळून येत नव्हतं. उत्पादन २००० साली संपलं. वायुउत्सर्जनाचे नियम अधिक कडक आणल्यावर टू स्ट्रोक इंजिनांचं सुवर्णयुग पश्चिम क्षितिजावर विरून गेलं आणि नवीन इंजीन पूर्व क्षितिजावर उगवलं.

प्रकरण २२

गमावल्या करावर धाडी घालणारे सरकार : १९८५

जानकीदेवी बजाज – पुरस्कार प्रदान सोहळ्यात पद्मविभूषण पुरस्कार स्वीकारल्यानंतर – सोबत – अध्यक्ष डॉ. राजेंद्र प्रसाद, पंतप्रधान जवाहरलाल नेहरू, रामकृष्ण बजाज (डावीकडून दुसरे), राहुल बजाज (डावीकडून चौथे) आणि अन्य. (१९५९)

भारताची सगळ्यात 'हॉट' कंपनी म्हणून ओळखली जाणारी रिलायन्स ही कंपनी १९८०च्या दशकात काही वेगाने वाढणारी कंपनी नव्हती. पण नंतर रिलायन्स १११० टक्क्यांनी वाढली कारण तिची विक्री २०० कोटींपासून वाढून १८४० कोटींपर्यंत गेली. बजाज ऑटोची वाढ १८५२ टक्क्यांनी म्हणजे ५१.९ कोटींपासून १८५० कोटी झाली. ही वाढ होऊनही बजाज ऑटोच्या ताळेबंदात कर्ज म्हणून कसले नव्हते. खर्चावर पोलादी पकड ठेवल्यामुळे आणि उत्पादन क्षमता सतत वाढती ठेवल्यामुळे दर वाहनास खर्च कमी-कमी होत होता. राहुल बजाज यांनी या वाढीसाठीचा निधी जवळजवळ सगळाच कंपनीच्या स्वतःच्या उत्पन्नातूनच पुरवला होता.

या काळात बजाज ऑटोच्या बाजारपेठेतील हिश्शात लक्षणीय चढउतार दिसून आले. तोवर जपानी आले होते. १९८५ हे साल खूप कठीण निघालं कारण ३३ टक्के हिस्सा खाली घसरला. तरीदेखील उत्पादन क्षमता, मार्केटिंग आणि वितरणावरील भर आणि तीन नव्या उत्पादनांचे बाजारात वेगाने आगमन यांच्यामुळे बजाज ऑटोने पाच लाख वाहने तयार केली आणि विकली. नव्याने आणलेली तीन वाहने होती – १००सीसी बजाज कब स्कूटर – ही स्कूटर बजाज ऑटोच्याच संशोधन आणि विकास टीमने बनवली होती. तसेच स्टेप थ्रू प्रकारची बजाज एम८० ही गाडी होती ती बनवायला इटालिअन डिझाइन इंजिनिअर्सनी मदत केली होती तर तिसरी जपानी तंत्रज्ञानाच्या आधारावर काढलेली कावासाकी बजाज मोटरसायकल.

अशुभाची चाहूल

१९८५च्या सुमारास 'धाड-सत्ते'चं पेवच फुटलं. विश्वनाथ प्रताप सिंग (व्ही.पी. सिंग) या तत्कालीन अर्थमंत्र्यांनी बजाज ऑटोची टॅक्सचोरीवरून तपासणी करण्याचे हुकूम पडद्याआडून दिले.

सिंग यांनी राजीव गांधींची 'स्वच्छता मोहीम' अगदी वेगानेच सुरू केली. त्यांनी मुंबईचे नवे तपास संचालक डी. एन. पाठक यांना बोलावले. पाठक आणि व्ही.पी. सिंग दोघेही उत्तर प्रदेश येथील होते. जवळजवळ पाच महिने पाठक आणि त्यांच्या टीमने बाजारपेठेचा अभ्यास केला आणि तुकड्यातुकड्यांत बरीच माहिती गोळा केली. मग बजाज ऑटोचा तपास करण्याची सिंग यांची विनंती राजीव गांधींनी मान्य केली.

१७ डिसेंबर, १९८५ रोजी, नीटच सांगायचं तर सकाळी ७.४५ वाजता २८५ आयकर अधिकाऱ्यांनी भारतभरातील ६५ ठिकाणी धाडी घातल्या, त्यांच्या हातात १०१ वॉरंट्स होती. या वॉरंटांच्या भानगडीत एक नाव बजाज ऑटोचंही होतं.

पण त्यांना काहीच मिळालं नाही. अगदी अध्यक्षांपासून कुणाकडे काही मिळालं नाही. राहुल आदल्याच रात्री मुंबईला गेले होते. त्यांच्या माहितीतील या मूलभूत त्रुटीमुळे त्यांच्या त्या ताफ्याला भानावर येऊन लगेच मुंबईच्या स्थानिक टीमला माउंट युनिक इमारतीवर छापा मारण्यासाठी पाठवावं लागलं. मग मुंबई-पुणे फोनलाइन्स काळजीयुक्त चौकशांनी धडधडू लागल्या आणि सरतेशेवटी त्या टॅक्सच्या धाडखोरांना हे 'उद्योजक' महाशय त्यांच्या आवडीच्या कामात म्हणजे फोनवरून गप्पा मारण्यात व्यस्त झालेले दिसले.

राहुलनी त्यांचं ओळखपत्र वगैरे तपासून पाहिलं आणि त्यानंतर नरिमन पॉइंट येथील बजाज भवन या त्यांच्या कचेरीत त्यांच्या सोबत जाण्याची त्यांची 'विनंती' मान्य केली. तिथं त्यांची सहा तास कसून चौकशी झाली.

अधिकारी त्यांना सातत्याने पाटणा येथील डीलरच्या हिशोबाच्या वह्या दाखवत होते आणि त्यातील १२ लाखांच्या एंट्रीकडे लक्ष वेधून त्याविषयी विचारत होते. राहुल त्यांना म्हणाले की, तीनचाकी वाहनांच्या विक्रीवर खूप अधिक प्रीमिअम घेतला जातो परंतु वाहने ठरलेल्या अग्रक्रमाने पाठवण्याखेरीज माझी स्वतःची किंवा माझ्या कंपनीची अन्य कसलीही त्यात जबाबदारी नाही. ते असंही म्हणाले की माझ्या ग्राहकांनी वाहने विकत घेतल्यावर ते पुढे काय करतात यावर माझं काहीही नियंत्रण असू शकत नाही.

बजाज ऑटोवर आयकर खात्याची धाड पडली ही बातमी देशात सर्वत्र पसरली. त्यावर उठलेली प्रतिक्रिया अविश्वासाची होती. म्हणजे- 'वर्चस्वाच्या जागेवर असूनही गैरफायदा न घेणारी कंपनी' असं याच कंपनीचं कौतुक सरकारने केलं नव्हतं का? काहीच न मिळाल्याने वरून प्रचंड दबाव आल्यामुळे पाठक आणि त्यांच्या टीमने एक बजाज तीनचाक्यांच्या वितरकाला समोर उभं केलं. या वितरकाच्या हिशोबवहीत १२ लाखांची रक्कम दिली गेलेली दोनदा दिसत होती. पाठक आणि त्यांच्या हर्षभरीत चमूने प्रत्यक्ष हिशोबवही आणि बनावटी हिशोबवही दोन्ही ताब्यात घेतल्या. सरतेशेवटी तीर निशाण्यावर लागला होताच तर!

धाडीचा अहवाल अर्थखात्याला लगेच पाठवण्यात आला आणि त्यांनी आणखी सखोल तपासणीस अनुमती दिली, तसेच बजाज ऑटो दरवर्षी ज्या ३३ हजार तीनचाकी तयार करते त्या गाड्यांवर सविस्तर अहवालही मागवला गेला. ''तीनचाकींवर बराच जास्त प्रीमिअम आकारला जातो आणि त्या प्रीमिअमचा काही भाग डीलर्स मंडळी स्वतःच्या खिशात घालतात. खरं सांगायचं तर काही वाहनं डीलरमंडळी बेनामी खरेदीदारांना विकतात असा पुरावाच आम्हाला तपासातून मिळाला आहे,'' असं खात्याच्या अधिकाऱ्यांनी मुख्य कचेरीला कळवलं.

अधिकृत किंमत २७ हजार असेल तर प्रीमिअम १० हजार ते २० हजारच्या मध्ये कुठेतरी असायचा. पाठक यांची टीम मग निर्धास्त झाली. इथे उत्पन्न लपवण्याची भरपूरच संधी होती.

पुढल्या धाडीत या शिकारी कुत्र्यांनी बजाज ऑटोच्या डीलर मंडळींकडून १ कोटी रुपयांचा ऐवज रोकड, दागिने आणि जमा ठेवींच्या रूपात जप्त केला. या डीलर्समध्ये मुंबईतील ऑटोमोटिव्ह मॅन्युफॅक्चरर्स आणि त्यांचे गुजरात आणि आंध्र प्रदेशातील शाखा होत्या. तसंच अहमदाबादचे रणजित ऑटोमोबाइल्स आणि अमीन ऑटोमोबाइल्स, मुंबईच्या उपनगरातील मालाडचे प्रोजेक्ट ऑटोमोबाइल्स तसेच साह आणि सांघी हे लोक होते.

आपली कंपनी कुठल्याही प्रीमिअम रॅकेटमध्ये गुंतली आहे हे साह आणि सांघी यांचे रंजन सांघी यांनी ताबडतोब धुडकावून लावलं. सांघी म्हणाले, ''आम्हाला अगदी त्या रॅकेटमध्ये सामील व्हायचं असलं तरी आम्ही जाऊ शकत नाही. कारण सगळ्या याद्या संगणकीकृत आहेत आणि सार्वजनिक तपासणीसाठी उपलब्ध आहेत. आम्ही सगळं काम

नियमानेच करतो. कसलीही फालतूगिरी करायला वाव ठेवलेला नाही.'' धाडकर्ते हात हलवत परत गेले. बजाज कुटुंबाची सार्वजनिक छी:थू झालीच नाही तर स्वतःची राजकीय मतं बाळगणाऱ्या उद्योजकांविरुद्ध आपली ताकद वापरते म्हणून सरकारलाच कडक टीकेचं धनी व्हावं लागलं.

त्यांचे स्वतःचे आयुष्य

''त्या काळात टॅक्सच्या धाडींतून फारच क्वचित आरोप सिद्ध व्हायचे आणि अपराध्याविरुद्ध फारच क्वचित कृती केली जायची.'' रशीद किडवई यांनी टेलिग्राफ या वृत्तपत्रात लिहिलं. ''पण तरीही अफवांना संधी मिळायची. त्यामुळे एवढे अंदाज व्यक्त केले जायचे की त्यामुळेच बरेचदा त्या व्यक्तीची हानी व्हायची जेवढी त्या धाडीतून निघालेल्या निष्कर्षामुळे होत नसेल. या धाडी म्हणजे विरोधकांना त्रास देण्याचे आणि शत्रूंचे हिशोब चुकते करण्याचे हत्यारच असायच्या. खासकरून निशाण्यावरील व्यक्ती म्हणजे सामर्थ्यशाली व्यक्तिमत्त्वे असतील तर विचारायलाच नको. म्हणजे काळा पैसा फसवणुकीचा पुरावा किंवा आर्थिक गैरव्यवहार बाहेर काढण्याऐवजी बऱ्याच धाडींचं रूपांतर कुणालातरी बदनाम करण्याच्या अथवा निशाण्यावरच्या व्यक्तींना किंवा कंपन्यांना वळणावर आणण्याच्या मोहिमेत व्हायचं.''

''मोठ्या इंजिनिअरिंग निर्यात कंपनीचे अध्वर्यू ८२ वर्षांचे शंतनुराव लक्ष्मण किर्लोस्कर यांची महसूल गुप्तचर खात्याच्या सात अधिकाऱ्यांनी चौकशी केली,'' अशी बातमी इंडिया टुडेच्या न्यूज रूममधले ज्येष्ठ- इंद्रजीत बधवार, प्रभू चावला, जगन्नाथ दुभाषी आणि रमेश मेनन यांनी क्रुद्ध मनोवस्थेतच दिली. ''त्यांची चौकशी ६ डिसेंबर रोजी संध्याकाळी ६ वाजता सुरू झाली ती दुसऱ्या दिवशी पहाटे ३ वाजेपर्यंत चालली. त्यांच्या पत्नीलाही कित्येक तास प्रश्न विचारले गेले.''

काय घडले असे विचारता किर्लोस्करांनी थेट सांगून टाकलं, की आम्ही २०० कोटी रुपयांच्या इंजिनिअरिंग वस्तू दरवर्षी निर्यात करतो. २.५ कोटी रुपये आम्ही परत भारतात आणले नाहीत असे हे म्हणत आहेत त्या खऱ्या तर बुडीत गेलेल्या रकमा आहेत. कुठल्याही उद्योगात अशा रकमा बुडीत जात असतातच. त्यात काहीही कमी रकमेची बिले वगैरे नाहीत. आम्ही किंमत कमी केली होती आणि तो कायदेशीर व्यवहारच होता. भारत सरकार आयातीची किंमत खाली आणते तेव्हा तो काय बिलाची रक्कम खोटीच कमी दाखवल्याचा व्यवहार असतो का? कोर्टात कंपनीवर खटला दाखल करण्यात आला की त्यांनी एअर कॉंप्रेसर्सवर कस्टम्स ड्युटी भरली नाही आणि जर्मनीत पैसे गुंतवून विदेशी चलन नियमांचा भंग केला. परंतु सरकार तो खटला कोर्टात हरलं.

सिंग यांच्या मोहीमकाळात ६००० धाडी घातल्या गेल्या. कारण त्यांच्याविषयी अर्थखात्याने आणखी खोदकाम करण्याचा हुकूम दिला. त्यामुळे १ लाख घरे तपासली गेली आणि जवळजवळ ५ लाख लोकांना चौकशीस सामोरे जावे लागले. २४ जानेवारी, १९८७ रोजी सिंग यांची बदली अर्थखात्यातून संरक्षण खात्यात झाली.

'मिस्टर क्लीन' आहात का खरंच तुम्ही?

त्यानंतर दहा दिवसांनी मुंबई येथे काँग्रेस पक्षाच्या शंभराव्या वाढदिवसानिमित्त झालेल्या सोहळ्यास राजीव गांधी ठासून म्हणाले की, भ्रष्टाचार हा केवळ सहनच केला जात नाही तर तोच आज नेतृत्वाची खूण बनला आहे. त्यांनी वचन दिले की मी व्यवस्थेतच सुधारणा करीन, त्यामुळे त्यांना 'मिस्टर क्लीन' अशी पदवी लगेचच मिळाली.

दुर्दैवाने राजीव गांधी यांची 'मिस्टर क्लीन' प्रतिमा फार काळ टिकली नाही. कोचानेक यांनी नोंद केली, ''भ्रष्टाचाराचं खापर बाह्य शक्तींवर फोडलं जाऊ लागलं. १९८७ सालच्या प्रारंभी त्यांचे काँग्रेस (आय) सरकार बऱ्याच अफवा-मालिकांच्या गर्तेत सापडलं. त्यात काँग्रेसच्या निकटवर्ती उद्योजकांना झुकतं माप दिलं जातं, काँग्रेस समर्थकांची बेकायदेशीर, गुप्त परदेशी खाती आहेत, तसेच पश्चिम जर्मनीच्या पाणबुड्यांची कंपनी होवाल्ड डॉईश वेर्के (एचडीडब्ल्यू) यांच्याशी केलेल्या सरकारी संरक्षण कंत्राटांत ४५० कोटी रुपयांचे कमिशन दिलं गेलं तसंच १७०५ कोटी रुपयांच्या बोफोर्स या स्विडिश शस्त्र कंपनीकडील खरेदीबद्दलही अफवा पसरवल्या गेल्या. स्वातंत्र्योत्तर भारताच्या इतिहासात प्रथमच पंतप्रधानांवर संसदेत जाहीरपणे खात्री द्यावी लागली की, 'मी किंवा माझे कुटुंबीय कुठल्याही बेकायदेशीर कत्यांत सहभागी नाही आहोत'. (स्टॅन्ली ए. कोचानेक (१९९६), 'भारतातील उदारीकरण आणि व्यवसाय पुढे जाण्यासाठीची मोर्चेबांधणी - जर्नल ऑफ कॉमनवेल्थ अँड कंपॅरेटिव्ह पॉलिटिक्स,' ३४:३, १५५-१७३, डीओआय : १०.१०८०/१४६६२०४९६०८४४७२९)

शेवटचा शब्द

''उदारीकरणाच्या धोरणाचे स्वागत करणाऱ्या प्रत्येक व्यावसायिकास त्याविरुद्ध मोर्चेबांधणी करणाऱ्या कमीतकमी एकातरी माणसाचा सामना करावा लागतोच.'' राजीव गांधी खेदाने म्हणाले होते. त्यानंतर विश्वनाथ प्रताप सिंग (व्ही.पी. सिंग) १९८९ साली ३४३ दिवसांसाठी भारताचे आठवे पंतप्रधान बनणार होते.

प्रकरण २३

सपाट, गुळगुळीत सत्ये : १९८६-२०११

शरद पवार आणि राहुल बजाज

१९८१-९० या दशकाचा पहिला अर्धांश 'अपहरणा'मुळे उठून दिसतो. परंतु सुदैवाने राहुल यांच्या अध्यक्षपदाच्या कारकिर्दीत इंडियन एअरलाइन्सच्या एकाही विमानाचं अपहरण झालं नाही. ती एक चांगलीच बातमी म्हणायची. परंतु अहमदाबाद विमान अपघात ही मात्र वाईट घटना होती. (टीप : या दिवशी दोन विमाने एका तासाच्या अंतरात अपघातग्रस्त झाली.

त्यापैकी वायुदूत या छोट्या विमान सेवेतर्फे चालवले जाणारे 'फोकर फ्रेंडशिप' विमान होते. ते ईशान्येत आसाम येथे कोसळलं, त्यातले सर्व ३४ प्रवासी आणि कर्मचारी मृत्युमुखी पडले. तर खराब हवामानामुळे अहमदाबाद येथे विमान अपघात झाला.)

इंडियन एअरलाइन्सची फ्लाइट क्र. आयसी ११३ यात अपघाताच्या आधी घडलेला संवाद.

दलाया नागपालना म्हणाले : ''मला बरं वाटत नव्हतं. पण आता जरा जास्तच बरं नाहीसं वाटू लागलं आहे. रात्री खूप घाम आला आणि मी अचानक थंडगार पडलो. झोप लागत होती आणि जागही येत होती. असं होतं ना कधीकधी? ठीक आहे, वाढलं तर बघू, करीन काहीतरी.''

दलाया : खाली जमीन दिसली की सांग मला...

थोड्या वेळाने,

दलाया : काय दिसतंय तुला?

नागपाल : फारच वाईट आहे सर...

दलाया : फारच बेक्कार आहे हवा.

वरील संभाषण हे १९ ऑक्टोबर, १९८८ रोजी विमानाच्या कॉकपिटमध्ये घडलं होतं. विमान अपघात झाल्यानंतर त्याच्या 'ब्लॅक बॉक्स'मध्ये हे ध्वनिमुद्रण ऐकायला मिळालं. विमान पावणेसहा वाजता निघणार होतं परंतु एक प्रवासी 'नो शो' झाला म्हणजे तो आलाच नाही त्यामुळे विमान सुटायला वीस मिनिटं उशीर झाला होता. इंडियन एअरलाइन्सचे विमान आयसी११३ हे मुंबई अहमदाबाद विमान ट्विन इंजीन अमेरिकन मेड बोईंग ७३७-२ए८ हे होतं. ज्या माणसाचं विमान हुकलं तो नशीबवान ठरला.

तांत्रिकदृष्ट्या सांगायचं तर सकाळी ६.४१ वाजता विमान खाली उतरू लागलं तेव्हा अहमदाबाद व्हीओआरला (म्हणजे व्हीएचएफ ओम्निडायरेक्शनल रेंजला) रिपोर्ट करा, अशी सूचना फ्लाइट डेस्कला देण्यात आली. फ्लाइट क्रूने व्हीओआर ओव्हरहेडला सूचनेअनुसार कळवलं होतं आणि धावपट्टी २३वर लोकलायझर-डीएमईची तयारी केली होती. (व्हीओआर/ डीएमई रेडिओ नॅव्हिगेशनमध्ये, व्हीओआर हा एक रेडिओ बेकन असतो, त्याच्यामुळे रिसिव्हरला बेकनपासूनचे जाता-येता दोन्हींचे बेअरिंग मोजता येते. तर डीएमई हा रिसिव्हर आणि स्टेशन यांतील स्लांट (उतरते) अंतर दाखवतो.)

धुक्यातली दृश्यमानता २००० मीटर्स, शांत वारे आणि क्यूएन एच १०१० एमबी (मिलीमीटरमधले बॅरोमेट्रिक मोजमापाचे एकक) अशी होती, थोडक्यात सांगायचं तर अहमदाबाद विमानतळ हा भल्या पहाटेच्या धुक्यात लपेटलेला होता.

सामान्य माणसाच्या शब्दांत सांगायचं तर विमानाशी शेवटचा रेडिओ संपर्क सकाळी ६.५० वाजता झाला. फारसे दिसत नसल्याने विमान एका उच्च दाबाच्या विजेच्या मनोऱ्याला (पायलॉनला) आपटले, मग वाटेत झाडांवरून आदळत पुढे गेले आणि जमिनीवर कोसळून

मोडून पडले. पडलेल्या विमानाला लगेच आगही लागली. या अपघातात सर्व कर्मचारी आणि १२९ पैकी १२४ प्रवासी मृत्युमुखी पडले. तेरा वर्षांच्या मुलासह पाच वाचलेल्या लोकांना ताबडतोब शहरातील हॉस्पिटलात नेण्यात आलं, परंतु त्यातले प्रत्यक्षात दोनच जण कहाणी सांगण्यासाठी वाचले. पुन्हा एकदा, अहमदाबादेत 'वाईट हवामान' हे या संकटास कारणीभूत ठरल्याचा निष्कर्ष काढण्यात आला.

अन्य बऱ्याच जणांप्रमाणे राहुल बजाज यांनाही त्या सकाळच्या खूपच दुःखद आठवणी होत्या. इंडियन एअरलाइन्सचे अध्यक्ष या नात्याने ताण होताच; पण त्याशिवाय वैयक्तिक शोकही होता. राहुल म्हणाले, ''माझी आयआयएम अहमदाबाद येथील प्राध्यापक लब्धीपत राज भंडारी यांच्याशी भेट ठरली होती. ते पुण्यात सोमवारी १७ तारखेला आले आणि किर्लोस्करच्या व्यवस्थापकांना त्यांच्या कचेरीत भेटले. तसंच बजाज ऑटोच्या मुख्यालयातही ते आले होते. ते आम्हाला मार्केटिंग आणि कॉर्पोरेट स्ट्रेटेजीविषयी सल्ला द्यायचे. तेही परतताना त्या विमानात होते.''

राजीव गांधी यांचे निमंत्रण

नागरी विमान प्रवास खात्याचे केंद्रीय राज्यमंत्री जगदीश टायटलर नवी दिल्ली येथून फोनवर आले तेव्हा रतन टाटा मुंबई कचेरीत होते. टाटा एअर इंडियाचे अध्यक्षपद स्वीकारतील का, असं त्यांना विचारायचं होतं. (संगणकीकृत आरक्षण यंत्रणा (सीआरएस) कार्यान्वित झाल्यावर एअर-इंडियामधील (-) हे संयोगचिन्ह काढून टाकलं होतं. टाटांनी निनान यांना सांगितलं की, मी स्वतः विमान चालवतो आणि मला विमान वाहतुकीत नेहमीच रस होता, त्यामुळे मी ते अध्यक्षपद स्वीकारलं. त्याच दिवशी राहुल बजाज इटलीत एका चर्चासत्राला गेले होते. त्यांचे साहाय्यक हरीहरन यांनी त्यांना पुण्याहून फोन केला : ''इंडियन एअरलाइन्सचे अध्यक्ष म्हणून टायटलर आपणांस नियुक्त करू इच्छितात.'' ते म्हणाले. ती आठवण सांगताना राहुल म्हणाले, ''या ऑफरचं करायचं काय ते मला कळलंच नाही. मी हरीहरनना विचारलं की भारतात परतल्यावर उत्तर दिलं तर चालेल काय?'' तर त्यावर ते म्हणाले की रतन टाटांनी एअर इंडियाचे अध्यक्ष होण्यास मान्यता दिली आहे आणि दोन्ही घोषणा आजच संध्याकाळी एकत्रितपणे त्यांना करायच्या आहेत. मग मी रूपाशी बोललो. त्यानंतर काका रामकृष्ण यांच्याशीही बोलून त्यांना माहिती काढायला सांगितली. त्यांनी मला हे पद स्वीकारण्याचा सल्ला दिला. मग ते मी नाकारू कसं शकत होतो? मी हरीहरन यांना फोन करून सरकारला कळवायला सांगितलं की मी इंडियन एअरलाइन्सचं अध्यक्षपद स्वीकारत आहे.

''इंडियन एअरलाइन्सच्या संचालक मंडळात सामील झाल्यावर काही महिन्यांनी माझी भेट योगायोगाने पंतप्रधान राजीव गांधींशी झाली. माझं आयएसीमध्ये (इंडियन एअरलाइन्स कॉर्पोरेशनमध्ये) कसं चाललं आहे ते त्यांनी विचारलं. (आयएसी म्हणजे इंडियन एअरलाइन्स कॉर्पोरेशन) त्यावर मी त्यांना म्हणालो की आपल्याशी मला बोलायचं आहे पण एकट्याने बोलणं योग्य ठरणार नाही. आपण सोयीनं मीटिंग बोलवा. त्यात जगदीश टायटलर, रतन टाटा आणि मी स्वतः हजर राहू आणि तेव्हा मी आपणांस

सगळी माहिती देतो.'' त्यावर त्यांनी ताबडतोब त्यांचे सेक्रेटरी विन्सेंट जॉर्ज यांना मीटिंग बोलवायला सांगून टाकलं.

''मीटिंगमध्ये पंतप्रधानांनी मला इंडियन एअरलाइन्सविषयी विचारलं तेव्हा मी थोडक्यात उल्लेख केला की कधी नागरी हवाई वाहतूक मंत्रालयाकडून व्यवस्थापकीय संचालकांना सूचना येतात, त्या त्यांना साहजिकच पाळाव्या लागतात. मीही त्यांना सांगितलं की एखाद्या कंपनीचे व्यवस्थापन कसे करायचे हे मला अधिक माहीत आहे तर दिल्लीत निवडणूक कशी जिंकायची हे मिस्टर टायटलरना नक्कीच अधिक माहीत आहे. त्यावर पंतप्रधान काहीच बोलले नाहीत परंतु आम्ही तिघंही हजर असतानाच ते म्हणाले की तुम्ही नागरी हवाई वाहतूक खात्याला मध्ये न घेता थेट माझ्याशी किंवा पंतप्रधानांच्या कचेरीशी थेट बोलू शकता.''

''त्यावर मी स्वतःहूनच म्हणालो की सर, सरकारच्या यंत्रणेअनुसार ते योग्य होणार नाही कारण संसदेत नागरी हवाई वाहतूक खात्याला इंडियन एअरलाइन्सच्या कामाविषयीच्या प्रश्नांची उत्तरं द्यायची असतात. त्यामुळे इंडियन एअरलाइन्सच्या व्यवस्थापनाशी या मंत्रालयाचा संपर्क असलाच पाहिजे ना. प्रत्यक्षात मी तिथे असताना या मंत्रालयाने किंवा खुद्द जगदीश टायटलर यांनीही मला काहीही करायला सांगितलं नाही. मग नेहमीच्या काही गोष्टी बोलून मीटिंग संपली. मला नीट आठवत असेल तर मिस्टर टाटा एअर इंडियाबद्दल काहीच बोलले नाहीत.'' राहुल बजाजनी दातारांना सांगितलं, ''ती खूपच मोठी दाद होती. मी तीन वर्षे इंडियन एअरलाइन्सचा अध्यक्ष होतो. १९८६ साली समाजवाद अजूनही बहरात होता. प्रत्येक काँग्रेसीच्या मनात समाजवाद असायचा. मुक्त बाजारपेठ असता कामा नये, भांडवलवाद असता कामा नये- असला विचार ते करायचे. आणि तरीही त्यांनी एका भांडवलदाराला सार्वजनिक क्षेत्रातील कंपनीचा अध्यक्ष बनवलं होतं.'' राहुल बजाज यांची नियुक्ती अन्य कोनांतूनही लक्षवेधी होती. केवळ नऊच महिने अगोदर राजीव गांधींचे अर्थमंत्री विश्वनाथ प्रताप सिंग यांच्या अखत्यारीतील अर्थमंत्रालयाने बजाज ऑटोवर आणि त्यांच्या डीलर्सवर आयकर खात्याचे छापे घातले होते.

त्याआधी दोन्ही विमान कंपन्यांचे अध्यक्ष वरिष्ठ सरकारी अधिकारी असायचे, त्यांच्या जागी दोन तरुण, चलाख उद्योजक अध्यक्ष म्हणून नेमायचे आणि साधारणपणे १० हुशार आणि अनुभवी व्यवस्थापकही तिथे नेमायचे असा राजीव गांधींचा विचार होता. राहुल बजाज आणि रतन टाटा त्या दोन जागांसाठी अगदी योग्य होते; परंतु उर्वरित लोकांच्या कमी संख्येवर राजीव गांधींना समाधान मानावं लागलं.

त्यामध्ये प्रवर्तक गटातले प्रताप रेड्डी (अध्यक्ष, अपोलो हॉस्पिटल), विवेक भारत राम (कार्यकारी संचालक, डीसीएम टोयोटा) आणि रितू नंदा (निकी ताशाच्या व्यवस्थापकीय संचालिका) होते, तर व्यावसायिक गटात दोन टाटा कंपन्यांचे प्रमुख म्हणजे रूसी मोदी (टाटा स्टीलचे अध्यक्ष) आणि फ्रान्सिस मेनेझेस (टाटा इन्स्टिट्यूट ऑफ मॅनेजमेंटचे संचालक) हे होते. उर्वरित लोकांत योगी देवेश्वर (वेलकम ग्रूप हॉटेल शृंखलेचे अध्यक्ष), झेड. आर. रंगूनवाला (बाँबे मर्कंटाईल कोऑपरेटिव्ह बँक) आणि अरुण नंदा (रिडिफ्युजन जाहिरात एजन्सीचे प्रमुख) होते.

सार्वजनिक कंपन्यांच्या व्यवस्थापनात हा एक धाडसीच प्रयोग होता. इंडियन एअरलाइन्स ही त्या काळातली जगातली देशांतर्गत अशी तिसरी मोठी सेवा होती असं विश्वकोषातही लिहिले आहे. शनिवार-रविवारच्या सुट्टीतच त्यांच्या नियुक्त्या जाहीर झाल्या ही नोकरशाहीला वाटणाऱ्या चिंतेचीच खूण होती. पूर्वी त्या जागांवर अर्थमंत्रालय, नागरी हवाई वाहतूक आणि परराष्ट्र खात्यातील कायम सचिव असायचे, त्यांच्या जागी हे सगळे लोक आले आणि त्याशिवाय चीफ ऑफ एअर स्टाफ यांनाही त्यात सामील करून घेतले.

मोठमोठ्या कंपन्यांच्या अध्यक्षांची नियुक्ती समभाग धारक करत असतात. केंद्रीय मंत्री त्याच्या खात्याच्या प्रमुखपदी बसतो कारण त्याने राजकीय क्षेत्रात तळापासून काम केलेलं असतं. निनान यांनी लिहिलं आहे की, सुरुवातीला संचालक मंडळांना वाटत होतं की आपण निर्णय घेणार आहोत. खरोखरच, राहुल बजाज आणि रतन टाटा - दोघांनीही - टायटलर यांना सुचवलं होतं की त्यांनी आणि तुमच्या मंत्रालयाने केवळ धोरणात्मक निर्णय घ्यावेत. बाकी रोजच्या कारभाराच्या सगळ्या गोष्टी आम्हा संचालक मंडळावर सोडाव्यात. टायटलर यांनी तत्त्वतः ते मान्य केलं. परंतु (म्हणजे हे संचालक मंडळाला जाणवलं.) तरीही स्वतःला हवं तेच वागणं काही त्यांनी सोडलं नाही. ते दोन्ही विमान कंपन्यांना प्रवासातील मेन्यूपासून अगदी बारीकसारीक तपशिलाविषयी सूचना करणारी पत्रं पाठवतच राहिले.

संचालक मंडळे आणि मंत्रालय यांच्यातील तणाव पृष्ठभागाखाली खदखदू लागला. वरवर पाहता टायटलरनी ती खदखद शांत करण्याचा कृत्रिम प्रयत्न केला. म्हणजे सरकारी अधिकाऱ्यांच्या ऐवजी या विमान कंपन्यांच्या अध्यक्षपदी आम्ही खाजगी उद्योजकांना का घेतलं हे इंग्लंडच्या 'फायनान्शिअल टाइम्स'चे पत्रकार खोझेम मर्चंट यांना टायटलर यांनी समजावून सांगितलं, ''संचालक मंडळात बरेचदा एकच काम दोनदोनदा केलं जातं, नोकरशहांना आंतरराष्ट्रीय व्यापार-व्यवसाय कळत नाहीत. उदाहरणार्थ, हेच बघा, तेलाच्या किमती जोरदार पडल्यावर भाड्यात बदल कसे करावेत यावर ते प्रतिक्रिया देतील याची अपेक्षा कशी करणार आपण? त्यासाठी आपल्याला स्वतःच्या उद्योगधंद्यात यश मिळवणारे व्यावसायिकच हवेत. तेच लोक मोठी उलाढाल सांभाळू शकतात आणि या विमान कंपन्यांचे व्यवस्थापन सुधारू शकतात.''

इंडियन एअरलाइन्सचे अध्यक्ष या नात्याने राहुल बजाज यांना वाटत होतं की व्यवस्थापकीय संचालक निवडीसाठी सरकार आपलं मत विचारात घेईल. गॅरी पायस या वायुदूतच्या अध्यक्षांना त्या जागी नेमावं असं त्यांना वाटत नव्हतं पण त्यांना राजीव गांधीनी नियुक्त केलं होतं त्यामुळे वायुदूतचे अर्ध वेळ अध्यक्षपद स्वीकारून ते इंडियन एअरलाइन्सचंही काम करत राहिले. एअर इंडियात टाटांनी दोन पर्याय सुचवले होते- एक त्यांच्याच कंपनीतला आणि दुसरा बाहेरचा. परंतु राजन जेटली यांना नवीन व्यवस्थापकीय संचालक बनवण्यात आलं. इंडियन एअरलाइन्सच्या संचालक मंडळाचे एक निराश सदस्य म्हणाले, ''आम्हाला फार काही साध्य करता आलं नाही. एक तर काही सुधारणा करायची तर पैसे नाहीत आणि मंत्र्यांची कामात ढवळाढवळही फार आहे. मंत्र्यांनी सांगितलेलं काही केलं नाही तर व्यवस्थापकीय संचालकांना 'तुमची बदली करू' अशी धमकी मिळते आणि संचालक मंडळाला तर काही माहितीच नसते. मी विचार करतो की तक्रार करायची का? की सरळ राजीनामाच द्यावा?''

प्रताप सी. रेड्डी यांनी लिहिलं, ''सौजन्याने वागणे, कंपनीच्या कामकाजात सुधारणा, फ्लाइट्सच्या वेळापत्रकाचे पालन इत्यादी बाबतींत आम्ही लोकांच्या मानसिकतेत बदल घडवून आणण्याचा खूप प्रयत्न केला. राहुल बजाज यांची मुत्सद्देगिरी, मंत्रालय आणि नियोजन आयोगावर प्रभाव टाकण्याची ताकद यांज्यामुळे तराजूचं पारडं आमच्या बाजूला झुकलं आणि भारताकडे आधुनिक एअरबस विमानांचा पहिला ताफा आला. मला वाटतं की सरकार, केंद्रवर्ती टीम आणि राहुल बजाज यांच्या अध्यक्षपदाखालील संचालक मंडळावरील बरेच बिगर सरकारी सदस्य यांच्यात खूपच अधिक संवाद घडत होता त्यामुळेही तसे घडले. ज्या प्रकारे राहुल बजाज यांनी संचालक मंडळात हाताळले ते सार्वजनिक-खाजगी अशा संयुक्त भागीदारीचे मोठेच उदाहरण आहे.''

रेड्डी पुढे बोलतात, ''खूपच कमी लोकांचा विश्वास बसेल परंतु राहुल स्वतः धूम्रपान करत असूनही त्यांनी इंडियन एअरलाइन्सच्या सर्व विमानांत धूम्रपानावर बंदी आणण्यास पुढाकार घेतला होता.''

संचालक मंडळांची पुनर्रचना करण्यासाठीच्या संसदेचा कायद्याचा मसुदा लिहिण्याचं काम सुरू झालं. राहुलना सुरुवातीस सांगण्यात आलं, ''इंडियन एअरलाइन्सचं अध्यक्षपद आठपेक्षा कमीच महिन्यांचं असेल, दोन्ही विमान कंपन्या मे १९८७पर्यंत नक्कीच विलीन होतील शिवाय हे पद कार्यकारी अध्यक्षपद नाही.'' पण ते आठ महिने रखडत रखडतच संपले.

पुढली अडचण होती ती या दोन विमान कंपन्यांच्या विलीनीकरणाची. हे विलीनीकरण तीन टप्प्यांत होणार होतं. प्रारंभी दोन्ही विमान कंपन्यांच्या पन्नास ते साठ जेट विमानांचा आणि त्यांच्या कर्मचारी ताफ्याचा सामाईक वापर सुरू होणार होता. उदाहरणार्थ, इंडियन एअरलाइन्सची एअरबसेस विमानं रात्री वापरली जात नसत. पण एअर इंडियाला ती विमानं आंतरराष्ट्रीय रात्रीच्या दीर्घ प्रवासासाठी वापरता आली असती. दुसऱ्या टप्प्यात इंजिनिअरिंग सुविधांचे आणि प्रशासकीय कामकाजाचे व सगळ्यात शेवटी विक्रीचे- असे एकमेकींत विलीनीकरण करायचे होते.

सैद्धांतिकदृष्ट्या पाहता विलीनीकरणामुळे बचत झालीच पाहिजे असं असतं. दोन्ही विमान कंपन्या फायद्यात होत्या. इंडियन एअरलाइन्सची प्रवासी संख्या दर वर्षी १० टक्क्यांनी वाढत होती. ९० टक्के प्रवाशांचा भार सामाईकच होता. संख्याशास्त्र तज्ज्ञांनी अंदाज व्यक्त केला होता की १२३ कोटी रुपयांच्या संयुक्त फायद्यामुळे दरवर्षी ८० कोटी रुपयांची बचत होईल.

दोन्ही विमान कंपन्यांचा एकत्रित स्टाफ ४० हजारांचा होता आणि या कंपन्या वर्षाला एकूण १.२० कोटी प्रवाशांची ने-आण करत होत्या. टायटलरनी मान्य केलं की, दोन्हींच्या विलीनीकरणात व्यवस्थापन आणि कामगार संघटना यांचे काही मुद्दे आहेत. खासकरून एअर इंडियामध्ये ते आहेत. परंतु आम्ही सल्लामसलतीने ही समस्या सोडवू. संयुक्त कंपनीला बहुधा एअर इंडिया या नावाने ओळखलं जाईल.

इंडिया टुडेचे रमिंदर सिंघ म्हणतात, ''कामात ढिलाई आणि बेपर्वाई ही इंडियन एअरलाइन्सची व्यवच्छेदक लक्षणे बनली आहेत असं विमान प्रवासी म्हणतात. म्हणजे अगदी अध्यक्ष राहुल बजाजही म्हणतात की स्पर्धेशिवाय आमच्यात काहीच सुधारणा होणार

नाही. विमान कंपनीला कर्मचाऱ्यांना ना बक्षीस देण्याचे अधिकार आहेत ना शिक्षा देण्याचे! आम्ही घोडे आणि गाढवांना एकाच तराजूत तोलतो मग दुसरं काय होणार?''

पण कुणालाच ते ऐकायचं नव्हतं.

विसरू नका रे!

फ्लाइट आयसी ११३ अपघातानंतरच्या चौकशीत बोईंग कंपनीने लगेचच सांगितले की वैमानिक आणि सहवैमानिक यांनी बाहेरचे व्यवस्थित दिसत नसल्याने त्यांनी नेहमीच्या प्रक्रियेचे पालन केले नाही त्यामुळे हा अपघात 'बहुधा' त्या दोघांच्या चुकीमुळे झाला असावा. हे विमान नोंदणीकृत व्हीटी-ईएएच होते आणि डिसेंबर, १९७० मध्ये भारताला मिळाले होते. ते एकूण ४३८३१ तास उडाले होते आणि ४७६४७ वेळा जमिनीवर उतरले होते.

अपघाताची चौकशी करणाऱ्या आयोगानेही सगळा दोष वैमानिकावर टाकला. पण नंतर अहमदाबाद दिवाणी न्यायालयात (सिव्हिल कोर्टात) सिद्ध झालं की अहमदाबाद विमानतळावरील विमान संदेश मदत यंत्रणा योग्य प्रकारे काम करत नव्हती आणि अपघात होण्यापूर्वी हवेची स्थिती कळवण्यात हवाई वाहतूक नियंत्रण कक्षानेही कुचराई केली होती.

इंडिया टुडेने त्याविषयी लिहिले, ''काही वैमानिक फारच निष्काळजीपणे विमाने आणि स्वतःचं काम हाताळतात, त्यामुळेच प्रवाशांच्या मनात धडकी भरते. हे वैमानिक स्वतःच्या आणि प्रवाशांच्या जिवाची जराही फिकीर बाळगत नाहीत. ते चाकांशिवायच काय लँडिंग करतात, धावपट्टीवर म्हशींना टक्कर काय देतात, पक्ष्यांच्या उडत्या थव्यातच काय शिरतात.'' ८ फेब्रुवारी, १९८५ रोजी इंडियन एअरलाइन्सचे बोईंग ७३७ कलकत्ता विमानतळावर खाली पडले कारण दोन वैमानिक कॅप्टन नांगिया आणि चांढोक हे दोघे जमिनीवर उतरण्यापूर्वी अंडरकॅरिएज खालीच करायला विसरले. विमान तर मोडलेच- पण सुदैवाने १०० प्रवासी थोडक्यात बालंबाल बचावले.

इंडियन एअरलाइन्सची वाईट कामगिरी आणि वाईट सुरक्षा रेकॉर्ड यांच्याबद्दलच्या तक्रारी वाढत असतानाच हा अपघात झाला. वरच्याच जवळजवळ दुःखद घटनेची पुनरावृत्ती नवी दिल्ली विमानतळावर १८ जून, १९८८ रोजी झाली. इथेही दोन वैमानिक लँडिंग गिअर खाली करायला विसरले त्यामुळे बोईंग ७३७-२९८ हे १३४ प्रवाशांसह संपूर्ण धावपट्टीवर घसपटत गेले त्यामुळे थोडीशी आगही लागली. जखमी कुणी झालं नाही. पण चार वर्षांच्या आत अशी दुसरी घटना घडली होती. सुदैव आणि विमानतळावरील अग्निशमन दलाचे कर्मचारी यांच्या सत्वर कृतीमुळेच कुणीही जखमी झाले नाही.

इंडिया टुडेने निर्भर्त्सना करताना म्हटलं की, सुरक्षाविषयक अनिवार्य प्रक्रिया म्हणजे केवळ कागदावरचीच प्रक्रिया आहे अशी तिची गत विमान कंपनीच्या कर्मचाऱ्यांनी करून टाकली होती. वैमानिकांनी विमान उडवण्याआधी दारूपान केलेलं नाही ही चाचणी न करताच डॉक्टर लोक त्यांना उड्डाणास परवानगी देत होते.

तंत्रज्ञांनी विमानांच्या देखभालीविषयी चिंता व्यक्त केली. विमानांची टंचाई असल्याने त्यांचा वापर खूप वाढला होता, त्यामुळेच तर बोईंग ७३७ विमानांचा वर्षाला ३००० फ्लाइट्स- अति वापर होऊ लागला होता.

इंडियन एअरलाइन्सच्या समस्येचं मूळ म्हणायचं तर विमानांची प्रचंड टंचाई हेच होतं. मुळात विमानं इतका कमी काळ जमिनीवर राहायची की त्यांची देखभाल हे प्रकरणच काहीतरी थातूरमातूर केलं जायचं. अहमदाबादची विमान दुर्घटना होण्यापूर्वी विमान कंपनी दिवसाला २८ हजार प्रवासी वाहून न्यायची तेव्हा एका विमानात ९० टक्के प्रवासी हजेरी असायची आणि एकूण ४७ विमानं उडायची. विस्तार अशक्यच होता. कारण विमान कंपनीला ८ टक्क्यांहून अधिक वाढू देण्याची सरकारची तयारी नव्हती. ''भारताच्या समाजवादी मापदंडानुसार विमानप्रवास हा 'चैन' या सदरात मोडत होता.'' राजकीय वार्ताहर तावलीन सिंग म्हणाल्या.

भारताला अधिक चांगली विमाने आणि नियम हवे होते, त्या दृष्टीने राजीव गांधी यांनी पावलं उचलली. नॅशनल एअरपोर्ट ॲथॉरिटी (१९८६) आणि ब्युरो ऑफ सिव्हिल एव्हिएशन सिक्युरिटी (१९८७) या दोन मोठ्या संस्थांची निर्मिती ही त्यांनी उचललेली महत्त्वाची दोन पावलं म्हणता येतील.

फ्लाय-बाय-वायर – विमानचालन यंत्रणा

अहमदाबादच्या विमान अपघातानंतर पंधरा वर्षांनी म्हणजे २००३ साली एका न्यायमूर्तींनी इंडियन एअरलाइन्स आणि एअरपोर्ट ॲथॉरिटी ऑफ इंडिया यांना आदेश दिला की अहमदाबाद दुर्घटनेतील कुटुंबांना तुम्ही ठरवलेल्या २ लाख रुपयांपेक्षा अधिक मोबदला मिळायला हवा. जाणूनबुजून केलेल्या दुर्वर्तनामुळे दंडात्मक नुकसान भरपाईचा आदेश एअरपोर्ट ॲथॉरिटीला देण्यात आला तर काळजी घेण्याची कृत्ये वगळण्याच्या कृत्याविषयी इंडियन एअरलाइन्सला शिक्षा झाली. सर्वोच्च न्यायालयानेही तोच निकाल ग्राह्य धरला.

अहमदाबाद विमान अपघातामुळे एअरबस या युरोपिअन कॉंझर्टिअमला भारतात प्रवेश करण्याची संधी मिळाली. जगातील पहिले डिजिटल फ्लाय-बाय-वायर (एफबीडब्ल्यू) यंत्रणा असलेले एअरबस इंडस्ट्रीजचे 'ए ३२०' हे विमान देशाला व्यापारी उड्डाणे आणि विमान प्रवास व्यवस्थापन या दोन्ही क्षेत्रांत नव्या शतकात घेऊन जाण्यास सिद्ध झाले होते.

ए३२०ची कहाणी ऑगस्ट, १९८३शी जाऊन पोहोचते. तेव्हा इंडियन एअरलाइन्सच्या संचालक मंडळाने एअर चीफ मार्शल दिलबाग सिंग यांच्या अध्यक्षतेखाली समिती स्थापन केली होती. त्या समितीत तीन आणखी तज्ज्ञ बोलावले होते. १९८४-९१ या कालावधीसाठी 'फ्लीट डेव्हलपमेंट प्लॅन' बनवणे ही कामगिरी त्यांना सोपवण्यात आली होती. समितीने बोईंग७३७च्या १२६ आसनक्षमतेच्या विमानांऐवजी बोईंग७५७ची २०६ आसनक्षमतेची १२ विमाने तसेच एअरबस ३००ची २७३ आसनक्षमतेची विमानं घेण्याची शिफारस केली.

जून, १९८४ मध्ये इंडियन एअरलाइन्सच्या संचालक मंडळाने मान्य केलं की राष्ट्रीय हवाई प्रवासासाठी बोईंग७५७ हे विमान अत्यंत सोयीचे आहे त्यामुळे बोईंग कंपनीला उद्देशून एक 'आवेदन पत्र' (लेटर ऑफ इंटेंट) पुढल्याच महिन्यात जारी केलं गेलं. ९० कोटी डॉलर्स आगाऊ देण्यात आले अशी माहिती यूएनआयने दिली.

त्यानंतर चार महिन्यांनी नागरी विमान वाहतूक खात्याने इंडियन एअरलाइन्सला सांगितलं की एअरबस इंडस्ट्रीने दिलेल्या प्रस्तावावर तीन दिवसांत निर्णय द्या. इंडियन

एअरलाइन्सच्या व्यवस्थापकीय संचालकांचे अर्थसल्लागार आर. प्रसाद म्हणाले की, असा कुठलाही प्रस्ताव आमच्याकडे आलेला नाही. परंतु नागरी विमान वाहतूक मंत्रालयाने आपला हट्ट कायमच ठेवला.

जून, १९८५मध्ये आपल्या मंत्रिमंडळातील सदस्य आणि बालपणीचे मित्र सतीश शर्मा यांच्या सोबत राजीव गांधी फ्रान्समधील टुलुझ येथील एअरबस कंपनीच्या मुख्यालयात भेट देण्यास गेले. २ ऑगस्ट, १९८५ रोजी भारतात परतल्यावर राजीव गांधींच्या अध्यक्षतेखाली एक मीटिंग झाली. त्या मीटिंगमध्ये इंडियन एअरलाइन्सच्या वतीने निर्णय घेण्यात आला की एअरबस ३२० या व्ही २५०० इंजीनवाल्या विमानाची खरेदी करण्यात यावी. त्या बैठकीस हजर लोकांत टायटलर, मंत्रिमंडळ सचिव पी. के. कौल आणि पंतप्रधान कार्यालयातील खास सचिव गोपी अरोरा हे होते.

ए३२० हे विमान किंवा व्ही२५०० हे इंजीन तोवर बनलेले नव्हते, कुणी वापरून पाहिले नव्हते वा त्याची चाचणीही झाली नव्हती. त्या व्यवसायात नव्याने उतरू पाहत असल्याने एअरबस कंपनीला तो सौदा काहीही करून हवाच होता त्यामुळे त्यांनी अधिक चांगल्या कर्जाच्या अटींचे प्रलोभन दाखवून तो बोईंगकडून हिसकावून घेतला. या आर्थिक माधुर्यात नव्या विमानांचे आगमन होईतो मधल्या काळात ७३७ आणि ए३०० ही विमाने काहीही भाडे न आकारता दिली जातील हेही मधाचे बोट लावलेले होते.

१५ मार्च, १९८६ रोजी इंडियन एअरलाइन्स आणि एअरबस इंडस्ट्री यांनी १९ ए३२० विमानांसाठी १४० कोटी डॉलर्सच्या कंत्राटावर सह्या केल्या. त्यात तांत्रिकदृष्ट्या आधुनिक अशा आणखी १२ 'फ्लाय-बाय-वायर' प्रवासी जेट्स विकत घेण्याचाही पर्याय उपलब्ध होता. विमान कंपनीने हा पर्याय जून, १९८९ मध्ये अमलात आणला.

चिडलेल्या बोईंग कंपनीने रोनाल्ड रेगन सरकारच्या पाठिंब्यावर हा मुद्दा युरोपिअन कमिशनकडे नेला. त्यांनी आरोप केला की एअरबस इंडस्ट्रीला पाठिबा देणे याचा अर्थ निर्यातीस अनुदान दिल्याचा होतो. त्यांनी एअरबसवर आरोप केला की तुम्ही ए३२० उत्पादन मूल्याहून कमी किमतीस विकत आहात आणि जनरल ॲग्रीमेंट ऑन टेरिफ्स अँड ट्रेड (जीएटी) या कायद्याच्या कलम ४ आणि ६चा भंग करून भारत सरकारवर राजकीय दबाव आणत आहात. ही तक्रार जीएटीच्या ट्रेड इन सिव्हिल एअरक्राफ्ट या समितीने १९८६ साली अभ्यासली पण त्यांनी त्यावर निर्णय काहीच दिला नाही.

वर्षभराने टायटलरनी एअरबस ए३१०च्या सहा विमानांच्या आगमनाविषयी चर्चा केली. तसे केल्याने इंडियन एअरलाइन्सकडे १९ नव्या एअरबस ए३२० या १९८९ साली आल्या असत्या. टायटलरनी फायनान्शिल टाइम्सला सांगितलं की, १९९२-९४ या काळात एअर इंडियाच्या ९ बोईंग ७४७च्या विमानांच्या ताफ्याच्या जागी नवीन विमाने आणण्यासाठी आम्ही बोईंग कंपनी आणि एअरबस इंडस्ट्री यांच्याशी बोलत आहोत.

राहुल बजाज ती आठवण सांगतात, ''माझ्या कार्यकाळात १९८६-८९ या वर्षांमध्ये सरकारने १९ नव्या एअरबस ए३२०चा व्यवहार ठरवला. आम्हाला आणखी बारा विमाने घेण्याचा पर्याय होता. त्यायोगे एकूण ए३२०ची ३१ विमाने आमच्याकडे झाली असती. बारा विमानांची ऑर्डर देण्याची परवानगी आम्ही अर्थखात्याकडे मागितलेली मला आठवते.

पण अर्थखाते आम्हाला म्हणाले की भारताकडे तेवढा विदेशी चलनसाठा नाही. मग मी पंतप्रधान राजीव गांधी यांचेकडे गेलो तेव्हा त्यांनी मला अर्थसचिवांशी बोलयला सांगितले. (ते श्री. वेंकटरामन होते असा माझा अंदाज आहे.) तथापि त्यांनीही असमर्थता व्यक्त केली.

३० जून, १९८८ रोजी सुरू झालेल्या दोन्ही संचालक मंडळांच्या दुसऱ्या कार्यकाळात इंडियन एअरलाइन्स आणि एअर इंडिया- दोन्हींकडे काही जुने चेहरे होते तर काही नवे चेहरे होते. बजाज यांस इंडियन एअरलाइन्सच्या अध्यक्षपदीच राहावे, असे सांगण्यात आले, त्याशिवाय एअर इंडियाच्या संचालक मंडळावर संचालक म्हणून सामील व्हा, तसेच रतन टाटांना म्हटले की तुम्ही एअर इंडियाचे अध्यक्ष राहावे आणि इंडियन एअरलाइन्समध्ये संचालक बना. आणखी एक लक्ष वेधून घेण्यासारखी गोष्ट म्हणजे इंडियन एअरलाइन्सचे व्यवस्थापकीय संचालक एअर इंडियाच्या संचालक मंडळावर गेले आणि एअर इंडियाचे व्यवस्थापकीय संचालक इंडियन एअरलाइन्सच्या बोर्डावर आले. मग या दोन विमान कंपन्यांचे विलीनीकरण करण्याचा विचार होता की काय? की केवळ चांगला समन्वय साधण्यासाठी तसे करण्यात आले होते?

''एअर इंडियात विवेक भारत राम, गौतम खन्ना, सायरस गझदर, जे. के. मेहता, बिलकिस लतीफ आणि तरुण दास हे माझे दोस्त आणि व्यवसायबंधू होते तर एअर इंडियात हॉटेल व्यावसायिक अजित केरकर, व्यावसायिक सुरेश कृष्णा, प्रसार माध्यम मालक शोभना भारतीय आणि अभिनेत्री शर्मिला टागोर हे होते.'' राजीव गांधी, रतन टाटा, राहुल बजाज आणि दोन्ही एअरलाइन्सच्या व्यवस्थापनांनी वेगवेगळे शास्त्रज्ञ, तंत्रज्ञ, वरिष्ठ आणि प्रतिष्ठित उद्योजक आणि दोन्ही विमान कंपन्यांच्या कामाशी संबंधित असे तज्ज्ञ व्यावसायिक लोक संचालक मंडळात आणून ते विस्तारण्याचा मोठा प्रयत्न केला होता.

या बाबतीत मजेची गोष्ट म्हणजे लोकसभेत एक वरपांगी खरे- पण प्रत्यक्षात चुकीचे निवेदन प्रसृत झाले की, इंडियन एअरलाइन्सचे कामगार आणि कर्मचारी कंपनीच्या व्यवस्थापनात 'वर्क्स कमिटी' आणि 'लेबर रिलेशन्स कमिटी' यांच्या माध्यमातून भाग घेत असतात, तर एअर इंडियात ते कर्मचारी 'सहभाग योजना' या माध्यमातून विमान कंपनीच्या व्यवस्थापनात भाग घेत असतात; परंतु अद्यापि दोन्हींच्या संचालक मंडळात कर्मचाऱ्यांना स्थान दिलेले नाही. त्यांच्या या विमान कंपन्यांच्या संचालक मंडळातील स्थानाचा योग्य वेळेस योग्य प्रकारे विचार करण्यात येईल.

त्याविषयी राहुल म्हणाले, ''१९८९च्या अखेरीस राजीव गांधी निवडणूक हरले, व्ही.पी. सिंग जिंकले. निवडणुकीआधी शीला दीक्षित यांनी मला त्यांच्या दिल्ली येथील घरी चर्चेसाठी बोलावले होते. त्यांना मी चांगला ओळखत होतो. त्या गांधी परिवाराशीही चांगल्याच परिचित होत्या. त्यांनी माझ्यापाशी उल्लेख केला की इंडियन एअरलाइन्सचा अध्यक्ष म्हणून माझ्या कामाविषयी राजीव गांधी खूश आहेत. (मी त्यांना अधूनमधून तिथली माहिती देत होतो) आणि तुम्हाला राज्यसभेत आणावं अशी त्यांची इच्छा आहे. परंतु त्यासाठी मला इंडियन एअरलाइन्सच्या अध्यक्षपदाचा राजीनामा द्यावा लागेल.'' राहुल सांगू लागले, ''मी माझं काम बऱ्यापैकी केलं होतं आणि किंचित कंटाळाही आता येऊ लागला होता म्हणून मी म्हणालो की पंतप्रधानांची इच्छा असेल तर राज्यसभेत यायला

मला आवडेल. परंतु त्यानंतर लगेचच संसदीय निवडणुका जाहीर झाल्या आणि त्यात राजीव गांधी हरले आणि व्ही.पी. सिंग जिंकले. त्यामुळे राज्यसभेत जाण्याचा प्रश्नच गैरलागू ठरला. मी ताबडतोब इंडियन एअरलाइन्सच्या अध्यक्षपदाचा राजीनामा धाडून दिला.''

एअरलाइन्सची सगळी डोकेदुखी नव्या पंतप्रधानांकडे गेली. १४ फेब्रुवारी, १९९० रोजी इंडियन एअरलाइन्स ए३२० हे विमान बंगलोर येथे पडलं आणि त्यात ९२ लोक ठार झाले तर ५४ लोक जखमी झाले. त्यामुळे मूळ व्यवहार पुन्हा सर्वांसमोर आला. त्यानंतर चार दिवसांनी तेव्हाचे नागरी विमान वाहतूकमंत्री अरिफ मोहंमद खान यांनी संपूर्ण ए३२० ताफ्याला खाली काढून घेण्याचा हुकूम दिला.

''भारत विमान वाहतुकीत मागे पडला आहे.'' नरेश चंद्रांनी 'रोड मॅप फॉर सिव्हिल एव्हिएशन सेक्टर, २००३' या समितीच्या अहवालात लिहिलं, ''आपण नव्वदच्या दशकातील पर्यटनातील तेजी हुकवली. आपल्या नैसर्गिक, भौगोलिक आणि आर्थिक लाभांमुळे कार्गो आणि अन्य देशांसाठी कुरिअर हब म्हणून काम करण्याची संधी आपण गमावली आणि अजूनही देशांतर्गत लोकसंख्येचा चिमुकला भागच विमानप्रवासाचा पर्याय वापरताना दिसतो.

खाजगी क्षेत्राचा अभिमानी माणूस

२२ सप्टेंबर, १९८६ ते २ डिसेंबर, १९८९ या काळात राहुल इंडियन एअरलाइन्सचे अध्यक्ष होते. त्या कार्यकाळाकडे वळून बघताना रूपा अगदी सहजपणे म्हणाल्या, ''हे अध्यक्षपद राहुलसाठी खूप महत्त्वाचं होतं.'' अध्यक्षपदासोबतच सखोल अभ्यासही आलाच. त्याविषयी बोलताना राहुल म्हणाले, ''या एअरलाइन्सकडे कुणाला बक्षीस द्यायचे वा शिक्षा करायचे अधिकारच नव्हते. मग स्पर्धाच नसेल तर आम्ही सुधारणार कसे?''

विजय मल्ल्यांच्या किंगफिशर एअरलाइन्सच्या अपयशाविषयी राहुलनी प्रसार माध्यमांना दिलेल्या प्रतिसादातून त्यांच्यातली नवी प्रगल्भताच दिसून आली. २०११ साली किंगफिशरचे नुकसान १०२७ कोटी रुपये तर कर्ज ७०५७.०८ कोटी रुपये होते आणि तेही वाढतच होते. नागरी हवाई वाहतूकमंत्री वायलर रवी यांनी त्यांना सांगितले की मी अर्थमंत्रालयाशी बोलून बँका आणि तेलकंपन्या या बुडत्या एअरलाइन्सला काही मदतीचा हात देऊ शकतात का ते बघतो. पण राहुल बजाज यांचं मत वेगळं होतं आणि १३ नोव्हेंबर, २०११ रोजी वर्ल्ड इकॉनॉमिक फोरमची भारतात शिखर परिषद झाली तेव्हा त्यांनी ते स्पष्टपणे मांडलं. आपल्या भाषणात पंतप्रधान मनमोहन सिंग म्हणाले, की खाजगी क्षेत्रातील संस्था अडचणीत आल्या तर त्यांना मदत करण्यासाठी पावलं उचलली पाहिजेत.

तर राहुलनी मात्र अत्यंत सडेतोडपणे उत्तर दिलं, ''मी खाजगी क्षेत्राचा अभिमानी माणूस म्हणून सांगतो की खाजगी क्षेत्रातील कंपनीला कर्मचारी किंवा ग्राहक यांच्यासाठी मदतीचा हात देऊन बाहेर काढण्यामागे काहीच तर्कशास्त्र नाही.'' ते प्रसार माध्यमांना म्हणाले, ''एअर इंडियासाठी जे केलं जातंय त्याच्याही बाजूने मी नाही. एअर इंडियाचे एक तर खाजगीकरण केलं पाहिजे, ती विकली पाहिजे, नाहीतर बंदच करून टाकली पाहिजे.''

हा करदात्यांचा पैसा वाया जातो आहे. परंतु आपण करव्यवस्थेकडेही पुन्हा एकदा बघण्याची गरज आहे. जर सगळ्याच विमान कंपन्या नुकसानीत असतील तर त्या सगळ्या थोड्याच अकार्यक्षम असतील?

''बजाज ऑटो जर बुडू लागली तर तुम्ही मला मदतीचा हात देणार काय?'' त्यांनी विचारलं, ''मुक्त बाजारपेठेच्या अर्थव्यवस्थेत जे बुडणार असतील त्यांनी बुडलंच पाहिजे.''

275 Written Answers **AUGUST 1, 1988** *Written Answers* 276

Statement

Boards of Directors of Air India and Indian Airlines with effect from 30th June, 1988

Air-India	*Indian Airlines*
1. Shri Ratan Tata, Chairman.	1. Shri Rahul Bajaj, Chairman.
2. Chairman, Indian Airlines	2. Chairman, Air India.
3. Managing Director, Air India.	3. Managing Directot, Indian Airlines.
4. Managing Director, Indian Airlines.	4. Managing Director, Air India.
5. Director General, Tourism.	5. Director General, Tourism.
6. Financial Adviser, Ministry of Civil Aviation and Tourism.	6. Financial Adviser, Ministry of Civil Aviation and Tourism.
7. Joint Secretary, Ministry of Civil Aviation and Tourism.	7. Joint Secretary, Ministry of Civil Aviation and Tourism.
8. Shri C.L. Sharma, Dy. Managing Director, Air India.	8. Shri C.L. Sharma, Dy. Managing Director, Air India.
9. Shri R. Prasad, Dy. Managing Director Indian Airlines.	9. Shri R. Prasad, Dy. Managing Director. Indian Airlines.
10. Shri Vivek Bharat Ram.	10. Shri Harsh Vardhan, Managing Director, Vayudoot.
11. Shri Gautam Khanna, Hotelier.	11. Shri Ajit Kerkar, Managing Director, Indian Hotels Limited.
12. Shri Cyrus Gazder, Ex-Chairman, IAAI. (Travel Trade).	12. Shri Suresh Krishna, Industrialist, Madras.
13. Shri J.K. Mehra, Chairman, NPCC.	13. Shri Krishan Amla, Hony. Secretary, PATA.
14. Mrs. Bilkhis Latif.	14. Smt. Shobhna Bhartia, Managing Director. Hindustan Times.
15. Shri Tarun Das, DG, Confederation of Engineering Industry.	15. Smt. Sharmila Tagore.

(c) The Boards of Directors of Indian Airlines and Air India are constituted under Section 4 of the Air Corporations Act, 1983 (No. 27 of 1953). While constituting the Boards, efforts were made to broad-base the Board of Directors by induction of scientists, technologists, senior and reputed industrialists and professionals from areas related to activity of the Airlines.

(d) and (e) The workers/employees of Indian Airlines participate in the management of the airlines through Works Com-

प्रकरण २४

कुठे आहे माझा ट्रक? : १९८७

राहुल बजाज आणि मागरिट थॅचर

मागरिट उर्फ 'मॅगी' थॅचर बोलण्यात एकदम रोखठोक आणि प्रांजळ होत्या. त्याच स्वभावानुसार त्यांनी २ मे, १९७५ रोजी बोलताना कसलीही भीड ठेवली नाही. इंग्लंडच्या त्या भावी पंतप्रधान तेव्हा राजकीय प्रचाराच्या ऐन भरात होत्या. ब्रिटिश लेलँड या अस्तित्व टिकवण्यासाठी झगडणाऱ्या कंपनीच्या कामगारांशी बोलायला त्या डर्बी येथे गेल्या होत्या.

त्या म्हणाल्या, ''ब्रिटिश लेलँडचे महत्त्व एक काम देणारी आणि निर्यात करणारी कंपनी म्हणून अर्थव्यवस्थेत खूपच लक्षवेधी आहे. त्यामुळे आम्ही मान्य करतो की ब्रिटिश लेलँडला तिच्या अपयशातून मार्ग काढण्यासाठी आणि खड्ड्यातून बाहेर येण्यासाठी मदत करणं सरकारचं कर्तव्यच आहे. त्यामुळे पुढले पाऊल पुढीलप्रमाणे उचलायला हवे. ब्रिटिश लेलँडचे नवे व्यवस्थापन आणि कामगार संघटना यांनी एकत्रितपणे आर्थिक आणि औद्योगिक सल्लागारांसह एकत्र बसावं आणि कंपनीला पुन्हा फायद्यात आणण्यासाठी पर्यायी योजनांपैकी एक निवडावी. तसेच काय काय विकता येईल आणि कितीला विकता येईल याचा वास्तवाधारित अंदाज बांधून कंपनीची पुनर्रचना करावी. आपण ब्रिटनमध्ये समृद्ध आणि नफेशीर असा वाहन उद्योग उभारलाच पाहिजे. ज्यामुळे तिथे काम करणाऱ्यांना आणि त्यांच्यावर अवलंबून असणाऱ्यांना सुरक्षितता आणि उत्तम जीवनमान लाभेल.

भारतात त्यानंतर काही दिवसांनी म्हणजे २५ जून, १९७५ रोजी पंतप्रधान इंदिरा गांधी यांनी आणीबाणी जाहीर केली. या मधल्या गडबडीच्या काळात त्यांनी नोकरशहा मनतोष सोंधी यांना अवजड उद्योग विभागाचे प्रमुख तर बनवलंच पण अशोक लेलँड या ब्रिटिशांच्या भारतातील उपकंपनीचे अध्यक्षही बनवलं. त्यानंतर दोन वर्षांनी १९७७ साली जॉर्ज फर्नांडिस जनता पक्षाचे उद्योगमंत्री बनले. त्यांनी परदेशी समभाग धारकांना फक्त ४० टक्के प्रमाण ठरवून दिलं. त्यामुळे ब्रिटिशांचा अशोक लेलँडमधील उत्साह आधीच उताराला लागला होता तो आणखीच कमी झाला.

सार्वजनिक उद्योगातील मोठ्या कर्मचारी संख्येची कंपनी या नात्याने ब्रिटिश लेलँडच्या भवितव्याविषयी ब्रिटिश संसदेत जोरदार चर्चा झडू लागल्या. मार्गरिट थॅचर यांची ४ मे १९७९ या दिवशी पंतप्रधान पदावर नियुक्ती झाली. त्यांच्या सरकारने ३० कोटी पौंड ब्रिटिश लेलँडमध्ये डिसेंबर, १९७९ मध्ये ओतले. त्यानंतर सहा महिन्यांनी त्या कंपनीला आणखी पैशांची गरज भासू लागली. मग पुन्हा भरपूर चर्चा झाल्या. १९७९ साली १९७८ पेक्षा संप ५२ टक्क्यांनी कमी झाले हे वास्तव संसदसदस्यांच्या मुळीच पचनी पडलं नाही.

ब्रिटिश लेलँडकडे जग्वार, रोव्हर, लँड रोव्हर यांच्यासारखी नफेशीर मॉडेल्स नव्हती तसंच सर्वाधिक खपाच्या 'मिनी'सारखंही मॉडेल नव्हतं. बरीच पुनर्रचना केल्यानंतर आणि उपकंपन्यांतील भागभांडवल काढून घेतल्यानंतर ब्रिटिश लेलँडचं नाव 'रोव्हर समूह' असं १९८६ साली ठेवण्यात आलं. त्याचे कॅनेडिअन वंशाचे अध्यक्ष होते ग्रॅहम डे. अशोक लेलँडमधील त्यांची ३९ टक्के गुंतवणूक लिलावात निघाली तेव्हा हिल सॅम्युएल नावाच्या एका 'ब्रिटिश मर्चंट बँक आणि आर्थिक सेवा कंपनी'ने लिलाव जिंकला. आकुर्डीत राहुल बजाज यांनी अशोक लेलँड यांचे भारतीय शेअर बाजारातील १ टक्क्याच्या जरासे खालीच समभाग विकत घेतले आणि रोव्हर व्यवस्थापनाला १९८६च्या मध्यावर खाजगी ऑफर दिली. त्याविषयी राहुल म्हणतात, ''या बोलण्यातून निष्पन्न असं काहीच निघालं नाही.'' हिल सॅम्युएल बँक सगळा हिशोबठिशोब समजावून घेत असताना १९८७ साली तिलाच टीएसबी ग्रूप पीएलसी या कंपनीने गिळंकृत करून टाकलं.

रांग लागली

ते घडण्यापूर्वी हिल सॅम्युएल बँकेला भारतासह अन्य देशांकडून वीस मागण्या आल्या होत्या. त्यातील आठ जणांकडे व्यवहारपूर्तीची क्षमता होती. त्या कंपन्या होत्या- जनरल मोटर्स अँड कमीन्स (अमेरिका), फियाट आयव्हेको (इटली), हिनो मोटर्स (जपान, यांनी अशोक लेलँडसह याआधीच एक तंत्रज्ञानविषयक कोलॅबोरेशन केले होते.) एमएएन (पश्चिम जर्मनी), डीएएफ (हॉलंड), हिंदुजा (इंग्लंड) आणि अर्थातच बजाज ऑटो ही भारतातील कंपनी होतीच.

फायनान्शिअल टाइम्सचे जॉन इलियट आणि केनेथ गुडिंग यांनी लिहिलं की, भारतीय मालकीच्या पाच कंपन्यांना अशोक लेलँड विकत घेण्यात रस आहे. अशोक लेलँड ही दरवर्षी ६ हजार वाहने उत्पादित करणारी भारताची दुसऱ्या क्रमांकावरील ट्रक आणि बस निर्माती कंपनी आहे. इंग्लंडच्या लेलँड कारखान्यांहूनही हे कारखाने मोठे आहेत. या विक्रीमुळे इंग्लंडमधील कंपनीचं भांडवल वाढणार आहे परंतु वार्षिक स्तरावर ८ लाख पौंडांच्या लाभांशाला त्यांना मुकावं लागणार आहे. अशोक लेलँडचा भारतीय बस आणि ट्रक बाजारपेठेत ३० टक्के वाटा होता. सध्या विक्री १.२ कोटी पौंड असली तरी हल्लीच्या काही वर्षांत विक्रीला समस्या येत आहेत. भारत सरकारच्या ताब्यातील अर्थसंस्थांकडे ३५ टक्के भागभांडवल आहे तर उर्वरित २५ टक्के भागभांडवल वेगवेगळ्या लोकांकडे आहे. उर्वरित ४० टक्के भांडवल अर्थातच पालक कंपनी रोव्हर समूह याच्याकडे आहे.

इलियट यांनी त्याविषयी स्पष्ट करताना म्हटलं की, अशोक लेलँडच्या विस्तारक्षमतेमुळे या विक्रीला आंतरराष्ट्रीय स्तरावर लोक महत्त्व देत आहेत. या कंपनीचा भारतीय ट्रक आणि बस बाजारपेठेतील वाटा ३० टक्के आहे आणि बरीच वर्षे खाली खाली जात असूनही सध्या तो वरची दिशा दाखवू लागला आहे. या दोन पायांच्या शर्यतीतला अशोक लेलँडची एकमेव स्पर्धक होती टाटा मोटर्स ही भक्कम मुळं रुजवलेली कंपनी. तिचे अध्यक्ष होते जे. आर. डी. टाटा आणि व्यवस्थापकीय संचालक होते सुमंत मुळगावकर. आश्चर्याची गोष्ट म्हणजे आधीची तीन वर्षे सतत नुकसानीत काढल्यावर लिलावाच्या वर्षीच अशोक लेलँडचा चक्क फायदा वाढून ६.४१ कोटी रुपये झाला.

भिंती चढून जाताना

बजाज ऑटो हे जगातील दुसऱ्या क्रमांकावरील स्कूटर निर्माते आहे हे सगळ्यांनाच माहीत होतं. त्यांना बजाजची सामर्थ्ये आणि वैगुण्ये- दोन्ही माहीत होती. इलियट पुढे म्हणाले, "राहुल बजाज यांच्याकडे आंतरराष्ट्रीय ट्रक उद्योगातला भागीदार नव्हता याचा अर्थ कंपनीची उत्पादने विकसित करण्याचे ज्ञान त्यांच्याकडे हवे या अटीचा भंग झाल्याने त्यांची बोली ही नियमास धरून नव्हती. श्रीयुत बजाज यांना फिआट आयव्हेको कंपनीशी आपली युती होईल अशी आशा होती पण अजून ती प्रत्यक्षात न आल्याने आता ते म्हणताहेत की ते बोली जिंकले तर लगोलग तंत्रज्ञानासाठी भागीदार शोधून काढतील." अर्थखात्याने भारतीय कंपन्यांत परदेशी गुंतवणूक आणण्यासाठी विदेशी चलन विकत घेण्यावर बंदी घातली होती. बजाज ऑटोकडे १२० कोटी रुपये वॉर चेस्टमध्ये (युद्धकालीन खर्चासाठीच्या

राखीव साठ्यात) होते. (या काळात १ डॉलरची किंमत २० रुपये होती.) पण त्यांच्याकडे डॉलर किंवा पौंड काहीच नव्हते. तसेच बऱ्याच भारतीय उद्योजक घराण्यांसारखे देशाबाहेर गुंतवलेले पैसही नव्हते.

राहुल म्हणाले, ''ब्रिजेश माथूर एएनझेड बँकेत काम करत होते. स्वभावाने अगदी सरळ आणि मदतीस तत्पर गृहस्थ होते. अशोक लेलँड परत विकत घेता यावी यासाठी मला मदत करण्याची त्यांची खूपच इच्छा होती. परंतु रोव्हर ग्रूपला मी दिलेल्या ऑफरविषयी मला सर्वाधिक मदत झाली ती अँड्र्यू कोर्नर यांची. ते तेव्हा न्यू यॉर्क येथे मेरिल लिंचमध्ये काम करत होते. मला या व्यवहारात विदेशी चलन उभे करणे शक्य नव्हते कारण राजीव गांधींची इच्छा असूनही भारत सरकार मला मदत करू शकत नव्हतं. तेव्हा अँड्र्यू यांनी मेरिल लिंचमधील एका खूपच वरिष्ठ व्यक्तीला पटवलं की आपण बजाज ऑटोच्या बोलीला गॅरंटी देऊ कारण ते बोली जिंकले तर मेरिल लिंच विदेशी चलनातली रक्कम भरील आणि बजाज ऑटोकडून ती भारतीय चलनात वसूल करील.

३० सप्टेंबर, बुधवारची रात्र ही बोली देण्याची मूळ समयसीमा होती. जनरल मोटर्स आणि हिनो मोटर्स यांच्या विनंतीवरून ती दहा दिवस पुढे ढकलली गेली असा सर्वांचा समज झाला होता. बोलीदारांनी बरेच दिवस वाटाघाटी केल्यानंतर सगळ्यांनी आपापल्या बोली गुप्तपणे लंडनला पाठवल्या. रोव्हरला विजेती कंपनी निवडून २० नोव्हेंबरपर्यंत व्यवहार पूर्ण करायचा होता. वास्तवात केवळ तीनच बोलीदार शिल्लक राहिले होते आणि तिघेही भारतीय वंशाचेच होते. दुबईतील भारतीय उद्योजक मनू छाब्रिया यांची जंबो ग्रूप नामक २५० कोटी डॉलर्सची आंतरराष्ट्रीय कंपनी होती. पण ते रिंगणातून बाहेर पडले. आणि मग दोनच खेळाडू उरले.

१६ नोव्हेंबर रोजी अंतिम फेरीसाठी रोव्हर बोर्ड भेटण्याच्या थोडंसं आधी राहुलनी त्यांची बोली १० टक्क्यांनी वाढवून २.७४ कोटी पौंड केली. हिंदुजांनी २.६ कोटी पौंड बोली लावली होती. त्याविषयी राहुल म्हणतात, ''आमची बोली जास्तीची होती तरी आम्ही हरलो, कारण त्यांच्याकडे विदेशी चलन होतं आणि माझ्याकडे नव्हतं.'' बोली उघडण्यापूर्वीच राहुल लंडनहून निघाले होते. सरतेशेवटी २६ नोव्हेंबर रोजी निर्णय जाहीर झाला.

भारतात आल्याआल्या राहुल बजाज यांना पत्रकारांनी वेढा घातला. त्यांनी फक्त एवढंच सांगितलं की, मी निराश झालो हे तर आहेच, पण माझ्याकडे आधी जे होतं ते काही मी गमावलेलं नाही आणि आता मी माझ्या कामाला लागेन.

त्यामुळे अफवांचा मारा काही थांबला नाही :

> इंडिया टुडेचे टी. एन. निनान आणि रमेश चंद्रन यांनी म्हटलं की, बिगर आर्थिक बाबी अधिक प्रभावी ठरल्याने राहुल बजाज हरले आणि हिंदुजा जिंकले हे फारच मोठं आश्चर्य आहे. हिल सॅम्युएल बँकेने बजाजना सांगितलं की अशोक लेलँडच्या व्यवस्थापनाने हिंदुजांना अधिक पसंत केलं. असं बोलताना त्यांनी व्यवस्थापकीय संचालक आर. जे. शहानी यांचा ओझरता उल्लेख केला.

> अशोक लेलँडच्या एका व्यवस्थापकांनी त्याविषयी सांगितलं की ट्रक तंत्रज्ञान ज्याच्या हाती आहे असा भागीदार नसणे हे राहुल बजाज यांची बोली नाकारली जाण्यामागचं खरं कारण होतं. राहुल जर फियाट आयव्हेको यांच्या सोबत गेले असते तर त्यांना कंपनी मिळाली असती.
>
> राहुल बजाज यांनी आंतरराष्ट्रीय वित्तसंस्थांना एकत्र आणलेलं आयव्हेकोला पसंत पडलं नाही. तसंच लेलँडमध्ये थेट गुंतवणूक करून त्यांचे परदेशी समभाग धारक कमी करून टाकायचे ही राहुल यांची योजनाही त्यांना पसंत पडली नाही.
>
> बजाज यांची लंडनची प्रतिनिधी एएनझेड बँक यांनी म्हटलं की आयव्हेकोशी त्यांचा व्यवहार पूर्णत्वास गेला नाही कारण आयव्हेकोला लेलँडमध्ये त्यांचं स्वतःचं तंत्रज्ञान आणायचं होतं तर राहुल यांना स्वतःपुढे सगळे पर्याय खुले ठेवायचे होते.

राहुल बजाज यांनी लंडनमध्ये हिंदुजांना फोन करून अभिनंदन केलं. त्यानंतर काही वर्षांनी श्रीचंद हिंदुजा यांनी त्यांना पत्राद्वारे उत्तर लिहिलं, ''हिंदुजा अशोक लेलँडवर ताबा मिळवण्यासाठी एके काळी आपण जोरदार स्पर्धा केली तो काळ मला आठवतो. त्यात आम्हाला यश मिळालं असलं तरी आमच्याप्रति राहुल बजाज यांना वाटणाऱ्या आपुलकीत आणि मैत्रीत जराही बदल झालेला मला आढळून आला नाही.''

प्रकरण २५

बजाज ऑटो फायनान्स लिमिटेडकडे हळूहळू वाटचाल : १९८७-२०१०

सोनिया गांधी आणि राहुल बजाज

इंदिरा गांधींनी जगातील सर्वांत मोठमोठ्या दुचाकी कंपन्यांना भारताचं दार उघडून दिलं. राजीव गांधींनी त्यांचं आत येताना स्वागत केलं. १९८५च्या सुमारास भारतात थव्याथव्याने आलेल्या विदेशी लोकांसाठी ग्राहकांना द्यावयाचं 'हायर पर्चेस'चं (हप्तेबंदीने वस्तू विकत घेण्याचं) आमिष म्हणजे 'नव्या बाटलीत भरलेली जुनी दारू' होती तर भारतीय ग्राहकांसाठी

ती क्रांतिकारक कल्पना होती. हप्त्यावर वस्तू घेण्याच्या करारात शेवटचा हप्ता मिळेपर्यंत वस्तूची मालकी विक्रेत्याकडेच राहते. हप्तेबंदीच्या ग्राहकाने वस्तूची काळजी घेणे अपेक्षित असते तसेच पूर्ण पैसे भरण्याचा कालावधी संपल्याशिवाय तो वस्तू विकू शकत नाही. या पद्धतीने जसजसा जोर पकडला तसतसं हप्तेबंदी पद्धतीत सफाई आली आणि सामाजिक नैतिकतेच्या छटाही आल्या. बजाज ऑटोमध्ये सगळ्यांना खऱ्या गोष्टी माहीत करून दिल्या जात. प्रत्येक शब्द स्पष्ट लिहिलेला असे. कारण ती ५५ कोटी रुपयांचे प्रारंभिक भांडवल असलेली भरभक्कम कंपनी होती.

१९८०च्या दशकात राहुल बजाज, जेआरडी टाटा, धीरूभाई अंबानी, बसंत कुमार बिर्ला आणि अन्य ३३५ कंपन्यांनी त्याच काळात उत्क्रांत झालेली हप्तेबंदीची योजना सहजगत्या स्वीकारली होती. मुंबईटत २६ एप्रिल, १९८४ रोजी टाटा फायनान्सने आपलं दुकान उघडलं. ७ मे १९८५ रोजी कलकत्त्यात बिर्ला कॅपिटल अँड फायनाशिअल सर्व्हिसेसनी दुकान उघडलं. ५ मार्च, १९८६ रोजी अहमदाबादेत रिलायन्स कॅपिटल अँड फायनान्स ट्रस्टने दुकान उघडलं. तर २५ मार्च, १९८७ रोजी आकुर्डीत बजाज ऑटो फायनान्सने आपलं दुकान उघडलं. परंतु बजाज ऑटो फायनान्सला आपल्या नावातील 'प्रायव्हेट' हे शब्द काढून नुसतेच 'लिमिटेड' हे शब्द लिहिण्यास २० ऑक्टोबर, १९८७ ही तारीख उजाडावी लागली. या क्षेत्रात सगळ्यात आधी प्रवेश केला होता तो सुंदरम फायनान्स कंपनीने ११ ऑगस्ट, १९५४ रोजी. त्या कंपनीची शेअरबाजारात नोंदणी १९६१ साली झाली. परंतु १९९७ मध्ये रिलायन्स कॅपिटलने ऑटो फायनान्स व्यवसायात येण्याचा विचार रद्द केला.

कार्पेट बॉंबर्स (जाहिरातीच्या माध्यमातून माहिती पोहोचवणे)

बजाज ऑटो फायनान्सचे पहिले व्यवस्थापकीय संचालक दीपक पोद्दार हे राहुल बजाज यांचे कलकत्ता निवासी आतेभाऊ होते. त्यांनी अमेरिकेतील मेसेच्युसेट्स इन्स्टिट्यूट ऑफ टेक्नॉलॉजी येथून विज्ञानाची पदवी मिळवली होती. प्रत्येक शहराचा विचार करून त्यांनी विक्री आणि वितरणाचे पॅकेज बनवले. पहिली पायरी : एका 'ऑल आउट कार्पेट बॉंबिंग' उपक्रमात म्हणजे सर्वांना माहिती मिळेल अशा प्रकारच्या जाहिरातीसाठी निधी बाजूला ठेवणे. २५ मार्च, १९८७ रोजी त्यांनी हप्तेबंदीने वस्तू विकण्याच्या योजनांचे उद्घाटन केलं. त्यात बजाजची सर्व दोनचाकी आणि तीनचाकी वाहनं होती.

आपलं धोरण राबवण्यासाठी राहुल बजाजनी बजाज ऑटोची विक्री आणि वितरण यांचं दर शहरागणिक दक्षतापूर्वक नियोजन करून वितरकांचा आणि डीलर्सचा विश्वास संपादन केला त्यामुळे एक चांगलं दणकट आणि कळकळीने काम करणारं जाळंच तयार झालं. किमतीची मर्यादा काय ठेवायची हा नैतिकतेचा मुद्दा बनला. राहुल बजाज यांनी त्याबद्दल म्हटलं, ''ग्राहकांना शक्य तेवढं उत्तम उत्पादन शक्य त्या कमी किमतीला मिळवून देणे आणि दिवसभराच्या कामाचे कामगारांनाही न्याय्य वेतन मिळणं हा व्यवसायातील नीतिमत्तेचा मापदंड असतो. बजाज ऑटोने आपल्या वर्चस्ववादी भूमिकेचा गैरफायदा घेतला नाही हे मान्य करून सरकारनेही बजाजना शक्य त्या सुविधा दिल्या तरीही उत्पादनावरील बंधन हटवण्यास मात्र नकारच दिला.

१९८७ -९३ या काळात बीएएफएलने १०० कोटी रुपयांचे कर्ज वाटलं आणि त्यांच्या हप्तेबंदी योजनेत सामील झालेल्या ८९ हजार ग्राहकांची फ्रँचाईजी तयार केली. ''१९८०च्या दशकाच्या उत्तरार्धात आमचे डीलर बदलत होते त्यामुळे मार्केटिंगही बदलणं भागच होतं,'' राहुल बजाज म्हणाले, ''मंदी येते आणि जाते, पण मला त्या काळात काळजी कसली होती तर ती स्पर्धेची. आम्ही आता अधिक गतिशील डीलर्सचा शोध घेत आहोत. त्यांनी बाजारातील स्पर्धेत सक्रिय भाग घ्यायला हवा.'' सुदैवाने छोट्या तीनचाकी क्षेत्रातील बजाजचा वाटा १९,८५-८६ मध्ये ७० टक्के होता तो वाढून १९९२ मध्ये ९१ टक्के झाला.

नवीन शतक सुरू झालं तेव्हा बजाज ऑटो फायनान्सच्या जाळ्यात ८० शाखा होत्या. त्या काळात बीएएफएलच्या निधीचा खर्च ११ ते १४ टक्के होता आणि ते व्याजाचा सरासरी दर १८ ते २१ टक्क्यांच्या दरम्यान लावत होते. राहुल बजाज पाठीमागे उभे राहून दक्षता घेत असताना पोद्दार यांनी कारभार कडकपणे हाताळायला घेतला होता. नॉन परफॉर्मिंग ॲसेट्स २ टक्केच होते आणि अन्य प्रशासकीय खर्च ४ टक्के होता.

पोद्दार यांनी बिझनेस स्टँडर्डला २००१ साली मोठ्या अभिमानाने सांगितलं, ''आम्ही कर्ज वाटप १५० कोटी रूपयांचे करण्याचे ध्येय ठेवले असून सध्याच्या आर्थिक वर्षात क्रिटिकल मास ६५० कोटी रुपयांचा असेल असे पाहत आहोत. (क्रिटिकल मास म्हणजे एखादा उपक्रम चालू ठेवण्यासाठी लागणारा निधी.) आम्ही छोट्या शहरांकडे लक्ष ठेवून आहोत कारण मोठ्या शहरांतील बाजारपेठांतील तीव्र स्पर्धेमुळे मार्जिन अगदीच कमी ठेवावे लागत आहे.''

या ठिकाणी पोद्दार यांनी आयसीआयसीआयला उद्देशून टोमणा मारला होता. आयसीआयसीआय ही नेहमीच एक आक्रमक संस्था राहिली आहे. १९९७ साली कुंदापूर वामन कामत उर्फ के. व्ही. कामत यांनी तिचे व्यवस्थापकीय संचालकपद स्वीकारल्यानंतर तर तो आक्रमकपणा तसाच चालू राहिला. कामत यांनी बऱ्याच आस्थापना ताब्यात घेतल्या. त्यात शिपिंग क्रेडिट अँड इन्व्हेस्टमेंट कॉर्पोरेशन ऑफ इंडिया होती, तसंच आयटीसी क्लासिक फायनान्सही होती. या आयटीसी क्लासिक फायनान्सचा पूर्व भारतातला 'रिटेल' पाया चांगला होता आणि पाश्चात्त्य देशांतही तिला भरभक्कम पाया होता.

परंतु वाहनकर्ज उद्योग आता 'वस्तू' बनला होता, स्पर्धा तीव्र झाली होती आणि कर्जवसुलीची समस्या उभी झालेली होती. त्यानंतर ९ वर्षांनी हप्ते न भरण्यात वाढ झाल्याने आणि व्याजदराची निश्चिती नसल्याने आयसीआयसीआयने त्यांचा वाहनकर्ज व्यवसायच बंद करून टाकला.

बीएएफएल आयपीओ

आयपीओ बाजारपेठेचं कामकाज परिणामकारक व्हावं यासाठी शेअर्स ऑफरची प्रक्रिया कार्यक्षम असणे गरजेचं होतं. १९९०च्या दशकात भारतीय आयपीओ बाजारपेठेत बेभरवशाच्या दलालांचा बुजबुजाट झाला होता, ते इश्यूचा बाजारभाग वाढवायचे आणि त्यानंतर गुंतवणूकदारांना वाऱ्यावर सोडून द्यायचे. मग गुंतवणूकदारांना आपली ॲलॉटमेंट

आणि रिफंड मिळवण्यासाठी कित्येक आठवडे थांबावं लागायचं. २००० साली 'बुक बिल्डिंग' प्रक्रियेची ओळख करून देण्यात आली. (एखाद्या कंपनीला बाजारात उतरण्यासाठी पहिल्यांदा जो इश्यू काढावा लागतो त्याची प्रक्रिया म्हणजे बुक बिल्डिंग प्रक्रिया असते.) परंतु त्यापूर्वीच्या काळात इश्यू वाजवीहून जास्त भरला तर ॲलॉटमेंटची व्यवस्था इन्व्हेस्टर बँकरच्या सल्ल्यावरून तयार केलेल्या फॉर्म्युल्यानुसार कंपनी करायची. तरी तिला नियंत्रकांच्या मार्गदर्शक सूचना पाळाव्या लागत. त्यावर स्टॉक एक्स्चेंजची देखरेखही असे. थोडक्यात रेशनिंग केले जात असे.

बजाज ऑटो आणि बजाज ऑटो होल्डिंग्ज या दोघांनी एकत्र येऊन बजाज ऑटो फायनान्सची मुहूर्तमेढ २५ मार्च, १९८७ रोजी रोवली होती आणि इश्यूच्या मेमोरंडमदाखल १० शेअर्स घेतले होते. या निधीत ९,९९,९९० शेअर्सची भर १० जून, १९८७ रोजी घातली गेली, त्यामागोमाग २० ऑक्टोबर, १९८७ रोजी ४० लाख शेअर्सचा राइट्स इश्यू आणला गेला. मग १५ मे, १९९० रोजी ५ लाख शेअर्सचे दुसरे आवर्तन झाले तेव्हा १ कोटी शेअर्स हातात असल्याने बीएएफएल कंपनी आता अगदी आरामात पब्लिक लिमिटेड होऊ शकत होती. पण खरंच होऊ शकत होती का? १९९० आणि २००४ या काळात अनपेक्षितपणे २७१३ कंपन्यांचे आयपीओ बाजारात येऊ लागले होते.

अन्य स्थानिक आयपीओंची गर्दी झाल्याने बीएएफएलची आयपीओ आणण्याची वेळ अगदी डोळ्यांत तेल घालून ठरवावी लागणार होती. त्यात आणखीही एक महत्त्वाचा मुद्दा होता. तो म्हणजे निमेश कंपानी, राहुल बजाज आणि त्यांची मुख्य टीम ऑक्टोबर, १९९४ मध्ये बजाज ऑटोचे 'जीडीआर लंडन'मधले पहिले पदार्पणही करणार होती.

बीएएफएलचे पदार्पण २८ मे, १९९४ रोजी होईल असे राहुल बजाजनी जाहीर केलं. त्यानंतर भारतात बीएएफएल ही बजाज ऑटोची उपकंपनी म्हणून राहणार नव्हती. कंपनीची नोंदणी बीएसई आणि एनएसईवर मुंबई, अहमदाबाद आणि पुणे येथे करण्यात आली. १९९५ पर्यंत बीएएफएलने ४.१५ लाख शेअर्सचे नियोजित वाटप (१० रुपये दर्शनी मूल्याचे समभाग ८० रु. प्रीमिअमवर) पूर्ण केले होते. तिचे पेड-अप कॅपिटल ३१ मार्च, १९९५ रोजी १६,४८,८४,५०० रुपये होते.

अमेरिकन क्रुसेडर्स अहॉय

२००६ सालापर्यंत बातम्या विजेसारख्या येऊन कोसळू लागल्या. खरं तर हे त्रिकूट ९०० कोटी रुपये उभे करण्याचा विचार करत होतं. प्रेफरन्शिअल शेअर्सचा आणि कन्व्हर्टिबल वॉरंट्सचा पहिला भाग रु. ३२४.५ कोटींवर निर्धारित करण्यात आला. आणि आश्चर्याची गोष्ट म्हणजे बीएएफएलला जागतिकीकरणाची चव घरीच चाखायला मिळणार होती.

क्रिसिलने बीएएफएलचं रेटिंग पी १+ असे ३०० कोटी कमर्शिअल पेपर उपक्रमाखाली नक्की केलं. (अगोदर ते २०० कोटी रुपयांपुरतं मर्यादित होतं.) महत्त्वाच्या आर्थिक वृत्तपत्रांनी मान्य केलं आणि त्याबद्दल आपल्या वाचकांना सांगितलंही की, या रेटिंगमधून व्यवस्थापकीय, कामकाजात्मक आणि आर्थिक असा तिन्ही स्तरांवरील मजबूत पाठिंबा बीएएफएलला तिची पालक कंपनी बजाज ऑटो लिमिटेड यांच्याकडून मिळालेला आहे हे

दिसून येते. म्हणूनच क्रिसिलने त्यांना 'एएए/एफएएए/ स्टेबल/पी १ +' असा दर्जा बहाल केला आहे.

पोद्दार यांनी इकॉनॉमिक टाइम्सला सांगितलं की आम्ही जानेवारीत प्रेफरन्शिल ॲलॉटमेंटमध्ये गुंतवणुकीसाठी न्यू यॉर्कचे हेज फंड्सना आणणार आहोत. त्यापैकी कोपाकाबाना हे १०.३५ लाख पूर्ण भरलेले समभाग विकत घेतील, अल डोराडो होल्डिंग्ज द्वितीयही १०.३५ लाख समभाग घेतील आणि टायगर ग्लोबल मॅनेजमेंट आणि संलग्न फंड ७.१५ लाख समभाग विकत घेतील. ब्ल्यू रिज लिमिटेड पार्टनरशिप आणि /किंवा ब्ल्यू रिज ऑफशोअर मास्टर लिमिटेड पार्टनरशिपही ७.१५ लाख शेअर्स विकत घेतील.

भारतात आलेल्या या चार 'हटके' गुंतवणूकदारांचा मेळा संमिश्र होता आणि त्यांनी १९८०च्या दशकात आपले व्यवसाय सुरू केले होते. ब्ल्यू रिज आणि कोपाकबाना वाटेतच गायब झाले परंतु उर्वरित दोन मात्र शेवटपर्यंत चालले : ते होते माईक इन्ग्राम आणि ज्युलियन हार्ट रॉबर्ट्सन.

माईक इन्ग्राम यांनी अल डोराडो होल्डिंग्ज कंपनी १९८७ साली स्थापन केली तेव्हा त्यांच्याकडे एकच कर्मचारी होता आणि फिनिक्स शहराच्या दक्षिणेस एकच एस्क्रो मालमत्ता होती. (एस्क्रो मालमत्ता म्हणजे दुसऱ्याच्या वतीने मालमत्ता धारण करण्याची परवानगी) जॉन वेनची 'अल डोराडो रांच' हीच ती मालमत्ता होती. गुंतवणूकदारांचे आणि जमीनदारीचे जाळे पुरेसे मजबूत करून स्थावर उद्योगात येणारी तेजी-मंदीची चक्रे आणि आर्थिक आंदोलने यांना तोंड देण्यास साहाय्य करण्याचे काम इन्ग्राम यांना त्या मालमत्तेमुळे शक्य झाले. भारतातील त्यांची गुंतवणूक हा त्यांचा दुसरा फंड म्हणजे अल डोरांडो होल्डिंग्ज द्वितीय असा होता.

ज्युलियन हार्ट रॉबर्ट्सन ज्युनिअर यांनी टायगर ग्लोबल मॅनेजमेंट १९८० साली स्थापन केली होती. त्यांनी काही काळ अमेरिकन नौदलात अधिकारी पदावर काम केलं. मग ते मॅसेच्युसेट्समधील किड्डर, पीबडी अँड कंपनी नामक सिक्युरिटीज फर्ममध्ये गेले. ते तिथल्या ॲसेट्स व्यवस्थापन विभागाचे प्रमुख होते. त्यानंतर ते कादंबरी लेखन करण्यासाठी कुटुंबासह न्यू झीलंडमध्ये वर्षभरासाठी गेले. मग १९८० साली परतल्यावर रॉबर्ट्सन यांनी टायगर मॅनेजमेंट संस्था काढली तेव्हा आपल्याला भारतात व्यवसाय करण्यात रस आहे असे जाणवले.

मोठं चित्र अधिकच मोठं दिसू लागलं

पोद्दारांनी नंतर भारतीय उद्योगातील प्रसार माध्यमांना माहिती दिली की, आम्ही गरजेची उर्वरित रक्कम (५५० कोटी रुपयांहून अधिक रकमेची) राइट्स इश्यूच्या माध्यमातून उभी करणार आहोत. विद्यमान आणि नवे समभाग धारक या राइट्स इश्यूमध्ये भाग घेऊ शकतील. मध्यम कालावधीत थोडासा फरक पडला तरी दीर्घावधीत हे स्थिर राहील अशी अपेक्षा आहे. बजाज ऑटो लिमिटेडला न भरल्या गेलेल्या भांडवलाचा हिस्सा उचलावा लागला तर त्यांचे भागभांडवलातील टक्के वाढू शकतील. सध्याच्या प्रेफरन्शिअल शेअर्स ॲलॉटमेंटच्या फेरीत बीएएल १६७ कोटी रुपये आणील आणि बाहेरचे गुंतवणूकदार १५७.५ कोटी रुपये आणतील.

पोद्दारांनी असंही जाहीर केलं, ''या प्रेफरन्शिअल ॲलॉटमेंटखाली बीएएफएल १०,०३,२६० पूर्ण भरलेले इक्विटी शेअर्स प्रत्येकी १० रु. असे देईल. त्याशिवाय बीएएललाही ३०,०६,५४० वारंट्स जारी करण्यात येतील. प्रत्येक वॉरंटचं रूपांतर ४१० रुपये दर शेअरमागे भरल्यावर एका इक्विटी शेअरमध्ये होईल. (यात ४०० रुपयांचा प्रीमिअम दर शेअरमागे असेल.) वॉरंट्सचं रूपांतर शेअरमध्ये करण्याचा पर्याय त्यांच्या ॲलॉटमेंटनंतर १८ महिन्यांच्या आतच करावा लागेल. सर्व गुंतवणूकदारांना १० रु. दर्शनी किमतीचे इक्विटी शेअर्स ४५० रुपयांना देण्यात येतील. १२ जानेवारी, २००६ रोजी समभाग धारकांची एक्स्ट्रा ऑर्डिनरी जनरल मीटिंग होणार होती त्यांची संमती घेऊनच प्रेफरन्शिअलॲलॉटमेंट जाहीर केली जाईल.''

नॉन कन्व्हर्टिबल डिबेंचर्सचा इश्शू काढावा का, हा मुद्दाही समोर होताच. त्यांनी पुढे म्हटलं की, किती संख्येने किती मूल्यास डिबेंचर्स काढावेत हे संचालक मंडळाने अद्यापि ठरवलं नव्हतं. इश्यूची तारीख जवळ आली की ते ठरवण्यात येणार होतं. प्रेफरन्शिअल ॲलॉटमेंट आणि राइट्स इश्यू झाल्यानंतर बिगर बँकिंग अर्थसंस्थांतील प्रवर्तकांचा हिस्सा ४७ टक्के या विद्यमान स्थितीत यावा अशी अपेक्षा होती.

मग आलं पुनर्विलगीकरण (डिमर्जर). पमनानी बीएएफएलच्या बोर्डावर उपाध्यक्ष म्हणून आले आणि बजाज ऑटो फायनान्सचं रूपांतर विना अडथळा बजाज फायनान्समध्ये झालं. कुठल्याही कंपनीच्या इतिहासात थोडे दुर्मीळ दिवस उठून दिसत असतात. १६ मे, २००७, बुधवार हा तसाच एक दिवस होता.

१ एप्रिल, २००८ या दिवसापासून दीपक पोद्दार व्यवस्थापकीय संचालक पदाचा राजीनामा देऊन दूर झाले. राजीव जैन यांची नियुक्ती मुख्य कार्यकारी अधिकारी म्हणून झाली.

५ जुलै, २०१० रोजी बीएएफएल ही बजाज फिनसर्व्हची उपकंपनी बनली. बजाज ऑटो फायनान्सचं नाव बजाज फायनान्स असं होण्यास ६ सप्टेंबर, २०१०चा दिवस उजाडला.

शेवटचा टप्पा – १० सप्टेंबर, २०१० रोजी बजाज फायनान्स ही बजाज फायनान्स लिमिटेड बनली हाच होता.

भविष्य साद घालत होतं.

प्रकरण २६

बाँबे क्लब आणि ते जाझ नृत्य : १९९१–९३

बजाज आणि मनमोहन सिंग

राहुल बजाजनी दातारांना सांगितलं, ''ती सगळीच कल्पना पूर्णतया उलटीसुलटी झाली. मी १९८०च्या दशकातच उदारीकरण करा म्हणून ओरडत होतो. पण १९९३ साली मीच फुकटचा बदनाम झालो. मी बाजारपेठेतील स्पर्धा समान पातळीवरची हवी, असं म्हणत होतो तेव्हा सगळ्यांना वाटलं की संरक्षित बाजारपेठेसाठीच मी थेट न बोलता गुळमुळीत वक्तव्य करतो आहे. आम्ही एवढंच म्हणत होतो की सरकारने आम्हाला परदेशी स्पर्धेला

तोंड देण्यास सक्षम केलं पाहिजे. पण माझं कुणी ऐकलंच नाही– ना प्रसार माध्यमांनी ना अन्य कुणी.''

२४ जुलै, १९९१ रोजी फार गाजावाजा न करता, मंत्र्यांच्या हजेरीत पत्रकार परिषदही न घेता पंतप्रधान पी. व्ही. नरसिंह राव यांनी इंडस्ट्रीज (डेव्हलपमेंट अँड रेग्युलेशन) कायदा १९५१ हा आम्ही रद्द करत आहोत, अशी घोषणा केली. त्यामुळे काळ्या यादीतील काही क्षेत्रे वगळता अन्य कुठल्याही नव्या उद्योगांसाठी सरकारी परवाना घेण्याचा नियम काढून टाकला गेला. ४० वर्षे चाललेलं 'लायसन्स परमिट' राज्य संपुष्टात आलं आणि प्रचंड मोठ्या आर्थिक सुधारणांना प्रारंभ झाला. तशीच व्यवसाय सुलभतेची चळवळही निर्माण झाली.

राहुल पुढे म्हणाले, ''भारतीय कंपन्यांनी आंतरराष्ट्रीय कॉर्पोरेशन्स बनावं आणि भारतीय फर्म्सची वाढ व्हावी हेच आम्हाला हवं होतं. ॲडम स्मिथचं साधं अर्थशास्त्र आम्हाला शिकवतं की सगळे जण सगळ्या गोष्टी तयार करू शकत नाहीत. त्यामुळे आपल्याला कसलं उत्पादन करायचं आहे आणि आयात करणं काय योग्य राहील ते आपण ठरवलं पाहिजे. त्यानुसार आयात कराची तजवीज केली पाहिजे. आर्थिक उदारीकरण भारतासाठी चांगलंच होतं आणि वेगवेगळ्या औद्योगिक असोसिएशन्समध्ये केलेल्या भाषणांत मी तसं बोललोही आहे. परंतु का कोण जाणे, नव्वदच्या दशकातल्या तथाकथित 'बाँबे क्लब'चा मुख्य प्रवक्ता म्हणून माझ्यावर शिक्काच बसला आहे. हा बाँबे क्लब म्हणजे संरक्षित बाजारपेठवादी असून अन्य काहीही नाही, असंच लोकांच म्हणणं होतं.''

''चला, आपण बेल्वेडिया येथे भेटायचं का?''

या क्लबची पहिली बैठक जे.के. समूहाचे हरीशंकर सिंघानिया आणि बेनेट कोलमनचे अशोक जैन यांनी बोलावली होती.

ती आठवण राहुलनी अशी सांगितली, ''आम्ही सोळा जण बाँबेतील ओबेरॉय हॉटेलातल्या बेल्वेडिया क्लबवर भेटलो. त्यात जमशेद गोदरेज होते, केशब महिंद्र होते, मीही होतो.'' त्यांतले बहुतेक जण तीन मोठ्या औद्योगिक लॉबींपैकी एकीचे किंवा अनेकींचे सदस्य होते– त्या लॉबींची नावे होती असोसिएटेड चेंबर्स ऑफ कॉमर्स अँड इंडस्ट्री ऑफ इंडिया, सीआयआय आणि एफआयसीसीआय.

नरिमन पॉइंटच्या श्रीमंत, आलिशान भागातली 'बेल्वेडिया' ही ओबेरॉय हॉटेलातली एक खाजगी बोलणी करण्याची जागा होती. या गटाने राहुल बजाज यांची आपला नेता म्हणून निवड केली. वार्ताहर सुचेता दलाल यांनी ही बातमी बाहेर फोडली आणि त्या सर्वांना 'बाँबे क्लब' अशी उपाधी दिली, तीच त्यांना नंतर चिकटली. राहुलनी ठामपणे सांगितलं की, आयात कर व्यवस्थित कमी केल्यावरच आम्हाला परदेशी उत्पादनांशी समान पातळीवरून स्पर्धा करता येईल असं प्रतिनिधित्व अशोक आणि हरीशंकर यांनी अर्थमंत्र्यांकडे केलं. आमचा मुद्दा अगदी साधा होता. विकसित जगाकडून येणाऱ्या बहुतेक ग्राहकोपयोगी वस्तूंना आमच्यासारखे कडक कामगार कायदे, उच्च व्याजदर, वाईट पायाभूत सुविधा इत्यादी अडचणींचा सामना करावा लागत नाही. त्यामुळेच आम्हाला स्पर्धाक्षम होता येत नाही. म्हणून १९९३ साली मी समान पातळीवरील स्पर्धा मागताना एवढंच

म्हणालो की आम्हाला कामगार धोरणाची समस्या आहे. मला गरज लागल्यास लोकांना नोकरीतून काढता येत नाही. आमच्याकडे व्याजाचा उच्च दर असतो. व्यवहार करण्याचा दरही उच्च असतो. या अडचणी नसलेल्या आयात वस्तूंशी मला स्पर्धा करावी लागते. मी तसं बोललो म्हणून मी संरक्षित बाजारपेठेची भलावण करतो आहे असा माझ्यावर शिक्का बसला. प्रतिनिधित्व केल्यावर अर्थखात्याने आम्हा सर्वांना सांगितलं की तुम्ही याविषयी सार्वजनिकपणे बोलू नका. तेव्हा मी सोडून बाकी सर्व जण गप्प बसले होते.

'नव्या फोरममध्ये सामील व्हा' असं विचारल्यावर कलकत्त्याचे राम प्रसाद गोएंका आणि मुंबईच्या एस्सार समूहाचे शशी आणि रवी रूईया यांच्या सारख्या काहींनी सरळ नकारच देऊन टाकला. फोरमपासून फटकून राहणाऱ्या अन्य लोकांमध्ये धीरूभाई अंबानी, आदित्य बिर्ला आणि रतन टाटा होते.

तेरा कलमी जाहीरनामा

सविस्तर चर्चा केल्यानंतर तेरा कलमी जाहीरनामा तयार करण्यात आला. वीस वर्षांनी हरीशंकर सिंघानियांनी आपल्या आठवणींत लिहिलं, ''अर्थमंत्री डॉ. मनमोहन सिंग यांना १० नोव्हेंबर, १९९३ रोजी नवी दिल्ली येथे भेटायला गेलेल्या उद्योगपतींत पुढील मंडळी होती– भारत राम, ललित मोहन थापर, एम.व्ही. अरुणाचलम, राहुल बजाज, भुपेंद्र कुमार मोदी, चंद्रकांत के. बिर्ला, जमशेद गोदरेज आणि मी स्वतः. आम्ही हे निवेदन ताबडतोब प्रेसलाही दिलं.''

खास सल्लागार मॉंटेक सिंग अहलुवालियाही हजर होते. बॉंबे क्लबचा संदेश अगदी स्पष्ट होता, 'आजच्या घडीला आपण अगोदर अंतर्गत उदारीकरण करा आणि बाह्य उदारीकरण नंतर करा.'

बॉंबे क्लबने मत मांडलं की आयात आणि परदेशी थेट गुंतवणूक यांच्यासाठी मुक्त द्वार लगेच न उघडता काही काळाने उघडले पाहिजे. अंतर्गत सुधारणांच्या आधी ते होता कामा नये. त्यामागे भीती होती की अंतर्गत सुधारणांच्या अभावी भारतीय खाजगी क्षेत्रास परदेशी स्पर्धक पायाखाली तुडवतील, त्याचा स्थानिक उद्योजकतेवर आणि रोजगारावर विपरित परिणाम होईल.

कोचानेक यांनी बॉंबे क्लबच्या चिंतेच्या पाच पैलूंना संक्षिप्त शब्दांत मांडलं :

पहिला मुद्दा : बॉंबे क्लबने मागणी केली की सरकारने अंतर्गत सुधारणांची एक सर्वसमावेशक मालिकाच बनवावी. त्यामुळे स्थानिक उत्पादकांना अधिक स्पर्धाक्षम बनणे शक्य होईल. तसेच भारतीय अर्थव्यवस्था बाह्य स्पर्धेसाठी मुक्त करण्याच्या कुठल्याही पावलाआधी स्थानिक उद्योगांना जुळवून घेण्यासाठी वाढीव काळ द्यावा.

दुसरा मुद्दा : खाजगी परदेशी गुंतवणुकीप्रति सरकारच्या उदार धोरणांना बॉंबे क्लबची हरकत होती. सरकारने निर्णय घेतला होता की समभागांतील परदेशी गुंतवणूक ४० टक्क्यांवरून ५१ टक्के इतकी वाढवावी. पण त्यामुळे

लगाम परदेशी कंपनीच्या हाती गेले असते. मग परदेशी बहुराष्ट्रीय कंपन्यांनी भारतीय स्थानिक कंपन्या ताब्यात घेतल्या असत्या तसेच अनिवासी भारतीयांनी मोठ्या संख्येने समभाग विकत घेऊन मूळ कंपनीच्या प्रवर्तकांना बाहेर काढून त्या भारतीय कंपन्यांवर कब्जा केला असता. त्याशिवाय भारतीय उद्योजक अभिजनांनी सरकारला दोष दिला की तुम्ही खाजगी परदेशी गुंतवणूकदारांना फायदे देत आहात परंतु ते देशी उद्योगांना खास करून पायाभूत सुविधा प्रकल्पांमध्ये देत नाही आहात.

तिसरा मुद्दा : भारतीय उद्योगांवरील संरक्षक जकात योजनाबद्ध रीतीने कमी करून भारतीय अर्थव्यवस्था परदेशी वस्तूंसाठी खुली करण्यास त्यांनी विरोध केला होता. तयार मालावरील जकात कमी झाली तरी औद्योगिक कच्च्या मालावरील स्थानिक अबकारी कर आणि विक्री कर काही कमी होणार नव्हता त्यामुळे भारतीय बनावटीच्या वस्तूंची किंमत स्पर्धात्मक राहणार नाही. त्यामुळे अन्याय्य स्पर्धा होऊन इथले कारखाने बंद पडतील आणि बेरोजगारी वाढेल.

चौथा मुद्दा : बाँबे क्लबने आरोप केला की देशातील कठोर कर्जधोरण आणि उच्च व्याजदर यांच्यामुळे परदेशी भांडवलाच्या स्पर्धेत देशी उद्योगांची पडती बाजू होते.

पाचवा मुद्दा : सरतेशेवटी, त्यांनी आरोप केला की सरकारला भारताच्या गुंतागुंतीच्या कामगार कायदा सुधारणेत अपयश आले आहे, तोट्यातील उद्योग बंद करण्यासाठी 'बाहेर' पडण्याचे धोरण ठरवण्यात अपयश आले आहे, तसेच सार्वजनिक क्षेत्रात सुधारणा किंवा त्यांचे खाजगीकरण करण्यात अपयश आले आहे. त्यामुळे देशी उद्योगांबाबत ते करत असलेल्या सुधारणांचा ठसा आणि परिणामकारकता यांवर मर्यादा आली आहे.

समपातळीवरील बाजारपेठ अदृश्य

बाँबे क्लबला तेवढंच फक्त हवं असतं तर कुठल्याही राष्ट्रप्रेमीला हरकत घ्यायचं काहीच कारण नव्हतं. तत्कालीन अर्थमंत्री डॉ. मनमोहन सिंग यांनी सहानुभूतीने विचार करू असं आश्वासन दिलं होतं. तत्कालीन वाणिज्य मंत्री आणि माजी अर्थमंत्री प्रणब मुखर्जी यांनी पुढे असंही सांगितलं की भारतीय कंपन्या मुक्त स्पर्धेत नाहीशा झाल्या- अशी परिस्थिती सरकार येऊच देणार नाही. अधिक महत्त्वाचा इशारा सिराजुल हक खानांनी दिला. ते म्हणाले की, समपातळीवरील स्पर्धेची निश्चिती न करता जागतिकीकरणाच्या दिशेने घाईची पावलं उचलली तर त्यामुळे भारतीय उद्योग जगताला ग्रहण लागेल. त्याशिवाय आणखीही वेगवेगळे बरेच मुद्दे होते. त्याकडे वळून बघताना राहुल बजाज म्हणाले, "१९९१च्या आधी भारताने मिश्र अर्थव्यवस्थेची पद्धत स्वीकारली होती. १९६०, ७० आणि ८०च्या दशकात आपली संरक्षित अर्थव्यवस्था होती. भारताचे एकही उद्योगक्षेत्र तेव्हा आंतरराष्ट्रीय स्पर्धेत उतरण्याजोगे नव्हते. 'उत्पादन खर्च जास्त, गुणवत्ता कमी आणि तंत्रज्ञान शिळे,' असा प्रकार होता. परंतु याही परिस्थितीला एक सकारात्मक बाजू होती. आयातीला पर्याय देशातच उभा

करण्याच्या धोरणामुळे भारत स्वतःचा उत्पादन-पाया विकसित करू शकत होता. म्हणजेच अन्य दक्षिण आशियाई देशांसारखे पूर्ण दुसऱ्यांवरच तंत्रज्ञानासाठी अवलंबून असा त्यांचा प्रकार नव्हता.''

त्याविषयी राहुल तपशिलात जाऊन सांगू लागले, ''उदारीकरण १९९१मध्ये सुरू झाले तेव्हा सरकारला विदेशी चलनाची समस्या भेडसावत होती. दोन आठवड्यांच्या आयातीसाठी पुरेल इतकाही विदेशी चलनाचा साठा नव्हता आपल्याकडे. सरकारने बाह्य उदारीकरण खूपच वेगाने केलं. आम्हाला मुक्त व्यापार पाहिजे, याचा अर्थ आम्हाला आयात सत्वर व्हायला हवी. आम्हाला आयात परवाना राज नको होतं हे बरोबरच आहे. आणि शेवटी त्याचीच आम्हाला मदत झाली. ती मदत झाली नाही असं मी म्हणतच नाही.

''विकसित जगही त्यांना सोयीचं असेल तेव्हा संरक्षणवादी बनतं ना. उदाहरणादाखल सांगायचं तर तेही त्यांच्या शेतकऱ्यांचं रक्षण करताना तसे वागतात- पण आपल्याला परदेशी तंत्रज्ञान आणि भांडवलाची गरज आहे. काही तंत्रज्ञान हे जगातील खूपच कमी कंपन्यांच्या हातात आहे. त्यांच्याकडे भारतीय कंपन्यांच्या मालकीचा मोठा वाटा नसेल तर ते तंत्रज्ञान ते देणारच नाहीत. त्यामुळे आपण त्यांना समभागांत गुंतवणूक करू दिली पाहिजे अन्यथा आपल्याला हवे ते तंत्रज्ञान मिळणारच नाही हेही आहेच.''

सरकारने बॉंबे क्लबला निदान वरवर तरी खूपच गांभीर्याने घेतलं. १९९५च्या सुमारास म्हणजे १९८५ सालच्या नव्या आर्थिक धोरणानंतर दहा वर्षांनी सरकारने भारतीय कंपन्यांना जारी केलेल्या भांडवलाच्या २५ टक्क्यांपर्यंत प्रेफरन्स शेअर्स विकून पैसे उभारायची अनुमती दिली. या शेअर्सधारकांना मतदानाचा हक्क मिळत नसल्याने हातातील लगाम न सोडता उद्योजकांना पैसे उभारता आले. खाजगी स्तरावर आपले म्हणणे रेटताना (लॉबीईंग करताना) बॉंबे क्लब भारतीय अर्थव्यवस्था मुक्त झाल्यावर होणारे परिणाम लोकांना कळावे यासाठी वार्तासत्रे आयोजित करू लागला.

(भारताला १९९० साली आर्थिक संकटास सामोरं जावं लागलं आणि त्याला कर्जे फेडता येणार नाहीत अशी परिस्थिती निर्माण झाली. १९९१ सालचे नवीन आर्थिक धोरण हा नवा आणि उदार (निओलिबरल) स्ट्रक्चरल ॲडजस्टमेंट प्रोग्राम होता. त्यामुळे भारताला जागतिक बँक आणि आंतरराष्ट्रीय नाणेनिधीकडून कर्ज घेण्याच्या अटीत बसता आले.)

पी.व्ही. नरसिंह राव सरकारने मान्य केलं की त्यांना उद्योग जगताकडून बरीच निवेदनं मिळाली. त्यात ते लोक प्रत्यक्ष जमिनीवर संरक्षणवादी धोरण हवे असं म्हणत होते ज्यायोगे भारतीय उद्योजकांना समपातळीवरून स्पर्धा करता येईल. ''तसे निवेदन दिल्यावर अर्थखात्याने आम्हाला सांगितले की ही गोष्ट सार्वजनिक करू नका. तेव्हा मी सोडून बाकी सर्व जण गप्प बसले.'' राहुल उपरोधिक हसत म्हणाले.

ते पुढे म्हणाले, ''त्या वेळी मी एक प्रश्न विचारला, आपल्या देशातल्या वरच्या फळीतील २०० कंपन्यांत १०० कंपन्या तरी भारतीयांच्या मालकीच्या असायला हव्यात की नकोत? असं म्हणताना भारतीय उद्योजकांना संरक्षण हवे असं मी म्हणत नव्हतो; पण देशांनी केवळ त्यांच्या उद्योगांनाच नव्हे तर नागरिकांनाही पाठिंबा द्यायला हवाच ना? विकसित देशांसह जगातील प्रत्येक देश आपल्या स्थानिक उद्योगांना पाठिंबा देतो. मला

अजूनही वाटतं की भविष्यातील मोठ्या भारतीय कंपन्यांचे नियंत्रण परदेशांच्या ताब्यात असता कामा नये.''

उद्योग महत्त्वाचा की उद्योजक?

राहुल बजाज म्हणाले, ''काही उद्योजकांना सुरुवातीला उदारीकरणाचा पूर्ण अर्थच कळला नाही. १९९१ आणि १९९४ या काळात उदारीकरणाचा वेग इतका जास्त होता की उद्योग जगताला तो सुखद धक्काच होता. व्यापार आणि गुंतवणूक धोरणे पारच पालटून गेली आणि मुक्त अर्थव्यवस्थेची प्रक्रिया सुरू झाली.''

राहुल पुढे म्हणाले, ''उद्योगात तुमचा एकच गुरू असतो, तोच तुम्हाला कार्यक्षम बनायला शिकवतो. हा गुरू म्हणजे कुठली बिझनेस स्कूल नसते तर स्पर्धा या नावाने ओळखला जाणारा एक सर्वपरिचित शब्द हाच तुमचा खरा गुरू असतो. स्पर्धा नसेल तर उद्योगच नष्ट होऊन जाईल. आपल्याला आंतरराष्ट्रीय स्तरावर स्पर्धात्मक बनायचं असल्यास दुसरा काहीही पर्याय नाही हे स्पष्टच आहे. त्याचाच आणखी एक अर्थ म्हणजे ज्याच्या अंगी जगण्याची क्षमता असेल तो टिकेल. त्यामुळे आपल्याला आपले औद्योगिक संबंधविषयक कायदे बदलावे लागतील आणि 'एक्झिट' धोरण अवलंबावं लागेल. त्यामुळे एकाच क्षेत्रात गरजेहून जास्त कंपन्या झाल्याने उत्पादन क्षमतेचे तुकडे पडण्याचा धोकाही टाळता येईल. त्याशिवाय आपल्याला खात्री करून घ्यावी लागेल की आयात परवाना रद्द झाल्याने परदेशी कंपन्या त्यांचा नकोसा माल भारतीय बाजारपेठेत आणून तर टाकत नाहीयेत ना? सरकारला प्रत्येक उद्योगक्षेत्रावर जवळून लक्ष ठेवावे लागेल आणि प्रत्येक क्षेत्रातील म्होरक्यांना पाठिंबा द्यावा लागेल. पाठी राहाणाऱ्यांना त्याची किंमत चुकवावी लागेल.

''प्रचंड भांडवल लागणाऱ्या पायाभूत सुविधा प्रकल्पांत भारतीय कंपन्यांना आवश्यक ते स्रोत आणणं शक्य होणार नाही तेव्हा आपण बहुराष्ट्रीय कंपन्याचं स्वागत केलं पाहिजे.'' राहुल पुढे म्हणाले, ''तथापि, सिमेंट, साखर, कापड, पोलाद आदी उद्योगांत बहुराष्ट्रीय कंपन्यांना आपण २६ किंवा ४० टक्क्यांच्या वर समभाग का द्यायचे यामागे काहीच कारण नाही. या विधानाचा गैरसमज होऊ शकतो म्हणून मी स्पष्ट करतो की आपल्याला अजूनही बऱ्याच उदारीकरणाची गरज आहे.'' त्यांनी फ्रंटलाइन मासिकाला सांगितलं.

''सरकारने अन्य देशांप्रमाणे संरक्षण आणि रेल्वे या क्षेत्रांत खाजगीकरण आणू नये. परंतु सार्वजनिक क्षेत्रांत १००च्या वर कंपन्या आहेत त्यांचे खाजगीकरण करता येईल आणि सरकारला निर्गुंतवणुकीकरण करता येईल. त्यायोगे सरकारकडील समभाग ५० टक्क्यांपेक्षा खाली जातील. परंतु त्यावर एकमत नव्हते. सरकार जर ५० टक्क्यांहून अधिक मालकी आपल्या हाती ठेवत असेल तर कॉंप्ट्रोलर आणि ऑडिटर जनरल यांची त्यावर देखरेख राहते. याचा अर्थ, आम्ही संसदेला उत्तरदायी आहोत असा दावा करून नोकरशहा आणि मंत्री त्या कंपनीच्या कामात ढवळाढवळ करू शकतात. सरकारच्या ताब्यातील समभाग ५० टक्क्यांहून खाली गेले तर ही समस्या सुटू शकते परंतु राजकीयदृष्ट्या ते सोयीचे नसल्याने ती शक्यता सध्यातरी दिसत नाही.''

दुसरी बाजू

तरुण दास म्हणाले, ''आर्थिक सुधारणांच्या गतीमुळे अस्वस्थ झालेले काही लोक होते. तथाकथित बाँबे क्लबमधले राहुल बजाज, ललित थापर, हरीशंकर सिंघानिया यांच्यासारखी मंडळी 'या सुधारणांचा वेग कमी करा, कमी करा. आम्ही अजून तयार नाही आहोत,' असं सांगत होती परंतु आम्ही सीआयआयमधले लोक रतन टाटा आणि अन्यांच्या पाठिंब्यावरून त्यांच्याशी प्रतिवाद करत होतो की, तुम्ही आर्थिक सुधारणांचं भय वाजवीहून जास्त बाळगत आहात आणि स्वतःला कमी लेखत आहात. या विषयावर राहुल बजाज आणि आमचे गरमागरम वादविवाद झडले पण त्यात कधीही व्यक्तिगत कटुता आली नाही.''

जलाल आलमगीर म्हणाले, ''मुक्त अर्थव्यवस्थेच्या धोरणांच्या विरोधकांत केवळ छोट्याच कंपन्या नव्हत्या तर गोदरेजसारखी गृहोपयोगी वस्तू निर्माण करणारी अवाढव्य कंपनीही होती. एफआयसीसी आयचे तेव्हाचे अध्यक्ष कृष्णकुमार बिर्ला यांनी सार्वजनिकरीत्या मांडलं की, या सुधारणा देशाच्या किंवा उद्योगाचे सर्वोत्तम हित लक्षात घेऊन केलेल्या नाहीत. तसं बोलल्याने ते सरकारच्या मर्जीतून उतरले. फ्रेडी मेहता हे टाटा कंपनीतील विख्यात संचालक म्हणाले की, येत्या काही महिन्यांत भारतीय उद्योग नाट्यपूर्णरीत्या खूपच कमी विजेते पाहील आणि मोठ्या संख्येने अपयशी लोकही पाहील. जागतिक खेळाडूंसमोर फार काळ उभं राहाण्याची क्षमता भारतीय उद्योगांकडे नाही. तर दुसरीकडे रतन टाटा त्यांच्या ऐशी कंपन्यांचे एकत्रीकरण करण्याचे पाऊल उचलू लागले. त्यातून ते ३०च मोठ्या कंपन्या निर्माण करणार होते आणि त्या सर्वांचे २.७२ लाख कर्मचारी त्या कंपन्यांत सामील करणार होते.

१९९४ सालानंतर उदारीकरणाची प्रक्रिया राजकीय कारणांमुळे बऱ्यापैकी मंदावली. एका दुर्बळ आघाडी सरकारला आता अंतर्गत आणि बाह्य स्पर्धेला तोंड देणाऱ्या भांडखोर उद्योग जगतासमोर उभं राहावं लागलं होतं. आलमगीर यांनी त्याविषयी लिहिलं, ''या गटाला भाजप आणि अन्य विरोधी पक्षांच्या रूपात आपले बोलणे ऐकण्यास तयार असा श्रोता भेटला. पी. व्ही. नरसिंह राव आणि देवेगौडा या दोन्ही सरकारांच्या धोरणांत काही दोष होते. राहुल बजाज म्हणाले, ''तरीही १९९७चं बजेट फारच उत्तम होतं,'' आधीच्या बोलण्यातील आक्रमकता कमी करण्यासाठी त्यांनी पुढील विधान केलं.

बाँबे क्लबचं अनुल्लेखित पतन

माँटेक सिंग अहलुवालिया एकदा म्हणाले होते, ''सरकारमध्ये असताना आपण भविष्याचे पुनर्लेखन करत आहोत अशी स्वतःची समजूत करून देणे फार सोपे असते.'' त्यामुळेच भारताच्या शक्तिशाली उद्योजकांच्या बोलणे ऐकायला राव सरकार तयार नव्हतं. अशा प्रकारे सर्वदूर पसरलेल्या असुरक्षिततेच्या भावनेतून बाँबे क्लब अचानक उपटला होता, पण तेवढ्याच अल्पावधीत तो स्वतःहूनच गायबही झाला. असोकाम, एफआयसीसीआय आणि सीआयआय यांसारख्या औपचारिक उद्योगसंस्थांचे महत्त्वाचे काम असते ते म्हणजे आपल्या वावदुक सदस्यांमध्ये वरवरचे का होईना पण एकमत निर्माण करायचे. बाँबे क्लबच्या सदस्यांत मतभिन्नता होती आणि स्वार्थी हितसंबंध

होते. एखाद्याचा दृष्टिकोन दुसऱ्यापेक्षा चांगला आहे की वाईट आहे हे ते बघत नव्हते. ते एकमेकांत वाद घालत होते. जेव्हा मूलभूत बाबींकडे बघण्याचा विषय आला तेव्हा क्लब हेलपाटला. १९९३च्या अखेरीस क्लबची सदस्य संख्या केवळ अरुणाचलम, भारत राम, मोदी, सिंघानिया, थापर आणि राहुल बजाज इतक्यांपुरतीच राहिली. ''१९९४च्या अखेरीस तर तो केवळ माझ्या एकट्याचा क्लब उरला,'' राहुल बजाज खेदाने म्हणाले. ''कुणालाच सदस्य राहायचं नव्हतं कारण सरकार रागावलं होतं.'' परंतु राहुल बजाज यांच्या सत्तराव्या वाढदिवशी या जखमेवर मलमपट्टी झाली. त्याविषयी राहुलनी सांगितलं, ''माझ्या सत्तराव्या वाढदिवसाला कुटुंबाने एक पुस्तक प्रकाशित केलं त्यात तत्कालीन पंतप्रधान डॉ. मनमोहन सिंग आणि अर्थमंत्री पी. चिदंबरम यांनी त्यांच्या पत्रात त्या काळाचा चांगला उल्लेख केला होता. आम्ही खरं तर काहीच नवं सांगत नव्हतो. आम्ही एवढंच म्हणत होतो की भारतात कुठल्या वस्तू बनवायच्या ते निवडा आणि आम्हाला लवचिकता द्या. मग उरलेल्या वस्तूंसाठी सरकार आयात कर कमी करू शकते. केवळ एक मुक्त परंतु स्वतंत्र अर्थव्यवस्थाच दीर्घावधीत भरभराट पावू शकते. विकसनशील देशांच्या समस्या खूप जास्त आहेत, म्हणजे बाह्य समस्यांपेक्षा त्या अंतर्गतच जास्त आहेत. त्यामुळे जागतिकीकरणाची प्रक्रिया आणली की ती विकसनशील देशांकडे अधिक चांगली कौशल्ये आणि अधिक चांगल्या वस्तूंची मागणी करते. कारण तसे केले तरच ते आंतरराष्ट्रीय बाजारपेठेत टिकून राहू शकतील. स्पर्धेतून निर्माण झालेल्या बाजारपेठेच्या मागणीमुळेच तर उत्पादकता आणि दर्जा यांच्याकडे आपले लक्ष वळले आहे. समृद्धीचा दीर्घकालीन पाया हाच असतो. एकूण बघता जगापासून देशाला वेगळं ठेवणे व्यवहार्य ठरत नाही. त्यातून केवळ अकार्यक्षमताच वाढते यास इतिहास साक्ष आहे. दीर्घावधीत त्यामुळे आर्थिक ऱ्हास होतो. सध्या जरी विकसनशील देशांच्या बाजूने हुकमाचे पत्ते नसले तरी परिस्थितीला तोंड देण्यासाठी जिंकण्याच्या इच्छेने डाव खेळणे हेच योग्य राहील.'' राहुल बजाज म्हणतात, ''खरं तर पंतप्रधान नरेंद्र मोदीही 'मेक इन इंडिया' उपक्रमातून तेच सांगत आहेत.''

पाव शतकानंतर

बहुराष्ट्रीय कंपन्या आणि आयात वस्तूंपासून भारतीय उद्योग जगत सातत्याने संरक्षण मागत राहिल्याने बॉंबे क्लब नाहीसा झाला तरी त्याच्या काळ्या सावल्या जवळजवळ पंचवीस वर्षे कार्यरत राहिल्या. त्या दिवसांकडे मागे वळून पाहाताना इंडियन एक्स्प्रेसचे शाजी विक्रमन यांना दिलेल्या मुलाखतीत डॉ. मनमोहन सिंग दिलदारपणे म्हणाले, ''मला वाटतं की आणीबाणीच्या प्रसंगी आपण विधायक वर्तन करतो. आम्ही आणलेल्या सुधारणांना बॉंबे क्लबचा आणि पारंपरिक उद्योजकांचा विरोध होता. परंतु आता भारतीय उद्योगात नक्कीच अधिक आत्मविश्वास आलेला आहे.'' रिलायन्स इंडस्ट्रीजचे निखिल मेसवानी याच दृष्टिकोनास पुष्टी देताना म्हणाले. ''बॉंबे क्लबच्या निर्मितीत तुम्ही जी मूल्ये आणि तत्त्वे अंगीकारलीत, त्या तुमच्या भूमिकेचा मला आदर वाटतो.''

पाऊण शतकापूर्वी

भारताच्या स्वातंत्र्याच्या दोन वर्षे अगोदर म्हणजे जानेवारी, १९४५मध्ये आठ भारतीय उद्योजक जे. आर. डी. टाटा, जी. डी. बिर्ला, सर अर्देशीर रुस्तमजी दलाल, अर्देशीर दाराबशॉ श्रॉफ, सर श्रीराम, कस्तुरभाई लालभाई, सर पुरुषोत्तमदास ठाकुरदास आणि डॉ. जॉन मथाई यांनी भारताच्या आर्थिक विकासासाठी एक योजना सादर केली. ती 'बाँबे प्लॅन' या नावाने प्रसिद्ध आहे. त्यामुळे कचऱ्याच्या टोपलीत जाणारा बाँबे क्लब हा काही पहिलाच नव्हता.

ज्ञानकण

''आपल्याला आपल्या कंपन्यांचे नाव जगभरातल्या उत्कृष्ट कंपन्यांत न्यायचे असेल तर जागतिक कॉर्पोरेट आणि आर्थिक अपेक्षांनुसार नियम आणि कायदेकानू बनवावे लागतील, ते सांगायला बाँबे क्लबची काय गरज आहे आपल्याला?'' इकॉनॉमिक टाइम्सचे तत्कालीन संपादक म्हणाले होते.

या तिन्ही समयावकाशात व्यावसायिक जगतातील लोकांना राजकीय यंत्रणेस हलवणं शक्य झालं नाही. परंतु आता निनान सांगत आहेत त्यानुसार ''भारतीय उद्योगधंद्यांचे जग आता बदलू लागले आहे आणि हा तंटा काही केवळ जुनी भारतीय उद्योजक घराणी विरुद्ध बहुराष्ट्रीय कंपन्या असाच केवळ नाही. तो जुने घराणे विरुद्ध नवे उद्योजक असाही आहे.''

प्रकरण २७

विमा क्षेत्रातील 'दादां'चे आगमन : १९९८–२००१

पी. व्ही. नरसिंह राव आणि राहुल बजाज.

राहुल बजाज क्षणोक्षणी वाढत्या विस्मयाने टीव्हीच्या पडद्याकडे पाहात वृत्त निवेदकांचे 'ऑपरेशन शक्ती'विषयीचे बोलणे ऐकत होते. भारताने ११ ते १३ मे १९९८ या काळात पाच अणुचाचण्या (पोखरण द्वितीय) केल्या होत्या. अणुचाचण्यांनतरच्या मुत्सद्देगिरीसाठी खास नेमणूक झालेले माजी राजनैतिक अधिकारी राकेश सूद हे सगळा कोलाहल शमवण्यासाठी सांगत होते की भारताची या अणुचाचण्यांमागे तीन उद्दिष्टे होती. पहिले म्हणजे १९७४ सालच्या अणुचाचणीच्या वेळचा माहितीसंग्रह मर्यादित होता, त्यामुळे आम्हाला आण्विक प्रतिबंधकाची (डिटरंटची) विश्वासार्हता तपासायला नव्या डिझाइन्सची पाहणी करणे गरजेचे होते. दुसरे म्हणजे आता भारत एक अण्वस्त्रधारी देश बनला असून अन्य देशांसमवेतच्या आमच्या करारांच्या शर्ती त्यानुसार बदलायच्या आहेत. तिसरे म्हणजे भारत हा एक जबाबदार देश असून अणुशक्तीचा गैरवापर न करण्याचे त्याचे रेकॉर्ड पक्के आहे हे जगाने स्वीकारावे अशी भावना आम्हाला निर्माण करायची होती.

ते ठीक आहे, झाल्या दुसऱ्यांदा अणुचाचण्या, पण जगातल्या मोठमोठ्या विमा कंपन्यांचेही पोखरण द्वितीय चाचण्यांनंतरच भारतात आगमन का झालं या प्रश्नाचंही योग्य उत्तर कधीच मिळणार नाही.

जगाबद्दलचं भरपूर ज्ञान असूनही विमा व्यवसायात भारत हास्यास्पद वाटावं इतक्या उशिरा शिरला. या बदलाची चाहूल १९९३ साली पी.व्ही. नरसिंह राव यांच्या सत्ताकाळात लागली होती. अर्थमंत्री डॉ. मनमोहन सिंग यांनी २७ फेब्रुवारी, १९९३ रोजी संसदेत बजेटविषयीच्या भाषणात सांगितलं होतं की, बँकिंग क्षेत्र आणि भांडवल बाजार यांच्यात सुधारणा झाल्या तशाच विमा उद्योगातही सुधारणांची गरज आहे. तसे केल्याने योग्य त्या नियंत्रण आणि देखरेखीखाली अधिक स्पर्धात्मक वातावरण निर्माण करता येईल.

बजेट संमत झालं. पी.व्ही. नरसिंह राव, डॉ. मनमोहन सिंग आणि रिझर्व्ह बँकेचे गव्हर्नर चक्रवर्ती रंगराजन सत्वर कामाला लागले. वय आणि अनुभव या दोन्हींत मुरलेल्या या तिघांना राजकारणी, नोकरशहा, प्रसार माध्यमे आणि अन्य भिडू (म्हणजे एलआयसी (स्थापना १९५६) आणि जीआयसी (स्थापना १९७२) या सर्वांचे चाललेले डावपेच चांगलेच माहीत होते. त्यामुळे या त्रिकूटाला हेही माहीत होतं की विम्याचं खाजगीकरण करताना आपल्याला अक्षरशः दोरीवरची कसरत करावी लागणार आहे.

डॉ. मनमोहन सिंगांच्या १९९३च्या बजेटच्या भाषणातून या दोन कंपन्यांच्या एकाधिकारशाहीच्या अंताची सुरुवात झाली. परंतु त्यास अंतिम स्वरूप देणे कायमच हुलकावण्या देत राहते की काय, असे वाटू लागले. कारण ७ वर्षे धोरण बनवणे, लॉबीईंग करणे, राजकारणास तोंड देणे, कर्मचारी संघटनांची बेचैनी सहन करणे यातच गेली. इन्शुरन्स रेग्युलेटरी अँड डेव्हलपमेंट ॲथॉरिटी विधेयक दोनदा संसदेत मागे घ्यावं लागलं. ते संमत होण्यासाठी पाच पंतप्रधान, चार लोकसभा आणि तीन पक्ष (काँग्रेस, जनता दल आणि भाजप प्रणीत रालोआ) असे तीन पक्ष आणि पाच अर्थमंत्र्यांचे प्रयत्न लागले तेव्हाकुठे सरकारी मालकीच्या एलआयसी, जीआयसी आणि जीआयसीच्या चार उपकंपन्या यांची एकाधिकारशाही संपुष्टात आली. (जीआयसीच्या उपकंपन्या होत्या : नॅशनल इन्शुरन्स कंपनी, (कलकत्ता), न्यू इंडिया ॲशुअरन्स कंपनी (मुंबई), ओरिएंटल इन्शुरन्स कंपनी

(नवी दिल्ली) आणि युनायटेड इंडिया इन्शुरन्स कंपनी (चेन्नई). खूपच कमी विधेयकांना संमत होण्यापूर्वी एवढा चित्रविचित्र इतिहास बघावा लागला असेल.)

संसदेच्या दोन्ही सदनांनी इन्शुरन्स रेग्युलेटरी अँड डेव्हलपमेंट ॲथॉरिटी (आयआरडीए) कायदा १९९९ हा सरतेशेवटी एप्रिल, २००० मध्ये संमत केला. या नव्या प्राधिकरणाचे अध्यक्षपद एन. रंगाचारी यांनी भूषविले. सुप्रसिद्ध पत्रकार रोहित शरण यांनी इंडिया टुडेमध्ये लिहिलं, ''आयआरडीए कायद्याचं खरंखुरं मोल तर आहेच परंतु त्याचं प्रतीकात्मक महत्त्वही तेवढंच वैशिष्ट्यपूर्ण आहे. यापूर्वी विम्याची बाजारपेठ बंद असलेल्या उत्तर कोरिया, क्युबा, म्यानमार या तीन देशांसोबत चौथा देश आपण होतो परंतु आता या विचित्र फरकातून आपण बाहेर पडलो आहोत.''

'नकार आहे'

शतक संपताना जी माणसे हयात असतात ती फारच भाग्यवान असतात, मग त्यांचं वय काय वाटेल ते असो. राहुल बजाज अशा भाग्यवंतांपैकी एक आहेत. फक्त त्या रात्री जेव्हा बाराचे टोल वाजले तेव्हा आपण नशीबवान आहोत असं काही त्यांना स्वतःला वाटत नव्हतं. ते म्हणाले की, बजाज ऑटोच्या कामकाज नफ्यात (ऑपरेटिंग प्रॉफिटमध्ये) घट होण्याची शक्यता आहे हे डिसेंबर, १९९९पर्यंत मला कळालं होतं. मार्च, २०००च्या सुमारास करानंतरचा नफा ६१३.७ कोटींपर्यंत वाढलेला असला तरी कामकाजाचा (ऑपरेटिंग) नफा ९ टक्क्यांनी घटून ६१ कोटींनी कमी झाला होता. मुलगा राजीव नवीन मोटरसायकल बाजारात आणत होता, त्या वेळेस बजाज ऑटो पहिल्यासारखे जमिनीवर पाय किती सत्वर रोवून उभी राहील, असा विचार ते करू लागले. त्या वेळेस विमाक्षेत्राचा विषयही राहुल यांच्या डोक्यात नव्हता. परंतु लवकरच चित्र बदलणार होतं. १९९९ साली राहुल यांची भूमिका अशी होती की दुचाकी वाहनांच्या व्यवसायात परदेशी भागीदार घेण्याचा विचार आपण करावा ज्यायोगे आपल्या ताळेबंदात भांडवलाची मोठी भर पडेल. परंतु अशा विम्यासारख्या अनोळखी क्षेत्रात जाऊन कौटुंबिक भांडवलास गोत्यात घालू नये.

त्याविषयी संजीव बजाज म्हणतात, ''विमाक्षेत्रात काही भविष्य आहे हे माझ्या वडिलांना पटलं नव्हतं. सरकारने विमाक्षेत्र खुलं केलं तेव्हा आम्हाला त्यात काहीच रस नव्हता. मी हार्वर्डहून नुकताच परतलो होतो आणि कुठल्याच गंभीर चर्चेत सहभाग घेत नव्हतो. त्यांच्या मनात कशावर भर द्यायचा याविषयी काही बदल झालेला नव्हता पण एकदा नीरज काका बाबांना म्हणाले की ही चांगली संधी आहे, बघून तरी घ्या.'' तेव्हा केवळ त्यांच्या दबावाखाली येऊन मोठ्या अनिच्छेनेच राहुलनी जनरल इन्शुरन्सचा व्यवसाय काय आहे त्याचा अभ्यास करण्याचे कबूल केलं. आयुर्विमा तर त्यांनी पूर्णतया बादच केला.

आता आपल्या मित्राला पटवण्याची जबाबदारी देवरा यांच्यावर येऊन पडली. बऱ्याच हटवादी लोकांना आपल्या बाजूने वळवण्यात राजकारणी मुरली देवरा यशस्वी झाले होते, त्यामुळे फार उशीर होण्यापूर्वी राहुलनीही आपलं म्हणणं ऐकून घ्यावं असं त्यांचं म्हणणं होतं. देवरा हे एलआयसी या भारताच्या सर्वांत मोठ्या एकाधिकारशाही विमा कंपनीचे माजी संचालक होते तसंच ते संसदेच्या स्थायी अर्थ समितीचे अध्यक्षही होते. याच

समितीसमोर विम्याचे विधेयक संदर्भासाठी आलं होतं. ते सगळे आकडे अगदी डोक्यातच असल्याने राहुल बजाजना काय सांगायचं याचं गणित त्यांना पक्कं माहीत होतं.

लग्नाचा बाजारच लागावा तशी गर्दी विमाक्षेत्रात

भारतीयांना विमाक्षेत्रात उतरायला एक परदेशी भागीदार हवाच, या अटीमुळे भारतातील भावी बाजारपेठ जगभरातील विमा कंपन्यांना खुणावू लागली होती. एकविसाव्या शतकाच्या प्रारंभी भारताची बाजारपेठ अगदीच नवीकोरी होती. जीवन विम्याचा हप्ता यास ढोबळपणे देशांतर्गत बचतीच्या टक्केवारीत घेण्याचा प्रघात जगभर मान्य झालेला होता. १९९९ साली अमेरिकेत ती टक्केवारी २४ टक्के होती तर इंग्लंडमध्ये ४१ टक्के होती, जपानमध्ये तीच ३१ टक्के होती आणि दक्षिण कोरियात ३२ टक्के होती. भारतात ती जेमतेम ६ टक्के होती. सर्व योजनांच्या हप्त्यांतून मिळणारी रक्कम ३.४० लाख कोटी (१९९९ सालच्या अमेरिकन डॉलर्सच्या दरानुसार ८०० कोटी) होती. पुढील दहा वर्षांत भारतीय बाजारपेठेचा आकार तिप्पट होऊन तो १० लाख कोटी (२५०० कोटी डॉलर्स) होणार असा अंदाज होता.

प्रत्येक वेळेस आयआरडीए विधेयक संसदेत चर्चेला येई तेव्हा तेव्हा जागतिक विमा व्यवसायातले दादा लोक आम्ही अगदी कमी वेळेत, उत्तम अशा नव्या योजना घेऊन भारतीय बाजारपेठेत येण्यास तयार आहोत असं जाहीर करत. १९९५ सालापर्यंत ते लोक भारतीय भागीदार शोधण्याच्या सक्रिय मोहिमेला लागले होते. पुन्हा एकदा वाळुज उत्साहाने फुरफुरू लागलं. दिल्ली आणि मुंबई येथील विमानतळांवरील कंट्रोलर्स अमेरिका, युरोप, जपान आणि ऑस्ट्रेलियातून येणाऱ्या कंपनी जेट्सना वाळुज आणि अन्य ठिकाणी कसं जायचं ते सांगू लागलं. त्या जेटमध्ये बसलेले सीईओ हातात चेकबुक आणि कराराच्या प्रती घेऊन येऊ लागले होते. एवढे उत्सुक नवरे रांग लावून उभे राहायला आल्याने विमाक्षेत्रात येऊ इच्छिणाऱ्या भारतीय उद्योजकांची रांगही वाढू लागली होती. एक सहकारी क्षेत्रातील खत कंपनी, एक केमिकल इंजिनिअरिंग कंपनी, एक शस्त्र व्यापारी असे वेगवेगळ्या क्षेत्रांतले लोक त्या यादीत आले होते. अक्षरशः वेगवेगळ्या आकारांच्या आणि प्रकाराच्या कंपन्या होत्या त्या. परदेशी लोक मात्र मनात काहीतरी त्रैराशिक मांडून आले होते. त्यांना आकर्षून घेणाऱ्या भारतीय कंपन्या मुख्यत्वेकरून तीन गटांत बसत होत्या : मोठू बहु-उत्पादक उद्योग घराणी, अर्थक्षेत्रातील कंपन्या आणि औषधी कंपन्या.

बहु उत्पादक श्रेणीतील उद्योग घराण्यांशी भागीदारी करणार्यांत अमेरिकन इंटरनॅशनल ग्रुप (एआयजी) होता, त्यांनी टाटांशी भागीदारी केली. रॉथशील्डनी अदी गोदरेज गटाशी भागीदारी केली तर सीजीएनयू (नॉन लाईफ) यांनी वाडियांशी भागीदारी केली. अर्थक्षेत्रात युकेच्या रॉयल अँड सन अलायन्सनी सुंदरम फायनान्सशी गाठ बांधली.

औषधी कंपन्या त्यांना आकर्षक वाटत होत्या. कारण आयआरडीएआयने परवाने देताना म्हटलं होतं की आरोग्य विमा देणाऱ्या कंपन्यांना आम्ही पसंती देऊ. त्यात सुरुवातीला घुसलेल्या लोकांत न्यू यॉर्क लाइफने मॅक्स इंडियाशी भागीदारी केली, ऑल स्टेटने डाबरशी केली तर सिग्नाने रॅनबॅक्सीशी केली. जर्मनीच्या अलियांझला आल्पिक फायनान्सने भुरळ घातली. ती सिपला गटातली छोटीशी कंपनी होती. एप्रिल, २००० मध्ये रिझर्व्ह बँकेने स्पष्ट

केलं की बँकांनीही विमा व्यवसायात येण्यास आमची हरकत नाही. तेव्हा तर मधाचे पोळे फुटल्याचाच भास झाला. बऱ्याच परदेशी विमा कंपन्यांनी उद्योग-घराण्यांचा पाठलाग सोडून दिला आणि ते बँकांची दारं कधी उघडतात याची वाट पाहू लागले. जेव्हा अति प्रतीक्षेनंतर सरकारने बँकिंग रेग्युलेशन (अमेंडमेंट) कायदा, १९९४ खाली अधिसूचना काढली तेव्हा त्या प्रतीक्षेचं त्यांना फळही मिळालं. आरबीआय मग बँकांची प्रत्येकीची वैयक्तिक माहिती घेऊन विमा व्यवसायात उतरण्यासाठी मंजुरी देऊ लागली. आठ भारतीय बँका विंगेत उभ्या राहून उत्सुकतेने वाट पाहू लागल्या.

साहजिकच, स्टेट बँक ऑफ इंडिया आपला जोडीदार कुणाला निवडते यावर सगळ्यांची नजर लागली. सर्वसामान्य भावना अशी होती की एलआयसीसमोर उभं राहण्याची क्षमता केवळ याच एका बँकेकडे आहे. तिच्याकडेही तेवढीच सामर्थ्यशाली संसाधने आहेत : मग चपळ पावलं उचलून एसबीआयने आपल्या प्रस्तावित विमा उपक्रमात ७४ टक्के भांडवल घालण्याची परवानगी मिळवली. बाकीच्या बँकांना ५० टक्क्यांवर समाधान मानावं लागलं. स्टेट बँकेशी विमा व्यवसायात भागीदारी करण्यास पुढे आलेला स्वित्झर्लंडचा सर्वांत मोठा झुरिक इन्शुरन्स समूह, बेल्जियमचा फोर्टीस आणि अमेरिकेतील जी. ई. कॅपिटल, या कंपन्यांना सरतेशेवटी कार्डिफ या फ्रान्सच्या तिसऱ्या क्रमांकावरील जीवन विमा कंपनीने मात दिली. ही बीएनपी पारिबाची उपकंपनी होती.

कार्डिफ ही शर्यत जिंकण्यामागचे एक कारण असे वाटते की त्यांनी आपला स्वतःचा ब्रँड निर्माण करण्याचा यत्न केला नाही आणि एसबीआयला आपल्यापासून भविष्यात धोका निर्माण होईल अशी शक्यताही खूप कमी दर्शवली.

एसबीआयनेही कार्डिफ कंपनीला पसंती दिली. कारण तिची मालकी फ्रान्समधल्या बँकेकडे होती. आणि दुसरं म्हणजे फ्रान्सच्या बँक इन्शुरन्समध्ये ती आघाडीची कंपनी होती. फ्रान्समध्ये ६० टक्के विमा बँकांकडूनच विकला जातो. कार्डिफचे गेरार्ड बिनेट यांनी या भागीदारीची घोषणा करताना म्हटलं, ''आम्ही घाऊक विक्रेते आहोत, आम्ही विमा योजना विकसित करतो; किंमत, पद्धती आणि प्रशिक्षण देतो. गरज पडली तर आम्ही टेलिमार्केटिंग आणि डायरेक्ट मार्केटिंग कौशल्येही आणू शकतो तर आमच्या भागीदारांकडे वितरणाचे मोठेच जाळे आहे. एसबीआय हा खूपच मजबूत ब्रँड आहे आणि आम्हाला त्या ब्रँडचा उत्तम वापर करून घ्यायचा आहे.''

हरणाऱ्याची खेळी

एसबीआयच्या सौद्यावर शिक्कामोर्तब झाल्यावर अनेक भागीदाऱ्यांच्या शर्ती नव्याने लिहाव्या लागल्या. ज्यांच्या तोंडाला पानं पुसली गेली होती ते लोक आपल्यासारखेच दुसरे लोक शोधू लागले. झुरिक इन्शुरन्सचे पंजाब नॅशनल बँकेशी भागीदारी केली तर मुंजाल गटाने बँक ऑफ इंडियाशी केलेल्या बऱ्याच महिन्यांच्या वाटाघाटी शेवटी विफल ठरल्या. डच इन्शुरन्स कंपनीने मुंबईच्या दमानी समूहाशी भागीदारी केली. त्याआधी त्यांच्याशी भागीदारी करू इच्छिणाऱ्या वैस्य बँकेकडे विमा व्यवसायात उतरण्यासाठी लागणारी 'नेट वर्थ'ची (निव्वळ संपत्तीची) कमीतकमी पातळी नव्हती. सीजीएनयूनी कर्मशिअल युनिअन म्हणून काम सुरू

केलं होतं. परंतु शेवटी त्यांचंच रूपांतर अविवा लाइफमध्ये झालं होतं. तर या गटाने के.के. बिर्लांची साथ सोडून मोहित बर्मन यांचा हात धरला.

अमेरिकेतील मेट्रोपोलिटन लाइफ इन्शुरन्स कंपनी (म्हणजेच मेटलाइफ) यांनी एम. ए. चिदंबरम गटाशी केलेली भागीदारी कोलमडली. त्यानंतर मेटलाइफने एक वेगळाच 'होल्डिंग पॅटर्न' निर्माण केला. त्यानुसार तिच्याकडे केवळ २६ टक्के समभाग असणार होते. जम्मू अँड काश्मीर बँक आणि मुंबईमधील मोठे बांधकाम व्यावसायिक पालनजी मिस्त्री यांच्याकडे प्रत्येकी २५ टक्के समभाग होते आणि उर्वरित २४ टक्के जनतेकडे वाटपासाठी गेले. अशा प्रकारे सर्वाधिक समभाग याच कंपनीकडे राहून तिला व्यवस्थापकीय अधिकार मिळाले. व्यवस्थापकीय अधिकार असलेली विमाक्षेत्रातली ती एकमेव परदेशी कंपनी ठरली.

या सर्व काळात रतन टाटा, मुकेश अंबानी, कुमार मंगलम बिर्ला हे सगळे आघाडीचे भारतीय उद्योगपती सगळं काही पाहत आणि ऐकत होते. मोठ्या विमा कंपन्या आपल्याकडे येतील या प्रतीक्षेत ते होते. पण जेव्हा सगळी धामधूम संपली तेव्हा टाटांनी एआयजीशी सोयरीक केली, बिर्लांनी सनलाइफशी गाठ बांधली तर अंबानींनी स्वदेशी संस्था काढून सगळे हक्क आपल्याकडेच ठेवले.

पण या सगळ्यात राहुल बजाज कुठे होते?

संजीव बजाज सांगतात, ''रणजित गुप्ता बजाज ऑटोमध्ये १९९०च्या दशकापासून बऱ्याच वरिष्ठ पदांचा कार्यभार उचलत होते. ते आणि अन्य काही वरिष्ठ व्यक्ती काही कंपन्यांशी बोलले, त्यांनी आल्यावर मोठा उत्साही अहवाल दिला. मग भागीदार शोधण्याच्या कामात ते माझ्या बाबांसोबत पूर्णतया बुडून गेले. मी काही मीटिंगांमध्ये हजर होतो परंतु त्यांना सर्व पार्श्वभूमी माहीत होती.''

गुप्ता सांगतात, ''आम्ही अमेरिकेच्या 'चब' आणि फ्रान्सच्या 'अक्सा' या विमा कंपन्यांशी सुरुवातीच्या वाटाघाटी केल्या. परंतु व्यवसायात २६ टक्के भांडवल घालून मोठी गुंतवणूक करण्यास दोघेही इच्छुक नव्हते. अलियांझही भागीदार शोधत होते. त्यांच्या सिप्लाच्या आल्पिक फायनान्सशी झालेल्या वाटाघाटी बारगळल्या. त्यानंतर अलियांझने जेट एअरवेजशी जॉइंट व्हेंचरचा करार केला पण जेट एअरवेजच्या तोळामासा आर्थिक परिस्थितीमुळे त्याना परवाना मिळाला नाही.''

अलियांझचा भारतातील मध्यस्थ सौमन (सॅम) घोष हा भारतीय वंशाचा ऑस्ट्रेलियन नागरिक होता. तो त्यांच्या मुंबईच्या प्रतिनिधी ऑफिसात बसत असे. कामेश गोयल याची नेमणूक करून घोष यांनी एक आक्रमक अधिकारी मिळवला. गोयल यांनी मोठ्या सार्वजनिक विमा कंपनीत काम केलं होतं आणि त्यांच्याकडे केपीआयजी कंपनीत काम केल्याचाही तगडा अनुभव होता. रंगाचारी यांनी विम्याचे नियम बनवण्याकामी मदत करण्यास केपीएमजीला घेतलं होतं. केपीएमजीने त्यांच्याकडे आपला प्रतिनिधी म्हणून गोयलना पाठवलं. अशा प्रकारे गोयल रंगाचारींच्या विश्वासातले बनले.

दोनदा भागीदार असमर्थ ठरल्याने परवाना मिळण्यात अपयश आलं. तेव्हा 'कोण स्थानिक भागीदार योग्य ठरेल?' या सल्ल्यासाठी घोष आणि गोयल रंगाचारींना भेटले.

तेव्हा मुरली देवरा मध्ये पडले. मग त्यांनी आणि रंगाचारी यांनी मिळून बजाज समूहाचे नाव अलियांझला सुचवलं.

जॉइंट व्हेंचर

त्यावर घोष आणि गोयल यांनी राहुल बजाजना तातडीने संपर्क केला. पहिली औपचारिक मीटिंग मुंबईत सप्टेंबर, २००० मध्ये उवे मिशेल यांच्याशी झाली. ते अलियांझच्या संचालक मंडळातील मिशाईल डिकमन या आफ्रिका, आशिया आणि ऑस्ट्रेलिया येथील काम पाहणाऱ्या सदस्यांचे कार्यकारी सहकारी होते. राहुल यांनी रस दाखवला परंतु केवळ साधारण विमा व्यवसायातच दाखवला. त्यानंतर काही आठवड्यांनी हाइंझ डोलबर्ग जे आशियाचे काम पाहाणारे उपाध्यक्ष आकुर्डी येथे येऊन राहुल बजाजना भेटले.

या मीटिंगमध्ये जॉइंट व्हेंचरच्या रचनेची रूपरेषा ठरली. अलियांझ सुरुवातीला २६ टक्के भागभांडवल गुंतवणार होतं, त्यांना त्यांचा हिस्सा ५० टक्क्यांपर्यंत वाढवण्याचा पर्याय खुला होता. आणि ते 'बजाज' हे नाव या जॉइंट व्हेंचरसाठी वापरू दिलं म्हणून बजाज ऑटोला गुडविल म्हणून ४५ कोटी रुपये देणार होते.

दोन्ही पक्षांनी ठरवलं की या नव्या कंपनीचा मुख्य कार्यकारी अधिकारी अलियांझने सुचवलेला असेल तर 'बिगर कार्यकारी' (नॉन एक्झिक्युटिव्ह) अध्यक्ष बजाजने सुचवावा. दोघांनी हेही मान्य केलं की दोघेही भागीदार मुख्य वित्त अधिकारी आणि मुख्य कामकाज अधिकारी या पदांसाठी नावे सुचवतील. नव्या कंपनीत बजाज यांचे संचालक संख्येने अधिक असतील आणि ते नियमानुसार काम चालवतील पण प्रत्यक्षात ही कंपनी ५०:५० भागीदारीची आहे असं समजूनच ते काम करतील. दोन्ही समभाग धारकांना काही नकाराधिकार (व्हेटो) असतील. राहुल बजाज आणि अलियांझ यांनी १३ मार्च, २००१मध्ये जॉइंट व्हेंचर करारावर सह्या केल्या. अलियांझचे मुरब्बी अधिकारी डोल्बर्ग हे व्यवहारकुशल उद्योगनेते होते. त्यांच्याविषयी गुप्ता म्हणतात, ''त्यांनी भागीदाराचा किंवा संभाव्य भागीदाराचा दृष्टिकोन समजून घेण्याचा नेहमीच प्रयत्न केला आणि दोन्ही पक्षांना न्याय्य आणि व्यवसायासाठी चांगला असाच तोडगा काढण्याचाही सदैव प्रयत्न केला.

पुढल्या मीटिंगमध्ये डोल्बर्ग यांनी राहुल बजाजना प्रस्ताव दिला की अलियांझसह तुम्ही जीवन विमा क्षेत्रात उतरावे. राहुलनी त्यास मान्यता दिली परंतु पुढील काळात एक अडचणीचा मुद्दा समोर आला. त्यांच्या जॉईंट व्हेंचर करारानुसार बजाजचे नाव भारतात वापरण्याबद्दल अलियांझ नव्या सर्वसाधारण विमा (जनरल इन्शुरन्स) कंपनीकरता ४५ कोटी रुपये गुडविलपोटी देणार होती आणि ७२ कोटी रुपये जीवन विमा कंपनीला गुडविलपोटी देणार होती. दोन्हींची रक्कम मिळून ११७ कोटी होत होते. या व्यवहारास नियामकांची मंजुरी आवश्यक होती.

सुरुवातीला रंगाचारी मंजुरी देण्यास अनुकूल नव्हते तेव्हा राहुल बजाज स्वतः त्यांना भेटायला नवी दिल्लीच्या कचेरीत गेले. त्यांनी रंगाचारींना म्हटलं, ''दोनच पर्याय आहेत समोर. ही रक्कम बेकायदेशीरपणे दुसऱ्या देशात ते या कंपन्यांना देतील. ते आपल्याला आवडेल की भारतातच अलियांझला मिळालेली आवडेल?'' राहुल यांच्या रोखठोक बोलण्याने दचकलेल्या रंगाचारींनी या पैशांच्या व्यवहारास मंजुरी दिली.

संजीव बजाज म्हणाले, "अलियांझशी आमचं मनोमीलनच झालं. आम्ही दोघेही जुने, पारंपरिक, जुन्या मताचे उद्योगसमूह होतो. पहिल्या गटात आमचा नंबर लागला होता परंतु पहिल्या लॉटच्या अखेरीस जेव्हा गुप्तांनी करारनामा बनवायला सुरुवात केली तेव्हा मी त्यात भाग घेऊ लागलो आणि बजाज अलियांझच्या संचालक मंडळात पहिल्या दिवसापासूनच सामील झालो. ती चांगली संधी होती."

एक दोन तीन... चला पुढे

इन्शुरन्स रेग्युलेटरी अँड डेव्हलपमेंट ॲथॉरिटी ऑफ इंडियाने (आयआरडीएने) दोन टप्प्यांच्या नोंदणी प्रक्रियेसाठी आपली खिडकी १६ ऑगस्ट, २००० रोजी उघडली. एन. रंगाचारी त्या संबंधी म्हणाले की एकदा का तुम्ही आर१ टप्पा पार केलात की आर२ हा टप्पा नक्कीच पार करणार, कारण एकदा का तुम्हाला समुद्र पार करता आला की मग लहान डबकं ओलांडण्याची भीती कसली?आम्ही दिवाळीच्या म्हणजे २६ ऑक्टोबर, २०००च्या आधीच नोंदणी प्रमाणपत्रे देऊ. प्रमाणपत्रे मिळालेल्या अर्जदारांनी बारा महिन्यांत व्यवसायास सुरुवात करावी अशी अपेक्षा होती. ती मुदत आणखी बारा महिन्यांनी वाढवून देणं आयआरडीएच्या हातात होतं.

२२ ऑक्टोबर, २००० रोजी आयआरडीएने घोषणा केली की तीन खाजगी विमा कंपन्या आपला व्यवसाय सुरू करू शकतात. ही सार्वजनिक घोषणा होण्यापूर्वी काही दिवस आधी रंगाचारी यांनी स्वतःहून दीपक पारेख आणि दीपक सातवळेकर यांना फोन केला होता. एचडीएफसी स्टँडर्ड लाइफ इन्शुरन्स हे एचडीएफसीने स्टँडर्ड लाइफ या स्कॉटिश इन्शुरन्स कंपनीशी केलेले जॉइंट व्हेंचर होतं. एलआयसी या सरकारी कंपनीस आव्हान देणारी खाजगी क्षेत्रातील ती एकमेव कंपनी असणार होती. सातवळेकर यांनी रिडिफ.कॉमला सांगितलं की माझा यावर विश्वासच बसत नाहीये. आम्हाला वाटलं की अर्ज मान्य झालेल्या बऱ्याच अर्जदारांपैकी आम्ही एक असू.

त्याहून काही वेगळं असतं तरच एचडीएफसीसाठी ते वेगळं ठरलं असतं. पाच वर्षांपूर्वी म्हणजे ५ जानेवारी, १९९५ रोजी एचडीएफसीचे अध्यक्ष दीपक पारेखना आरबीआय गव्हर्नर सी. रंगराजन यांच्या कचेरीतून फोन आला होता. त्यांना बँकिंगचा परवाना मिळाला होता. आरबीआयने परवाने मंजूर केल्यावर आयडीबीआयचे पहिले अध्यक्ष आणि सुप्रसिद्ध अर्थतज्ज्ञ आणि सरकारी अधिकारी शरद मराठे यांच्याकडे काम सोपवण्यात आलं की बँकिंग परवाने मागणाऱ्या ११३ अर्जांचा अभ्यास करून कुणाला परवाने द्यावे ते सांगा. तेव्हा त्यांनी दीपक पारेख यांना गुपचूप सांगितलं की तुमचाच अर्ज या सगळ्यात उत्तम आहे. याही वेळेस एचडीएफसीला सांगण्यात आलं की आयआरडीएआयला दिलेला तुमचा प्रस्तावच सगळ्यात चांगला आहे.

त्यानंतर आपला नंबर कधी लागतो याची वाट पाहत होते आयसीआयसीआयचे के. व्ही. कामत. युकेच्या प्रुडेन्शिअलने भारताच्या इंडस्ट्रिअल क्रेडिट अँड इन्व्हेस्टमेंट कॉर्पोरेशन ऑफ इंडिया (आयसीआयसीआय) या भारताच्या दुसऱ्या क्रमांकावरील विकासात्मक अर्थसंस्थेशी भागीदारीत प्रुडेन्शिअल आयसीआयसीआय लाइफ इन्शुरन्स कंपनी काढली

होती. तर दुसरी होती डाबर ऑलस्टेट लाइफ इन्शुरन्स. दिल्लीतील राजकीय वर्तुळात सख्य असलेल्या बर्मन घराण्यासोबत हे आरोग्यविषयक जॉइंट व्हेंचर कढण्यात आलं होतं. त्यानंतर पुढल्या काही दिवसांत भरपूर गडबड दिसू लागली कारण जीवन विमा आणि साधारण विमा क्षेत्रांतील जॉइंट व्हेंचर्समधील अधिकारी आयआरडीएच्या कचेरीची पायधूळ झाडू लागले. ही कचेरी नवी दिल्लीच्या मध्यभागी वसलेल्या 'जीवन भारती' या बहुमजली इमारतीच्या तळमजल्यावर होती. त्या आठवड्यात आयआरडीएला जीवन विम्याचे आठ तर साधारण विम्याचे चार अर्ज मिळाले.

सुरुवातीच्या फेरीत आयआरडीएने जीवन विम्यासाठी १० तर साधारण विम्यासाठी सहा अर्ज स्वीकारले. बजाज अलियांझ जनरल इन्शुरन्स कंपनीने आपलं दार सर्वप्रथम ८ मे, २००१ रोजी उघडलं. त्यानंतर अलियांझ बजाज लाइफ इन्शुरन्सचे दरवाजे १ ऑक्टोबर, २००१ रोजी उघडले.

शेवटचे शब्द

कोलॅबोरेशन करारांतील सूक्ष्म तपशील विचारांत घेतल्यानंतर निर्णय झाला आणि बजाज अलियांझ जनरल इन्शुरन्स कंपनी आणि अलियांझ बजाज लाइफ इन्शुरन्स कंपनी अशा दोन कंपन्या सत्वर स्थापन करण्यात आल्या. बजाज ऑटोने त्यात मोठा समभाग धारक या नात्याने ७४ टक्के प्रारंभिक भांडवल दोन्ही कंपन्यांत गुंतवलं : ते ११० कोटी रु. साधारण विम्यात आणि १५० कोटी रु. आयुर्विम्यात असे झाले. अलियांझ एजी यांनी बजाजना गुडविलपोटी ११७ कोटी रुपये दिले. अशा प्रकारे ही भारत-जर्मन भागीदारी ऑक्टोबर, २००१ मध्ये कार्यान्वित झाली.

प्रकरण २८

अदम्य वीरेन शहा : १९४६–२०१२

राहुल बजाज आणि वीरेन शहा

''जेव्हा जेव्हा वीरेनभाई तुरुंगात जायचे तेव्हा तेव्हा लहान असूनही मलाच मुकंद कंपनीचे लगाम हाती घ्यावे लागायचे.'' राहुल बजाज सांगत होते, ''काही काळाने मला त्याची सवय झाली. महात्मा गांधींनी १९४२ साली 'चले जाव' चळवळ सुरू केली तेव्हा सोळा वर्षांचे वीरेन वर्ध्यातील विद्यार्थी चळवळीत अग्रभागी होते आणि स्वतः राहुल बजाज फक्त

चार वर्षांचे होते. १९४६ साली बंदी घातलेल्या मिरवणुकीत भाग घेतल्याबद्दल वीरेनना अटक करण्यात आली. त्यानंतर काही महिन्यांनी ते लाहोरमध्ये होते आणि संचारबंदीला भीक न घालता फाळणीच्या काळात लोकांचे जीव वाचवत होते. मुकंद कारखाना लाहोरात होता आणि त्याची मुख्य कचेरी कराचीत होती. फाळणी होणार याची खात्री झाली तेव्हा मॅनेजिंग एजन्सीचे एक तरुण भागीदार रामेश्वर प्रसाद नेवाटिया यांनी सुचवलं की आपण लाहोरचा कारखाना बंद करून नवी दिल्लीजवळ कुठेतरी घेऊन येऊ. परंतु ती चांगली, आश्वासक कल्पना प्रत्यक्षात आणता आली नाही. त्यामुळे भागीदारांना जवळजवळ ६० लाखांची मालमत्ता पाकिस्तानात सोडून यावं लागलं. परंतु दुःखात सुख म्हणजे मानवी जीवनाच्या दृष्टीने पाहता परतणाऱ्या सगळ्यांना सुरक्षितपणे भारतात येता आलं.

त्यानंतर कमलनयनना कुर्ल्यात कारखान्याची परवानगी मिळाली, रामेश्वरनी पैसे उभे केले, तर वीरेन यांनी सेकंड हँड बुलडोझर मिळवला. अशा प्रकारे कुर्ल्यातील फौंड्रीचे काम १९४८ साली सुरू झालं. कुर्ल्यातला कारखाना पैशांनी परवडण्यासारखा असला तरी हातून गेलेला लाहोरचा कारखाना त्याहून बराच मोठा होता. अर्थात कुर्ल्यातल्या भूखंडाचा आकारही तसा अगदीच कमी नव्हता. मग वीरेननी बाह्या सरसावल्या, मजुरांना घेऊन झावळ्यांनी शाकारलेली झोपडी बांधली, खडबडीत जमीन सपाट केली. सगळीकडे शेड्स उभारल्या गेल्या, यंत्रसामग्री आली. जसजसा धंदा वाढला तसा १९६७ साली ईओटी क्रेन्स (इलेक्ट्रो ओव्हरहेड क्रेन्स) उत्पादित करण्यासाठी कळवे येथे मोठा कारखानाही काढण्यात आला.

१९७५च्या सुमारास मुकंद ही खाजगी क्षेत्रातली धातूंवर प्रक्रिया करणारी कंपनी ठरली. दोन्ही कारखाने सुरू केल्यावर वीरेननं मुख्यत्वे विक्री आणि अकाउंट्स खात्यात चार वर्षे काम केलं आणि ते १९५६ साली मुकंदचे मुख्य कार्यकारी अधिकारी बनले. शहा कुटुंबांचा शेअर्समधील हिस्सा आणि वीरेन यांचे उघडच दिसणारे कौशल्य यांमुळे मुकंदच्या भविष्यावर वर्चस्व गाजवणे आणि त्यास आकार देणे हे काम मुख्यत्वे वीरेन यांनीच केले. १९७२ सालापासून पुढली २७ वर्षे तेच मुकंदचे अध्यक्ष आणि व्यवस्थापकीय संचालक होते.

प्रशिक्षणार्थी

मुकंदचे जनरल मॅनेजर प्रताप आशर म्हणतात, ''१९६१ साली राहुलभाई कुर्ल्याला येऊ लागलेले मला आठवतात. ते शहरातून बसने आणि कधीकधी स्कूटरनेही यायचे. त्यांना अधिकाऱ्यांच्या कँटीनमध्ये जाण्याची मुभा नव्हती त्यामुळे जेवणाच्या सुट्टीत ते जनरल स्टोअरला यायचे, तिथे माथुरभाई नंदोला, कनू गोराडिया, अशोक मेहता आणि मी आपापले डबे घेऊन यायचो. मग आम्ही सगळे एकत्र जेवायचो. राहुलभाईंना बाहेर जाण्याची परवानगी नव्हती. त्यामुळे ते कधीकधी मला त्यांच्यासाठी बाहेरून सिगरेट आणून द्यायला सांगायचे. असे दिवस होते ते.''

खरोखरच कसे दिवस होते ते...! कमलनयनने राहुल आणि रूपासाठी काढलेला बारा महिने न भेटण्याचा फतवा दोघेही पाळत होते. तो काळ संपल्यावरच त्यांना लग्न करता येणार होतं. अनेक गुण आणि कला अंगी असणारी सौंदर्यखनी रूपा दिवसा भरपूर कामात बुडालेली असायची. राहुललाही एका वाढत्या व्यवसायात काम करण्याचा आनंदोत्साह

लाभला नसता तर त्याला ते दिवस खूपच मोठे वाटू शकले असते. डिसेंबर, १९६१ मध्ये न भेटण्याचा काळ संपला आणि विवाहानंतरच त्याला खाजगी वाहन घेण्याची मुभा मिळाली.

सज्जन गुप्ता आठवण सांगतात, ''राहुल मुकंदच्या खरेदी विभागात काम करायचे. माझे वडील आणि मी तिथं कसल्यातरी कामाला गेलो होतो. त्यांचं टेबल सामाईक भागाच्या थोडं बाहेर होतं. माझ्या वडिलांना पाणी हवं होतं आणि तिथं एकही शिपाई तेव्हा नव्हता. त्यावर राहुलनी स्वतः उठून त्यांना पाणी आणून दिलं. त्यांची नम्रता पाहून मी आणि वडील भारावून गेलो होतो.''

आशर पुढे सांगतात, ''त्यानंतर १९७५ साली आणीबाणीच्या काळात मी राहुल यांच्या सोबत जवळून काम केलं. कारण वीरेनभाईंच्या अनुपस्थितीत तेच मुकंदचं काम पाहत होते. आठवड्यातले अडीच दिवस राहुलभाई पुण्याहून यायचे आणि सगळं काम पूर्ण करून परत जायचे. काही काम शिल्लक राहिलंच तर ते मला त्यांच्या गाडीतून पुण्याला सोबत न्यायचे आणि वाटेत पटापटा, नेमक्या सूचना देऊन सगळं काम संपवून टाकायचे. वीरेनभाई असते तर त्यांनी काय निर्णय घेतला असता, याचा विचार करूनच राहुलभाई निर्णय घ्यायचे. वीरेनभाईंना भेटायला आर्थर रोड तुरुंगात आम्ही दोघं जायचो. वीरेनभाई तुरुंगातून आले आणि राहुलभाईंनी लगेच मुकंदची जबाबदारी त्यांच्या हातात देऊन टाकली.

बडोदा डायनामाइट खटला

अधिकाऱ्यांनी दावा केला की बिहारमधील कारवायांसाठी पाठवला जाणारा शस्त्रास्त्रांचा साठा आम्ही पकडला आहे आणि त्यात ८३६ डायनामाइटच्या कांड्या, फ्यूज वायरच्या ८० गुंडाळ्या, ३ सूटकेस आणि ४२ डिटोनेटर्स अशा वस्तू आम्हाला मिळाल्या आहेत. पाटण्यात पोलिसांनी दावा केला की त्यांनी ५० डायनामाइटच्या कांड्या आणि ७६ फ्यूज वायरच्या तुकड्यांचा साठा पकडला. मुंबईत अधिकाऱ्यांनी डायनामाइटच्या ३३ कांड्या, १६ डिटोनेटर्स आणि फ्यूज वायरच्या १० गुंडाळ्या पकडल्या. फिर्यादी पक्षाने असाही आरोप केला की त्यांनी बॉंबे सेंट्रल रेल्वे स्थानक, किंग्ज सर्कलवरील एक्स्प्रेस हायवेचा ओव्हरब्रिज, तसेच साप्ताहिक मासिक ब्लिट्झ यांची मुंबई कचेरी येथे स्फोट घडवून आणले. हे साप्ताहिक भरपूर वाचकवर्ग असलेलं आणि डाव्या विचारसरणीचं होतं. त्याशिवाय त्यांनी बिहार-कर्नाटकातील रेल्वे पूल आणि रेल्वेमार्ग इथंही स्फोट घडवून आणले. फिर्यादी पक्षाने पुढे केलेल्या ५७५ साक्षीदारांवरून कळत होतं की इंदिरा गांधी सरकारने कसलीही बारीकशी फटही ठेवायची नाही असं ठरवलेलं आहे.

आरोपींत वीरेनभाई हे गुजरातमधून राज्यसभेवर गेलेले स्वतंत्र सदस्यही होते. तसेच ते चौथ्या लोकसभेचे माजी सदस्यही होते. शिवाय या बेकायदेशीर कारवायांचे सूत्रधार म्हणून समाजवादी पक्षाचे अध्यक्ष जॉर्ज फर्नांडिस यांचेही नाव होते. ६ सप्टेंबर, १९७६ रोजी पंचवीस लोकांवर आरोपपत्र ठेवले गेले. एकूण तो गट शक्तिमान आणि दुर्बळ अशा लोकांची खिचडी होता.

इंदिरा गांधी आणि वीरेन यांच्यातील संबंधाची व्याख्या करणारा एक वेगळाच क्षण या अटकेने अधोरेखित केला. त्या वीरेनभाईंपेक्षा ९ वर्षांनी मोठ्या होत्या, महात्मा गांधी आणि

वर्ध्यातील दिवसांपासून त्यांच्या एकत्र आठवणी होत्या. दिल्लीत त्यांची बरेचदा एकमेकांशी गाठभेट होत असे. मात्र त्यांचं राजकारण संख्याबळावर अवलंबून झाल्यानंतर दोघांमधील सौहार्दाचं नातं बदललं. वीरेन आणि फर्नांडिस यांच्यातील मैत्री वाढल्यापासून तर हे सौहार्द अधिकच घसरणीस लागलं.

ऑल इंडिया रेल्वेमन्स फेडरेशनचे अध्यक्ष या नात्याने फर्नांडिस यांनी ८ मे, १९७४ रोजी पंचवीस दिवसांच्या संपाची हाक दिली. विकीपीडियानुसार १७ लाख कर्मचाऱ्यांचा तो संप म्हणजे त्या काळात नोंदवली गेलेली सर्वांत मोठी औद्योगिक कृती होती. मुंबईत टॅक्सीचालक, वीज आणि वाहतूक कर्मचारी निषेधात सामील झाले. या संपाला पाठिंबा दर्शवण्यासाठी चेन्नईत १० हजारांहून अधिक इंटिग्रल कोच फॅक्टरीचे कामगार सदर्न रेल्वे मुख्यालयावर मोर्चा घेऊन गेले. अशाच प्रकारचे निषेध देशभरात सर्वत्र उसळले. २७ मे, १९७४ रोजी कृती समितीने संप एकतर्फीच मागे घेतला.

त्यावर प्रतिक्रिया म्हणून इंदिरा गांधी सरकारने फर्नांडिस यांच्या अटकेचं वॉरंट काढलं. ते ताबडतोब भूमिगत झाले. फर्नांडिसांना अटक करता आली नाही म्हणून पोलिसांनी त्यांचे भाऊ मायकेल आणि लॉरेन्स यांना अटक केली. त्याचप्रमाणे स्नेहलता रेड्डी या दमा रुग्ण महिलेलाही अटक केली. रामचंद्र गुहा यांनी लिहिलंय की, लॉरेन्स राजकारणात भाग घेत नव्हता. त्याचा पुस्तकछपाईचा व्यवसाय होता. त्याला एवढं भयंकर पद्धतीने छळलं गेलं की तो कायमचा अपंग झाला. बऱ्याच इतिहासकारांना वाटतं की फर्नांडिसच्या संपाने इंदिरा गांधीच्या मनातील असुरक्षिततेची भावना एवढी उफाळून आली की त्यातूनच पुढे त्यांनी देशावर आणीबाणी लादली.

संतप्त फर्नांडिसांनी इंदिरा गांधी सरकारला विरोध करायचं ठरवलं. जुलै, १९७५मध्ये ते बडोद्यात पोहोचले. तिथं बडोद्याच्या पत्रकार संघटनेचे मुख्य किरिट भट्ट आणि टाइम्स ऑफ इंडियाचे स्थानिक वार्ताहर विक्रम राव यांना भेटले. इंदिरा गांधी सरकार उलथून पाडण्यासाठी काय केलं पाहिजे यावर तिथं चर्चा झाली. सरकारी कचेऱ्यांची स्वच्छतागृहे स्फोट करून उडवून देणे आणि इंदिरा गांधींची जिथे जिथे सार्वजनिक सभा असेल त्या जागेच्या जवळ स्फोट घडवून आणणे अशी ती रणनीती होती. त्या ठिकाणी कुणाला दुखापत होता कामा नये, फक्त दहशत निर्माण झाली पाहिजे असंही ठरवण्यात आलं. हे स्फोट एक तर रात्री उशिरा किंवा सार्वजनिक सभा सुरू होण्याच्या काही तास आधी झाले पाहिजेत त्यामुळे कुणालाही दुखापत होणार नाही असाही विचार होता. सगळ्यात महत्त्वाकांक्षी योजना होती ती म्हणजे वाराणसी येथे इंदिरा गांधी एका सभेत भाषण करणार होत्या त्याच्या काही तास अगोदर तो मंचच स्फोटात उडवून द्यायचा ही होती. (पाहा संकेतस्थळ : "Three Heroes of Emergency', http://indiafacts.org/three-heroes-of-emergency-40/)

बडोद्याजवळील हलोल येथे केवळ खाणीतच वापरले जाते ते डायनामाइट ज्यांच्याकडे होते त्या लोकांचा फर्नांडिस यांच्याशी संपर्क साधून देण्यास वीरेन तयार झाले. (वर उल्लेखलेल्या संकेतस्थळावर ही माहिती आहे.) त्यानंतर 'बडोदा डायनामाइट खटला' या नावाने ओळखला जाणारा कट शिजला.

त्या कटात पिंपरीचाही कोन निर्माण झाला. ब्रिटिशांनी पिंपरी येथे लष्करी छावणी उभारली होती. अजूनही तो महत्त्वाचा लष्करी तळ मानला जातो. तिथून थोड्याच किलोमीटर्सवर चिंचवड येथे बजाज ऑटोचा स्कूटर कारखाना होता. हा लष्करी तळ आणि स्कूटर कारखाना यांच्यात अर्थाअर्थी काहीच संबंध कधी येण्याचं कारण नव्हतं. पण केवळ पिंपरी या नावानेच लोकांच्या कल्पनाशक्तीला पंख फुटले. भट्ट यांनी नंतर सांगितल्यानुसार फर्नांडिस यांना पिंपरीहून मुंबईला शस्त्रे घेऊन जाणारी आगगाडी लुटायची होती. त्यातील दारुगोळ्याचा वापर करून सरकारी कचेऱ्या उडवून देण्यात येणार होत्या. (वर उल्लेखलेल्या संकेतस्थळावर ही माहिती आहे).

पोलीस अधिकाऱ्यांनी १० जून, १९७६ रोजी फर्नांडिसांवर कलकत्ता येथे झडप घातली. वीरेनना जुलै, १९७६च्या आसपास अटक झाली. उलट तपासणीत वीरेननी दावा केला की मी फर्नांडिसना आसरा दिला नाही पण ते कुठे लपलेत हे मला माहीत होतं. भूमिगत फर्नांडिस यांच्या मुलाखती आंतरराष्ट्रीय प्रसार माध्यमांना देण्याचे नियोजन मी केले. त्यानंतर वीरेनना मुंबईच्या आर्थर रोड तुरुंगात ठेवले गेले तरी त्यांना अधूनमधून दिल्लीच्या तिहार तुरुंगात चौकशीला जावं लागत होतं. खटला दिल्ली येथे चालला कारण सीबीआयचं म्हणणं होतं की घटनास्थळ जरी बडोदा असलं तरी खटल्याला राष्ट्रीय परिमाण होतं.

परिस्थितीने अस्वस्थ होऊन कृष्ण कुमार बिर्ला मध्ये पडले. वीरेनला मदत करण्यात आलेल्या अपयशाविषयी त्यांनी 'ब्रशेस विथ हिस्ट्री' या आत्मचरित्रात लिहिलंय. ते लिहितात, ''या परिस्थितीत इंदिरा गांधींचं वीरेनविषयीचं धोरण मऊ करण्याचं काम केवळ दोनच माणसं करू शकत होती– रजनी पटेल आणि संजय गांधी. बिर्ला दोघांनाही भेटले. पण मुंबईत रजनी पटेलांनी तोंडावरच सांगितलं की आपण मध्ये पडणार नाही. तर मी वीरेनसाठी शब्द टाकायला आलो हे कळल्यावरच संजय गांधी भडकले. त्यांनी मला विचारलं की माझ्या आईविरुद्धच्या गुन्हेगारी कटातल्या संशयिताची शिफारस तुम्ही माझ्या समोर घेऊन येऊ कसे शकता?''

'द हिंदू' वृत्तपत्राचे उद्योग व्यवस्थापक सी.जी. के. रेड्डी यांच्या मते वीरेननी या सगळ्या भानगडीत पडताना थोडीशी दक्षता घेतली असती आणि कमी उत्साह दाखवला असता तर बडोदा खटल्यात झालेल्या अटकेपासून ते स्वतःचा बचाव करू शकले असते. माझ्यासारखीच त्यांनाही अटक झाली कारण आम्हाला दोघांचा समान परिचित भरत पटेल हा आमच्या खटल्यातला माफीचा साक्षीदार बनला. खटला दिल्लीच्या तीस हजारी कोर्टात सुनावणीस येताना दोन माफीच्या साक्षीदारांना माफी देण्यात आली होती, दोन फरार होते आणि एक जामिनावर सुटला होता.

फर्नांडिस आणि त्यांचे सहआरोपी यांना कोर्टात बेड्या आणि साखळदंड घालून आणण्यात आलं. त्यांच्या सोबत स्टेनगन्स घेतलेले बारा पोलीस होते. इंदिरा गांधींचं सरकार उलथवण्याचा आरोप त्यांनी मान्य केला परंतु सरकारने समोर उभे केलेले विशिष्ट आरोप मान्य करण्यास नकार दिला. बचाव टीमचे प्रमुख व्ही. एम. तारकुंडे होते तर बचाव समितीचे अध्यक्ष आचार्य कृपलानी होते. सरकारी पक्षाने कटात सामील स्नेहलता रेड्डी आणि डॉ. गिरिजा हुईलगोळ दोन महिलांची नावे वगळली कारण त्यामुळे या चळवळीस लोकांची सहानुभूती मिळेल असं त्यांना वाटलं असावं.

''सुनावणीनंतर सगळ्यांना जामीन मिळाला तरी सर्व आरोपींना मिसाखाली पुन्हा अटक करण्यात आली.'' (मिसा म्हणजे मेंटेनन्स ऑफ इंटर्नल सिक्युरिटी कायदा, दि.२ जुलै, १९७१-७७.) कुमी कपूर यांनी 'द इमर्जन्सी - अ पर्सनल हिस्ट्री' या पुस्तकात लिहिलंय की हा खटला लोकांत खूपच गाजला. जगभरातले विदेशी बातम्या गोळा करणारे वार्ताहर या खटल्याची माहिती घेण्यास विमानाने आले. तथापि, भारतीय माध्यमांना मात्र समाचार वृत्त संस्थेने दिलेल्या माहितीव्यतिरिक्त अन्य माहिती देण्यास मनाई केली होती.

इंदिरा गांधी सार्वत्रिक निवडणुका हरल्या. जी. जी. पारिख, प्रभुदास पटवारी आणि देवी गुज्जत इत्यादींसह सगळे कैदेतले राजकारणी, विचारवंत आणि कार्यकर्ते जानेवारी, १९७७मध्ये सुटले. तुरुंगातून बाहेर पडल्यावर काही दिवसांतच स्नेहलता रेड्डींचं निधन झालं. १८ जानेवारी, १९७७ रोजी इंदिराजींनी नव्या निवडणुका मार्चमध्ये होतील असं जाहीर केलं तरी आणीबाणी अधिकृतपणे २१ मार्च १९७७ला उठली.

गुजरातमधून निवडून आलेले स्वतंत्र राज्यसभा सदस्य म्हणून वीरेन शहांचा पहिला दिवस १४ ऑगस्ट, १९७५ हा होता (त्यांना थोडी मदत जनसंघाने केली होती.) तेव्हाही ते तुरुंगातच होते. १९७७ साली सत्तेत आल्यावर जनता पक्षाच्या सरकारने त्यांच्या विरुद्धचे खटले काढून घेतले आणि जखमेवर आणखी मीठ चोळायला म्हणून जॉर्ज फर्नांडिसना मंत्री बनवलं.

राज्यपाल

१९९९ साली विरेन यांनी तिसऱ्यांदा राहुल बजाजना आपल्या कामाला लावलं ते पश्चिम बंगालचे राज्यपाल म्हणून त्यांची पाच वर्षांची (४ डिसेंबर, १९९९ ते १४ डिसेंबर, २००४) अशी नेमणूक झाली तेव्हा. या वेळेस वीरेननी पुन्हा राहुलना मुकंदचं अध्यक्षपद स्वीकारायला सांगितलं. राहुल पुन्हा एकदा तयार झाले. एकूण माणसांना हाताळायची संख्या पाहता राहुलना आता अधिक लोकांचा कळप सांभाळायला लागू लागला.

तिन्ही कुटुंबांत तिसरी पिढी बहरली होती. वीरेन यांचा मुलगा राजेश इंग्लंडच्या केंब्रिज विद्यापीठातून गणितातली मास्टर्सची पदवी आणि अमेरिकेतील कॅलिफोर्निया विद्यापीठ, बर्कले येथून एमबीए करून आला. राजेशचा धाकटा भाऊ सुकेतू आणि रामकृष्णांचा मुलगा नीरज बाँबेच्या सिडनहॅम कॉलेजातून बीकॉम झाल्यावर हार्वर्ड बिझनेस स्कूलमधून एमबीए करून आले. त्यांच्या आईवडिलांनी दिलेलं उत्कृष्ट शिक्षण उपयोगाला तर नक्कीच येणार होतंच; परंतु त्यांची क्षमता आणि समभाग धारणातील वाटा यांच्यामुळेच त्यांचं आणि मुकंदचं भविष्य घडणार होतं.

२००३ साली या तरुणांसमोर त्यांचं भविष्य जणू धोक्याची घंटा वाजवत उभं ठाकलं.

१९९५ साली या तरुण टीमने एक हरित प्रकल्प हाती घेऊन जागतिक दर्जाचे मिश्र पोलाद पर्यावरणपूरक कारखान्यात उत्पादन करण्याचे ठरवले होते. त्यासाठी पुण्याच्या कल्याणी समूहाशी धोरणात्मक युती करायची होती.

१९९०च्या दशकाप्रारंभी मुकंदकडे भरपूर रिकामी रोकड होती. त्यामुळे वीरेन शहा या अध्यक्षांचे मन चळून त्यांनी पश्चिम बंगालच्या राज्यपालपदासाठी मोर्चेबांधणी केली तेव्हाच

त्यांनी गिनिगेरा इंटिग्रेटड स्टील प्रोजेक्टला नकारघंटा वाजवायला हवी होती, पण तसं त्यांनी केलं नाही कारण तेव्हा निधी पुरवायला पैसे खिशात होते. शिवाय तिसऱ्या पिढीच्या उत्साहामुळे त्यांचंही मन फुरफुरू लागलं होतं. परंतु या उपक्रमात अपयश येऊन त्यामुळेच मुकंदचा समावेश रिझर्व्ह बँकेच्या कॉर्पोरेट डेट रिस्ट्रक्चरिंग उपक्रम आणि फायनान्शिअल रिस्ट्रक्चरिंग योजना यांच्यात झाला. त्यानंतर कंपनी पुन्हा मूळ पदावर येऊन स्थिरस्थावर होण्यास १२ वर्षे लागली.

१९९९ ते २००४ ही वर्षं खूपच कठीण वर्षं होती. तेव्हा वीरेन कलकत्त्याला होता. राहुल बजाज यांनी राजेश, सुकेतू आणि नीरज यांना चांगले मार्गदर्शन केले कारण त्या काळात मुकंद कंपनी अनेक आव्हानांतून पुढे जात होती. जानेवारी, २००४ रोजी भांडवल आणि राइट्स इश्यूची रक्कम कमी केल्याने थोडाफार सुटकेचा श्वास टाकता आला. प्रवर्तकांचा हिस्सा कमी होऊ नये यासाठी राहुलनी जमनालाल बजाज अँड सन्स या बजाज कुटुंबाच्या खाजगी फर्मला मुकंदच्या एकूण पेड-अप कॅपिटलचा २८ टक्के भाग घ्यायला लावला. आर्थिक वर्ष २००५ मध्ये मुकंद फायद्यात आली खरी; परंतु ७९ वर्षांचे वीरेनभाई काही आपला अध्यक्षपदावरील दावा परत मागेनात आणि राहुलनाही तिथे ताटकळत राहवेना. आता तेही राज्यसभेचे सदस्यत्व या त्यांच्या जीवनातील पुढल्या महत्त्वाच्या घटनेसाठी सज्ज होते. जुलै, २००७ मध्ये मुकंद संचालक मंडळाच्या बैठकीत राहुल बजाज अध्यक्षपदावरून खाली उतरले आणि नीरजची नियुक्ती अध्यक्षपदी तर राजेशची उपाध्यक्षपदी झाली.

पुढली पाच वर्षे जास्त वाईट दिवस आणि कमी वाईट दिवस यांच्यामध्ये झुलत राहिली. २००८ सालच्या मंदीने आर्थिक वर्षास २००९मध्ये नुकसानीकडे लोटलं. नीरज, राजेश आणि सुकेतू यांनी आर्थिक वर्ष २०१०मध्ये कंपनीला तिथून मागे वळवलं खरं, परंतु आर्थिक वर्ष २०१२मध्ये लोखंडाच्या जागतिक किमती वाढल्याने आणि रुपयाचे अवमूल्यन झाल्याने पुन्हा कंपनीचा आलेख खाली गेला. परंतु धातूत काम करणाऱ्या कंपन्यांतली मुकंद ही एकच कंपनी नव्हती. युरोपातली कोरस स्टील कंपनी घेताना बाँबे हाउसमधल्या रतन टाटांनाही घाम फुटला होता. कुमार मंगलम बिर्ला यांनाही अमेरिकेतल्या नोवेलिसमुळे निराशेचा धक्का खावा लागला होता. भारतात जिंदाल यांचे विजयनगर स्टील, एस्सार स्टील आणि इस्पात इंडस्ट्रीज यांचेसह तेहतीस स्टील कंपन्या अत्यंत तणावाखाली होत्या. मुकंदने २०१४ साली आणखी एक राइट्स इश्यू काढला आणि मे २०१५ मध्ये ते सीडीआरमधून (कॉंस्टंट डिफॉल्ट रेश्शोतून) बाहेर पडले आणि व्यवस्थित स्थिरस्थावर झाले.

चौथी पिढी आता विंगेत उभी आहे. मुकंदचा लोगो आहे 'इन्फायनिट रिझॉल्व्ह.' (अपरिमित निर्धार).

प्रकरण २१

धीम्या वाहतुकीत अडकून बसल्यावर : १९७९–२००२

आर. के. लक्ष्मण यांचा 'कॉमन मॅन' १९९८

राहुल बजाजनी जवळजवळ सगळं आयुष्यच मोटर बनवण्याचं स्वप्न पाहिलं. खासकरून जेम्स बाँड चित्रपटांसारख्या उच्च वेगाने धावणाऱ्या गाड्या बनवायचं स्वप्न होतं ते! मुकुल उपाध्याय हे बजाज ऑटोचे वरिष्ठ व्यवस्थापक आठवण सांगतात, ''माझी पत्नी पुष्पा, राहुल आणि रूपा आणि मी असे चौघे जुहूहून परत येत होतो. राहुल जरा जोरातच गाडी चालवत होता. रूपा मागच्या बाजूला बसली होती, तिनं त्याला गाडी हळू चालवायला सांगितलं. त्यावर 'ज्यांना भीती वाटते त्यांनी खाली उतरावं,'' ड्रायव्हर महाराज खेकसले होते, मग गाडीत अवघडलेली शांतता पसरली होती. बजाज ऑटो जसजशी मोठी झाली तशतशा त्याच्या अनेक घरांच्या गॅरेजमधल्या गाड्यांची संख्याही वाढली. पण त्यातली एकही त्याच्या कारखान्यात बनलेली नव्हती. बजाज क्युट ही गाडी आकुर्डीच्या उच्च तंत्रज्ञानयुक्त कारखान्यात बनणार होती पण ते कार्य मुलगा राजीवकडून होणार होतं, त्याच्या वडिलांकडून होणार नव्हतं, पण माणूस स्वप्नं तर नेहमीच पाहू शकतो ना!

दिवास्वप्न

तथापि, १९७९ साली वाहनक्रांतीची स्वप्नं बघणारा माणूस म्हणजे राहुल बजाज नव्हते तर चक्क जॉर्ज फर्नांडिस होते. राहुलनी ती आठवण सांगितली, ''जॉर्जनी मला दिल्लीला 'तुमच्या सोयीने या,' म्हणून बोलावलं. ते बहुधा १९७९ साल असावं. मी त्यांना उद्योग मंत्रालयात भेटलो. ते म्हणाले की टाटा मोटर्स, हिंदुस्तान मोटर्स, अशोक लेलँड, प्रीमियर ऑटोमोबाइल्स आणि स्टँडर्ड मोटर्स या सगळ्या कंपन्यांचे राष्ट्रीयीकरण करून विलीनीकरण होईल आणि ऑटोमोबाइल कॉर्पोरेशन ऑफ इंडिया ही कंपनी निर्माण करण्यात येईल. त्यांनी मला अध्यक्षपद देऊ केलं. बजाज ऑटो आणि अन्य दुचाकी यांना वेगळं ठेवलं जाईल.''

राहुल बजाज त्याविषयी म्हणाले, ''मी त्यांना म्हणालो की माझे दोन्ही मुलगे अजून शिकताहेत, बजाज ऑटोकडे बघायला माझ्या घरातलं अन्य कुणीही नाही. त्यामुळे मला ते शक्य होणार नाही. मी त्यांना असंही म्हणालो की मी राष्ट्रीयीकरणाविरुद्ध आहे, त्यामुळे मीच असं केलं तर मला माझ्या सहकाऱ्यांना तोंड दाखवायला जागा राहाणार नाही. ते म्हणाले की तुम्ही फक्त पाच वर्षे या, मग ऑटोमोबाइल कॉर्पोरेशनसाठी मला एक चांगला उत्तराधिकारी शोधून दिलात की परत जा.

''मी जॉर्जना विचारलं की मोरारजीभाई या राष्ट्रीयीकरणाला तयार झाले का? तर जॉर्ज हो म्हणाले. मी त्यांना विचारलं की मी मोरारजीभाईंना विचारू का? तर त्यावरही ते हो म्हणाले.

''मी दुसऱ्या दिवशी मोरारजीभाईंना भेटलो तेव्हा या राष्ट्रीयीकरणाबद्दल सांगितलं, त्यावर ते म्हणाले, 'मी मेल्यावरच शक्य होईल हे.' त्यावर मी म्हणालो, 'अहो, जॉर्जनी सांगितलं मला ते.' त्यावर मोरारजींनी जरा विचार करून मला म्हटलं की- होय, म्हणजे अटलजी माझ्याकडे आले होते आणि जॉर्ज फर्नांडिस असं काहीतरी म्हणताहेत असं म्हणाले होते. मी अटलजींना एवढंच म्हटलं की आपण पाहू. कदाचित अटलजींना त्याचा अर्थ 'ठीक आहे' असा वाटला असावा म्हणून तसं त्यांनी जॉर्जना कळवलं असावं. मग

मी जॉर्जकडे आलो आणि त्यांना हकिकत सांगितली. माझं नशीब चांगलं होतं म्हणूनच जॉर्जची ही योजना बारगळली.''

खाऊजाच्या टायरमधली हवा गेली

फेडरल रिसर्च बँक ऑफ फिलाडेल्फिया येथील मागच्या खोलीत बसून काम करणाऱ्या एक विक्षिप्त विद्वानाने हातपाय लांब करून आळस दिला आणि टकाटका बोटं मोडली. त्याचे अहवाल वाचून वरिष्ठ वाचून खूश होणार नव्हते. जनरल मोटर्स, फोर्ड आणि ख्रिसलर हे 'बडे तिघे' चक्क परदेशी स्पर्धकांमुळे बाजारपेठेचा मोठा हिस्सा गमावत होते. त्या अमेरिकन-चिनी माणसाने आकडेमोड करून लिहिलं, ''१९८९ साली बाजारपेठेतला हिस्सा १.७ टक्क्यांनी कमी झाला तर १९९०मध्ये तो चक्क ६३.८ टक्क्यांनी कमी झाला. प्रत्येक टक्क्याचा टप्पा १५० कोटी डॉलर्सचा असल्याने ही घट लक्षणीय होती. खास करून या 'बड्या तिघां'साठी ती प्रचंडच होती कारण दहा वर्षांपेक्षाही कमी काळापूर्वी या तिघांकडे अमेरिकी बाजारपेठेचा ८० टक्के हिस्सा होता.

या सर्वसमावेशक माहितीतून कळत होतं की जपान्यांची वाढती उपस्थिती हे त्यामागचं वास्तव होतं आणि ते येथल्या 'बिग थ्री' कंपन्यांचा वाटा कमी करून होत होतं. त्यांच्या कारखान्याची उत्पादन क्षमता १९८९मध्ये २२ लाख वाहनांची झाली होती आणि ती वाढत चालली होती. दोन युरोपिअन मोठ्या कंपन्या बीएमडब्ल्यू आणि मर्सिडिझ बेंझ याही काही फार मागे नव्हत्या. हे दोन्ही गट अमेरिका किंवा त्यांच्या देशांतर्गत बाजारपेठेतून किंवा जिथे कुठे त्यांना मागणी असेल तिथे गाड्या निर्यात करायला एका पायावर तयार होते. जणू 'बार्बारियन ॲट द गेट' या १९८९ सालच्या कादंबरीतील पात्रेच दाराशी आली होती. (आर. जे. आर नाबिस्को यांच्या सत्य कहाणीवरून ब्रायन बरो आणि जॉन हेलयार यांनी ही कादंबरी लिहिली आहे.) परंतु १९८९-९० साली भारतात असली कसलीच आव्हाने आणि संधी नव्हत्या कारण तिथे 'पॅसेंजर कार इंडस्ट्री'च नव्हती. पण आपल्याकडे दुचाकी वाहनांचे चांगले पर्याय होते आणि पुरवठ्याहून मागणीच प्रचंड होती. 'खाउजा' म्हणजे खाजगीकरण, उदारीकरण आणि जागतिकीकरण हे सगळं अटल बिहारी वाजपेयींच्या कार्यकाळात आलं. १९९०मध्ये बजाज ऑटो ही जगातली चौथ्या क्रमांकावरील दुचाकी उत्पादक कंपनी बनली. जपानच्या होंडा, सुझुकी आणि कावासाकीहून एकच पाऊल ती मागे होती. त्या काळात राहुल बजाज यांच्या मनात एक महत्त्वाचा विचार घोळत होता. मोठी उलाढाल आणि कमी खर्चाचे धोरण जे स्कूटर्सच्या उत्पादनात उत्तम ठरले होते ते मोटारींच्या उत्पादनातही खरे ठरेल का?

''१९९५ ते २००० च्या काळात आम्ही प्रवासी मोटारींच्या बाजारपेठेत प्रवेश करण्याचा विचार करत होतो. त्यासाठी आम्ही अमेरिकन, फ्रेंच आणि जपानी उत्पादकांशी बोलत होतो आणि ख्रिसलर यांचे सोबत तर आमचे जॉइंट व्हेंचर जवळजवळ पक्केच झाल्यात जमा होते.'' राहुल म्हणाले.

ख्रिसलर हे आधीपासूनच केशब आणि आनंद महिंद्र यांच्याशी भारतात चेरूकी गाडी बनवण्यासंबंधी बोलणी करत होते. ''ख्रिसलर यांचा एम अँड एममध्ये खूपच कमी हिस्सा

होता. विलिज जीपच्या ब्रँडनेच त्यांचे त्या कंपनीशी अधिक संबंध जुळवून आणले होते.'' असं 'ऑटोकार प्रो' मासिकामध्ये लिहून आलं. परंतु ते दोघं औपचारिक घोषणा करणार तेवढ्यात महिंद्रने भागीदार म्हणून फोर्डची निवड केली आणि ख्रिसलरला पुन्हा 'पहिले पाढे पंचावन्न' करावे लागले.

एका टप्प्यावर बजाज आणि ख्रिसलर करारावर स्वाक्षऱ्या करण्याच्या बेतात आहेत असं लोकांना वाटू लागलं होतं. लोकांना परवडणारी मोटरगाडी ही भारताची गरज आहे याबद्दल राहुल अगदी स्पष्टच होते. अमेरिकेत प्रथमच उतरल्यावर ख्रिसलरने डॉज निऑन गाडीच्या आशियाई मॉडेलवर काम करायला सुरुवात केली होती. त्यांच्याकडे सुझुकीच्या १९७९च्या अल्टो मॉडेलवर बनलेल्या मारुती ८००शी स्पर्धा करायची क्षमता होती. ऑटोकार प्रोने त्याविषयी लिहिलं की, राहुल बजाजना समान भागीदारी नको आहे, त्याऐवजी ते जॉइंट व्हेंचरमध्ये जास्तीचा वाटा मागतील. अमेरिकन निऑन गाडीपेक्षाही इक्विटी स्टेक रिझोल्युशन हे अधिक सुसंगत होते.

राहुल बजाज म्हणाले, ''रेनॉल्ट, फोर्ड, ख्रिसलर आणि फुजी यांच्यापैकी एकासमवेत छोटी मोटर बनवण्याचा विचार आम्ही केला होता. परंतु आमचा अभ्यास आणि भारतातील अन्य मोटर उत्पादकांची कामगिरी यांच्यामुळे आमच्या लक्षात आलं की मार्केटिंग आणि ब्रँडिंग यांच्या दृष्टीने पाहता हा निर्णय बजाज ऑटोसाठी योग्य ठरणार नाही. कारण आमची कंपनी दुचाकी आणि तीनचाकी उत्पादक म्हणूनच गणली जाते.''

''जॉइंट व्हेंचर्समधून भरपूर शिकता येत असलं तरी ते करणाऱ्या कंपन्या अनंत काळपर्यंत जॉइंट व्हेंचर चालूच ठेवतील असे होत नसते.'' आनंद महिंद्र यांनी पीटीआयला सांगितलं. जॉइंट व्हेंचर्स हे अल्पकालीन उपक्रम असतात हे तुम्ही समजून घेतलं पाहिजे. ते निर्माण केले जातात कारण दोन्ही बाजूंना काही विशिष्ट ध्येये असतात आणि ती दोन्ही बाजूंची वेगवेगळी असतात. ती साध्य झाली की जॉइंट व्हेंचर्सचं अर्धं आयुष्य संपतं. उदाहरणार्थ, महिंद्र आणि महिंद्र यांनी ऑक्टोबर १९९५ ते मार्च १९९८ हा काळ फोर्डसोबत जॉइंट व्हेंचरची भागीदारी केली होती.

राहुल बजाजनी लक्ष वेधलं की, बऱ्याच उत्पादकांनी प्रत्येकी वीस हजार गाड्या बनवण्यात काय अर्थ आहे? मारुतीच्या पुढे जायचं झाल्यास कमीतकमी १ लाख किंवा खासकरून २ लाख गाड्या बनवायला हव्यात. तसं करता आलं नाही तर मी मुळात या धंद्यात पडणारच नाही. राहुलनी ठरवलं होतं की भरपूर गुंतवणूक आणि भारतीय भागीदारास फार काही कामच नाही अशा मोटरगाड्यांच्या उद्योगात पडण्यात काहीच अर्थ नाही.

संयुक्त कुटुंबाच्या मालकीची मालमत्ता विकणे गुंतागुंतीचे होऊ शकते

एकविसाव्या शतकाच्या उंबरठ्यावर वाढत्या व्यवसायात राजीव आणि संजीव मग्न असताना साठीत पदार्पण केलेल्या राहुल बजाजना पुन्हा मोटरगाडीची स्वप्ने पडू लागली. त्यांनी माध्यमांसमोर जाहीर केलं, ''मी वाहनउद्योगात आहे त्यामुळे देशात जी कुठली वाहनकंपनी विक्रीसाठी उपलब्ध असेल ती विकत घेण्यात मला रस आहे.'' या संदेशात मारुती उद्योगावर गर्भित निशाणा साधलेला होता.

खिडक्यांना लावलेले पडदे, एका भिंतीवर मायकेल जॅक्सन तर दुसरीवर वाघ- अशा प्रकारे बाळासाहेब ठाकरे यांचा दिवाणखाना अगदी ऊर्जेने सळसळता दिसायचा. राहुल बजाज आणि बाळासाहेब या दोघांचं पूर्ण लक्ष अटल बिहारी वाजपेयी यांच्या निर्गुंतवणूक मोहिमेवर आणि मारुती उद्योग बजाज यांच्या कळपात यशस्वीरीत्या कसा आणता येईल त्यावर होतं.

शिवसेना तेव्हा संघटना म्हणून अत्युच्च शिखरावर होती. लागोपाठ तीन वेळा त्यांचे आमदार-खासदार पिंपरी-चिंचवड येथून निवडून आले होते. दुसरं म्हणजे लोकसभेत १६ खासदार असल्याने ठाकरे केंद्राकडून आंध्र प्रदेशचे मुख्यमंत्री चंद्राबाबू नायडू यांच्या इतक्याच मागण्या करू शकत होते. तिसरं म्हणजे वाजपेयींनी महाराष्ट्राचे १९९५-९९ या काळातले मुख्यमंत्री मनोहर जोशी यांना डावलून तुलनेने कनिष्ठ अशा अरुण शौरींकडे निर्गुंतवणुकीचं काम दिलं होतं म्हणून ते वाजपेयींवर वैतागले होते.

मारुती उद्योगाचे खाजगीकरण केल्यास बजाज ऑटो त्यासाठी योग्य कंपनी ठरेल हे राहुल बजाज यांनी ठाकरे यांना सांगण्याची काहीच आवश्यकता नव्हती. त्याऐवजी ठाकरे यांनी वाजपेयींकडे मागणी केली की मी सेनेच्या तीन मंत्र्यांचे शिष्टमंडळ आणि तीन खासदार या मुद्द्याची व्यवस्थित चर्चा करण्यासाठी पाठवतो, तोवर तुम्ही मारुती उद्योगाच्या खाजगीकरणाची प्रक्रिया स्थगित करा.

दिल्लीत १८ नोव्हेंबर, २००० रोजी केंद्रीय मंत्रिमंडळाची निर्गुंतवणुकीच्या मुद्द्यावर बैठक झाली तेव्हा शिवसेनेचे मनोहर जोशी हे अवजड उद्योगमंत्री होते, केवळ त्यांनीच मारुती उद्योगाच्या खाजगीकरणाला विरोध केला. शौरींनी पुन्हा पुन्हा जोशींचं मन वळवायचा यत्न केला की या कृतीत काहीही अविवेकी नाही तेव्हा जोशींनी शौरींना म्हटलं की आपण ठाकरे यांच्याशी बोलावे- अशी बातमी टेलिग्राफ वृत्तपत्राने दिली.

शिवसेनेच्या विरोधाने डगमगलेले शौरी वाजपेयींकडे सल्ल्यासाठी गेले. त्यांचा सल्ला अगदीच छोटा आणि आवडेलसा होता : ''मुंबईला जा आणि बाळासाहेब ठाकरे यांचे हरकतीचे मुद्दे काय आहेत त्यांचं निरसन करा.'' त्याप्रमाणे शौरींनी मुंबईला धाव घेतली आणि ते ठाकरे यांना भेटले. त्यांनी निर्गुंतवणूक प्रस्तावातील फायदे सांगून त्यांचं मन वळवायचा प्रयत्न केला. ठाकरे यांना त्यातील तर्क समजला आणि शौरींना कामात यश मिळालं. गोंधळात पडलेल्या टेलिग्राफ वृत्तपत्राने दुसऱ्या दिवशी आपल्या वाचकांना माहिती दिली.

> त्यानंतर काही दिवसांनी इंडिया टुडेचे व्ही. शंकर अय्यर यांनी जोशींचे लक्ष वेधलं,
>
> ''काय करायला हवं?''
>
> ''मारुतीचे खाजगीकरण दोन वर्षांपूर्वीच व्हायला हवं होतं.''
>
> ''मग चुकलं कुठे?''
>
> ''कुणीच सर्वच हितसंबंधीयांचे म्हणजेच कर्मचारी संघटना, नोकरशहा आणि मंत्र्यांचे दावे पोकळ आहेत असं म्हटलं नाही, स्पर्धेमुळे मारुतीच्या

बाजारपेठेतील हिश्शाची वाट लागली आणि आता खाजगीकरणाशिवाय अन्य काहीच मार्ग नाही.''

मारुती उद्योगाने आपला पहिला तोटा जाहीर केला. कर्मचारी संघटनेने दीर्घ काळ आंदोलनाची धमकी दिली. ''या वेळेपर्यंत निर्गुतंवणूक प्रक्रिया डळमळू लागली होती कारण राजकारणी मंडळी उघडपणे मारुतीचं नुकसान करू लागली होती.'' सुचेता दलाल यांनी खरमरीत टीका केली.

''यावर उपाय म्हणजे मजबूत सरकार आणि खाजगीकरणाचे फायदे कर्मचारी संघटनेला व सर्वसामान्य जनतेला समजावून सांगण्याची त्या मजबूत सरकारची क्षमता हाच होता. तसे केल्यावर मुक्त आणि पारदर्शक पद्धतीने परिणामांची क्षिती न बाळगता निर्धाराने ही निर्गुंतवणुकीची प्रक्रिया पार पाडायची.'' राहुल बजाज यांनी जुलै, २००० मध्ये म्हटले. त्यानंतर बेचैन मन:स्थितीतील राहुल बजाज यांनी नोव्हेंबर, २००० मध्ये घडामोडींचा वेग वाढवण्यासाठी मारुती उद्योगातील ५० टक्के वाटा आपण विकत घेण्यास तयार आहोत असे सांगितले. बजाज ऑटोकडे १७०० कोटी रुपयांची रोख जमा होती आणि कर्ज काहीही नव्हते. ''जोवर माझ्या कमीतकमी रोख मर्यादेची रेषा उल्लंघिली जात नाही तोवर काहीच अडचण येणार नाही,'' असा त्यांनी अंदाज बांधला होता.

निरीक्षण करत, वाट पाहत आणि सगळं काही ऐकत योग्य संधीसाठी गळ टाकून बसणाऱ्यांत ओसामू सुझुकी होते. भारताने पोखरण द्वितीयच्या अणुचाचण्या ११ ते १३ मे १९९८ या काळात केल्या होत्या. त्यामुळे मोठ्या संख्येने जपानी कंपन्या येथून निघून गेल्या होत्या. त्यातल्या खूपच कमी परतल्या होत्या. पण एक कंपनी मात्र कधीच परत गेली नाही, ती होती सुझुकी मोटर्स- म्हणजे मारुती उद्योगाचा जपानी पालक.

मारुती उद्योग हा ज्येष्ठ उद्योगसाम्राज्य निर्माते ओसामू सुझुकी यांच्या साम्राज्याचा खूपच दूरचा- तुलनेने छोटा हिस्सा होता. ओसामूंनी थायलंड (१९६७), इंडोनेशिया (१९७४), पाकिस्तान (१९७५), फिलिपाइन्स (१९७५) आणि ऑस्ट्रेलिया (१९८०) असे बरेच असेंब्ली प्लँट्स (जुळणी कारखाने) काढले होते. १९८२ साली भारतात येण्याच्या दोन दिवस आधी ते पाकिस्तानमध्ये कराची जवळील 'पाक सुझुकी' असेंब्ली प्लँटचे रूपांतर संपूर्ण उत्पादन करणाऱ्या कारखान्यात करण्यासाठी गेले. त्यानंतर सीमापार करून ते मारुती उद्योगाच्या गुरगाव येथे इंदिरा गांधी सरकारशी जॉइंट व्हेंचर केलेल्या असेंब्ली प्लँटचे उद्घाटन करायला आले.

मारुती८०० गाडीचे आगमन १४ डिसेंबर, १९८३ रोजी झाले. ''ही छोटीशी गाडी म्हणजे हिंदुस्तान मोटर्सची रणगाड्यासारखी अँबेसेडर आणि प्रीमिअर ऑटोमोबाइल्सची अनाकर्षक फियाट यांच्यात खूपच सुधारणा आहे, असा जल्लोष गुळगुळीत कागदांच्या पेपरवाल्यांनी केला. तर जाहिरात कंपन्यांनी एकसुरात म्हटलं की मारुतीने पाखंडांना श्रद्धाळू बनवलं.'' या सगळ्याचा निष्कर्ष असा निघाला की तिच्या आडमुठ्या स्पर्धकांपेक्षा या गाडीने खूप अधिक कामगिरी केली, केवळ पाच वर्षांत १ लाख गाड्या विकल्या गेल्याच, वर कंपनी नफ्यातही आली. सार्वजनिक उद्योगांत असं क्वचितच घडून येत होतं.

भारत सरकार आणि सुझुकी यांच्यातील आधी केलेल्या करारानुसार सुझुकीला खरेदीदाराची निवड फेटाळून लावण्याचा अधिकार मिळाला आहे आणि 'अमेरिकेची जनरल मोटर्स कंपनी वगळता अन्य कुठल्याही परदेशी कंपनीविषयी ती हा नकाराधिकार वापरू शकते' (जनरल मोटर्सकडे सुझुकीचा छोटा का होईना पण वाटा आहे) याची आठवण फायनान्शिअल टाइम्सचे वार्ताहर खोजेम मर्चंट आणि अँगस डोनाल्ड यांनी करून दिली होती.

१९९२मध्ये ओसामूंनी मारुती उद्योगातील सुझुकीचा वाटा ५० टक्क्यांपर्यंत नेणे जमवले होते. त्यानंतर दशकभराने तणावग्रस्त वाटाघाटी होऊन फेब्रुवारी आणि मार्च, २००२ या मधल्या काळात कसाबसा समाधानकारक तोडगा निघाला. सुझुकी मोटर्सनी १००० कोटी रुपये कंट्रोल प्रीमिअम म्हणून दिले, ४०० कोटींचा राइट्स इश्यू काढला आणि आपला हिस्सा ५४.२ टक्के इतका वाढवला आणि दहा फायनान्स कंपन्यांना आत आणलं. (८+२ जॉइंट व्हेंचर्स) जून, २००३ च्या आयपीओ तेरा पट जास्त भरला. आणि दर शेअरमागे ११५ रुपये ही 'फ्लोअर प्राइस' असूनही रु. ३६० एवढी जास्त बोली लावली गेली. ९ जुलै, २००२ रोजी बीएसई आणि एनएसई येथे सौदे सुरू झाल्यावर तासाभरातच मारुती सुझुकीचा शेअर ३० टक्क्यांनी वर गेला. सर्वांनी सुटकेचा श्वास टाकला.

शेवटचा शब्द

त्या संध्याकाळी एका हातात 'ब्लडी मेरी' हे पेय घेतलेले राहुल बजाज आणि त्यांची पत्नी रूपा यांनी संध्याकाळच्या बातम्या आपल्या मुलांसोबत पाहिल्या तेव्हा बजाज विहारच्या घरात त्यांची नातवंडे त्यांच्या भोवती मुक्तपणे हुंदडत होती.

या वेळेस शेवटचा शब्द मनोहर जोशी यांचा असणार होता : त्यांनी राहुल बजाज यांची आठवण सांगितली, ''एक प्रसंग माझ्या मनात अजूनही अगदी ताजा आहे. अवजड उद्योगमंत्री या नात्याने आम्हाला मारुती उद्योग लिमिटेडमधली सरकारी गुंतवणूक काढून घेण्यास सांगितलं गेलं होतं. तेव्हा ते समभाग विकत घेण्यास तुम्ही माझ्याकडे आलात. तुम्ही स्पष्ट केलंत की तुम्हाला समभाग विकत घ्यायला आवडेल परंतु संपूर्ण व्यवहार पारदर्शक हवा. तुम्ही कुणालाही कधीही लाच देणार नाही. माझ्या एवढ्या दीर्घ राजकीय कारकिर्दीत मी पाहिलेले प्रामाणिक आणि रोखठोक असे तुम्ही एकमेव उद्योगपती आहात. राहुलजी, मला तुमचा अभिमान वाटतो''.

प्रकरण ३०

बँकिंग परवाना : १९९३ ते २०१५

आकुर्डी येथील नियोजन सत्रे

बँकिंग परवान्यांच्या शर्यतीत सगळ्यांची अपेक्षा होती की आपल्याला 'मिस्टर वोकर' यांच्यासारखे लोक मिळतील, पण प्रत्यक्षात त्यांची गाठ पडली 'मिसेस येलेन'सारख्या लोकांशी. (पॉल वोकर अमेरिकेच्या फेडरल रिझर्व्हचे अध्यक्ष (१९७९-८७) या काळात होते. त्यांनी अमेरिकन बँकांवर काही निर्बंध घातले. त्यामुळे ग्राहकांना ज्यांचा फायदा होत नाही अशा सट्टासदृश गुंतवणुकी करायला बँकाना बंदी घालण्यात आली. त्यांच्यानंतर अमेरिकेच्या फेडरल रिझर्व्हच्या अध्यक्षा (२०१४-१८) जेनेट येलन होत्या. त्यांना महागाईपेक्षाही बेरोजगारीची अधिक चिंता होती त्यामुळे त्यांनी उद्योगचक्रापेक्षा आर्थिक व्यवहारांच्या स्थिरतेला महत्त्व देणाऱ्या आर्थिक धोरणाचा पुरस्कार केला होता.

आपल्या या कहाणीत सी. रंगराजन हे १९९२-१९९७ या काळातले आरबीआयचे गव्हर्नर म्हणजे मिस्टर वोकर होते असं आपण समजू. त्यांच्या निगराणीखाली आरबीआय म्हणजे अभूतपूर्व अशा केंद्रवर्ती बँकेच्या सक्रियतेचं मोहळच बनली होती. अर्थक्षेत्राच्या स्पर्धात्मक कार्यक्षमतेत सुधारणा आणि मजबुतीकरण करण्यासाठी सर्वसमावेशक पावले उचलण्यात आली होती. नव्या संस्था आणि नवीन इन्स्ट्रुमेंट्सही काढण्यात आली होती. विनिमिय दराच्या व्यवस्थापनामुळे समान विनिमय दरही प्रस्थापित झाला होता. आर्थिक धोरणांत एका ऐतिहासिक मेमोरंडमवर आरबीआय आणि सरकारने स्वाक्षऱ्या केल्या होत्या त्यामुळे सरकारला ट्रेझरी बिले आपोआपच हाताळता येणार होती.

त्यातच महत्त्वाची बाब म्हणजे २२ जानेवारी, १९९३ रोजी पी.व्ही. नरसिंह राव सरकारने खाजगी क्षेत्र बँकिंगसाठी खुलं केलं तेव्हा आरबीआयने दीपक पारेख यांच्या नेतृत्वाखालील एचडीएफसी लिमिटेड या घरकर्ज देणाऱ्या बिगर बँकिंग अर्थसंस्थेला दहा अर्जदारांपैकी एक निवडलं. परंतु काळजीपूर्वक निवडलेल्या दहांपैकी चार बँका अपयशी ठरल्या. २६ फेब्रुवारी, २००० रोजी अटल बिहारी वाजपेयींच्या सत्ताकाळात टाइम्स बँक अपयशी ठरली. सेंच्युरियन बँक ऑफ पंजाब ही मनमोहन सिंग-सोनिया गांधींच्या सत्ताकाळात २३ मे, २००८ रोजी बुडाली. दोन्ही बँका जबरदस्तीने एचडीएफसी बँकेच्या गळ्यात मारल्या गेल्या. तिसरी बँक होती ग्लोबल ट्रस्ट बँक - ही तर दुरुस्तच होणार नाही अशा संशयास्पद आपदेत सापडली होती. येस बँक तशीच २००४मध्ये अडकली आणि बुडीत गेली. त्यानंतर सोळा वर्षांनी म्हणजे ६ मार्च, २०२० रोजी आरबीआय येस बँकेला पायांवर उभं करण्यासाठी झटते आहे.

एचडीएफसी काँग्लोमरेट आणि पद्धतशीरपणे महत्त्व मिळवलेल्या आयडीबीआय आणि आयसीआय बँक यांच्याशिवाय १९९३च्या फेऱ्यातून वाचलेल्या बँका होत्या युनिट ट्रस्ट ऑफ इंडिया बँक (२००७ साली तिचे नाव ॲक्सिस बँक असे ठेवले गेले), बँक ऑफ पंजाब, इंडसइंड बँक आणि डेव्हलपमेंट क्रेडिट बँक. उदय कोटक यांनाही कोटक महिंद्र बँक सुरू करण्याचा परवाना फेब्रुवारी, २००३ रोजी मिळाला.

दुव्वुरी सुब्बराव यांचेकडून रघुराम राजन यांनी आरबीआयचे अधिकारपद हाती घेतलं ते आपले 'येलेन' आहेत.

खाजगी क्षेत्रातील बँकांच्या आगमनाच्या शक्यतेनंतर २०११मध्ये सुब्बराव यांनी भारतभरातील छोट्या बँकांच्या हिशेबाची आणि ताळेबंदाची स्वच्छता मोहीम हाती घेतली होती. २१ जानेवारी आणि २२ डिसेंबर या काळात आरबीआयने ८४ बँकांना दंड ठोठावला आणि सहांचे परवाने रद्द केले. त्यानंतर दोन वर्षांनी सुब्बराव यांनी नव्या खाजगी क्षेत्रातील बँकांसाठी दरवाजे पुन्हा उघडले. त्यांनी पदावरून खाली उतरताना म्हटलं, ''निर्णय शक्य तितका पारदर्शक, वस्तुनिष्ठ आणि स्पर्धात्मक घेता येईल या दृष्टीने आमचे प्रयत्न चालले होते. जे कुणी व्यवस्थित आणि योग्य वाटतील त्या सर्वांनाच परवाने दिले जातील असं नाही. कारण आम्हाला चांगला उपयोग होण्याच्या दृष्टीने जेवढे परवाने द्यायचे असतील त्याहून पात्र अर्जदारांची संख्या जास्तच असणार आहे,'' असा सावधगिरीचा इशाराही त्यांनी दिला होता. अर्जाची समयसीमा १ जुलै, २०१३ होती. दिवस सारखा पुढे पुढे निसटून जात

होता. शेवटी सुब्बराव यांचा कार्यकाल संपला. रघुराम राजन यांनी ४ सप्टेंबर रोजी सूत्रं हाती घेतली तेव्हा मनमोहन सिंह पंतप्रधान होते आणि पी. चिदंबरम अर्थमंत्री होते.

एप्रिल, २०१४पर्यंत आरबीआयच्या तेविसाव्या राज्यपालांनी तेवीस बँकिंग परवाने नव्या खेळाडूंना दिले होते. त्यापैकी दोघांना 'युनिव्हर्सल बँकिंग परवाने' देण्यात आले. (२ एप्रिल, २०१४) तर अकरांना पेमेंट बँक परवाने दिले गेले. (१९ ऑगस्ट, २०१५) तर दहा परवाने स्मॉल फायनान्स बँकांना देण्यात आले (१६ सप्टेंबर, २०१५). यांपैकी मोठ्या उद्योगांना एकही परवाना दिलेला नव्हता.

सरकारच्या निर्णयास समर्थन देताना दीपक पारेख यांनी सुचवलं की बँकिंग व्यवसायापासून कॉर्पोरेट्सनी दूरच राहावे. आंतरराष्ट्रीय नाणेनिधीचे ख्रिस्टीन लगार्ड, नोबेल पारितोषिक विजेते जोसेफ स्टिग्लिझ आणि आरबीआयचे एकोणिसावे गव्हर्नर सी. रंगराजन, माजी अर्थमंत्री यशवंत सिन्हा, अर्थतज्ज्ञ पर्सी मिस्त्री अशा आंतरराष्ट्रीय आणि देशांतर्गत अभिजनांचा पाठिंबा पारेख यांना मिळाला होता. परंतु तरीही विचलित न होता आदित्य बिर्ला समूह, महिंद्र समूह आणि टाटांनी बजाजसोबत रांग लावलीच. या चारही जणांकडे पूर्ण स्तरावर काम करणाऱ्या बिगर बँकिंग वित्त कंपन्या होत्या आणि त्यांच्या मार्फत ते ठेवी स्वीकारत होते आणि कर्जेही देत होते.

माहिती पुढ्यात ठेवणे

राहुल बजाज यांच्याकडे केवळ दोनच मुद्दे होते : त्यातला एक होता सचोटीबद्दलचा आणि दुसरा होता चीनच्या भिंतीसारख्या अभेद्य भिंतीबद्दलचा. त्यांनी म्हटले की, नवे बँकिंग परवाने आरबीआयने अशा कॉर्पोरेट्सना किंवा मोठ्या घराण्यांना देऊ नयेत ज्यांचे मागील रेकॉर्ड सार्वजनिक जीवनात सचोटी आणि नैतिक वर्तनाबद्दल प्रसिद्ध नाही. दुसरा मुद्दा म्हणजे एखाद्या कॉंग्लोमरेटने त्यांच्या समूहातील कंपन्या आणि त्यांचीच बँक यांच्यातच कर्जे देणेघेणे टाळण्यासाठी कडक नियमांच्या अभेद्य भिंती बांधायला हव्यात.

त्याहून कडवटपणे राहुलनी खंत व्यक्त केली की, कॉर्पोरेट्सना परवाने न देण्याविषयीचा हा युक्तिवाद निखालसपणे गैरसमजामुळे करण्यात आला आहे. भारताच्या सर्वसमावेशक वाढीच्या दृष्टीने तर तो मुळीच योग्य नाही. जेव्हा लोक जागतिक कंपन्यांविषयी बोलतात तेव्हा ते अमेरिका आणि इंग्लंडमधल्या सिटी बँक, मॉर्गन, बँक ऑफ अमेरिका आणि अन्य बऱ्याच बँकांविषयी बोलतात. सप्टेबर, २००८ साली याच बँकांमुळे आर्थिक संकट आलं होतं. या बँकांचे मालक जनता असली तरी त्यांचे व्यवस्थापन व्यावसायिकांकडे होतं आणि ते अल्पावधीतील नफ्याच्या मागे लागले होते.

महिंद्र अँड महिंद्र फायनान्शिअल सर्व्हिसेसचे अध्यक्ष तेवढेच आवेशाने बोलत होते. "कॉर्पोरेट हाउसेसना बँकिंग परवाने दिले तर त्यातील कुणी चुकीचे लोक त्या परवान्यांचा गैरवापर करून त्यांच्याच समूहातील कंपन्यांकडे निधी वळवतील या भीतीने कुणालाच बँकिंग परवानेच न देणे हा मूर्खपणा ठरेल. मालकीपेक्षाही आरबीआयने अधिक भर कॉर्पोरेटचा कारभार, पारदर्शकता, व्यवसायाचे मॉडेल आणि दीर्घकालीन बांधिलकी यांना अधिक महत्त्व दिले पाहिजे. यामुळे कॉर्पोरेट असो की अन्य कुठल्याही संस्था असोत

त्या व्यवसायात न्याय्य प्रथा आणतील आणि आरबीआयच्या नियंत्रकांनी आखून दिलेल्या चौकटीतच काम करतील.'' त्यांनी हे बिझनेस स्टँडर्डचे देव चतर्जी आणि अभिजित लेले यांना सांगितलं.

''मार्गदर्शक सूचनांच्या मसुद्यात आरबीआयने औद्योगिक आणि व्यासायिक घराण्यांनी बँका उभारण्यासाठीचे मापदंड आधीच देऊन ठेवले होते.'' दोशी म्हणाले, ''प्रवर्तकाचा हिस्सा कमी करणे, समूहातील कर्जवाटपावर मर्यादा आणि नियंत्रणाच्या आणि माहिती पाठवण्याबद्दलच्या कठोर सूचना या ढालीसारख्या काम करणार होत्या ज्यायोगे प्रवर्तकांना बँकेचा गैरवापर करता येणार नाही. कुठल्याही परिस्थितीत जे कुणी या अटींना वळसा घालतील त्यांना दंड करण्याचे अधिकार आरबीआयला देण्यात आलेलेच होते.

हाच धागा उचलून आदित्य बिर्ला समूहातील संतृप्त बिर्ला यांनी एक विवादास्पद प्रश्न विचारला : ''आजमितीला दोन अनोळखी लोकांत ज्या किमतीला व्यवहार घडून येईल त्याच किमतीला दोन ओळखीचे किंवा परस्परसंबंधित लोकही व्यवहार करतात, कर्ज देणे म्हणजे पैसा नामक वस्तू ही अशाच प्रकारे दुसऱ्या व्यक्तीस व्याजावर देणे असते. मग ते बँकिंगमध्येही का करता येऊ नये?''

बजाज फिन्सर्व्ह

आरबीआयने सूचित केले की ज्या नॉनबँकिंग फायनान्शिअल कंपन्यांकडे वित्तीय सेवांचे जाळे आधीपासूनच असेल त्यांना हे बँक काढायचे परवाने देताना अग्रक्रम दिला जाईल. याविषयीच्या विश्लेषकांच्या दृष्टिकोनांना बहर आल्याने अफवांचा फैलाव झाला.

बजाज फिन्सर्व्ह या ७ एप्रिल, २००७ रोजी निर्माण झालेल्या कंपनीने आरबीआयकडे २७ जून, २०१३ रोजी बँकिंग परवान्यासाठी अर्ज केला. कंपनीवर शून्य कर्ज होतं, शिल्लक रोकड ८०० कोटींची होती. शिवाय बजाज फायनान्स ही उपकंपनीही होती. तिचं रूपांतर आरबीआय मार्गदर्शक सूचनांनुसार बँकेत सहज करता आलं असतं. या अर्जामुळे ऑटो क्षेत्राविषयी लिहिणाऱ्या पत्रकारांत किंचित खळबळ माजली.

राजीवच्या मोटरसायकली विकत घेणाऱ्यांना कर्ज देण्याचे काम मुख्यत्वेकरून संजीवची फायनान्स कंपनी करत होती. ''त्या काळात हिरो मोटोकॉर्प आणि टीव्हीएस आपले वित्त कंपन्यांचे बाहू बलदंड करत होते त्यामुळे बजाज ऑटोच्या स्पर्धात्मकतेला नख लागू शकत होतं,'' असं बिझनेस स्टँडर्डच्या क्लिफोर्ड अल्वारेस यांनी म्हटलं. त्यावर राजीवने सौम्यपणे उत्तर दिलं, ''आम्हाला नव्या बँकांसाठीच्या नियमांत स्पष्टता हवी आहे आणि आम्ही या समस्यांसाठी तोडगे शोधत आहोतच.'' नियंत्रकांचा आग्रह होता की बँकांनी त्यांच्या समूहातील कंपन्यांशी व्यवहारांवर मर्यादा आणावी. सुरुवातीला आरबीआयच्या परवानगीने बँक सुरू करण्याची आशा संजीवला होती. त्यांनी आठवण सांगितली, ''आमच्याकडे मोठा व्यवसाय होता आणि तो आम्हीच काढलेल्या बँकेकडे आम्ही सुपूर्द करू शकत होतो. आमच्याकडे सुयोग्य ग्राहकांचा गट होता. भांडवलावरील परतावा वाढवायचा असल्यास 'क्रॉस सेलिंग' करणे (म्हणजे एका भावाची मोटरसायकल उत्पादक कंपनी आणि दुसऱ्याची त्या मोटरसायकलसाठी कर्ज देणारी कंपनी) हीच योग्य बाब आहे. आम्ही आधीपासूनच

बँकेसारख्या आर्थिक तरतुदी करत होतो. त्यामुळे आम्हाला परवाना मिळाला असता तर कंपनीचं बँकेत रूपांतर करणं तुलनेने सोपं गेलं असतं. ज्या तऱ्हेने आम्ही काम करत होतो ते पाहता आम्ही बँक नसूनही बँकेसारखंच कामकाज करत होतो. बँका करतात त्या बऱ्याच गोष्टी आम्ही करत होतो. परवाना प्रक्रिया खुली झाल्यावर आम्ही अर्ज केला; परंतु दुर्दैवाने केवळ दोनच बँक परवाने जाहीर झाले. त्यामुळे बँकिंग सेवेचा प्रसार करून स्पर्धा वाढावी आणि आर्थिकदृष्ट्या बऱ्याच गटांना समाविष्ट केलं जावं या उद्देशाने काढलेल्या मूळ प्रस्तावाला हरताळ फासला गेला.''

रिझर्व्ह बँक ऑफ इंडिया

इकॉनॉमिस्टने आपल्या लेखात आठवण करून दिली, ''भारतात बँकिंग ही मोठी समस्या आणि भव्य संधी आहे. नवे परवाने खाजगी कंपन्यांना दिले जातील तेव्हा भाग्ये उजळतील. मागचे दोन परवाने २००३-०४ या काळात दिले तेव्हा उद्योग जगत बुडीत कर्जातून कसेबसे बाहेर पडत होते. तेव्हा त्या परवान्यांनी त्यांच्या पाठिंबादारांना १००० कोटी डॉलर्स मिळवून दिले होते. आता आरबीआय नवीन परवाने देण्याची योजना आखते आहे. अर्ज १ जुलैपर्यंत देणे गरजेचे आहे त्यामुळे सर्वांची खूपच धावपळ उडाली आहे.''

पी. चिदंबरम म्हणाले, ''परवाने किती द्यावेत याबद्दल आरबीआय गव्हर्नरांच्या मनात काही मर्यादा असेल असं मला वाटत नाही. एखाद्याने अर्ज केला याचा अर्थ तो पात्र अर्जदार ठरतो असं नाही. मोठ्या संख्येने बँका म्हणजे अधिक स्पर्धा आणि देशात कुठेही पटकन बँकेची सुविधा मिळण्याची संधी. अधिक लोकांना अर्थचक्रात सामावून घेण्याचीही संधीच.''

बँक परवान्यावरील प्रश्नांना उत्तर देताना पी. चिदंबरम म्हणाले, ''मी रिझर्व्ह बँकेला कसलीही शिफारस केलेली नाही. विमल जालान समितीला अर्जांची छाननी करण्यासाठी नेमलेलं आहे, ती समिती आरबीआयच्या पुढ्यातच आहे. मी जालान समितीचा अहवाल पाहिलेला नाही. आरबीआय योग्य निर्णय घेईल. कुठल्यातरी टप्प्यावर गव्हर्नरना त्यातील माहिती मला सांगावीशी वाटली तर मला ऐकायला नक्कीच आवडेल. पण मी काही त्यावर बोलू इच्छित नाही.''

स्पष्टीकरण देताना आरबीआय म्हणाली, ''नव्या बँका उघडायचा परवाना ज्या संस्थांना मिळेल त्यांना अठरा महिन्यांचा कालावधी शाखा उघडण्यासाठी देण्यात येईल आणि प्रवर्तकांनी त्यांचे होल्डिंग्ज नॉनऑपरेटिव्ह फायनान्शिअल होल्डिंग कंपनी (एनओएफएचसी) यांच्याकडे निर्धारित काळासाठी ट्रान्स्फर करावेत.

अनेक अर्जदारांनी आरबीआयच्या फाटकात प्रवेश मिळावा यासाठी भरपूर मोर्चेबांधणी केली. जे.एम. फायनान्सचे निमेश कंपानी आणि त्यांचे पुत्र विशाल यांनी सिटी बँकेचे माजी अध्यक्ष विक्रम पंडित यांना बरोबर घेतलं. रिलायन्स कॅपिटलने जपानची सुमितोमो मित्सुई बँक आणि निपॉन लाइफ यांची धोरणात्मक पऋट्रऋएखइ ४-५ टक्के गुंतवणुकीसह सोबत घेतली. परवाना मिळाला तर रेलिगेअर एंटरप्राइझेसनी ६ टक्के वाटा बँकॉर्प आयएनसीला ५१ कोटी डॉलर्स (रुपये ३०० कोटी)ना देऊ केला.

सरकारी किंवा सरकारी मालकीच्या संस्था, वेगवेगळ्या प्रकारच्या वित्त आणि गुंतवणूक संस्था, मायक्रो फायनान्स कंपन्या आणि घराण्यांच्या मालकीचे कॉंग्लोमरेट्स या सगळ्यांनी उरलेली रांग लावली. सार्वजनिक बँकांच्या माजी प्रमुखांनाही मोठीच मागणी होती. ही संधी सोडून देण्याचं ठरवणाऱ्या दोन कंपन्या होत्या- मुकेश अंबानींची रिलायन्स इंडस्ट्रीज आणि महिंद्र अँड महिंद्र समूह.

सोमवार, १ जुलै, २०१३पर्यंत आरबीआयकडे बँक परवान्यासाठी २६ अर्ज येऊन पडले होते. त्यांनी आधीच जूनमध्ये स्पष्ट केले होते की मंजूर परवान्यांची संख्या आधीपासून ठरवली जाणार नाही. ऑक्टोबर, २०१३ मध्ये विमल जालान यांच्या अध्यक्षतेखाली समिती बसली आणि त्यांनी अर्जदारांचे निकष, औद्योगिक आराखडे आणि कॉर्पोरेट गव्हर्नन्स पाळण्याच्या प्रथा यांचा अभ्यास केला. त्या समितीचे सदस्य होते उषा थोरात, सी.बी. भावे आणि आरबीआय केंद्रवर्ती संचालक मंडळाचे संचालक नचिकेत एम. मोरे. त्यांनी त्यांचा अहवाल २५ जानेवारी, २०१४ रोजी आरबीआयला पाठवला. आरबीआयने बऱ्याच लोकांचा डोळा असलेले बँकिंग परवाने जारी केले तेव्हा भारताच्या सर्वोच्च कॉर्पोरेट्सना देण्याऐवजी त्यांनी केवळ दोनच परवाने जारी केले ते आयडीएफसी या पायाभूत सुविधांना कर्ज पुरवणाऱ्या संस्थेला आणि दुसरे बंधन फायनान्शिअल सर्व्हिसेस या कलकत्ता येथील मायक्रो फायनान्स पुरवणाऱ्या कंपनीला होते.

संजीव

संजीवने ती आठवण सांगितली, ''आम्ही जे काम करत होतो त्यासाठी बँकिंग लायसन्स मिळवण्याचे ध्येय धरणे हे सकारात्मक पाऊल होतं. परंतु बँकिंग सेवेचा प्रसार करून अधिक स्पर्धा वाढावी आणि आर्थिकदृष्ट्या बऱ्याच गटांना समाविष्ट केलं जावं या उद्देशाने बँकिंग परवाने देण्याचा सुरुवातीचा जो प्रस्ताव होता, त्या प्रस्तावालाच केवळ दोनच परवाने दिल्याने हरताळ फासला गेला. मला वाटतं की रिझर्व्ह बँकेने पुढील दहा वर्षे- दरवर्षाला निदान ते पाच तरी बँकिंग परवाने द्यावेत तेव्हा कुठे आपल्याला बँका सर्वदूर पोहोचल्या आहेत ते दिसून येईल आणि स्पर्धेची पातळीही सुधारेल. तसे विम्याच्या बाबतीत घडलेले आम्ही बघितले. २००१ साली केवळ चार-पाच विमा कंपन्या होत्या, त्यांची संख्या आता चाळीसच्या वर गेली आहे.''

त्यावर राजीव जैन म्हणाले, ''बँका वेगवेगळ्या कर्जक्षेत्रांत काम करू शकत असतील तर आम्हीही करू शकतो. आम्ही आमच्या गुंतवणूकदारांना म्हणतो की आम्ही १८-२० टक्के परतावा समभागांवर देऊ (रिटर्न ऑन इक्विटी). खाजगी बँका हा परतावा १५-१६ टक्के निर्माण करू शकतात. एनबीएफसी (नॉन बँकिंग फायनान्स कंपन्या) या एकाच व्यवसायातून २४ टक्के असा परतावा मिळवतात. आम्ही देत असलेल्या १८ टक्के परताव्यामुळे भांडवलाला एनबीएफसीसारखी चपळता मिळते आणि नेहमीच्या बँकांसारखी जोखीम व्यवस्थापन प्रक्रिया मिळते. आमच्या विविध क्षेत्रांतील हजेरीमुळे जोखीम विभागली जाते आणि योग्य वेगात प्रगतीही होते. पण आमच्या गुंतवणूकदारांनी तेव्हा आमच्या कहाणीवर विश्वास ठेवला नाही. शेवटी काय, प्रत्येक कंपनीचा 'शोध' लोकांना लागण्यासाठी वेळ हा द्यावाच लागतो.''

त्यावर संजीव पुढे म्हणाले, ''आम्ही बजाज ऑटो फायनान्सचं रूपांतर बजाज फायनान्समध्ये करू लागलो तेव्हा आम्ही बऱ्याच क्षेत्रांत जायचे ठरवले. महिंद्र फायनान्ससारख्या केवळ ट्रॅक्टरसाठी कर्ज देणाऱ्या अथवा मुथुटसारख्या केवळ सोन्यावरच कर्ज देणाऱ्या एकक्षेत्री कंपन्या बऱ्याच होत्या. खाजगी किंवा सरकारी क्षेत्रातील बँकांकडे पाहिल्यावर आम्हाला दिसलं की कुणी एकाच क्षेत्रात कर्ज देणारं असलं तर हे लोक मंदीच्या काळात तुमचं अस्तित्व पुसून टाकू शकतात.'' हा दूरदर्शीपणा चांगलाच खरा ठरला. उदाहरणार्थ, स्टेट बँकेने शेतकऱ्यांना आक्रमकपणे कर्ज देण्यास सुरुवात केली आणि महिंद्र फायनान्स अडचणीत आलं. एचडीएफसी बँकेने मुथुट फायनान्सचं स्थान स्वतःच सोन्यावरील कर्ज द्यायला सुरुवात करून ताब्यात घेतलं. संजीव बजाज म्हणाले, ''बँकिंग परवाने आमच्यासाठी महत्त्वाचे होते पण तातडीचे नव्हते. जेव्हा पुढली नियमावली येईल तेव्हा आम्ही त्या परवान्यांचं मूल्यमापन करण्यासाठी अधिक चांगल्या स्थितीत असू.''

प्रकरण ३१

जीडीआर : १९९४–२०१७

Image courtesy Andrew Korner

इंग्लंडचा प्रिन्स चार्ल्स आणि राहुल बजाज

व्यासपीठावर आमंत्रित केल्यावर राहुल बजाज तिथे गेले, त्यांनी एक बटण दाबलं, त्यासरशी त्या दालनात दाटीवाटीने बसलेल्या मुरब्बी आंतरराष्ट्रीय फंड मॅनेजर्सनी कौतुकाचं हास्य केलं. बजाज ऑटोच्या तीनचाकीचं रूपांतर स्कूलबसमध्ये झालेलं त्यांना पडद्यावर दिसू लागलं होतं आणि वाहनातून एकामागून एक लहान मुलं खाली उतरताना सोबत दृक–श्राव्य निवेदन सुरू होतं. मुलांची रांग संपतच नाही असं वाटत होतं. खरोखरच श्रोतृवृंदाला काबीज करण्याची राहुल बजाज यांची क्षमता उत्तम प्रकारे काम करत होती.

स्थळ होतं क्लाईनवॉर्ट बेन्सनचे २०, फेन्चर्च स्ट्रीटवरील आलिशान लंडन ऑफिस. तारीख होती २० ऑक्टोबर, १९९४. तिथं जमण्याचं महत्त्वाचं कारण होतं बजाज ऑटोच्या

जीडीआरचं लंडन स्टॉक एक्स्चेंजवरील ऑफरिंग. (जीडीआर म्हणजे ग्लोबल डिपॉझिटरी रिसिट- हा एक आर्थिक दस्तऐवज असून लंडन आणि लक्झेंबर्ग येथील शेअर बाजारात त्याचे व्यवहार होतात. तर एडीआर म्हणजे अमेरिकन डिपॉझिटरी रिसिट्स यांचे व्यवहार अमेरिकन स्टॉक एक्स्चेंजवर होतात.) बजाज यांना पैशांची गरज नव्हती, पण भारताला होती, त्यामुळे अर्थमंत्री डॉ. मनमोहन सिंग आणि रिझर्व्ह बँकेचे गव्हर्नर सी. रंगराजन यांनी भारतीय उद्योजकांच्या निवडक गटाला लंडन स्टॉक एक्स्चेंजवरून आणि जुन्या लक्झेंबर्ग स्टॉक एक्स्चेंजवरून पैसे उभारण्यासाठी परवानगी दिली होती. या मोठ्या भांडवली बाजारात भांडवल उभे करण्याचा खर्च कमी असल्याने रोकड सुलभता, खर्चात बचत आणि देशांतर्गत अकाउंटिंग आणि टॅक्समुळे गुंतवणुकीत येणारी विघ्ने बाजूला सारली जाणे या गोष्टी घडत होत्या. जीडीआरचा अनुभव हा सर्वच मंडळींसाठी शिकण्याचा मोठा अनुभव ठरला.

आधी युरोपिअन आणि नंतर अमेरिकन शेअर बाजारांत भारतीय कंपन्यांचे क्रॉस लिस्टिंग होणे हे सरकार आणि उद्योगक्षेत्र यांच्यातील संबंधांबाबत एक महत्त्वाचे वळण ठरले. आयात-निर्यात ताळेबंद तीव्र संकटात असलेल्या अर्थव्यवस्थेत मोठ्या उद्योगांना किती महत्त्व आहे हे सरकारने मान्य केल्याचे त्यातून दिसून येत होते. यामार्गे थोडेबहुत परदेशी चलन- मग ते किती का कमी असेना पण ते अधिक व्यापक चित्रात आणले जात होते.

पहिला जीडीआर जारी करण्याची संधी कुणाला मिळेल यासाठी टाटा, बिर्ला, अंबानी या तीन सर्वांत मोठ्या उद्योगसमूहांत चुरस सुरू झाली. मुकेश अंबानींची रिलायन्स इंडस्ट्रीज जिंकली यात अनपेक्षित काहीच नव्हते. त्यांच्या जीडीआर इश्यूने मे, १९९२ मध्ये यशस्वीरीत्या पदार्पण केलं. एका जीडीआरमागे दोन १० रुपये दर्शनी मूल्यांचे समभाग होते. इश्यूचे जोरदार स्वागत झाले. आणि तो लक्झेंबर्ग स्टॉक एक्स्चेंजमध्ये लिस्ट झाला. लंडनच्या ओटीसी मार्केटमध्ये त्याचे सौदे झाले आणि तो खाजगी प्लेसमेंटवर अमेरिकेतही उपलब्ध झाला. अंबानींनी १५.०४२ कोटी डॉलर्स त्यातून उभे केले. परिणामतः रिलायन्स इंडस्ट्रीजचे भागभांडवल १८.४ कोटी रुपयांनी वाढलं आणि राखीव निधी ४४४.०८ कोटींनी वाढला. ही कामगिरी फारच लक्षवेधी ठरली कारण ती वेळ आणि हर्षद मेहताचा घोटाळा या दोन्ही गोष्टी एकाच वेळेस घडल्याने भारतीय शेअर बाजार हादरला होता. १९९९ साली इन्फोसिस टेक्नॉलॉजी भारताचा पहिला एडीआर अमेरिकेत इश्यू करणार होती. (एडीआर म्हणजे अमेरिकन डिपॉझिटरी रिसिट- हा आर्थिक दस्तऐवज अमेरिकेने १९२७ साली शोधून काढला होता.)

आकुर्डीमध्ये जीडीआरची संकल्पना दिवसेंदिवस भुरळ घालू लागली होती. या आव्हानाची तयारी करण्यासाठी आणि क्लाइनवोर्ट बेन्सन सिक्युरिटीज, एशियन कॅपिटल मार्केट्स आणि सीएस बोस्टन या आंतरराष्ट्रीय फर्म्ससोबत काम करण्यासाठी तसंच सगळीकडे प्रत्यक्ष फिरून सगळी माहिती गोळा करण्यासाठी राहुलनी निमेश कंपानी यांना मुंबईहून बोलावून घेतलं. त्यानंतर हव्या त्या परवानग्या हळूहळू येऊ लागल्या.

प्रश्नांची वेळ

बजाज ऑटो लंडन रोड शोची एवढी उत्तम सुरुवात होऊनही त्या दालनातील लोकांची मन:स्थिती आक्रमक होती. फंड मॅनेजर्सनी तसेच वागणे नियमास धरून असते. एका संशयी फंड मॅनेजरने विचारलं, ''पंचवीस वर्षे जुन्या वेस्पा मॉडेलला सोबत घेऊन ही लढाई तुम्ही जिंकाल असं कसं वाटतं तुम्हाला?''

त्यावर राहुलनी ताबडतोब उत्तर दिलं, ''एका स्कूटरपासून काय अपेक्षा असते लोकांची? तिची किंमत, आकार, इंधन बचत आणि धूर उत्सर्जन कमी. आता आकाराविषयी बोलायचं तर ग्राहकांना नवीन आकार हवा आहे आणि १९९७मध्ये तो अधिक आधुनिक होणार आहे. होंडाने भारतात आधुनिक आणि उत्तम तंत्रज्ञान आणलं आहे. पण ग्राहकांना बदल हवा आहे तो तंत्रज्ञानातलाच हवा आहे असं नाही. माझ्या स्कूटरचं इंजीन कुणाच्याही इतकं चांगलं आहेच.''

भारतीय जीडीआर एकाच्या जागी दुसरा असला तरी काही फरक पडत नाही अशी गुंतवणूकदारांत मोठी तक्रार होती पण त्यावर राहुल बजाज यांचे अर्थातच काही नियंत्रण नव्हते. परदेशी गुंतवणूकदार संस्था तर भारतीय कॉर्पोरेट्सच्या स्थानिक आणि आंतरराष्ट्रीय समभागांमध्ये खूपच कमी फरक आहे हेच बघण्यासाठी उतावळ्या झाल्या होत्या. त्यांनी सुचवलेल्यांत जीडीआरना मतदानाचा अधिकार आणि दुहेरी रूपांतराची संधी या गोष्टी होत्या. (दुहेरी रूपांतर म्हणजे जीडीआरचे भारतीय शेअर्समध्ये रूपांतर आणि त्या शेअर्सचे पुन्हा उलट जीडीआरमध्ये रूपांतर.)

प्रवर्तक आणि सर्वसामान्य समभाग धारक यांचे आर्थिक हितसंबंध समान नसणे हाही मोठ्या दोषारोपाचा मुद्दा झाला होता. प्रेफरन्शिअल शेअर्स ॲलॉटमेंटचा कळीचा मुद्दा आणि भारतीय व्यवस्थापनाने केलेला त्याचा गैरवापर यांच्यामुळेही माइककडे सगळ्यांचे हात वेगाने जाऊ लागले होते. कुणालाच मुंबईस्थित 'लोढा आणि कंपनी'च्या हर्ष लोढा यांचे बोलणे ऐकायचे नव्हते. पण त्यांनी एक मुद्दा लक्षात आणून दिला की युनिलिव्हर आणि कोलगेट-पाम ऑलिव्हसारख्या बहुराष्ट्रीय कंपन्यांनी ही प्रथा सुरू केली. अर्थ मंत्रालयाने आणि सेबीने जारी केलेल्या मार्गदर्शक सूचना वाचण्यापेक्षा भारताला दिलेली दूषणे वाचण्यातच अधिक गंमत होती.

भारतीय 'अकाउंटिग स्टॅंडर्ड्स आहेत की नाहीत?' यामुळेही थोडी गरमागरमी झाली. खासकरून जेव्हा एका परदेशी कंपनीच्या भारतीय कर्मचाऱ्याने हा शाब्दिक हल्ला केला तेव्हा तर ती फारच झाली. त्यावर एक देशभक्त भारतीय भडकून म्हणाला, ''हा तर गोऱ्यांपेक्षाही गोरा असल्याचं नाटक करतोय. गिनिज खटल्याकडे पाहा, असिल नादीरच्या प्रकरणाकडे पाहा, बीसीसीआय घोटाळा पाहा, तेव्हा काय करत होती बॅंक ऑफ इंग्लंड?'' एकामागोमाग एक असे वक्ते भारतीय इश्यूजमधल्या कमतरता, भारतीय कंपन्या आणि भारतीय कायदे यांच्यावर भर देऊन बोलू लागले तेव्हा सरतेशेवटी आर्थर अँडर्सन फर्मचे रॉय रोहतगी यांनी तिथला एकूण सूर पकडून म्हटलं, ''भारतातील गैरप्रकारांविषयी एकूणच लोकांच्या मनात निराशा दाटून आलेली आहे.''

लंडनस्थित फंड मॅनेजर्समध्ये भारतीय सरकारने जारी केलेल्या मार्गदर्शक सूचना आणि नियमांच्या ज्ञानाचा 'असामान्य' अभाव होता, त्यामुळे तर परिस्थिती अधिकच बिकट

झाली. गुंतागुंतीचे मुद्दे सोडवण्याविषयीच्या अर्थ मंत्रालयाच्या कळकळीविषयी कुणाला शंका नव्हती पण त्याच वेळेस आंतरराष्ट्रीय समुदायाने उठवलेले मुद्देही बिनमहत्त्वाचे किंवा असंबद्ध म्हणून बाजूला सारण्यासारखे नव्हते. बजाजच्या जीडीआर उद्घाटनाच्या बैठकीचं रूपांतर हळूहळू वादविवादाच्या आखाड्यात होऊ लागलं तेव्हा ते थांबवायला हवं होतं-आणि राहुल बजाज यांनी ते काम नेहमीच्या आत्मविश्वासाने केलं.

पण ती प्रश्नोत्तरे फायद्याची ठरली. मीटिंग संपली तेव्हा सर्व विश्लेषकांनी राहुल यांच्या कौतुकार्थ बोटांचे अंगठे उंचावून दाखवले. राहुलनी ८० कोटी डॉलर्सची मागणी स्वतःकडे ओढून आणली. बजाज ऑटोचा जीडीआर इश्यू अत्यंत यशस्वी ठरला आणि फंड मॅनेजर्स आम्हालाही जीडीआरचा वाटा द्या अशा विनंत्या करू लागले. ''तो सगळाच प्रकार आगळावेगळा मजेशीरच होता,'' निमेश कंपानींनी नंतर त्याबद्दल सांगितलं.

''जीडीआर इश्यूमधील शेअर्सचा प्रीमिअम ३४१ कोटी रुपये १९९४ साली होता, ती रक्कम तेव्हा चांगलीच भरीव होती. सहसा हा प्रीमिअम मिळावा यासाठी प्रवर्तकांना आपला मतदानाचा कोटा कमी करावा लागतो. परंतु राहुल यांनी आपला कोटा कमी करावा लागू नये यासाठी एक मस्त तोडगा शोधून काढला.'' बजाज ऑटोचे कंपनी सेक्रेटरी जयरामन श्रीधर यांनी आठवण सांगितली. ''या इश्यूची डिपॉझिटरी होती बँकर्स ट्रस्ट कंपनी. तीच नंतर डॉइश बँक बनली. तर या कंपनीसोबत बजाजनी करार केला आणि त्यानुसार जीडीआरवरचे मतदान अधिकार बजाज ऑटोच्या प्रवर्तकांकडेच सोपवले गेले. चौकटीच्या पल्याड जाऊन विचार करण्याची ही खास 'राहुल बजाज' शैली होती.'' राहुल यांचे सहकारी केविन डिसा यांनी त्यात भर घातली. त्यानंतर बजाज ऑटो भारतात परतले तेव्हा त्यांच्याकडे जीडीआरची रक्कम ३.६ कोटी अमेरिकन डॉलर्स एवढी होती.

प्रतिध्वनी

तुम्ही योगायोग म्हणा किंवा सरळ नशीब म्हणा पण बजाज ऑटोच्या जीडीआरची वेळ अगदी बरोब्बर साधली गेली होती. १९९२ आणि १९९८ या काळात भारतीय फर्म्सनी एकूण ६५० कोटी डॉलर्स किमतीचे ६६ जीडीआर युरोपिअन स्टॉक एक्स्चेंजवर – मुख्यत्वेकरून लंडन आणि लक्झेंबर्ग येथील स्टॉक एक्स्चेंजवर – लिस्ट केले. इश्यू ओपन होताना सगळ्यांचीच किंमत त्यांच्या मूळ भारतीय समभागांच्या दर्शनी मूल्यावर प्रीमिअम देऊन ठरत होती. तथापि, नोव्हेंबर, १९९३ आणि मे १९९४ या काळात बऱ्याच भारतीय जीडीआरनी त्यांच्या नव्या मालकांना नुकसानीत नेलं. नोव्हेंबर, ९३च्या आधी बॉंबे डाईंग हा एकच जीडीआर सोडला तर बाकी सगळे पैसे कमावत होते. मे १९९४ नंतर भारतीय जीडीआर एक तर जागच्या जागी कुंठित झाले किंवा नफ्याचं प्रमाण जेमतेम उरलं. २७ ऑक्टोबर, १९९४ रोजी बजाज ऑटोच्या जीडीआरने पदार्पण केलं. बजाजला या सँडविचमधून जेमतेम बाजूला होता आलं. परंतु हा सगळा अनुभव भरपूर काही शिकवून गेला.

या काळातील अंतर्प्रवाहांचा अभ्यास करता अंदाजे २५ टक्के इश्यू ट्रेडिंगच्या पहिल्या महिन्यात एका हातातून दुसऱ्या हातात जातात. कारण आंतरराष्ट्रीय सट्टेबाज या काळात सारखे त्या शेअरमध्ये आतबाहेर करत असतात. साधारण ५ टक्के आर्बिट्रेज व्यवहारातून

भारतीय समभागांत रूपांतरित होतात. काही सल्लागार इतरांपेक्षा बरे असतात त्यामुळे ते गुणवान गुंतवणूकदारांच्या हातात आपल्या ग्राहकांचे जीडीआर पडतील याची खात्री करून घेतात. उदाहरणार्थ, जानेवारी, १९९४मध्ये मार्केट उसळी घेऊन कळसाकडे जात असताना महिंद्रांनी आपले जीडीआर इश्यू जारी केले तेव्हा सट्टेबाज आत आले आणि जवळजवळ ५० टक्के महिंद्र स्टॉक्स या हातातून त्या हाती गेले. त्यानंतर काही महिन्यांनी हा स्टॉक दीर्घकालीन गुंतवणूकदारांच्या हाती गेला. त्यांना भारताच्या आर्थिक प्रगतीवर खरोखरचा विश्वास होता आणि आपले शेअर्स बराच काळ ठेवण्याचा त्यांचा मानस होता.

परदेशांत पैसे उभे करणे हा धुंद करणारा खेळ होता. जून, २००१पर्यंत बहात्तर कंपन्यांनी यशस्वीरीत्या आंतरराष्ट्रीय भांडवल बाजाराचे दरवाजे ठोठावले होते आणि शेकडो कंपन्या विंगेत उभं राहून वाट पाहत होत्या. ही लाट २०१६पर्यंत ओसरली आणि क्यूआयपीसारख्या (क्वालिफाइड इन्स्टिट्यूशनल प्लेसमेंटसारख्या) नव्या आर्थिक दस्तऐवजांनी त्यांची जागा घेतली. २४ मार्च, २०१७ रोजी बजाज जीडीआरचे लिस्टिंग बंद झाले आणि त्याचा प्रवास त्यासोबत संपला. २०१८ साली ६८ जीडीआर आणि १६ एडीआर यांनी व्यापार चालूच ठेवला होता.

कुतूहलाची बाब म्हणजे भारत जीडीआर मार्केटातून बाहेर पडू लागला आणि चीनने उसळी घेऊन तिथे जून २०१९ मध्ये हुआताई सिक्युरिटीजच्या माध्यमातून प्रवेश केला.

राहुल बजाज यांचे जीडीआर इश्यू सांभाळणारे सहकारी एस. रवीकुमार यांच्याबद्दल शेवटचा शब्द बोलला पाहिजे. : ते म्हणतात, ''बजाज जीडीआर इश्यूनंतर राहुल सरांनी मला एक वाइनची बाटली भेट दिली होती, ती भेट माझ्या सदैव स्मरणात राहील.''

प्रकरण ३२

पल्सर : १९९८ –२०१४

राजीव बजाज–राहुल बजाज–संजीव बजाज

साल १९८२–

''माझा मार्केटिंग विभाग? छे:, मला गरज नाही त्याची. माझ्याकडे 'डिस्पॅच' विभाग आहे. मला थोडंच दारोदारी जाऊन वस्तू विकावी लागते?'' राहुल बजाज म्हणाले.

त्यानंतर आलं १९९७ साल.

तेव्हा राहुल म्हणाले, ''कंपनीला जे काही उत्पादन किंवा वस्तू विकायची असते तिला ग्राहकांची गरज शक्य तितक्या समाधानाला भागवता आली पाहिजे. कंपनीचं ध्येय ते असलं पाहिजे.'' (म्हणजेच मार्केटिंग आणि विक्रीपश्चात सेवा दिली पाहिजे.)

१९९१-२००० या दशकाची सुरुवात मंदीने झाली. तिनं संपूर्ण वाहनउद्योगालाच तडाखा दिला. त्या उद्योगातील मुकुटमणी बजाज ऑटोही त्यास अपवाद नव्हती. विक्री ५० टक्क्यांनी घटली होती त्यामुळे न विकल्या गेलेल्या स्कूटर्सची संख्या कधी नव्हे तेवढी वाढली. राहुलनी आपल्या भागधारकांना स्पष्टीकरण दिलं की, ही मंदी मॅक्रो इकॉनॉमिक म्हणजे संपूर्ण उद्योग जगतावर आलेली आहे, केवळ वाहनउद्योगाशी असा तिचा थेट संबंध नाही.

प्रसार माध्यमेही सरसावून पुढे झाली, बऱ्याच मासिकांतून लिहून आलं की, बजाज ऑटोच्या वार्षिक सर्वसाधारण सभेत राहुल बजाज हे नेहमीच बजाज ऑटोसाठी उत्पादन आणि विक्रीची लक्ष्ये जाहीर करत असतात, परंतु बाजारपेठेतील अनिश्चिततेमुळे या वेळेस त्यांना तसे करता आले नाही. १ जुलै, १९९१पासूनच भारत सरकारच्या बदलत्या आर्थिक आणि औद्योगिक धोरणांमुळे परदेशी कंपन्या आता आपल्या व्यवसायात भारतात किती वाव आहे याचा नव्याने विचार करू लागल्या आहेत.

यात राहुल बजाज यांचा काहीच दोष नव्हता. कारण बजाज ऑटोच्या खूप मोठ्या उलाढालीमुळे त्यांच्या बाजारपेठेच्या हिश्शात थोडीशी जरी घट झाली तरी तिचा फायदा बाकीच्या खेळाडूंना फारच चांगला होत असे. उदाहरणार्थ, बजाज ऑटो स्कूटर्सच्या विक्रीत वित्तीय वर्ष १९९२ साली १० टक्के घट झाली , तिचे रूपांतर कायनेटिक होंडाची विक्री १४ टक्क्यांनी आणि टीव्हीएस सुझुकीची विक्री ८ टक्क्यांनी वाढण्यात झाली. पण तेव्हा स्कूटर क्षेत्रातील एकूण वाढ केवळ ०.८ टक्केच होती.

''स्पर्धा आणि मुक्त बाजारपेठ यांच्यामुळे नाश होण्याऐवजी नव्या उभारणीसच उत्तेजन मिळतं,'' राहुलनी समभाग धारकांना आश्वस्त केलं, ''परदेशी कंपन्यांकडे तंत्रक्षमता अधिक असल्याने त्या आणि भारतीय कंपन्या यांच्यातील स्पर्धा काही प्रमाणात असमान भासली तरी भारतीय कंपन्या या इथल्या बाजारपेठेशी अधिक जवळ आहेत आणि त्यांनी प्रयत्न केला तर त्या भारतीय रिंगणात जगातील सर्वोत्तम कंपन्यांशी स्पर्धा करू शकतात.''

राहुल बजाज पुढे म्हणाले, ''वाहन क्षेत्रातील ट्रक आणि दुचाकी विभागात जगातील उत्तम वाहने भारतीय बाजारपेठेत आलेली आहेत. तथापि, टेल्को आणि बजाज ऑटोसारख्या मजबूत भारतीय कंपन्या या काळात त्यांचे नेतृत्व अधिकच भक्कम करू शकल्या आहेत. जपान आणि कोरियासह जगातील बऱ्याच देशांनी स्वतःच्या घरात निर्दयी स्पर्धेस उत्तेजन देऊनच आपली आंतरराष्ट्रीय स्पर्धाक्षमता उभारली आहे. सरकारने प्रत्येक क्षेत्रातील पुढे येऊ इच्छिणाऱ्यांना पाठिंबा द्यावा, पाठीमागे राहणारे त्यांच्या करणीचे परिणाम भोगतील.''

जानेवारी, १९९८मध्ये दिल्लीतील वार्षिक 'ऑटो फेअर'मध्ये राजीवनी जाहीर केलं की पुढील २४ महिन्यांत सतरा नवीन मॉडेल्स भारतीय बाजारपेठेत प्रवेश करणार आहेत.

चाकण

९ मार्च, १९९८, सोमवार या दिवशी सावित्री बजाज यांनी आपल्या नातवंडांना शुभाशीर्वाद देऊन भूमिपूजन केलं. आकुर्डी आणि वाळुज यांच्यात आणि चाकणमध्ये एकच फरक होता, तो म्हणजे चाकण कारखान्याची निर्मिती केवळ पल्सर नावाची मोटरसायकल तयार करण्यासाठीच झाली होती. त्यामागची कल्पना अशी होती की मोटरसायकल-प्रेमींना उत्तम कामगिरी करणारी बाइक द्यायची. तिचे आगमन झाल्यापासून कमीतकमी पाच वर्षे तरी ती कालसुसंगत राहिली पाहिजे.

एकविसावं शतक आलं. व्यवसायाचे आणि ग्राहकांच्या निवडीवर प्रभाव टाकण्याचे नवनवे मार्ग दिसू लागले. सुमंत्र घोषाल म्हणतात की, राहुल बजाज यांच्या मूल्यनिर्मितीच्या तर्काचा मध्यवर्ती 'संशोधन' हा पैलू नव्हता. ग्राहकांना त्यांच्या पैशांची पुरेपूर परतफेड देण्यावरच बजाज लक्ष ठेवून होते. त्यासाठी एकूण खर्चावर घट्ट पकड आणि उत्पादन व वितरणासाठी उच्च स्तरीय सुविधांची उभारणी ते करत होते. परंतु आपल्या मोक्याच्या स्थानाची सवय झाल्याने बाह्य परिस्थितीत बदल झाला आहे हे कळण्यास राहुलना दोन वर्षे लागली. परंतु पुरवठ्यावरील निर्बंध हटल्यावर संशोधन हाच परवलीचा शब्द बनला. किमती खाली येऊ लागल्या आणि मंदीने पकड घेतली. त्यामुळे त्यांचे मार्केटमधील स्थान आणि हिस्सा यांच्यात घसरण झाली.

राजीव-संजीव या बंधूंनी ठरवलं की आपल्याला नवीन कामगारवर्ग आणि व्यवस्थापनाची नवीन तत्त्वे यांची गरज आहे. त्यांनी कॉलेजातून बाहेर पडलेले ताजे पदवीधर घेतले. ते नव्या कल्पना स्वीकारायलाही सिद्ध होते. नव्या भरतीच्या लोकांसह काम करताना राजीव आणि संजीव नवे मापदंड शोधण्याचे ध्येय ठेवून होते. नव्या टीममध्ये बहुतेक तरुण मुलगे होते ज्यांना मोटरसायकल चालवायला आवडत होती, बायकिंग म्हणजे काय हेही समजत होतं. नव्या बाइकचे डिझाइन आणि विकसन ही कामे १९ सदस्यांच्या टीमने हाताळली. त्यात सरासरी वय २९ होतं. आणि एका आगळ्यावेगळ्या उदारपणे राहुल बजाज यांनीही रिसर्च आणि डेव्हलपमेंटचे तीन वर्षांचे अंदाजपत्रक चक्क ५० कोटी रुपयांचे बहाल केले. राहुल बजाज यांनी त्याबद्दल नंतर दातार यांना सांगितलं, ''मागे वळून बघताना दोष काढणं सोपं असतं. पण जेव्हा १९९९ ते २००१ या काळात स्कूटरची बाजारपेठच बदलून मोटरसायकलची झाली तेव्हा ते तसं होणार आहे हे माझ्या टीमला किंवा मला आधी थोडंच कळणार होतं? 'स्कूटर्स बनवणं बंदच करू या' या राजीवच्या निर्णयाशी मी असहमती दर्शवली होती. मी त्याला विचारलं होतं की का थांबवायचं? हो, म्हणजे आपण जी गिअरवाली स्कूटर बनवतो ती जर वर्षाला ५० हजारच विकू शकलो तर तिचं उत्पादन व्यवहार्य ठरणार नाही हे मान्य आहे; पण आपण महिन्याला ७० हजार ते ८० हजार स्कूटर बनवतो, म्हणजे त्या वर्षाला कोटीच्या घरात जातात. मग स्कूटर बनवणं पूर्णतया बंदच का करायचं? टीव्हीवर जेव्हा हा प्रश्न एकाच मंचावर विचारला गेला तेव्हा आम्ही सर्वांसमक्ष एकमेकांना विरोध व्यक्त केला होता. त्याला वाटत होतं की त्याचा निर्णय योग्य आहे आणि मला वाटत होतं की अयोग्य आहे. मला त्याचा मुद्दा दिसत होता पण माझ्यासाठी तो अमलात आणणं कठीण होतं.'' त्यावर दातारांनी प्रश्न विचारला, ''स्कूटर्स बनवणं थांबवा

असं कुणी तुम्हाला सांगितलं? जेव्हा तुमच्या मुलाने त्या बनवायच्या नाहीत असा निर्णय घेतला तेव्हा. पण तुम्ही त्याला परवानगी का दिलीत? तुम्ही तर अध्यक्ष होता, बजाज कुटुंबाचे प्रमुख होता.''

''त्यावर राहुल म्हणाले,'' योग्य प्रश्न विचारलात तुम्ही. मी प्रवर्तकांचं प्रतिनिधित्व करत होतो, माझ्याकडे तो लगाम होता. पण तरीही पण बजाज ऑटोत संपूर्ण परिवर्तन तर घडवून आणणं भागच होतं ना!''

नवे ताजे मापदंड रचताना

पुढलं काम कठीणच असणार होतं. राहुल म्हणाले, ''राजीवला कारखाना चाकणमध्ये काढायचा होता. मी तो प्रस्ताव नाकारला कारण आमच्याकडे औरंगाबादला आधीपासूनच ४०० एकर जमीन होती. ती त्याने या प्रकल्पासाठी वापरावी असं मला वाटत होतं. पण त्याने वाद घातला. तो म्हणाला की, अत्यंत आधुनिक अशा कारखान्यात नव्या मानसिकतेचीही गरज लागणार आहे. त्यानं हेका सोडला नाही आणि शेवटी तो जिंकला.''

ते पुढे सांगू लागले, ''आमची रिसर्च आणि डेव्हलपमेंट टीम आणि त्यांची क्षमता २००० साली खूपच कमी होती. राजीव म्हणत होता की, आपण आपलं १०० टक्के लक्ष मोटरबाइकवर लावावं. नाहीतरी यशस्वी होण्याची शक्यता कमी आहे. मी माझ्या रिसर्च आणि डेव्हलपमेट टीमची सगळी ताकद पणाला नाही लावली तर मला यश मिळणार नाही. 'अशीही स्कूटर हळूहळू मरतेच आहे,' हा त्याचा युक्तिवाद चांगलाच जोरदार होता. त्यानंतर राजीव आणि त्याची टीम मग जगभरच्या तंत्रज्ञानाचा धांडोळा घेऊ लागली. बाराहून जास्त करारांवर पुढील काही वर्षांत स्वाक्षऱ्या झाल्या. वाहनातून निघणारा धूर कमी करणे, इंधन बचत आणि दोन स्ट्रोक इंजिनात थेट इंधन इंजेक्ट यंत्रणेचे विकसन यासाठी ऑस्ट्रियाच्या एव्हीएलशी करार केला. कंबशन यंत्रणांसाठी ऑस्ट्रेलियाची ऑर्बिटल इंजीन कंपनी, तर स्कूटर्ससाठी इटलीची कागिवा मोटरकंपनी आली होती. अमेरिकास्थित युनिक मोबिलिटी कंपनीला प्रदूषणमुक्त विजेवर चालणाऱ्या स्कूटरसाठी बोलावणं धाडलं होतं. विद्यमान कावासाकी हेवी इंडस्ट्रीजशी जपानमध्ये अद्ययावत केलेल्या मोटरसायकलसाठी करार करण्यात आला. त्यामुळे टोक्यो रिसर्च अँड डेव्हलपमेंटमधील तज्ज्ञ 'स्कूटरेट्स आणि मोपेड'साठी आणता आले असते. तीनचाकीसाठी डिझेल इंजीनसाठी कुबोटांशी करार केला होता. म्हणजे वित्तीय वर्ष १९९८मध्ये बजाजचा रिसर्च आणि डेव्हलपमेंटवरील खर्च टीव्हीएस सुझुकी, हिरो होंडा आणि कायनेटिक होंडा यांच्या संयुक्त खर्चाहूनही अधिक होता.

राजीव म्हणाला, ''आम्हाला काहीतरी वेगळं करायची इच्छा होती. आम्ही नेहमीच बाहेरच्या लोकांसारखं आत बघत होतो. पण आम्हाला स्वतःलाच काहीतरी करायचं होतं. आम्हाला स्पोर्ट्स मोटरसायकल भारतात तयार करायचा ध्यासच लागला होता म्हणा ना. त्यासाठी करायची ती सगळी पूर्व तयारी करून आता आम्ही काहीतरी अनपेक्षित करायला निघालो होतो. लोक कौतुकाने म्हणत होते की आमच्याकडे कावासाकी बाइक आहे, अशा काळात आम्ही आमची स्वतःची बाइक बनवायला निघालो होतो. टीकाकार म्हणत होते की आम्ही १०० सीसी बाइक बनवू शकत नाही तेव्हा प्रत्यक्षात आम्ही २०० सीसी बाइक

बनवू लागलो होतो. जेव्हा ते म्हणाले की बजाज काय, जेमतेम कमी किमतीची बाइक बनवू शकतात तेव्हा आम्ही अत्यंत महागडी बाइक बनवणार होतो. ते म्हणाले की आम्ही जेमतेम भरवशाची बाइक बनवू शकतो तेव्हा आम्ही म्हणालो की आम्ही सगळ्यात वेगवान बाइक बनवू. खरोखरच, आम्ही एखादी स्पोर्टी, सेक्सी, वेगवान, दणकट आणि महागडी गाडी बनवू अशी लोकांची कल्पना नव्हती. अशा प्रकारे पल्सर सुरू झाली.''

राजीव पुढे सांगू लागला, ''आम्हाला लवकरच बेंचमार्किंगची म्हणजे विशिष्ट मापदंडाशी ताडून पाहाण्याची नावड वाटू लागली. आम्हाला माहीत होतं की त्या मापदंडाच्या आम्ही खूपच मागे आहोत, मग उगाच ते ताडून पाहण्यात तरी काय मतलब होता? जणू आम्ही टी-शर्ट्स आणि जीन्सच्या दुकानात होतो, तिथं वेगवेगळी डिझाइन्स होती. एकासारखं असायला ते काय गणवेशांचं दुकान होतं का? आम्ही अक्षरशः या बाइक्स एकेक ड्रॉईंग बघून, एकेक माप बघून आणि एकेक टॉलरन्स (किती वेग ती विशिष्ट बाइक सहन करू शकेल ती क्षमता) बघून बनवत होतो. १० मायक्रॉन्स जरी इकडे तिकडे झाले तरी काय होतं याची किंमत आम्हाला कळत होती.'' (१० मायक्रॉन्स म्हणजे एका मिलिमीटरचा शंभरांश.)

उत्पादनाच्या विकसन प्रक्रियेसाठी राजीवने ख्रिस्लरची 'प्लॅटफॉर्म' संकल्पना घेतली होती. बजाज ऑटोच्या सहा प्लॅटफॉर्म्सवर प्रॉडक्ट इंजिनिअरिंग, मॅन्युफॅक्चरिंग इंजिनिअरिंग, कॉंपोनंट डेव्हलपमेंट, प्रॉडक्ट मॅनेजमेंट आणि क्वालिटी ॲशुअरन्स या विषयांतील तज्ज्ञ इंजिनिअर्स होते. तेव्हाच एकाच वेळेस दोन गोष्टी लागोपाठ करण्याविषयीच्या इंजिनिअरिंग संकल्पनाही विस्ताराने अमलात आणल्या जात होत्या. गरमागरम चर्चा केल्या जायच्या तेव्हाही एखादी संकल्पना प्रत्यक्षात आणण्याआधी महत्त्वाच्या डीलर्सना त्या चर्चांत समाविष्ट करून घेतलं जात होतं.

जपान्यांनी 'जस्ट इन टाइम' प्रक्रियेसोबतच सेल्युलर मॅन्युफॅक्चरिंगचीही सुरुवात केली होती. कावासाकींना तंत्रज्ञानातले भागीदार घेतल्याने बजाज ऑटोने त्यांचे नियम बऱ्यापैकी आत्मसात केले. कामगार आणि विभाग व्यवस्थापकांचे वेगवेगळे गट पाडले गेले आणि प्रत्यक्ष समोर पाहून दर्जा आणि उत्पादन क्षमता यांच्यात सतत सुधारणा होईल असे पाहणे म्हणजेच 'व्हिज्युअल सेल्फ मॅनेजमेंट' हे तत्त्व त्यांच्या पुढ्यात ठेवण्यात आले. हे नाव जरी भलं मोठं असलं तरी कार्यक्षमता वाढवण्यासाठी ही साधी पद्धत फारच परिणामकारक होती. प्रत्येक गटातील 'माणूस-यंत्र समतोल', कच्च्या मालाची हाताळणी, हानी-प्रतिबंधक देखभाल आणि प्रक्रिया-नियंत्रण अशा कामाच्या एकेका पैलूवर १० चार्ट्सच्या माध्यमातून लक्ष ठेवले जात होते.

राजीवचा डिझाइन विभाग केवळ बाह्य चौकट आणि सौंदर्यशास्त्रानुसार उत्पादनाचे योग्य रुपडे एवढ्याच गोष्टी घेऊन आला नाही तर त्यांनी दहा डिझाइन्सही तयार केली. साधकबाधक विचार करून त्यातली तीन ते चार निवडली. कंपनीतल्या कंपनीत सर्वेक्षण करून बाइकच्या 'स्टायलिंग'बद्दल लोकांचा प्रतिसाद मागवण्यात आला. १९९८च्या अखेरीस भावांनी मध्यावरच थोडे बदल केले आणि ठरवलं की आपण १५० सीसी आणि १८० सीसी अशा दोन प्रकारच्या इंजीन क्षमतांमध्ये बाइक द्यायची. राजीव दैनंदिन

बारीकसारीक तपशील पाहत होता, त्यात स्टायलिंग, रंग, कोन्सोलचं डिझाइन आणि योग्य ती ग्रिप इथपर्यंत सगळ्या गोष्टी होत्या. सरतेशेवटी इंजिनातले दोन ते तीन बदल असलेले प्रोटोटाइप्स बनवण्यात आले. त्यांची कामगिरी उत्तम होण्यामागील कारण म्हणजे पल्सरपाशी पूर्णपणे नवीन इंजिने आणि चासीस, पाच स्पीडचा गिअर बॉक्स, काउंटर बॅलन्स, डिस्क ब्रेक्स आणि स्टार्टर मोटर या गोष्टी होत्या. हे सगळं पूर्ण होण्यास २४ ते ३० महिने लागले.

राजीवच्या अभूतपूर्व अशा इंजीन डिझाइनमुळे जगभरातील इंजिनिअर्स खडबडून जागे झाले. त्यात होती डीटीएस-आय यंत्रणा (डिजिटल ट्विन स्पार्क इग्निशन). पल्सरच्या १५० सीसी इंजिनास अधिक ऊर्जेची गरज होती तसंच अधिक इंधन बचतीचीही गरज होती. डीटीएस-आयने १८ टक्के अधिक इंधन बचत दिली तर १२ टक्के अधिक शक्ती दिली. ही संकल्पना स्वतःहून अशी अभूतपूर्व किंवा नवा शोध नव्हती, परंतु राजीव आणि अब्राहम जोसेफ हे दोन पहिले संशोधक होते ज्यांनी ती संकल्पना पुढे नेऊन त्यापासून दुचाकी बनवली.

इंजीनचे कंबशन चेंबर हे एअर फ्युएल मिश्रणाने भरलेले असते. स्पार्क प्लग काडेपेटीचं काम करतो. पहिला प्लग मास्टर स्पार्कचं काम करतो तर दुसरा प्लग 'स्लेव्ह स्पार्क'चं काम करतो. तो मास्टर स्पार्कनंतर थोड्या काळाने पडतो. प्रत्येक स्पार्क प्लगला ताब्यात ठेवणारी एक कॉइल असते, या दोन्ही स्पार्कचं एकत्रच प्रज्वलन होता कामा नये. दुसरा चार्ज पटकन बसला तर डिटोनेशन होऊ शकतं. अधिक चांगली ऊर्जा आणि इंधन बचत यांच्यासाठी बाहेरचं तापमान, वाहनाचा वेग आणि त्यावरील वजन यांच्या दृष्टीने पाहता ते वेगवेगळ्या पद्धतीने प्रज्वलित व्हावे लागतात. कुठल्याही टप्प्यावर इंजिनाने जास्तीचा बोजा घेता कामा नये. वेगवेगळ्या गोष्टींत समतोल साधला जायला हवा. हा समतोल बजाज ऑटोचं स्वतःचं सॉफ्टवेअर वापरून राजीवने विकसित केलेल्या नव्या अल्गोरिदममधून साध्य होत होता.

राजीवच्या मार्केटिंग टीमने बाइकच्या नव्या संकल्पनेसाठी बरीच माहिती पुरवली होती. त्यांनी शोध लावला होता की बाजारपेठेत असा एक ग्राहकवर्ग आहे ज्याला प्रवासासाठी नेहमीच्या बाइकपेक्षा अधिक काहीतरी हवं आहे. त्यांना दणकट बांधणीची आणि अधिक ताकदीची बाइक हवी आहे. "आम्ही वेगवेगळ्या क्षेत्रातले तज्ज्ञ आहोत. संजीव कंपनीचे हिशोब सांभाळतो आणि मी बाइक्स तयार करतो. मला हिशोब ठेवता येत नाही आणि त्याला बाइक बनवता येत नाहीत," राजीव हसून म्हणाले.

बजाज ऑटोत नाट्यपूर्ण बदल होत होतेच परंतु हुशार, गुणवंतांना खास बोलावून घेतल्याने तेही या नव्या वातावरणाकडे आकृष्ट होऊ लागले. १९९३ साली बारा मॉडेल्सचं उत्पादन सुरू झालं ते वाढत वाढत जाऊन १९९९ सालापर्यंत एकोणतीस मॉडेल्सपर्यंत गेलं होतं. त्यांचं नेतृत्व केलं होतं अरविंद गुप्ता यांनी. १९९१ सालीच टेल्को सोडून ते बजाज ऑटोत आले होते. त्याविषयी प्राध्यापक ख्रिस्तोफर बार्ट्लेट यांनी लिहिलं, "ज्या कंपनीकडे एके काळी मार्केटिंग विभागच नव्हता तिने खूप कष्ट करून आर. एल. रवीचंद्रन यांना आपल्याकडे आणण्यासाठी खूप मेहनत घेतली. टीव्हीएस सुझुकीचा बाजारपेठेतील वाटा ११ टक्क्यांनी वाढवण्यामागे रवीचंद्रन यांचेच कष्ट होते." "सर्व कर्मचारी, कामगार आणि व्यवस्थापक- हे सर्वच जण खर्च या विषयात बचत कशी करायची हे ओळखू लागले

आणि नवनवी माहितीही गोळा करू लागले. सगळी कामे वेळ, दर्जा आणि खर्च या तीन निकषांवर मोजली जाऊ लागली.'' जून, १९८४ मध्ये एन्फिल्ड इंडिया सोडून बजाज ऑटोत आलेले एस. रवीकुमार म्हणाले.

सर्व विभागांना योग्य माहिती, योग्य वेळेस निर्धारित ठिकाणी मिळावी यासाठी 'डिजिटल इक्विपमेंट अल्फा होस्ट' या संगणकाने बजाज ऑटोच्या आकुर्डी, वाळुज आणि चाकण येथील तीन कारखान्यांतील ४०० समवर्ती (एकाच वेळेस पण वेगवेगळ्या ठिकाणी काम करणाऱ्या) वापरकर्त्यांना आणि काही महत्त्वाच्या पुरवठादारांना आणि डीलर्सना एकत्र जोडलं त्यामुळे नव्या कार्यपद्धतीस साहाय्य झालं. सुव्यवस्थापित पुरवठा साखळ्यांनी खर्चात बचतीचे अपेक्षित आणि बरेचदा अनपेक्षितही मार्ग दाखवले. त्यांची तर्कशुद्ध उभारणी केल्याने काही कामे बाहेरूनही चांगल्या प्रकारे करून घेता येऊ लागली. सगळ्यात मोठा फायदा होता तो म्हणजे वाढलेली गती. ज्या कामाला १.९ मनुष्य-दिवस लागत होते तो वेळ कमी होऊन १.४ मनुष्य-दिवसांवर आला.

राजीवनी सुचेता दलाल यांना सांगितलं, ''आम्हाला पैसे तर कमवायचे होतेच. परंतु समोरील समस्या एकेक पैलू विचारात घेत सोडवणं भाग होतं. मग परिस्थितीचा आढावा घेण्यासाठी आम्ही एक मोठी मीटिंग घेतली. ती झाली चांगली परंतु मॅककिन्सेचे रणजीत पंडित म्हणाले, 'सरतेशेवटी तुमचा एका व्यवसायात प्रवेश झाला तर!' त्यावर अन्य कुणीतरी म्हणालं की आमचे फार पैसे यावर खर्च होत आहेत. आम्हाला तर दहा वर्षे प्रतीक्षा करण्याची सवय होती. त्यावर माझे वडील ताडकन म्हणाले, 'काय? आमचे पैसे वाया जात आहेत असं म्हणताय का तुम्ही?' त्यावर रणजीत म्हणाले, 'तुम्ही काय करताय ते माहीत आहे का तुम्हाला राहुल? तुम्ही मोटरसायकलच्या सीटवर बाराशे रुपये ठेवून ग्राहकांना म्हणताय की, घ्या हे. तसा चाललाय खर्च तुमचा.' ते ऐकून वडिलांचा चेहरा रागाने लाल झाला. त्यावर मी उत्तर दिलं की, ही गुंतवणूक आपल्याला आत्ताच केली पाहिजे. रस्त्यावर आपल्या गाड्या दिसल्या पाहिजेत. सुरुवात करायचा हा एकच मार्ग आहे कारण आपल्या बाजूला अन्य काहीच नाही. ना आपल्याकडे उत्पादन आहे की मोटरसायकलचा फक्त स्वतःचा असा ब्रँड आहे.''

कंपनीतील भावना आणि जाणिवा यांना जाणीवपूर्वक हात घालत राजीवनी खर्चात बचत आणि उत्पन्नात वाढ यांच्यातील संबंध जुळवले. : ''खर्चाकडे वेगळ्या पद्धतीने बघायला हवं. आपण खर्चात काटकसर करत आहोत हे लोकांना सांगणं चुकीचं आहे. लोकांना उत्साहाने कामावर यायचं असतं. परंतु एखाद्या कंपनी मीटिंगमध्ये मी त्यांना म्हणालो की मला आज खर्चात काटकसर करण्याविषयी बोलायचं आहे तर ते नक्कीच त्यासाठी झटून प्रयत्न करतील पण त्यांना काम करायला उत्तेजन मिळणार नाही. मी एकटाच स्वतःपुरतं बोलल्यासारखं होईल ते. मालक ज्या कंपनीचं व्यवस्थापन करतो त्याच्या बाबतीत असंच होतं ते. त्यामुळे अधिकाऱ्यांच्या मनात साहजिकच येतं की खर्चात काटकसरीचा लाभ थेट या मालकाच्याच खिशात जाणार. शिवाय व्यवस्थापक आणि कामगारांना असंही वाटतं की आता मालक आपल्याकडून दाबून काम करून घेणार आणि आपली वाट लावणार. कंपनीच्या बाहेरही तुमचे व्हेंडर्स आणि ग्राहकांना ज्या क्षणी तुम्ही

खर्चात काटछाट करण्याविषयी बोलाल त्या क्षणी लोकांना वाटणार की वस्तूचा दर्जा आता खालावणार बरे का! परंतु बजाज ऑटोत तर आमचं ध्येय असतं कमी खर्चात दर्जा वाढवणे. नफाक्षमता अशीच तर वाढत असते. ग्राहक असेच तर पुन्हा पुन्हा परत येतात आणि असाच तर कंपनीतल्या सगळ्यांचा फायदा होतो.''

''आमचे पैसे खर्च झाले, त्यानेही फार काही बिघडलं नव्हतं कारण आमच्याकडे तीनचाकी गाड्यांच्या विभागातून आणि ट्रेझरी पोर्टफोलिओतून पुरेसे पैसे येत होते. मग आम्ही हळूहळू उत्पादनाचं प्रमाण वाढवलं. संख्या अधिक वाढवून जाहिरातीचा खर्च शोषून घेतला आणि स्थानिक यंत्रसामग्री बदलली.'' राजीव म्हणाले.

''बाइक बाजारात आल्यावर नवंनवं काहीतरी शिकणं हे रोजचंच वैशिष्ट्य बनलं.'' संजीव म्हणाले, ''आम्ही बाइक बनवायचा विचार केला तेव्हा आम्हाला वाटलं की आमचा लक्ष्य ग्राहक हा २५ ते ३५ वयोगटातील तरुण असतील. पण प्रत्यक्ष विक्रीचे आलेख पाहिले तेव्हा दिसलं की ही बाइक ३५ ते ४५ वयोगटातील लोक अधिक घेत आहेत.'' बाइक चालवतानाचा बाइकस्वारांचा अभिनिवेश आणि देहबोली दोन्ही भावांनी पाहिली तेव्हा त्यामागचं कारण त्यांच्या समोर उलगडलं. एका अज्ञात ब्लॉगरने लिहिलं की, अमेरिकेतील एखादा अधिकारी 'आपण फार धाडसी आहोत,' असं दर्शवायला तीन सर्वोच्च स्पोर्ट्स युटिलिटी व्हेइकल्सपैकी (एसयूव्हीपैकी) एक चालवतो तेव्हा त्याच्या मनात जी भावना उमटते तीच पल्सर चालवणाऱ्या तरुण व्यक्तीच्या मनात फुलून येते.'' इकडे बजाज ऑटोमध्ये रिसर्च आणि डेव्हलपमेंट यांच्या मजबूत पायामुळे आत्मविश्वास वाढला होता आणि 'आणखी हवं, आणखी हवं,' अशी ओढही विकसित झाली होती.

नोव्हेंबर, २००१मध्ये पल्सरचा 'प्रीलाँच' समारंभ झाल्यानंतर बिझनेस टुडेचे कुशान मित्रा यांनी पवन कांत मुंजाल यांना संभाषणात गुंतवून बजाज ऑटोच्या प्रयोगांविषयी मत विचारलं. ते म्हणाले, ''हिरो आणि होंडा यांना त्यांचं म्होरकेपण काढून घेणं शक्य झालं तरी बजाज आता त्यांच्या रिसर्च आणि डेव्हलपमेंटची फळं चाखत आहे. हिरोला त्याच्या तोडीस उतरता येईल काय?'' त्यावर मुंजालनी आढेवेढे घेत मान्य केलं की, आमच्याकडे रिसर्च आणि डेव्हलपमेंटची टीम मोठी आहे पण ती मुख्यत्वेकरून आमच्या उत्पादनांची चौकट आणि रूप यांवरच काम करते. इंजीन आणि अन्य यांत्रिक बाबतीत आम्ही जरा मागेच आहोत.

संचालक मंडळ

राहुल म्हणाले, ''मी संचालक मंडळाला सगळ्या विषयांत सामील करून घेत होतो. त्या वेळेस आमच्याकडे १६ संचालकांचं मंडळ होतं. त्यात अमेरिकेत सहा वर्षे राजदूत म्हणून काम केलेले नरेश चंद्र होते जे पूर्वी सरकारी खात्याचे सचिवही होते. हे पद सरकारी अधिकाऱ्याला मिळणारं सर्वोच्च पद असतं. तसेच ते काही काळ गुजरातचे राज्यपालही होते. त्याशिवाय आमच्या संचालकांत आयडीबीआयचे माजी अध्यक्ष सेराजुल हक होते, आयसीआयचे बालाजी राव होते. सिटी बँकेतले पमनानी होते. ते माझे नातेवाईकच होते. ते न्यू यॉर्कला जायला तयार झाले असते तर व्हिक्टर मेनेझेसप्रमाणे तेही त्या बँकेचे उपाध्यक्ष

बनले असते. त्याशिवाय जमशीद गोदरेज हे आघाडीचे उद्योजक होते. माझा जावई मनीष केजरीवालही होता. तो अर्थविषयात चांगला होता, हार्वर्डचा एमबीए शिवाय तिथला बेकर स्कॉलरही होता''. राजीव सांगतात, ''स्कूटरचं उत्पादन बंद करण्याविषयी जेवढी काळजी त्यांना होती तेवढीच ती मलाही होती''. त्यावर संजीव म्हणाले, ''प्रत्येक वेळेस मी एखादी बंडखोर कल्पना सांगायचा प्रयत्न करायचो तेव्हा मला नेहमीच थेट किंवा अप्रत्यक्ष उत्तर मिळायचं, 'ते जपानमध्ये ठीक असेल पण भारतात तसं नाही घडून येत'. परंतु ते भारतात घडून आलेलं दाखवण्यासाठी मी हट्टाला पेटलो होतो. मला एक कारखाना हवा होता जिथं मी पहिल्या दिवसापासून सरळ काम सुरू केलं असतं. पण आमच्या लक्षात आलं की कधीकधी लोकांना उदाहरण देऊनच शिकवावं लागतं. आम्ही चाकणमध्ये तेच केलं''.

घटत्या विक्रीवर बजाज ऑटोची प्रतिक्रिया पुनर्जन्म झालेली चेतक काढण्याची होती. या नव्या चेतकला गिअर्ड चार स्ट्रोक, चार स्पीड इंजीन होतं तसंच टीआरआयसीएस ही यंत्रणाही होती. (टीआरआयसीएस म्हणजे थ्रोटल रिस्पॉन्स इग्निशन कंट्रोल सिस्टिम– ही त्यांच्या व्हेरिएबल इग्निशन यंत्रणेची सुरुवातीची आवृत्ती होती.) हे सगळं 'चेतक लिजंड' नामक बहुतांशी धातूच्या, १० इंची चाकांनी युक्त स्कूटरमध्ये होतं. तिचं नाव 'चेतक लिजंड' ठेवण्यात आलं. एकच गोष्ट वेगळी झाली, ती म्हणजे ही स्कूटर १९९९मध्ये म्हणजे नवीन सहस्रक सुरू होण्याच्या काही काळ अगोदर काढण्यात आली. वेस्पाचा आत्मा अद्यापि या नव्या चेतकमध्ये सामावलेला होताच.

शेवटून दुसरा शब्द

मे, १९९८मध्ये वित्तीय वर्ष १९९७-९८चे बजाज ऑटोचे निकाल जाहीर झाले तेव्हा उद्योग पत्रकारांच्या एका पॅनलने बरेच प्रश्न राहुल बजाज यांना विचारले. त्यांना दिलेल्या उत्तरांचे दोन नमुने : कंपनीच्या मोठ्या रोकड रिझर्व्हविषयी प्रश्न आला तेव्हा मी म्हणालो, ''काही आणीबाणी अकस्मात आली तर म्हणून मी पैसे कंपनीजवळच ठेवले आहेत. माझ्या समभाग धारकांना मी यापूर्वी पुरेसे दिले आहे. मी दानधर्म करण्यासाठी व्यवसायात आलेलो नाही. दुसऱ्यांनी ताब्यात घेतल्यावर चांगलं काम करणाऱ्या मला चार कंपन्यांची नावे सांगा. सांगता येणार नाहीत. त्याउलट मी तुम्हाला बुडालेल्या खंडीभर कंपन्यांची नावं सांगू शकतो. आमची कंपनी कामावर फोकस ठेवून काम करते.''

''जसजशी वर्षे गेली तसतसा बाजारपेठेतील हिस्सा कमी कमी होत गेला.''
स्पर्धक शून्य आधारावरून सुरू करतात तेव्हा त्यांना बाजारपेठेचा काही वाटा मिळतो.
''जगा आणि जगू द्या हेच माझं तत्त्वज्ञान आहे.'' राहुल म्हणाले.

शेवटला शब्द

राहुल बजाज म्हणाले, ''सर्वाधिक समाधान मला कुठल्या गोष्टीचं वाटतं तर ज्या पद्धतीने मी सूत्रं राजीवच्या हाती दिली त्या पद्धतीचं! त्यासाठी त्याला आणि मला काही काळ द्यावा

लागला. मी हे २००० सालचं बोलत आहे. तसं पाहता त्यानं त्या वर्षाच्या आधीपासूनच धोरणात्मक निर्णय घ्यायला सुरुवात केली होती. परंतु तरीही अध्यक्ष आणि व्यवस्थापकीय संचालक म्हणून जबाबदारी माझीच होती. कदाचित होऊ घातलेले बदल मला आधीपासूनच दिसू लागले असते तर आम्ही थोडेसे आधीच जागे झालो असतो आणि माझ्या लोकांना आधीच सावधही केलं असतं कारण मी तेव्हा कंपनीच्या रोजच्या व्यवहारांत आणि निर्णयप्रक्रियेत फारच गुंतलेलो होतो. अर्थात माझ्या बाजूने समर्थनं आणि कारणं होतीच. मी हळूहळू राजीववरती कामं सोपवू लागलो असलो तरी मीही तिथं होतोच. मी तिथं नव्हतोच असं मी नाही म्हणू शकत.

''२००५ साली राजीवची नियुक्ती मुख्य कार्यकारी अधिकारी म्हणून झाली तेव्हा मी त्याला म्हणालो, 'शेवटी फळ काय मिळालं ते महत्त्वाचं असतं. ज्या दिवशी मला जाणवेल की एकूणातच तुझी हजेरी कंपनीसाठी चांगली नाही त्या दिवशी मी तुझ्याशी बोलेन. तेव्हा तू बजाज आहेस, हे वास्तव काही तुला वाचवायला पुढे येणार नाही.' हा मुलगा एकूण पाहता खूप चांगलाच होता हे मला दिसत होता. म्हणजे तो माझा मुलगा होता म्हणून मी तसं म्हणत नाही तर तो खूप कणखर व्यक्तिमत्त्वाचा होता म्हणून म्हणतोय. त्याच्यात आत्मविश्वास होता. मी त्याला कधी म्हटलं नाही पण मी जर त्याला म्हणालो असतो की, तू स्कूटर्समध्ये येऊ नकोस. तर तो मला असं म्हणायची दाट शक्यता होती, 'पपा, तुम्ही कंपनी चालवा, ते काम मागच्या चाळीस वर्षांपासून तुम्ही करत आहात. जेव्हा मी ती चालवावी असं तुम्हाला वाटेल तेव्हा मला परत बोलवा.'

''माझ्या मनात आणखी एक गोष्ट होती. त्याच्यावर फार बंधनं घातल्यावर तो सोडून गेला तर? त्याचं सोडून जाणं कंपनीसाठी वाईट ठरलं असतं असं माझ्या मनात येऊ लागायचं. मला वाटतं की आम्ही दोघं ठाम विचारांची माणसं होतो. त्यामुळे हा प्रश्न भीतीचा नव्हता, हा प्रश्न ब्लॅकमेलचाही नव्हता. कारण या दोन्ही गोष्टी मी सहनच केल्या नसत्या. राजीव खूप चांगलं काम करत होता. त्याच्या जागी मी अन्य कुणाला नेमणार होतो? त्यामुळे मी जे केलं ते कंपनीच्या भल्यासाठीच केलं.

''सरतेशेवटी मी स्वतःलाच म्हणालो की, चाळीस वर्षे तू सगळ्यांचं ऐकलंस पण शेवटी स्वतःला योग्य वाटलं तेच केलंस. 'व्यवस्थापकीय समिती ही वादविवादाच्या रिंगणासारखीच होती असं मी म्हणायचो.' तिथं मी मतदान कधीच घेतलं नाही. निर्णय हा माझाच असायचा.''

नवीन शेवट

मुले तयार होती आणि 'लिजंड' नामक मोटर-स्कूटरही तयार होती. माहीतगारांसाठी सांगायचं तर लिजंडचे १४५ सीसीचे चार स्ट्रोकचे सिंगल सिलिंडरवाले इंजीन 'पर्यावरणपूरक' होते तसेच त्याचे ६००० आरपीएम दराने ९ बीएचपी आणि ४००० आरपीएम दराने ११.३ एनएम टॉर्क असेही होते. त्या जोडीला चार स्पीड ट्रान्समिशन क्लासिक वेस्पा शैलीच्या ग्रिप-गिअर शिफ्टरने चालवता येत होते. फ्रंट सस्पेन्शनने 'लीडिंग इंक' आणि मागच्या सस्पेन्शनने 'को ॲक्सिअल हायड्रॉलिक डँप्नर' यांचा वापर केला होता. चाकाचा बेस

१२७२ एमएम असून वजन ११० किलो होतं, ग्राउंड क्लिअरन्स १४५ एमएम तर पेट्रोल टाकीची क्षमता ५ लिटर होती. (विकिपीडियावरून ही माहिती २२ ऑगस्ट, २०२० रोजी घेतलेली आहे.) चार स्ट्रोकची स्कूटर आणण्यात पहिला नंबर पटकावण्याची स्पर्धा जागतिक होती आणि गरमागरमही होती. राजीव आणि संजीव यांनी निर्धार केला होता की ही राहुल बजाज यांच्या साठाव्या वाढदिवसापर्यंत तयार झाली पाहिजे. आणि होय, लिजंड मोटर-स्कूटर ही जगातली त्या प्रकारची पहिलीच गाडी होती.

सहा वर्षांनी, मे २०१४मध्ये राजीवने भारतातील स्कूटर उत्पादन, स्कूटर बाजारपेठ, मोटरसायकल मार्केट आणि त्याच्या योजना यांच्याविषयी राजीवने बोर्डासमोर दोन तासांचे सादरीकरण केले.

प्रकरण ३३

फिनसर्व्ह गेमप्लान : २००१-०७

राहुल बजाज, संजीव आणि नानू पमनानी

संजीवला त्याच्या नव्या कंपनीसाठी अगदी साधं, आठवायला सोपं नाव हवं होतं. तो 'फिनसर्व्ह' हे नाव घेऊन आला. तर वडील राहुल बजाज त्याच्या मदतीला नानू पमनानींना घेऊन आले.

''राहुलनी मला फोन केला. मी भारतात परत येतोय हे त्यांना माहीत होतं,'' पमनानींनी 'बिझनेस टुडे'च्या नेविन जॉन यांना सांगितलं, ''राहुल म्हणाले की आम्ही बजाज ऑटोचं दुभाजन ऑटो आणि वित्तीय सेवा व्यवसाय अशा दोन व्यवसायांत करत आहोत आणि संजीव वित्तीय सेवा कंपनीचं काम बघणार आहे. मी संजीवला मदत करावी अशी राहुल यांची इच्छा होती. खरं तर आता निवृत्तीनंतर आराम करायचा आणि जगभर फिरायचं मी ठरवलं होतं परंतु मी संजीवला मदत करायला तयार झालो कारण ते माझ्या पत्नीच्या माहेरचे नातेवाईक होते.'' (रूपा यांच्या बहिणीचे ते पती होते.)

मग ग्राहक-कर्ज आणि विमा यातील फिनसर्व्हच्या भविष्याचा सविस्तर आराखडा बनवण्यात संजीव गर्क झाला. त्याने बजाज फिनसर्व्हची (बीएफएसची) रचना ती आपली मुख्य होल्डिंग कंपनी असेल असं समजूनच सुरू केली होती. बीएफएसने बजाज फायनान्सकडून ५५.१३ टक्के वाटा घेतला. दोन अलियांझ विमा कंपन्या त्यांचा प्रत्येकी ७४ टक्के वाटा घेऊन आल्या. त्या दोन कंपन्यांचे नवे नामकरण 'बजाज अलियांझ लाइफ इन्शुरन्स' (बीएएलआयसी) आणि 'बजाज अलियांझ जनरल इन्शुरन्स' (बीएजीआयसी) असे झाले. त्यानं हा कच्चा आराखडा वडिलांना दाखवायला नेला तेव्हा बॉसनी हिरवा कंदील दाखवला. पमनानींनीही होकार दिला. मग माणसांचा शोध सुरू झाला. एक बहुउद्देशी वित्तीय (फायनान्स) काँग्लोमरेट उभारणे हे मोठे आव्हानच होते कारण एक तर मुळात घरी त्यातील काहीच ज्ञान नव्हते आणि बाह्य वातावरण म्हटलं तर विमा आणि बिगर बँकिंग कंपन्यांवरील नियंत्रणे ही सतत बदलत होती.

सी लाउंज

''आम्हाला अगदी मुळापासूनच सगळं सुरू करायचं असल्याने आम्ही अगोदर योग्य माणसं नेमायला लागलो.'' संजीव त्याविषयीची आठवण सांगतो. ''मग राजीव जैनना पमनानी मुंबईच्या ताज महाल पॅलेस हॉटेलच्या सी लाउंजमध्ये भेटले. त्यांनी दोन तास चर्चा केली. त्यानंतर पमनानींनी जैनना नोकरीची ऑफर दिली. परत येऊन पमनानींनी संजीवला सांगितलं की, राजीव जैन हे हुशार व्यावसायिक असून त्यांच्याकडे कामे करून घेण्याची हातोटी आहे. विस्ताराने विचार करण्याची त्यांची क्षमता तर अफाटच वाटते. त्यावर संजीवनी आठवण सांगितली की, राजीव जैन आम्हाला मिळाला म्हणून आम्ही नशीबवानच ठरलो. तो खूपच हुशार निघाला.'' राजीव जैननी त्याविषयी म्हटलं, ''नवा नवा व्यवसाय करण्याचं ते वातावरण आणि आपण प्रगती करायची असा मनातला उत्साह हे सगळं मला खूप भावलं.'' १९९५च्या सुमारास जीई मनी या कंपनीत लागलेल्या पहिल्या १० कर्मचाऱ्यांमध्ये ते होते. त्यानंतर एआयजीचे भारतातले पहिले कर्मचारीही तेच होते. २००६ साली डेप्युटी सीईओ म्हणून ते तिथे लागले. त्यानंतर ३ सप्टेंबर, २००७ रोजी त्यांनी बजाज फायनान्सच्या पहिल्या सीईओचे पद घेतले. त्यानंतर २३ मार्च, २०१५ रोजी ते बजाज फायनान्सचेच मॅनेजिंग डायरेक्टर बनले.

संजीव, पमनानी आणि जैन असे तिघं जण कंपनीचं धोरण आखायला बसले. ती आठवण सांगताना पमनानी म्हणाले की, आम्ही मुख्यत्वेकरून थोड्याच उत्पादनांनी सुरुवात

केली. ती गृहोपयोगी वस्तूंच्या कर्जासारखी सगळीकडे आढळणारी अशीच होती. त्यामुळेच ते क्षेत्र आमच्यासाठी मध्यवर्ती आधारस्तंभासारखं बनलं.

प्रारंभी या त्रिकूटाचे वाढीच्या आराखड्याविषयी वेगवेगळे विचार होते परंतु जसजशी वर्षं गेली तसतसे त्यांचे विचार एकमेकांत मिसळू लागले. ''आमची मनं एवढी एकाच पातळीवर आली होती की आम्हाला कुठल्याही गोष्टीवर वादविवाद करावाच लागत नसे. कारण त्यातल्या एकाने एखादी कल्पना मांडली तर त्या क्षणीच बाकीचे दोघे अगदी त्याच पानावर असल्यासारखे बोलायला लागत.'' संजीव म्हणाला. काही काळाने पमनानींनी बजाज फिनसर्व्हचं अध्यक्षपद घेतलं आणि राहुल बजाज 'चेअरमन अमेरिटस' या भूमिकेत गेले. (अमेरिटस याचा अर्थ एखाद्या महत्त्वाच्या पदावरून निवृत्त झालं तरी सन्मान म्हणून ते पद नावापुढे लावायला मिळणे.)

इकॉनॉमिक टाइम्सचे हरिश राव यांच्याशी बोलताना संजीव म्हणाला की, पुढला प्रश्न असा होता की वित्तीय सेवेत गेल्यावर योग्य ते व्यवसायक्षेत्र कसे निवडायचे ज्यायोगे नफा-वाटपाच्या दृष्टीने आपण पहिल्या पाच खेळाडूंमध्ये येऊ शकू? मला जोवर नफ्याचा वाटा व्यवस्थित देता येत आहे तोवर माझ्या वरच्या क्रमांकावर किती लोक आहेत याची मला पर्वा नव्हती. आम्ही ज्या क्षणी तसा विचार करू लागलो त्या क्षणी आम्हाला नवनव्या कल्पना काढण्यावर भर दिला पाहिजे हे लक्षात आलं. तसंच जे व्यवसाय पैसे कमावत आहेत, नुसतेच तात्पुरत्या मार्केट कॅपमध्ये नाहीयेत अशांकडेच बघायचं आम्ही ठरवलं. त्याशिवाय मी रिटेल बाजूकडेही लक्ष पुरवायचं ठरवलं होतं कारण तिथंच आमची खरी ताकद होती. मी स्वतःला 'मास इंडिया'ची (भारतातील सर्वसामान्य जनतेची) कंपनी म्हणून बघू लागलो होतो. मी खूप कमी गोष्टी करीन पण ज्या करीन त्या खूपच चांगल्या करीन असं मला वाटत होतं. ज्या व्यवसायाचा मला स्वतःलाच उत्कट ध्यास वाटत नाही तो मी करणारच नाही.''

ब्रँडचं उद्घाटन करताना संजीव अफाक्स या संस्थेला म्हणाला, ''फिन्सर्व्ह २००७ साली स्थापन झालेली असली तरी आम्ही त्याचं री-ब्रँडिंग तेव्हा केलं नाही. २००८ सालापर्यंत आम्हाला वाटू लागलं की आता नवीन बोधचिन्ह तयार करण्यास योग्य वेळ आली आहे. या बोधचिन्हामुळे सगळीकडे समान ओळख मिळेल आणि लोकांनाही ती जाणवेल. आम्हाला स्वतंत्र व्यवसायांसमोर ती समान ओळख सादर करायची होती आणि त्या सर्वांना एकत्र आणायचं होतं. त्यायोगे ग्राहकांना आमच्या समूहाच्या गाभ्याची मूल्ये काय आहेत ते समजलं असतं.''

''अर्थक्षेत्रातील उद्योग, त्यांचे ग्राहक आणि त्यांच्या प्रेरणा समजून घेण्याचा हा प्रवास होता,'' इंडी डिझाइनचे सुधीर शर्मा म्हणाले, ''या बोधचिन्हामुळेच 'फिनसर्व्हचा आत्मविश्वास' वाढून उद्योगातल्या नव्या जागी जम बसवता आला. बोधचिन्ह साधं, सरळ आणि विश्वासार्ह होतं. त्यामुळे ग्राहक 'एक ब्रँड' म्हणून बजाज फिनसर्व्हसोबत राहणार होते आणि वेगवेगळ्या कंपन्यांकडे वेगवेगळ्या कारणांसाठी जाणार नव्हते.''

जीई नॉट!

संजीव कित्येक वर्षांपासून अमेरिकास्थित जनरल इलेक्ट्रिकवर (जीईवर) लक्ष ठेवून होता, त्यांची संस्कृती आणि कार्यक्षमता यांचं कौतुक करत होता. जीई येथील घटनांची बजाज फिनसर्व्हच्या उभारणीत न कळतपणेच पण बरीच मोठी भूमिका होती. २००७च्या आर्थिक अरिष्टापासून ते २०१५च्या प्रारंभीच्या काळापर्यंत फिनसर्व्ह कचेरीपासून ७८०० मैल अंतरावरील जीईच्या मुख्यालयात म्हणजेच फेअरफिल्ड, कनेक्टिकट येथे जीईने काय बनलं पाहिजे, कसं असलं पाहिजे याविषयीच्या विचारांची घुसळण होत होती.

एप्रिल, २०१५मध्ये जीईचे नववे अध्यक्ष जेफ इमेल्ट यांनी जाहीर केलं की जीई ही मूळ कंपनी त्यांची अर्थक्षेत्रातील कंपनी जीई कॅपिटल यातून बाहेर पडेल. त्या वेळेस जीई कॅपिटल ही कंपनी तिच्या मूळ पालक कंपनीपेक्षा अधिक मोठी होती. मग भारतातही जीई कॅपिटलने हळूहळू आपला गाशा गुंडाळायला सुरुवात केली. उदाहरणार्थ, फेब्रुवारी, २०१३मध्ये भारताच्या मॅग्मा कॉर्पोरेशनने एक वर्षाच्या वाटाघाटीनंतर जीई मनी हाउसिंग फायनान्समधून मॉर्गेजचा भरीव व्यवसाय मिळवला. २०१६मध्ये जीई इंडियाचा औद्योगिक कर्जविभाग विक्रीसाठी आला.

आपण कुठे असायला हवं हे फिनसर्व्हच्या त्रिकूटाला स्पष्टपणे माहीत होतं, त्यामुळे त्यात जीईचा समावेश नव्हता. त्यांना विकत घेतलं असतं तर त्यांना थेट उंच लवकर जाता आलं असतं. परंतु तसं करण्याऐवजी संजीव आणि जैन यांनी भावी खळबळ खूपच आधी ओळखली आणि ते जीईत काम करणारी स्थानिक गुणवत्ता शोधायच्या मागे लागले. सप्टेंबर, २०१५मध्ये संजीव आणि जैन ९० व्यवस्थापकांचा गट घेऊन दुबईला गेले. या गटात २० जण मूळचे जीईचे होते. संजीव अगदी मोकळेपणाने कबुल करतात की, जीई मनी बंद झाली नसती तर आमचा कदाचित जन्मही झाला नसता. परंतु संजीवच्या या कौतुकात जीई कॅपिटलचे भारतातले भाग विकत घेणं बसत नव्हतं. त्यामुळे ते सगळे भाग विकले गेले आणि नव्या व अधिक आक्रमक स्पर्धकांनाही तोंड देण्याची वेळ येऊन ठेपली.

नॉन बँकिंग फायनान्स कंपन्या

या वेळेपर्यंत बजाज फिनसर्व्हमध्ये त्यांचे व्यापारी कर्ज आणि व्यावसायिक कर्ज हे दोन्ही विभाग प्रस्थापित झाले होते. आता त्याची टीम ग्राहक कर्ज आणि विमा या क्षेत्रात आर्थिक सेवा देण्यास सिद्ध झाली होती. त्यासाठी त्यांनी एकच केंद्र (वन स्टॉप शॉप) काढायचे ठरवले. तिथे रिटेल (किरकोळ) आणि लघुउद्योग ग्राहकांच्या संपूर्ण जीवनभरातील सर्व आर्थिक गरजांसाठी सेवा मिळणार होत्या. त्यात कर्जे, विमा, बचत, संपत्ती व्यवस्थापन, व्यवसाय भांडवल आणि निवृत्ती नियोजन अशा वेगवेगळ्या सेवांचा समावेश होता.

संजीव म्हणतात, ''आम्ही २०१५ साली फिनसर्व्ह मोबाइल ॲप्लिकेशन तयार केलं, त्यामुळे दुकानात पाय टाकण्यापूर्वीच कर्जदाराला कर्ज मंजूर करून घेता येऊ लागलं. हे ॲप दिसायला साधंच होतं पण त्याच्यात क्रेडिट इन्फर्मेशन ब्युरो, फसवणूक शोधक यंत्रणा आणि आमच्याशी संबंधित २० हजार रिटेल यंत्रणा जोडलेल्या होत्या.

आरबीआयने बिगर बॅंकिंग वित्त कंपन्यांना बऱ्याच श्रेणींत आणि उपश्रेणींत विभागलं. या ठिकाणी दोन व्याख्या महत्त्वाच्या आहेत. एक आहे ती म्हणजे ज्यांना सामान्य जनतेकडून ठेवी स्वीकारता येतात अशा कंपन्या आणि ज्यांना त्या ठेवी स्वीकारता येत नाहीत अशा दुसऱ्या कंपन्या. दुसरी व्याख्या आहे ती म्हणजे कंपनीचा 'आकार'. ज्या बिगर बॅंकिंग वित्त कंपन्यांची मालमत्ता ५०० कोटी रुपये आणि त्याहून अधिक आहे अशा कंपन्यांना 'सुनियोजितपणे महत्त्वा'च्या (सिस्टिमॅटिकली इंपॉर्टंट) कंपन्या मानलं गेलं आणि आरबीआय त्यांना छोट्या बॅंकांइतक्याच कठोरतेने हाताळू लागली. बजाज फायनान्सला ठेवी स्वीकारण्याची परवानगी होती; शिवाय ती सुनियोजित महत्त्वाचीही होती म्हणजेच आरबीआयच्या भाषेत म्हणायचं तर ती 'एनबीएफसी-डीएसआय' या श्रेणीतील होती.

बॅंका वित्तीय सेवेचे एक पॅकेजच ग्राहकांसमोर ठेवतात. तर एनबीएफसी आपल्या सेवांना ग्राहकांच्या गरजांनुसार बेतून देते. वेगवेगळे विभाग उभारून त्याद्वारे ग्राहकांना लक्ष्य करून आणि स्वतःच्या खास सेवा निर्माण करून एनबीएफसी वित्तीय सेवा उद्योगात स्पर्धेला उत्तेजन देते. एनबीएफसी स्वतःजवळील माहितीचा लाभ घेत एखाद्या विशिष्ट क्षेत्रात तज्ज्ञता मिळवू शकतात. एनबीएफसीला पूर्ण बॅंकिंग परवाना नसतो. तसंच ती सर्वसामान्य जनतेकडून ठेवीही स्वीकारू शकत नाही. तथापि, ज्या सेवा बॅंका देऊ शकत नाहीत त्या सेवा ती देते, बॅंकेसमोर स्पर्धक म्हणून उभी राहते आणि विशिष्ट क्षेत्रात किंवा गटांत विशेष ज्ञान मिळवते आणि अर्थव्यवस्थेतील बचतीचे रूपांतर भांडवली गुंतवणुकीत होण्यासाठी वेगवेगळे पर्याय समोर ठेवते.

भारत त्याच्या एनबीएफसींविषयी खूपच सावध होता. आरबीआयने १९९२ सालापासून त्यांचं नियंत्रण कडकपणे केलेलं होतं. त्यामुळे मोठ्या बॅंकेकडून झालेली नजरचूक आणि एनबीएफसीकडून झालेली नजरचूक यांना ती समानच मानत होती. कडक नियंत्रणाचं राज्य असल्यानेच २००७-०८ साली आलेल्या जागतिक अरिष्टातून एकविसाव्या शतकाच्या प्रारंभी अनेक मोठे कॉर्पोरेट घोटाळे उघड झाले, त्यापासून भारत वाचला होता. उदाहरणार्थ, डिसेंबर, २०१५मध्ये आरबीआयने छप्पन्न एनबीएफसींचे परवाने रद्द केले. त्यानंतर नियमितपणे काटछाट चालू असतेच.

नशीब म्हणजे काय?

''ग्राहकांतील फरक ओळखून त्यानुसार त्यांना उत्तम सेवा देण्यावर व्यवसाय उभारणे मला आवडते,'' संजीव म्हणतात, ''आम्ही अशा उत्पादनांवर भर देतो, ज्यांची पारदर्शक प्रोत्साहन रचना (इन्सेंटिव्ह स्ट्रक्चर) विक्रीच्या आकाराशीच केवळ जोडलेली नसते तर चिकाटीशीही जोडलेली असते. आमच्या कामकाजाचे लक्ष्य सुस्पष्ट आणि व्यवस्थित मोजलेले असून ते दर्जा, पॉलिसी अथवा कर्जाची टर्नअराउंड वेळ (म्हणजे अर्ज केल्यापासून किती वेळात पॉलिसी किंवा कर्ज मिळाले तो वेळ), ग्राहकसेवा आणि खर्च यांच्याशी संबंधित असतं. आम्ही या सगळ्यांत सातत्याने सुधारणा करत असल्याने ग्राहकांना अधिक उत्तम अनुभव मिळावा यासाठी प्रयत्नशील असतो.''

बोलता बोलता काही काळ विचार करून संजीव म्हणाले, ''सुदैवाने मी अशा समूहात जन्मलो जिथं दीर्घकालीन मूल्ये जपतच मला बजाज फिनसर्व्ह, बजाज फायनान्स, बजाज अलियांझ लाइफ, बजाज अलियांझ जनरल असे वित्तीय सेवांचे व्यवसाय उभारण्याची संधी आणि जबाबदारी दोन्ही मिळाली. फक्त नफा याच हेतूने तुम्ही कामाला प्रवृत्त होता कामा नये, नफा हा तुम्ही केलेल्या कष्टांचे फलित म्हणून येतो. अन्यथा तो तुम्हाला चुकीच्या मार्गावर नेऊ शकतो. प्रत्येक व्यवसायामागे कुठली स्पष्ट मूल्ये असावीत हे ओळखून ग्राहकाला तेच उत्पादन सातत्याने दिले जाईल यावर लक्ष ठेवण्याचे काम आमच्या व्यवस्थापनाकडे दिले जाते. एखादा माणूस विमा घेण्यास किंवा कर्ज घेण्यास बजाज यांच्याकडेच का यावा? त्याला अन्य कुणाकडे जावेसे का वाटू नये? कारण बाकीचे पर्याय तर पुष्कळ आहेतच की.

''त्याच वेळेस मी ब्रँड्सकडे बघतो तेव्हा मला दिसतं की कुठलाही ब्रँड दोन स्पष्ट भूमिका निभावतो. दीर्घ काल चालत राहण्याची आशा, विश्वासार्हता आणि श्रद्धा या मूलभूत मूल्यांशी बजाज यांची सांगड घातलेली आहे. त्यामुळे जेव्हा कुणीतरी बजाजबद्दल माहिती विचारतो तेव्हा आपल्याला चांगला व्यवहार मिळणार आहे, ही कंपनी न्यायी आणि व्यवहारात पारदर्शक आहे, ती दीर्घ काळ टिकणारीही आहे हे त्याला माहीत असतं. दुसरं म्हणजे तुम्हाला व्यवसायाच्या विशिष्ट भागासाठी त्यावरच लक्ष केंद्रित करणारे वेगळे ब्रँड्स (फोकस्ड ब्रँड्स) हवे असतात. मूळ पालक कंपनीचा ब्रँड तुम्हाला विश्वास देतो तर त्या विशिष्ट उत्पादनाचा फोकस्ड ब्रँड या उत्पादनाकडून काय मिळू शकेल ते सांगतो. उदाहरणार्थ, फिनसर्व्ह ही मूळ पालक कंपनी - तिचा पालक ब्रँड आणि तिची संपत्ती व्यवस्थापन ही एक खास सेवा - तिचा उपब्रँड असे होते.

''ग्राहकांना इतरांपेक्षा अधिक चांगली सेवा कशी देता येईल, त्यांना नवनवे, अधिक चांगले आर्थिक तोडगे कसे देता येतील याचे मार्ग आम्ही शोधून काढत असतो. त्यांच्याशी आमचं नातं टिकून राहावं अशी आमची इच्छा असते. खरं तर तेच करण्याची गरज असते. त्यात रॉकेट सायन्स वगैरे काहीही नाही. तुम्ही प्रामाणिक असलं पाहिजे, पारदर्शक असलं पाहिजे. आमच्यासाठी या एकनिष्ठेचा भाग म्हणून आम्ही निर्माण केलेली संस्कृती लोकांनी अनुसरावी हे महत्त्वाचे ठरते. ही संस्कृती आहे पारदर्शकतेची आणि ग्राहकांना प्रामाणिक उत्पादनं विकण्याची!''

शेवटचा शब्द

''वाढ हे काही आव्हान नव्हे, वाढ म्हणजे योग्य व्यवसायाची निरोगी आणि नफेशीर पद्धतीने उभारणी,'' संजीव निर्देशनास आणून देतात.

प्रकरण ३४

अलियांझ बजाज ते बजाज अलियांझ : २००१-२१

अलियांझ एशिया पॅसिफिकचे प्रमुख हेंझ डॉल्बर्ग, राहुल बजाज आणि अलियांझ एस.ई. आणि इन्शुरन्स ग्रोथ मार्केट्सचे प्रमुख वेर्नर झेडेलिअस

- दिनांक १२ मार्च, २००७

दालन तुडुंब भरलं होतं. राहुल बजाज उभे राहिले, एकदा खाकरले आणि माइक नीट केला, ''विम्यावरील तुमच्या कंपनीचा खर्च पाहता आमचा विश्वास आहे की मध्यम ते दीर्घ कालावधीत ही गुंतवणूक फायदेशीर ठरेल.'' बजाज ऑटोच्या ५६व्या वार्षिक सर्वसाधारण सभेत २८ जुलै, २००१ रोजी ते बोलत होते.

''बजाज अलियांझ जनरल इन्शुरन्स कंपनीने सर्वसाधारण विमा क्षेत्रात २००१-०२ या साली सर्व खाजगी खेळाडूंमध्ये सर्वाधिक पॉलिसीज जारी केल्या होत्या. त्यामुळे ती व्यवसायात आल्या आल्याच पहिल्या क्रमांकावर पोहोचली.'' राहुलनी प्रसार माध्यमांना सांगितलं, ''त्यानंतर काही महिन्यांनी अलियांझ बजाज लाइफ इन्शुरन्सने आपलं कामकाज सुरू केलं. दोन योजनांचे उद्घाटनही झालं. चाइल्ड केअर योजना आणि इन्व्हेस्ट गेन योजना अशी त्यांची नावं होती. आम्ही ४९.३७ कोटी रुपयांचे जास्तीचे भांडवलही त्यात घातले. त्यांच्या कामकाजाच्या पहिल्याच पूर्ण वर्षात आम्ही १,१५,००० हून अधिक पॉलिसी विकल्या आणि मिळालेला ढोबळ प्रीमिअम ६९.१७ कोटी रुपये होता. आम्ही ३९ शहरांत शाखा उघडल्या आणि आमचे विक्री कर्मचारी ९५०० होते.'' विमा व्यवसाय ही उत्कंठावर्धक संधी होती यात काहीच संशय नाही. राहुल बजाज यांनी ती संधी दोन्ही हातांनी पकडली आणि समभाग धारकांनी त्यास संमतीही दिली.

लोक येतात काय आणि आल्या आल्या जातात काय?

अलियांझ ७० देशांमध्ये काम करते तर बजाज चक्क १९,५०० भाषा/बोलींच्या एकाच देशात काम करते. उदयोन्मुख क्षेत्रात सुरुवातीला अडखळणं अटळ असतं. अलियांझ बजाज लाइफमधून त्यांचे प्रमुख मार्क जे. पर्स्लो एका वर्षाने परत गेले. त्यांचे उत्तराधिकारी जेम्स वॉल्टन हे तर एक वर्षाच्या आतच निघून गेले. बजाज अलियांझ जनरल इन्शुरन्स कंपनीतलेही ग्रॅहम नॉरिस सोडून गेले. ते तर भारतही सोडून गेले. परदेशी लोक मोठ्या प्रमाणात सोडून जात होते.

मूळ अलियांझ या परदेशी कंपनीला लोकांच्या अशा येण्याजाण्याची सवय होती, पमनानींनाही त्यांच्या सिटी बँकेतल्या दिवसांमुळे तशी सवय होती. परंतु राहुल बजाजना किंवा त्यांच्या कुठल्याही कंपनीलाही लोकांनी असं काही काळासाठी यायचं आणि लगेचच सोडून जायचं या पाश्चात्त्य विचारशैलीची सवय नव्हती. मग ते लोक व्यवस्थापनातले असोत की कामगार.

भारतात येण्यापूर्वी नॉरिस हे अलियांझच्या हाँगकाँग शाखेचे साडेसात वर्षे सीईओ होते. अलियांझच्या छोट्या व्यवस्थापकाने भारतातल्या प्रचंड मोठ्या बाजारपेठेत प्रवेश करण्यास जबाबदार असे पद स्वीकारावे हे नॉरिस यांच्यासाठी खूपच मोठे पाऊल आहे असे त्यांच्या सहकाऱ्यांना वाटले. पण ते केवळ आठच महिने भारतात टिकले.

तर पर्स्लो हे सिंगापुरात अलियांझचा जीवन विम्याचा व्यवसाय बघत होते. भारतात अलियांझचे ते सेनापतीच बनले. त्यांना जॉइंट व्हेंचरसाठी भागीदार शोधायचे होते, जीवन विमा आणि सर्वसाधारण विमा यांच्या व्यवसाय करण्यासाठी परवाने घ्यायचे होते आणि त्यानंतर त्यांची कचेरी उघडायची होती. हे सगळं पायाभूत काम झालं, परवाने मिळाले आणि जीवन विमा व्यवसायासाठी अलियांझ बजाजचे सीईओ म्हणून पर्स्लो यांची नियुक्ती झाली.

नवी दिल्ली आणि मुंबई येथील रोमहर्षक कोलाहल संपला आणि फिरंगी मंडळींनी आकुर्डीकडे मोर्चा वळवला. त्यानंतर काही आठवड्यांनी नॉरिस आणि पर्स्लो यांनी विमा कंपन्यांसाठी मुंबई हेच मुख्यालय पाहिजे अशी मोर्चेबांधणी केली. तथापि, बजाज यांनी हट्ट

धरला की आकुर्डीमध्ये कर्मचाऱ्यांचा खर्च कमी आहे, इथे अधिक प्रदूषणमुक्त हवा आहे आणि विस्ताराची शक्यताही आहे.

ही सगळी कुणकुण मायकेल डिकमानला लागली. तो समस्या निवारणकर्ता (ट्रबल शूटर) एप्रिल २००१मध्ये पुणे येथे पोहोचला. त्याला हाँगकाँगच्या ग्रॅहमना नॉरिसच्या जागी भारतातील प्रमुख पदी नेमायचं होतं. परंतु ''अलियांझ नॉरिसच्या जागी सॅम घोषला नेमू शकते का? हाँगकाँगमध्ये कदाचित हुकूमशाही वृत्तीचे व्यवस्थापन चालू शकलं असतं पण ते भारतीय व्यवसायासाठी योग्य नाही,'' असं रणजीत गुप्तांनी त्यांना आडून आडून सुचवलं. हाँगकाँग अगदीच चिमुकलं होतं. खंडप्राय भारतातली विमा कंपनी अगदी मुळापासून उभारण्यासाठी लागणारे मनाचे धोरणीपण ग्रॅहम यांचेकडे होते का?

''परवाना मिळवण्याच्या आधीच्या काळातील घोष यांची भूमिका लक्षणीय होती.'' गुप्तांनी डिकमान यांना सुचवलं. ऑस्ट्रेलियाप्रमाणेच इथल्याही स्थानिक संस्कृतीशी घोष यांनी चांगलं जुळवून घेतलं होतं. ते इंग्लंडमध्ये शिकलेले चार्टर्ड अकाउंटंट असून त्यांच्याकडे इंपीरिअल कॉलेजची मेकॅनिकल इंजिनिअरिंगची पदवीही होती, त्यामुळे त्यांच्या नावावर पसंतीची मोहर अधिकच बसत होती. सॅम घोष यांचेसाठी 'कंट्री मॅनेजर'चे पद निर्माण करावे आणि कामेश गोयल यांना ग्रूप सीईओ बनवावे अशी सूचना पुणेकरांनी केली तेव्हा डिकमान यांच्या मनातही तोच विचार आलेला होता. आता कुरकुर करत बसण्याऐवजी व्यवसाय उभारण्यासाठी बाह्या सरसावण्याची गरज होती.

गुलाबाचं नाव काहीही ठेवलं तरी त्याचा सुगंध थोडाच बदलतो?

(इति विल्यम शेक्सपिअर - रोमियो अँड ज्युलिएट नाटक)

सॅम घोष यांनी प्रसार माध्यमांना उद्देशून सांगितलं, ''३ ऑगस्ट, २००४ पासून आम्ही नुसतेच नवीन नाव घेत नसून त्यासोबत सर्वोत्तम उत्पादने देण्यासाठी लागणारी ऊर्जा आणि बांधिलकी यांची नवीन पातळी गाठायच्या कामीही लागणार आहोत. नावबदलासोबतच ग्राहकांपर्यंत पोहोचणे, त्यांना उत्तम सेवा देणे यासाठी आम्ही मार्केटिंगची आक्रमक धोरणे हाती घेतली आहेत. तसे केल्याने आम्हाला भारताच्या विमा बाजारपेठेत अजिंक्य स्थान प्राप्त होऊ शकते. बजाज अलियांझ लाइफ आणि बजाज अलियांझ जनरल इन्शुरन्स या एकत्र येऊन 'एकमुखी ताकद' मुक्त करू शकतात आणि विमा उद्योगात प्रथम क्रमांकावर येऊ शकतात.''

घोष पुढे म्हणाले, ''दोन्ही कंपन्यांच्या नावात बदल करण्याची वेळ आणि विद्यमान ग्राहक, व्यवसायातील सहकारी, भावी ग्राहक आणि अन्य हितसंबंधीय यांच्याकडून मिळवलेल्या माहितीतून काढलेले निष्कर्ष या गोष्टी एकाच वेळेस समोर आल्या. त्यातून कळले की बजाज नाव अगोदर आणि अलियांझ नाव नंतर उच्चारायला आणि लक्षात ठेवायलाही आम्हाला अधिक सोपं पडतं. म्हणूनच आम्ही 'बजाज अलियांझ' हे नाव घेतलं आहे. बजाज अलियांझ जनरल इन्शुरन्स आणि बजाज अलियांझ लाइफ इन्शुरन्स यांचे यापुढे आता समान बोधचिन्ह (लोगो) असेल, समान ब्रँडिंगही असेल त्यामुळे लोकांना आमचे नाव पटकन दिसेल आणि परिचयाचेही होईल. त्यामुळे अधिक जास्त जागृती होईल आणि लोकांना या उत्पादनाविषयी अधिक माहिती मिळेल.''

सकाळ वृत्तपत्रातली ही बातमी लाइफ इन्शुरन्स कॉर्पोरेशन ऑफ इंडिया (एलआयसी) आणि जनरल इन्शुरन्स कॉर्पोरेशन ऑफ इंडिया (जीआयसी) यांनी वाचली.

अभेद्य एलआयसी

संसदेने १९ जून, १९५६ रोजी लाइफ इन्शुरन्स कॉर्पोरेशन ॲक्ट १९ जून, १९५६ रोजी संमत केला होता. १ सप्टेंबर रोजी एलआयसी अस्तित्वात आली. ही भारताची अत्यंत सामर्थ्यशाली संस्था असून काही लोक म्हणतात की एलआयसीच्या अध्यक्षांची सूचना नाकारताना केंद्रीय अर्थमंत्री किंवा विमा क्षेत्राचे नियामकही दहा वेळा विचार करतील. एलआयसीच्या संचालक मंडळात एक अध्यक्ष आणि चार व्यवस्थापकीय संचालक असतात. ही रचना मुळातच पुरातनकालीन अश्वयोद्ध्यांप्रमाणे आहे. ही पदे मिळवण्यास इच्छुकांना राजकीय धूर्तता, नशीब आणि योग्य संपर्कजाळे मोठ्या प्रमाणात लागते. ही पार्श्वभूमी सांगितल्यावर कळते की एलआयसीचे अध्यक्षपद हे भारतातील खूपच मागणी असलेलं पद आहे.

एलआयसीने कित्येक दशकांपासून सिद्ध केलं आहे की कितीतरी चढउतार आले तरी बाजारपेठेतील मोठ्या हिश्शावर अजूनही तिची चांगलीच पकड आहे. या संस्थेत २००० ते २०१४ या कालखंडात एकूण ९ अध्यक्ष आले आणि गेले. उदाहरणार्थ, एका अध्यक्षाला अगोदर खाली ढकलून व्यवस्थापकीय संचालक बनवलं आणि नंतर त्यालाच वरती ढकलून नंतर विमा नियामक बनवलं. त्यानंतर या तीन 'थांब्यां'च्या काळात कुणाला अध्यक्षपद द्यायचं यावर सरकार विचार करत असताना हंगामी अध्यक्षांनाच काम बघावं लागलं होतं.

तर इथे खाजगी क्षेत्रात संजीव आणि अलियांझ शांतपणे विम्याच्या शिडीवर लक्षणीय उसळी घेत चढत होते. अलियांझ बजाज २००१-०२ या काळात ७.४७ कोटी रुपयांची विक्री करून नवव्या क्रमांकावर आले. २००४ साली त्यांनी बजाज अलियांझ असं नवं नामकरण केलं. त्यानंतर हळूहळू वर चढत ३१३३.५८ कोटींची विक्री करून २००५-०६ या काळात ते लीग टेबलमध्ये तिसऱ्या क्रमांकावर आले.

एलआयसी ९०,७९२ कोटी रुपयांच्या विक्रीमुळे आयसीआयसीआय प्रुडेन्शिअल आणि बजाज अलियांझ यांच्याहून कित्येक योजने पुढे होती तर आयसीआयसीआय प्रुडेन्शिअल आणि बजाज अलियांझ यांच्या विक्रीतला फरक १००० कोटी इतका कमी झाला होता. वित्तीय वर्ष २०११ आणि २०१४ या तीन वर्षांच्या काळात स्पर्धा सोसण्याची एलआयसीची उत्साही क्षमता दिसून आली. या काळात खाजगी क्षेत्राची दरवर्षाची वाढ धोक्याच्या निशाणीच्या खाली म्हणजे उणे ४.५२ टक्के (वित्तीय वर्ष २०१२) झाली. ती पुढल्या वर्षी म्हणजे २०१३ साली उणे ६.८७ टक्के झाली. त्यानंतर थोडी सावरून २०१४ साली उणे १.३५ टक्के एवढे नुकसान झाले. त्या उलट एलआयसीचा दरवर्षीचा वाढीचा आलेख लक्षणीयरीत्या भिन्न भिन्न आहे. त्यांचा आलेख खूपच कमी काळ नकारात्मक श्रेणीत गेला होता पण केवळ उणे ०.२९ टक्क्यांनीच (वित्तीय वर्ष २०१२) तो तसा गेला होता. त्यानंतर तो परत २.९२ टक्क्यांनी सर्वसाधारण स्थितीत परतला. (वित्तीय वर्ष २०१३) त्यानंतर मात्र त्याची भरभक्कम वाढ १३.४८ टक्क्यांनी झाली (२०१४). त्यामुळे

एलआयसीला आपला बाजारपेठेतील हिस्सा ७५.३९ टक्के घेऊन पुन्हा पहिल्यासारखा करता आला.

कुठल्यातरी टप्प्यावर एलआयसीचा बाजारपेठेतील हिस्सा खालावणार आहे हे नक्की, पण ते केवळ बाजारपेठ विस्तारली आहे म्हणून होईल, ग्राहक सोडून गेले म्हणून होणार नाही. तिच्या नेतृत्वपदाला दीर्घ दीर्घ काळापर्यंत कुणी गंभीर आव्हान देईल अशी कुणाचीच अपेक्षा नाही.

जगातील श्रीमंत माणूस

बर्कशायर इन्शुरन्स कंपनीने भारतातले आपले ऑफिस प्रत्यक्षात न उघडताच 'उघडले'. त्यांचे ऑफिस ही केवळ (www.berkshireinsurance.com) या नावाची वेबसाइट होती आणि तिची जीवनरेखाही डळमळीतच दिसत होती. परंतु तिनेही पहिल्या पानावरील बातमीत स्थान मिळवलं : कारण तिने जाहिरात केली की ज्या व्यक्ती 'बजाज अलियांझ चारचाकी वाहन विमा' आमच्या वेबसाइटवरून विकत घेतील त्यांना जगातील अति श्रीमंत लोकांपैकी एकाला भेटण्याची अभूतपूर्व संधी मिळेल.

कारा रायग्युल या बर्कशायर इंडियाच्या संचालकांनी एका ईमेलद्वारे कळवलं की, berkshireinsurance.com च्या माध्यमातून विकत घेतलेली पॉलिसी म्हणजेच ते कार्यक्रमाला उपस्थित राहाण्याचं आमंत्रण ठरेल. त्याच ईमेलमध्ये त्यांनी पुढे उदारतेने म्हटलं की मारुती सुझुकी इंडिया८०० या १९९६ सालच्या गाडीचा विमा घेतला तर तो २१६३ रुपयांस (४८ डॉलर्सना) पडेल. तसेच वॉरन बफे हे 'बर्कशायर हाथवेचे अध्यक्ष आणि मुख्य कार्यकारी अधिकारी' पॉलिसीधारकांना २५ मार्च, २०११ रोजी संध्याकाळी ६-८च्या दरम्यान नवी दिल्ली येथील ताज पॅलेस हॉटेलमध्ये भेटतील.

परंतु हा प्रकार बघून आयआरडीएला राग आला, ''हे योग्य नाही. विमा घेण्यासाठी तुम्ही प्रलोभने देऊ शकत नाही. विम्याच्या तत्त्वाविरुद्धच हे आहे. विमा एजंटाने दिवाळी भेट द्यावी तसा प्रकार आहे.'' त्यांच्या वरिष्ठ अधिकाऱ्यांनी नाक मुरडून म्हटलं की 'आम्ही प्रत्येकाचाच विमा उतरवतो' (वुई इन्शुअर जस्ट अबाउट एव्हरीवन)हे वॉरन बफे यांचं लाडकं वाक्य असलं तरी भारतात काही ते चाललं नाही.

या सगळ्या गलबल्यानंतर स्पष्टता आली. स्टॉक एक्स्चेंजला दिलेल्या स्पष्टीकरणात बजाज फिनसर्व्ह यांनी म्हटले की, बर्कशायर हाथवे यांना समभागातील वाटा विकण्याचा सध्या किंवा दूरदूरच्या भविष्यातही आमचा विचार नाही. बर्कशायर हाथवे हे भारतीय विमा उद्योगात बजाज अलियांझ जनरल इन्शुरन्सचे (बॅजिकचे) कॉर्पोरेट एजंट म्हणून उतरतील. बॅजिक ही बजाज फिनसर्व्हचा ७४ टक्के वाटा असलेली उपकंपनी आहे. या भागीदारीमुळे बॅजिकला आपला ग्राहकांचा पाया विस्तारता येईल. बॅजिकचे असे साधारण ४० कॉर्पोरेट एजंट्स आहेत.

बफेंना त्यांच्या औदार्याचं श्रेय दिलंच पाहिजे कारण हे ऐंशी वर्षांचे साहसी आणि परोपकारी आजोबा भारतात ती भूमिका वठवायला सहप्रवासी बिल गेट्स समवेत खरोखरच आले होते.

उलगडलेली गोष्ट

भारताच्या रिलायन्स लाइफने आपला २६ टक्के समभागांचा वाटा जपानच्या निपॉन लाइफला २९४८ कोटी रुपयांना विकला. अमेरिकन कंपनी न्यू यॉर्क लाइफने आपला मॅक्स न्यू यॉर्क लाइफमधला २६ टक्के वाटा मित्सुई सुमितोमो यांना २७३१ कोटी रुपयांना म्हणजे मूळ किमतीच्या तिपटीने विकला. अविवा इंडियाचे स्थान 'लीग टेबल'मध्ये तेरावे आले आणि आपला भागीदार डाबर याच्यापासून वेगळं होण्याची तीव्र इच्छा त्यांना होऊ लागली.

लंडन, युरोप, अमेरिका आणि अति पूर्वेकडील देशांतल्या या मूळ कंपन्यांच्या मुख्य कचेऱ्या भारतीयांइतक्याच मार खाऊ लागल्या होत्या. खरं तर चीन आणि भारत येथे येताना तिथल्या बाजारपेठांवर अग्रक्रम मिळवायचा, त्या आपण जिंकल्याच पाहिजेत असं मुळात ठरवलं गेलं होतं परंतु एक दशकानंतर पाहिलं तर खूपच कमी नफा आणि मोठे सरकारी निर्बंध यांच्यामुळे अपेक्षेअनुसार फलित मिळालं नाही.

अशा परिस्थितीत टीकेसाठी विरोधक नेहमीच पुढे असतात. त्यातील एक विरोधक होते राजन रहेजा. हे बांधकाम व्यवसायासह विविध उद्योगसमूहांचे संस्थापक होते. त्यांच्याकडे आयएनजी या डच कंपनीच्या भारतीय उपकंपनीचा ५० टक्के वाटा होता. २००५ साली त्यांनी २३१.६ कोटींना तो विकत घेतला होता. भावी नफ्याची विद्यमान किंमत अधिक निव्वळ मालमत्तेची जुळवलेली (अ‍ॅड्जस्टेड) किंमत यांची बेरीज केली की जीवन विमा कंपनीची साकल्यपूर्ण (एंबडेड) किंमत मिळते. मार्च, २०१३ सालच्या गडबडीत रहेजांना आयएनजीचा २५ टक्के वाटा ५५० कोटी रुपयांना मिळाला होता आणि त्यांनी २४ टक्के वाटा वैस्य बँक आणि अन्य विविध गुंतवणूकदारांकडून विकत घेतला होता. आयएनजी वैस्य लाइफ इन्शुरन्स त्यानंतर एक्साइड लाइफ इन्शुरन्स बनली. आयएनजी नेदरलँड्सने आपला भारतातला वाटा नुकसानीत विकला.

LIFE INSURANCE COMPANIES GROWTH, 2001–2006

(Rs CRORE)		2001–02		2002–03		2003–04		2004–05		2005–06
LIC	1	49821.91	1	54628.49	1	63533.43	1	75127.29	1	90792.22
ICICI Prudential	2	116.38	2	417.62	2	989.28	2	2363.82	2	4261.05
Bajaj Allianz	9	7.14	8	69.17	7	220.80	3	1001.68	3	3133.58
Birla Sunlife	5	28.26	4	143.92	3	537.54	4	915.47	5	1259.68
HDFC Life	4	33.46	3	148.83	4	297.76	5	686.63	4	1569.91
SBI Life	7	14.69	7	72.39	6	225.67	6	601.18	6	1075.32
Tata AIG	6	21.14	6	81.21	5	253.53	7	497.04	7	880.19
Kotak Mahindra	8	7.58	9	40.32	9	150.72	8	466.16	9	621.85
Max New York	3	38.95	5	96.59	8	215.25	9	413.43	8	788.13
ING Vysya	10	4.19	10	21.16	10	88.51	10	338.86	11	425.38
Aviva	-	-	11	13.47	12	81.5	11	253.42	10	600.27
Reliance Life	12	0.28	13	6.47	13	31.06	12	106.55	12	224.21
Met Life	11	0.48	12	7.91	14	28.73	13	81.53	13	205.99
Sahara							14	1.74	14	27.66
Shriram									15	10.33
Total (LIC+Private)		50094.46		55747.55		66653.75		82854.8		105875.8

Adapted from www.irdaindia.org. p. 19 and Shodhganga. 'Market Share of Life Insurance Companies 2001–2006'. 09_chapter 1.pdf. Both retrieved on 14 September 2020.

प्रकरण ३५

समभाग धारकांसाठी मूल्यवृद्धी खुली केली : २००४-०८

कष्टमय दिवसानंतरची सुखद रात्र.

कुठल्याही व्यवसायाच्या गाभ्याचे तीन कप्पे असतात : समभाग धारण, व्यवसाय आणि परतावा. ऑटो, वित्त आणि विमा क्षेत्रांतील संधी वाढत होत्या. त्यावर लक्ष केंद्रित केल्याने समूहाची ताकद अधिक वाढली असती आणि तो अधिक विस्तारक्षम झाला असता. समभाग धारकांना मूल्यवृद्धी देण्याच्या मोहिमेला चार वर्षं लागली. या काळात राहुल बजाज यांनी ही सगळी आव्हाने, विसंगती आणि राजकारण इतक्या सफाईने कसं काय हाताळलं?

भविष्यकाळात डोकावून पाहणं हे पहिलं पाऊल होतं. बजाज ऑटोकडे त्यांच्याच दुचाकी आणि तीनचाकी वाहनांसाठी अगदीच छोटा वाहनकर्ज विभाग होता. ही उपकंपनी कमी मागणीच्या काळात विक्री वाढावी यासाठी २५ मार्च, १९८७ रोजी स्थापन केली होती. पण मग राहुल बजाज यांच्या विलगीकरणाच्या धोरणाचे केंद्रच ही बजाज ऑटो फायनान्स कंपनी बनली. 'बिझनेस टुडे'च्या नेविन जॉन यांना मुलाखत देताना राहुलनी मान्य केलं की बजाज ऑटोपासून कर्ज देणारा विभाग वेगळा करणं हीच कृती सगळाच खेळ बदलून टाकणारी ठरली. ''तो माझ्या जीवनातला सगळ्यात कठीण पण तरीही सगळ्यात यशस्वी असा निर्णय होता.''

बजाज ऑटो ही भारतातील रोकड-समृद्ध अशा काही कंपन्यांतली एक होती आणि आहे. २००० साली त्यांच्याकडे रोकड रक्कम आणि रोकड-सुलभ गुंतवणूक अंदाजे ८००० कोटी एवढी होती. हे जास्तीचे पैसे ही कंपनी कसे वापरणार आहे किंवा कशात गुंतवणार आहे याची परदेशी गुंतवणूकदार संस्था, विश्लेषक, मोठे गुंतवणूकदार आणि प्रसार माध्यमे यांना नेहमीच उत्सुकता वाटत आली होती. जास्तीच्या निधीचा वापर करायला हवा तसा होत नसल्याने भांडवलावरील परतावा कमी येतो याची त्यांना चिंता वाटत होती. गुंतवणूकदाराच्या दृष्टीने पाहिलं तर या विलगीकरणाचे दोन लक्षवेधी फायदे होते. त्यामुळे त्यांना वेगवेगळ्या क्षेत्रांवर लक्ष ठेवणारे दोन स्वतंत्र समभाग (शेअर्स) मिळणार होते आणि ते बजाज कंपन्यांची तुलना त्यांच्याच क्षेत्रांतील अन्य उद्योगांशी करू शकणार होते.

मूल्यमापनातील तज्ज्ञ

या विलगीकरणासाठी बाहेरचा अर्थ सल्लागार कुणास निवडावं यावर पमनानींशी चर्चा करताना राहुल यांनी आपला पर्याय 'क' कार युक्त त्रिकूटावर केंद्रित केला होता : ते होते निमेश कंपानी, उदय कोटक आणि हेमेंद्र कोठारी. तीक्ष्ण नजरेने काम करताना जीवनानंद घेणारी अशी ती तिन्ही व्यक्तिमत्त्वे होती. राहुलनी त्यांतल्या कंपानी यांची निवड केली.

फायनान्शिअल टाइम्सचे वार्ताहर खोजेम मर्चंट यांनी एके काळी कंपानी यांचे वर्णन 'रेनमेकर' म्हणजे कंपनीसाठी वेगवेगळे व्यवहार करून, नवीन कामे आणून तिच्यासाठी उत्पन्नाची निर्मिती करणारा माणूस असं केलं होतं. २००५ साली अंबानी कुटुंबाच्या प्रमुख कोकिलाबेन यांना त्यांच्या दोन पुत्रांमधील कटुता नष्ट करून समझोत्यावर आणायचं होतं तेव्हा त्यांनी कंपानींचीच मदत घेतली होती. मग कंपानींनी मालमत्तेचे मूल्यमापन अशा प्रकारे आकड्यांत बसवलं होतं की ते मुकेश आणि अनिल या दोन्ही बंधूंना मान्य व्हावं. रिलायन्स इन्फोकॉम लिमिटेड या कंपनीची किंमत या दोन्ही भावांनी वेगवेगळी लावली

होती म्हणूनच केवळ ते काम अवघड नव्हतं, तर आणखीही बरंच व्यवधान या वाटण्या करताना पाळावं लागलं होतं.

राहुल बजाजनी कंपानींशी संपर्क साधला तेव्हा योगायोगाने कंपानी स्वतःच एका विलगीकरणातून जात होते. भारताच्या वेगाने विस्तारणाऱ्या एम अँड ए बाजारपेठेत (एम अँड ए म्हणजे मर्जर आणि ॲक्विझिशन म्हणजेच विलीनीकरण आणि ताबा घेणे) उतरण्यास जागतिक खेळाडू उत्सुक होते. अमेरिकेच्या मॉर्गन स्टॅन्लीला आपल्या दहा वर्षांपासूनच्या भारतीय भागीदाराचा हिस्सा विकत घ्यायचा होता. म्हणून जेएम मॉर्गन स्टॅन्ली सिक्युरिटीज यांनी कंपानींच्या ४९ टक्के हिश्शासाठी ४२.५ कोटी डॉलर्स देऊ केले. तर कंपानींनी मर्गन स्टॅन्लींच्या ४९ टक्के हिश्शासाठी २ कोटी डॉलर्स देऊ केले. सौदा झाला. जे. सागर अँड असोसिएट्स यांनी पुनर्रचनेसाठी कायदेशीर सल्लागाराचं काम केलं.

फॉर्म्युला

उत्तम फलितासाठी राहुल बजाजनी ठरवलं की राजीवने ऑटो उत्पादन व्यवसायाकडे व्यवस्थापकीय संचालक आणि मुख्य कार्यकारी अधिकारी म्हणून लक्ष द्यावं. तर संजीवने पुढील बारा महिन्यांत हळूहळू आंतरराष्ट्रीय बाजारपेठेचं काम राजीवला सोपवावं. तसंच त्यानं स्वतः वित्त व्यवसायावर आणि नव्या धोरणात्मक व्यवसायांकडे लक्ष द्यावं.

दोघेही मुलगे सर्व कंपन्यांच्या संचालक मंडळांत असतील. संजीव बजाज ऑटोच्या कार्यकारी संचालकपदावर पूर्वीसारखाच राहील. तर संजीवच्या नव्या कंपन्यांची संचालक मंडळे तयार झाली की त्यात राजीवही असेल. बजाज ऑटोच्या संचालक मंडळाची रचना आधी होती तशीच राहावी आणि राहुल बजाज या दोन नव्या संचालक मंडळांचे अध्यक्ष राहातील. रामकृष्णांच्या बाजूचे दोन चुलत भाऊही संचालक मंडळात येणार होते. सख्खा पुतण्या कुशाग्र याच्याशी कायदेशीर लढाई चाललेली असल्याने भाऊ शिशिर यास संचालक मंडळावर बोलावण्यात काहीच अर्थ नव्हता.

२००७मध्ये बजाज ऑटोचा स्टॉक पाहता त्यात ३० टक्के वाटा प्रवर्तकांचा होता, २० टक्के वाटा परदेशी गुंतवणूकदार संस्थांचा होता आणि जनतेचा वाटा २६.५० टक्के होता. याचा वारसाही गुंतागुंतीचा होता. ब्रिटिश सत्ताकाळात कंपन्यांच्या व्यवस्थापनासाठी मॅनेजिंग एजन्सी काढाव्या लागत होत्या, त्यामुळे जमनालाल अँड सन्स यासारख्या केंद्रीय कौटुंबिक गुंतवणूक कंपन्यांना त्या मॅनेजिंग एजन्सींचे उरलेसुरले अवशेष बाळगावे लागत होते. 'बजाज होल्डिंग्ज' ही मूळ कंपनी १९२६ साली स्थापन झाली. तर १९४५ सालची बच्छराज ट्रेडिंग कंपनी ही बजाज ऑटोची पूर्वज कंपनी होती. या सगळ्या तुकड्यांची एकत्र येऊन गोळाबेरीज होत होती.

या सगळ्या गाठी सोडवण्यासाठी भगीरथ प्रयत्नच करावे लागणार होते. त्यामुळे तज्ज्ञांची फौजच आत आणण्यात आली. निमेश कंपानी आणि त्यांचा मुलगा विशाल यांनाही आणलं गेलं. विशाल हा लंडन स्कूल ऑफ इकॉनॉमिक्समधून बाहेर पडलेला ताजा पदवीधर होता आणि वडिलांच्या व्यवसायात १९९७ पासून सामील झाला होता. हे दोघेही बाह्या सरसावून कामाला लागले. बजाज ऑटोचं नाव 'बजाज होल्डिंग्ज' करा आणि

बजाज होल्डिंग्जचं नाव 'बजाज ऑटो' करा- ही सूचना विशालने केली. ते ऐकताना किती गुंतागुंतीचं वाटलं तरी हा नावबदल प्रत्यक्षात उपयुक्त ठरला आणि काम करणाऱ्या टीमचं आयुष्य थोडंसं सुखाचं झालं. बजाज-कंपानी यांची योजना अशी होती की बजाज ऑटोने आपलं सगळं लक्ष वाहन उत्पादनावर ठेवावं, बजाज फिनसर्व्हने आपलं लक्ष पवन ऊर्जा, विमा आणि वित्तसेवा यांच्यावर द्यावं तर बजाज होल्डिंग्ज ही कुटुंबाची खाजगी गुंतवणूक फर्म असावी. समूहातील कंपन्यांतील गुंतवणुकीसह उर्वरित सर्व मालमत्ता, देणी, रोकड आणि रोकड-सुलभ गुंतवणुका बजाज ऑटोमध्येच ठेवाव्यात. परंतु बजाज फिनसर्व्ह आणि बजाज होल्डिंग्ज यांना गुंतवणूक कंपनीच्या रोख रकमेत त्रयस्थ नात्याने विचार करून रोकड जमा करण्याची मुभा असावी ज्यायोगे गरज पडल्यास भावी वाढीसाठी साहाय्य होईल. निमेश तेव्हा म्हणाले होते की, समूहाला नवीन व्यवसाय चालू करण्यासाठी पुरेशी रोकड-सुलभता असली पाहिजे.

ही योजना साध्य करण्यासाठी बजाज ऑटोला पवन ऊर्जा प्रकल्प बजाज फिनसर्व्हकडे देणं गरजेचं होतं. तसंच बालिक (जीवन विमा)आणि बाजिक (साधारण विमा) या विमा कंपन्यांसाठी योग्य त्या मालमत्ता आणि देण्यांसह करारपत्रे आणि कंत्राटे बनवायची होती. ८०० कोटी रुपयांची रोकड आणि रोकड-सुलभ गुंतवणूकही सर्व कंपन्यांत वाटून द्यायची होती. त्या कामाला सगळी टीम लागली.

त्याच प्रकारे शेअर होल्डिंगचीही आतल्या आत बदलाबदल करावी लागणार होती. टीमने सुचवलं की बजाज ऑटोने बजाज होल्डिंग्जचे ४.३५ कोटी समभाग ४.३५ कोटी रुपयांना विकत घ्यावेत आणि बजाज फिनसर्व्हचे ४.३५ कोटी समभाग २१.७५ कोटींना विकत घ्यावेत. पीटी बजाज इंडोनेशिया आणि काही व्हेंडर कंपन्यांसह ऑटोचा व्यवसाय, त्याची सर्व मालमत्ता आणि देणी बजाज होल्डिंग्जच्या नावे जमा करावीत. ठरल्याप्रमाणे कृती केल्यानंतर आधी उल्लेखल्यानुसार अंतिम पाऊल ठरले ते म्हणजे बजाज ऑटो लिमिटेड या कंपनीचे नाव बजाज होल्डिंग्ज झालं तर बजाज होल्डिंग्जचं नाव बजाज ऑटो झालं. त्यातच अंतर्गत आणि बाहेरच्या अशा सर्व समभाग धारकांना एकास एक समभाग हे ॲलॉटमेंट धोरण निश्चित झालं. बजाज ऑटोच्या आणि बजाज होल्डिंग्जच्या समभागाचे दर्शनी मूल्य १० रुपये ठेवलं गेलं तर बजाज फिनसर्व्हचं दर्शनी मूल्य ५ रुपये ठेवलं गेलं. नवे समभाग जारी केल्यानंतर टीमने आकडेमोड केली की बजाज ऑटोच्या विद्यमान समभाग धारकांकडे नव्या कंपन्यांतले ७० टक्के समभाग असतील आणि ते त्यांच्या विद्यमान होल्डिंगच्या गुणोत्तरातच असतील. उर्वरित अंदाजे ३० टक्के समभाग हे बजाज होल्डिंग्जकडे असतील असं ठरवलं.

संचालक मंडळ, स्टॉक एक्स्चेंज, मुंबई उच्च न्यायालय, सेबी आणि समभाग धारक तसेच अन्य नियंत्रक संस्था या सर्वांनी विलगीकरणाची योजना मंजूर केली.

या घटनेला दहाहून अधिक वर्षं उलटून गेल्यावर २००७-०८ या काळात झालेले बजाज ऑटोचे विलगीकरण याचा अभ्यास गुंग करून टाकणारा आहे. मालमत्ता, करार आणि माणसे यांची अदलाबदल करताना व्यवस्थापनाने प्रत्येक बारीकसारीक गोष्ट काळजीपूर्वक तपासली आणि विचारात घेतली, त्यामुळेच हे असामान्य यश त्यात मिळू शकलं. आपल्या

तत्त्वांना धरून राहत राहुल बजाजनी खात्री करून घेतली की या विलगीकरणाच्या टीम्स आपल्या मर्यादेच्या आतच काम करत आहेत.

टीमचं कामकाज आणि निर्णय यांच्याविषयी प्रसार माध्यमाला वेड्यासारखा रस निर्माण झाला होता. तो आवरण्यासाठी राहुल अधूनमधून माहितीचे तुकडे त्यांच्यापर्यंत पोहोचवत होते. तिन्ही कंपन्यांचे अध्यक्ष तेच असणार होते.

- ''समजून घ्या, बजाज ऑटोचे दोन तुकडे होत नाहीयेत. तर विलगीकरण होत आहे. या दोन गोष्टींत फरक आहे.''
- ''बजाज होल्डिंग्ज अँड इन्व्हेस्टमेंट लिमिटेड आणि बजाज फिनसर्व्ह लिमिटेड या दोन नव्या कंपन्यांच्या संचालक मंडळावर राजीव बजाज, संजीव बजाज आणि मधुर बजाज हे संचालक असतील.''
- ''सुरुवातीला नव्या कंपन्यांच्या संचालक मंडळाच्या सदस्यांना संचालकपदाचा पगार मिळणार नाही. अशी काहीबाही माहिती ते द्यायचे.

राहुल बजाज यांचे प्रयत्न वाया गेले नाहीत. निदान दोन-तीन वार्ताहरांनी तरी व्यवस्थापनाचे सांगणे ऐकले. तर अधिक मुरब्बी पत्रकार आपल्या कनिष्ठांकडे पाहून गालातल्या गालात हसले. त्या तुकड्यांत पूर्ण माहिती कुठे होती?

बजाज ऑटो संचालक मंडळाची बैठक, १७ मे, २००७

संचालक मंडळाची महत्त्वाची बैठक गुरुवारी होणार होती. त्याच्या आदल्या दिवशी सकाळी 'बिझनेस स्टँडर्ड' वृत्तपत्राने या संचालक मंडळावर शाब्दिक हल्ला चढवत आपल्या वाचकांना आठवण करून दिली की भारतात भावाभावांमधील स्पर्धा काही नवी नाही आणि ती अल्पसंख्य समभाग धारकांसाठी चांगली ठरत नाही असं बरेचदा दिसून आलं आहे. या वेळेस मात्र बजाज ऑटोच्या वेगवेगळ्या भागांची बेरीज नक्कीच मूळ एकत्र कंपनीहून जास्त असली तर बरे होईल. संचालक मंडळाने त्यांचे म्हणणे मानले.

त्या टप्प्यावर या विलगीकरणाचे स्थान लक्षपूर्वक ठरवले गेले होते. कारण भारतातला द्वितीय क्रमांकाचा मोटरसायकल उत्पादक आपल्या कंपनीची पुनर्रचना करणार होता ज्यायोगे त्याच्या वाढत्या विमा व्यवसायाचे मूल्यही समभाग धारकांसाठी खुले होणार होते. बैठकीच्या शेवटी संचालक मंडळाने तीन महत्त्वाच्या मुद्द्यांवर स्वाक्षऱ्या केल्या.

विद्यमान समभाग धारकांकडे नव्या कंपन्यांतील ७० टक्के समभाग असणार होते. तर उर्वरित ३० टक्के मूळ कंपनी बजाज होल्डिंग्जकडे असणार होते. नवे समभाग जारी करून ते करायचं होतं. १५०० कोटी रोकड आणि रोकड-सुलभ गुंतवणूक बजाज ऑटोला देण्यात आली, तर ८०० कोटींची रोकड आणि रोकड-सुलभ गुंतवणूक बजाज फिनसर्व्हला देण्यात आली. हे सगळे बजाज ऑटोच्या ८५०० कोटी रुपयांच्या रोकड निधीतून दिले गेले. नव्या कंपनीत विद्यमान समभाग धारकांना १:१ गुणोत्तरात समभाग मिळणार होते.

संचालक मंडळाच्या निर्णयांमुळे गुंतवणूकदारांना आनंद झाला नाही. त्यामुळे बाजार तेजीचा असूनही बजाज ऑटोचे शेअर्स इंट्रा डेच्या व्यवहारात १० टक्क्यांनी खाली गेले आणि बाजार बंद होण्याच्या आधी ते रु. २५००च्या भावाला म्हणजे ६.७ टक्के खाली होते.

बजाज ऑटो फायनान्स, अध्यक्षांचा अहवाल, १६ मे, २००७

बजाज ऑटो फायनान्समध्येही मन:स्थिती काही फार उत्साहजनक नव्हती असं पहिल्याच मीटिंगमध्ये नवीन उपाध्यक्ष पमनानी यांना जाणवलं. बजाज ऑटो फायनान्सची कामगिरी बजाज ऑटोच्या कामगिरीवर अवलंबून होती. राहुल बजाज म्हणतात त्यानुसार, ''जानेवारी ते मार्च, २००७ या काळात देशातली दुचाकीची मागणी कमी होण्यास सुरुवात झाली होती. ही मंदी तात्पुरती आहे अशी मी चुकीची आशा ठेवून होतो. आरबीआयने वित्तीय धोरण खूपच ताठर ठेवलं होतं. त्यामुळे ग्राहकोपयोगी वस्तूंच्या कर्जावरील व्याज खूपच जास्त होते. त्यातच भर म्हणून बँका आणि वित्त कंपन्यांनी वाहनकर्ज देणं बऱ्यापैकी कमीच केलं होतं आणि क्रेडिट सुविधा तर मोठ्या प्रमाणात कमी केली होती. अधिक व्याजदर आणि क्रेडिटची कमी उपलब्धी यांच्यामुळे दुचाकी उद्योगावर वाईट परिणाम झाला. अशा प्रकारे अंदाजे एका दशकानंतर दोन अंकी, देखणी वाढ ज्या दुचाकी उद्योगाची होत होती तिच्यात अचानक घट झाली. दहा वर्षांत प्रथमच एकूणच या उद्योगाला नकारात्मक वाढ बघावी लागली. २००६-०७ या काळात ८४.७० लाख दुचाक्या विकल्या गेल्या होत्या तो आकडा २००७-०८ या काळात घसरून ८०.७ लाखांवर घसरला म्हणजे एकूण या काळातील विक्री ४.८ टक्क्यांनी घसरली होती. मोटरसायकल्सच्या विक्रीतील घट तर अधिक तीव्र होती. म्हणजे २००६-०७ या काळात ७१ लाख वाहनं विकली गेली तर २००७-०८ या काळात ती ६५.४ लाख विकली गेली म्हणजे घट ७.८ टक्के झाली होती.

मे महिना उलटून हळूहळू ऑगस्ट महिनाही उजाडला. पहारेकऱ्याचं काम करणारी एक पत निर्धारण संस्था आयसीआरए हिने संजीवच्या कंपन्या म्हणजे बजाज फिनसर्व्ह, बजाज ऑटो फायनान्स लि. आणि दोन विमा कंपन्यांचे कोलॅबोरेशन यांच्यावर नजर ठेवली होती. पण मार्केट निश्चित बातमी ऐकायला अधीर झालं होतं आणि अफवांची जणू शर्यतच लागली होती. डीएनएच्या सतीश जॉननी आठवण सांगितली, ''मार्केटमधल्या लोकांनी अपेक्षा वाढवून ठेवल्या होत्या की या विलगीकरणातून जे आर्थिक ॲसेट्स बाजूला केले जातील ते बजाज ऑटो फायनान्समध्ये भरले जातील आणि नंतर त्यांचा वापर एखादी छोटी बँक ताब्यात घेण्यासाठी केला जाईल.''

नियंत्रकांच्या मान्यता हळूहळू येऊ लागल्या. सेबीने होकार दिला. मुंबई उच्च न्यायालयाने बजाज होल्डिंग्ज आणि बजाज फिनसर्व्ह यांच्यातील तसेच प्रत्येकाचे समभाग धारक आणि धनको यांच्या विलगीकरण योजनेस मंजुरी दिली. हा निकाल ३१ मार्च, २००७पासून म्हणजे भारतीय वित्तीय वर्षापासून लागू होणार होता. पुण्यात स्थानिक कंपनी रजिस्ट्रारने उच्च न्यायालयाच्या सूचना सुरळीतपणे पूर्ण केल्या.

त्यानंतर २६ मे, २००८ रोजी दोन्ही कंपन्यांचा स्टॉक एक्स्चेंजवर नोंदणी होण्याचा समारंभ करण्यात आला. बजाज ऑटोचे लिस्टिंग बॉंबे एसईवर झाले तर बजाज फिनसर्व्हचे लिस्टिंग नॅशनल स्टॉक एक्स्चेंजवर झाले.

समभाग धारकांना त्यांच्या समभागांची किंमत पोहोचती करणे

विलगीकरण बजाज समभाग धारकांना प्रमाणाबाहेर लाभदायक ठरले. तिन्ही कंपन्यांचे एकूण मार्केट कॅप २६,१६५ कोटी रुपयांनी वाढले. ते मूळ बजाज ऑटोच्या मार्केट कॅपपेक्षा २४ टक्क्यांनी वाढले होते. ते १३ मार्च, २००८ रोजी डी-लिस्ट होणार होतं त्या दिवशी ते २१,०४२ कोटी रुपये होतं. हे आकडे बॉंबे स्टॉक एक्स्चेंजने दिलेल्या माहितीतून घेतले आहेत. या आकड्यात बजाज ऑटो फायनान्सचा समावेश नाही.

कंपनीचे वाहन आणि वित्त सेवा हे दोन व्यवसाय वेगळे करण्यामागे समभाग धारकांना त्यांच्या समभागांचे मूल्य खुले करून देणे हा एक हेतू राहुल बजाज यांच्या मनात होता. त्याचप्रमाणे आपल्या दोन्ही पुत्रांच्या स्वतंत्र कंपन्या काढण्याच्या महत्त्वाकांक्षांना फुलवण्याची गरज हे कारणही त्यामागे होतं.

मात्र यात एक मिठाचा खडा होताच. ''१८ ऑगस्ट, २००७ या दिवशी झालेल्या बैठकीत ९५ टक्के समभाग धारकांनी या योजनेच्या बाजूने मत दिले होते. ३ टक्के समभाग धारकांनी योजनेच्या विरुद्ध मत दिले होते, त्यापैकी १.८ टक्के समभाग शिशिरकडे होते,'' अशी आठवण जे. श्रीधर सांगतात.

श्रीधर म्हणाले, ''राहुल बजाज बरेचदा विनोद करायचे की प्रसन्न, शांत झोप लागण्यासाठी माझ्या उशीखाली रोकड पाहिजे.'' केविन डिसा त्यास अनुमोदन देऊन म्हणतात, ''अन्य बऱ्याच उद्योगसमूहात एकमेकांशी काहीच संबंध नसलेले विविध उद्योग काढले जातात, परंतु तसं करण्यावर आमच्या अध्यक्षांचा विश्वास नाही. काय करतोय त्यावर लक्ष देणे अणि मुख्य कामात सक्षमता हे त्यांचे मूलमंत्र आहेत. 'तुम्ही अतिच पुराणमतवादी, कर्मठ आणि जोखीम घेण्यास नाखूश आहात,' असा ठप्पा लागण्याचा धोका पत्करूनही केवळ आपल्याकडे जास्तीची रोख रक्कम आहे म्हणून किंवा सध्याची फॅशन तशी आहे म्हणून ते दुसऱ्या कंपन्या ताब्यात घेणे किंवा भांडवली खर्च करणे या गोष्टी टाळतात. तसंच हातात केवळ जास्तीची रक्कम आहे म्हणून ती समभाग धारकांना परत करून टाकण्यावरही त्यांचा विश्वास नाही. पण मला आठवते आहे त्यानुसार त्यांनी एकदा २००० साली बाय बॅक करण्यास संमती दिली होती.''

विलगीकरणावरील शेवटचा शब्द

बजाज ऑटो आणि बजाज फिनसर्व्हच्या शेअरच्या किमती वर गेल्या. मार्केटने आनंद साजरा केला. जास्तीचं काम करून थकलेल्या टीम्स शेवटी आपापल्या घरी गेल्या. अद्वितीय व्यक्तिमत्त्वाच्या राहुल बजाजनी जगाला ओरडून सांगितलं, ''मला माझ्या मुलांचा अभिमान वाटतो. त्यांनी कंपनीसाठी खूपच उत्तम काम केलं आहे. ते स्वतंत्र व्यक्ती आहेत आणि मतभेदांमुळे स्वतंत्र कंपन्या केल्या असं म्हणायचं असेल तर खुशाल म्हणा तुम्ही.''

त्यानंतर इकॉनॉमिक टाइम्सच्या जीवनगौरव पुरस्कार सोहळ्यात ते म्हणाले, ''ज्या काही गोष्टी मी योग्य करू शकलो त्यांतली एक गोष्ट होती- वारसाहक्क नियोजनाची. केवळ पुढल्या पिढीमुळेच मी हा पुरस्कार घेतोय. या इथे मला फक्त माझा मोठा मुलगा राजीव

याचाच उल्लेख करायचा नाही तर त्याच्या बजाज ऑटोतील अख्ख्या टीमनेच काम करून त्याचे निकाल देण्यास सुरुवात केली आहे. चित्रपटांप्रमाणेच व्यवसायातही अचूक वेळ साधणं खूप महत्त्वाचं असतं. त्या दृष्टीने पाहता हा इकॉनॉमिक टाइम्सचा पुरस्कार योग्य वेळेस मिळाला आहे. एप्रिल २००५मध्ये मी बजाज ऑटोचा व्यवस्थापकीय संचालक राहिलो नसेन पण अध्यक्षपदावर असेन. 'तुम्ही का सोडून जात आहात?' असं लोक विचारतात तेव्हाच काम सोडून देणं इष्ट असतं.''

वार्ताहर अवीक दत्ता यांना राहुल बजाज म्हणाले, ''तुलना केली की आनंद मरतो. मला जसे माझ्यात आणि दुसऱ्या ऑटो कंपनीत तुलना करण्यात रस नाही तसंच मला बजाज ऑटो आणि बजाज फिनसर्व्ह यांच्यातही तुलना करण्यात रस नाही. तसं केल्याने माझा काय लाभ होणार? पण एक सांगतो, एखाद्या लॅटिन अमेरिकन देशातला इमिग्रेशन अधिकारी माझ्या पासपोर्टकडे बघतो आणि त्याच्या लक्षात येतं की त्याच्या देशात जी टुकटुक वापरली जाते ती बनवणाऱ्या कंपनीतून मी आलो आहे तेव्हा त्याला आनंद होतो. तो आनंद माझ्यासाठी अमूल्य असतो. कुठल्याही मार्केट कॅपची त्याच्याशी तुलना होऊ शकत नाही.''

प्रकरण ३६

कोनिचिवापासून सायोनारापर्यंत : २००३–१७

बजाज आणि शिनिची मोरिता – २००३ साली 'विंड१२५'च्या उद्घाटनप्रसंगी

कॅमेऱ्यांच्या ताफ्यासमोर उभ्या दोन वयस्क सद्‌गृहस्थांना स्वतःचा खूपच अभिमान वाटत होता आणि तो दाखवताना जराही संकोच वाटत नव्हता. हसऱ्या नजरेने राहुल बजाज यांनी नव्या 'विंड १२५' बाइकवरून पाय टाकला, हँडलबार पकडला आणि दिलखुलास हास्य

फेकलं. शिनिदी मोरिता जपानी असल्याने त्यांचा आविर्भाव अधिक मोजूनमापून असला तरी त्यांच्या चशम्याच्या गोल गोल काचांच्या आडून डोळ्यांभोवती पडलेल्या सुरकुत्यांमुळे तेही हर्षभरित झालेले आहेत हे कळत होतं. भारतात जागतिक तोडीची मोटरबाइक बनवण्यात त्यांनी आर्थिक आणि भावनिक अशी दोन्ही प्रकारची गुंतवणूक केली होती.

ही बाइक परिपूर्ण असायलाच हवी होती. शिनिची मोरिता हे कावासाकी हेवी इंडस्ट्रीजची सदस्य कंपनी द कन्झ्युमर प्रॉडक्ट्स अँड मशिनरी कंपनी हिचे अध्यक्ष होते. त्यांचे हितसंबंध बजाज यांच्याहून अधिक पणाला लागले होते आणि हा उपक्रमही त्यांच्यासाठी अधिक आव्हानात्मक होता. आपण राहुल बजाज यांच्याशी असलेलं व्यावसायिक नातं भारताबाहेरही विस्तारू या असं मोरितांना त्यांच्या संचालक मंडळाला आणि मुख्य कंपनी कावासाकी हेवी इंडस्ट्रीजचे अध्यक्ष मासामोतो ताझाकी यांना पटवून द्यावं लागलं होतं पण तोही अवघडलेला क्षण त्यांनी सहन केला होता.

शतकाच्या अखेरीस कावासाकी हेवी इंडस्ट्रीजला सलग तीन वर्षे नुकसान सोसावं लागलं होतं. १९९९ सालापर्यंत जपानी अर्थव्यवस्था अमेरिकेतील दोन घडामोडींमुळे आक्रसली होती. अमेरिकन अर्थव्यवस्था थंडावल्यामुळे जागतिक अर्थव्यवस्थेत मंदी आली होती आणि अल कायदाच्या ९/ ११ च्या न्यू यॉर्कवरील हल्ल्याचे तर आर्थिक प्रभाव दीर्घकालीन आणि तात्कालिक असे दोन्ही झाले होते.

'जपानचं हरवलेलं दशक' असं ज्याला म्हणता येईल असं ते दशक निघालं. त्या काळात जपानची निर्यात लक्षणीय घटली आणि स्थानिक खाजगी क्षेत्रातील भांडवली गुंतवणूकही दुर्बळ झाली. जपान सरकारच्या संरचनात्मक सुधारणांच्या धोरणांमुळे सार्वजनिक बांधकामावरील खर्चावर बंधनं आली त्यामुळे गडगडण्याचा आणखी एक नकारात्मक परिणाम त्यांच्या अर्थव्यवस्थेवर पडला. डिसेंबर २०००मध्ये २१.८१ टक्के वाढ कमी झाली. ''गैरसोयींचे हे घटक एकत्र आल्याने जपानमधील आर्थिक परिस्थिती अतिशय आव्हानात्मक बनली होती,'' ताझाकींनी ते मान्य केलं. खुरडत खुरडत पुनश्च नफाक्षम होण्यासाठी कावासाकीला २००२ साल उजाडावं लागलं. मोरिता यांचे उद्घाटनप्रसंगी हजर असणे आणि प्रसार माध्यमांना भेटणे यांतूनच कळत होतं की हा पुढाकार तिथं जपानमध्ये किती महत्त्वाचा मानला जातो आहे ते!

पंखांत भरला वारा

ही मोटरबाइक भारताच्या या उदयोन्मुख क्षेत्रात येणाऱ्या पहिल्या काही बाइकपैकी होती. जुलै, २००३मध्ये भारतातल्या बाजारपेठेत आली. १०० सीसी कम्युटर आणि अधिक ताकदीची १५० सीसी प्लस या दोन क्षेत्रांच्या मधली अशी ही बाइक असून ती त्या दोन्ही टोकांमधला सुवर्णमध्य गाठत होती. याद्वारे बजाज चार स्ट्रोक १२५ सीसीची बाइक आणत होते. राहुल बजाज यांची अपेक्षा होती की दीर्घावधीत खरेदीदारांच्या पसंतीत बदल होऊन ती या क्षेत्राच्या दिशेने झुकेल. भारतात एकूण १ लाख ते १ लाख २० हजार बाइक्स विक्रीसाठी येणार होत्या.

कावासाकींनी असे ठरवले होते की विंड१२५ ही बजाज यांनी भारतात खास बनवलेली जागतिक बाइक असेल आणि ती येथल्या स्थानिक तसेच जागतिक बाजारातही विकली

जाईल. त्या प्रसंगी मोरितांनी वार्ताहरांना सांगितलं की, विंड१२५ ही जागतिक बाजारपेठ ध्यानात घेऊन बनवलेली बाइक आहे, ही आग्नेय आशिया, मेक्सिको, ब्राझील आणि भारताच्या शेजारी राष्ट्रांत निर्यात करण्याची आमची योजना आहे. परंतु अगोदर आम्ही इथे प्रतिसाद कसा मिळतो ते पाहतो. मग ठरवतो.

त्याबद्दल राहुल बजाज म्हणाले, ''आम्ही फक्त निर्यातीसाठी म्हणूनच एक कमी भागभांडवलाची प्रत्येकी ५०:५० टक्के वाट्याची अशी एक मार्केटिंग कंपनी संयुक्तपणे उभारण्याचा विचार करत होतो.'' भारतात तयार झालेल्या कावासाकी बजाज मोटरसायकली कावासाकींच्या वितरण व्यवस्थेतून आंतरराष्ट्रीय स्तरावर विकल्या जाणार होत्या. थायलंड, ब्राझील आणि अर्जेंटिना या देशांत निर्यातीची योजना होती. चाचण्या फिलिपाइन्समध्ये नियोजित केल्या होत्या.

विंड१२५च्या उद्घाटनाने चार महत्त्वाच्या पायाभरण्या केल्या. बजाज-कावासाकी यांच्या भागीदारीच्या भारताबाहेरील विस्ताराने कोलॅबोरेशनच्या १९ वर्षांच्या इतिहासाला नवीनच गती दिली. वाळुज कारखान्यास कावासाकी हेवी इंडस्ट्रीजचे 'जागतिक हब' म्हणून मान्यता मिळाली. यापूर्वी कावासाकी मुख्यत्वेकरून पाठीमागे राहूनच काम करायचे. ते बजाज ऑटोशी बाइक्सच्या इंजीन तंत्रज्ञानावर संयुक्तपणे काम करायचे. आंतरराष्ट्रीय बाजारपेठेत हे नाते उलट झाले. म्हणजे कावासाकी निर्यात बाजारपेठ उघडू लागले आणि बजाज पाठीमागे राहून उत्पादन करू लागले. शेवटची आणि चांगली गोष्ट म्हणायची तर राहुल बजाज यांनी १९८५च्या सुमारास दुचाक्या निर्यात करायची स्वप्नं पाहिली होती ती स्कूटर्सच्या रूपात नसली तरी बाइक्सच्या रूपात फळाला येत होती.

भारतात विंड१२५चे उद्घाटन ऑगस्ट, २००३मध्ये झाले तेव्हा शिनिची मोरिता विनम्रतेची साक्षात मूर्तीच बनले होते. परंतु त्यानंतर काही आठवड्यांनी म्हणजे ३१ ऑक्टोबर, २००३ रोजी सदतिसाव्या टोक्यो मोटर शोमध्ये मात्र प्रेस ट्रस्ट ऑफ इंडियाच्या राकेश हरी पाठक यांच्याशी बोलताना मात्र ते हातचं राखून बोलत होते.

त्यांनी पाठकना सांगितलं, ''दर्जा हा खूप महत्त्वाचा मुद्दा आहे. या क्षणी राहुल बजाज हे स्थानिक बाजारपेठेत खूश असतील, परंतु निर्यात यशस्वी व्हावी म्हणून दर्जा वाढवण्याविषयी आम्ही त्यांच्याशी बोलत आहोत.'' ''अधिक गुंतवणूक करा,'' असं सांगितल्यावर बजाज यांचा प्रतिसाद काय होता असं विचारल्यावर मोरिता सौम्यपणे उत्तरले, '''हो' आणि 'नाही' असा तो प्रतिसाद होता. आम्ही कोलॅबोरेटर्स होतो म्हणून 'हो' आणि बजाज ही एक स्वतंत्र कंपनी आहे आणि ते त्यांचे निर्णय स्वतंत्रपणे घेतात म्हणून 'नाही'. बजाज हे एक तगडे भागीदार असून त्यांच्या उत्पादनाचा पाया चांगला आहे. आम्ही आमच्या साथीबद्दल पूर्णतया समाधानी आहोत''.

इंडिया कावासाकी मोटर्सची संकल्पना

२००५च्या मध्यावर कोबे आणि टोक्योमध्ये एका किरकोळ भासणारी पण नंतर गंभीर होऊ शकणारी चर्चा कावासाकीच्या वरिष्ठ व्यवस्थापनात सुरू झाली. : आपण बजाज यांच्या सोबतची भागीदारी सुरूच ठेवायची की एकट्यानेच पुढे जायचं? त्यांच्या बाइक्सना

केटीएमकडून स्पर्धा होऊ लागली होती, त्यामुळे या जॉइंट व्हेंचरच्या संयुक्त फायद्यापेक्षा एकट्या बजाज यांचाच अधिक फायदा होत होता. अशीही आठ वर्षांची ही युती तशीही संपणार होतीच. मग आपणच कावासाकी इंडिया मोटर्स (आयकेएम) ही १०० टक्के आपलीच उपकंपनी का उभारू नये?

मिंटच्या शॅली सेठ यांनी कावासाकी हेवी इंडस्ट्रीजचे अध्यक्ष हिरोशी टाकाटा यांना विचारलं, ''भारतातील उपकंपनी स्थापन करणं किती महत्त्वाचं आहे? त्या देशात जगातील जवळजवळ सगळ्याच मोटरसायकल निर्मात्यांनी त्यांची उपस्थिती प्रस्थापित केलेली असताना हे तुमचं पाऊल तसं उशिरानेच पडत आहे असं नाही का वाटत तुम्हाला?''

त्यावर टाकाटांनी मोजूनमापून दिलेलं उत्तर असं होतं, ''बजाजशी आमचं सहकार्य १९८४मध्ये सुरू झालं. कावासाकी त्यांना तंत्रसाहाय्य देत होते आणि बजाज आम्हाला कमी खर्चातील उत्पादन देत होते. आम्ही आमचे संबंध खूपच दीर्घ काळ टिकवून ठेवू शकलो. इंडिया कावासाकी मोटर्सची स्थापना कावासाकी यांच्यासाठी खूप महत्त्वाची आहे कारण मोठ्या मोटरसायकलींची मागणी वाढते आहे हे आम्हाला दिसतं आहे. अजून फार उशीर झालाय असं नाही वाटत आम्हाला- कारण मध्यम ते मोठ्या मोटरसायकलींची मागणी आत्ता कुठे मूळ धरू लागली आहे. आता बजाज यांच्याकडे त्यांच्या स्वतःच्या मोटरसायकली बनवण्याचे कौशल्य आलेलं आहे त्यामुळे आम्हाला आमच्यातील नाते पुढल्या पातळीवर न्यायचे असून भारत सोडून अन्य देशांत आम्ही आमचे सहकार्य मजबूत करू शकतो का ते पाहायचे आहे.''

बाइकस्वारांचे गाऱ्हाणे

पाव शतकभर बजाजचं पायाभूत सुविधांमधील कौशल्य आणि दृष्टिकोन यांमुळे कावासाकीला भारतीय बाजारपेठेत प्रवेश करणे सोपे झाले होते, हे त्यांनी मान्य केलं. बजाज कावासाकी बाइक्ससाठी विक्रेते आणि देखभाल-सेवा एजंट म्हणून काम करतील का? उदाहरणार्थ, प्रो-बायकिंग डीलरशिप्स आणि शोरूम्स राजीव बजाज यांनी केटीएमसोबत विकसित केल्या आहेत हा अत्यंत मोह घालणारा असा विक्रीचा मार्ग असून तो सर्व महत्त्वाच्या भारतीय शहरांत उपलब्ध आहे. हे दोन्ही बजाज आयात कावासाकी बाइक्सचं मार्केटिंग, विक्री आणि देखभाल-सेवा प्रो-बायकिंग फ्रँचायझी सेवेमार्फत करतील का?

राजीवशी चर्चा केल्यानंतर विचारांती होकार द्यायचं ठरलं. इंडो-जपानी नाते आणखी एक पाऊल पुढे पडले. कावासाकींना ३००हून अधिक प्रो-बायकिंग शोरूममध्ये प्रवेश मिळाला. तो आत्तापर्यंत केवळ केटीएमसाठीच राखीव होता. ऑगस्ट, २०१३ मध्ये निंजा३०० ही खास वैशिष्ट्ये असलेली मोटरसायकल ३.५ लाख रुपये किमतीला (एक्स शोरूम दिल्ली) प्रो-बायकिंग शोरूम्समध्ये अवतीर्ण झाली.

आयकेएमसाठी काळजीची गोष्ट ही ठरली की केटीएमच्या बाइक्स स्थानिक बाइकस्वार उत्साहाने विकत घेत होते. बजाज ऑटोने भारतात उत्पादन करून विकलेली केटीएम बाइक्सची बरीच मॉडेल्स कावासाकी मॉडेल्सशी थेट स्पर्धा करू लागली. २०१२ ते २०१७ या काळात केटीएम बाइक्सची विक्री ४८ टक्के चक्रवाढ वार्षिक दराने वाढली.

कावासाकीला केटीएमचा फटका केवळ बाजारातच बसला नाही तर केटीएमने बजाज यांच्यासाठी अधिक नफाही आणला. त्यामुळे या लढाईत केटीएमची जीत अटळ होती.

त्यामुळे कावासाकी आणि बजाज भागीदारी तुटणार का, या शंकेने व्यथित झालेली बाइकस्वार मंडळी अतिशय आक्रमकपणे तुटून पडली. ''कावासाकी बजाज यांच्यातील दुराव्यामुळे जवळजवळ सर्वच कावासाकी मोटरसायकल मालकांना जबरदस्त गैरसोय सहन करावी लागत आहे.'' असं bikeadvice.in या संकेतस्थळाचं म्हणणं पडलं. ''पुढल्या महिन्यात या भागीदारीचा अंत होणार असा लोकांनी अंदाज बांधल्याने बजाजच्या प्रो-बायकिंग डीलर्सनी कावासाकी मोटरसायकलींची विक्री आणि देखभाल-दुरुस्ती बंद केली आहे,'' अशी दुसऱ्या एकाने तक्रार केली, तर ''टायर-टू शहरांतील (५० हजार ते १ लाख लोकवस्तीच्या शहरांतील) दुकानांतून सुटे भागच शेल्फवरून गायब झाले आहेत,'' अशी आणखी एकाने तक्रार केली. ''ज्या प्रकारे बजाज यांनी या बदलाच्या टप्प्यात सोय पुरवणे बंद केलं आहे ते अगदीच टोकाचे वाटते,'' चौथ्याने तक्रार केली. दोघांत तिसऱ्याची लुडबुड असेल तर ती दीर्घ काळ टिकत नसते, आणि लवकरच कावासाकीला जाणवू लागलं की तो बाहेरचा तिसरा आपण आहोत.

आयकेएम चाकण

युजी होरिऊची या इंडिया कावासाकी मोटर्सच्या अनिवासी प्रमुखांना आणि त्यांच्या व्यवस्थापकांना १० हजार चौरस मीटर कारखान्याच्या सगळ्या कायदेशीर औपचारिकता पूर्ण करण्यासाठी तीन वर्षे लागली. १० जुलै, २०१०च्या सुमारास या सगळ्या औपचारिकता पूर्ण झाल्या आणि कावासाकींनी सप्टेंबरमध्ये आपलं चाकणमधील कामकाज सुरू केलं. डीलर्स आणि स्वतः ग्राहक मंडळी हळूच कडेकडेने भारतीय बाजारपेठेतील हे एकट्याचे अधिकृत आगमन कसे होते ते पाहत होते. जपानी कंपनीच्या आंतरराष्ट्रीय संग्रहांतील स्पोर्ट्स बाइक्स, टुरर्स, क्रूझर्स आणि अन्य अधिक मोठ्या आणि चांगल्या मॉडेल्सचे इथं आगमन होईल म्हणून ते वाट पाहत होते पण निराशा त्यांच्या नशिबात लिहिली होती.

त्याआधी म्हणजे ऑक्टोबर, २००९मध्ये अंतर्गत सौदर्यस्पर्धेत कावासाकींनी निंजा२५० आर ही तिच्या चाचणी लाँचसाठी निवडली होती. भारतात तिची विक्री वर्षाला ५ हजार मोटरसायकली अशी होईल अशी कावासाकीला आशा होती. चीनमध्ये वर्षाला तेवढ्या विकल्या जात होत्या. नवा चाकण कारखाना १००० सीसी निंजासह वेगवेगळ्या आकारांच्या मोटरसायकलींसाठी सिद्ध असला तरी कावासाकी मोटरसायकल्स आणि इंजीन विभागाचे प्रमुख काझुओ ओटा यांनी सुचवलं की २०० सीसीच्या आसपासच्या बाइक्सची मॉडेल्स आपण बनवू, त्याहून मोठी नकोत. त्यांनी असंही सांगितलं की भारतीय कारखान्याकडे आता नवीन मॉडेल्स भारतातच विकसित करण्याची क्षमता आली आहे. निंजा२५० आरने खूपच प्रभावी प्रतिसाद दिला. खरं तर तिची किंमत रस्त्यावर उतरताना ३० लाखांच्या जवळ जाणारी होती. त्यामुळे उत्साहित होऊन कावासाकींनी २०१० साली भारतात १००० निंजा विकण्याचं लक्ष्य ठेवलं. पहिली स्थानिक स्तरावर जुळवलेली कावासाकी मोटरसायकल सगळ्यात वरची म्हणजे निंजा१००० होती. त्यानंतर निंजांची रांगच लागली, त्यात

निंजा३००, निंजा४००, निंजा६५०, निंजा झेडएक्स ६ आर, निंजा१०००, निंजा झेडएक्स १० आर आणि निंजा झेड६५० या मोटरबाइक्स होत्या. आयकेएमचे चाकण कारखान्यातील युनिट जपानमध्ये बनून भारतात आयात केलेल्या सीकेडी पॅक्सची विनाव्यत्यय जुळणी करू लागले. साद खान आणि कन्नन यांनी ब्लॉग लिहिले की, रस्त्यावर येतानाची किंमत बरीच जास्त असूनही बाइक्सनी खूप मोठा प्रतिसाद मिळवला परंतु स्पर्धक होंडा यांनी ताबडतोब कावासाकीच्या तंगडीत तंगडी घातली आणि २५० सीसीची परवडण्याजोगी बाइक अर्ध्या किमतीला रस्त्यावर आणली.

मग अंतर्गत संशोधन विकास केंद्रात आणखी ३० इंजिनिअर्स आणले गेले. त्यात बरेच कावासाकी, जपानमधून आलेले इंजिनिअर्सही होते आणि त्यांना भारतातल्या कामाला 'कायम'चं पाठवण्यात आलं होतं. त्यामागचं उद्दिष्ट : भारतात कावासाकीला अधिक स्पर्धात्मक बनवणे, त्यांचे काम : उदयोन्मुख बाजारपेठांना लक्ष्य ठेवून बनवलेल्या मॉडेल्समध्ये स्थानिक स्तरावर उत्पादित केलेले, कमी किमतीचे सुटे भाग वापरता कसे येतील याचा शोध घेणे.

कावासाकी हेवी इंडस्ट्रीज आपल्या भारतीय शाखेचं काय करणार आहे याविषयीचं कुतूहल टोक्यो, कोबे आणि आकुर्डी येथे वाढू लागलं होतं. एका आयकेएम व्यवस्थापकाने 'ऑटोकार' या मीडिया कंपनीला सांगितलं, ''कावासाकी सध्या दहा नव्या डीलरशिप देण्याच्या अंतिम टप्प्यात आहे. कोल्हापूर, भुवनेश्वर, लुधियाना, नागपूर, विशाखापट्टण, कालिकत, मंगलोर, कोलकता, देहरादून आणि गोवा या ठिकाणची सेवाकेंद्रे २०१७पर्यंत बांधून सुरू होतील अशी अपेक्षा आहे. त्यामुळे आमची एकूण केंद्रे बावीस होतील. कावासाकीकडे एका नव्या डीलरशिपसाठी 'सॉफ्ट ओपनिंग'चीही संकल्पना आहे. (सॉफ्ट ओपनिंग याचा अर्थ व्यवसाय पहिल्यांदाच सुरू करताना तो केवळ मर्यादित संख्येच्या लोकांनाच उपलब्ध करून देणे.) त्या ठिकाणी बुकिंग स्वीकारली जातील त्यामुळे ग्राहकांना पूर्ण सेवाकेंद्र उभारले जाईतो वाट पाहावी लागणार नाही. सध्या प्रत्येक विद्यमान डीलरकडे त्याचे स्वतःचे सेवाकेंद्र आहे आणि त्याशिवाय आणखी आठ डीलर्स निवडक शहरात फिरती सेवाकेंद्रे चालवत आहेत.'' त्यानंतर टोक्योहून पुढील शब्द आले, ''फक्त कावासाकी मोटरसायकलच ठेवणाऱ्या डीलर्सची संख्या २०२० अखेरपर्यंत ३० एवढी वाढवा.''

एशियन या नावाने ओळखल्या जाणाऱ्या आग्नेय आशियातील देशांत बजाज ब्रँडेड मोटरसायकली या संयुक्त रिटेल धोरणाचा भाग म्हणून समाविष्ट झाल्या आणि अशा प्रकारे त्या भागातील भागीदारी विस्तारली. उदाहरणार्थ, कावासाकीशी जोडी जुळवल्याने बजाज ऑटोला पल्सर आणि डिस्कव्हर या ब्रँड्ससाठी इंडोनेशिया आणि फिलिपाइन्स येथील बाजारपेठेत आपला हिस्सा वाढवता आला. पुनरुज्जीवित झालेल्या नात्यामुळे निंजा२५० सीसी सीबीयू या वाहनाला आकर्षकपणे ९० हजार रुपये या किमतीला ठेवता आलं. ती थायलंडमध्ये स्थानिक एक्स-फॅक्टरी किंमत होती. राहुल बजाज यांच्यासाठी भारतातील आयात कर भरल्यानंतरही एक्स-शोरूम किंमत २ लाख रुपये एवढी आकर्षक होती.

आपण पुढे जाताजाता जिथे कावासाकी ब्रँड जोरदार आहे अशा आशिया-पॅसिफिक भागांतील आणि जगातल्या अन्य ठिकाणीही संयुक्तपणे चाचपून पाहावे अशी भागीदारांना

आशा होती. राहुल बजाजनी मान्य केलं की, आग्नेय आशिया, लॅटिन अमेरिका आणि चीन येथील बाजारपेठांचा विचार आम्ही करत आहोत, तथापि- ते कसं करायचं याची आत्तापर्यंत स्पष्ट योजना अशी आमच्या डोळ्यांसमोर अजून नाही. सध्या फिलिपाइन्समध्ये चाचण्यांचे आयोजन केलं आहे.

'सायोनारा' केला असला तरी पूर्ण शेवट नाही झालेला

नियोजनानुसार बजाज-कावासाकी यांची भारतातील ३९ वर्षांची युती १ एप्रिल, २०१७ रोजी संपुष्टात आली. दोन्ही पक्षांनी शांतपणे मान्य केलं की दोघांच्याही मोटरसायकली उर्वरित जगात एकत्रपणे विकणे हे भारतात एकमेकांवर कुरघोडी करण्यापेक्षा अधिक बरे आहे. आता आतल्याआत खदखद असली तरी बजाज मंडळी नातं टिकवून ठेवण्यात चांगली होती.

प्रकरण ३७

राज्यसभा : २००६-१०

नवी दिल्लीतील राज्यसभा - २००६ साली

एअर इंडियाच्या विमानातले गडद लाल रंगाचे आसन ग्रहण केल्यावर शरद पवार साहेबांनी विमानाच्या भिंतीवर रेखाटलेल्या गलेलठ्ठ महाराजाच्या बोधचिन्हाकडे स्नेहाने नजर टाकली आणि चुणचुणीत हवाई सेविकेच्या हातून पेय घेतलं. मग आपली पत्नी - प्रतिभा - व्यवस्थित बसल्या आहेत ना याची खात्री करूनच ते सरतेशेवटी शांतपणे विसावले. भारताचे ते तत्कालीन कृषिमंत्री वॉशिंग्टन आणि न्यू यॉर्कच्या वाटेवर होते. ६-७ जून,

२००६ या दिवशी भरणाऱ्या यूएस इंडिया ॲग्रीकल्चरल नॉलेज इनिशिएटिव्ह बोर्डाच्या दुसऱ्या बैठकीस ते चालले होते.

भारताच्या हरित क्रांतीचे प्रणेते आणि नोबेल पारितोषिक विजेते - अमेरिकन शेती अर्थतज्ज्ञ - नॉर्मन बॉरलाग यांची भेट घेण्यासोबतच पवार साहेबांचे पुढले दोन दिवस पूर्णतया कामात बुडालेले असणार होते. पण तरी त्यातून वेळ काढून त्यांना मित्र राहुल बजाज यांना राज्यसभेची सीट मिळवून देण्यासाठी मोर्चेबांधणी करायची होती. तसंही ते मतमोजणीच्या व्यवस्थित आधी परत येणार होते आणि कुणाचं काही मन वळवायचं असल्यास तेही वळवू शकणार होते, झोप लागता लागता त्यांच्या मनात विचार आला.

चव्वेचाळीस दिवसांपूर्वी झालेल्या एका हत्येमुळे राज्यसभेत रिक्त जागा निर्माण झाली होती. गुणवंत भाजपनेते प्रमोद महाजन यांची हत्या मुंबईतच त्यांचे धाकटे बंधू प्रवीण महाजन यांनी केल्याने ही जागा रिक्त झाली होती. भारतीय राज्यघटनेअनुसार त्याच राज्यातून नवा सदस्य ताबडतोब निवडला जावा लागतो आणि हा सदस्य त्या मृत सदस्याच्या कार्यकाळाच्या समाप्तीपर्यंत राहतो. या बाबतीत तो कार्यकाळ ४ वर्षांचा होता.

३ मे, २००६ रोजी प्रमोद महाजन यांनी जखमांपुढे हार मानली आणि त्यांचे प्राणोत्क्रमण झाले. ज्या क्षणी त्यांना गोळी लागली त्या क्षणापासूनच राज्यसभेसाठी इच्छुक लोकांच्या भल्यामोठ्या रांगा दिल्लीच्या २४, अकबर मार्ग येथे, १०, बिशंभर दास मार्ग येथे, ११, अशोक मार्ग येथे आणि मुंबईच्या सेना भवनाबाहेर लागल्या होत्या.

(२४, अकबर मार्ग येथे सोनिया गांधींच्या नेतृत्वाखालील भारतीय नॅशनल काँग्रेसचे कार्यालय आहे. तर १०, बिशंभर दास मार्ग येथे शरद पवारांच्या राष्ट्रवादी काँग्रेस पक्षाचे कार्यालय आहे. ११, अशोक मार्ग येथे भाजपच्या राजनाथ सिंह यांचे कार्यालय आहे आणि मुंबईच्या सेना भवनात शिवसेनेच्या बाळासाहेब ठाकरे यांचे कार्यालय आहे.) टेलिफोन घणघणत होते, आशांची घोडदौड चालली होती परंतु राहुल बजाजच अंतिम सीमारेषेशी पोहोचणार होते. त्यांनी गुरुवार, १६ जून २००६ रोजी राज्यसभेची निवडणूक जिंकली. त्यांचा कार्यकाळ २० जून २००६ रोजी सुरू झाला आणि ४ जुलै, २०१० रोजी संपला. राहुल बजाज यांचे ते नजीकचे भविष्य चार फोन कॉल्ससोबत सुरू झालं.

''रविवारी, शरद पवार यांच्या सांगण्यावरून मी राहुल बजाज यांना फोन केला,'' प्रफुल्ल पटेल या गुणवंत राजकारण्यांनी आठवण सांगितली, ''तुम्हाला आमच्या क्लबमध्ये म्हणजेच राज्यसभेत सामील व्हायला आवडेल का? असं मी राहुलभाईंना विचारलं. त्यावर ते त्यांच्या नेहमीच्या स्वभावानुसार म्हणाले, 'विचार करा, नंतर तुम्हाला पश्चात्ताप होणार नाही ना? कारण एकदा का मी होकार दिला आणि पुढे झालो की नंतर माघार घेणार नाही.' असे होते राहुलभाई - एखाद्या ध्येयासाठी - हिंमतबाज, निश्चयी आणि लढाऊ बाण्याचे.''

ती आठवण सांगताना राहुल म्हणाले, ''खरं तर राज्यसभेत जाणं आपल्याला शक्य आहे असं मला मुळीच वाटत नव्हतं. पण शरद पवारांनी अमेरिकेला निघण्यापूर्वी मला लंडनहून फोन केला तो आश्चर्याचा धक्काच होता. कारण कुठला पक्ष मला राज्यसभेत पाठवील? मी तर कुठल्या पक्षाचा सदस्य होणार नव्हतो.

''त्या वेळेस शरद पवार लंडनमध्ये होते आणि प्रफुल्ल अलास्काच्या क्रूझवर होते. ते दुसऱ्याच दिवशी एकमेकांशी बोलले. कारण मध्ये वेळच फार नव्हता. दोघांचं माझ्या नावावर एकमत झालं. त्यानंतर पुढला इतिहास आहे. मी शरद पवारांना अतिशय स्पष्टपणे सांगितलं होतं की मी स्वतंत्र सदस्य म्हणूनच येईन, कुठल्याही पक्षाचा माणूस म्हणून नाही येणार. राहुल पुढे सांगू लागले. ''दुसऱ्याच दिवशी मी प्रफुलभाईंशी बोललो. सगळं काही ठरवायचं होतं कारण अर्ज भरायची शेवटली तारीख पाच-सहा दिवसांनी होती. मग मी भाजप आणि शिवसेनेतील काही लोकांशी बोललो. त्यांच्याशी एक तर शरदराव किंवा प्रफुलभाई यांनी बोलून ठेवलेलं होतं आणि त्यांना माझी उमेदवारी मान्य होती. मी भाजपमधील अडवाणीजी अणि आणखी एक-दोघांशी बोललो तर शिवसेनेत बाळासाहेब आणि उद्धव यांचेशी बोललो. या सर्वांनी म्हटलं की ज्या क्षणी शरद पवार अथवा प्रफुल पटेल यांनी माझं नाव घेतलं त्या क्षणी त्यांनी त्यांची संमती अगदी पटकन आणि आनंदाने दिली. (अर्थात ते सौजन्याने बोलत होते.)

''अपक्ष उमेदवार म्हणून उभं राहण्यासाठी मला फार काही करावं लागणार नव्हतं. मला फक्त उमेदवारीचा अर्ज भरायचा होता, त्यासाठी प्रफुलच्या मुंबईतल्या माणसाने मला मदत केली. शरदराव आणि प्रफुलभाईंनी मला गणित समजावून दिलं होतं. : एकूण २८८ संसद सदस्यांपैकी मला १९० मते साधारणपणे मिळतील आणि तो स्पष्ट विजय असेल. मी अर्ज भरण्यापूर्वीच मला हे सांगितलेलं होतं.''

अंकगणित

अशा स्थितीतील युक्ती म्हणजे गणित पक्कं समजून घ्यायचं. लोकसभेच्या सदस्यांना तर देशभरातील मतदार थेटच निवडून देतात. तर राज्यसभेचे सदस्य अप्रत्यक्षपणे वेगवेगळी राज्ये आणि त्यांचे एमएलए (संसदसदस्य) निवडतात. महाराष्ट्राच्या राज्य विधिमंडळात २८२ सदस्य आहेत, त्यांपैकी काँग्रेस ७३, राष्ट्रवादी काँग्रेस ७१, शिवसेना ५८, भाजप ५४, जनसुराज्य पार्टी ४, मार्क्सवादी कम्युनिस्ट पक्ष ३, शेतकरी कामकरी पक्ष २, भारिपा बहुजन महासंघ १, रिपब्लिकन पक्ष (आठवले गट) १, स्वतंत्र भारत पक्ष १, अखिल भारतीय सेना १ आणि अपक्ष १९, अधिक एक नामनिर्देशित सदस्य. त्यामुळे राहुल बजाज यांना पुढे जायला कमीतकमी १४५ मते हवी होती.

एखाद्या राज्याच्या विधिमंडळातील सदस्य राज्यसभेसाठी 'सिंगल ट्रान्स्फरेबल व्होट' (एसटीव्ही) व्यवस्थेअनुसार विशिष्ट प्रमाणात मतदान करतात. प्रत्येक संसद सदस्याचं मत एकदाच मोजलं जातं. संसद सदस्य प्रत्येक जागेसाठी मतदान करत नाहीत. तसं झालं असतं तर फक्त सत्ताधारी पक्षाचेच सदस्य राज्यसभेत जाऊ शकले असते. त्याऐवजी संसदसदस्यांना सर्व उमेदवारांच्या नावांची यादी दिली जाते. त्यांनी प्रत्येक उमेदवारासमोर त्यांच्या पसंतीचा १,२,३ असा क्रमांक द्यायचा. जर १० किंवा अधिक सदस्यांनी एखाद्या उमेदवाराला पहिली पसंती दिली तर त्याची किंवा तिची निवड होते. स्वतंत्र उमेदवार म्हणून जाणीवपूर्वक स्थान निवडलेल्या राहुल बजाजनी पक्षीय राजकारणापासून आणि प्रचाराच्या बारीकसारीक तपशिलापासून स्वतःला दूरच ठेवलं होतं. शरद पवार साहेबांच्या मुरब्बी कौशल्यांवर त्यांचा विश्वास होता.

ते गणित पाहता पवार साहेबांचं काम सोपं होतं. त्यांच्या राष्ट्रवादीकडे ७१ संसदसदस्य होते. त्याला शिवसेनेचे ५८ आणि भाजपचे ५४ जोडले असते तर राहुलना १८३ मते मिळाली असती. पण आयुष्य एवढं सोपं कधीच नसतं.

सोनिया गांधी

तांत्रिकदृष्ट्या आणि अधिकृतपणे राष्ट्रवादी आणि काँग्रेस हे महाराष्ट्रात एकेमकांचे दोस्त होते. साहजिकच पवारांचा पक्ष त्यांच्या आणि राहुल बजाज यांच्या मैत्रीखातर शिवसेना-भाजपशी एकत्र हातमिळवणी करतो यावर काँग्रेसने हरकत घेतली. त्यामागे इतिहास होता.

इटलीत जन्मलेल्या सोनिया गांधींना देशाचे नेतृत्व करण्याचा हक्क आहे का, या मुद्द्यावर शरद पवारांनी काँग्रेस पक्ष सोडला होता. ''९८ कोटी लोकांच्या देशात शिक्षण, कौशल्ये आणि कार्यक्षमता असलेला भारतीय माणूस- जो या भूमीवर जन्मला आहे त्यानेच इथल्या सरकारचं नेतृत्व केलं पाहिजे,'' असं पवार, पी. ए. संगमा आणि तारिक अन्वर यांनी १५ मे १९९९ रोजी सोनिया गांधींना पत्र लिहून कळवलं. या त्रिकूटाने काँग्रेस सोडली आणि काही दिवसांनी राष्ट्रवादी काँग्रेस स्थापन केली.

या बंडखोरांसाठी वेळ फारच कमी होता. तेराव्या लोकसभेचे मतदान ५ सप्टेंबर, १९९९ रोजी सुरू झालं. भाजप जिंकून आला, तर काँग्रेस हरली. आणि राष्ट्रवादी काँग्रेसला तर केवळ आठच जागांवर समाधान मानावं लागलं. या सगळ्या उलथापालथीनंतर पवार आणि सोनिया गांधींनी २००४ सालच्या विधिमंडळ निवडणुकीसाठी महाराष्ट्रात भाजपला आव्हान देण्यासाठी तडजोड केली. काँग्रेस-राष्ट्रवादी युती जिंकून आली.

राष्ट्रवादीने भाजप-शिवसेनेशी हातमिळवणी केली म्हणून वैतागलेल्या काँग्रेसने निषेध व्यक्त केला. तेव्हा पवारांनी न डगमगता म्हटलं की, राहुल बजाज यांनी महाराष्ट्राला प्रचंड योगदान दिलं आहे आणि राज्याला त्यांच्यासारख्या उद्योग-धुरीणांची गरज आहे. पवारांनी वार्ताहरांना सरळ सांगून टाकलं की, यांच्यासारखे लोक संसदेत असले पाहिजेत. ते कुठल्या पक्षाचे उमेदवार नाहीत तर स्वतंत्र उमेदवार आहेत.

पवारांनी सर्वांना आठवण करून दिली, ''राहुल बजाज यांचे वडील कमलनयन बजाज आणि आजोबा जमनालाल बजाज हे दोघेही काँग्रेसचे दिग्गज होते. त्यांचे वडील संसदेचे काँग्रेस पक्षाचेच तीन कार्यकाळ सदस्य होते. त्यांचे आजोबा स्वातंत्र्यपूर्व काळात महात्मा गांधींचे सहकारी होते, काँग्रेस कार्यकारिणीचे सदस्य होते आणि काँग्रेस पक्षाचे खजिनदारही होते.''

भडकलेल्या सोनियाजींनी ताबडतोब अविनाश पांडे यांना राहुल बजाजना आव्हान देण्यासाठी काँग्रेसच्या गोटातून पुढे केलं. स्थानिक, सुशिक्षित, मराठी पांडे हे नागपूरचे वकील होते. त्यांनी माथाडी कामगार (अंगमेहनतीचं असुरक्षित काम करणारे कामगार) आणि बिडी कामगारांना (बहुशः महिला कामगार) मदत करून नाव मिळवलं होतं. राष्ट्रवादीचे राज्याचे अध्यक्ष अरुण गुजराथी यांनी सामोपचाराने घेण्याचा बराच प्रयत्न केला. ते म्हणाले की, राष्ट्रवादीने राहुल बजाज यांच्या उमेदवारीस पाठिंबा दिला आहे. भाजप आणि शिवसेना त्यांना मदत करत आहेत हा केवळ योगायोग आहे. ते कुणीच लक्षात घेतलं

नाही. त्यामुळे राहुल बजाज बाहेर पडल्यावर २०१० साली पांडेंची नियुक्ती राज्यसभेवर होईल हे सोनियाजींनी जातीने पाहिलं.

परंतु एक 'मस्तमौला' मराठी माणूस बाळासाहेब ठाकरे आणि ज्याला अटल बिहारी वाजपेयींनी २००१ साली पद्मभूषण पारितोषिकाने भूषवलं होतं तो मारवाडी बनिया राहुल बजाज यांच्यात मैत्रींचं नातं कसं आहे हे तरी निरीक्षकांनी लक्षात घ्यायला हवं होतं किंवा निदान समजून तरी घ्यायला हवं होतं.

पुणे येथे जन्मलेले आणि तिथेच लहानाचे मोठे झालेले लाजरे, भित्रे ठाकरे मुंबईला १९५१-५२ च्या काळात राहायला आले आणि फ्री प्रेस जर्नल या वृत्तपत्रात व्यंगचित्रकाराचे काम करू लागले. बेहराम कॉंट्रॅक्टर हे भारताचे आघाडीचे व्यंगलेखक होते. ते त्या काळात ठाकरे यांचे सहकारीही होते. त्यांची दोन व्यंगचित्रे एका ब्रिटिश व्यंगचित्र संग्रहात सामील झाली आहेत पण अद्यापि लक्ष्मण यांची झालेली नाहीत. (आर. के. लक्ष्मण हे भारतातील सुविख्यात व्यंगचित्रकार, चित्रकार आणि विनोदी लेखक होते. लक्ष्मण आणि बाळासाहेब ठाकरे समकालीन होते, दोघेही वर्षभराच्या अंतरात जन्मले आणि तसेच वर्षभराच्या अंतरातच निधनही पावले.)

शिवसेना

१९५७ सालच्या दुसऱ्या सार्वत्रिक लोकसभा निवडणुकीत भारतीय कम्युनिस्ट पक्षाचा उदय झाला तेव्हा रामकृष्ण बजाज आणि ठाकरे एकत्र आले. राहुल सांगतात, ''बाळासाहेब ठाकरे आणि माझे काका कम्युनिस्टविरोधी होते. शिवसेना आणि कॉंग्रेस यांच्या विचारधारा वेगवेगळ्या असल्या तरी त्यांच्यात चांगले संबंध होते.''

१९६० साली ठाकरे यांनी नोकरी सोडून दिली. फ्री प्रेस जर्नलमध्ये राहिलेल्या कॉंट्रॅक्टर यांच्या म्हणण्यानुसार ''कदाचित त्या भित्र्या दर्शनी चेहऱ्यामागे एक ज्वालामुखी खदखदत असावा, किंवा मग जे काही घडलं ते योगायोगाने किंवा अपघाताने घडलं असावं. मिस्टर ठाकरे यांनी संतापाच्या भरात वृत्तपत्र सोडलं किंवा त्यांच्या सौम्य स्वभावाला जेवढा राग व्यक्त करणं शक्य होतं तेवढ्या प्रमाणात त्यांनी संताप व्यक्त केला. त्याचं असं झालं की एका अमेरिकन वृत्तपत्राने त्यांचं एक व्यंगचित्र छापलं आणि त्याचा त्यांना चेक पाठवला. परंतु व्यवस्थापनाने तो चेक स्वतःकडे ठेवून म्हटलं की ते व्यंगचित्र आमची मालमत्ता आहे.''

निर्धन असूनही निर्धार करून ठाकरे यांनी आपले धाकटे बंधू श्रीकांत यांच्या सोबत मार्मिक हे 'पंच' या विनोदी इंग्रजी मासिकासारखं मराठीतलं मासिक काढलं. फी प्रेस जर्नलचे व्यवस्थापन दक्षिण भारतीय होतं आणि त्यांचा पहिला हल्लाही दक्षिण भारतीयांवरच झाला. कॉंट्रॅक्टर म्हणाले, ''पुढला हल्ला गुजरात्यांवर झाला आणि त्यानंतर मुस्लिमांवर झाला. त्यामागची मूलभूत धारणा अशी होती की अ-महाराष्ट्रीय म्हणजे (मराठी न बोलणारे) लोक हे मुंबईच्या 'आहे रे' गटातले आहेत आणि भौगोलिकदृष्ट्या जी मुंबई मराठी लोकांच्या मालकीची आहे ते 'नाही रे' गटात मोडतात.

त्यांचा राजकीय अजेंडा तर विकसित झाला. नव्या पक्षाला नाव हवं होतं. रामकृष्ण बजाजनी सुचवलं की 'शिवसेना' ठेवा. ठाकरे यांनी ते मान्य केलं. मग १९ जून, १९६६ रोजी

ठाकरे यांनी अति उजवा प्रादेशिक राजकीय पक्ष काढला आणि त्याची विचारधारा मराठीच्या बाजूने आणि हिंदुराष्ट्राच्या बाजूने अशी केली. तथापि, ठाकरे-बजाज यांच्यातील दुवा होता रामकृष्ण यांचे सचिव बी.के. देसाई.

शरद पवार ती आठवण सांगतात, ''आमचं एक त्रिकूटच बनलं होतं. बी. के. देसाई हे बहुश्रुत विचारवंत होते. ते मार्मिकमध्ये टोपण नावाने लिहायचे, नंतर ते बाळासाहेबांचे सल्लागार बनले. शिवसेना उभी करण्यास त्यांचा पूर्ण पाठिंबा होता. त्या काळात आम्ही काळा घोड्यासमोरील एल्फिन्स्टन कॉलेजच्या दुसऱ्या किंवा तिसऱ्या मजल्यावर अन्य काही लोकांसह भेटायला सुरुवात केली. शिवसेनेच्या पहिल्या काही बैठकी खास झाल्या नाहीत. शिवसेनेच्या पहिल्या बैठकीत रामराव आदिक यांनी भाषण केलं. जेव्हा बाळासाहेबांनी महाराष्ट्र-कर्नाटक सीमेचा मुद्दा हातात घेतला आणि मोरारजी देसाईंच्या महाराष्ट्रविरोधी वक्तव्यासाठी त्यांची नाकेबंदी करायचं ठरवलं तेव्हा त्यांना एकदम महत्त्व मिळालं. त्या वेळेस माझ्यावर त्यांच्या राजकारणाचा सर्वप्रथम प्रभाव पडला. मी तेव्हा बारामतीत होतो आणि मुंबईला परत निघालो होतो तेव्हा लालबाग येथे दगड फेकणाऱ्या गटांनी माझ्या गाडीवर हल्ला केला. दुखापत न होता मी तिथून निघालो पण माझ्या गाडीची काच तुटली आणि माझ्या सोबत प्रवास करणाऱ्या एका ज्येष्ठ काँग्रेस नेत्यांच्या हनुवटीस मार लागला.''

राहुल बजाज आठवण सांगतात, ''काका १९९४ साली वारल्यावर मी बाळासाहेबांच्या अधिक संपर्कात आलो. ते उद्योगविकासाच्या सदैव बाजूनेच होते. मला आठवतं की कित्येक वर्षांपूर्वी बजाज ऑटोच्या आकुर्डी कारखान्यात वेतन कराराचं नूतनीकरण जवळ आलं होतं तेव्हा आमचं व्यवस्थापन भारतीय कामगार सेनेशी संवाद साधत होतं. वेतनाच्या वाटाघाटी करताना मतभेद होत होते, दोन्हींकडून जोरदार घासाघीस चालली होती परंतु हिंसा मात्र कधीच झाली नाही आणि माझ्याकडे कुणी पैशांची मागणीही कधी केली नाही.

''मी एकदा युनिअनच्या कराराच्या बैठकीनंतर बाळासाहेबांना मुंबईत भेटायला गेलो होतो तेव्हा मला स्पष्ट आठवतं की चर्चा झाल्यावर त्यांनी कामगार सेनेला सांगितलं की बजाज ऑटो तुमच्या पगारवाढीच्या मागणीचा सहानुभूतीने विचार करील पण तुम्ही संपावर जाऊन कंपनीचं नुकसान करणार नाही आणि तुमची उत्पादन क्षमताही वाढेल याचं आश्वासन द्यायला हवं. ते कामगारांच्या बाजूने बोलायचे पण त्यांनी कंपनीच्या हितसंबंधांकडे कधीच दुर्लक्ष केलं नाही.''

बजाज यांच्या सोबतच्या पन्नास वर्षांच्या नात्यामुळे शरद पवारांच्या सूचनेस ठाकरे यांनी लगेच मान्यता दिली. बजाज दोघांचेही मित्र होते त्यामुळे ठाकरे यांनी आपल्या ५८ शिवसेना संसद सदस्यांना आदेश दिला की २००च्या राज्यसभा पोट निवडणुकीत तुम्ही राहुल बजाज यांच्या नावास पसंती द्या.

पवारांच्या खेळीला अडवणारा तिसरा गडी कोण?

महाजनांच्या पुढाकाराने आणि बाळासाहेब ठाकरे यांनी मान्यता दिल्याने शिवसेना आणि भाजपने १९८९ साली युती केली होती. त्या काळात भाजप अस्तित्वात येऊन फक्त नऊ वर्षे

झाली होती. त्यांचा महाराष्ट्रात फारच कमी प्रभाव होता. शिवसेना स्वतःची ओळख नक्की काय असावी याविषयी पेचप्रसंगात सापडलेली आहे हे महाजनांनी ओळखलं आणि त्याचा स्वतःच्या फायद्यासाठी वापर करून घेतला. ठाकऱ्यांनी १९६६ साली सेनेची स्थापना केली तेव्हा ती एक राजकीय संघटना होती आणि स्थानिक भूमिपुत्रांच्या ध्येयासाठी लढत होती पण तिचा मुंबई शहराच्या पलीकडे फार काही प्रभाव नव्हता. १९८०च्या दशकात पक्षाचा संदर्भही क्षीण होऊ लागला कारण मराठी वर्चस्वाचा मुद्दाही दुर्बळ होऊ लागला.

तेव्हा हे दोन्ही पक्ष हिंदुत्वाच्या मुद्द्यावर एकत्र येतील अशी संधी महाजनांनी त्यात शोधली. महाराष्ट्र विधानसभा आणि लोकसभेसाठी त्यांनी युती केल्यावर वर्षभरातच त्यांच्या राजकीय उपस्थितीने आकाशात झेप घेतली. यापूर्वी भाजप आणि शिवसेना यांना विधानसभा निवडणुकीत प्रत्येकी मूठभर जागा मिळाल्या होत्या. युती झाल्यानंतरही जरी १९९० सालची निवडणूक काँग्रेस जिंकलेली असली तरी दोन्ही पक्षांना कधी नव्हे त्या ९४ जागा मिळाल्या होत्या. : सेनेला ५२ आणि भाजपला ४२.

तरीही या युतीत शिवसेना हा मोठा भाऊ होती. कारण जास्त जागा त्यांना मिळाल्या होत्या. १९९३ सालच्या मुंबई दंगलींनंतर १९९५ साली राज्यात धर्माधारित मनभेद खूपच वाढलेले असताना १९९५च्या निवडणूकीत सेना-भाजप युती जिंकून आली आणि विधानसभेत प्रथमच सत्तेत आली. सेनेने मनोहर जोशींना मुख्यमंत्री बनवले पण दोन्ही पक्षांना कारभाराचा काहीच अनुभव नव्हता. ते पाचच वर्षे म्हणजे एक कार्यकाळ सत्तेत राहिले. पुढील पंधरा वर्षे जरी ते विधानसभेच्या निवडणुका हरत राहिले असले तरी या युतीमुळे या दोन्ही पक्षांना आपला प्रभाव महाराष्ट्रात विस्तारण्यास खूप मदत झाली.

१९९९ साली या युतीला १२५ जागा मिळाल्या तर २००४ साली ११६ मिळाल्या. या काळात त्यांना ही संख्या स्वबळावर वाढवता आली नसली तरी ते एकत्रितपणे काँग्रेस-राष्ट्रवादी युतीचे विरोधक म्हणून सातत्याने उभे राहू शकले.

२००६ साली मृत्यू होईपर्यंत महाजन हे भाजप आणि सेनेला एकत्र ठेवणारा 'गोंद'च होते. सुजाता आनंदन यांनी 'सम्राट' या पुस्तकात लिहिलंय की ही युती बरेचदा तुटायच्या घाईला आली होती कारण बाळासाहेब ठाकरे यांना वाजपेयी किंवा अडवाणी फारसे पसंत नव्हते. ''महाजन नेहमी तणाव दूर करायला आणि गोष्टी 'पॅच अप' करायला पुढे असायचे.'' परंतु महाजनांनंतर आपल्या आवडत्या उद्योजकासाठी गोष्टी घडवून आणण्यास पवार साहेबांनी पुढाकार घेतला होता.

जात हा घटक

राहुल बजाज यांच्या राज्यसभा उमेदवारीसाठी पवारांना धर्माधारित राजकारणाबाबत भीती कमी जाणवली असेल परंतु जातीचे मुद्दे कुठल्याही भारतीय निवडणुकीत कधीच दूर नसतात. राहुल बजाज आणि पांडे हे दोघेही टीकेचे धनी झाले.

काँग्रेस अध्यक्षा सोनिया गांधी यांना कास्ट्राईब नामक मागास वर्गीयांच्या राज्य सरकारी कर्मचारी संघटनेकडून पांडे यांचे विरुद्ध तक्रार मिळाली. ते नागपुरातले संसदीय सदस्य असताना त्यांनी नागपूर जिल्हाधिकाऱ्यांवर हल्ला केल्याचा आरोप त्यांच्यावर होता.

मधल्या काळात काही अन्य मागास वर्गीय संस्थांनी संसद सदस्यांना आवाहन केलं की तुम्ही राहुल बजाज यांच्या बाजूने मत देऊन नका. कारण ते आरक्षणविरोधी भूमिका घेतात. त्यास काही लोकांनी प्रतिसाद दिला. रिपब्लिकन पक्ष आठवले गटाचे सुरेश उर्फ पप्पू कलानी, प्रकाश आंबेडकराच्या भारिपचे हरिदास भडे आणि शिवसेनेचे गुलाबराव गावंडे यांनी मत दिलं नाही. त्यांपैकी गांवड्यांचे विमान उशिरा आल्याने ते मत देऊ शकले नाहीत तर कलानी आणि भडे यांनी अन्य मागास वर्गीयांच्या संस्थांना मदत करण्यासाठी म्हणून तो निर्णय घेतला होता.

विजयानंतर 'आरक्षण' या विषयावरील आपली भूमिका स्पष्ट करताना राहुल बजाज म्हणाले, ''माझा जातीपातींवर विश्वास नाही आणि आरक्षणाविरुद्ध माझी भूमिका केवळ ओबीसी कोटा आणि खाजगी क्षेत्रातही आरक्षण आणण्याच्या प्रस्तावाविरुद्ध आहे. मी माझं मत बदलणार नव्हतो आणि आरक्षणाचे पाठीराखे त्यांचं मत बदलणार नव्हते. बजाज ऑटोमधील माझा ३७ टक्के कामगारवर्ग मागास वर्गीय जातींचाच आहे. मी त्यांना त्यांच्यातील गुणांमुळे नोकरी दिली आहे, जातींमुळे नाही.''

गुरुवारी १५ जून, २००६ रोजी राहुल बजाज यांनी पांडे यांचा पराभव १०५ मतांनी केला. बजाज यांच्या राज्यसभा नामनिर्देशन कागदपत्रावर पहिली स्वाक्षरी करण्यासाठी विनय कोरे पुढे झाले.

संसद सदस्य

''राज्यसभेतून संसदेत प्रवेश केल्यावर आपल्याला खरोखर कुठे जायचं होतं याची जाणीव त्यांना झाली का?'' पत्नी रूपा यांनी शंका व्यक्त केली आहे. ''त्यांना आव्हान स्वीकारायला आवडायचं. कदाचित त्यांच्या रक्तातले मूळचे गुणच त्या निमित्ताने बाहेर आले असावेत. कारण जमनालालजी हे १९३१-४०च्या दशकात काँग्रेसचे खजिनदार होते तर कमलनयनजी १९५७-७२ या काळात लोकसभेचे तीनदा खासदार झाले होते. खरं सांगायचं तर संसदेतील काही जुने लोक अजूनही कमलनयनजींची आठवण काढतात.''

त्या पुढे म्हणाल्या, ''राहुलना सभागृहातल्या सर्व राजकीय पक्षांच्या सदस्यांकडून मिळणारं सौहार्द स्पष्ट जाणवण्यासारखं होतं. म्हणजे अगदी डाव्या पक्षाचे सदस्यही राहुलकडे सल्ला घ्यायला यायचे. त्यांच्याविषयी फारशी माहिती नसलेला एक हिमाचल प्रदेशातील सदस्य म्हणाला, 'तुम्ही आत आलात तेव्हा आम्हाला वाटलं की हा बघा आणखी एक पैशांचा थैला आला. पण तुमचे विचार खूपच विशाल आहेत.' आणखी एका प्रसंगी राहुल राज्यसभेत बोलल्यानंतर द्रमुकच्या एका सदस्याने त्यांना चिठ्ठी पाठवली की, केवळ राहुल बजाजच हे बोलू शकतात. सर्व विचारसरणींच्या लोकांना वाटणारे आकर्षण आणि त्यांनी केलेला स्वीकार हीच बहुधा त्यांची सर्वांत मोठी शक्ती असावी.''

बजाज जुन्या आठवणींत रमून जाऊन म्हणाले, ''मला माहीत होतं की उद्योजकाने उद्योग क्षेत्राविषयी बोलावं अशी राज्यसभेच्या सदस्यांची अपेक्षा होती. पण मला तसं करायचं नव्हतं. शेतकरी आत्महत्या हा एक मोठाच मुद्दा होता. मी स्वतः विदर्भातून आलेलो असल्याने आणि तिथेच जास्त शेतकरी आत्महत्या होत असल्याने माझ्या भाषणाचे

शीर्षक 'विदर्भातील शेतकरी - आत्महत्या' असे असणे योग्यच होते. योगायोगाने मी बोललो तेव्हा सभागृहात शरद पवारही होते.

''पी. सी. अलेक्झांडर तथा पिंनजारैतलाकल चेरियन अलेक्झांडर म्हणाले की, मी आणि राहुल बजाज असे दोघे जण महाराष्ट्रातून स्वतंत्र सदस्य म्हणून राज्यसभेवर निवडून गेलो होतो. चर्चेला येणाऱ्या कुठल्याही विषयावर त्यामुळे आम्ही वस्तुनिष्ठ भूमिका घेऊ शकत होतो. मात्र वक्त्यांना बोलायला दिलेल्या वेळेच्या बाबतीत आणि क्रमवारीबाबतीतही स्वतंत्र सदस्यांना खूपच मर्यादा येतात. राहुल बजाज यांच्या पुढाकाराने आमच्यातील काही अपक्ष सदस्य अधूनमधून भेटू लागलो आणि चर्चेत भाग घेण्यासाठी संधी आणि वेळ जास्त कशी मिळेल यावर चर्चा करू लागलो. इतरांशी वाद न होता आमचे ध्येय साध्य कसे करता येईल याविषयी बजाज नेहमीच व्यवहार्य उपाय घेऊन यायचे. आणि जेव्हा जेव्हा राहुल बजाज एखाद्या चर्चेत भाग घ्यायचं ठरवत तेव्हा त्यांचं बोलणं खूप लक्ष देऊन ऐकलं जात होतं कारण त्यांच्या विचारांत स्पष्टता आणि ठामपणा असे.''

राहुल बजाज त्यावर म्हणाले, ''प्रश्नोत्तराच्या तासात सदस्यांना त्रस्त करणाऱ्या विषयांवर सरकारला प्रश्न विचारण्याची संधी सदस्यांना मिळायची. अर्थात, सर्वच प्रश्नांत सर्वांनाच रस असेल असं नव्हतं. त्यामुळे एखाद्या वेळेस कंटाळा आला किंवा प्रश्नोत्तरे काय चाललीत यावर सारखा विचार करायला लागला की मी सदनातून सेंट्रल हॉलमध्ये जात असे. तिथे माझी लोकसभा सदस्यांपासून बऱ्याच लोकांशी मैत्री नसली तरी ओळख झाली. आम्ही राजकारण, कायदे, उद्योग, शेती, सरकारची आणि विरोधकांची वागणूक याविषयी चर्चा करत होतो. मला सेंट्रल हॉलमधली साखर उद्योगाच्या खास करून उत्तर प्रदेशातील साखर उद्योगाच्या समस्यांवरील चर्चा आठवते- आमच्या सगळ्या साखर गिरण्या तिथेच होत्या. मी स्वतः त्यांचं व्यवस्थापन बघत नसलो तरी मला त्या चर्चेत रस होता. उसाच्या भावाविषयी साखर उद्योग आणि सरकार यांच्यात मतभेद होते. उ.प्र.मधील साखर उद्योगाला वाटत होतं की राज्य सरकार शेतकऱ्यांची मतं मिळावीत म्हणून उसाचा भाव खूप जास्त ठेवते. तथापि, त्या चर्चेत वेगवेगळे कोन समोर आले आणि त्यामुळे मला उ.प्र.मधल्या साखर उद्योगाविषयी उद्योगातल्या लोकांचे आणि सरकारचे म्हणणे काय आहे ते समजले.''

राहुल यांचा कार्यकाळ २०१०मध्ये संपला. पांडे यांना राज्यसभेत प्रवेशाची पुन्हा संधी मिळाली. राहुल गांधी यांच्या शिफारशीवरून काँग्रेसने नामनिर्देशित केलेले गांधी-नेहरू परिवाराचे समर्थक पांडे सहज निवडून आले.

सन्मानाची उधळण

मनमोहन सिंग पंतप्रधान होते आणि राहुल बजाज राज्यसभेत होते तेव्हा त्यांच्याकडून काही प्रसंगी कौतुकाची उधळण बजाज यांचेवर झाली. सिंग हे स्वभावाने मितभाषी होते. पण ते नेहमीच तसे नव्हते हे राहुल बजाजना त्यांच्याकडून २० मे २००८ रोजी आलेल्या पत्रावरून कळतं. : त्यात त्यांनी लिहिलं होतं, ''मला राहुल बजाज यांच्याशी झालेली संभाषणे, युक्तिवाद आणि चर्चा नेहमीच आवडल्या आहेत. मी त्यांच्याकडून खूप काही शिकलो आणि अजूनही शिकतो आहे. त्यांच्याशी माझे वेगवेगळ्या मुद्द्यांवर मतभेदही

आहेत. परंतु त्यांचा दिलखुलासपणा, सौजन्य आणि स्पष्टवक्तेपणामुळे मला त्यांचं महत्त्व वाटतं. त्यांच्या व्यक्तिमत्त्वातील याच गुणांमुळे ते सार्वजनिक जीवनातली व्यक्ती बनले आहेत आणि संसद सदस्य म्हणून ते आपली भूमिका कौतुकास्पदरीत्या निभावत आहेत.'' अधिक व्यक्त न होण्याचा स्वभाव सोडून पुढे सिंग लिहितात, ''उद्योगातील त्यांच्या कुशाग्र बुद्धिकौशल्याबद्दल, धाडसी उद्योजकत्वाबद्दल, उत्कट देशभक्तीबद्दल अणि आपल्या देशाच्या विकासाशी असलेल्या बांधिलकीबद्दल माझ्या मनात अत्युच्च आदर आहे. आपल्या देशातील आदरणीय उद्योगाग्रणींपैकी ते एक उच्च स्थानाचे व्यक्तिमत्त्व आहे.''

सिंग यांचे अर्थमंत्री पी. चिदंबरम हे तर अधिकच स्पष्ट होते, ''ते जरी कुप्रसिद्ध बॉंबे क्लबचे सदस्य असले तरी ते जागतिकीकरणाच्या पूर्ण विरुद्धच होते असं मला वाटत नाही. माझ्या मते राहुल तेव्हा एक वैध मुद्दा मांडत होते. भारत जागतिक अर्थव्यवस्थेशी जोडला जात असताना हा मुद्दा आपण सदैव लक्षात ठेवण्यासारखा आहे.''

भाजप नेते अरुण जेटली एकदा गालातल्या गालात हसत म्हणाले, ''एक व्यक्ती म्हणून राहुल प्रेमळ, मैत्रीपूर्ण आहे. तो अजिबात अहंमन्यता बाळगणारा नाही. त्याचे विनोद मीही खूप आवडीने ऐकले आहेत, कधीकधी ते माझ्यावरही केलेले असत. त्याचा प्रतिसाद खूप आवडायचा. त्याच्या उपस्थितीमुळे संध्याकाळ रंगतदार आणि उचंबळून आणणारी व्हायची. त्याच कारणाने आम्हाला एकमेकांविषयी आदर आणि प्रेम वाटत होतं.''(जेटली नंतर २०१९ साली निधन पावले.)

वृत्तपत्र क्षेत्रातील अग्रणी विजय दर्डा कौतुकाने म्हणाले, ''राहुल बजाज संसदेत पहारेकरी कर्मचाऱ्यासह सर्वांशी बोलतात आणि उगाचच औपचारिकता बाळगत नाहीत. त्यांच्या विचारांचा मला व्यक्तिशः उपयोग झालेला आहे. आम्ही १९७१-८०च्या दशकात नागपूर येथे लोकमत वृत्तपत्र सुरू केलं तेव्हा आम्हाला शोध लागला की बजाज यांच्या जाहिराती आमच्या स्पर्धकांच्या वृत्तपत्रांत येत आहेत. तेव्हा मी त्यांना पत्र लिहिलं होतं की आमच्या स्पर्धकालाच सगळ्या जाहिराती मिळत आहेत आणि आपले एवढे घरगुती संबंध असूनही आम्हाला काहीच नाहीत असं का? त्यावर त्यांचा प्रतिसाद खूपच उद्बोधक होता. त्यांनी मला लिहिलं, 'व्यवसाय आणि खाजगी संबंध वेगवेगळे ठेवले पाहिजेत. लोकमत जेव्हा योग्य उंचीवर पोहोचेल तेव्हा बजाजच्या सगळ्या जाहिराती तुमच्याकडे आपोआप येतील.' त्यातला संदेश स्पष्ट होता. आम्ही आमच्या स्पर्धकास हरवण्यासाठी कष्ट करावेत असं त्याचं म्हणणं होतं. आणि ते तसंच झालं.''

बिमल जालान यांनी त्यांना 'अतुलनीय राहुल' असंच नाव ठेवून दिलं होतं.

प्रकरण ३८

ग्र्युज गॉटं : २००७–२१

राजीव बजाज आणि स्टिफन पिअरर

ऑस्ट्रियाचे स्टिफन पिअरर वार्ताहर ऍलन कॅथकार्ट यांना म्हणाले, ''राजीव बजाज आणि मी मार्च, २००७ मध्ये जिनिव्हा कार शोमध्ये पहिल्यांदाच भेटलो. तिथं आम्ही आमची 'एक्स-बो' मोटरसायकल सादर केली होती. आम्ही भेटलो आणि आमचे स्वभावही लगेच जुळले. त्या मोटरसायकलने प्रभावित झालेल्या राजीवने लगेचच केटीएममध्ये १४.५ टक्के गुंतवणूक करायचं ठरवलं.''

त्यानंतर काही महिन्यांनी म्हणजे ऑगस्ट, २००७ मध्ये अमेरिकेला आर्थिक अरिष्टाने वेढले आणि जगालाही सोबत वणव्यात ओढले. भारतात आणि आकुर्डीत ही भीती सुरुवातीला बंदच करून ठेवली होती आणि 'दिल्ली अभी दूर है'- काळजी करायची नाही हा मंत्र जपायला सुरुवात झाली होती. परंतु पिअररसाठी तसं नव्हतं. संकटात सापडलेल्या या ऑस्ट्रियन उद्योजकला बाहेर काढण्यासाठी राजीवने जवळजवळ ४० टक्के भागभांडवल केटीएम एजीमध्ये ओतलं. ते नंतर वाढून ४८ टक्के होणार होतं. त्यानंतर २०१९ सालापर्यंत अधिक बळकट आर्थिक पायावर उभ्या पिअररने बजाजच्या केटीएम एजीतील वाटा केटीएम इंडस्ट्रीजमध्ये ट्रान्स्फर करण्यासाठी वाटाघाटी केल्या.

भारतातील वृत्तपत्रांनी विचारलेल्या प्रश्नांवर राजीवने अगदी सौजन्यपूर्वक उत्तरं दिली. : तो म्हणाला की, ही काही भाग भांडवलातली गुंतवणूक किंवा मालकीहक्काचा खेळ नव्हता. अशा आर्थिक गुंतवणुकी भावी काळात टिकून राहत नसतात. केटीएम आणि बजाज यांच्यातील नात्याचा पाया म्हणजे दोन स्वयंपाकघरांनी एकत्र येऊन स्वयंपाक केल्यासारखं आहे. आम्हा दोघांना बांधून ठेवण्यात समान हेतूचा वाटा अधिक आहे, भागभांडवलाचा नाही.''

प्रायोगिक तत्त्वावरील समन्वयामुळे केटीएम ड्यूक१२५ या मोटरसायकलीचे भारतात यशस्वी उद्घाटन झालं. २०१२ साली बजाज केटीएम भागीदारीने त्यांचे पहिले एकत्र विकसित उत्पादन केटीएम ड्यूक२०० हे भारतासह जगातल्या निवडक बाजारपेठांत आणलं. केटीएम३९० ड्यूक हे मॉडेलही आणखी दोन सुपरबाइक मॉडेल्ससह अवतरलं. आरसी२०० ही रु. १.६० लाखाला आणि आरसी ३९० ही २.०५ लाखाला अशा त्या मोटरसायकली होत्या. त्यामुळे मॉडेल्सची संख्या वाढली आणि त्यासह डीलरशिपमधली नफाक्षमताही वाढली. वित्तीय वर्ष २०१४ पर्यंत बजाज ऑटोने ११०५० पेक्षा अधिक केटीएम मोटरसायकली भारतात विकल्या होत्या तर २४०१६ देशाबाहेर निर्यात केल्या होत्या. भारतात या क्षेत्रातला केटीएमचा बाजारपेठेतील केटीएमचा वाटा २८ टक्क्यांनी वाढला. २०२० साली चाकणने १० लाख केटीएम बाइक्स उत्पादित केल्या.

पिअरर त्याविषयी म्हणाले, ''केटीएम ही शर्यतीतील शिलेदार आहे आणि बजाज यांच्याकडे पल्सरसारखा ब्रँड आहे, ते लोक दहा लाख पल्सर बाइक्स दरवर्षी बनवतात. वाढती मागणी पुरवण्यासाठी उत्पादन वाढवण्यावर बजाजचा भर आहे. यातला प्रत्येक भाग चाकण कारखान्यात होतो. तो आम्ही बजाज यांच्या सोबत संयुक्तपणे विकसित करतो आणि त्याचं डिझाइनही तसंच तयार करतो. ही वस्तूच अशी आहे जिचा बजाजना अभिमान वाटू शकतो आणि जपान्यांसाठी तर हा मापदंडच आहे.''

पिअरर मागचं आठवत सांगू लागले, ''आम्हाला भागीदार हवे होते, प्रामाणिकपणे सांगायचं तर बजाजसोबत युती आणि एकत्र विकसन यांनी आमच्या अपेक्षेपेक्षा अधिक

चांगली कामगिरी केली. आमचे वैयक्तिक संबंधही एवढे उत्तम राहतील अशी कल्पनाही मी केली नव्हती. तेच संबंध आमचे अधिकारी आणि संशोधन-विकसन टीममध्येही पुढे गेले हेही चांगलं झालं.''

राजीव बजाजनी त्यास अनुमोदन दिलं, ''केटीएमचं लक्ष पूर्णतया अमेरिका आणि युरोप यांच्यावर होतं. आमचं आम्हाला एकट्यालाच केटीएमच्या बाजारपेठेत भाग घेणं शक्य झालंच नसतं.'' त्या दोघांना एकत्रितपणे जगातील सर्वांत मोठी स्पोर्ट्स मोटरसायकल कंपनी बनायचं होतं.

पिअरर म्हणतात, ''बजाज यांच्याशी भागीदारी म्हणजे आमच्यासाठी जागतिक कंपनी बनायची गुरुकिल्लीच होती. खासकरून नव्यानं उगवत्या बाजारपेठांत आणि जपान्यांशी सामना करण्यासाठी तर ते गरजेचंच होतं. नव्या बाजारपेठांत पुढे जाण्यासाठी तुम्हाला छोट्या डिस्प्लेसमेंट मोटरसायकली स्पर्धात्मक किमतीला आणाव्या लागतात. भारतीय बनावटीच्या विकसित मोटरसायकली घेऊन केटीएमला चीनमध्ये जाणं शक्य झालं आणि सीकेडी पॅक्सच्या माध्यमातून मलेशियात जाणं शक्य झालं. या बाइक्स कोलंबिया, फिलिपाइन्स, इंडोनेशिया आणि ब्राझील या ठिकाणीही विकल्या जाऊ लागल्या. आमच्या जागतिक विक्रीच्या एक तृतीयांश विक्री भारतातच होऊ लागली. त्यामुळे भारत हा अमेरिका आणि जर्मनी यांच्यानंतरची तिसरी मोठी बाजारपेठ केटीएमसाठी बनला. दोन वर्षांत केटीएमने भारतात ३० हजार मोटरबाइक्स विकल्या. २०२०मध्ये केटीएमची वाढ भारतात १४६ टक्के झाली. वित्तीय वर्ष २०२१मध्ये ती १२० टक्के झाली ज्या काळात भारतातला मोटरसायकल उद्योग १० टक्क्यांनी वाढत होता.''

विजेवरील बाइकला होकार

फ्रान्सच्या पज्योट कंपनीने १९९६ साली जगातली पहिली विजेवर चालणारी स्कूटर सर्वसामान्य ग्राहकांसाठी बनवली. त्यात ३ अश्वशक्तीची डीसी मोटर होती आणि ३ निकेल-कॅडमिअमच्या बॅटऱ्या वापरल्या होत्या.

चाकणमध्ये राजीवला माहीत होतं की कंबशनवाल्या इंजिनांच्या दुचाक्यांवर बंदी येण्यापूर्वी आपली विजेची उत्पादने २०३० सालापर्यंत बाजारात आणली पाहिजेत.

पिअरर म्हणाले, ''विजेच्या बाइक्स मोठ्या स्तरावर येणार हे तर नक्कीचंच होतं. आम्ही त्या क्षेत्रातल्या पहिल्या प्रवर्तकांपैकी होतो. सुरुवातीला उच्च व्हॉल्टेजची संकल्पना वापरून बाइक्स बनवल्या परंतु त्यासाठीचा कच्चा माल, गोदामात साठवणे, डीलरशिप इत्यादीसंबंधीचे सुरक्षेच्या दृष्टीने तोटे लवकरच स्पष्ट झाले. त्यामुळे मोठ्या बॅटरी पॅकची गरज भासू लागली पण त्यामुळे नफाक्षमता कमी होऊ लागली. पण आता आम्हाला शेवटी कळलं आहे की कमी व्हॉल्टच्या ४८ व्ही १५ केडब्ल्यूची विजेची बाइक आणणं व्यावहारिकदृष्ट्या योग्य ठरतं.''

पिअरर पुढे बोलू लागले, ''स्मॉल डिस्पलेसमेंट प्रकारची इंजिने, कमी व्होल्टेजच्या इलेक्ट्रिक बाइक्स अशा उत्पादनांवर आम्ही बजाज यांच्याशी खूपच जवळून कोलॅबोरेशन करत आहोत. त्यामुळे आम्ही संयुक्तपणे ४केडब्ल्यू आणि ८/१० केडब्ल्यू विजेची मोटर

विकसित केली आहे. आणि तो पॉवरट्रेन मंच स्कूटरपासून ते मोटरबाइकपर्यंत अशा वेगवेगळ्या ब्रँड्ससाठी आम्हाला वापरता येणार आहे.

''हसक्वार्ना ब्रॅडच्या नावाने आलेल्या स्कूटरबद्दल आम्हाला असं वाटलं की ती भारतीय बाजारपेठेत आधीपासूनच असलेल्या बजाज चेतक स्कूटरवर १०० टक्के आधारित असेल. त्यात आम्ही रोलिंग चासीस वापरत होतो आणि आमच्या स्वतःच्या डिझाइनमध्येच बदल करून घेत होतो. परंतु आम्ही नंतर आमच्या स्वतःच्या हसक्वार्ना ई-मोटरसायकलीवर काम करू लागलो कारण तथाकथित छोट्या डिस्प्लेसमेंट श्रेणीतल्या स्कूटरसारखंच इलेक्ट्रिक स्कूटरचं भवितव्य ५० सीसी दोन स्ट्रोक १२५ सीसी इंजिनाच्या स्कूटरहून अधिक आहे याची आम्हाला खात्री झाली होती.

''भारतातही आमच्या उत्पादनात मोठी वाढ झाली होती कारण बजाज आमची छोटी डिस्पलेसमेंट हसक्वार्ना स्कूटर तिथे तयार करत होते. त्यांनी फेब्रुवारी, २०२०मध्ये म्हणजे कोरोना सुरू होण्याच्या थोडंसं आधी काम सुरू केलं आणि सध्या ते भारतासह सगळीकडे उत्तम प्रकारे विक्री करू लागलेत. मागच्या डिसेंबरात ८००० केटीएम आणि हसक्वार्ना तिथं विकल्या गेल्या. हा मोठाच आकडा आहे. त्यामुळे पुढल्या वर्षी १.६० लाख किंवा अगदी १.८० लाख युनिट्स भारतातून येतील अशी आमची अपेक्षा आहे.'' पिअरर म्हणाले.

चीन हा घटक

''भारतात नरेंद्र मोदी विजेच्या वाहनांवर खूप भर देत आहेत, पण त्यांना चीनच्या मदतीची गरज आहे का?'' साउथ चायना मॉर्निंग पोस्ट्सच्या वासुदेवन श्रीधरन यांनी विचारलं. त्यांचं म्हणणं होतं की या दक्षिण आशियातील देशाला २०३० सालापर्यंत १०० टक्के विजेची वाहने आणावयाची आहेत मग हा बदल घडून येण्यात कितीही सुरुवातीच्या समस्या आल्या तरी चालेल, असं त्यांचं म्हणणं आहे. परंतु इलेक्ट्रिक वाहनांच्या बॅटऱ्यांच्या उत्पादनासाठी लागणाऱ्या बहुतेक सगळ्या घटकांवर चीनचं नियंत्रण आहे. त्यामुळे पंतप्रधानांचं हे स्वप्न बीजिंगच्या आशीर्वादावर अवलंबून आहे.''

५ मे, २०२० रोजी वरील नियोजन एकदम मागे गेलं कारण त्या दिवशी भारत आणि चीनमध्ये गलवान खोऱ्यातील चकमक झाली. १५ जूनपर्यंत भारतीय कंपन्या चिनी उत्पादनांवर बहिष्कार टाकू लागल्या. आर्थिक बाजूवरील आणखी कृतींत चिनी कंपन्यांसोबतचे करार रद्द करणे, त्यांची जास्तीची तपासणी करणे ही होती, तसेच भारताच्या संरक्षण क्षेत्रात चिनी कंपन्यांच्या प्रवेशास मनाई करण्याचे आवाहन केले गेले. नोव्हेंबर २०२०पर्यंत भारत सरकारने २०० हून अधिक चिनी ॲप्सवर बंदी घातली होती, त्यात अलिबाबा, टेन्सेंट, बायदू, सिना आणि बाइटडान्स ही ॲप्सही होती.

राजीव बजाज म्हणाले, ''आम्ही जागतिक कंपनी आहोत असा विचार करायला आवडायचं आम्हाला. त्यामुळे सांस्कृतिक आणि कामकाजात्मक दृष्टीने पाहाता आमच्या संस्थेत 'परिपूर्णता' आणि 'सर्वसमावेशकता' या गोष्टी केवळ स्त्री-पुरूष कर्मचाऱ्यांना समान संधी एवढ्याचपुरत्या नव्हे तर जगभरातील डीलर्स, वितरक आणि पुरवठादार यांच्याशी

व्यवहार करतानाही त्या असायला हव्या होत्या. त्यासाठीच मला वाटत होतं की आपण चीनशी व्यापार चालू ठेवलाच पाहिजे. कारण एवढ्या मोठ्या देशाला, एवढ्या मोठ्या बाजारपेठेला वगळून आपण आपला व्यवसाय करायला लागलो तर जसजसा काळ जाईल तसे आपण अपुरे बनलो आहोत असं आपल्याला जाणवू लागेल. तो अनुभव न मिळाल्याने आपण अधिक गरीबही होऊ हे निश्चित.''

राजीव पुढे बोलू लागले, ''पुरवठा साखळीत शब्द पाळणे महत्त्वाचे असते. वाहन उद्योगाला अंतिम उत्पादन ग्राहकांपर्यंत पोहोचवायचं असेल तर त्यांना अत्यंत नाजूक अशी पुरवठा साखळी उभारावी लागते ज्यात परस्परांना महत्त्व आणि देवघेव असेल. जेव्हा आपल्या सरकारने अचानक चीनमधून होणाऱ्या आयातीवर कुठल्या का कारणाने असेना पण बंदी घातली तेव्हा जे घडलं त्या संदर्भात मी हे बोलत आहे. आता माझ्या मते तसं काही करणं म्हणजे दुसऱ्याला अपशकुन करण्यासाठी स्वतःचं नाक कापून घेण्यासारखं आहे. कारण जे भाग देशातल्या बाजारपेठेत बनतच नाहीत पण तरीही ते तुम्हाला ग्राहकापर्यंत पोहोचवावे तर लागतातच ते भाग एका रात्रीत कुठून पैदा करायचे? पुरवठा साखळीबद्दलचा समग्र दृष्टिकोन सांगतो की सातत्य राखणे हा दुसरा महत्त्वाचा पैलू आहे. जर एखादा घटक चीनमध्ये किंवा थायलंडमध्ये स्वस्त मिळत असेल तर तो जिथून अत्यंत स्पर्धात्मक दरावर मिळतो तिथून तो आपण घेतला पाहिजे.''

''आम्ही जमीन, मनुष्यबळ, वीज, कच्चा माल आणि कायदेव्यवस्था या पाच घटकांवर आधारित अशी भारत, व्हिएतनाम, इंडोनेशिया, थायलंड आणि मलेशिया या देशांची तपशीलवार तुलना केली.'' बजाज सांगू लागले, ''आणि प्रामाणिकपणे बोलायचं तर, व्यवसाय सुलभतेच्या विश्लेषणाचे निष्कर्ष भारताच्या बाजूने फार नव्हते म्हणून आम्ही नाखूश झालो. या एशियन देशांपैकी अन्य देशांत भारतापेक्षा व्यवसाय सुलभता अधिक आहे.

अखेरचे शब्दः स्टिफन

पिअरर म्हणतात, ''आम्ही भारतात दोन गोष्टी शिकलो. त्यातली एक होती चिकाटी. हा गुण काही माझ्या अंगी नाही हे मी मान्य करतो. परंतु सरतेशेवटी मी ते शिकलो. तुम्ही काही गोष्टी सतत करत राहता तेव्हा कधी ना कधी त्यातून चांगलं निष्पन्न निघतंच. आणि दुसरं म्हणजे गोष्टीचा एखादा भाग आपल्याला नीट स्पष्ट झाला नाही तर तो पुन्हा पुन्हा चर्चा करून कसा सोडवावा यातलं खास शिक्षणच मला मिळालं. होय, मी खूपच शिकलो आणि मला हे मान्य केलंच पाहिजे की आज आमच्या कंपनीचा आकार– ज्या स्थानी आम्ही आज उभे आहोत ते स्थान हे सगळं आम्ही बजाज यांना भागीदार घेतल्यानेच शक्य झालं आहे. आम्ही बजाज यांच्याशी हात मिळवल्यानंतर होंडासारखे लोक आमच्याकडे नव्या नजरेने पाहू लागले. आम्ही खरोखरच नव्या बाजारपेठांत आगळीवेगळी उत्पादने आणि नवीन डिझाइन्स परवडण्याजोग्या किमतींना घेऊन जात आहोत, आता आणखी वाटा घ्यायला बाजारपेठा आहेत कुठे?

शेवटचा शब्द : राजीव बजाज

''मोटरसायकल श्रेणीवर जास्त लक्ष, वेगळेपणा आणण्याचे धोरण तसेच 'टोटल प्रॉडक्टिव्ह मेंटेनन्स' (म्हणजे उत्पादनातील सर्व घटकांनी देखभालीत भाग घेणे) या सगळ्या बाबी आमच्या जागतिक स्तरावर जायच्या महत्त्वाकांक्षेसोबत एकत्र आल्या. त्यामुळेच बजाज ही जगातली दुचाकीची एक अमूल्य कंपनी बनली. याचमुळे आम्हाला आता जगातील ग्राहकांना सेवा आणि आनंद देण्याची प्रेरणा मिळते.'' राजीव म्हणतात.

प्रकरण ३९

बजाज फायनान्स : २००३–२०२१

संजीव बजाज आणि राहुल बजाज

बिगर बँकिंग वित्तसंस्था दिलेल्या कर्जावर मोठ्या बँकांहून जास्त दराने व्याज लावतात. तसं असताना कुणीही त्यांच्याकडे कर्ज घेण्यास का जावं? ज्यांना बँकांनी रिकाम्या हातांनी परत पाठवलेलं असतं किंवा ज्यांना माहीत असतं की आपण बँकेच्या पात्रतेच्या निकषास उतरू शकत नाही असे लोकच त्यांच्याकडे जातात. बजाज फायनान्स या व्यवसायात उतरण्यापूर्वी 'ग्रे' अर्थव्यवस्थेच्या वळचणीस असलेल्या लोकांना सावकार हाच एक पर्याय होता. (ग्रे अर्थव्यवस्था म्हणजे देशाच्या अर्थव्यवस्थेचा असा भाग जो सरकारी आकडेवारीत येत नाही.)

संजीव यांनी 'मिंट' वृत्तपत्राशी बोलताना म्हटलं, ''आपल्याकडे असं काय खास असलं पाहिजे जे आपल्या ग्राहकांना खास वाटेल? अशा स्पर्धात्मक जगात आमच्याकडे कर्ज घेण्यास कुणी का यावं? असे प्रश्न आम्ही स्वतःलाच विचारले. बजाज फायनान्स लिमिटेडचे २००७-०८ या दोन वर्षांच्या काळातले परिवर्तन हा माझ्या करिअरमधला आत्तापर्यंतचा सर्वांत कठीण काळ ठरला.''

२००३ सालापासून पुढे खाजगी क्षेत्रातील बँकांमुळे रिटेल फायनान्सची बाजारपेठ खूपच विस्तारली. इतरांप्रमाणे बजाज फायनान्स लिमिटेडही आक्रमकपणे विस्तारली, त्यांनी आपल्या रिटेल फायनान्सच्या बुकात दुचाक्या आणि तीनचाक्या आणि काही ग्राहकोपयोगी वस्तूंची कर्जे नोंदली. व्यवस्थापनाच्या हातातली मालमत्ता २००२-०३ या काळात ७८४ कोटी रुपये होती ती २००७-०८ या काळात २६१३ कोटी रुपये झाली. ''तथापि, तीव्र स्पर्धात्मक बाजारपेठेच्या दृष्टीने बजाज फायनान्स एक छोटी कंपनी होती त्यामुळे आम्ही जोखमीसाठी पुरेसे बजेटिंग करू शकत नव्हतो.'' संजीव आठवण सांगू लागले. ''आमच्या टीमलाही वाढीच्या या वेगाला पाठिंबा देता येत नव्हता. त्यामुळे ग्राहकांच्या निवडीवर विपरीत परिणाम होत होता. त्याशिवाय दिल्या कर्जातील सिंहाचा वाटा हा दुचाकी आणि तीनचाकीच्या कर्जाचा होता त्यामुळे वैविध्याला खूपच कमी थारा दिसत होता. एनपीए (नॉन परफॉर्मिंग ॲसेट्स) आणि नुकसानीच्या तरतुदीतून आर्थिक परिस्थितीतील तणाव दिसू लागला.

''काहीही दिसते तेवढे सोपे नसते आणि दिसते तेवढे कठीणही नसते.'' संजीव बोलू लागले, ''आमच्याकडे तंत्रज्ञानाचा मजबूत पाया नव्हता. कर्ज देण्याची धोरणे आणि अंडर रायटिंगच्या प्रक्रिया यांच्यात सुधारणा करण्याची गरज होती. आमच्या शाखांचे जाळे आणि मनुष्यबळ वाढवण्यामुळे आमचा स्थिर खर्च वाढला होता त्यामुळे कामकाजाच्या मॉडेल्सची पूर्णतया नवी रचना करणे गरजेचे होते. सगळ्यात महत्त्वाचे म्हणजे आम्हाला कंपनीच्या पुनर्बांधणीसाठी नवी तरुण टीम हवी होती. हे सगळे करताना आधीच्या वर्षातल्या बुडीत कर्जांमुळे झालेलं नुकसान ताळेबंदात दिसलं तरी त्यामुळे आपला व्यवसाय कोलमडणार नाही याचीही व्यवस्था करायची होती. मला वाटत होतं की आमचे व्यवसाय आणि आमची माणसे यांच्यावर माझा विश्वास होता. म्हणून मी पमनानी यांना विनंती केली की आपण मला कंपनीची पुनर्बांधणी आणि उत्पादनांत वैविध्य यामध्ये मदत करावी.''

२००८च्या अखेरीस संजीवकडे नवीन व्यवसाय व्यवस्थित पद्धतीने विकसित करू शकणारे नवीन सीईओ आणि एक नवीन टीम होती. ''आम्ही नफाक्षमतेत सातत्य

राखण्यासाठी फी-आधारित असं एक मजबूत मॉडेल बनवलं. आम्ही आयटीवर आधारित यंत्रणा आणि बाहेर काम देण्याचे (आउटसोर्सिंगचे) धोरण ठरवले ज्यायोगे आमच्या मूळ ताकदी काय आहेत त्यावर आमचे लक्ष राहील. ग्राहकांशी चांगले संबंध निर्माण करणे ही त्यातली एक महत्त्वाची ताकद होती. अशा सर्व प्रयत्नांनी आमचे व्यवसाय, नफा आणि शेअरची किंमत सातत्याने वाढू लागली.''

मधल्या पोकळीकडे लक्ष द्या

सोमवार, ३० जून, २०१४. या दिवशी आर्थिक क्षेत्रातील समाज दचकून जागा झाला. या दिवशी बजाज फायनान्सने भारतातील पहिला या टोकापासून त्या टोकापर्यंत १०० टक्के ऑनलाइन अशी विनातारण कर्जे व्यवसाय वृद्धीसाठी देऊ केली. पूर्णतया स्वयंचलित प्रक्रियेत या कर्जासाठी उद्योजकाला कमीतकमी अर्ज भरून ऑनलाइन कर्जाची मागणी करायची होती. उत्पादन, व्यापार आणि सेवा क्षेत्रातील छोट्या व्यवसायांसाठी ही कर्जे ८ लाख ते ३० लाख या मर्यादेत दिली जाणार होती. स्वयंरोजगारी व्यक्ती आणि वास्तुरचनाकार, डॉक्टर, सीए अशासारख्या व्यावसायिकांसाठी ही योजना खुली होती. दिलेल्या माहितीची अधिकृतता पडताळून ग्राहकाना कर्जरकमेची संमती ताबडतोब दिली जाणार होती. आवश्यक ते दस्तऐवज मिळाल्यावर कंपनी ७२ तासांत ग्राहकाच्या खात्यात कर्जाची रक्कम जमा करणार होती. तेव्हाच्या त्या क्षेत्रातील सरासरी ३० दिवसांच्या काळ यासाठी लागायचा. त्याहून ही समयसीमा खूपच कमी होती. ''बँका वेगवेगळ्या कर्जक्षेत्रात काम करू शकतात तर आम्हीही करू शकत होतोच की,'' सीईओ राजीव जैन म्हणाले. ''आम्ही आमच्या गुंतवणूकदारांना म्हणतो की आम्ही १८-२०टक्के परतावा नियमितपणे देऊ. खाजगी बँका १५-१६ टक्के परतावा निर्माण करतात. तर एकक्षेत्री बिगर बँकिंग वित्त संस्था २४ टक्के परतावा निर्माण करतात. १८ टक्के परतावा देऊन आम्ही बिगर बँकिंग वित्त संस्थांची 'चपळता' आणि बँकांची 'जोखीम व्यवस्थापन कुशलता' देतो. आम्हाला वाटतं की आमच्या या विविधक्षेत्री उपस्थितीमुळे जोखीम कमी करताना आमची वाजवी वेगाने वाढही होऊ शकते.''

''पण गुंतवणूकदारांनी तेव्हा आमच्या कहाणीवर विश्वास ठेवला नाही. शेवटी प्रत्येक कंपनीचा लोकांना शोध लागायला वेळ लागतोच.'' संजीव म्हणाले, ''आम्ही बजाज ऑटो फायनान्सचं रूपांतर बजाज फायनान्समध्ये करू लागलो तेव्हाच ठरवलं की आपण वेगवेगळ्या क्षेत्रांत कर्जे द्यायची. महिंद्र फायनान्ससारख्या बऱ्याच एकक्षेत्री कंपन्या होत्या. म्हणजे ती ट्रॅक्टरसाठी कर्ज द्यायची तर मुथुट फायनान्स सोन्यासाठी कर्ज द्यायची. (या एकक्षेत्री कर्ज कंपन्यांतले महत्त्वाचे खेळाडू होते श्रीराम ट्रान्स्पोर्ट फायनान्स- ॲसेट्ससाठी कर्ज, मुथुट फायनान्स- सोने, एडलवाईस ब्रोकिंग लिमिटेड- गुंतवणूक, आयडीएफसी- पायाभूत सुविधा, उज्जीवन स्मॉल फायनान्स- अति लघू (मायक्रो)कर्ज, कॅपिटल फर्स्ट- भांडवल, महिंद्र अँड महिंद्र- ग्रामीण भागात कर्ज, सुंदरम फायनान्स- वाहने.)

''आम्ही खाजगी क्षेत्रातील बँकांकडे पाहिलं तेव्हा आमच्या लक्षात आलं की आपण एकाच क्षेत्राला कर्ज देण्यात अडकून पडलो तर त्यासोबत आलेली जोखीम आपल्याला

मंदीच्या चक्रात पार नाहीशीच करून टाकील.'' ही दूरदृष्टी खरी ठरली. उदाहरणार्थ, एसबीआयने शेतकऱ्यांना कर्ज देण्याची योजना आक्रमकपणे सुरू करून महिंद्र फायनान्ससमोर आव्हान उभं केलं आणि एचडीएफसी बँकेने मुथुट फायनान्स या सोन्यावर कर्ज देणाऱ्या कंपनीच्या नाकात दम आणला.

बजाज फायनान्सचं मॉडेल हा 'ब्रेक आउट' शोध ठरला. (ब्रेक आउट शोध म्हणजे एखाद्या विशिष्ट डिझाइन प्रक्रियेला ५ ते २० याच्या मधले गुण मिळू शकतात. ज्या प्रक्रियेस १६ ते २० यांच्यामधले गुण मिळतील त्यांना 'ब्रेक आउट इनोव्हेशन किंवा शोध असे म्हणतात.) इतरांना आपली नक्कल करावीशी वाटणे म्हणजे अत्यंत प्रांजळपणे केलेली स्तुतीच असते असं आपण समजू परंतु बजाज फायनान्सच्या संकल्पनांवर बऱ्याच बिगर बँकिंग वित्त संस्था आणि काही बँकांनीदेखील उड्या मारल्या. त्यामुळे बाजारपेठ अधिकच विस्तारली. संजीवने त्याविषयीची आठवण सांगितली, ''माझ्या काही सहकाऱ्यांसोबत आम्ही वित्तीय वर्ष २००८ सालापासूनच आर्थिक सेवांमधल्या भारतातील संधीचा अभ्यास करायला लागलो होतो. आमच्या टीमला मागणीमध्ये भरपूर रिक्त जागा सापडल्या ज्या आम्ही कल्पकरीत्या भरू शकत होतो.'' छोट्या व्यवसायांना कर्ज देणे हे बँकांना तुलनेने जोखमीचा प्रस्ताव वाटत असतं. अपुरे तारण आणि दस्तऐवज यांच्यामुळे अंडररायटिंग करणे अवघड जाते. बँका त्यामुळे सुरक्षिततावादी भूमिका घेतात ज्यायोगे त्यांची कर्जाची जोखीम कमी होते आणि कर्ज प्रत्यक्ष देण्याचा खर्चही कमी होतो.

संजीव आठवण सांगतात, ''त्या दिवसांत एखाद्याला कर्जावर टीव्ही घ्यायचा असेल तर त्यांना भरपूर कागद भरावे लागत आणि कर्ज संमत व्हावे यासाठी अर्जही करावा लागे. या सगळ्या प्रक्रियेला एक आठवडा किंवा त्याहून जास्त काळ लागत असे. आमच्या लक्षात आलं की टीव्हीसारख्या छोट्या वस्तूसाठीही जो माणूस एवढ्या कटकटी करायला तयार होतो त्याला कर्ज किती निकराने हवे असेल? या प्रक्रियेमुळे त्याच्या निवडीवर चुकीचा परिणाम होऊ शकतो. आमच्या समोरील संधी तर अगदी उघडच होती- चांगल्या विश्वासार्ह ग्राहकांना आम्ही जागच्या जागी कर्ज देऊ शकतो का? याच विचारातून बजाज फायनान्सची 'तीन-मिनिटांत कर्ज' ही योजना निर्माण झाली. तीच नंतर अर्थक्षेत्रातला खेळ बदलून टाकणारी ठरणार होती.''

पण तसं करण्यासाठी आपल्याला लोकांच्या कर्जफेडीचा इतिहास माहीत हवा. पण हे क्षेत्र तर भारतात तेव्हा नुकतेच कुठे सुरू होत होते. मध्यम वर्गीय ते निम्न मध्यम वर्गीय लाखो लोकांनी आत्तापर्यंत संघटित आर्थिक क्षेत्राकडून कर्जे घेतलीच नव्हती, त्यामुळे त्यांचा कर्जफेडीचा काही इतिहासच नव्हता. भारताचा पहिला क्रेडिट ब्युरो सिबिल हा ऑगस्ट, २००० मध्ये उघडला. (पूर्वी त्याचे नाव क्रेडिट इन्फर्मेशन ब्युरो (इंडिया) लिमिटेड असं होतं. नेदरलँडचा एक्स्पेरियन, अमेरिकास्थित इक्विफॅक्स आणि इटलीचा सीआरआयएफ हाय मार्क हे भारतात २०१० साली आले.

बजाज फायनान्स लिमिटेडने सीबिलला मनमोकळेपणे स्वीकारले आणि '३ मिनिटांत कर्ज' ही संकल्पना यशस्वी झाली कारण राजीव आणि त्यांच्या टीमला तंत्रज्ञानाचा प्लॅटफॉर्म आणि सिबिलचा स्कोअर यांची जोडी जुळवता आली. त्यातून डी-डुप्लिकेशन इंजीन

निर्माण झाले. (यापूर्वी ग्राहकाने कधी कर्ज घेतले आहे का हे त्यामुळे कळू लागले) आणि ॲप्लिकेशन इंजीनही निर्माण झाले, त्यातून कर्जमंजुरी आणि योजनेचे अल्गोरिदम कळू लागले. या एकत्रित प्रक्रियेमुळे डीलरकडे गेलेल्या ग्राहकास कर्जमंजुरी किंवा विशिष्ट ऑफर देता येऊ लागली.

आपला कर्जाचा इतिहास कसा बनवायचा या माहितीचा भरपूर प्रसार बजाज फायनान्सने केला त्यामुळे सिबिल ट्रेडलाइन माहितीत त्यांच्यामुळे सर्वाधिक योगदान मिळालं. त्यांचे पन्नास टक्के ग्राहक औपचारिक कर्जयंत्रणा प्रथमच वापरत होते. ती संख्या हळूहळू फुगत गेली. २०१५पर्यंत ग्राहकांचा पाया १.२९ कोटी एवढा विस्तारून तो ३०४ शहरे आणि ४९७ खेड्यांमध्ये पोहोचला होता. वित्तीय वर्ष २०२०मध्ये बजाज फायनान्सकडे २३९२ ठिकाणांचे ४.२६ कोटी ग्राहक होते. त्यांपैकी १३५७ ठिकाणे ग्रामीण भागातली होती.

२०११ साली बजाज फायनान्सने ईएमआय कार्ड (एक्झिस्टिंग मेंबर आयडेंटिफिकेशन) ही आणखी एक संकल्पना भारतात प्रथम आणली. राजीव आठवण सांगतात, ''तीन मिनिटांत कर्ज ही कल्पना ग्राहकांत लोकप्रिय झाली त्यामुळे यापुढे काय याचा आम्हाला विचार करायला हवा होता. जर एखादा ग्राहक दुसऱ्यांदा आला तर त्याला किंवा तिला ३ मिनिटं थांबून केवायसीचे कागदपत्र पुन्हा द्यायची गरज आहे का? ईएमआय कार्ड हे विद्यमान ग्राहकाला दिलेली वरची मर्यादा होती. एकदा का त्यानं/तिनं कर्जाचे तीन हप्ते भरले की ती त्याला मिळत होती. या कार्डहोल्डरला आधीपासून मंजूर केलेले कर्ज केवळ 'स्वाइप आणि साइन' करून वापरता येत होते आणि हव्या त्या ग्राहकोपयोगी, देखण्या वस्तू विकत घेता येत होत्या.

नव्याने सुरू केल्याची जाणीव सदैव...

संजीव बजाज आणि राजीव जैन यांच्या मनातला मूळची चार कलमी योजना अगदी स्पष्ट होती. : पुन्हा पुन्हा येणाऱ्या ग्राहकांवर लक्ष ठेवा, सतत नवनवं शिकण्याच्या मन:स्थितीत राहा. तंत्रज्ञानात सखोल गुंतवणूक करा आणि जगातील सर्वोत्तमाशी भागीदारी करा.

साधारण पंधरा वर्षे काम केल्यानंतरही बजाज फायनान्सला अद्यापि एखाद्या नवशिक्यासारखं वाटतं आणि ते तसे वागतही असतात. त्यांच्या मुख्य कचेरीतील मूड अगदी उत्साही असतो, ग्राहक कर्जाच्या विस्ताराच्या लाटेवरच जणू ते तरंगत असतात. कदाचित नवनवी उत्पादनं बाजारात आणण्याचा वेग आणि बाजारात न चालणारी आश्वासक उत्पादने काढून घेण्याची व्यवस्थापनाची घाई यामुळे तसं होत असावं. किंवा मग येथील विश्लेषणात्मकता आणि व्यवसायातील बुद्धिमत्ता यांनी या संस्थेवर पगडा बसवलेला असल्याने बजाज फायनान्स या कंपनीत आयटी कंपनीतील चैतन्य निर्माण होत असेल. किंवा मग नव्याने घेतलेल्या लोकांची संख्या, ताजे चेहरे, ताज्या कल्पना, वेगवेगळे अनुभव आणि अपेक्षा यामुळे तसे होत असेल.

''आम्हीच आमचे स्पर्धक आहोत,'' संजीव म्हणतात, ''एखादी संकल्पना भूतकाळात चांगली चाललेली असली तरी त्याहून अधिक वेगळी कल्पना यापुढे चालू शकेल असं आम्हाला वाटलं तर आम्ही जुनी कल्पना सोडून देण्यास मागेपुढे पाहत नाही. आमच्या

सर्वच दीर्घकालीन नियोजन प्रक्रिया या 'सद्य परिस्थिती'ला प्रश्न विचारूनच सुरू होतात. या सगळं काही मोडून टाकायच्या विचारामागचा हाच पाया बनला आहे आमचा.''

संजीव दर दोन वर्षांनी एक-दोन मोठ्या कल्पनांवर लक्ष देतो. मग 'पायलट प्रोजेक्ट' म्हणून त्या सुरू होतात आणि कंपनी शिकत जाते तसतशी त्यांची गती वाढत जाते. बिनव्याजी कर्जाचे मॉडेल गृहोपयोगी वस्तूंना कर्ज देताना यशस्वी ठरल्यावर त्याचा विस्तार केला गेला. यामध्ये व्याजप्रक्रियेसाठी किरकोळ फी लावली जाते आणि कर्जावरील व्याज ग्राहकास द्यावे न लागता ते उत्पादक भरतो. याच मॉडेलचा विस्तार अन्य उत्पादन श्रेणींना कर्ज देण्यास केला गेला. त्यामुळे अधिक नवे ग्राहक आकृष्ट झाले त्याचप्रमाणे विद्यमान ग्राहकांनाही विविध प्रकारची उत्पादने मिळाली. टीव्ही, फ्रीज, वॉशिंग यंत्रे यांच्यापासून ते मोबाइल्स आणि अन्य डिजिटल उपकरणे, होम फर्निशिंग इत्यादींपर्यंत कंपनी चटकन पुढे गेली. चांगल्या विश्वासार्ह ग्राहकासाठी बीएफएलने एक मंच तयार केला तिथं ते बिनव्याजी कर्जाचे मॉडेल वापरून ते लोक त्यांची कर्जमर्यादा वापरून वेगवेगळ्या वस्तू विकत घ्यायचे. यशस्वी पावलेच तर नंतर प्रयोगांच्या आणि वैविध्याच्या नवनव्या फेरीसाठी पाया बनायची. बजाज फायनान्सच्या उत्पादनांची संख्या आकार, जोखीम आणि नफा यांचा समतोल राखत हळूहळू वाढू लागली.

ग्राहकांच्या विश्वासार्हतेच्या दर्जानुसार जोखीम कमी होत असल्याने बजाज फायनान्सचे हे बिनव्याजी कर्जाचे मॉडेल ग्राहकांना आकृष्ट करू लागले आणि ते नवनवी उत्पादने विकत घेऊ लागले. तसंच बाहेर गेलेले पैसे हे विशिष्ट काळावर वापरले जातात आणि ते अन्य पेमेंट चॅनेल्समध्ये प्रारंभीची रक्कम म्हणून दिले जात नाहीत हाही त्यात फायदा आहे. या ग्राहकांकडे अन्य कार्डे असतात आणि त्यांचा कर्जफेडीचा इतिहास चांगला असतो त्यामुळे कमी जोखमीची ग्राहक दैनंदिनी तयार होण्यास मदत होते.

प्रयोग करण्याची इच्छा, नवनवी उत्पादने सातत्याने काढत आणणे आणि ग्राहकांना देण्यासाठी कल्पक अनुभव निर्माण करणे यांच्या जोडीला लोकप्रिय न झालेली उत्पादने पटकन बाहेर घेणे यांच्यामुळे नको त्या उत्पादनांवरील मार्केटिंगचा खर्च कमी होतो. अशा धिटाईच्या धोरणास विश्लेषणात्मक आणि व्यावसायिक बुद्धिमत्ता, कामात उत्कृष्टता आणि जोखमीवर ताबा यामुळेच यश मिळाले आहे.

''आमच्याकडे आधीपासूनच एक छोटा अथवा मध्यम आकाराच्या (एसएमईच्या) व्यवसायाचा एक भाग होता जो स्वायत्तपणे काम करत होता. तो स्ट्रॅटेजिक बिझिनेस युनिट (एसबीयू) होता. त्यालाच डिजिटल तंत्रज्ञानाचा डोस पाजण्याची गरज होती.'' जैन म्हणाले, ''एका कमी सेवा दिल्या गेलेल्या परंतु भारताच्या जीडीपीपेक्षाही वेगाने वाढणाऱ्या एका क्षेत्रात बजाज फायनान्सने व्यवस्थितपणे प्रवेश केला होता. २०२० सालापर्यंत बजाज फायनान्सने १४३१ शहरांतल्या ३.६० लाख एसएमईंना सेवा दिली होती आणि कर्जदेता आणि कर्जदार या दोघांचीही हातात हात घालून वाढ होत होती.

''प्रवेशाचे अडथळे जिथे उंच आहेत अशा ग्राहक व्यवसायात आम्हाला वर्चस्व गाजवायचं होतं,'' जैन पुढे सांगतात, ''एसएमईंना कर्ज देताना आम्हाला एका छत्राखाली सगळं आणायचं होतं तर ग्रामीण कर्ज देताना आम्हाला वाढीस चालना द्यायची होती. आम्ही

चपळ आहोत आणि वेगाने हालचाल करत असतो. भारतासारख्या मोठ्या बाजारपेठेत कायम टिकून राहायचे झाल्यास दोन्ही पक्षांचा फायदा होईल अशा प्रकारे वाढण्याच्या भरपूर संधी निर्माण केल्या तर ते शक्य होते. प्रकाशित माहितीअनुसार आम्ही सर्वाधिक नफाक्षम बिगर बँकिंग कंपनी होतो पण आम्ही सर्वांत मोठे नव्हतो. त्यामुळे मला वाटतं की पुढील पाच, सात, दहा, पंधरा वर्षांचे वाढीचे क्षितिज अजूनही खूपच मोठे आहे. कमी जोखीम घेऊन जास्त काळ सेवा देऊ शकू याची आम्हाला सर्वप्रथम खात्री करून घेतली पाहिजे. व्यवसाय त्यामुळेच अधिक चालतो. जानेवारी २०१२मध्ये ग्रामीण क्षेत्रात काम करण्याच्या छोट्या संकल्पना स्तरावरील प्रकल्प आम्ही सुरू केला आणि त्यानंतर अठरा महिन्यांनी जून, २०१३मध्ये तो प्रत्यक्ष सुरू झाला. पुढील तीन वर्षांतील आमचं लक्ष्य केवळ आमच्या हिशोबवहीच्या ५ टक्के होतं. परंतु अंतर्गत स्तरावर पाहता दीर्घ काळात हा महत्त्वाचा व्यवसाय ठरणार होता.'' संजीव ती आठवण सांगताना म्हणाले, ''आम्हाला बजाज फायनान्स हा खरोखरीचा राष्ट्रीय कर्जदेता व्यवसाय बनवायचा होता. आम्ही ईएमआयवर आधारित ग्रामीण कर्ज योजना एक जूनला तीस गावांत सुरू केली. आणि त्या पहिल्याच महिन्यात आम्ही अत्युच्च स्तरावरील प्लाझ्मा टीव्ही विकले. गावकऱ्यांना वीज अनियमित मिळत असली तरी शहरी लोकांसारख्या आणि व्यवसाय मालकांसारख्याच त्यांनाही नवनव्या वस्तू घेण्याच्या इच्छा असतात. त्यामुळे आम्हाला आमची उत्तम सेवा सर्व ग्राहकांना द्यावी लागते ज्यायोगे एक खराखुरा अर्थपूर्ण व्यवसाय उभा राहू शकेल.''

धोक्याची घंटा वाजवणारा रक्षक

ज्या व्यवसायात पैसा हाच कच्चा माल असतो त्यात धोक्याचेही बरेच अवतार असतात. त्यापैकी पांढरपेशी गुन्हा हा एक प्रकार झाला. २०१४च्या उन्हाळ्यात एका माणसाने आम्हाला सावध केलं.

एखादा कर्मचारी धोक्याची घंटा वाजवू पाहतो तेव्हा त्याला काय काय करावं लागतं याचा क्षणभर विचार करू. बरेचदा कुठल्याही कंपनीतील अशा लोकांना सोबती, कनिष्ठ, वरिष्ठ अशा सर्वांकडून प्रतिकूल प्रतिक्रिया आणि सूड अशा गोष्टींना सामोरे जावे लागते. म्हणजे त्यांना छळण्यासाठी म्हणून त्यांच्यावरील जबाबदाऱ्या बदलल्या जातात, कामावरून काढून टाकलं जातं किंवा नोकरी सोडून देण्यास मजबूर केलं जातं. तसंच त्या माणसाला द्विधा मन:स्थितीलाही तोंड द्यावं लागतं. म्हणजे गैरकृत्याची माहिती वर सांगणे हे शौर्याचे कृत्य आहे की विश्वासघात आहे हेच त्याला बरेचदा कळेनासे होते.

कधीकधी मॉर्गेज विभागात काम करणाऱ्या माणसाला कागदपत्रात चुकीची माहिती सांगितलेली आढळते. कारण कर्जाच्या थकलेल्या परतफेडीवर पडदा टाकण्यासाठी कुणा वरिष्ठ अधिकाऱ्याने कर्जदाराशी सौदा केलेला असतो. मग अनियमित व्यवहार डोकं वर काढायला लागतात. त्यानुसार हप्त्याचे चेक न वटूनही कर्जदाराचे खाते व्यवस्थित आहे असे कागदोपत्री दिसू लागते.

हप्ता न देण्यावर पांघरूण घालण्याची पद्धत सोपी होती. या खोटेपणाला साथ देणारा माणूस ग्राहकाकडून महिना संपायच्या एक किंवा दोन दिवस अगोदर ग्राहकाकडून चेक

घेतो. तसं केल्याने चेक परत गेला आहे हे ३० तारखेला बाहेर येत नाही. कारण याच दिवशी कंपनी आपल्या वेगवेगळ्या व्यवसायांतील जोखमीची पातळी पाहत असते. हा चेक पुढल्या महिन्याच्या एक किंवा दोन तारखेला परत गेला की ग्राहकाकडून २ चेक घेतले जातात आणि ते महिनाअखेरीस बँकेत भरले जातात. अशा प्रकारे प्रत्यक्ष पैसे ग्राहकाच्या बँक खात्यातून कंपनीकडे न येताच कर्ज खाते दोन्ही महिन्यांच्या ३० तारखेला 'करंट' किंवा स्टँडर्ड असं दाखवलं जातं. हा खोटेपणा उघड होण्यापूर्वी जवळजवळ दहा महिने चालला. त्यानंतर दोन वरिष्ठ व्यवस्थापकांना सोडून जायला सांगितलं तर आणखी तीन कर्मचाऱ्यांनी राजीनामा दिला.

दोन वर्षे अगोदर ऑगस्ट, २०१२मध्ये बजाज फायनान्सने अन्य बजाज कंपन्यांप्रमाणेच 'व्हिसल ब्लोअर धोरण' (धोक्याची घंटा धोरण) सुरू केले होते. या धोरणाच्या मार्गदर्शक सूचना, प्रक्रिया आणि पद्धती स्पष्ट होत्या आणि समूहातील सर्व कंपन्यांच्या वेबसाइटवर टाकलेल्या होत्या. वरिष्ठ व्यवस्थापन आणि मनुष्यबळ विभागाने वेळ काढून हे धोरण सर्व कर्मचाऱ्यांना समजावून सांगितले आणि त्याचा उपयोग झाला.

तरी वास्तव हेच आहे की अशी धोक्याची घंटा वाजवण्याने दोन नीतिमूल्यांचा संघर्ष होतो. उदाहरणार्थ, न्याय्य ते करणे (म्हणजे केवळ गुणांवरच कर्मचाऱ्यास बढती देणे) हे निष्ठा दाखवणे या गुणाशी संघर्ष करते. (म्हणजे बऱ्याच काळापासून काम करणाऱ्या पण अकुशल कर्मचाऱ्याला बढती देणे.) मानवी स्वभाव एका गोष्टीला दुसरीहून अधिक महत्त्व देतो. गांधीवादी विचारसरणी आणि संस्कृती या दोन नीतिमूल्यांची सांगड घालण्यास मदत करते आणि न्याय्यपणा व अधिक विशाल हित या दोन्ही गोष्टींचा विचार करून कृती केली पाहिजे असे म्हणून हा संघर्ष नष्ट करते. बजाज फायनान्सने ती परिस्थिती कशी हाताळली तेही तेवढंच महत्त्वाचं होतं. सर्वांत आधी त्यांनी धोक्याची घंटा वाजवणाऱ्याचा खाजगीपणा आणि त्याची ओळख जपली आणि गैरकृत्ये करणाऱ्या कर्मचाऱ्यांना त्याचे परिणाम सांगितले. त्याच वेळेस बाजूला अधिकारी पद रिक्त झालेलं लगेच भरलं. संवेदनशील हाताळणीमुळे काहीच व्यत्यय आला नाही. त्या घटनेची बातमी पसरली तेव्हा बजाज फायनान्सची शेअर किंमत घसरली. बातमी पेपरमध्ये आली तेव्हा ती किंमत काही पातळ्या खाली आली पण नंतर लगेच सावरली आणि त्याच दिवशी थोडी वाढत्या आकड्यावरच स्थिरावलेली होती.

शेवटचा शब्द

राजीव जैन विचारमग्न होऊन म्हणाले, ''कुठलाही नव्या व्यवसायाचा प्रस्ताव आला की संजीव नेहमी दोन प्रश्न विचारतो. हा व्यवसाय बिलियन डॉलर्सची उलाढाल होण्याएवढा मोठा होऊ शकेल का? आणि तो याच क्षेत्रातील अन्यांपेक्षा वेगळा आणि अधिक चांगला कसा आहे? एका का एकंदरीत ध्येये मान्य केली गेली की मग तो काम करणाऱ्या सीईओला मोकळेपणे कृती करण्याचे स्वातंत्र्य देतो.

प्रकरण ४०

सीआयआय (कॉन्फेडरेशन ऑफ इंडियन इंडस्ट्री) : १९७९-२०२१

बजाज आणि तरुण दास

रूपाने लिहिलंय, ''१९७९मध्ये राहुल सीआयआयचे अध्यक्ष झाले. त्यांनी त्या मंचाचा वापर उद्योगजगताची बाजू मांडण्यासाठी केला. सीआयआयचं काम ही त्यांची कायमची मनाशी बाळगलेली बांधिलकीच होती.'' माजी अमेरिकन अध्यक्ष बिल क्लिंटन मार्च, २००० मध्ये भारतदौऱ्यावर आले तेव्हा बजाज सीआयआयचे दुसऱ्यांदा अध्यक्ष झाले

होते. दुसऱ्यांदा सीआयआयमध्ये निवडून येणं ही बाब सीआयआय परंपरेच्या दृष्टीने फारच मानाची होती. त्यांच्या शिष्टाचारानुसार हे अध्यक्षपद एक वर्ष आधीच ठरवण्यात येत असतं.

तरुण दास यांनी लिहिलंय, ''उपाध्यक्ष पदावरून विजय किर्लोस्कर यांना वैयक्तिक कारणांमुळे पायउतार व्हावं लागलं त्यामुळे सीआयआय द्विधा परिस्थितीत सापडली. अशा वेळेस सदस्यमंडळी राहुलकडे वळली. राहुल काही ऐकेनात तेव्हा वाद एवढा तापला की त्यांच्या घरच्या बॉस रूपा बजाज यांच्याकडे मंडळींनी मोर्चा वळवला. रूपांनी आम्हाला खूप मदत केली.''

''खूपच कमी लोकांना माहीत आहे पण सीआयआय हे नावही राहुल यांनीच दिलं आहे,'' तरुण दास पुढे म्हणाले, ''१९८६ साली आम्ही आमचं नाव बदलून काँफेडरेशन ऑफ इंजिनिअरिंग इंडस्ट्री (सीईआय) असं ठेवलं होतं. पण पुढल्याच वर्षी राहुल म्हणाले की आपण पॅन-इंडियन (सकल भारताची) प्रातिनिधिक औद्योगिक संस्था बनलं पाहिजे. १९९१ साली आमचे नाव बदलण्यासाठी आम्हाला खूपच अंतर्गत विरोध सहन करावा लागला. आम्ही 'धातूच्या वस्तू बनवणारे लोक' अशीच सुरुवात केली होती. पण दोन गोष्टींविषयी आमच्या मनात स्पष्टता होती. : एक, आम्ही सरकारच्या विरोधात उभे राहाणार नाही, निदान सार्वजनिक स्तरावर तर नक्कीच नाही. जे काही आम्हाला पटण्यासारख नसेल ते आम्ही बंद दाराआड नक्कीच त्यांच्या कानी घालू. दुसरे म्हणजे आम्ही सरकारला अशी व्यासपीठे मिळवून देऊ जिथं आम्ही कसलेच अप्रिय शब्द उच्चारणार नाही. या आमच्या भूमिकेचा खूपच लाभ झाला.''

एम.व्ही. सुब्बय्या म्हणतात, ''इंदिरा गांधी सरकारच्या काळात आमच्या संस्थेचा बरेचदा कस लागला होता. मी एआयईआयचा अध्यक्ष होतो आणि इंदिराजींमुळेच तो काळच देशासाठी आणि आमच्यासाठी कठीण आला होता तेव्हाचे उद्योगमंत्री नारायणदत्त तिवारी यांनी एकदा आम्हा उद्योजकांची मीटिंग बोलावली होती. त्या वेळेस उत्तर प्रदेशहून खासदारपदी निवडून आलेले राजीव गांधीही होते. तसंच उत्तर प्रदेशचे मुख्यमंत्रीही हजर होते. तिवारी यांनी शुद्ध हिंदीत उद्योजकांशी बोलायला सुरुवात केली आणि मी काहीच न कळल्यामुळे शुंभासारखा बसून राहिलो.

''तेव्हा श्रोत्यांत बसलेले राहुल बजाज कुणीच नक्कल करू शकणार नाही अशा खास त्यांच्या शैलीत तिवारींना म्हणाले की, एआयईआयचे अध्यक्ष आणि तुमचे काही उद्योजक मित्र झोपून गेलेत कारण त्यांना तुमची भाषा कळत नाही.'' ते ऐकून तिथले वातावरण एकदम खेळीमेळीचे झाले. सगळे लोक हसू लागले. त्या टप्प्यावर राजीव गांधींनी त्यांच्या जवळील माइक हातात घेतला आणि ते तिवारींच्या मागोमाग त्यांच्या बोलण्याचे इंग्रजीत भाषांतर करू लागले आणि पुढली मीटिंग पूर्ण झाली.'' सुब्बय्या म्हणाले.

दास आठवण सांगतात, ''राजीव गांधी बहुधा एफआयसीसीआय आणि असोकाम या संस्थांबद्दल फारसे उत्साही नसावेत. कारण या संस्था मोदी, बिर्ला, श्रीराम अशा जुन्या उद्योग जगताचं प्रतिनिधित्व करत होत्या. ते पंतप्रधान झाल्यानंतर वर्षभरातच त्यांनी आम्हा सर्वांना मे, १९८५मध्ये त्यांच्या सोबत रशियाच्या पहिल्या दौऱ्यावर न्यायचं ठरवलं. या दौऱ्याच्या शेवटी त्यांनी आमची मुत्सद्दी वृत्तीचे राजदूत सईद नुरुल हसन यांच्याशी मॉस्कोत

ओळख करून दिली. तेव्हा ते मोठ्या अभिमानाने म्हणाले, 'भारताचं भविष्य घडवणाऱ्या लोकांशी मी तुमची गाठ घालून देतो आहे.' आमचं अचानक कौतुक ऐकून आम्ही आश्चर्याने अवाक झालो होतो.''

तरुण दास पुढे बोलू लागले, ''राहुल बजाज यांच्या योगदानात सातत्य होतं. धोरण ठरवताना होणाऱ्या प्रत्येक अंतर्गत वादविवादांत आणि मतभेदांत ते भाग घ्यायचे, मग ती परदेशी गुंतवणूक असो की मुक्त अर्थव्यवस्था असो किंवा प्रत्यक्ष/ अप्रत्यक्ष कर, व्यापार धोरण इत्यादी कुठलाही विषय असो. त्यांनी आयुष्यभर या संस्थेत भाग घेतला. बरेचदा त्यांचे दृष्टिकोन सीआयआयमध्ये मान्यही झाले नाहीत पण त्यांनी नेहमीच तिथल्या बहुमताचा आदर केला.''

सीआयआयच्या नेत्यांची मानसिक क्षमता केवढी असली पाहिजे हे खाली दिलेली पाच अत्यंत वेगळी आव्हाने पाहून कळते.

तीन बँका आणि दुसऱ्यांदा अध्यक्षपद मिळवणारे गृहस्थ

विसाव्या शतकाच्या अखेरीस म्हणजे बुधवार, २२ डिसेंबर, १९९९ रोजी लोकसभेत एक वादविवाद रंगात आला होता :

> श्री. टी. एम. सेल्वगणपती (सेलम) : सर, मला सीआयआयने स्थापन केलेल्या टास्क फोर्स कमिटीविषयी एक गंभीर प्रश्न उपस्थित करायचा आहे. सर, सीआयआयने इंडियन बँक, युको बँक आणि युनायटेड बँक ऑफ इंडिया या तीन राष्ट्रीयीकृत बँका बंद करण्याची शिफारस सरकारला केली होती. त्या अहवालामुळे सर्वसामान्य जनतेत भय आणि अनिश्चितता निर्माण झाली. बँकांचे कर्जदार आणि ठेवीदार फारच घाबरले. या राष्ट्रीयीकृत बँकांत पैसे ठेवणाऱ्या लोकांच्या मनावर त्यांचा वाईट परिणाम होणार आहे. या दृष्टीने पाहता या अहवालामुळे राष्ट्रीयीकृत बँकांशीही संबंध ताणले जाणार आहेत.
>
> सर, पण आता बिंग फुटले आहे. बँक कर्मचारी संघटनांच्या हातात सापडण्याची भीती वाटल्याने सीआयआयने अहवाल मागे घेतला आहे. या सगळ्या प्रकारात काहीतरी गुपित दडलेले आहे. ते म्हणजे यांच्या टास्क फोर्समध्ये काही कॉर्पोरेट क्षेत्रांतले उद्योजक आहेत. त्यात राहुल बजाज आणि भारत राम हे मुख्यत्वेकरून आहेत. हे दोघेही या राष्ट्रीयीकृत बँकांना अनुक्रमे ५०० कोटी आणि ३५० कोटी रुपये देऊ लागतात. आपलं बिंग फुटेल या भीतीने त्यांनी या तीन राष्ट्रीयीकृत बँका बंद करण्याची मागणी केली आहे.
>
> यावर कर्मचारी संघटनानी ताबडतोब आणि हेतुपुरस्सर प्रतिक्रिया व्यक्त केली. या बँकांच्या प्रचंड तोट्याचे कारण कॉर्पोरेट कर्जबुडवे आहेत यावर त्यांनी जोर दिला. कॉर्पोरेट क्षेत्राकडून बँकिंग क्षेत्रास ५० हजार कोटींची येणी आहेत. ही कर्जे परत आली तर बँका आजारी पडण्याचे काहीच कारण नाही. ऑल इंडिया बँक एम्प्लॉईज असोसिएशनने धमकी दिली की सीआयआयने

> अहवाल मागे घेतला नाही तर आम्ही सरकारी बँकांची देणी वेळेवर न फेडणाऱ्या कंपन्यांची यादीच देऊ. युनिअन्स आणि त्यांच्या कायदेकर्त्यांनी सीआयआयचे अध्यक्ष राहुल बजाज आणि उपाध्यक्ष अरुण भारत राम यांची नावे कर्ज वेळेवर न फेडणाऱ्यांत खास करून घेतली होती.

त्यावर चिंताग्रस्त सीआयआयने प्रतिक्रिया व्यक्त केली, ''बँकांच्या, त्यांच्या कर्मचारी आणि व्यवस्थापनाच्या भावना ध्यानात घेऊन आम्ही सरकारला कळवले आहे की आमच्या शिफारशी विचारात घेऊ नयेत.'' दास यांनी वार्ताहरांना सांगितलं. (इंडिया ॲब्रॉड या वृत्तपत्रात लिहून आलं की सीआयआयने तीन बँका बंद करण्याचा दिलेला प्रस्ताव वादविवादाच्या भोवऱ्यात सापडला आहे. न्यू यॉर्क, डिसेंबर, पाहा https://search.proquest.com/docview/362758770?acccountid=13042)

तर त्याविरुद्ध राहुल बजाजनी प्रसार माध्यमांना सांगितलं की या बँका बंद करण्याच्या आधीच्या शिफारशींबद्दल चेंबर ठाम आहे. आपण बँकेचे थकबाकीदार असल्याचा आरोप फेटाळून लावत त्यांनी म्हटले की थकबाकीदारांची यादी जाहीर आपण जरूर करावी. त्याविषयी नंतर त्यांनी म्हटलं, ''त्या ६९ पानी अहवालातील २६ अन्य सूचना या वादविवादामुळे झाकोळल्या गेल्या हे फार दुर्दैवी होतं.''

१३ डिसेंबर रोजी अर्थमंत्र्यांना पाठवला गेलेला आणि त्यानंतर दोन दिवसांनी प्रकाशित झालेला तो अहवाल आयसीआयसीचे के.व्ही. कामत यांच्या अध्यक्षतेखाली टास्क फोर्सने तयार केला होता. त्या टास्क फोर्समध्ये राहुल बजाज, जमशेद जे. इराणी, दास आणि ओंकार गोस्वामी हे लोक होते. प्रसार माध्यमांशी बोलताना कामत यांनी सांगितलं की तीन बँका बंद करण्याचा खर्च अंदाजे ९८०० कोटी रुपये येईल. ''या बँकांमध्ये आणखी पैसा ओतणे म्हणजे कृत्रिम श्वसनावर रोग्याला जगवण्यासारखं आहे आणि आर्थिक मर्यादेत जखडलेल्या तिजोरीतला करदात्यांचा पैसा बुडीत टाकण्यासारखेच होईल.'' ६७४० कोटी रुपयांचा निधी सरकारकडून मिळाल्यावरही इंडियन बँक, युको बँक आणि युनायटेड बँक ऑफ इंडिया या बँका योजनाबद्ध रीतीने दुर्बळच राहिल्या होत्या.

बऱ्याच ठिकाणांहून सीआयआयला पाठिंबा मिळाला. त्यात अखिल भारतीय काँग्रेस समितीचे जयराम रमेश होते. जयराम रमेश म्हणाले की मी समितीच्या वतीने नाही पण स्वतः साठी बोलतो की आपण कुठलाही भ्रम बाळगता कामा नये. बँकेच्या सुधारणांना लाखो, मजबूत, पांढरपेशे कर्मचारी विरोध करतील. परंतु कुठल्यातरी टप्प्याला आपल्याला कडू गोळी खावीच लागणार आहे. बँकांचे परिवर्तन कंपन्यांत करून त्यांना कंपनी कायद्याखाली आणले पाहिजे आणि त्यांच्यातील सरकारी भागभांडवल ५० टक्क्यांहून कमी केले पाहिजे. विम्यानंतर हे पुढले युद्ध संसदेत लढले जाण्याची वाट पाहते आहे.

जेव्ही ब्रिगेड

''मार्च १९९६ मध्ये जॉइंट व्हेंचर्सबद्दल झालेल्या एका वादविवादामुळे सीआयआयविषयी प्रसार माध्यमांत खूप काही लिहून आलं.'' दास आठवण सांगतात. ''१९९१च्या सुमारास

केलेली जॉइंट व्हेंचर्स आता रद्द होऊ लागली होती आणि सीआयआय सेक्रेटरीएटने म्हटले की बहुराष्ट्रीय कंपन्या जॉइंट व्हेंचरविषयी 'काउबॉय'सारखा हडेलहप्पी दृष्टिकोन बाळगत आहेत. त्या सगळं काही अल्पावधीच्या नजरेतूनच बघत आहेत त्यामुळे ही जॉइंट व्हेंचर्स संपुष्टात येत आहेत.''

इकॉनॉमिक टाइम्सचे जावेद सईद यांनी एक पहिल्या पानावरची मजबूत 'स्टोरी' याविषयी केली, त्यात असं दर्शवलं होतं की सीआयआयला परदेशी गुंतवणुकीचं वावडं आहे. दुसऱ्याच दिवशी अमेरिकेचे राजदूत फ्रँक विसनर सीआयआयच्या मुख्यालयात आले, त्यांना सेक्रेटरिएटच्या नेत्यांशी बोलून सीआयआयचं म्हणणं नक्की काय आहे ते स्पष्ट करून घ्यायचं होतं.

त्या संध्याकाळी उशिरा राजदूतांनी न्यू यॉर्क आणि वॉशिंग्टन डीसी येथील अमेरिकन कंपन्यांशी फोनवरून संवाद साधला आणि सीआयआयबद्दलच्या त्यांच्या शंकांचं निरसन केलं. सीआयआयने परदेशी धोरणाबद्दल घूमजाव केलं की काय ही त्यांची भीती घालवण्यात या राजदूतांची भूमिका महत्त्वाची ठरली. कारण सीआयआयने तसं काही केलंच नव्हतं.

खरं तर सीआयआयला म्हणायचं होतं की भारतीय आणि परदेशी कंपन्यांनी जॉइंट व्हेंचर्स विचार करून करावीत, 'चट मंगनी पट ब्याह' अशी घिसाडघाई कामाची नाही. बहुराष्ट्रीय कंपन्यांना भारतीय जॉइंट व्हेंचर-भागीदार हवेत कारण त्यांना भारतीय बाजारपेठेत प्रवेश करायची घाई झाली होती. दास म्हणाले की, परंतु भारतीय कंपन्यांना जॉइंट व्हेंचर्समधून नवीन उत्पादने आणि नवीन तंत्रज्ञान मिळेल अशी अपेक्षा होती. दोघेही पक्ष व्यवस्थित काळजी घेऊन भागीदारीत उतरत नव्हते त्यामुळे पटापटा जॉइंट व्हेंचर तुटणे हाच औद्योगिक जगतातील देखावा बनू लागला होता.

ते पुढे म्हणाले, ''सीआयआयच्या चर्चांत हा विचारांतला फरक आला आणि त्यावर जोरदार मतभेदही व्यक्त झाले. सुकाणू समितीतच रतन टाटा विरुद्ध राहुल बजाज असा वाद बघण्याची स्थिती उद्भवली. त्यातल्या राहुलना जॉइंट व्हेंचर्स विचारपूर्वक उघडावीत असं वाटत होतं की दुसऱ्याला ती वेगाने उघडायला हवी होती. एकसमान गतीने नियंत्रणमुक्तता करावी असा मुद्दा सीआयआयने पुढे करून समतोल राखला; परंतु सर्वच मतांविषयी ते संवेदनशीलतेने विचार करत होते.

२०० वर्षांचा वसाहतवादी सत्तेचा इतिहास असलेल्या भारतात या मुद्द्यामागे भरपूर जुन्या आठवणींचे नाद होते कारण असुरक्षितता, कमी आत्मविश्वास आणि १९९०च्या दशकातल्या विदेशी 'इस्ट इंडिया कंपन्या'बद्दल चीड अशा बऱ्याच आठवणी त्यामागे होत्या. परंतु आंतरराष्ट्रीय कंपन्या भारतात येण्यामागे जे फायदे होते त्याबद्दल काही प्रश्नच नव्हता. त्यांनी भारतासाठी कितीतरी चांगल्या बाबी आणल्या.

१) उच्च वेतन पातळ्या
२) अधिक उच्च ग्राहक सेवा
३) उत्तम दर्जाच्या वस्तू
४) तंत्रज्ञानाची उच्च पातळी

५) व्यवस्थापनाची वाढीव क्षमता

६) स्पर्धात्मकता आणि कार्यक्षमतेत वाढ

७) संशोधन आणि विकास

भारतीय कंपन्या बहुराष्ट्रीय कंपन्यांकडून बरेच काही शिकल्या आणि त्यांनी स्वतःत बदल करून घेतले, त्यांनी देशात आणि परदेशांतही स्पर्धात्मकता वाढवली. दास यांनी म्हटलं, ''ही शिकण्याची आणि स्पर्धा करण्याची प्रक्रिया अत्यंत आवश्यक होती. बहुराष्ट्रीय कंपन्यांवरील निर्बंध 'राजकीय' कारणांसाठी होते; परंतु त्यामागचं खरं कारण भारतीय कंपन्यांनी सरकारवर टाकलेला दबाव हेच होतं. याचा परिणाम बँका, विमा, रिटेल व्यवसाय आणि अन्य क्षेत्रांवर झाला परंतु इंजिनिअरिंग आणि उत्पादन यांच्यावर नाही झाला कारण तिथे कस्टम्स ड्युटी कमी केल्या आणि १०० टक्के परदेशी गुंतवणुकीस परवानगी दिली.

राहुल बजाज यांचा अहवाल

कॉर्पोरेट चालवण्याची एक व्यवस्थित नियमावली का असू नये? विचार तर मोठा उत्कंठावर्धक होता. गुंतागुंतीचे नको ते व्यवहार नसतीलच तर औद्योगिक जीवन किती बरं शांत आणि सुरळीत होईल? बऱ्याच लोकांच्या मनात हाच प्रश्न होता हेच त्यामागील धांदलीचं कारण होतं.

तरी सगळ्यात आधी सुरुवात केली ती राहुल बजाज यांनीच. त्यांचे सहलेखक गोस्वामी म्हणतात, ''भारतातील पहिला कॉर्पोरेट कारभाराच्या नियमावलीचा प्रस्ताव सेबीकडून (सिक्युरिटीज अँड एक्स्चेंज बोर्ड ऑफ इंडिया) आला नाही, मिनिस्ट्री ऑफ कॉर्पोरेट अफेअर्स यांचेकडूनही आला नाही की सक्रिय समभाग धारकांकडूनही आला नाही. तर तो एका औद्योगिक संस्थेकडून आला. राहुल बजाज यांनी बारा सदस्यांचे कृती दल उभारले आणि त्याचे अध्यक्षपदही स्वीकारले. १९९६च्या अखेरीस काम सुरू झाले. अर्थमंत्री पी. चिदंबरम यांनी 'डिझायरेबल कॉर्पोरेट गव्हर्नन्स : अ कोड' या राहुल बजाज यांच्या अहवालाचे प्रकाशन एप्रिल, १९९८ मध्ये केले. त्याविषयी राहुल हसून सांगतात, ''वृत्तपत्रांनी तर त्याचं उत्साहाने स्वागत केलं. काही अधिक प्रगतिशील कंपन्यांनी स्वेच्छेने सीआयआय नियमावली अनुसरायला सुरुवात केली.''

सेबी आणि कंपनी मंत्रालय कसं काय मागे राहिलं? एका चांगल्या अहवालाचे उदाहरण खाली छोटासा नमुना म्हणून दिलं आहे. १९९९ साली कुमार मंगलम बिर्ला यांच्या अध्यक्षतेखाली सेबीच्या समितीने कॉर्पोरेट कारभाराची नियमावली तयार केली ती सीआयआयच्या अहवालाशी खूपच मिळतीजुळती होती. कंपनी मंत्रालयाने जे.जे. इराणी अहवाल २००५ मध्ये प्रकाशित केला, नरेश चंद्र अहवाल २००९ मध्ये प्रकाशित केला आणि कंपनी कायदा २०१३ साली आणला. सेबीच्या आघाडीकडून इन्फोसिसच्या एन. आर. नारायण मूर्तींचा २००३चा अहवाल आला आणि उदय कोटक यांचा ५ ऑक्टोबर, २०१७चा अहवालही आला.

उदय कोटक यांच्या अहवालात एक बाँबची कांडी होती. त्यात लिहिलं होतं की अध्यक्ष आणि व्यवस्थापकीय संचालक एकत्रपणे एका माणसाकडे असू नये.

नियामकांनी लिहिले, ''अध्यक्ष आणि मुख्य कार्यकारी अधिकारी (सीईओ) यांच्या भूमिका आणि कचेऱ्याही शक्य तेवढ्या स्वतंत्र असाव्यात. त्यामुळे सत्तेचा समतोल होईल. ही दोन पदे वेगळी करणे ही एक चांगली प्रथा होऊ शकते. कारण त्यामुळे सत्तेचा योग्य तो समतोल साधला जातो, उत्तरदायित्व वाढते आणि संचालक मंडळाची निर्णय घेण्याची क्षमताही वाढते. अनिर्बंध निर्णयसत्ता एकाच व्यक्तीच्या हाती येऊ नये यासाठी संचालक मंडळाचे अध्यक्ष आणि व्यवस्थापकीय संचालक/ मुख्य कार्यकारी अधिकारी यांच्या भूमिका आणि जबाबदाऱ्या यांत स्पष्ट सीमारेषा हवी.

''आपल्या कारभाराच्या महत्त्वाच्या गरजा, अकाउंटिग आणि वित्तीय माहिती उघड करण्याचे मापदंड लंडन, अमेरिका, ऑस्ट्रेलिया, फ्रान्स, जर्मनी आणि अन्य ओईसीडी (ऑर्गनायझेशन फॉर इकॉनॉमिक को-ऑपरेशन अँड डेव्हलपमेंट) राष्ट्रे यांच्या तुलनेने पाहता आपण अगदी वरच्या दहांमध्ये आहोत.'' राहुल बजाज म्हणाले. त्यांना ते पटत नव्हते. ''अमेरिकेत बरेचदा अध्यक्ष हाच मुख्य कार्यकारी अधिकारी असतो. पण ही पद्धत आपल्याकडील पद्धतीहून अधिक चांगलं काम करते याचा खूपच कमी स्पष्ट पुरावा आहे. त्यामुळे भारतीय परिस्थितीत तसे करण्याच्या मी पूर्णतया विरुद्ध आहे.'' राहुल बजाज जे कुणी दिसेल त्याच्याजवळ कुरकुरत होते. ते म्हणाले, ''ही पाहा नीट विचार न करता सुचवलेली आणखी एक शिफारस. : शेअर बाजारात नोंदवलेल्या कंपन्या- ज्यांच्या ४० टक्के समभाग धारकांकडे मतदानाधिकार आहेत त्यांचा अध्यक्ष प्रत्यक्ष कामकाजात भाग न घेणारा संचालकच हवा.'' (हा नियम १ एप्रिल, २०२२ पासून शेअर बाजारातल्या सर्वच नोंदणीकृत कंपन्यांना लागू करण्यात आला आहे.) बजाज म्हणतात, ''मायक्रो मॅनेजिंग (बारकाईने केलेलं व्यवस्थापन) केवळ इथंच थांबत नाही. कोटक समितीने संचालक मंडळात चर्चा करण्याचे विषयही दिले. ते होते रणनीती, वारस नियोजन, जोखीम व्यवस्थापन, पर्यावरणीय टिकाव, दैनंदिन कारभार इत्यादी. ''चांगल्या संचालक मंडळात वरील सर्व विषयांवर दीर्घ चर्चा होतच असते. वाईट संचालक मंडळे ती करत नाहीत. परंतु या सगळ्यामुळे कसला हेतू साध्य होणार होता? कंपन्यांनी त्यांच्या वार्षिक अहवालात कसल्यातरी निरर्थक बाबी उघड केल्या असत्या, पण त्यावर खरंच चर्चा झाली होती का कुठे कुणाला कळलं असतं?'' त्यांनी प्रश्न केला.

ते म्हणाले, ''आमचे नियंत्रक काय मुळातूनच प्रवर्तक आणि संचालक यांच्यावर अविश्वास दाखवत असतात का? ते तसं करत असतील तर हा खूपच भयंकर पूर्वग्रह आहे. त्याहूनही मला असं म्हणायचंय की, नियमांचा अगदी निर्दोष संच त्यांनी बनवला तरी सगळे काही अगदी त्या बरहुकूमच घडेल असे त्यांना वाटते का? जगात तसं कुठंही आत्तापर्यंत घडलेलं नाही.''

त्या वादात टीव्हीएस समूहाचे वेणू श्रीनिवासन यांनीही उडी घेतली. ते म्हणाले, ''भारतातील संयुक्त कुटुंब पद्धती आणि युरोपिअन व्यवसाय यांच्यात फरक आहे- पाश्चात्त्य संकल्पनांची आपण अंध आयात करता कामा नये. अमेरिकेतही एखाद्या माणसाकडे

मोठा समभागांचा वाटा असतो, तोच कंपनीचा अध्यक्ष आणि सीईओ बनतो आणि मग त्याच्याकडे सत्तेचे केंद्रीकरण होते. परंतु भारतात आणि एकूणच आशियात कुटुंबांच्या हातात कंपन्यांच्या समभागांचा मोठा हिस्सा असतो. संपत्ती निर्माण करण्याशी त्यांची बांधिलकी असते. तुम्ही काहीही संबंध नसलेल्या व्यवस्थेत असे पाश्चात्त्य नियम अचानक आणू शकत नाही.'' त्या काळात ऐसपैस विस्तारलेल्या टीव्हीएस कुटुंबाचे समूहातील कंपन्यांत ४०-७० टक्के समभाग होते.

नियंत्रकांनी सगळ्या गोष्टींना गती दिली, ''१ एप्रिल, २०२० पासून बाजारभावानुसार वरच्या ५०० नोंदणीकृत कंपन्यांनी अध्यक्ष, सीईओ, व्यवस्थापकीय संचालक यांची स्वतंत्र पदे असावीत आणि ती एकमेकांशी संबंधित नाहीत याची खात्री करुन घ्यावीत असा नियम आणला.'' ''आम्हाला 'नियंत्रण आणि परवाना युगा'कडे पुन्हा जायचं नाही, आम्हाला कॉर्पोरेट धर्तीवरील विकास हवा आहे. नियमांचं ओझं नको आहे. नवीन कायदा कारभाराच्या काही क्षेत्रांत सुधारणा करत असला तरी त्यानं बऱ्याच कठोर तरतुदी आणि निर्बंधही आणले आहेत,'' राहुल बजाजनी हताश होत म्हटलं. ''ते काहीही असलं तरी तो शेवटी भारतीय कंपन्यांसाठी खास येथील असा कायदा बनला.''

गोध्रा येथील परिस्थिती

६ फेब्रुवारी, २००३. दिल्ली येथे सीआयआयच्या सत्रात त्यांच्या सदस्यांची गुजरातचे तत्कालीन मुख्यमंत्री नरेंद्र मोदी यांच्याशी चर्चा होणार होती. परंतु दास यांच्या मनाप्रमाणे चर्चा पुढे गेली नाही. व्यासपीठावर मोदींसोबत जमशेद गोदरेज आणि स्वतः दास होते तर राहुल बजाज अध्यक्षस्थानी होते. सुरजीत दास गुप्ता, सोहिनी दास आणि देव चतर्जी यांनी बिझनेस स्टँडर्डमध्ये लिहिलं की त्या दिवशी निवडलेले वक्ते अन्य कुणाचं ऐकून घेऊन बोलणारे नव्हते.

त्यामागची पार्श्वभूमी अशी की गुजरातेत दोन नरसंहार घडून आले होते- त्यातला एक हिंदुविरोधी होता तर दुसरा मुस्लिमविरोधी होता. गोध्रा या गुजरातेतील एका छोट्या रेल्वे स्थानकावर २७ फेब्रुवारी, २००२ रोजी एक आगगाडी जाळली गेली आणि त्यात अयोध्येहून परतणाऱ्या ५८ कारसेवकांचा मृत्यू झाला. त्यामुळे दंगल पेटली. अधिकृत आकड्यांनुसार दंगली संपल्या तेव्हा १०४४ माणसे मृत्युमुखी पडली होती, २२३ बेपत्ता आणि २५०० जखमी झाली होती. मृतांपैकी ७९० मुस्लिम होते तर २५४ हिंदू होते.

विप्रोचे अझीम प्रेमजी आणि एन. आर. नारायण मूर्ती यांनी हिंसेचा धिक्कार केला. भारताची सर्वधर्म समभावी प्रतिमा डागाळली याकडे दीपक पारेख यांनी बोटं दाखवलं. परंतु थर्माक्सच्या अनू आगांनी थेट प्रश्न केला की, दंगलखोरांना अडवण्यासाठी मोदींनी एवढी कमी पावलं का उचलली? त्यांच्या आवेगयुक्त भाषणानंतर लोकांनी उभं राहून त्यांना मानवंदना दिली. त्या घटनेनंतर आगा अगदी शांतपणे कंपनीच्या नफ्यातील १ टक्का रक्कम सामाजिक क्षेत्रासाठी बाजूला काढून ठेवू लागल्या. या वादळानंतर आगांनी ४५० कोटी रुपये बडोदा येथे नवीन कारखाना उभारण्यासाठी लावले आणि त्याची दारं सर्व धर्मीय कामगारांना खुली केली.

आगांनी आठवण सांगितली, ''गुजरातमध्ये नरसंहार झाला तेव्हा मी सीआयआयच्या पश्चिम विभागाची मुख्य होते. मी त्याविरुद्ध बोलले होते. मी बोलले ते काही लोकांना आवडलं नव्हतं. खुद्द सीआयआयमध्येही काही लोकांचा माझ्या स्पष्ट, रोखठोक भूमिकेला विरोध होता. त्या काळात एके दिवशी राहुल बजाज मला बाजूला घेऊन म्हणाले की या कारणासाठी तुम्ही बोलणं थांबवावं. ते म्हणाले की जे काय चालले आहे त्याच्या विरुद्ध मी एक लेख लिहिणार आहे. आपल्या शब्दाला जागून त्यांनी एक खरमरीत आणि विचारप्रवृत्त करणारा लेख गुजरातेतील हत्याकांडाविरुद्ध लिहिला. आता सीआयआयच्या ६ फेब्रुवारी, २००६ रोजीच्या मींटिगकडे आपण परत येऊ. त्या मीटिंगमध्ये गोदरेज तुलनेने फार काही बोलले नसले तरी राहुल बजाज अगदी नेमकेपणाने बोलले. ते म्हणाले की आर्थिक बाजूने पाहता २००२ हे वर्ष गुजरातसाठी 'हरवलेलं वर्ष' ठरलं. बजाज म्हणाले, ''आपल्याला काश्मीर, ईशान्य भारत किंवा उत्तर प्रदेश, बिहार येथे गुंतवणूक का मिळत नाही? त्यामागचं कारण केवळ तिथे पायाभूत सुविधा नाहीत हे नाहीये, तर तिथे सुरक्षिततेची भावना नाही हेदेखील कारण आहे. गुजरातमध्ये झालेल्या दुर्दैवी घटनांमुळे हेच मनात येते. तसे तिथे घडून नये अशी आशा आहे.''

त्यानंतर राहुल बजाज नरेंद्र मोदींकडे थेट वळून म्हणाले, ''तुमचे विचार काय आहेत? तुमची भूमिका काय आहे? हे आम्हाला जाणून घ्यायला आवडेल. कारण नेतृत्व फार महत्त्वाचं असतं. आज तुम्ही तुमच्या पक्षाचे आणि गुजरात सरकारचे निर्विवाद नेते आहात आणि तुम्हाला अधिक जाणून घ्यावं असं आम्हाला वाटतं. सर्व रंगच्छटांच्या सरकारांसोबत काम करण्याची आमची तयारी असली तरी समाजासाठी काय चांगलं आहे आणि त्याच्या भल्यासाठी काय केलं पाहिजे याविषयी आमचेही काही दृष्टिकोन आहेत.''

त्यानंतर नरेंद्र मोदींची बोलण्याची वेळ आली. ते म्हणाले, ''मागील आठ महिन्यांत सीआयआयने गुजरातवर अन्याय केला असं मला वाटतं. मागील आठ महिन्यांत आम्ही ८००० कोटी रुपयांची गुंतवणूक आकर्षित करून घेण्यात यश मिळवलं आहे. त्यामुळे मला तुम्ही कायदा आणि सुव्यवस्था याविषयावर प्रश्न का विचारता आहात?'' पुढे ते असंही म्हणाले, ''गुजरातला बदनाम करण्याची काहीच गरज नाही. तुम्हाला आणि तुमच्या बनावटी सर्वधर्म समभावी मित्रांना उत्तर हवं असेल तर तुम्ही गुजरातला येऊ शकता. तिथं येऊन आमच्या नागरिकांशी बोला. गुजरात हे देशातील सर्वांत शांतताप्रिय राज्य आहे. या देशात परस्परविरोधी हितसंबंध असलेले लोक आहेत हे मला माहीत आहे, पण तुमचे हितसंबंध काय आहेत? गुजरात हे एकमेव राज्य असं आहे जे गांधींना निर्माण करू शकतं पण वेळ आली की ते पटेलांनाही जन्म देऊ शकतं. मला काय म्हणायचंय हे तुम्हाला समजलं आहे असं मला वाटतं.''

शेवटचे शब्द राहुल बजाजनी बोलल्याशिवाय कुठलीच मीटिंग संपत नसे. समारोप करताना राहुल म्हणाले, ''आपल्यात मतभेद असतील पण लोकशाही म्हणजे तेच तर असतं ना? जमशेदजी किंवा मी जे काही बोललो त्यात वैयक्तिक काही नव्हतं आणि आम्ही कुणाच्या मूल्यांबद्दल काही निष्कर्षही काढलेले नाहीत. आम्ही आमच्या सदस्यांच्या मनातील भीतीची भावना व्यक्त करत होतो. ते काहीही असलं तरी इतिहास उकरून न

काढणेच उत्तम. आपण पुढे पाहायला हवं. जबाबदारीशिवाय अधिकार वापरता कामा नये असे आपण (नरेंद्र मोदी) बोललात त्याचा व्यक्तिशः माझ्या मनावर प्रभाव पडला आहे.''

मीटिंगनंतर नरेंद्र मोदींनी पत्रकारांजवळ आगपाखड केली, ''राहुल बजाज आणि गोदरेज यांनी खूप तिखट भाषा वापरली.''

या प्रसंगाचे विश्लेषण करताना 'नरेंद्र मोदी - द मॅन, द टाइम्स' या पुस्तकाचे लेखक नीलांजन मुखोपाध्याय यांनी म्हटलं, ''आपली प्रतिमा सुधारण्याचा नरेंद्र मोदी यांच्यापाशी एक उपाय होता, तो म्हणजे उद्योजकांची मनधरणी करणे- विचारसरणीचे ओझे न बाळगणाऱ्या व्यवहारी लोकांना बोलावणे. एका 'जनमता'च्या कौलात दिसून आलं की लोकांना आता पुढे जायचं आहे, तिथंच मोदींना त्यांची दिशा मिळाली. त्यांनी त्यांना पाठिंबा देणारे बिझिनेसमन- गौतम अदानी, करसन पटेल आणि अनिल बकेरी यांना घेऊन 'रिसर्जंट ग्रूप ऑफ गुजरात'ची उद्घोषणा केली.

पुढली सीआयआयची मीटिंग अहमदाबाद येथे एप्रिल, २००३ मध्ये होणार होती आणि नरेंद्र मोदी प्रमुख पाहुणे होते. तेव्हाच्या गोदरेज यांनी प्रास्ताविकात ५ फेब्रुवारी, २००३ रोजी झालेल्या बैठकीचा उल्लेख केला, त्या बैठकीत नरेंद्र मोदींना खूप तिखट प्रश्न विचारले गेले होते. गोदरेज म्हणाले की मिटिंगमध्ये बाधा येऊ नये, पण मी आशा व्यक्त करतो की नरेंद्र मोदींना जी निर्विवाद सत्ता मिळाली आहे तिचा वापर त्यांनी सर्व गुजरात्यांच्या सुरक्षिततेसाठी केला पाहिजे.

दास यांची द्विधा परिस्थिती

मुळात ही पहिली वादावादी झाल्यानंतर सीआयआयच्या कचेरीत दास यांच्या समोर एक गंभीर परिस्थिती येऊन उभी राहिली होती आणि ती त्यांना सोडवावी लागणार होती. त्याविषयी दासनी 'क्रॉसिंग फ्रंटियर्स'साठीच्या लेखात लिहिलं, ''आमचे साधारण २०० गुजराती सदस्य चिंताग्रस्त मनःस्थितीत होते. दिल्लीत सीआयआयला जाणवलं की तिथल्या भाजप सरकारकडे त्यांना मिळणाऱ्या प्रवेशावर बंधनं घातली गेली होती. तसं करून लॉबीइंग करण्याच्या सीआयआयच्या मुख्य कामाचीच धार बोथट करण्यात आली होती.'' दास पुढे लिहितात, ''मी भाजपमधल्या कुणालाच ओळखत नव्हतो. सीआयआयच्या तंत्रज्ञान आणि शोध या विषयावरील राष्ट्रीय समितीचे अध्यक्ष हरी भारतीय यांनी जेटली यांच्याशी भेट होण्यास मदत केली. ते तेव्हा घरी होते, क्रिकेटचा सामना चालला होता. आम्ही त्यांच्या घरी तेंडुलकरला बॅटिंग करताना पाहत दोन तास बोललो. जेटलींना सगळी माहिती जाणून घ्यायची होती- म्हणजे मी कोण आहे? सीआयआय हे काय प्रकरण आहे? त्याचे पदाधिकारी कोण आहेत, त्यांची विचारसरणी काय आहे? सरतेशेवटी त्यांनी मला सांगितलं की नरेंद्र मोदी आज जेवायला त्यांच्या घरी येणार आहेत तेव्हा मी त्यांच्याशी बोलतो.

''काही दिवसांनी आम्ही पुन्हा बोललो तेव्हा जेटली म्हणाले की, तुम्ही मोदींची माफी मागावी असे त्यांना वाटते. तसे काही करण्याचा प्रश्नच उद्भवत नव्हता. मग पुढे काय करायचे ते संमत करण्यासाठी अशोक सूता या तत्कालीन सीआयआय अध्यक्षांच्या हजेरीत तातडीने मीटिंग बोलावली गेली.''

तिथे एक तोडगा निघाला. ''मी त्यांना म्हणालो की मी एक पत्र तयार करतो, त्याच्या शेवटी आपण असं म्हणू या की झाल्या गैरसमजाविषयी सीआयआय दिलगीर आहे. हे पत्र नरेंद्र मोदींना पाठवण्यात आले. तो काही माफीनामा नव्हता परंतु प्रसार माध्यमे तो तसा आहे असं म्हणतील याची आम्हाला खात्री होती. आणि तसंच झालं. त्यानंतर आम्ही गुजरातच्या दौऱ्यावर गेलो तेव्हा प्रसार माध्यमांना फोटो काढण्याची संधी मिळाली. त्यायोगे आम्हाला गुजरातेतील उद्योग जगताला संदेश द्यायचा होता की सीआयआय आणि राज्य सरकार यांच्यातील मुद्दा आता सुटला आहे. सगळ्यात महत्त्वाचं म्हणजे यातील प्रत्येक पाऊल नरेंद्र मोदी यांच्याशी आधी सल्लामसलत करूनच ठरवलं गेलं होतं.

''त्या दिवशी संध्याकाळी मी मोदींना भेटायला जात असताना बायकोने मला अडवलं, ती मला म्हणाली, 'तू असं करू शकत नाहीस. आपल्या जिवलग मित्रांमध्ये अनू आगा, अझीम प्रेमजी, जमशेद गोदरेज आहेत आणखी बरेच पारशी आणि मुस्लिम समाजांतलेही आपले मित्र आहेत.' मी तिला उत्तर दिलं की, माझ्याकडे दोन पर्याय आहेत. राजीनामा देऊन म्हणायचं की मी हे करणार नाही. आणि राजीनामा द्यायचा नसेल तर मला माझ्या सर्वच सदस्यांची काळजी तर घ्यावीच लागेल.''

पुढल्या वर्षी नरेंद्र मोदी दिल्लीत आणखी एका सीआयआयच्या कार्यक्रमात यायला तयार झाले. सगळं काही चांगलंच झालं, फक्त एक चूक झाली, ती म्हणजे आम्हाला दिसलं की टीव्ही वाहिन्या गेल्या वेळेच्या कडाक्याच्या चर्चेच्या मीटिंगच्याच टेपा लावत आहेत. ते बघून मोदी संतापाने लाल झाले, आणि त्यांच्या रागीट सरबत्तीचा मारा तरुण दास यांना सोसावा लागला.

शेवटी ऑक्टोबर, २००८ मध्ये संबंध थोडे सुधारले. टाटा मोटर्सची फॅक्टरी नॅनो ही गाडी पश्चिम बंगालमधील सिंगुर येथे बनवणार होती. ममता बॅनर्जींच्या त्या भागात त्यांना ते शक्य होईना. तेव्हा वैतागलेल्या रतन टाटांनी जाहीर केलं की कारखाना इथून हलवण्याची माझी तयारी आहे. हा प्रकल्प मोठ्या प्रतिष्ठेचा होता. उत्तराखंड, महाराष्ट्र आणि कर्नाटकच्या मुख्यमंत्र्यांनी त्यांना आमंत्रण दिलं. ती शर्यत नरेंद्र मोदी उसेन बोल्टच्या वेगाने जिंकले, असं वर्णन बिझनेस स्टँडर्डच्या टीमनं केलं होतं.

अहमदाबादजवळील साणंद ही जागा त्यासाठी निवडली गेली. केवीन आणि जॅकी फ्रायबर्ग यांनी 'नॅनोव्हेशन' या त्यांच्या पुस्तकात लिहिलं आहे की सिंगुर सोडण्याच्या टाटांच्या घोषणेनंतर अवघ्या ९६ तासांत नव्या कारखान्याचा 'मेमोरंडम ऑफ अंडरस्टँडिंग' लिहिला गेला होता. सुखावलेल्या टाटांनी म्हटलं, ''सहसा एखाद्या राज्याला ९० ते १८० दिवस जमिनीच्या आणि अन्य मंजुऱ्या देण्यासाठी लागतात. गुजरातने केवळ तीन दिवसांत हे काम केलं. असं यापूर्वी कधीच घडलं नव्हतं.'' त्यांनी मग नरेंद्र मोदी यांस 'गुड एम.' असं संबोधायला आणि सिंगुरच्या त्रास देणारीला 'बॅड एम.' असं संबोधायला सुरुवात केली. नरेंद्र मोदींची मनोवृत्ती नेहमीप्रमाणेच व्यवहारी राहिली. ''हे बघा, आपण त्या दिवसांकडे पुन्हा पुन्हा जाऊ शकतो किंवा आपण पुढेही जाऊ शकतो. मी गतकाळात अडकून न पडण्याचा पर्याय निवडला आहे'' असं ते म्हणू लागले.

प्रकरण ४१

वर्ल्ड इकॉनॉमिक फोरम : १९७७–२०२१

डब्ल्यूईएफ बैठकीत राहुल बजाज

रूपा बजाज यांनी लिहिलंय, ''डेव्हॉस येथे भरणाऱ्या वर्ल्ड इकॉनॉमिक फोरमच्या वार्षिक बैठकीस १९७९पासून राहुल हजर राहू लागले. तेव्हा खरं तर जागतिकीकरण हा शब्दही फारसा प्रचारात आलेला नव्हता.'' २००३ साली वार्षिक बैठकीस सहअध्यक्ष म्हणून निवडले जाणारे ते पहिले भारतीय ठरले.

जुन्या आठवणींत हरवून जात राहुल म्हणाले, ''मी तेव्हा नुकताच सीआयआयचा अध्यक्ष बनलो होतो. तसंच वर्ल्ड इकॉनॉमिक फोरममध्ये सामील होणाऱ्या भारतातल्या पहिल्या लोकांत मी होतो. डब्ल्यूईएफच्या इंटरनॅशनल बिझनेस कॉन्सिलचा पहिला भारतीय सदस्य मी झालो तसंच डेव्हॉस बैठकीत पहिला भारतीय सहअध्यक्ष असा मान मला मिळाला. सध्या त्यांच्या संस्थापक मंडळाचा मी मानद संचालक आहे. मानद सदस्य असा पहिलाच आणि आत्तापर्यंत एकमेव असं म्हणता येईल. पण या गोष्टी घडायला वेळ लागतो.

''आपली धोरणे आणि नियंत्रणे यांचा विचार करता बहुतेक परदेशी कंपन्यांच्या आकडेमोडीत भारत कधीच फारसा बसत नव्हता. स्वित्झर्लंडमधल्या डेव्हॉस येथील वार्षिक बैठकींच्या वेळीही बहुतेक सहभागी लोक भारतात गुंतवणूक करण्यास फारसे उत्साही नसायचे. तथापि, जुलै १९९१नंतर भारत सरकारच्या बदलत्या आर्थिक आणि औद्योगिक धोरणांमुळे परदेशी कंपन्या एकदम उठून बसल्या आणि स्वतःच्या उद्योगाला भारतात किती भावी स्थान असेल याचा नव्याने विचार करू लागल्या.

''परदेशी कंपन्यांच्या निर्णयावर परिणाम करणारा आणखी एक महत्त्वाचा घटक म्हणजे राजकीय स्थैर्य. आपण भारतीय उद्योजक आमच्या परदेशी बांधवांना हेच सांगण्याचा प्रयत्न करत असतो की ही दोन स्थानिक स्तरांवरील समस्याक्षेत्रे असून भारत हा जगातील अन्य बऱ्याच देशांपेक्षा राहायला सुरक्षित असा देश आहे.''

पडद्याआडची कहाणी

ऑगस्ट, १९८४मध्ये सत्ताधारी काँग्रेस पक्षाचे सचिव राजीव गांधी यांनी स्वतः क्लॉस श्वाब आणि वर्ल्ड इकॉनॉमिक फोरमची पूर्वसुरी संस्था युरोपिअन मॅनेजमेंट फोरम यांच्या निमंत्रणावरून डेव्हॉस येथे हजेरी लावली.

परदेशी कंपन्यांना भारतात व्यवसाय करण्यात काय अडचणी आहेत हे जाणून घेण्यात राजीव गांधींना रस होता. त्यांनी ईएमएफमध्ये पंचेचाळीस मिनिटं भाषण केलं. त्यात भारतातील सामाजिक, राजकीय आणि आर्थिक पैलूंचा विचार करून भारत हा कसा स्थिर राजकीय अस्तित्वाचा देश आहे आणि त्याचे ८० टक्के उत्पन्न खाजगी क्षेत्रातून कसे येते याविषयी माहिती दिली. जेव्हा ईएमएफने दिल्ली येथे इंडिया इकॉनॉमिक समिट घेऊ या असं सुचवलं तेव्हा उद्घाटनासाठी आपल्या आईला येण्याची विनंती करण्यास राजीव गांधी लगेचच तयार झाले.

पण इतिहासाच्या मनात काही वेगळंच होतं. इंदिरा गांधी यांची ३१ ऑक्टोबर, १९८४ रोजी हत्या झाल्यावर काँग्रेस पक्षाने राजीव गांधींना आपला नेता म्हणून निवडलं आणि त्यानंतरच्या सार्वत्रिक निवडणुकांत ५१४ मधील ४०४ जागा मिळवल्या. नव्या पंतप्रधानांचे ताबडतोबीचे काम होते ते म्हणजे धक्का बसलेल्या गलितगात्र देशाला आणि जगाला सावरणे. हळूहळू धुरळा खाली बसला. पहिली ईएमएफ– सीआयआय इकॉनॉमिक समिट मीटिंग १५–१६ एप्रिल, १९८५ रोजी दिल्लीत भरली आणि राजीव गांधींनी त्याचं उद्घाटनाचं भाषण केलं.

ती आठवण दास सांगतात, ''पहिल्या मीटिंगचं नियोजन हे काही सोपं काम नव्हतं. भारतातील गुंतागुंतीच्या कामकाजामुळे आम्हाला योग्य कौशल्ये असलेला भागीदार हवा

होता जो आंतरराष्ट्रीय व्यवसायातील सदस्यांना कामी येईल आणि भारताचे वरिष्ठ उद्योग आणि राजकीय नेत्यांचे व्यवस्थित प्रतिनिधित्व त्यांच्याशी करील.'' म्हणून मग पहिल्या मीटिंगला भारतातील चार महत्त्वाची चेंबर्स ऑफ कॉमर्स आणि इंडस्ट्री यांनी ईएमएफशी भागीदारी केली. तेव्हा त्यांच्यात असं ठरलं की या सुरुवातीच्या अनुभवावरून ते यापैकी एका संस्थेला भारताची दीर्घकालीन भागीदार म्हणून स्वीकारतील. या संस्थांपैकी सर्वांत लहान एआयईआय (सध्याची सीआयआय) त्यात उठून दिसली.

''ईएमएफच्या पहिल्या मीटिंगला जगभरातल्या साधारण २०० कंपन्या आल्या होत्या.'' दास म्हणाले, ''भारतीय कंपन्यांना आत्तापर्यंत बाहेरच्या जगाशी फारसा संवाद साधायला मिळाला नव्हता. परदेशी प्रवास करतानाही भरपूर नियंत्रणांना तोंड द्यावं लागत होतं. भारताशी संबंधित मुद्द्यांची चर्चा करण्याची आणि बाह्य जगाचा दृष्टिकोन समजून घेण्याची संधी अभूतपूर्वच होती. या कार्यक्रमाचा साचा इन्फॉर्मल गॅदरिंग ऑफ वर्ल्ड इकॉनॉमिक लीडर्स (आयजीडब्ल्यूईएल) या संस्थेच्या मेळाव्यावर आधारलेला होता.

गॅदरिंग ऑफ वर्ल्ड इकॉनॉमिक लीडर्स (आयजीडब्ल्यूईएल)

नव्या संकल्पनांची मुहूर्तमेढ आणि चाचणी करण्यासाठी आयजीडब्ल्यूईएल हे उपयुक्त ठिकाण ठरलं. उच्च पातळीवरील चर्चांसाठी उद्योग जगतातील अग्रणींना एकत्र आणण्यासाठी प्रत्येक आयजीडब्ल्यूईएलच्या आधी वर्ल्ड इकॉनॉमिक ब्रेनस्टॉर्मिंग (डब्ल्यूईबी) सत्र घेतले जायचे. फायनान्शिअल टाइम्सचे जोनाथन कार म्हणाले की नंतर जे पुढाकार आंतरराष्ट्रीय संस्था आणि सरकारांनी अधिकृतपणे घेतले त्यांचा जन्म खरं तर डेव्हॉस येथेच होत होता.

तिथं छोटी छोटी टेबले मोठ्या संख्येने मांडली जातात. साधारणतः १२ सहभागी मंडळी आपापले विचार, चिंता आणि सूचनांची यांची देवघेव राजकारणी, मंत्री आणि आंतरराष्ट्रीय संस्थांचे प्रमुख यांच्याशी अनौपचारिकपणे त्यात करू शकतात. प्रत्येकाला ओळीने संधी मिळेल अशी व्यवस्था केली जाते आणि तीन महत्त्वाचे लोक प्रत्येक टेबलाशी चाळीस मिनिटे व्यतीत करतात. संभाषणात उपयुक्त वैविध्य असेल याची काळजी घेतली जाते. डेव्हॉस येथील या नव्या कार्यक्रम पद्धतीची उद्घोषणा अशी होती : 'तुमच्या मनातलं बोलण्याची संधी चुकवू नका.'

श्वाब म्हणाले, ''वेगवेगळ्या देशांचे पंतप्रधान, अर्थमंत्री अथवा उद्योगमंत्र्याशी अर्थशास्त्रावर बोलायला मिळाल्याने उद्योजक मंडळी सुखावली. सार्वजनिक जीवनातील व्यक्तींनी उद्योगातील अग्रणींना प्रश्न विचारणे हा डब्ल्यूईबीचा उत्कंठावर्धक पैलू होता. त्यामुळे त्यांना त्यांच्या धोरणांविषयी थेट प्रतिसाद मिळत असे तसंच कृती करण्याजोग्या सूचनाही मिळत होत्या.''

लष्करी धर्तीवरील निरीक्षण

राहुल बजाज म्हणतात, ''नेल्सन मंडेला १९९२मध्ये डब्ल्यूईएफला हजर राहिले. हे दक्षिण आफ्रिकन वंशभेदविरोधी नेते आणि एएनसीचे प्रमुख दोन वर्षे आधी तुरुंगातून मुक्त झाले

होते. दक्षिण आफ्रिकेचे अध्यक्ष एफ. डब्ल्यू. डी. क्लर्क आणि क्वाझुलुचे मुख्यमंत्री मांगोसुथु बुथेलेझी यांच्या सोबत ते तिथं आले. देशाबाहेर असे ते प्रथमच आले होते.''

राहुल सांगतात, ''भारताचे लोकही डेव्हॉसमध्ये त्याच दिवशी म्हणजे ३ फेब्रुवारी, १९९२ रोजी पंतप्रधान नरसिंह राव यांच्या दौऱ्यासह आले होते. त्यापूर्वी बहुतेक परदेशी कंपन्यांच्या खिजगणतीत भारताचं नाव फारसं कुठंच येत नव्हतं आणि तिथं जे कुणी भारतीय जायचे ते थोडेफार उद्योजक आणि मंत्री यांच्यापुरतेच मर्यादित होते. भारतीय पंतप्रधानांनी वार्षिक बैठकीस हजर राहणे हा परदेशी व्यावसायिकांना मिळालेला हिरवा कंदीलच होता. आता भारतीय सरकारने आपली मनोवृत्ती बदलली आहे आणि ते आता आपली धोरणे प्रगतिशीलपणे उदार करत आहे आणि अर्थव्यवस्थेवरील बंधनंही कमी करत आहे हे त्यातून कळत होतं. एका सर्वसमावेशक सत्रात पंतप्रधान बोलले, त्यामुळे स्पष्ट झालं की सरकारला परदेशी तंत्रज्ञान, परदेशी गुंतवणूक हवी आहे आणि एकेक पाऊल उचलण्याचे धोरण त्यांना मान्य आहे.''

''राव आले, सर्वांना भेटले पण पुढे काहीच घडले नाही,'' इंडिया टुडेच्या अरुण पुरींनी लिहिलं. ''ते कवळ स्वतःचं फोन नंबरचं कार्ड देऊन निघून गेले पण त्यात त्यांचा दोष नव्हता. ते चुकीच्या सेनापतींना आणि व्यवस्थित सिद्धता नसलेल्या पायदळातील सैनिकांना घेऊन आले होते. जेव्हा मुरब्बी परदेशी व्यावसायिकांनी विचारलं, ''तुमचा अत्यंत महत्त्वाचा मूलभूत मुद्दा काय?'' तेव्हा भारताकडे त्यांना सांगण्यासारखे तयार निवेदनच नव्हते. सरतेशेवटी रावांना स्वतःची वैयक्तिक ग्वाही द्यावी लागली, ''सरकारात २५ वर्षे आणि सार्वजनिक सेवेत ५० वर्षे व्यतीत केलेल्या माणसांवर विश्वास ठेवण्याची मी आपणांस विनंती करतो. यापुढे भारतात सुधारणा केवळ सुरूच होणार नाहीत तर त्यांची गतीही वाढवली जाणार आहे.''

त्या सर्वसमावेशक मीटिंगनंतर 'माहिती प्रदान सत्र' (ब्रीफिंग सेशन) झालं. त्यात प्रश्न घेण्यास तयार अशा तज्ज्ञ किंवा अनुभवी व्यक्तींच्या गटाने आपले विचार मनमोकळेपणाने मांडले. अशी बरीच माहिती प्रदान सत्रे एकाच वेळेस घेतली गेली आणि तपशीलवार उत्तरं ज्यांना हवी होती ते प्रतिनिधी त्यास हजर राहिले. लोकांना त्या त्या विषयांत किती रस आहे ते सत्रांच्या उपस्थितीवरून कळत होतं.

राव यांचा बोलण्याचा विषय होता : 'भारत जागतिकीकरणासाठी आपले ध्येय बदलतो आहे.' त्या सत्रास फारच उत्तम हजेरी होती. परंतु पुरी यांनी लिहिलंय की, भारताने त्यात मोठीच घोडचूक केली. रावांनी खरं तर त्या माहिती प्रदान सत्रात बोलायला नको होतं. कारण आलेल्या लोकांना अर्थव्यवस्थेबद्दल सखोल ज्ञान देणारी सविस्तर उत्तरे अपेक्षित होती आणि आपण त्यातले तज्ज्ञ नाही हे रावांनी मान्यही केलं होतं.

'दूरसंचार (टेलिकम्युनिकेशन) क्षेत्राचं खाजगीकरण करणार का?' याविषयी राव म्हणाले, ''मला असे किरकोळ तपशील विचारू नका. माझ्या डोक्यात कितीतरी गोष्टी आहेत. मी आत्ता तुमच्याशी बोलतोय पण माझं मन भारताच्या दक्षिणेत (कावेरी भागात) गुंतलं आहे.'' पण हे बोलणं परदेशी गुंतवणूकदारांसाठी फार प्रेरणादायी नक्कीच नव्हतं. त्यानंतर रुपयाच्या रूपांतरण क्षमतेविषयी (कन्व्हर्टिबिलिटीविषयी) प्रश्न आला. तेव्हा खूपच

अस्वस्थ होऊन त्यांनी एका फोल्डरमधून कागद काढला आणि 'फेरा' कायद्यातील ताज्या सुधारणा वाचून दाखवल्या. तेव्हा पाकिस्तानी अर्थमंत्री हलकेच हसून म्हणाले, ''ते चुकीचं उत्तर वाचत आहेत.'' त्यानंतर ते सत्र हळूहळू रुळावरून घरंगळत एवढं खाली गेलं की ते वीस मिनिटं आधीच संपलं. डब्ल्यूईएफमध्ये यापूर्वी असं कधी घडलेलं कुणी ऐकलं नव्हतं.

पुरींनी विचारलं, ''आपल्या मनात बौद्धिक ताकदीबद्दल भारत एवढी बढाई मारतो ती त्या दिवशी कुठे गेली होती?'' हे सत्र डॉ. मनमोहन सिंग किंवा वाणिज्य मंत्री पी. चिदंबरम यांनी मॉंटेक सिंग अहलुवालिया किंवा अशोक देसाई यांना मदतीस घेऊन हाताळायला हवं होतं. खासकरून रावांनी पहिल्या सर्वसमावेशक मीटिंगमध्ये चांगली वातावरण निर्मिती केल्यावर तर तसं करायला हवंच होतं, पण त्या सत्रात या खात्यांमधील कुणीच हजर नव्हतं.

भारत सगळीकडे

२६ जानेवारी, २००६ रोजी डब्ल्यूईएफच्या परिषदेच्या उद्घाटनासाठी येणारे जे जे आंतरराष्ट्रीय प्रतिनिधी झुरिक विमानतळावर उतरत होते त्यांच्या नजरेत तिथला भव्य बिलबोर्ड आणि त्यावरील संदेश भरत होता - तो होता, ''जगातील सर्वांत वेगाने वाढणारी लोकशाही- पंधरा वर्षे, सहा सरकारे, पाच पंतप्रधान, एकच दिशा.''

बिलबोर्ड हा तसा काय साधाच बिलबोर्ड असतो. डेव्हॉस येथे स्वतःची छाप उठवण्यासाठी प्रत्यक्षात काय लागतं? दोन वर्षांचं नियोजन, ६० लाख डॉलर्सची सिद्धता, एक तपशीलवार मार्केटिंग-प्रसिद्धीची मोहीम आणि या सगळ्या शक्तिशाली अभिजनांशी थोडीफार जवळीक हेच पटकन सुचणारं उत्तर आहे. (४० लाख डॉलर्सची मोहीम बावीस भारतीय कंपन्यांकडून निधी घेऊन चालवण्यात आली होती. मनमोहन सिंग सरकारने त्यात इंडिया ब्रॅंड इक्विटी फाउंडेशनच्या माध्यमातून आणखी २० लाख डॉलर्स टाकले.)

त्यानंतरच्या २००६च्या डब्ल्यूईएफ मीटिंगची सुरुवात झाली तेव्हा त्यात भारताचे मुकेश अंबानी, स्वित्झर्लंडच्या नेस्लेचे पीटर ब्राबेक-लेटमाथ, इंग्लंडच्या डब्ल्यूपीपीचे सर मार्टीन सॉरेल, स्पेनच्या बांको एस्पानोल डे क्रेडिटोच्या ऍना पी. बोटीन आणि अमेरिकेच्या हार्वर्ड विद्यापीठाचे लॉरेन्स एच. समर्स एवढे लोक होते. राहुल बजाज ती आठवण सांगतात, ''भारतात त्यांनी प्रचंड रस दाखवला. डब्ल्यूईएफच्या बाविसाव्या इकॉनॉमिक समिटला भारताने ३० देशांतील ६००हून अधिक औद्योगिक, राजकीय आणि नागरी समाजाच्या नेत्यांचे यजमानपद भूषविले.'' इकॉनॉमिक टाइम्सच्या मैथिली भुसनुरमठ यांनी बातमी दिली.

यांपैकी ११० जण भारतीय औद्योगिक नेते आणि सरकारी अधिकारी होते. त्यांनी २००हून अधिक मीटिंग्जमध्ये भाग घेतला आणि ६० सत्रांत भाषणे केली. एकूण भारतीय दल ३०० लोकांचं होतं, त्यात छापील आणि प्रक्षेपण माध्यमांचे प्रतिनिधी होते, डझनभर शेफ, अन्य मदतनीस कर्मचारी, कसबी कलाकार आणि संगीतकार अशी मंडळी होती. २००५ साली साठ मीटिंग्जमध्ये भाग घेण्यास केवळ ५० प्रतिनिधी होते त्यापेक्षा हा बदल कायच्या काय चांगला होता.

भारताचे पंतप्रधान डॉ. मनमोहन सिंग कार्यक्रमाला येऊ शकले नाहीत आणि सोनिया गांधी किंवा विरोधी पक्षनेतेही येऊ शकले नाहीत. पण सरकारतर्फे पुढाकाराचं काम अर्थमंत्री

पी. चिदंबरम, वाणिज्यमंत्री कमल नाथ आणि भारतीय नियोजन आयोगाचे उपाध्यक्ष माँटेक सिंग अहलुवालिया यांनी केलं. दिल्लीच्या मुख्यमंत्री शीला दीक्षित, राजस्थानच्या मुख्यमंत्री वसुंधरा राजे आणि केरळचे मुख्यमंत्री उम्मे चंदी यांनी राज्यस्तरीय दृष्टिकोन समोर मांडले. कमलनाथ म्हणाले की, आम्हाला भारत हा वेगाने वाढणारी मुक्त अर्थव्यवस्था आहे अशी प्रतिमा लोकांसमोर उभी करायची होती. म्हणजे मागची संकल्पना म्हणायची तर उद्योग-व्यवसायात ती 'क्रेडिबल इंडिया' (म्हणजे विश्वासार्ह भारत) अशी होती तर पर्यटनात ती 'इन्क्रेडिबल इंडिया' म्हणजे असामान्य भारत अशी होती.

मोठ्या चर्चासत्रासाठीची उपस्थिती जोरदार होती. त्यात एकूण पाच मुद्दे महत्त्वाचे होते. : भारत आणि चीन यांचा उदय, बदलता आर्थिक देखावा, नवीन मानसिकता, बदलत्या वृत्ती, वाढते भावी रोजगार आणि प्रादेशिक अस्मिता आणि झगडे, हे ते पाच मुद्दे होते. यापैकी प्रत्येक थीममध्ये अनेक प्रश्नांचे उपसंच होते. श्रोतृगण वेगवेगळ्या टेबलांशी हा एकेक मुद्दा घेऊन बसला होता. आणि प्रत्येक विभागातील महत्त्वाच्या समस्यांच्या अखेरीस मतदान होत होतं.

अर्थतज्ज्ञ आणि भारतीय विदेश सेवेतील माजी अधिकारी कुंवर नटवरसिंग म्हणाले, "मतदानाचे निकाल कल स्पष्ट करणारे ठरले. भारत आणि चीन यांच्या उदयामुळे या दोन्ही अर्थव्यवस्थांचा विकास किती टिकाऊ ठरेल आणि त्यांचे जागतिक अर्थव्यवस्थेशी बंध किती व्यवस्थितरीत्या जुळतील याविषयी लोकांच्या मनात सर्वाधिक चिंता होती. बदलत्या आर्थिक देखाव्यावर बोलतानाचे मुद्दे होते जागतिक आणि संरचनात्मक वाढता असमतोल आणि पर्यावरण बदलाविषयीची उद्योग जगताची वाढती असंवेदनशीलता. रोजगार निर्मिती आणि जागतिक शैक्षणिक चौकट यादेखील त्यांच्याशी जुळलेल्या चिंता होत्या. कौशल्यांच्या बदलत्या गरजा पूर्ण करणाऱ्या शिक्षणव्यवस्थेसाठी रोजगार निर्मिती फार महत्त्वाची होती असे मानले गेले होते. प्रादेशिक ओळखींविषयी बोलायचं तर वाढत्या आर्थिक विषमता ऐरणीवर आल्या होत्या."

शेवटली रात्र हा अत्युच्च बिंदू ठरली : ६५० प्रतिनिधी बॉलिवुडच्या गाण्यांवर डोलत पहाटेपर्यंत डान्स फ्लोअरवर रमले. ती आठवण काढून राहुल म्हणाले तेव्हा त्यांच्या डोळ्यांत चमक होती, "आम्ही हे पाच वर्षांपूर्वी केलं असतं तर लोक हसले असते आम्हाला. पण त्या दिवशी सगळ्या डेव्हॉसमध्ये लोक भारतीय गाणीच ऐकत होते, भारताची चव आणि भारताचा गंध घेत होते.

पाटी पुसून पुन्हा महान प्रारंभ

डब्ल्यूईएफची पन्नासावी वार्षिक सभा डेव्हॉसमध्ये २१ ते २४ जानेवारी, २०२० या काळात घेतली गेली. तर कोविड-१९चे स्वित्झर्लंडमध्ये आगमन २५ फेब्रुवारी, २०२० रोजी झालं.

श्वाब यांनी टाइम्स मासिकाला सांगितलं की अधिक चांगली अर्थव्यवस्था शक्य आहे. परंतु आपल्याला ते करण्यासाठी भांडवलशाहीची नव्याने कल्पना केली पाहिजे. बहुतेक लोकांप्रमाणे मीही माझ्या घरातून आणि डब्ल्यूईएफच्या रिकाम्या ऑफिसातून परिस्थितीकडे पाहत होतो. बाकीचे लोक कसं करताहेत हे मी व्हिडिओ कॉल करून समजून घेत होतो.

जागतिक स्तरावरील कोविड ही एक दुर्मीळ परंतु अरुंद खिडकीच आहे, पण तिनेच आपल्याला आपल्या जगाविषयी मनन-चिंतन करण्याची, त्याची पुनश्च कल्पना करण्याची आणि जुने पुसून टाकून नव्याने लिहिण्याची संधी दिली आहे.

''जागतिक स्तरावर सर्वांना कोविड-१९च्या लसीचा समान वाटा मिळाला पाहिजे या तत्त्वास पंतप्रधान नरेंद्र मोदी यांचेकडून आम्हाला पाठिंब्याचे पत्र मिळाले आणि ते फार महत्त्वाचे होते,'' श्वाब यांनी बिझिनेस टुडेशी बोलताना सांगितलं. ''या नव्या यंत्रणेमुळे एक खूप मोठा बहुदेशीय उत्पादनाचे जाळे उभारण्याचा करार निर्माण होऊ शकतो. प्रचंड जागतिक मागणीस उत्तर देण्यासाठी जास्तीतजास्त क्षमता वाढवून जागतिक स्तरावर वाढते उत्पादन आपण करू शकतो. या जाळ्यासाठी आवश्यक हब म्हणून भारताने काम केलं पाहिजे.''

भविष्यासाठी पहिली पाटी पुसून टाकून नवीन उभारण्यासाठी श्वाबच्या मनाच्या नकाशात चार पायाभूत कोनशिला होत्या. : आपली मानसिकता बदलून टाका- आपण आधीची मानसिकताही तयार केली होती तर तीच परतही तयार करू शकतो. नवीन मापदंड बनवा- जे महत्त्वाचे आहे ते मोजण्यामुळे सगळे काही बदलून जाईल. नवीन प्रोत्साहने तयार करा- तुम्ही ज्याचे पैसे देता तेच तुम्हाला मिळते. आणि शेवटचं म्हणजे सच्चे संबंध निर्माण करा- अंतरामुळे दुरावा पडू देऊ नका. नाओमी क्लाईन यांनी लिहिलं की स्पष्ट आणि पाय जमिनीवर व्यवस्थित रोवलेले असूनही डब्ल्यूईएफची पुनर्बांधणीची योजना लोकांना भयंकरच वाटली. एक तर हा काहीतरी प्रस्थापितांचा कट आहे असा प्रचार करणाऱ्या तुलनेने अल्पमान्यता गटांनी (फ्रिंज कॉन्स्पिरसी थिअरीवाल्या गटांनी) समाजमाध्यमांवर त्याविरुद्ध लिहिलं तसंच जुन्या मताच्या सुप्रसिद्ध भाष्यकारांनीही लिहिलं. त्यामुळे फेसबुक आणि ट्विटरवर करोडोंनी प्रतिक्रिया उमटल्या.

शेवटून दुसरा शब्द

कला इतिहासकार, पर्यावरणवादी आणि लेखिका फिरोझा गोदरेज म्हणतात, ''राहुल, डेव्हॉसमधील बर्फात तुम्ही घसरून पडू नये यासाठी तुमचा हात धरायला आम्हाला खूप आवडत होतं, पण आता न घसरणारे चांगले (महागडे) बूट तुम्ही विकत घेण्याची वेळ आता आलीये असं नाही का वाटत तुम्हाला?''

अगदी शेवटचा शब्द

चार दशके डेव्हॉस येथे नियमित जाण्याच्या फायदे काय असतात? अब्जाधीशाला डेव्हॉसमध्ये 'अल्फा' दर्जा मिळणे याचा अर्थ वाहनाने 'एए' या सर्वोच्च दर्जाच्या प्रवेशद्वारातून जायची संधी. ब्लुमबर्गच्या अहवालानुसार राहुल बजाज यांना असा वाहन पास मिळाला होता ज्यामुळे ते खाजगी प्रवेशद्वारातून जाऊ शकत होते. त्या दारातून आत येण्याची मुभा देशांचे प्रमुख आणि जगातल्या मोठमोठ्या कॉर्पोरेट्सचे अग्रणी यांनाच होती.

डब्ल्यूईएफने भारताशी केलेल्या भागीदारीचे हीरक महोत्सवी वर्ष– त्या वर्षात राहुल बजाज यांनी तिथे केलेले भाषण :

''वर्ल्ड इकॉनॉमिक फोरम आणि कॉन्फेडरेशन ऑफ इंडियन इंडस्ट्री (सीआयआय) यांचे खूप दीर्घ आणि फलप्रद नाते असून पंचविसाव्या वर्षी हे नाते तारुण्याने सळसळणारे आणि प्रगल्भ बनले आहे. या नात्याला त्याच्या जन्मापासूनच बहरताना पाहाण्याचा मान आणि आनंद मला मिळाला आहे.

''डेव्हॉस येथील वार्षिक बैठकी आणि इंडिया इकॉनॉमिक समिट्स या भारताच्या जगाकडे पाहावयाच्या खिडक्या होत्या. भारतातील प्रस्थापित व्यवस्थेचा दृष्टिकोन बरेचदा वर्ल्ड इकॉनॉमिक फोरमच्या डेव्हॉस येथील वार्षिक बैठकींत आणि खास करून इंडिया इकॉनॉमी समिट्समध्ये मोठ्या उत्साहाने मांडला जात होता. या समिट्स फोरम आणि सीआयआय यांच्यातर्फे नवी दिल्ली येथे आयोजित केल्या जात होत्या. तिथे व्यक्त केलेल्या संकल्पनांच्या रूपात भारत सरकार आणि भारतीय उद्योग यांना नवनव्या संकल्पना मिळत होत्या.

''मला वाटतं की इंडियन इकॉनॉमिक समिट येथे चिकाटीने आणि न थकता मागील पंचवीस वर्षे काम केलं गेलं, त्याचीच फळं आता मिळत आहेत. भारत आता केवळ भावी संभाव्यतांचा देश उरलेला नसून तो आता महत्त्वाचा देश बनला आहे. आता देशाला पुढेपुढेच नेणारी आणि थांबूच न शकणारी गती निर्माण झाली आहे.

''इंडियन इकॉनॉमिक समिटचा भर नेहमीच भविष्यावर राहिला आहे. त्यामुळे त्याचा आशय आणि स्वरूप हे नेहमीच बदलत्या अर्थव्यवस्थेशी आणि समाजाशी जुळवून घेणारे ठरले आहे. डेव्हॉस आणि इंडिया इकॉनॉमिक समिट ही दोन्ही गोष्टींनी माझ्या कॅलेंडरमध्ये कायमचं स्थान यापूर्वीही मिळवलं आहे आणि भविष्यातही मिळवत राहतील. मी हेही सांगू इच्छितो की १९७९ सालच्या डेव्हॉस येथील वार्षिक बैठकीपासून माझं त्यांच्याशी नातं सुरू झालं आणि तेव्हापासून आजपर्यंत ते विनाखंड चालू आहे. क्लाऊस श्वाब यांनी मला वर्ल्ड इकॉनॉमिक फोरमचं पारितोषिक २००८ साली दिलं होतं हे मी येथे नमूद करू इच्छितो.''

–राहुल बजाज

प्रकरण ४२

समाजसुधारक : १९७७–२०२१

संजीव बजाज, नानू पमनानी, अमित शहा आणि राजीव जैन – ३० नोव्हेंबर, २०१९

तो फार सुंदर क्षण होता आणि राहुल बजाज यांनी त्याचा मनसोक्त आनंदही लुटला. पुढल्याच रांगेत त्यांच्या सोबतीला उजवीकडे जुने मित्र अदी गोदरेज बसले होते आणि डावीकडे शेफाली बजाज होती. समोर व्यासपीठावर संजीव, पमनानी आणि राजीव जैन होते. हसऱ्या चेहऱ्याचे अमित शहा या त्रिकूटाला कॉर्पोरेट भारतातील एक मोठाच सन्मान देत होते. : पारितोषिकाचं नाव होतं 'इकॉनॉमिक टाइम्स – कंपनी ऑफ द इयर' (ज्युरी

सदस्य होते- अनू आगा, भाविश अगरवाल, सिरिल श्रॉफ, कल्पना मोरपारिया, नंदन निलेकणी, पवन मुंजाल, सद्गुरू, सुनील मित्तल, उदय शंकर.)

श्रोत्यांमध्ये मुकेश अंबानी, सुनील भारती मित्तल आणि कुमार मंगलम बिर्ला होते. बजाज फिनसर्व्हच्या भिंतीशी उभ्या टीमचे या सर्वांनी टाळ्यांच्या कडकडाटात अभिनंदन केलं. त्यानंतर प्रश्नोत्तरांची मुक्त खेळी झाली. पियुष गोयल, निर्मला सीतारामन आणि अमित शहा यांच्यासाठी स्टेजवर ताबडतोब खुर्च्या आणल्या गेल्या. त्याविषयी राहुल बजाज यांनी आठवण सांगितली, ''कुणीतरी माझ्याकडे आले, मी पुढल्या रांगेत होतो तो केवळ संजीव आणि नानू पमनानींच्या आग्रहामुळे. तो माणूस मला म्हणाला, 'सर, बोधिसत्व गांगुली (संपादक आणि पत्रकार) विचारत आहेत की तुम्हालाही एखादा प्रश्न विचारायचा आहे का?' मी नकारार्थी मान हलवली पण तो सारखी विनंती करतच राहिला. स्टेजवरून तर पियुष गोयल मला उद्देशून सरळ म्हणाले, 'राहुलभाई, कुछ तो बोलिए ना!' त्यानंतर मग बोलल्याशिवाय मला तरणोपाय राहिला नाही.''

हातात माइक दिला गेला आणि राहुल बजाज उभे राहिले, ते उंच होते. त्यामुळे सगळे जण त्याना बघू शकत होते. काही क्षणांतच लोकांच्या अपेक्षा सळसळून उंचावल्या. एवढ्या मोठ्या श्रोतृवृंदाला समजावं म्हणून राहुल इंग्रजीमिश्रित हिंदीत बोलू लागले. स्वतः चा आवाज, शब्द आणि देहबोली सौम्य करण्याचा आटोकाट प्रयत्न करून ते बोलत होते कारण त्यांचे बोल नक्कीच कडवट असणार होते. त्यांनी ऐंशीची वयोमर्यादा पार केली होती, अधिकृतपणे ते निवृत्तही झाले होते आणि आता त्यांना अडवायला रूपाही नव्हती. वातावरणातली गरमी कमी करण्यासाठी किंवा आपण आता काय बोलणार आहोत याची सूचना देण्यासाठी म्हणून राहुलनी नर्मविनोदाचा आसरा घेत प्रास्ताविक केलं. ते म्हणाले की माझा जन्मच मुळी प्रस्थापितास विरोध करण्यास झाला आहे. मला वाटणाऱ्या चिंता 'किरकोळ' म्हणता येतील अशाच आहेत. एवढं बोलून त्यांनी भीतीचे एकूण तीन मुद्दे व्यक्त केले- नरेंद्र मोदी सरकारची टीका स्वीकारण्याची अक्षमता, मॉब लिचिंगच्या प्रकरणांविषयी त्यांची कृतिहीनता आणि भाजपच्या संसद सदस्य साध्वी प्रज्ञा सिंग ठाकुर हिने केलेले महात्मा गांधींचे मारेकरी नथुराम गोडसे यांचे उदात्तीकरण.

राहुल बोलू लागले, ''माझ्या उद्योजक मित्रांपैकी कुणीच बोलणार नाही त्यामुळे मीच मोकळपणाने बोलतो. एखादं वातावरण मुद्दाम निर्माण करावं लागतं. जेव्हा यूपीएचे (डॉ. मनमोहन सिंह यांचे) दुसऱ्या कार्यकाळातले सरकार होते तेव्हा आपण कुणावरही टीका करू शकत होतो. तुम्ही चांगलं काम करत आहात परंतु तसे असूनही आम्ही तुमच्यावर मोकळेपणाने टीका केली तर तुम्ही ती खिलाडूपणे स्वीकाराल याची आम्हाला खात्री वाटत नाही. वातावरणात असहिष्णुता भरलेली जाणवते. आम्हाला कसली खात्री वाटत नाही.''

प्रज्ञा ठाकुरविषयी बोलताना राहुल म्हणाले, ''आजकाल अगदी कुणालाही देशभक्त म्हटलं जातं. आता गांधीजींना गोळी घालणारा माणूस कोण ते तुम्हाला माहीत आहे, की त्याबद्दलही काही शंका तुमच्या मनात आहे का ते मला माहीत नाही. प्रज्ञा ठाकुरला कुणीही ओळखत नव्हतं. तुम्ही तिला तिकीट दिलं, ती निवडून आली. ते ठीक आहे, तुमचा पाठिंबा होता म्हणून ती निवडून आली. मग तुम्ही तिला सल्लागार समितीत आणलं.

पंतप्रधान म्हणाले होते की तसं करणं कठीण जाईल तरीही तुम्ही तिला सल्लागार समितीत आणलीत. परंतु अद्याप या सत्रासाठी, या अगदी छोट्याशा सत्रासाठी तिला उपस्थित राहण्याची परवानगी नाही. हे एक उदाहरण झालं.''

मग समोरच्या बिकट परिस्थितीला पूर्ण काबूत ठेवत अमित शहांनी हिंदीत उत्तर दिलं, ''मगर फिर भी आप जो कह रहे हैं कि एक एटमॉस्फिअर बना है, तो हमे भी इस एटमॉस्फिअर को सुधारने का प्रयास करना पडेगा... मगर मैं इतना जरूर कहना चाहता हूं कि किसी को डरने की कोई जरूरत नही है....ना कोई डराना चाहता है, ना कुछ ऐसा करा है जिस के खिलाफ कोई बोले तो सरकार को चिंता है। मोस्ट ट्रान्स्परंट रास्ते से ये सरकार चली है, और हमें किसी भी प्रकार के विरोध का कोई डर नहीं है। और कोई विरोध करेगा भी तो उसके मेरिट्स देख कर हम अपने आप को इंप्रुव्ह करने का प्रयास करेंगे।''

लिचिंगच्या घटनांविषयी शहा बोलले, ''लिचिंग पहले भी होता था, आज भी होता है- शायद आज पहले से कम होता है। पर ये भी ठीक नहीं है कि किसी का कन्व्हिक्शन नहीं हुआ है। लिचिंगवाले बहुत सारे केसेस चले और समाप्त भी हो गये। सजा भी हुई है, पर मीडिया मे छापते नहीं है। विनितजी यहां पर है, अगर ढूंढ के छापेंगे तो हमारे लिए अच्छा है...'' (विनितजी म्हणजे बेनेट, कोलमन आणि कंपनीचे व्यवस्थापकीय संचालक.)

प्रज्ञा ठाकुरविषयी ते म्हणाले की भाजप किंवा केंद्र सरकार गोडसेविषयीच्या तिच्या विधानांना पाठिंबा देत नाही. ते त्यांचा धिक्कारच करतात. त्यावर पुढे ते पटकन म्हणाले की या प्रज्ञाबाई जे काही बोलल्या ते त्यांना गोडसेबद्दल बोलायचं होतं की उधम सिंग या क्रांतिकारकाबद्दल त्या बोलत होत्या यातही थोडा गोंधळ आहे.

प्रांजळ आणि न्याय्य

राहुल बजाज म्हणाले, ''पिरामल समूहाचे अध्यक्ष अजय पिरामल यांच्याबद्दल निःपक्षपातीपणे बोलायचं तर त्यांनी सप्टेंबरमध्ये धैर्य गोळा करून सरकारला सांगितलं की उद्योग जगत आणि सत्ताधारी आघाडी यांच्या नात्यात सगळं काही आलबेल नाही. वेगवेगळ्या सरकारी संस्थांनी कॉर्पोरेट्सवर वारंवार घातलेल्या धाडी, शोध आणि लुक आउटच्या नोटिसांमुळे सरकार आणि उद्योग यांच्यातील अविश्वास वाढीस लागलेला आहे. आज मला त्यात एक पोकळी दिसते. सत्तेत असलेले लोक आणि संपत्ती-निर्माते लोक यांच्यात एकमेकांबद्दल अविश्वास आहे.''

'''मौनी पंतप्रधान' म्हणून टीका झालेले माजी पंतप्रधान डॉ. मनमोहन सिंग नंतरच्या काळात बोलके विरोधी सदस्य बनले होते. जे लोक त्यांच्या सरकारला 'धोरण लकवाग्रस्त' सरकार म्हणत होते, त्यांच्या हाती धुरा असताना ते खूप दुर्बळ, निर्णय घेण्यास टाळाटाळ करणारे आणि शांत आहेत अशी नावे ठेवत होते, पण त्याच नावं ठेवणाऱ्या लोकांच्या वतीने बोलायला डॉ. सिंग पुढे आले.'' राहुल बजाज पुढे बोलू लागले. ''१८ नोव्हेंबर, २०१९ रोजी हिंदू वृत्तपत्रात डॉ. सिंग यांनी 'आपल्या समाजात अगदी स्पष्ट जाणवेल असे भीतीचे वातावरण आहे,' असं म्हटलं. त्यांनी लिहिलं की बरेच उद्योजक मला सांगतात की सरकारी अधिकाऱ्यांकडून आपल्याला त्रास दिला जाईल या भीतीत आम्ही जगतो

आहोत. बँकर्स मंडळी नवीन कर्जे देण्यास अनिच्छुक असतात कारण त्यांना आपला सूड घेतला जाईल अशी भीती वाटते. समोरच्याच्या वाईट हेतूंमुळे अपयश येईल अशा भीतीने उद्योजकांना नवीन प्रकल्प काढण्याची भीती वाटते. तंत्रज्ञानावर आधारित नव्या कंपन्या हे आर्थिक वाढ आणि उपजीविका यांच्यासाठीचे महत्त्वाचे साधन असते. परंतु त्याही सततची पाळत आणि खोलवर गेलेला संशय यांच्या सावटाखालीच जगत आहेत.'' पण त्यांच्या बोलण्याकडे लक्ष कुणाचं होतं?

प्रकरण ४३

चौथा कर्ता : १९९४–२०२१

बजाज परिवार

राहुल बजाज विचारमग्न होत म्हणाले, ''वारसा मोडायचा म्हटला तर काहीच वेळ लागणार नाही. पण तो पुन्हा उभारायचा म्हटलं तर खूप कठीण जाईल.'' भारतीय प्रथेअनुसार पारंपरिक कुटुंबात जुन्या पिढीतील सर्वांत ज्येष्ठ व्यक्तीला सीर्वाधिक आदर–सन्मान मिळतो

आणि त्या व्यक्तीकडूनच तो प्रवाह पुढल्या पुढल्या पिढीकडे जातो. सुमंत्र घोषाल म्हणतात, ''जसजसा काळ गेला तसतसा हा आदर-सन्मान अत्यंत सक्षम उद्योजक आणि कुटुंबाचे वरिष्ठ सदस्य या नात्याने राहुल बजाज यांच्याकडे गेला. चांगल्या-वाईट सर्व परिस्थितींत राहुलनी नेहमीच प्रयत्न केले आणि आपले कुटुंब एकत्र राहील याची दक्षता घेतली.''

नीरज त्याविषयी म्हणतात, ''आम्ही खूपच घट्ट अशा एकत्र कुटुंबात वाढलेले पाच भाऊ होतो. या वारशाचा भाग आहोत म्हणून आम्ही स्वतःला भाग्यवान समजतो.'' (कमलनयन यांचे मुलगे राहुल आणि शिशिर तर रामकृष्ण यांचे मुलगे शेखर, मधुर आणि नीरज असे ते पाच बंधू होते.) तथापि, शतकसमाप्तीच्या उंबरठ्यावर एक क्षण या कुटुंबासाठी निर्णायक बनला. त्याचं असं झालं की शिशिरचा सर्वांत मोठा मुलगा कुशाग्र हा भारतात २००० साली कार्नेजी मेलन विद्यापीठाच्या टेपर स्कूल ऑफ बिझनेस येथून पदवी घेऊन परतला.

नीरज ती आठवण सांगतात, ''कुशाग्रला त्याचा सर्वांत मोठा चुलत भाऊ राजीव याच्याशी समपातळीवरचं पद समूहात हवं होतं. खरं तर राजीव त्याच्यापेक्षा वयानं, अनुभवानंही पुष्कळ मोठा होता, त्यानं स्वतःला सिद्ध करून दाखवलं होतं. पण कुशाग्रचा दावा होता की हा तर आपला जन्मसिद्ध हक्क आहे. परंतु कुटुंबातील सदस्यांची इच्छा यापेक्षाही त्या त्या व्यक्तीची गुणवत्ता, कंपनी आणि समभाग धारकांचे हित हे राहुलभाईंसाठी जास्त महत्त्वाचे होते. कदाचित कुशाग्रला असंही वाटलं असेल की एक समूह म्हणून आम्ही खूपच जुन्या मताचे, जास्तच नैतिक असू, फारसे गतिशील नसू. आमच्या मापदंडांच्या दृष्टीने तो बहुधा जास्तच महत्त्वाकांक्षीही असावा, त्याला काहीही किंमत देऊन व्यवसायाचा विस्तार झालाच पाहिजे असं वाटत असावं. त्यामुळेच त्याच्या आईवडिलांच्या पाठिंब्याने कुशाग्रने वाटणीची मागणी केली तेव्हा आम्हाला मोठाच धक्का बसला. आम्ही सगळ्यांनी-खासकरून राहुलभाईंनी त्यांची मने बदलण्यासाठी प्रयत्नांची शर्थ केली पण काहीच उपयोग झाला नाही.''

नीरज पुढे बोलू लागला, ''शिशिरपासून वेगळे होणे याशिवाय कसलाही पर्याय समोर नाही हे स्पष्ट झाल्यावर ही वाटणी सौहार्दाने कशी होईल यावर आम्ही चर्चा करू लागलो.'' थोडक्यात सांगायचं तर त्यांच्या गटाला त्यांच्या व्यवस्थापनाखालच्या दोन कंपन्यांचा ताबा मिळणार होता (बजाज हिंदुस्तान शुगर आणि बजाज सेवाश्रम). (परंतु अन्य कंपन्यांतही त्यांचे समभाग होतेच, तसेच त्यांच्या दोन कंपन्यांत बाकींच्यांचे समभाग होते.) वाटणी करण्यासाठी एकमेकांना समभाग ट्रान्स्फर करून झालं असतं आणि त्यातला फरक आम्ही त्यांना चेकच्या स्वरूपात देणार होतो. वरवर सोपं दिसलं तरी प्रत्यक्षात त्यात शेकडो व्यवहार करावे लागणार होते...

''पण २००३ साली अचानक त्यांनी १००० पानी खटला आमच्या विरुद्ध कंपनी लॉ बोर्डासमोर सादर केला तेव्हा आम्हाला धक्काच बसला. आम्हाला वाटलं होतं की शांततापूर्ण उत्तर शोधण्यासाठी आमच्यात सौहार्दाची बोलणी चालली आहेत. आमचा भाऊ शिशिर आमच्या विरुद्ध कोर्टात खटला टाकेल याची आम्ही कल्पनाही कधी केली नव्हती. दोन्ही बाजूंना दुःखदायक असा हा खटला पाच वर्षे चालला. सरतेशेवटी आम्ही तडजोडच

केली. परंतु जेव्हा स्पष्ट झालं की निर्णय पूर्णतया आमच्याच बाजूने लागेल तेव्हा त्यांनी २००८ साली कंपनी लॉ बोर्डातला खटला काढून टाकला.

''दोन्ही बाजूंचं नुकसान खूप होणार होतं. त्यांनी बहुधा देशातील १० मोठे वकील आणि कॉन्सेल यांच्या सेवा घेतल्या होत्या. आमच्याकडेही सल्लामसलतीसाठी या पाच वर्षांच्या काळात वेगवेगळ्या टप्प्यांवर त्यांच्यासारखाच वकिलांचा ताफा होता.

''अंदाजे ऐंशी वर्षे जुन्या उद्योगसमूहाच्या विभक्त होण्याच्या प्रक्रियेत ३२ करारनामे करावे लागले. त्यातच दोन्ही बाजूंना त्या करारांतील शब्दन्‌शब्द सही करण्यापूर्वी वाचायचा होता. तो प्रकारच फार गुंतागुंतीचा निघाला. मी राहुलभाईंच्या मार्गदर्शनाखाली चार भावांची बाजू लढवली. आमच्या दृष्टिकोनातून पाहता आम्ही बरेचदा तडजोड करण्याच्या मार्गावरही आलो. परंतु या काळात राहुलभाईंच्या नेतृत्वाखाली आम्ही सांभाळत असलेल्या कंपन्यांच्या समभागांच्या किमती वाढतच होत्या आणि पलीकडच्या बाजूला अधिकाधिक हवं होतं. त्यामुळे ते पुन्हा पुन्हा वाटाघाटी करत राहिले होते.

''शेखर, मधुर आणि मला हे अन्यायाचं वाटलं पण राहुलभाई नेहमीच खूप सौम्य आणि सगळ्या गोष्टी सौहार्दाने निपटाव्यात म्हणून थोडेसे जास्तही देण्यास तयार- अशा स्वभावाचे होते. सरतेशेवटी माझ्या मते राहुलभाईंच्या उदारहृदयी वृत्तीनेच तडजोड झाली. खरं तर त्यांच्यासकट आम्हा चार भावांकडे प्रत्येक कंपनीवर ताबा ठेवता येईल असं लक्षणीय प्रवर्तकीय बहुमत होतं पण आम्ही या गोष्टीचा कधीच गैरफायदा घेतला नाही. माझ्या जीवनातील ती सर्वाधिक तणावाची वर्षं असतील- दमवणारी आणि भावनिकदृष्ट्या पार पिळून काढणारी. शिशिर आणि त्याच्या कुटुंबीयांसाठीही हा काळ तसाच गेला असणार याची मला खात्री आहे. त्यांच्याकडे त्यांचा काहीतरी दृष्टिकोन असेलही, पण या यातनादायक वाटणीतून त्यांनी तरी काय मिळवलं? बारा वर्षे विभक्त होऊन झाली, आज काय परिस्थिती आहे? आम्ही एकत्र राहिलो असतो तर देशातील तिसऱ्या क्रमांकावरील मोठं उद्योजक घराणं बनलो असतो.'' नीरज म्हणतो.

आर्यमनचे नाना

''माझ्या मनात राहुलनानांचा विचार येतो तेव्हा पहिली गोष्ट आठवते ती म्हणजे त्यांचा हजरजबाबीपणा. त्यांची बुद्धी चांगलीच तीक्ष्ण असून जेव्हा जेव्हा आपण त्यांच्या मताचं खंडन करू पाहतो तेव्हा तेव्हा ते हसत हसत असा काही शेरा मारतात किंवा विचारपूर्वक युक्तिवाद करतात तेव्हा आपण पार गारद झालेले असतो. त्यांच्याशी आपण बोलतो त्या प्रत्येक विषयावर काहीतरी सखोल मुद्दा ते आपल्याला सांगितल्याशिवाय राहात नाहीत. पण हे तर सगळ्यांनाच माहीत आहे.

''राहुलनानांची विनोदबुद्धी तीव्र आहे. तुमची थट्टा मस्करी करण्याची एकही संधी ते सोडत नाहीत. जिथे जातील तिकडचा मूड आनंदी करून टाकतात. पण हेही सगळ्यांना माहीत आहेच की.

''राहुलनाना नेहमीच स्वतःच्या मनातलं बोलून टाकतात. ते कधीच मागेपुढे पाहत नाहीत आणि भीडमर्यादा तर त्यांना ठाऊकच नसतात. याबद्दल भूतकाळात बरेच लोक

त्यांच्यावर नाराज झाले असतील याची मला खात्री आहे. मला वाटतं की हाच त्यांचा सर्वोत्तम गुण आहे. पण या गोष्टी तर सगळ्यांना माहीत आहेत.

''पण मग तुम्हाला आश्चर्य वाटेल की त्यांचे असे रहस्यमय गुण आहेत तरी कुठले जे चारचौघांना माहीत नाहीत. त्यांचं कुटुंबावरील निस्सीम प्रेम- याविषयी कुणी बोलत नाही. ते जेवढे त्यांच्या करिअरमध्ये गुंतले आहेत तेवढेच ते आमच्यातही गुंतलेले आहेत. बजाज ऑटोमध्ये इंटर्नशिप करत असताना २०१९ साली मी त्यांच्या सोबत एक आठवडा राहिलो तेव्हा मला 'मिस्टर राहुल बजाज' यांची कोमल बाजू जाणवली.

''आम्ही रोज संध्याकाळी एकत्र असायचो. जेसन बोर्नचे सिनेमे बघायला आम्हाला फारच आवडायचे. जेवणात आम्ही छोले भटुरे आणि पिझ्झा खायचो. त्यांचं बालपण आणि कॅथेड्रल स्कूलमधील त्यांच्या दिवसांविषयी ऐकायचो. त्याच शाळेत मीही शिकलो आहे.

''राहुलनाना एकमेवाद्वितीय आहेत. मला सल्ला हवा असो की सांत्वन- ते नेहमीच माझ्यासाठी असतील असा मला विश्वास आहे. याहून चांगले आजोबा मला कधी मिळाले असते याची कल्पनाही मी करू शकत नाही.''

दीपाचा ऊन-सावलीचा खेळ

''राजीवच्या आणि माझ्या सात वर्षांच्या खळबळजनकच प्रियाराधनानंतर सरतेशेवटी १९९४च्या डिसेंबरात आमचं लग्न झालं. या उतार-चढावाच्या वर्षांत माझ्या आईवडिलांना आणि मला वारंवार सांगण्यात आलं की, राहुल बजाज आपल्या मुलाला पत्नी म्हणून कधीच दीपाची निवड करू देणार नाहीत.

''परंतु एवढी चुकीची गोष्ट अन्य कुठलीच नसेल. पपा कधीच अनाहूत सल्ला द्यायचे नाहीत, नेहमीच पाठीशी उभे असायचे. वडील जसे समजूतदार आणि वस्तुनिष्ठ असावेत तसेच ते सासरे म्हणूनही होते. 'तुमचे-आमचे नाते समान पातळीवरचे नाही,' असं त्यांनी कुठल्याही क्षणी माझ्या आईवडिलांना जाणवू दिलं नाही.

''मला असं मुळीच म्हणायचं नाही की लग्नानंतरचे माझे सुरुवातीचे दिवस अगदीच फुलांच्या गालिचावर चालल्यासारखे गेले. मी विभक्त कुटुंबात लहानाची मोठी झाले होते. संयुक्त कुटुंबात काय गुंतागुंती असतात याची मला काहीच कल्पना नव्हती. त्यासाठी कराव्या लागणाऱ्या तडजोडींबद्दल तर माझी काहीच तयारी झालेली नव्हती. त्यामुळेच पपांचं (राहुल बजाज यांचं) धीराने वागणं आणि उदारमतवादी दृष्टिकोन यांचेमुळेच शेवटी मला या घरात स्थिरस्थावर होणं शक्य झालं.

''पपांचं व्यक्तिमत्त्वच विशाल आणि असामान्य होतं, सुरुवातीच्या काळात मला त्यांची फार भीती वाटायची. तथापि, लवकरच माझ्या लक्षात आलं की ज्यांच्यापर्यंत सहज पोहोचता येईल असे अत्यंत मोकळ्या मनाचे कुटुंबसदस्य तेच तर आहेत. कदाचित हा गुण त्यांना त्यांच्या आईकडून मिळाला असावा, त्यांच्या आईही त्याच कारणामुळे मला खूप आवडायच्या. १९९८ साली माझा मुलगा रिषभ जन्माला आला तेव्हा मला पपांची हळवी बाजू पाहायला मिळाली आणि त्यामुळेच मी थोडीशी धीट बनले. मला वाटणाऱ्या चिंता न घाबरता त्यांच्यापर्यंत नेऊ लागले, त्यांचा सल्ला मला नेहमीच न चुकता मिळत असे.

''पपा त्यांची मते मांडायला नेहमीच पुढे असले आणि त्यांनी प्रत्येक बाबतीत काही ना काही मतं असली तरी ते ती कधीच लादत नाहीत. निदान माझ्यावर तरी त्यांनी ती कधीच लादलेली नाहीत. ते स्वतः पूर्ण शाकाहारी आहेत पण मीही तसंच करावं असं त्यांनी मला एकदाही सांगितलेलं नाही. त्यांना कुत्रे फार काही आवडत नाहीत पण त्यांना घरभर मुक्त प्रवेश असावा ही आमची इच्छा त्यांनी स्वीकारली आहे. मला वाटतं की हाच त्यांचा मोठा सद्गुण आहे.

''बजाज कुटुंबाचा भाग होऊन मला सव्वीस वर्षे झालीत. आज मला वाटतं की मी जर आधीपेक्षा अधिक चांगली बनले असेन तर त्याचं लक्षणीय श्रेय त्यांनाच जातं. मला भरभराटीचं जीवन जगायला मिळालं, अपायकारक अशा सगळ्या गोष्टींपासून माझं रक्षण झालं हे सगळं त्यांनी आमच्यावर धरलेल्या छत्रछायेचं वरदान आहे.''

''काळाच्या मर्यादेवरही उतरणारे राहुल बजाज'' – इति किरण

किरण म्हणतात, ''मी अठरा वर्षांची होते. माझं नशीब एवढं चांगलं की मला बजाज ऑटोच्या कारखान्याची भव्य सहल स्वतः चीफच्या स्कूटरमागे बसूनच घडली. आम्ही त्या परिसराच्या आत-बाहेर स्कूटरवरून सुसाटत असताना ते नक्की खरे कसे आहेत याचा मला थोडीशी झलक पाहायला मिळाली. त्यांना तिथला कोनाकोपरा माहीत होता, कामकाजातील प्रत्येक प्रक्रिया माहीत होती. कारखान्यातल्या कामगारांची नावंही माहीत होती. कामात पुष्कळ व्यग्र असूनही मला व्यवसायाची माहिती देण्यासाठी त्यांच्यापाशी वेळ आणि चिकाटी होती. कोण होते मी? एक अननुभवी मुलगी आणि त्यांच्या कुटुंबात नव्याने आलेली एक मुलगी! पण यश हे केवळ आलिशान ऑफिसात बसून आणि महागड्या ब्रँडच्या वस्तू वापरून मिळत नसतं. : पहाट झाली की ते कारखान्यात कामाच्या प्रत्यक्ष जागेवर हजर असायचे आणि संध्याकाळी उशिरापर्यंत तिथेच असायचे. ते कचेरीत जायचे आणि कर्मचाऱ्यांशी बोलायचे. सगळ्या कृतींचं केंद्रबिंदू तेच असायचे. त्यांच्या जगण्यात आणि श्वासात काम होतं असं म्हटलं तरी अतिशयोक्ती होणार नाही.

''राहुल भैयांचं वागणं पारदर्शक होतं. त्यांना दूरदर्शित्वाची देणगी मिळाली होती आणि दुधात साखर पडण्याचा योग म्हणजे सर्व माणसांशी जोडून घेण्याची कलाही त्यांना अवगत होती. त्यांचं मन विश्लेषणात्मक होतं. प्रत्येक परिस्थितीकडे किंवा समस्येकडे ते खूप तपशीलवारपणे सगळ्या पैलूंतून बघायचे आणि नंतरच निष्कर्षाप्रत यायचे. परिणामतः त्यांचे निर्णय समतोल आणि तर्कशुद्ध असायचे. आमच्या घरातल्या काही सदस्यांना त्यांनी कठीण प्रसंगात आपल्या निःपक्षपाती आणि तर्कशुद्ध विचारप्रक्रियेस अनुसरून एवढी मदत केली आहे की ते ऋण फिटणं कठीण म्हणावं लागेल.

''कलकत्त्यातील अगदी वेगळ्याच कार्यसंस्कृतीतून आल्यामुळे त्यांच्या या दृष्टिकोनाचा माझ्यावर खूप परिणाम झाला आणि त्यांच्यासारखं वागावंसं वाटू लागलं. मला 'हिंद मुसाफीर ट्रॅव्हल एजन्सी' चालवायची संधी मिळाली तेव्हा मी त्यांचंच अनुकरण करण्याचा यत्न केला आणि न कळतपणे तेच माझे पहिले 'व्यवस्थापन गुरू' आणि मार्गदर्शक बनले. राहुल भैयांनी मला उदाहरण देऊन शिकवलं की खरं बोलायला कधीही घाबरायचं नाही. 'तुझा मुद्दा योग्य असेल तर तू धीटपणे मांडू शकतेस.'

''घरी ते नेहमीच शिस्तप्रिय असायचे. तिथे चालढकल करायला काही जागाच नसायची. त्यांची मुलं लहान असताना जे नियम त्यांनी घरी बनवले होते तेच ते अजूनही पाळतात. अजूनही ते तसंच बिना गुंतागुंतीचं जीवन जगतात. इतरांना महागड्या भेटी घेण्यावर त्यांचा विश्वास नाही आणि इतरांकडूनही ते तशी काही अपेक्षा करत नाहीत.

''कामाच्या ठिकाणी मिंधेपण येईल असे अवाजवी लाभ आपले व्यवस्थापक कुणाकडून घेत नाहीत याची खात्री ते करून घेतात. होय, ते सुरुवातीपासूनच वागायला कडक होते. पण त्यांच्या या कडकपणाचे ते एक सत्यवचनी, धाडसी आणि निःपक्षपाती नेते आहेत अशी त्यांची कीर्ती निर्माण झाली.

''त्यांचा उघडच दिसणारा काटकसरीपणा आणि खूप मोठी जोखीम घेण्याऐवजी सुरक्षितपणे खेळण्याची वृत्ती याविषयी काही लोकांनी भाष्य केलं आहे. काही जण म्हणतात की त्यांची शैली ही उद्योजकीय असण्यापेक्षा व्यवस्थापकीयच अधिक आहे. मी त्यांना हे सांगू शकते की राहुल बजाज हा काळाच्या कसोटीवर उतरलेला माणूस आहे. आई–सावित्री बजाज हिची शिस्त आणि वडील कमलनयन बजाज यांची देशभक्तिपर तत्त्वे, आणि व्यावसायिक हातोटी यांचा त्यांच्यात सुदैवी संगम झाला आहे. अगदी आजमितीलाही या अत्यंत कणखर अशा पायावर ते ताठ उभे राहून आम्हा सर्वांना मार्गदर्शन करत आहेत. मी त्यांना एकदा विचारलं होतं की तुमचा आवडता छंद कोणता? त्यावर त्यांचं उत्तर? 'माझं काम हाच माझा छंद आहे.'''

क्रितीचे ताऊजी

''राहुल ताऊजींचा विचार मनात आला की सगळ्यात पहिली भावना मनात येते ती आश्चर्याची असते. त्यांची बुद्धिमत्ता, तपशिलात जायची वृत्ती, सत्याचा ध्यास, व्यवसायात त्यांनी मिळवलेलं यश आणि त्याचसोबत कुटुंबाप्रति असलेला त्यांचा खोल जिव्हाळा आणि जीवन जगण्याचा उत्साह. त्यातच भर म्हणून कुठल्याही परिस्थितीत योग्य ठरेल अशा हजरजबाबी शेऱ्यांचा त्यांच्याकडील न संपणारा दारुगोळा.

''मी त्यांची सर्वांत धाकटी पुतणी असले तरी ते मला माझ्या आयुष्याबद्दल शंभर प्रश्न विचारल्याशिवाय सोडत नाहीत. आणि कसे कोण जाणे पण ते सगळी उत्तरंही लक्षात ठेवतात. मला स्वतःचं एवढं महत्त्व वाटू देण्यासाठी त्यांच्या मेंदूत एवढी जागा तरी ते कुठून निर्माण करत असतील याचा मला अंदाजही करता येत नाही. मी पुण्यात असले तर माझ्या बाजूला बसून गप्पा मारण्यासाठी त्यांना वेळ नाही असं कधीच होत नाही. माझी व्यवस्थित काळजी घेतली जाते आहे ना हेही ते जातीने बघतात. म्हणजे मी त्यांच्या घरी असले तर प्रत्येक जेवणात मी काय काय खाल्लं हेही त्यांना जाणून घ्यायचं असतं.

''त्याच वेळेस मला ते वळण लावतही असतात. स्वतःला खरं वाटेल तसंच वागा मग समोर मी असेन किंवा आणखी कुणी असेल असं त्यांचं नेहमीच सांगणं असतं. मी स्वतःविषयी एखादी गोष्ट नाकारायचा प्रयत्न केला, सबबी सांगू लागले की ते मला नेहमीच पकडतात. मी सत्याला सामोरं गेलं पाहिजे असं मला सांगतात. सत्य बरेचदा कटू असलं तरी ते त्या क्षणी मान्य केलं पाहिजे. त्यांच्या सोबतच्या संभाषणांनंतर मी स्वतःचा विकास

करण्याचा, स्वतःत सुधारणा करण्याचा प्रयत्न केला आहे असं मला नेहमीच जाणवत आलं आहे. भोवतालच्या लोकांना मदत करून त्यांच्यातील उत्तम तेच बाहेर येईल यासाठी ते नेहमीच प्रयत्न करत असतात. या अत्यंत कठीण अशा त्यांच्याशी झालेल्या संवादांकडे मागे वळून मी बघते तेव्हा माझ्या मनात कृतज्ञता भरून आलेली असते.

''माझ्या जीवनातील महत्त्वाच्या टप्प्यावर किंवा यशस्वी कामगिरीवर माझं अभिनंदन करण्यात ताऊजीच सगळ्यात पुढे असतात. मग तो टप्पा किंवा ती कामगिरी कितीही लहान असो. मला कॉलेजातली पदवी मिळाली तेव्हा त्या पदवीदान समारंभाला ते पार कॅलिफोर्नियाला आले होते. त्यांच्या स्वतःच्या मुलांइतकाच अभिमान आणि आनंद त्यांना माझ्याबद्दलही वाटतो. मी त्यांच्या कुटुंबातलीच एक आहे असं मला खरोखर वाटावं म्हणून ते खास वेळ काढतात ते मला आवडतं.

''शेवटी काय, तर ते असे आहेत की त्यांचं कौतुक केल्याशिवाय आणि त्यांच्याविषयी आदर वाटण्याशिवाय माझ्यापुढे दुसरा पर्याय नाही, असं वाटलं पाहिजे- असं मला त्यांनी सांगितलेलं नाही पण हे कौतुक आणि आदर त्यांनी स्वतःहून मिळवला आहे.''

मधुर, कुमुद आणि वाळुज

कुमुद म्हणते, ''१९८५ हे खूपच महत्त्वाच्या टप्प्याचं वर्ष होतं. याच वर्षी बजाज ऑटोचा त्या काळातील सर्वांत मोठा कारखाना वाळुज (औरंगाबाद) येथे उघडण्यात आला. आणि त्याच्याकडे बघण्याची जबाबदारी मधुरवर सोपवण्यात आली. आम्ही तेव्हा नुकतेच औरंगाबाद येथे राहायला गेलो होतो. दोनच महिन्यांनी वाळुज कारखान्याचं उद्घाटन होईल अशी घोषणा झाली होती. भारताचे राष्ट्रपती, उद्योग जगतातील सहकारी, मित्र आणि त्यांचे परिवार असे बरेच महत्त्वाचे प्रतिष्ठित अभिजन उपस्थित राहणार होते. मधुरकडे खूपच काम असल्याने त्याने माझ्यावर काम सोपवलं की प्रवेशद्वारापासून ते प्रत्यक्ष कार्यक्रमापर्यंतच्या जागेचं सुशोभीकरण तू कर. राहुलभैयांना ही एवढी मोठी जबाबदारी एका स्त्रीवर (या ठिकाणी माझ्यावर) टाकणं पसंत नसूनही मी ते आव्हान स्वीकारलं.

''वेगळ्याच प्रकारे संपूर्ण स्थळाचंच सुशोभीकरण करायचं मी ठरवलं. माझ्या मनात विचार आला की आपण मुख्य सोहळा भल्या मोठ्या मंडपाऐवजी आपल्याच मोठ्या औद्योगिक शेडमध्येच करावा. काही महत्त्वाच्या व्यक्तींचा त्यास विरोध होता तरीही मी तसं करायचं ठरवलं. सजवण्यासाठी गोळा केलेला कच्चा माल म्हणजे स्कूटर कारखान्यातून निघणाऱ्या भंगार वस्तू, कापडी झेंडे, फुलझाडांच्या कुंड्या आणि त्यात रंगत वाढवण्यासाठी आमची स्वतःची झेंडूची फुले. शक्यतो स्थानिक मालच वापरण्याच्या राहुल भैयांच्या विचारांशी ते जुळणारंच होतं. आम्ही संपूर्ण स्थळच उत्सवी आणि रंगीबेरंगी दिसेल अशी योजना आखली.: अर्थात लग्नसोहळ्यासारखं दिसत नव्हतं ते, तर औद्योगिक उद्घाटनास योग्य ठरेल अशा प्रकारे केलं होतं. कष्ट करण्याचा अनुभव आणि चाकोरीबद्ध चौकटीतून बाहेर पडण्याची विचारसरणी यांच्यामुळे भरपूर लाभ झाला आणि प्रत्येक खर्चलेल्या रुपयाची 'व्हॅल्यू फॉर मनी' आम्हाला मिळाली. नाहीतरी 'व्हॅल्यू फॉर मनी' हेच तर आमच्या बजाजचं ब्रीदवाक्य होतं. संपूर्ण जागाच खूप देखणी दिसत होती आणि सर्वांनीच त्या सजावटीचं कौतुक केलं.

''सोहळा आटोपल्यावर आनंद ओसंडून वाहणाऱ्या राहुलभैयांनी मला आनंदाने मिठी मारली आणि त्याहूनही मोठ्या आवाजात 'थँक यू' म्हटलं. माझ्या दृष्टीने ते खूपच मोठं बक्षीस होतं. त्याहून महत्त्वाचं म्हणजे त्यामुळे त्यांना आत्मविश्वास आला की स्त्रियांना संधी मिळाली तर त्या अधिक वरच्या जबाबदाऱ्याही पार पाडू शकतात. तेव्हापासून पुढे त्यांनी कुटुंबांतल्या अन्य स्त्रियांनाही आणि मलाही भरपूर जबाबदाऱ्या द्यायला सुरुवात केली आणि आम्ही त्यांचे सकारात्मक परिणाम दाखवले. मागील काही वर्षांत त्यांनी आम्हाला आणखी आणखी आव्हाने स्वीकारण्यास उत्तेजन दिलं आहे. स्वतःच्या विचारांत बदल करून आमच्या कामास दाद देण्यातून ते किती दिलखुलास वृत्तीचे आहेत हेच दिसून येते.''

मधुर सांगतात, ''औद्योगिक पट्ट्यात असल्याने वाळुज कारखाना चांगला विकसित झाला. तथापि, मागास, झोपाळू आणि निष्क्रिय शहर असल्याने पुणे आणि अन्य शहरांतील लोक इथल्या अत्यंत वाईट दर्जाच्या सामाजिक सुविधांमध्ये कायमचे वास्तव्य करायला येण्यास अनुत्सुक असायचे. आम्हाला स्थानिक कामगार आणि कनिष्ठ पातळीवरील कर्मचारी मिळाले तरी वरिष्ठ पातळीवरील अधिकारी मिळवणं – अगदी बजाज ऑटोच्या पुणे कारखान्यातूनही मिळवणं कठीण झालं होतं. माझे मित्र आणि नातेवाईक यांच्याशी विचारविनिमय करून आम्ही ठरवलं की इथं एक चांगलं सामाजिक वातावरण निर्माण करायचं. त्यात चांगलं हॉस्पिटल असेल (कमलनयन बजाज हॉस्पिटल), चांगली शाळा (नाथ व्हॅली स्कूल) असेल आणि संगीत, नृत्य, नाटके असे चांगल्या दर्जाचे सांस्कृतिक कार्यक्रम असतील. आम्ही 'महा एक्स्पो'ही औरंगाबाद येथे भरवला. या सगळ्यामुळे आम्हाला हवा तो परिणाम होऊन अत्यावश्यक अशी वरिष्ठ पातळीवरची गुणवत्ता केवळ वाळुज येथेच नव्हे तर आमच्या सहयोगी कंपन्या आणि अन्य उद्योजक आणि नवे धडाडीचे लोक यांनीही उभारलेल्या कंपन्यांकडे येऊ लागली.

''सामाजिक सुविधा उभारणं, शिवसेनेच्या युनिअनसह पगारवाढीच्या वाटाघाटी करणं ही काही सोपी कामं नव्हती.'' मधुर पुढे बोलतात. ''या वाटाघाटी दर साडेतीन वर्षांनी सुरू व्हायच्या आणि पाच ते सहा महिने चालायच्या. हा काळ आमच्यासाठी फारच तणावाचा असे. परंतु संध्याकाळचा वेळ आम्ही मित्रमंडळी आणि नातेवाइकांसह आमच्या बंगल्याबाहेरील विस्तीर्ण हिरवळीवर क्रॉकेट हा खेळ खेळण्यात व्यतीत करत होतो. किंवा मग औरंगाबादच्या दृष्टीने पहिल्यांदाच अशा अभिनव योजना हाती घेत होतो. उदाहरणार्थ, नवऱ्यांनी बायकोमुलांसाठी स्वयंपाक करणे, मोटारीने ट्रेझंर हंट हा खेळ खेळणे इत्यादी इत्यादी. हे सगळं एकत्र आल्यामुळे या झोपाळू छोट्या शहराचं रूपांतर एका जिवंत, हातपाय झाडणाऱ्याया सक्रिय शहरात झालं असं मी म्हणण्याचं धाडस करतो. कुमुद आणि मी औरंगाबाद येथे १९८५ ते ९४ हा काळ होतो. खरोखरच माझ्या कर्त्या जीवनातला हा उत्तम काळ होता.''

जावई – मनीष

''आम्हाला त्यांच्या सोबत कित्येक सुट्ट्या एकत्र घालवण्याचं भाग्य लाभलं– मग तो स्कँडिनेव्हियाचा जहाजप्रवास असो, डेव्हॉस–ऑस्ट्रिया, न्यू यॉर्क, गोवा आणि अगदी

आयर्लंड येथे दिलेल्या भेटी असोत. पपांना इटालिअन जेवण फार आवडायचं. वेगवेगळ्या जेवणांभोवती संपूर्ण दिवसाचं नियोजन करण्याची त्यांची क्षमता तर अभूतपूर्व होती. मला आठवतंय, तुस्कानी येथे एका वाइनरीला भेट द्यायला गेलो असताना मी आणि संजीवने 'लँब शँक्स' या पदार्थाची ऑर्डर दिली म्हणून आमची खरडपट्टी काढून आम्हाला टेबलाच्या कडेला बसण्याचा हुकूम फर्मावला गेला होता. आम्ही न्यू यॉर्कमध्ये सुट्टीवर असलो की ते माझ्या मित्रांना भेटायचे. लोकांवर छाप टाकण्याची त्यांची क्षमता विलक्षण होती. ते सर्वांनाच आवडायचे. डेव्हॉस येथे पहाट होईपर्यंत जागून, डान्स करूनही पुन्हा सकाळी वेळेवर उठून नऊ वाजताच्या मीटिंगला हजर राहाण्याचं त्यांचं कसब विसरणं कठीणच आहे.

''मला आठवतंय, पुणे येथे त्यांच्या पन्नासाव्या वाढदिवशी आणि मुंबईतील ताज येथे सत्तराव्या वाढदिवशी त्या सोहळ्याचे संयोजक 'तू होशील का,' असं मला त्यांनी विचारलं होतं. दोन्ही वेळा पपांच्या गोष्टी सांगायला समोर येणारी त्यांच्या मित्रांची संख्या तोंडात बोटं घालायला लावील अशीच होती- मैत्री आणि आठवणींचे ते मजबूत बंध होते. मग तो माणूस ग्रामीण भारतातला एखादा छोटा डीलर असो की भारताचा अर्थमंत्री असो. पपांनी त्यांच्यात कधीच फरक केला नाही. त्यांच्यातील आपुलकी आणि सदैव कामात राहाण्याची वृत्ती सातत्याने तशीच राहिली. ते प्रत्येक पाहुण्याशी बोलायचे. त्यांच्यात खिलाडूपणाही पुष्कळ होता. जेव्हा आम्ही त्यांची थट्टा करायचो अथवा त्यांची मुलाखत घेताना चिडवायचो तेव्हा ते ती हसत हसत स्वीकारायचे आणि वेळ आली की आम्हाला तसाच जबाब द्यायचे.

''समूहातील वेगवेगळ्या कंपन्यांच्या संचालक मंडळावर काम केल्यामुळे पपांकडून मिळणाऱ्या माहितीला किती मूल्य आहे ते आम्हाला जाणवायचं. ते नेहमी असा एखादा मुद्दा सांगायचे जो अन्य कुणाच्याही डोक्यात आलेला नसे. म्हणजे अगदी जेव्हा प्रत्यक्ष काम करणारे भरपूर तज्ज्ञ असले तरी त्या सर्वांच्याही वर जायची आणि संपूर्ण दृश्य नजरेत सामावून पाहाण्याची त्यांची हातोटी कौतुक करण्यासारखी होती. तसं करताना ते एकही तपशील विसरायचे नाहीत ही गोष्ट आम्हा सर्वांच्या लक्षात राहील. हे वैशिष्ट्य दाखवणारी दोन-तीन खास उदाहरणं मला आठवतात.''

> चाकणचा कारखाना : ''आकुर्डी आणि औरंगाबाद येथील आहेत त्याच कारखान्यांची क्षमता वाढवावी की चाकण येथे नवीनच कारखाना उघडावा याविषयी घरात बरीच चर्चा आणि वादविवाद झालेले मला आठवतात. पप्पांच्या वृत्तीतला दिलदारपणा म्हणजे त्यांना एखादा दृष्टिकोन रुचत नसेल तर ते मोठ्या आवेशाने त्यावर असहमती दर्शवायचे पण त्यानंतर त्यांच्या टीममधील अन्य लोकांनी काही निर्णय घेतले तर त्यावर विश्वास ठेवण्याची नम्रता आणि शहाणपणही त्यांच्याकडे होतं. बजाज ऑटो आणि बजाज फिन्सर्व्ह यात झालेले या पिढीकडून पुढल्या पिढीकडे सूत्रे देण्याचे बदल बहुतेक सर्वांत सुरळीतपणे पार पडले. तसे मी अन्य कुठल्याही कौटुंबिक किंवा व्यावसायिक कंपन्यांत घडून आलेलं पाहिलेलं नाही.

''बजाज ऑटोचं विलगीकरण करून बजाज होल्डिंग, नवीन बजाज ऑटो आणि बजाज फिनसर्व्ह या कंपन्या निर्माण झाल्या. : मला तेव्हा पपांशी केलेल्या असंख्य चर्चा आठवत आहेत. २००७-०८च्या काळात दुचाकी उद्योगापासून आर्थिक व्यवसाय वेगळा करावा म्हणून मी त्यांच्याशी खूप बोलायचो. प्रारंभी ते द्विधा मन:स्थितीत होते परंतु लवकरच त्यांना त्यामागचे तर्कशास्त्र आणि परिणाम लक्षात आले आणि मग त्यांनी पूर्ण जबाबदारी घेऊन गोष्टी घडून याव्यात यासाठी आम्हाला एक मध्यवर्ती कामकाज गट स्थापू दिला.

'''केदारा कॅपिटल'च्या जन्मासाठी पपांनी जो काही पाठिंबा दिला त्याबद्दल त्यांना दाद द्यावीशी वाटते. सुरुवातीची काही वर्षे ते स्वेच्छेने आमच्या वार्षिक सर्वसाधारण सभांना हजर राहण्यासाठी हैदराबाद, उदयपूर अशा ठिकाणी यायचे. आमच्या गुंतवणूकदारांना भारतीय उद्योगातील या नामवंत ज्येष्ठाशी संवाद साधायला आणि भारतातील राजकीय आणि आर्थिक वातावरणाविषयी त्यांची मते ऐकायला खूपच आवडायचं- ते इतके पाठीशी उभे राहणारे आणि खिलाडू वृत्तीचे होते. या कार्यक्रमांना हजर राहाण्याची गरज प्रत्येक वेळेस नसे पण तरी त्यांनी तसं काही मानलं नाही.

''मुंबई किंवा दिल्ली कुठेही ते घरच्यासारखेच वावरायचे : घरात नातवंडांविषयी चर्चा करायची असो किंवा मुंबईतील कंपनीच्या पंचवार्षिक नियोजनाविषयी बोलायचं असो, किंवा एखाद्या नव्या सरकारी पुढाकाराला किंवा कायद्याला आव्हान द्यायला दिल्ली येथे जायचं असो ते अगदी सहजगत्या वावरायचे. राज्यसभेच्या जागेसाठी त्यांना कागदपत्रे तयार करायला मदत केलेली मला आठवते. तिथं व्यतीत केलेली त्यांची वर्षे त्यांच्यासाठी फारच उत्साहाची होती. वरच्या सदनातील या काळाची त्यांनी खूप मौज लुटली. ल्युटन्सच्या दिल्लीत त्यांनी बरेच मंत्री आणि कायदेकर्त्यांशी संबंध प्रस्थापित केले. त्यांचे संवाद हे नेहमीच बौद्धिक समतेवर आधारित असत. त्यांनी कुणाही भावी सत्ताधाऱ्याकडे सुविधा मागितली नाही. मला आठवतंय, दिल्ली येथील एका भोजनप्रसंगी जेटली यांनी त्यांना किती जिव्हाळ्यानं मिठी मारली होती! तसंच ते आणि प्रणब मुखर्जी एका बक्षीस समारंभाआधी एकत्र बसून काहीतरी बोलत होते. तेव्हा प्रणबदांनी त्यांचा धरलेला हात सोडलाच नव्हता. मला अजूनही आठवतं की इकॉनॉमिक टाइम्सच्या बक्षीस समारंभात त्यांनी उभं राहून गृहमंत्री अमित शहा यांना काही आव्हानात्मक आणि अवघडून टाकणारे प्रश्न विचारले होते- खरोखरच तेव्हा तिथं हजर असलेल्या एकाही माणसात ती हिंमत नव्हती.

''एकूण पाहता आमचे पपा म्हणजे अगदी खास व्यक्ती होते, लाखांत एक होते. त्यांच्याशी जवळून संवाद साधण्याची संधी ज्यांना ज्यांना मिळाली त्यांना ते क्षण पुढील वर्षांत आठवायला नक्कीच आवडेल. (म्हणजे त्या संवादांतून काही जाणवण्याजोगे ओरखडे उठलेले असले तरी तसं होईल.) ते अभिमानी भारतीय आहेत परंतु व्यक्ती म्हणून नम्र आहेत. अत्यंत यशस्वी उद्योजक आहेत पण तरी मानवताप्रेमी हृदयाचे आहेत. सूर्य बुडेपर्यंत ते आपल्या दृष्टिकोनाबद्दल वाद घालत राहतील परंतु इतरांच्या मतांतील शहाणपण ओळखण्याइतके ते लवचीकही आहेत.''

मीनलचे थोडक्यात बोल

मीनल आठवण सांगते, ''राहुल भैयांची माझी पहिली भेट अविस्मरणीय आहे. नीरजला लग्नासाठी होकार देण्यापूर्वी मी राहुल भैया वगळता बजाज कुटुंबाच्या सर्व सदस्यांना भेटले होते. त्यांच्या घशाची तेव्हा शस्त्रक्रिया झाली होती तेव्हा मी त्यांना भेटायला हॉस्पिटलमध्ये गेले. त्यांचा साधेपणा बघून मला खूपच आश्चर्य वाटलं होतं. मी साडीसारख्या औपचारिक कपड्यांत असावं अशी त्यांच्यासह कुणाचीच अपेक्षा नव्हती. मी माझ्या नेहमीच्या, रोज घालते त्याच वेशात होते. मला पाहताक्षणी ते हसले. त्यामुळे माझ्या मनावरचं दडपण नाहीसं झालं. सगळे लोक म्हणाले की तुझं नशीब म्हणूनच त्यांना त्या दिवशी बोलायची परवानगी नव्हती. नाहीतर त्यांनी तुझी चांगलीच उलटतपासणी घेतली असती.

''कच्चे खर्डे, पत्रं इत्यादींत सुधारणा करण्याची विलक्षण क्षमता राहुल भैयांकडे आहे. मी जमनालाल बजाज फाउंडेशनचं काम पाहू लागले तेव्हा त्यांना शेकडो पत्रे लिहून माझ्या दृष्टीने निर्दोष स्वरूपात पाठवली असतील. पण तरी त्यातील प्रत्येकात त्यांना काही ना काही दुरुस्ती सापडायचीच मग ती स्वल्पविरामाची का असेना. त्यामुळे अगदी छोट्याही तपशिलात कसं बघायचं हे शिकण्याची मोठीच संधी मला त्यांच्याकडून मिळाली. कुठल्याही चर्चेच्या वेळी मला वाटायचं की माझी पूर्ण तयारी झालेली आहे. परंतु त्यांचं तीक्ष्ण मन मला असा काही प्रश्न विचारी की मला नंतर सारखं वाटत राही की अरे, हे आपल्याला कसं काय सुचलं नाही?

''त्यांच्या कुतूहलाचं मला फार आश्चर्य वाटायचं. त्यांना केवळ आमच्याबद्दलच नाही तर माझ्या घरच्यांविषयीही कुतूहल असायचं. त्यांना सगळ्या गोष्टींचे सगळे तपशील हवे असायचे. मग तो एखादा सोहळा असो की तब्येतीशी संबंधित काही माहिती असो. त्यांना वाटणारी काळजी फारच दुर्मीळ म्हणावी अशी होती. आमच्याप्रति प्रेम दाखवण्याची त्यांची ती पद्धत होती. काही कर्मचाऱ्यांच्या बाबतीतही मला हाच अनुभव आला आहे. ते त्यांच्या सोबत एखादा तास बोलण्यात घालवायचे. आजारी वगैरे असतील तर सगळ्या गोष्टी बघितल्या आहेत ना हे पाहायचे, अगदी डॉक्टरांशीदेखील बोलायचे. यामुळे कर्मचारी त्यांच्याशी एकनिष्ठ असायचे. त्यांची जीवनाची ऊर्मी, साधेपणा, नैतिकता आणि पारदर्शकता यांमुळे मला प्रचंड प्रेरणा मिळाली. सुरुवातीच्या काळात मला त्यांची भीती वाटायची पण मी पहिली सुट्टी त्यांच्या समवेत घालवली आणि माझी भीती पळून गेली. राहुल भैयांसमवेत बऱ्याच सुट्ट्यांना एकत्र जाण्याचं सद्भाग्य मला आणि नीरजला लाभलं. या सहलींत ते पूर्णपणे वेगळेच होऊन जायचे. खूप मजा आणि हास्यविनोद करायचे. पहिल्या दिवसापासून ते मोठ्या उत्साहाने नियोजन करायचे आणि प्रत्येक गोष्टीकडे बारकाईने बघायचे. त्यांचा साधेपणा इतका होता की उत्तम हॉटेलाइतकंच रस्त्याच्या कडेच्या कॅफेत बसूनही ते अन्नाचा आनंद लुटायचे.

''आम्ही आमच्या मुलांना घेऊन फिरायचो तेव्हा मुख्य लक्ष स्थळदर्शन आणि वेगवेगळे शोज बघणं हे असायचं. खाण्याला दुय्यम स्थान मिळायचं. पण राहुल भैया सोबत असताना सकाळ-संध्याकाळी काय काय खायला करायचं याचं नियोजन आधी व्हायचं आणि सर्व कार्यक्रम त्याभोवती आखले जायचे. डेव्हॉसच्या डब्ल्यूईएफच्या वेळेस त्यांची ऊर्जा अविश्वसनीय वाटायची.''

नरेश जैन यांचे प्रिय मित्र – राहुल

''माझा सुमनशी (राहुल यांच्या बहिणीशी) साखरपुडा झाला तेव्हापासूनच्या राहुलच्या आठवणी या माझ्या अगदी सुरुवातीच्या आठवणी म्हणता येतील. जेव्हा जेव्हा तो दिल्लीला यायचा तेव्हा तेव्हा आम्ही एक संध्याकाळ तरी एकत्र घालवायचो. तेव्हापासूनच तो माझा 'मेव्हणा' म्हणण्यापेक्षा लाडका मित्रच अधिक झाला असं म्हणता येईल. आम्ही भारतात आणि भारताबाहेर बऱ्याच सुट्ट्या एकत्र घालवल्या. १९७४ साली कोडाईकॅनाल येथे आम्ही दोन्ही कुटुंबं गेलो होतो तेव्हा माझ्या आठवणी खास आहेत.

''तो अत्यंत सरळ, खूप प्रेमळ आणि पाठीशी उभा राहणारा आहे. न्यायी आहे. त्यानं माझ्या दोन्ही मुलांना व्यवसायाची संधी दिली ते मी कधीच विसरणार नाही. राहुलला उत्तम आरोग्य आणि सुखसमाधान मिळो अशी मी प्रार्थना करतो.''

निमिशाचे ताऊजी (मोठे काका)

''मी ताऊजींचा विचार करते तेव्हा मला त्यांचं असामान्य व्यक्तिमत्त्वच आठवतं. त्यांनीच संपूर्ण कुटुंबाला एकत्र ठेवलं आहे. स्वतःचं म्हणणं स्पष्टपणे व्यक्त करायला ते कधीच मागेपुढे पाहत नाहीत. वशिलेबाजीपेक्षा त्यांनी न्यायीपणालाच सदैव महत्त्व दिलं आहे आणि स्वतःला योग्य वाटतं त्याची पाठराखण त्यांनी सदैव केली आहे, मग परिणाम काहीही होवोत.

''मला आठवतं, लहानपणी मी त्यांना थोडीशी घाबरायची. तेव्हा माझी–त्यांची फारशी भेट होत नसे. पण जेव्हा जेव्हा मी त्यांना बघायची तेव्हा त्यांची उंची आणि कणखर आवाज ऐकून मला त्यांचं व्यक्तिमत्त्व फारच प्रभावी वाटायचं. त्यांच्या बोलण्यापेक्षा वेगळं काही बोलण्याचा अधिकार फक्त 'बडी मां'ला होता. पण मला त्यांचं कौतुकही खूप वाटायचं. मला आठवतंय की आम्हा दोघांचा वाढदिवस एकाच दिवशी होता, खाण्यापिण्याच्या चवीसकट आमच्या काही सवयीही सारख्याच होत्या त्यामुळे मला वाटायचं की त्यांचे आणखीही काही गुण माझ्यात यावेत.

''जसजशी वर्षे गेली तसतसा आम्ही बराच काळ एकत्र घालवला मग तो आम्ही केलेल्या कित्येक जहाजसफरींवरचा असो किंवा ते मुंबईला आले तर एनसीपीए अपार्टमेंट्समध्ये राहायला येत तेव्हाचा असो. त्या वेळेस मला 'हा मजा आवडणारा, जीवनावर प्रेम करणारा आणि हातून जेवढं होईल तेवढं करणारा माणूस' अधिक कळू लागला. अर्थात अजूनही ते बारीक नजरेने बघून आम्हाला सावध राहायला लावतातच. एखाद्या विषयावर प्रश्न विचारायचं त्यांनी ठरवलं तर (म्हणजे त्यात तुमचं प्रावीण्य असेल अशा विषयात) तर तुम्हाला सगळी माहिती आणि आकडेवारी तोंडपाठ असली पाहिजे कारण अगदी छोटीशी चूकही ते पकडू शकतात.

''चाळीस वर्षं उलटून गेली तरी अजूनही त्यांचे शब्द आणि कृती बघून मी आश्चर्यचकित होत असते. त्यांनीच उभारलेल्या बजाज होल्डिंग आणि बजाज ऑटो या कंपन्यांच्या अध्यक्षपदावरून हल्लीच त्यांनी राजीनामा दिला आहे आणि पुढील वारसा स्पष्ट

असेल आणि सगळ्या गोष्टी त्यांच्या हयातीतच सुटतील याची खात्री करून घेतली आहे. अधिकार गाजवण्यासाठी त्यांना अमुक एक पद हवे याची गरज नसली, त्यांनी आदर आणि दर्जा कमवलेला असला तरी आपण जीवनभर खस्ता काढून वाढवलेलं मूल आणि आपल्या कष्टांची फळं अशा प्रकारे सहजगत्या सोडून देणं सोपं नाही. तसं करण्यासाठी तो माणूस अतिशय निश्चिंत, न्यायी आणि दूरदर्शी असावा लागतो.

''त्यांच्याकडून मला खूप काही शिकायची इच्छा आहे आणि त्यांच्या सोबत आणखी बरेच क्षण मला एकत्र व्यतीत करायचे आहेत.''

निरवचे ताऊजी

''मी जेव्हा राहुल ताऊजींचा विचार करतो तेव्हा मला फक्त एकच गोष्ट आठवते- ती म्हणजे शिकणे.

''दिवाळी, सुट्ट्यांचा काळ, कौटुंबिक समारंभ आणि भोजनाचे कार्यक्रम अशा सगळ्या प्रसंगी ताऊजींसोबत वेळ घालवायला मिळाला आणि शिस्तबद्धता, एकाग्रता, निश्चय, दुसऱ्यांना आदर देणे, सगळे तपशील बारकाईने बघणे, प्रामाणिकता या गोष्टी मी त्यांच्याकडून शिकलो. कष्टाळूपणा असावाच पण तरी कुटुंबाकडेही लक्ष दिले पाहिजे आणि जीवनाची थोडीफार मौज लुटायलाही विसरता कामा नये हेही मी त्यांच्याकडूनच शिकलो.

'''बडी मां'च्या तब्येतीचा प्रश्न आला तेव्हा ते तपशिलात किती लक्ष घालतात ते मला जाणवलं होतं आणि त्यांच्यासारखंच आपणही बनावं अशी प्रेरणा झाली होती हे मला आठवतं. बडी मांला उत्तम वैद्यकीय सुविधा मिळते आहे याची खात्री करून घेण्यासाठी त्यांनी तो विषय एवढा समजून घेतला होता की त्यांना दुचाकीच्या कारखान्याबाहेरचे विषय इतके व्यवस्थित कसे समजतात याचं मला आश्चर्यच वाटलं होतं. शिस्तप्रियता, वक्तशीरपणा, तडजोड न करता आदर बाळगणे या विषयी त्यांच्याकडून मी नानाविध धडे ऐकले. प्रारंभी मला वाटायचं की ते स्वतः त्या तत्त्वांनुसार वागत नसतील परंतु त्यांच्या सोबत मी अधिकाधिक वेळ घालवू लागलो तेव्हा मला कळलं की ते या तत्त्वांपासून कधीच ढळलेले नाहीत.

मला त्यांनी शिकवलं होतं की मेंढरांसारख्या मनोवृत्तीला पाठिंबा कधीच द्यायचा नाही. जोवर आपण तर्कशुद्ध- सद्हेतूने वागत आहोत तोवर डरायचं नाही. सार्वजनिक जीवनातील असोत की खाजगी पण त्यांच्या कृतींकडे पाहिलं की कळतं की प्रचंड विरोध असला तरी नेहमी योग्य तेच करायचं हीच त्यांची वैयक्तिक धारणा होती.

''ताऊजींना कामाचं व्यसन आहे पण तरीही मला कित्येक प्रसंग आठवतात जेव्हा त्यांनी कुटुंबाला अग्रक्रम दिलेला आहे. कुटुंबाची आणि व्यवसायाची एकी राखण्यासाठी झटणे हाच त्यांचा ध्यास होता असं मला वाटतं. मी एमबीए झालो. त्यानंतर आम्ही माझ्या करिअरविषयी बोललो होतो ते मला आठवतं. त्यांनी मला सदैव खूप काम करण्यासाठी उत्तेजन दिलेलं असलं तरी ते आमचं संभाषण अगदीच आगळं वेगळं होतं. मला तेव्हा प्रथमच जाणवलं त्यांना (व्यावसायिक दृष्टीने) माझ्याबद्दल आत्मविश्वास वाटतो आणि खात्रीही वाटते त्यामुळेच तर माझ्यात काहीतरी करून दाखवण्याची ठिणगी पडली होती.

''राहुल ताऊंजीचे हे सगळे गंभीर पैलू असले तरी जीवन आनंदाने जगण्याची कला, सगळं काही स्वच्छंदपणे सोडून देऊन इतरांना हसण्या-हसवण्याची कला यांचे मला खूपच कौतुक वाटते. ते आसपास असले की एकही क्षण कंटाळवाणा जात नाही.

''त्यांच्या माझ्यापाशी असलेल्या असंख्य आठवणींपैकी या काही आठवणी आहेत. परंतु आम्ही सर्वांनीच त्या राहुल ताऊजींसह त्या अनुभवलेल्या असल्याने ती कहाणी एक असो की करोडो असोत, प्रत्येकच कहाणी तिचा ठसा उमटवून जाते.''

रिषभचे दादा

''मोठा होत असताना माझ्या नेहमीच कानांवर पडायचं की तुम्ही बारा महिने - तेरा काळ खाण्याचा विचार करत नसाल आणि खास 'बजाज' लोकांचं असं आगळंवेगळं 'नाक' तुम्हाला नसेल तर तुम्ही खरेखुरे 'बजाज'च नव्हे. सुदैवाने मला तसं 'नाक' मिळालं नाही परंतु पहिल्या म्हणजे खाण्याच्या वैशिष्ट्यापासून माझी सुटका झाली नाही याचा पुरावा माझं वाढलेलं पोट आहे. त्यामुळेच राहुल दादा हे आमचे खरेखुरे कुटुंबप्रमुख कसे- हेही मला कळून चुकलं आहे त्यास फार दिवस झालेले नाहीत.

''आकुर्डीत लहानाचं मोठं होणं हे काही मुलांना कंटाळवाणं होऊ शकतं परंतु माझ्या आजीआजोबांसारखे ज्यांना आजीअजोबा आहेत त्यांना कंटाळा येणं कधीच शक्य नाही. माझी सगळ्यात आवडती लहानपणची कुठली आठवण असेल तर ती म्हणजे दादीसोबत तिच्या खोलीत बसण्याची. तिथल्या पलंगाच्या खांबावरून दादीच्या पलंगावर उड्या मारणे हा माझा आवडता छंद होता. मी असं करताना माझ्या केसांचं टोक वरच्या छताला लागलं की ते बघताना घाबरून तिचे प्राण कंठाशी यायचे. पण तेव्हा तिथं दादा असले तर ते माझ्याकडे बघून हसायचे आणि मला उत्तेजन द्यायचे. याहूनही खूप मोठी जोखीम दररोज घेण्याची त्यांना सवय आहे आणि ते जणू त्यासाठीच जगत असतात. वयाच्या केवळ बत्तिसाव्या वर्षी त्यांनी बजाज ऑटोची जबाबदारी घेतली आणि समोर येणारे सगळे अडथळे दूर सारून तिला जगातली सर्वांत मोठी स्कूटर कंपनी बनवली त्यातूनच ते दिसून येतं.

'''खंबीर आणि शांत' असा वाक्प्रयोग बरेचदा लोकांचं वर्णन करण्यासाठी वापरला जातो. त्यांच्या बाबतीत तो पूर्ण लागू नाही. कारण ते खंबीर आहेत हे नक्की पण 'शांत' असं त्यांचं वर्णन कधीच करता येणार नाही. मला आठवतंय, आमच्या घराच्या बागेत फिरता फिरता त्यांनी एका पत्रकाराला 'चालता चालता बोलत' मुलाखत दिली होती. तेव्हा ते एवढे उत्साहाने बोलत होते की काही आठवड्यांपूर्वीच मी ती मुलाखत पुन्हा एकदा बघितली तेव्हा ते एवढे उत्साही का असतात यामागंच कारण त्यांच्याच बोलण्यातून कळलं होतं.

''मी त्यांच्या सोबत राहायचो तेव्हा ते बराच काळ ऑफिसातच असायचे तरीही आजोबा-नातवामधील बंध शक्य तेवढा मजबूत राहील याची काळजी त्यांनी सदैव घेतली. ते देशातील सामर्थ्यशाली उद्योजकांपैकी एक असले तरी त्यांनी आसपासच्या कुणालाही 'तू खूप छोटा आहेस' याची जाणीव करून दिली नाही.

''आपण जे काही करायचं ते सर्वोत्तमच करायचं असा दादांचा खाक्या असतो. मग ते स्कूटर्स असोत की राजकारण. त्यांच्या स्वभावातल्या याच गुणांमुळे ते जिथं जिथं जातात

तिथं खायचे पदार्थ उत्तम कुठे मिळतात ते शोधत असतात. एरवी त्यांचं वागणं अगदी निश्चित ठरलेलं असलं तरी अन्नाचा विषय निघाला की दादा एकदम बदलूनच जातात. त्यांच्या समोर तुम्ही जे ठेवाल त्या कशालाच ते नाही म्हणत नाहीत.

''काही वर्षांपूर्वी दादांना हॉस्पिटलमध्ये ठेवलं होतं. तेव्हा त्यांच्या तब्येतीची चौकशी करायला मी फोन केला तर त्यांनी माझं स्वागत करताना म्हटलं, 'रिषभ, जरा दीपाला माझ्यासाठी रात्रीच्या जेवणात बटाट्याची भाजी आणि रव्याच्या पुऱ्या पाठवायला सांग ना.'

''दुर्दैवाने माझे नाना, नानी आणि दादी यांनी मला कॉलेजला जाताना पाहिलं नाही. परंतु राहुल दादांनी त्या सर्वांची कमी भरून काढली. माझ्या शिक्षणात त्यांनी मागील चार वर्षे पुष्कळ रस दाखवला, माझ्या भावी अभ्यासासाठी चर्चा केल्या, काम केलं ते करण्यात माझ्या वडिलांच्या नंतर दादांचाच नंबर लागतो. मला वाटतं की दादांना आणि पप्पांना मान्य होणार नाही पण त्या दोघांतही खूप साम्य आहे.

''दादा, तुमच्यापाशी शहाण्या शब्दांची खाणच आहे, तुमचं व्यक्तिमत्त्व शांत आणि ठाम आहे, आत्तापर्यंत तुमच्या इतका दयाळू माणूस माझ्या समोर कधी आलाच नाही. खरोखर, माझ्यासह देशभरातील करोडो लोक तुमच्यापासून प्रेरणा घेतात. मी तुमचा नातू आहे म्हणून मला स्वतःचा फार अभिमान वाटतो.''

संजलीचे दादा

''दादांच्या सोबत जे एका घरात राहिले आहेत त्यांसाठी थोड्याच आठवणी निवडून काढणं सोपं नाही. लहानाची मोठी होताना दादांचं काम आणि दौरे यांच्यामुळे त्यांची माझी भेट फारशी होत नसे. परंतु माझा वाढदिवस आणि शाळेतले 'ग्रँड पॅरेन्ट्स डे' आणि वार्षिकोत्सव असे कार्यक्रम असले की ते नेहमीच हजर राहत. माझा भाऊ आणि मी बरेचदा दादीसोबत शनिवार-रविवारी जेवत असू आणि दादा आकुर्डीत असले तर त्यांच्या सोबतही वेळ घालवत असू, ते साधारण रात्री ९ वाजता घरी यायचे तेव्हा आमची जेवणं झालेली असत. मग ते आम्हाला मिठी मारायचे आणि आम्ही जे काही टीव्हीवर बघत असू ते आमच्या सोबत बघायचे. मग तो डिस्नेचा शो असेल, हिंदी सिनेमा असेल किंवा जराशी कुरकुर करत दादीची हिंदी सीरियल चालली असेल तर तीही बघायचे. या वेळेस आम्ही त्यांच्याशी शाळा, परीक्षा, अभ्यासेतर गोष्टी यांविषयी बोलायचो किंवा मग आमचा दिवस कसा गेला याविषयीही बोलायचो. मग आम्ही बसून ते कसे पेय पितात आणि पिता पिता बशीभर बुधानी वेफर्स आणि केचप कसे खातात ते बघत बसायचो- त्यांचा तो संध्याकाळ सुरू होतानाचा अल्पाहार असे.

''दादा नेहमीच म्हणायचे की आपल्या पाच नातवंडांत निदान एक तरी मुलगी आहे याचा खूप आनंद होतो. माझे भाऊ आणि मी यांच्यात त्यांनी कधीच फरक केला नाही. सगळे जण त्यांच्याकडे खंबीर, रोखठोक बोलणारे उद्योजक म्हणून पाहत असले तरी त्यांची एकुलती एक नात या नात्याने मी त्यांची ऋजू बाजूच अधिक बघितली आहे. त्यांच्या झोपायच्या खोलीत लहानपणी एकदा मी बाहुल्या घेऊन खेळत बसले होते ते मला आठवतं. तेव्हा मला कसलीतरी मदत लागली म्हणून मी कसलाही विचार न करता दादांना माझी

एक बाहुली धरायला सांगितली आणि त्यांनीही ती अगदी आनंदाने हातात धरून ठेवली. ते पाहून माझी आई आणि दादी पुष्कळ हसल्या आणि त्यांनी तो फोटोही काढला होता.

''आम्ही मोठे झालो आणि दादी वारली, त्यानंतर दादांशी आमचा संवाद रोजच घडू लागला. आम्ही त्यांच्या सोबत रोजच रात्री जेवू लागलो. मग काय, थोड्याच काळात आम्ही काय काय करतो ते सगळं त्यांना माहीत झालं. आमच्या जेवणाच्या टेबलावर शांतपणाचा क्षण असा एकही नसायचा. मग ते शाळेतील कामाचं बोलणं असो की कॉलेजला जायचे बेत असोत. थोडंफार उद्योग आणि राजकारणाविषयी, सिनेमे, टीव्ही शोज आणि अर्थातच अन्न-पदार्थांविषयी आम्ही बोलायचो. आम्ही दोघेही खाद्यपदार्थांचे वेडे होतो. त्याविषयी बोलताना आम्हाला कंटाळा म्हणून कधी येत नसे. नंतर मागच्या काही वर्षांत मी स्वयंपाक करायला आणि बेकिंग करायला शिकले तेव्हा तर ते माझे फारच उत्साही समर्थक बनले- सगळ्या नव्या गोष्टी खाऊन पाहायची त्यांची तयारी असायची पण त्याच वेळेस ते प्रामाणिक टीकाकारही होते. दादांएवढा खवय्या अन्य कुणी असेल असं मला वाटत नाही. कुठल्याही रूपातील चाट, पिझ्झा किंवा चीज असे त्यांचे आवडते पदार्थ घरी बनवले जायचे तेव्हा त्यांच्या डोळ्यांतली चमक बघण्यासारखी असायची. आमचा संपूर्ण परिवारच एकदा इटलीला सुट्टीसाठी गेला होता. तेव्हा आम्ही इंटरनेटची सुविधा नसलेल्या बंगल्यात राहिलो. एके दिवशी बाहेर फिरताना आम्ही एका कॅफेत जायचं ठरवलं. त्या कॅफेत वाय-फाय आहे हे कळताक्षणी सगळे हर्षभरित झाले आणि प्रत्येकाने पटापटा आपले फोन बाहेर काढले. पण दादा मात्र त्यांनी नुकत्याच मागवलेल्या हॉट चॉकलेट आणि फ्रेंच फ्राईजविषयी प्रचंड उत्साही होते. ते सुट्टीवर जातात तेव्हा तिची संपूर्ण कार्यक्रम पत्रिका आधीपासून ठरवण्याबाबत जागरूक असतात. पण त्यातही प्रत्येक जेवण कुठे असणार आहे हा महत्त्वाचा मुद्दा असतो. हे मी त्यांच्याकडूनच शिकले आणि जेव्हा जेव्हा आम्ही सुट्टीवर एकत्र असतो, तेव्हा तेव्हा आम्ही जेवणाभोवतीच आमच्या सुट्टीचा बेत ठरवतो.

'दिल्या शब्दाला जागणारे' सरगमचे 'बडे पपा'

''ते सगळ्या जगासाठी राहुल बजाज असतील पण माझ्यासाठी मात्र 'बडे पपा' आहेत.

''बडे पपा दिलेला शब्द पाळणारे आहेत. मी सहा वर्षांची होते तेव्हा घरच्यांसोबत दार्जिलिंगला गेले. दुसऱ्याच दिवशी मला कांजिण्या आल्या त्यामुळे मला ताबडतोब घरी पाठवण्यात आलं. विमानतळावर जाताना बड्या पपांनी मला वचन दिलं की पुढल्या वर्षी ते जिथं कुठं जातील तिथं मला सोबत नेतील.

''पुढल्या वर्षीची सुट्टी अमेरिकेत व्यतीत करायचं ठरलं. त्या काळात आमच्या घरातला नियम होता की बारा वर्षांच्या खालच्या मुलांना परदेशी न्यायचं नाही. पण बडे पपा म्हणाले की सरगमला न्यायचं नसेल तर मीही त्या ट्रिपला येणार नाही. मग त्या नियमाला त्या वर्षापुरती बगल दिली गेली. खरं तर काय, एका सहा वर्षांच्या मुलीला दिल्या वचनावरून 'घूमजाव' करणं त्यांना काहीच कठीण नव्हतं पण त्यांनी तसं केलं नाही. ही गोष्ट मी कधीच विसरणार नाही. मी स्वतःमध्ये हा गुण बिंबवण्याचा प्रयत्न करते आणि मी जे काही करते त्यात ते अनुसरते.

''शालेय जीवनाचा बहुतेक भाग मी बडे पपा आणि बडी मां यांच्या समवेत व्यतीत केला. आम्ही आकुर्डीच्या शाळेत गेलो. त्याच शाळेत सर्व कर्मचाऱ्यांची मुलं जात होती. आम्ही बसनेच गेलं पाहिजे असा आग्रह ते करायचे. आम्ही बजाज ऑटोमध्ये कामाला लागलो तेव्हा 'वक्तशीरपणा' हा महत्त्वाचा गुण आहे असं त्यांनी आम्हाला बजावून सांगितलं. महिन्यातून तीनदा सकाळी ८.४१ मिनिटांनी आम्हाला सीएमडीच्या कचेरीत बोलावलं जायचं. त्यांनी राजीव आणि संजीव दोघांनाही आपापल्या करिअर प्रत्यक्ष कारखान्यात काम करून सुरू करायला लावल्या. 'कष्ट करून वर जायचं, आयतं मिळणार नाही,' हे त्यांनीच त्यांच्या मनावर बिंबवलं.

''वेगवेगळ्या टप्प्यांवर या सगळ्या कृतींचं महत्त्व काय होतं ते मला समजायचं नाही परंतु मी जेव्हा मागे वळून पाहाते तेव्हा माझ्या लक्षात येतं की हे आम्हाला घरातल्या घरात मिळालेलं मूल्य शिक्षण होतं आणि ते आमच्या सोबत जीवनभर राहणार आहे आणि चांगलाच पर्याय आमच्या समोर ठेवणार आहे. या सगळ्या जमिनीवर पाय ठेवून राहाण्यामुळे मिळालेलं आणखी एक सुख म्हणजे जीवनातील लहान लहान गोष्टींचा आनंद घेणे आणि त्याबद्दल कृतज्ञता बाळगणे.

''बडे पपा यांच्याकडे आपुलकीने मिठीत घेणारे दीर्घबाहू होते. ते पूर्ण कुटुंबाला विनाकष्ट आणि आनंदाने सोबत नेतात... खरोखरच, माझ्या बडे पपांना त्या बाबतीत कुणीच हरवू शकत नाही, पाहाच तुम्ही!''

शेफालीचे दुसरे वडील

संजीव आणि मी एकमेकांना भेटायला लागून १९९३मध्ये तीन वर्षे झाली होती. तेव्हा मला आठवतं की एके रविवारी सकाळी त्यानं मला फोन करून सांगितलं की माझ्या वडिलांना तुझ्या वडिलांशी बोलायचंय. साहजिकच माझी ताबडतोबीची प्रतिक्रिया होती, 'हो? का रे?' मग पपा माझ्या वडिलांशी त्यांच्या शैलीत बोलले की, आपण या दोघांचं लग्न लावून देऊ म्हणजे आपलं फोनचं बिल आणि आगगाडीच्या तिकिटांचा खर्च कमी होईल. माझे भावी सासरे स्वभावाने किती 'कूल' आहेत हे मला तेव्हा सर्वप्रथमच समजलं. लग्न झाल्यावर सुरुवातीच्या वर्षांत त्यांच्या सोबत माझा फार वेळा संवाद घडला नाही कारण ते खूप दौरे करायचे आणि त्यांचे कामाचे तासही पुष्कळ दीर्घ होते. पण संजीवचं बोस्टन येथे एमबीए चालू असताना ते आम्हाला भेटायला आले, तेव्हा आमच्या मित्रांसोबत पार्टी करताना आणि आमच्या सोबत उत्तम प्रकारे वेळ घालवताना ते खूपच आनंदात होते.

''ते कामात सक्रिय असतानाच संजली आणि सिद्धांतचा जन्म झाला. परंतु त्या दोघांचं काय चाललं आहे याची माहिती ते 'मां'च्या कडून नेहमी घ्यायचे. पुण्यात असतील तर या मुलांच्या वाढदिवसाला आणि शाळेतल्या कार्यक्रमांना आवर्जून उपस्थित राहायचं असा त्यांनी नियमच करून घेतला होता.

''२०१३ साली 'मां'चं निधन झाल्यावर माझं रोजच्या रोज त्यांच्याशी बोलणं होऊ लागलं. मला आठवतं, तेव्हा मी स्वतःशी विचार केला होता, 'आता माझ्यावर

त्यांची जबाबदारी आहे.' आणि खरंच सांगते, मला ते आपल्याला जमेल ना म्हणून मला अस्वस्थपणाही आला होता.

''मी सगळ्यात पहिला बदल केला तो त्यांच्या खाण्यापिण्याच्या सवयीत केला. ते त्यांना फारसं पसंत पडलं नाही. त्यांच्या खाण्याच्या वेळा होत्या– सकाळी पावणेबाराला नाश्ता, दुपारी पावणेचारला भोजन आणि रात्री पावणे दहा वाजता रात्रीचं जेवण. बरं, जेवणातले पदार्थ असायचे तेही चाट, समोसे, चिप्स आणि असेच तळलेले. त्यांच्यावर अन्याय न करता मी म्हणते की मी केलेल्या सूचना त्यांनी मोकळेपणाने स्वीकारल्या आणि बदलण्याचा जास्तीतजास्त प्रयत्न केला. त्यांना संध्याकाळी यायला उशीर होत असेल तर नातवंडं पावणे आठ वाजता एक फोन करायची, 'दादा, आम्हाला भूक लागलीय.' तेवढा फोन पुरेसा असायचा. ते थोड्याच वेळात जेवायच्या टेबलाशी हजर व्हायचे.

''जेवणाच्या वेळची चर्चा काम, अभ्यास, बास्केटबॉल, पर्यटनाच्या योजना आणि अर्थातच खाद्यपदार्थ यांच्या भोवती चालायची. आम्ही अमेरिका, काश्मीर, गोवा, मसुरी आणि दुबई या ठिकाणी अत्यंत उत्तम अशा सुट्ट्या व्यतीत केल्या पण आमच्यावर आपलं म्हणणं लादायचा प्रयत्न त्यांनी कधीच केला नाही. जेवण हे आमच्या कुटुंबाचा अत्यंत महत्त्वाचा भाग असल्याने त्यांना बाहेर जेवायला खूप आवडायचं मग ते रविवारचा ब्रंच असो, जपानी डिनर असो की वैशालीतील साधं दक्षिण भारतीय लंच असो.

''पपांना थिएटरमध्ये जाऊन चित्रपट बघायला खूप आवडतात आणि या सगळ्या भेटीत कुणी त्यांच्या सोबत एखादा फोटो किंवा त्यांची सही मागितली तर ते फारच खूश होतात. ते पटकन तयार होतात आणि समोरच्या माणसाला सुखवणारी गोष्ट म्हणजे त्याच्याशी बोलायलाही ते उत्सुक असतात– त्यामुळेच बरेचदा आम्हाला सिनेमा थिएटरमध्ये जायला उशीर होत असे. आणखी एक गोष्ट म्हणजे त्यांना आमच्या मित्रमंडळींशी बोलायला खूप आवडत असे. म्हणजे ते जरी त्यांच्याशी चर्चेत सामील झाले तरी आपले दृष्टिकोन किंवा मतं ते त्यांच्यावर लादत नसत. बरेचदा तर आपला मतभेद होईल हे मुळी ते मान्यच करून टाकत. मनाने नेहमीच तरुण असल्याने ते म्हणायचे, 'मला 'अंकल' वगैरे म्हणून नका, राहुल असंच म्हणा.' त्यांनी आमच्या मित्रांसोबत पहाट होईतो डान्सफ्लोअरवर जाऊन डान्सही केला आहे.

''पपांच्या स्वभावाची एक बाजू खूप प्रेमळ, दुसऱ्याची काळजी घेणारी अशी आहे, जी लोकांना बरेचदा दिसत नाही. ते आमच्यासाठी नेहमीच असतात. आमच्यातील कुणी आजारी वगैरे असेल तर ते फोन करून आमची चौकशी करतात आणि गरज असली तर रोजच आमच्या खोलीत येऊन वास्तपुस्त करतात. हल्लीच मला आणि मुलांना कोविड झाला तेव्हा ते आम्हाला दुरूनच पाहू शकत होते परंतु रोज सकाळी आणि संध्याकाळी आम्हाला फोन करायचे आणि आमची लक्षणं काय आहेत याची चौकशी करायचे.

''सगळ्या जगासाठी भलेही ते राहुल बजाज असतील– स्पष्टवक्ते, अत्यंत यशस्वी उद्योजक असतील पण माझ्यासाठी ते फक्त पपा आहेत– 'माझे दुसरे वडील.'''

शेखरची जीवनातील तीन तत्त्वे

''राहुलभाई जे काही करतात ते अगदी उत्कटतेने करतात, स्वतःला पूर्णतया वाहून घेतात आणि खूपच उत्साही असतात. मी त्यांना साधी जरी एखादी चिठ्ठी पाठवली तरी ते तिचा सखोल अभ्यास करतात आणि कळकळीने प्रतिसाद देतात. त्यांच्याकडे जो कुठला विषय किंवा टिपण जाते मग ते कामाविषयी असो की वैयक्तिके, ते नेहमीच त्याचं उत्तर देतात या गोष्टीचं मला फारच नवल वाटायचं. नंतर माझ्या लक्षात आलं की ते उडत उडत किंवा उथळपणे प्रतिसाद कधीच देऊ शकणार नाहीत. त्यामुळे मी ठरवलं की एखादी शंका फारच महत्त्वाची असेल तरच आपण त्यांना ती पाठवायची. कारण त्यांची त्यासाठी खूपच ऊर्जा व्यतीत होते हे माझ्या लक्षात आलं होतं.

''इंडियन एअरलाइन्सचे अध्यक्ष होते तेव्हा कुठल्याही चौकशीला उत्तर द्यायला ते सदैव सज्ज असायचे. इंडियन एअरलाइन्सचं चांगलं चाललेलं नसल्याने त्यांच्याकडे मेलद्वारा सतत भरपूर तक्रारी येत असत. ते प्रत्येक मेलला किंवा पत्राला उत्तर पाठवायचे. खरं तर प्रत्यक्षात कुणी तसं करील असा विचारही करण्यासारखा नव्हता.

''त्यांनी जीवनात नेहमीच तीन तत्त्वे पाळली. : कधीही जास्त खायचं नाही, दुसरं म्हणजे चिंता करायची नाही तर चिंतन करायचं आणि तिसरं म्हणजे औषधं कधीच चुकवायची नाहीत.

''मला आठवतं की लहानपणी त्यांच्या शिस्तीला आम्ही वैतागायचो. तरीदेखील मधुर, नीरज आणि मी – आम्हाला सदैव त्यानं सख्ख्या भावंडांप्रमाणेच वागवलं. (म्हणजे तो आम्हाला ओरडायचाही.) केवळ राहुलभाईचं महान नेतृत्व, कार्यपद्धती आणि द्रष्टेपणा यांच्यामुळेच आज बजाज हा भारतातील आघाडीचा उद्योग समूह आहे.

''जमनालालजी हे आमच्या समूहाचे संस्थापक होते हे आमचं सुदैवच म्हटलं पाहिजे. ते वयाच्या ५३व्या वर्षी निधन पावले. त्यानंतर त्यांचे थोरले पुत्र कमलनयनजी यांनी बजाज समूहातील कंपन्यांची १९४२ ते १९७२ अशी सक्रिय जबाबदारी घेतली. ते ५७व्या वर्षी निधन पावले. त्यानंतर १९७२ ते १९९४ माझे वडील रामकृष्णजी यांनी व्यवसायाची जबाबदारी सांभाळली. ते वयाच्या ७०व्या वर्षी निधन पावले. १९९४ साली राहुलभाईंनी बजाज समूहाची धुरा आपल्या खांद्यांवर घेतली आणि त्यास भारतातल्या एका मोठ्या उद्योगसमूहाचे स्वरूप दिले. त्यांना बजाज समूह आणि परिवार यांना पूर्णपणे समन्वयाने एकत्र राखणं शक्य झालं. सहसा कौटुंबिक गट तीन पिढ्यांहून अधिक काळ एकत्र राहू शकत नाही. परंतु देवाच्या कृपाने आम्ही एकत्र आहोत हे आमचं सुदैवच म्हटलं पाहिजे आणि आमच्या पाचव्या पिढीच्या लवकर होणाऱ्या व्यवसायातल्या प्रवेशाकडे आम्ही आशेने पाहत आहोत.''

सिद्धांतचे दादा

'''सिद्ध, तू उत्तम तेच कर पण फाजील आत्मविश्वास कधीच नको,' दादा मला सांगायचे ती ही एक गोष्ट माझ्या सदैव लक्षात राहील. मग ती वेळ परीक्षेच्या आधीची असो की बास्केटबॉलचा सामना असो किंवा हल्लीच मी ड्रायव्हिंग लायसन्सची चाचणी दिली तेव्हाची

वेळ असो. लहानपणी मला आजोबांसोबत फार वेळ व्यतीत करायला मिळाला नाही कारण आमच्या वेळाच जुळायच्या नाहीत. ते कामानिमित्त खूप प्रवासही करायचे परंतु मला जेव्हा जेव्हा संधी मिळाली तेव्हा तेव्हा मी त्यांना कचेरीत सोडायला जायचो आणि त्यांच्या सोबत काही मिनिटं तिथं व्यतीत करायचो. त्यांचं वेळापत्रक खूपच भरलेलं असलं तरी आमचं शाळेत काय चाललंय, खेळात काय चाललंय आणि एकूणच माहिती त्यांना असायची. याचं कारण म्हणजे आम्ही दादीच्या खूप जवळ होतो आणि ती त्यांना आमच्याबद्दलची सगळी माहिती सांगायची. एक गोष्ट मी कधीच विसरणार नाही– ती म्हणजे माझा वाढदिवस, शाळेतील कार्यक्रम आणि हल्लीच्या काळात बास्केटबॉलचे सामने असं काही असलं आणि दादा पुण्यात असले तर ते नेहमीच या कार्यक्रमांना हजर राहायचे. मी आठव्या यत्तेत होतो. राष्ट्रीय पातळीवर बास्केटबॉल खेळण्यात माझी निवड झाली म्हणून शाळेतर्फे माझा सत्कार होणार होता तेव्हा त्या प्रसंगास अचानक हजर राहून दादांनी मला आश्चर्यचकित करून टाकलं होतं. दादी गेल्यानंतर मागील आठ वर्षांत मी दादांच्या अधिक जवळ आलो. कारण मम्माने त्यांच्या जेवणाच्या वेळा बदलून टाकल्या आणि आम्ही बराच काळ एकत्र घालवू लागलो. त्याशिवाय आम्ही सुट्ट्यांनाही मजा करायला एकत्र जाऊ लागलो. या काळात त्यांच्याशी माझी खूपच मजेशीर आणि रंजक संभाषणे झाली. त्यात व्यवसाय, राजकारण ते खेळ अशा वेगवेगळ्या विषयांवरील त्यांची मतं मला ऐकायला मिळाली. कित्येक संध्याकाळी आम्ही एकत्र जेवलो, क्रिकेटचे सामने पाहिले, सिनेमे आणि खेळांचे कार्यक्रम पाहिले त्यामुळे त्यांच्यातील 'लहान मूल' कसं होतं ही बाजू आम्हाला कधी दिसलीच नव्हती तीही बघायला मिळाली. बरेचदा मम्मा आम्हाला विचारते की आज जेवायला काय करू? कारण आम्ही दोघंही खाण्याचे शौकीन आहोत. मग ते नेहमीच ते माझ्यावर सोडून म्हणतात, 'तुला काहीतरी मजेशीर आणि आरोग्यास हानिकारक असं खाणं माहीत असेलच. सांग बरं काय ते!'

''बोर्डाच्या परीक्षेत चांगले गुण मिळवणे, महाराष्ट्र बास्केटबॉल टीममध्ये निवड होणे आणि शाळेचा 'हेड बॉय' बनणे अशी मी भरीव कामगिरी केली की त्यांना नेहमीच खूप आनंद होतो आणि अभिमानही वाटतो. मी खूप मेहनत करावी आणि सर्वोत्तम तेच करावं म्हणून ते मला नेहमी उत्तेजन देतात. या प्रत्येक कामगिरीनंतर ते चांगलंचुंगलं खाणं आणि भरपूर गोड पदार्थ यांचं आयोजन करून ते तो आनंद साजरा करायला विसरत नाहीत.

''मी दादांकडे आदर्श म्हणून पाहायचो, त्यांच्याकडून मी शिकलोही खूप. परंतु हल्लीच मला कळलंय की असा एक विषय आहे त्याविषयी मी त्यांना शिकवू शकतो. तो विषय आहे तंत्रज्ञान. खूप वर्षांपूर्वी पहिला व्हाट्सॅप मेसेज कसा पाठवायचा ते मी त्यांना शिकवलं. त्यानंतर नेटफ्लिक्स कसं वापरायचं हे शिकवलं आणि हल्लीच 'झूम मीटिंग्ज' कशा घ्यायच्या हेही त्यांना शिकवलं– अशा आम्ही शिकता शिकता बऱ्याच दुपारच्या वेळा एकत्र घालवल्या आहेत. मी सूचना सांगतो त्या सगळ्या ते तपशीलवार लिहून ठेवतात. कारण त्यांना शिकायची फारच इच्छा असते आणि वयाच्या ब्याऐंशीव्या वर्षीही ते सगळ्या गोष्टी स्वतःच करत असतात.

''स्पष्टवक्ते, मेहनती आणि अत्यंत यशस्वी आजोबा आमचे कुटुंबप्रमुख आहेत. या कुटुंबात माझा जन्म झाला हे माझं सुदैवच आहे. माझ्यासाठी ते केवळ माझी काळजी घेणारे, प्रेमळ असे 'दादा'च असतील.''

कन्या सुनयनाचे 'हिरो'

''वाढीच्या वयात मला पप्पांसोबत फार काळ घालवता आला नाही. कारण ते एकतर दौऱ्यावर असायचे किंवा उशिरापर्यंत काम करत असायचे. पण तेव्हाच्या त्यांच्या ज्या काही थोड्याबहुत आठवणी आहेत त्या अगदी ठळक आहेत- जेव्हा जेव्हा ते नवीन गाडी घ्यायचे (हे काही फार वारंवार होत नव्हतं.) तेव्हा ते आम्हाला गाडीने फिरायला न्यायचे. रात्रीच्या वेळेस आकुर्डीतल्या झोपाळू, अरुंद रस्त्यांवरून नागमोडी वळणं घेतही फिरायला न्यायचे. गाडीतून फिरताना आम्ही आनंदाने गलबला करायचो आणि ते प्रसंग कधी येतात याची उत्कंठेने वाट बघायचो.

कधीकधी पप्पा झोपल्याचं सोंग घ्यायचे. मग मी आणि नीलिमा त्यांच्या पाठीवर चढून बसायचो. मग अचानक ते हलायला लागायचे आणि आम्हाला खाली पाडायचे. आम्हाला केवढी गंमत वाटायची तेव्हा. पप्पा मला कधीच रागावून बोलले नाहीत पण मी त्यांना एवढी घाबरायचे की काही प्रसंगी त्यांनी माझ्या मोठ्या भावांवर आवाज चढवला होता तेव्हा माझेच डोळे पाण्याने भरून आले होते. थोड्याच काळात आमच्या घरातला तो एक विनोदच बनला होता.

''कुटुंब गांधीवादी असल्याने माझ्या वडिलांना भेटवस्तू देणे-घेणे पसंत नव्हते आणि आजही नाही. त्यामुळे ते कामानिमित्त परदेशी बरेचदा गेले तरी परत आल्यावर आमच्यासाठी काहीही वस्तू वगैरे आणत नसत. त्या काळात परदेशातून वस्तू मिळणं हा अगदी 'अहाहा' असा प्रकार होता. त्यांनी मला फक्त दोन वस्तू दोन वेगवेगळ्या दौऱ्यांतून आणल्या होत्या. त्यातलं एक होतं स्विस घड्याळाचं पदक आणि दुसरं म्हणजे 'कॅरन डी' - एक रंगीत पेन्सिलींचा संच. या माझ्या मालकीच्या फार प्रिय वस्तू होत्या, आजही त्या मी जपून ठेवल्या आहेत. त्या मला पहिल्यांदा मिळाल्या तेव्हाचा आनंद आजही माझ्या चांगलाच लक्षात आहे.

''किशोरवयात गेले आणि माझा त्यांच्याशी अधिकाधिक संवाद होऊ लागला. त्यांची गतिशीलता, कष्टाळूपण, कामाचा ध्यास आणि सगळ्या गोष्टींकडे मोकळेपणाने पाहण्याची वृत्ती. त्याच काळात आम्ही सुट्टीच्या दिवसांत परदेशी जाऊ लागलो आणि मला त्यांच्यातील खऱ्या 'मी'चं दर्शन घडलं. तेव्हा ते त्यांचा सगळा सावध गंभीरपणा झुगारून द्यायचे आणि भरपूर मजा करायचे. ते खूप लाघवी होते. डान्स फ्लोअरवर नृत्य तर फारच उत्तम करायचे- त्यांच्या हालचाली सुबक होत्या. लवकरच लग्नासाठी भावी वर बघण्याची वेळ माझ्यावर आली तेव्हा त्यांनी मला मनमोकळा निर्णय घेण्यासाठी पूर्ण अवकाश आणि वेळही दिला. पारंपरिक मारवाडी कुटुंबात हे त्या काळात फारच आगळंवेगळं होतं. मी भावनिकदृष्ट्या मॉमशी जोडलेली होते तरी पपांशी मला अधिक मोकळेपणाने बोलता यायचं. माझ्या वैवाहिक जीवनाच्या सुरुवातीच्या काळात मी त्या घरात कशी स्वतःला जुळवून घेत आहे याची माहिती पप्पांनी कुणाच्याही न कळत घेतली होती. पण त्यांनी प्रत्यक्ष कधीच ढवळाढवळ केली नाही हे मला खूप आवडलं. मात्र मला गरज लागलीच तर ते एखाद्या आधारस्तंभासारखे माझ्या पाठीशी उभे असतील याची जाणीव मला सदैव होती.

''पप्पांसारखंच जीवनाच्या जोडीदाराला मीही न कळत वरलं होतं. आज ते आणि माझा नवरा मनीष एकमेकांशी संवाद करतात, हसतखेळत घर डोक्यावर घेतात ते बघण्याचा आनंद

अवर्णनीय असतो. पप्पा मुंबईला बरेचदा यायचे तेव्हा आम्ही जेवायला एकत्र भेटायचो. अशाच असंख्य डिनर्स आणि रात्री उशिराच्या कॉफीपानांच्या काळात मला पप्पा खरोखरीचे समजले. त्यांच्याकडून मी कितीतरी गोष्टी शिकले : त्यांचं द्रष्टेपण, स्पष्टवक्तेपण, न्यायी वृत्ती, भारतीयत्वाचा अभिमान, निर्भयता आणि सगळ्यात महत्त्वाचं म्हणजे टीका खिलाडूपणे घेण्याची आणि समोरच्याचा मुद्दा योग्य असल्यास ताबडतोब माफी मागण्याची वृत्ती. तोडगा निघावा म्हणून त्यांना बरेचदा अतिशय कठीण परिस्थितीतही ठाम राहावं लागत होतं. एखादी गोष्ट त्यांना दुखवणारी जरी असली तरी ती करणं योग्य आहे असं त्यांचं मत झालं असेल तर ते ती गोष्ट केल्याविना राहत नसत. माझ्यासाठी या शिकण्यासारख्या गोष्टी होत्या. अगदी आजही मला जीवनात एखादा कठीण प्रसंग आला तर मी विचार करते की मम्मी किंवा पप्पा या परिस्थितीत कसे वागले असते? मग बरेचदा माझ्याकडे उत्तरही असतं : तेच माझ्या जीवनपथास उजळून टाकणारे मार्गदर्शक तारे सदैवच असतील हे मला माहीत आहे.

''मम्मी-पप्पांचा प्रेमविवाह होता. तिला पाहिल्यापासूनच ते तिच्यावर भाळून गेले होते. पण याचा अर्थ असा नव्हे की त्यांच्यात भांडणं किंवा वादविवाद होतच नव्हते. दोघेही इतके कणखर, अनुरूप आणि बौद्धिकदृष्ट्या एकमेकांशी जुळणारे होते की मला वाटतं- की त्यांचं मीलन हे दोन आत्म्यांचं मीलन होतं. त्यांच्यात आग आणि पाणी यांचा संयोग झाला होता. पप्पांचे विचार पुढे नेण्याचं काम एखाद्या 'साउंडिग बोर्ड'सारखं मम्मी करायची आणि तिचं केवळ असणं यामुळेच ते शांत व्हायचे. ती एखाद्या सूर्यासारखी होती आणि त्यांचं जग तिच्या भोवती फिरायचं. अर्थात त्यांना ते कितपत जाणवलं असेल कल्पना नाही.

''तिच्या शेवटच्या वर्षात त्यांनी उपचारांची जराही कसर बाकी ठेवली नाही. तिच्या उपचारांचे योग्य ठिकाण आणि योग्य उपचार ठरवताना ते जणू अर्धे डॉक्टरच बनले. एवढा सविस्तर आणि अथक अभ्यास अन्य कुणी करत असेल आणि वैद्यकीय क्षेत्रातील लोकांशी एवढा संवाद साधत असतील असं मला वाटत नाही. आपण तिच्यासाठी सर्वोत्तम पर्यायच निवडला आहे याची त्यांना खात्री करून घ्यायची होती. आणि त्यांनी तोच सर्वोत्तम पर्याय निवडला. त्यांची तिच्यावर पूर्ण निष्ठा होती आणि ती गेली तेव्हा त्यांच्यातला काही अंश तिच्या समवेत गेला.

''आमच्या लहानपणी आमच्या सोबत वेळ व्यतीत करता आला नाही म्हणून पप्पांना खंत वाटते. ते त्यांच्या नातवंडांसोबत आनंदाने वेळ घालवत आहेत. कधीकधी तर ते विनोद करतात की ही एवढी मजा येत असेल असं आधी माहीत असतं तर मी मुलं होण्याआधी नातवंडंच होऊ दिली असती. त्यांच्या सोबत वेळ घालवण्यासाठी ते खास प्रयत्न करतात, त्यांच्याशी दंगामस्ती करतात आणि आमच्याशी वागायचे त्यापेक्षा त्यांच्याशी ते खूपच सौम्यपणे वागतात. त्यांच्यापैकी कुणी आजारी असलं किंवा धडपडलं तर त्यांना खूप काळजी वाटते. त्यांच्याशी खेळताना त्यांच्यातील लहान मूल बाहेर येतं आणि ते बघायला आम्हाला खूप आवडतं. वर्षभरापूर्वी त्यांच्यात आणि माझ्या मुलात जोरदार 'हॉटलाइन' चालू होती. दोघेही एकमेकांना फोन करायचे आणि वारंवार मेसेज पाठवायचे. त्यात माझा मुलगा त्यांना बरेचदा माझ्या तक्रारी सांगायचा आणि पप्पाही त्याचे गुन्ह्यातले भागीदार असल्यासारखे त्या सगळ्या तक्रारींना पूर्ण अनुमोदन द्यायचे.''

प्रकरण ४४

जमनालालजींचा वारसा

जमनालाल बजाज – कर्णावतों का बाग येथे नजरकैदेत – (१९३९)

२६ जुलै, २०१९. बजाज होल्डिंग अँड इन्व्हेस्टमेंट लिमिटेड- महाराष्ट्रातील आकुर्डी येथे चौऱ्याहत्तरावी वार्षिक सर्वसाधारण सभा

नीरज बजाज माइकसमोर उभे राहतात तेव्हा त्यांच्या चेहऱ्यावर अस्वस्थता असते. ते खूप मोठे, उंच छताचे दालन समभाग धारकांनी आणि कर्मचाऱ्यांनी ओसंडून वाहते आहे. स्टेजवर संचालक मंडळातील सर्व संचालक उभे आहेत. पुढे घडणाऱ्या घटनांचे चित्रीकरण भविष्यकाळासाठी करून ठेवण्यात येणार आहे. क्षणभरातच नीरज जाहीर करणार आहेत की बजाज होल्डिंग्ज अँड इन्व्हेस्टमेंट्स लिमिटेडचे अध्यक्ष म्हणून त्यांची निवड झाली आहे आणि ही बजाज कुटुंबीयांची सर्वांत जुन्या कंपन्यांपैकी एक कंपनी आहे.

मंचावरून नीरज खाली श्रोत्यांत बसलेल्या राहुल बजाज यांच्याकडे पाहतात. राहुल आपल्या चुलत भावाकडे पाहून प्रोत्साहनपर हास्य करतात. बजाज समूहातील महत्त्वाच्या कंपन्यांचे प्रवर्तकीय समभाग ज्या कंपनीकडे आहेत तिच्या अध्यक्षपदावरून पायउतार होऊन राहुल आज नीरजला कंपनीचे अध्यक्षपद देत आहेत. त्या कृतीतून परिवाराचे बंध मजबूत ठेवण्याची त्यांची इच्छाच दिसून येते.

त्या संध्याकाळी आपण तसं का केलं हे राहुल सांगतात, ''त्यात काही कठीण नाही. जमनालालजी आमच्या समूहाचे संस्थापक होते आणि मला त्यांचा वारसा पुढे न्यायचा आहे.'' रामकृष्ण बजाज यांच्या तीन पुत्रांतील सर्वांत धाकटा पुत्र नीरज याच्याविषयी विश्वासाचा ठराव संमत करण्यात आला. याच नीरजशी ऐंशी वर्षांच्या राहुल बजाज यांचे यापूर्वी भरपूर वेळा जोरजोरात युक्तिवाद झाले आहेत- कुटुंबाच्या या दोन शाखांतील पुरुष वंशजांना शक्य तितक्या दीर्घ काळ एकत्र ठेवायचे हाच राहुल बजाज यांचा तसं करण्यामागे उद्देश होता.

परिशिष्ट

१

राज्यसभा : २३ ऑगस्ट, २००६

राहुल बजाज यांचे राज्यसभेतील पहिले भाषण

उपाध्यक्ष महोदय, राज्यसभेतील हे पहिले भाषण करण्याची संधी आपण मला दिलीत याबद्दल मी आपले आभार मानतो. माझं कुटुंब मूळचं वर्ध्याचं आहे. श्री जनेश्वर मिश्राजी आज उपस्थित नाहीत पण त्यांनी सेवाग्राममधील गांधीजींच्या आश्रमाचा उल्लेख केला होता. १९३१च्या सुमारास माझे आजोबा जमनालाल बजाज यांनी गांधीजींना अहमदाबादजवळील साबरमती आश्रमातून सेवाग्राममध्ये यायला आमंत्रित केलं होतं. उपाध्यक्ष महोदय, या विषयावर खूप काही बोललं गेलं आहे त्यामुळे मी त्याचा पुनरुच्चार होणार नाही असे प्रयत्न करतो तसंच 'विदर्भ' या माझ्या प्रदेशावर लक्ष केंद्रित करण्याचाही प्रयत्न करतो. देशातील 'कापसाचे कोठार' म्हणून हा प्रदेश ओळखला जातो, त्यामुळे मी अगोदर कापूस, विदर्भ आणि त्यानंतर थोडंफार अर्थव्यवस्था आणि समाज यांच्याविषयी बोलेन.

आत्महत्या या मुख्यत्वेकरून छोटे आणि अल्प भूधारक शेतकरी करतात असं आपल्या कानांवर येतं. ते सत्यही आहे. उपाध्यक्ष महोदय, आपण असंही ऐकलेलं असतं की कुठलेही उत्पादन – मग ते औद्योगिक उत्पादन असेल किंवा सेवाक्षेत्र, माहिती आणि तंत्रज्ञान क्षेत्र अथवा अन्य कुठलेही क्षेत्र असेल, कुठेही टिकाव धरून राहायचं असेल आणि उद्योग जिवंत ठेवायचा असेल तर उत्पादनाच्या एकूण खर्चापेक्षा विक्रीची किंमत जास्त असली पाहिजे हे लक्षात ठेवून महाराष्ट्रासारख्या राज्यातील विदर्भ भागात जिथे ५ टक्क्यांहून कमी जमीन ओलिताखाली आहे तिथे पिके घेण्यात अपयशाची शक्यता खूपच जास्त असणार हे तर उघडच आहे. त्यामुळेच महाराष्ट्राच्या विदर्भातील कापूस उत्पादनाचा खर्च गुजरातसारख्या अन्य राज्यांपेक्षा खूपच अधिक आहे असे दिसून येते.

जेव्हा मानवी जीवनाचा अनैसर्गिक अंत होतो तेव्हा ती शोकांतिकाच ठरते. पण त्यातही कुणीतरी आत्महत्या करतं तेव्हा माझ्या दृष्टीने ते मोठेच अरिष्ट असते. चालू वर्षांत आपण पाहिलं आहे की मन सुन्न होईल एवढ्या नियमितपणे हजारो शेतकरी आत्महत्या करीत आहेत. याबद्दल काय उपाय केला पाहिजे? एक तर शेतीचा खर्च कमी झाला पाहिजे किंवा शेतमालाच्या विक्रीच्या किमती तरी वाढल्या पाहिजेत. कांद्याच्या भावामुळे सरकारे भलेही बदलत असली तरी सध्यापुरतं म्हणाल तर उपभोक्ते आणि ग्राहक यांच्याविषयी मला चिंता करावीशी वाटत नाही. ते सध्या आपण बाजूलाच ठेवू कारण या ठिकाणी आपण औद्योगिक मालाच्या उत्पादनाविषयी बोलत नाही आहोत तर आपण या देशाच्या ६५ टक्के लोकसंख्येविषयी बोलत आहोत. हे लोक ग्राहक आहेत तसेच उत्पादकही आहेत. आपण बऱ्याच वेळा ऐकलं आहे की शेतकऱ्यांची काळजी वाहिली नाही तर देश पुढे कसा काय जाणार? माझा या दृष्टिकोनाला पूर्ण पाठिंबा आहे कारण आपण सगळे एकमेकांवर अवलंबून आहोत. कापसाचा किमान हमीभाव काही राज्यांत उत्पादनखर्चाहून कमी आहे. श्री. अर्जुन सेनगुप्ता यांनी योग्यच म्हटलं आहे की केवळ खर्च निघाला असं न होता शेतकऱ्याला खर्चापेक्षा थोडेतरी अधिक पैसे मिळावेत या उद्देशाने किमान हमीभाव निश्चित केले जातात. उपाध्यक्ष महोदय, ॲग्रीकल्चरल कॉस्ट्स ॲंड प्राइसेस आयोगाच्या २००४-०५च्या अहवालात अंदाज बांधण्यात आला आहे की कापसाच्या उत्पादनाचा दर क्विंटलमागे खर्च - मी फार आकडेवारी देत बसणार नाही- केवळ तीनच आकडे देतो- तर हा खर्च गुजरातमध्ये १६४३ रु. आहे, कर्नाटकात रु. २२२९ आहे आणि महाराष्ट्रात रु. २२१६ आहे. परंतु किमान हमीभाव हा साहजिकच देशभरात एकच असणार आणि त्या वर्षी तो १९६० रुपये होता. किमान हमीभावापेक्षा अधिक खर्च हे महाराष्ट्र आणि कर्नाटकात एवढी बिकट परिस्थिती का आहे, त्यामागचं एक कारण असू शकतं. गुजरातेत खर्च किमान हमीभावाहून कमी असल्याने तिथून आपण आत्महत्येच्या बातम्या ऐकलेल्या नाहीत.

त्यामुळे, उपाध्यक्ष महोदय, या ठिकाणी मी पहिला मुद्दा असा मांडतो की आपण कर्ज या विषयाची काळजी घेतली - त्याकडे मी एका मिनिटात येतच आहे तर मला म्हणायचंय की ती काळजी तर घ्यायचीच आहे पण त्याशिवाय आजच्या घडीला आणि उद्याच्याही घडीला उपयोगी पडतील अशी सर्व पावलं आपण उचलली तर योग्य होणार आहे. जर शेतकरी त्यांचं उत्पादन - या प्रकरणात कापूस हे उत्पादन किंवा अन्य कुठलंही कृषी उत्पादन उत्पादन - खर्चापेक्षा कमी किमतीला विकू लागला तर त्याला कितीही कर्ज दिलं तरी त्याचा काहीच उपयोग होणार नाही. कारण शेवटी कर्जफेड तर करावीच लागते ना. एकदा तुम्ही कर्ज माफ कराल, दोनदा माफ कराल, व्याजही सोडून द्याल पण मग पैसे येणार कुठून? हवे तर बजेटमधील पाठिंब्याने हे काम कराल, बँकांच्या माध्यमातून कराल, पण पैसे तर काही आभाळातून पडत नाहीत ना. हा करदात्यांचा पैसा आहे. त्यामुळे शेवटी शेतकऱ्याला शेतीत नफा तर मिळालाच पाहिजे. होय, या ठिकाणी मी खाजगी सावकाराविषयीही थोडं बोलणार आहे. याच्याविषयी खूपच कमी वक्त्यांनी ओझरता उल्लेख केला आहे.

महोदय, मी असाही उल्लेख करू इच्छितो की २००४-०५ या वर्षात महाराष्ट्र सरकारने २५०० रुपये दर क्विंटलला जाहीर केले होते. हे चांगलंच होतं परंतु ते त्यांच्या बजेटला

परवडेनासं झालं. महोदय, २००५-०६ या वर्षात त्यांनी हा हमीभाव १९८० इतका कमी केला. मी याआधीच उल्लेख केला आहे की महाराष्ट्रातील कापसाचा उत्पादन खर्च १९८० रुपयांहून अधिक आहे. त्याचा परिणाम काय झाला तो आपल्या सर्वांच्या नजरेसमोरच आहे. अर्थात, महोदय, आपल्या कृषिमंत्र्यांनी विदर्भावर अन्याय केला आणि पश्चिम महाराष्ट्राला झुकतं माप दिलं असं मला असं मुळीच म्हणायचं नाही. तसं विधान अन्यायाचं ठरेल महोदय, कारण मी विदर्भातून आलेलो आहे आणि ते पश्चिम महाराष्ट्रातून आले आहेत. पण हे जीवनातील सत्य आहे. म्हणजे खुद्द विदर्भातून आलेले वंसतराव नाईकांसारखे मुख्यमंत्री असूनही फार काही घडू शकलं नाही कारण त्यांची ताकद कमी पडली.

महोदय, खाजगी सावकार पैसे कधी देतात? जेव्हा बँका आणि सहकारी पतपेढ्या कर्ज देत नाहीत तेव्हा. अत्यल्प भूधारक शेतकऱ्याने आधीची कर्जफेड केलेली नसते. त्याला अन्य कुठून कर्ज मिळत नसते. शिवाय सावकार केवळ त्याला शेती करण्यासाठीचा कच्चा मालच देत नसतो तर तो त्यातून आलेलं उत्पादन विकतही घेत असतो. त्यामुळे त्याच्या कचाट्यात शेतकरी सापडतो. महोदय, माझ्या माहितीअनुसार सध्या ते ६० टक्के वार्षिक व्याज लावत आहेत. महोदय, मला वाटतं की मनोहर जोशीजी किंवा अन्य कुणीतरी ३० टक्के असा उल्लेख केला होता. पण कधीकधी ते ६० टक्केही व्याज लावतात, ६० टक्के व्याजाला तर उत्तम चालणारे धंदेही डब्यात जातील.

आता हा सावकार २ टक्के, ४ टक्के किंवा ६ टक्के व्याज लावो, मुद्दा तो नाहीच आहे. प्रश्न असा आहे की मला हे कळत नाही की बहुधा कृषिमंत्रीच मला त्याबद्दल सांगतील. तर माझं म्हणणं असं की बाँबे मनीलेंडर्स कायदा १९४६ हा अस्तित्वात आहे. तो लागू झाला तेव्हा आपले कृषिमंत्री चार वर्षांचे असतील आणि मी त्याहून थोडा मोठा असेन. पण हा कायदा सांगतो की सावकाराकडे कर्ज देण्याचा परवाना नसेल तर तो कर्जवसुली करू शकत नाही. तो कोर्टात जाऊ शकत नाही आणि तो जर परवानाधारक असेल तर कर्जाची एकूण येणे रक्कम कर्जाच्या दुपटीहून जास्त असू शकत नाही. त्या कायद्यात व्याजदरही निर्धारित केलेला आहे. त्यामुळेच मला कळत नाही की राज्यसरकार या कायद्याचा लाभ का घेत नाही? त्यामागे काहीतरी कारण नक्कीच असणार.

राजनाथजींनी डब्ल्यूटीओचा उल्लेख योग्यच केला. मला त्यावर जास्त वेळ घालवायचा नाही. मी फक्त एवढंच म्हणेन की जेव्हा आपण बाजारभावांविषयी बोलतो तेव्हा आपण सर्वसाधारण बाजारभावांविषयी बोलत असतो. कापसाचे आंतरराष्ट्रीय बाजारभाव काही नेहमीचे-रोजचे बाजारभाव नव्हेत. ४०० कोटी अमेरिकन डॉलर्स म्हणजे १८ हजार कोटी रुपये एवढी सबसिडी अमेरिकन कापूस शेतकऱ्यांना त्यांचे सरकार देते. तर ओएसीडी (युरोपिअन देशांचा गट) त्यांच्या सर्व शेतकऱ्यांना मिळून ३५००० कोटी रुपयांइतकी सबसिडी देतात. तिथेही कापूस उत्पादकांना १८००० कोटी सबसिडी मिळते. आता माझा विदर्भातला शेतकरीही अमेरिकन शेतकऱ्याशी स्पर्धा करू शकतो पण तो अमेरिकन सरकारच्या तिजोरीशी स्पर्धा नाही करू शकत. कुठल्यातरी वेगळ्या संदर्भात कमलनाथजी योग्य प्रकारे म्हणाले होते की आयात गहू किंवा कृषिक्षेत्रातील अन्य आयात उत्पादनांशी मी स्पर्धा करू शकतो पण मी अमेरिकन सरकार ज्या सबसिडी देतं त्यांच्याशी स्पर्धा नाही करू शकत.

महोदय, या सगळ्या गोष्टींमुळेच मी पुढील शिफारशींपर्यंत आलो आहे. अल्पकालीन शिफारशी अशा आहेत : – श्री. अर्जुन सेनगुप्ता आयात शुल्काविषयी बोलले होते. महोदय, मी सर्वप्रथम आपल्या देशात न पिकणाऱ्या कापसावरील आयात शुल्काविषयी सांगेन. परदेशात तो कापूस पिकवला गेलाच नाही तर त्यामुळे कुणाचंच नुकसान होणार नाही. मग तो आपल्याकडे आयातही होणार नाही. पण तसे होत नाही. तो आयात केला जातो. आपली कापड कारखानदार मंडळी ही तर खूपच प्रभावी मंडळी आहेत. आपणांस माहीत आहे, अर्जुनजी की ते कारखानदार खूपच बडे कारखानदार आहेत, माझ्यासारखे नाहीत किंवा छोटे कारखानदारही नाहीत, पण जेव्हा या देशात पिकणारा कापूस घेण्याऐवजी ते कापूस-शेतकऱ्यांना सबसिडी देणाऱ्या देशातून स्वस्तातला कापूस आयात करतात अशा वेळेस आपण अँटी डंपिंग ड्युटी त्यांच्यावर लावली पाहिजे (कारण त्या सबसिडीमुळेच परदेशी कापूस कमी किमतीला उपलब्ध होतो) ही ड्युटी का लावली जात नाही ते मला कळत नाही. त्यामुळे डब्ल्यूटीओच्या तरतुदीही पूर्ण केल्यासारखे होईल. अशा देशांकडून आपण कापूस आयातच करत नसलो तर म्हणजे मी वानगीदाखल म्हणत आहे, म्हणजे सबसिडी मिळालेला कापूस आपण खरेदीच करत नसलो तर आपण त्यावर 'काउंटरव्हॅलिंग ड्युटी' लावली पाहिजे.

महोदय, गुजरातेत आत्महत्या होतात अशा बातम्या आपल्याला ऐकायला का मिळत नाहीत? त्यामागचं एक उघड कारण म्हणजे तिथली ४० टक्के जमीन सिंचनाखाली आहे. तर विदर्भात ती फक्त ४ टक्के आहे. त्याशिवाय गुजराती शेतकऱ्याकडे दुग्धोत्पादन, भाज्या यांच्यापासूनही उत्पन्न असते हेही महत्त्वाचे आहे. ही उत्पादने ते जवळपासच्या औद्योगिक केंद्रांकडे पुरवठा करतात. तसं काही विदर्भात अस्तित्वातच नाही.

महोदय, मला वाटतं की शेती आणि उद्योग यांच्यातील नाते प्रतीकात्मक आहे. भरभराटीला आलेल्या शेतीतून उद्योगांचा विकास होतो आणि समृद्ध उद्योगामुळे शेतीतील उत्पन्नाचा विकास होतो. मला पूर्ण खात्री आहे की जोवर भारताचे शेतकरी पुढे जात नाहीत तोवर भारतही पुढे जाऊ शकत नाही. आणि वाढ ही सर्वसमावेशक असते तेव्हाच तिला खरेखुरे मूल्य प्राप्त होते.

महोदय, या ठिकाणी विरोधाभास असा की आपल्या देशातील कापसाच्या अर्थव्यवस्थेची वाढ चांगली आहे कारण मागणी समोर आहे. देशांतर्गत बाजारपेठ वाढत आहे आणि मल्टी-फायबर ॲग्रीमेंटचा अंत झाल्यानंतर जरी चीनचा पुष्कळ फायदा झालेला असला तरी आपल्यासाठीही पुष्कळ मोठी परदेशी बाजारपेठ उघडलेली आहे. आपली सुती कपड्यांची बाजारपेठ वाढते आहे आणि आणखी वाढण्याची शक्यताही आहे.

अध्यक्ष महोदय, मी या ठिकाणी सहा अल्पकालीन उपाय आणि दोन मध्यमकालीन उपाय सुचवू इच्छितो. मी दीर्घकालीन उपाय सुचवत नाही. कारण जॉन मेनार्ड केन्स म्हणाले होते की, दीर्घ काळचा विचार करायचा तर तोवर आपण मेलेले असू. माझे सहा अल्पकालीन उपाय पुढीलप्रमाणे : त्यांतल्या काहींची सध्या अंमलबजावणी होत आहे, तर काहींची होणार आहे आणि सरकारने त्यांची घोषणाही केली आहे. ते आहेत : एक- खाजगी सावकारांना परत फेडायच्या रकमेस एक वर्षाची स्थगिती द्यावी. हे आंध्र प्रदेश सरकारने सहा महिन्यांसाठी केले आहे. सहकारी पतपेढ्या आणि बँकांची कर्जे फेडण्यास

दोन वर्षांची स्थगिती- मी केवळ स्थगितीच म्हणत आहे कारण मला कर्जफेडच न करण्याचं चुकीचं उदाहरण समोर ठेवायचं नाही. ही स्थगिती दोन हेक्टर्सहून कमी जमीन असणाऱ्या आणि ज्यांची कर्जे १ लाखाहून कमी आहेत अशा शेतकऱ्यांना दिली जावी. परंतु बँकांनी अशा शेतकऱ्यांना मदत करण्यासाठी पुढे आले पाहिजे.

दोन- आत्महत्या करणाऱ्या शेतकऱ्यांच्या कुटुंबास कमीतकमी एक लाख रुपयांची तातडीची मदत दिली जावी. मला या उपायाचा गैरवापर व्हायला नको आहे. तथापि, आपण दहा प्रकारचे प्रश्न विचारलेत म्हणजे त्यानं आत्महत्या केली की त्याचा खून झाला की तो अपघातात मेला इत्यादी तर त्याला हे पैसे कधीच मिळणार नाहीत हेही तितकेच खरे आहे.

तीन- अशी एक उद्घोषणा केली पाहिजे की खाजगी सावकार आणि खाजगी क्षेत्र विशिष्ट दराहून अधिक व्याज लावू शकत नाही. ही मर्यादा सरकारने त्याला योग्य वाटेल ती ठरवावी, मी तर म्हणेन ती २० टक्के ठरवावी.

चार- सर्व जमिनींच्या मागील दोनतीन वर्षांत झालेल्या हस्तांतरणाचे अवलोकन करावे आणि या हस्तांतरणामागील कारण म्हणजे दामदुपटीने लावलेले व्याज असेल तर देशातील कायद्यांच्या चौकटीत राहून या व्यवहारांना रद्दबातल करता येईल का त्याचा विचार करावा. अर्थात, सावकाराला त्याने दिलेल्या कर्जाची रक्कम परत द्यावी.

पाच- कापसाच्या किमान हमीभावाचा आढावा घ्यावा आणि कॉटन कॉर्पोरेशन ऑफ इंडियाच्या जोडीला महाराष्ट्र कॉटन प्रोक्युरमेंट फेडरेशनची नियुक्ती करावी आणि तिने किमान हमीभावावर कापूस विकत घेण्यासाठी एजंट म्हणून काम करावं.

सहा-अँटी डंपिंग ड्युटी. त्याविषयी मी बोललो आहे पूर्वी. ही ड्युटी आयात कापूस जर सबसिडीप्राप्त असेल तर त्यावर लावावी.

महोदय, दोन मध्यम अवधीचे प्रस्ताव पुढीलप्रमाणे आहेत. : एक- या प्रदेशातील पाणीपुरवठा वाढवण्यासाठी योजना आणाव्यात तसेच खेडे पातळीवर पावसाचे पाणी साठवण्याचा पुढाकार घ्यावा. श्रीयुत सीताराम येचुरी आणि श्रीमती वृंदा करात आज इथे हजर नाहीत. दोन- मी म्हणालो त्यानुसार शेती आणि उद्योग यांच्यातील नाते प्रतीकात्मक आहे. त्यामुळे आपण या भागाच्या औद्योगीकरणास उत्तेजन दिले पाहिजे.

महोदय, आपली ६० टक्के जनता शेतीवर उपजीविका करते. अमेरिकेत फक्त २ टक्के जनता शेतीवर अवलंबून आहे. ते त्यांच्या गरजेहून अधिक उत्पादन करतात. आज आपण ६० टक्के लोकांना शेतीत कामाला लावले आहे परंतु अशा प्रकारे ६० टक्के लोकांना त्या क्षेत्रात सामावून घेणे सतत शक्य होणारे नाही. ते प्रमाण काही अगदीच २ टक्क्यांवर नाही येणार, पण ते ४० टक्के, ३० टक्के किंवा २० टक्के इतके कमी होऊ शकते. पण हे वरचे लोक जाणार कुठे? त्यांना एक तर उद्योगात अन्यथा सेवाक्षेत्रात जावं लागणार. ही दोन्ही क्षेत्रे एकमेकांना पूरक क्षेत्रे आहेत. त्यामुळे मी असे सुचवेन की या मागास भागात आपण पायाभूत सुविधा देऊन औद्योगीकरणास उत्तेजन दिलं पाहिजे. याचीच आज गरज आहे. उद्योगांना सरकारी आर्थिक प्रोत्साहन नको आहे, उलट त्यामुळे आमच्या निर्णय प्रक्रियेत अडसर निर्माण होतो.

हिमाचल आणि उत्तरांचल येथे दिलेले लाभ तीन वर्षे अधिक काळ वाढवण्यास मझा विरोध आहे. त्यामुळे परिस्थिती बिघडते. म्हणजे मीही तिथे माझा उद्योग घेऊन जाणार आहे. मला खरे तर नको आहेत पण ते फायदेच असे आहेत की त्यांच्याकडे दुर्लक्ष करणे शक्य नाही. महोदय, माझ्या भागात गरज नसली तरी अन्य मागास भागांत आपण योग्य पायाभूत सुविधा पुरवली आणि माझ्या काही मित्रांना हे बोललेलं आवडणार नसलं तरी सांगतो की लवचीक कामगार धोरण अवलंबिलं तर बऱ्याच भागांत उद्योग येतील आणि त्यामुळे शेती आणि उद्योग दोघांचा लाभ होईल.

आपल्याला कमी परंतु परिणामकारक उपाय हवे आहेत. आपल्या कारभार पद्धतींत बरेचदा आपण योजनेच्या वरवरच्या रूपातच अडकून बसतो आणि आतलं भरीव तत्त्व काय आहे ते विसरतो. उदाहरणार्थ, महाराष्ट्र सरकारने या वर्षी २४ मे रोजी कापसाविषयी २९ ठराव संमत केले. आता ते फक्त कागदावर आहेत किंवा कसे ते मला माहीत नाही. पण मी एक सांगू शकतो की या सर्व योजनांची अंमलबजावणी होण्यासाठी कुणीतरी जबाबदार असलंच पाहिजे. आत्ता या क्षणी पंतप्रधानांच्या कार्यालयापासून ते खालपर्यंत सगळेच त्यासाठी जबाबदार दिसतात. सगळेच जण जबाबदार म्हणजे प्रत्यक्षात कुणीच जबाबदार नाही असा प्रकार कधीकधी होतो. मी खास करून महाराष्ट्रासाठी सुचवू इच्छितो की केंद्रीय मंत्री अथवा उपमुख्यमंत्री पातळीवरील कुणीतरी व्यक्ती त्यासाठी नियुक्त केली जावी आणि हे पद विदर्भातील शेतीची स्थिती सुधारणे या एकमेव उद्दिष्टासाठी निर्माण केले जावे. एक तरुण आणि धडाडीचा मनुष्य म्हणजेच प्रफुल पटेल हे आज इथे नाहीत– नाहीतर मी त्यांची स्तुती करतो म्हणून ते नक्कीच मला गप्प करायला बघतील. परंतु केंद्रात ते एक उत्तम मंत्री गणले जातात. तर त्यांच्यावर ही जबाबदारी सोपवली जावी असे मी सुचवतो.

महोदय, हे माझे सदनातील पहिलेवहिले भाषण असल्याने आपली अर्थव्यवस्था आणि समाज यांविषयी माझा एकंदरीत दृष्टिकोन थोडक्या शब्दांत आपल्यासमोर मांडण्याचा आग्रह मी धरीत आहे, तरी कृपया तो पुरवावा अशी विनंती.

भारताला प्रगतिपथावर नेण्याची प्रतिज्ञा आपण स्वातंत्र्याच्या वेळेस घेतली होती. त्याप्रमाणे आपण तो पुढेही नेला खरा परंतु जितका नेला गेला असता किंवा त्याची जाण्याची क्षमता होती, त्याच्या जवळपासही जाईल एवढाही पुढे नेला नाही. आपला पेला अजूनही अर्धाच भरलेला आहे. अजूनही आपल्याकडे शब्दांत व्यक्त करता येणार नाही एवढी गरिबी आहे, तिचा उल्लेख डॉ. अर्जुन कुमार सेनगुप्ता यांनी केलाच आहे. त्यानुसार येथे २८ टक्के म्हणजे ३० कोटी लोक दिवसाला एक डॉलरपेक्षाही कमी उत्पन्नावर जगत आहेत. ही गरिबी अशी आहे जी मानवी आत्मप्रतिष्ठेचा चुराडा करते, तिने आपल्या भूमीवर ठिय्या दिला आहे. माझ्या मते वाईट कारभार हाच आपल्या विकासाच्या मार्गातला अडथळा आहे. भारताचे दृढ चेतातत्त्व जे प्रत्येक भारतीयाच्या हृदयात आणि आत्म्यात जागृत आहे– मग तो कामगार, शेतकरी, व्यावसायिक, उद्योजक असो किंवा अगदी राजकारणीही असो पण त्यांच्यातील जिद्द, कष्टाळूपणा आणि धडाडी यांच्यामुळेच आपला देश पुढे जात आहे आणि असाच पुढे जात राहाणार आहे.

मला वाटते की आपण देशाच्या इतिहासातील एका अनुकूल क्षणी आज उभे आहोत. आपण समोरील आव्हाने मान्य केली आहेत– ही आव्हाने पुष्कळ आहेत परंतु वेगवेगळ्या

संधींचं जगही आपल्या प्रतीक्षेत उभं आहे. आपणांस माहीतच आहे की जगामध्ये भारताची चर्चा केवळ एक आठवडा, एक महिना अथवा एक वर्ष एवढ्यापुरतीच चालणारी नव्हे. आपलं ते स्थान तर कुठल्याही काळात असणारच आहे. पूर्वी ते स्थान फक्त चीनला होतं. पण आता चीन आणि भारत- दोघांना ते स्थान मिळालं आहे. जागतिक अर्थव्यवस्थेतील घडामोडींमुळे सेवा आणि उत्पादन या दोन्ही क्षेत्रांत आपल्याला लाभच होणार आहे. सामाजिक सुविधा, आरोग्य, शिक्षण, पिण्याचे पाणी, सांडपाण्याचा निचरा आणि प्रत्यक्ष सुविधा अशा भिन्न भिन्न पायाभूत सुविधांचा अभाव असल्याने आपल्यासमोर गंभीर अडचणी येत असल्या तरीही आपण आंतरराष्ट्रीय स्तरावर स्पर्धात्मक बनत आहोत. महोदय, भले तो माझा आशावादही असेल परंतु या मागचे महत्त्वाचे कारण मी म्हणालो त्यानुसार आपल्या लोकांची गुणवत्ता आणि त्यांच्यातील उद्योजकता हेच आहेत.

अशा माणसांचा टक्का आपल्या लोकसंख्येत कमी असला तरी तो टक्का वाढवण्यासाठी आपण झटलं पाहिजे. आपल्याकडे जगातील सर्वांत चलाख, कष्टाळू मनुष्यबळाचा मोठाच साठा आहे. मग तो माहिती-तंत्रज्ञान असो, उत्पादन असो की अर्थशास्त्र असो. अगदी २०२५ साल उजाडलं तरीही आपण लोकसंख्येच्या दृष्टीने तरुणांचा देश असंच गणले जाऊ हे फार महत्त्वाचं आहे आणि त्याची आपल्याला जाणीवही आहे. लोकसंख्येचा हा लाभ आपण उठवला मात्र पाहिजे आणि त्यासाठी तरुणांच्या शिक्षणात आणि कौशल्य संवर्धनात गुंतवणूक केली पाहिजे. शिक्षण आणि कौशल्ये असतील तर आपण पुढील २५ वर्षांत सगळं जगच ताब्यात घेऊ शकतो. पण तरुणांकडे शिक्षणच नसेल तर ते आपला आधारस्तंभ न बनता गळ्यातले लोढणेच बनतील.

महोदय, सर्वसमावेशक आर्थिक वाढीची ही ध्येये साध्य होण्यासाठी आपला कारभार चांगला असायला हवा. सर्वोच्च पातळीवरून बदल आणि खालच्या पातळीवरून दबाव हे जेव्हा वाढेल तेव्हा घडून येईल. कारण आर्थिक आणि सामाजिक विकास झाल्याने आपल्या लोकांत अधिक आत्मविश्वास येईल आणि ते अधिक स्पष्ट बोलू लागतील, त्यामुळे खालून दबाव वाढेल. जनमताच्या वाढत्या रेट्यामुळेच तर जेसिका लाल आणि मट्टू यांचे खटले पुन्हा नव्याने उघडले गेले ही बाब आपल्या लोकशाहीसाठी चांगलीच आहे. लोकशाही म्हणजे काही केवळ निवडणुकाच नव्हेत. लोकशाही म्हणजे देशाच्या कारभारात प्रत्येक नागरिकाचा सक्रिय सहभाग आणि लोकशाहीतील सरकारचे अस्तित्व हेही मुख्यत्वेकरून नागरिकांना सार्वजनिक वस्तू आणि सेवा प्रदान उपलब्ध करून देणे यासाठी असते.

उपाध्यक्ष, महोदय, या संदर्भात तपशिलात जायला वेळ नसल्याने मी जाता जाता एक गोष्ट सांगू इच्छितो, ती म्हणजे आपण कठीण निर्णयही घेऊ शकतो याची ग्वाही देण्यासाठी लोकसभा आणि सर्व राज्यांच्या विधानसभांच्या निवडणुका एकाच वेळेस घेतल्या जाव्यात, त्यांचा अवधीही सारखाच असावा आणि त्या पाच वर्षांतून एकदा व्हाव्यात. त्याशिवाय आपण याचीही खात्री करून घेतली पाहिजे की सदनप्रमुखाविरुद्धचा अविश्वासाचा ठराव- मग तो मुख्यमंत्री असो अथवा पंतप्रधान असोत, पण त्यांच्या विरुद्धचा अविश्वासाचा ठराव जेव्हा सदनात येतो तेव्हा जर्मनी या अन्य लोकशाही देशाप्रमाणे पर्यायी पक्ष आणि व्यक्ती यांच्याबद्दल विश्वासाचा ठरावही त्याचवेळेस सादर केला जावा.

महोदय, फल काय मिळेल हे ठरवण्यासाठी नेतृत्वाची गुणवत्ता महत्त्वाची ठरते. नेतृत्व म्हणजे काही केवळ व्यक्तिगत करिष्मा, शोबाजी किंवा जनसंपर्क असे नसते. तर नेतृत्वाकडे वर्तमान स्थिती समजून घेण्याची क्षमता लागते. उद्याचा दिवस चांगला व्हावा यासाठी दूरदृष्टी लागते, ते प्रत्यक्ष घडून येण्यासाठी स्वतःवर आणि स्वतःच्या टीमवर विश्वास असावा लागतो. असे नेते असले तरच उत्तम फलित मिळू शकते. केवळ अधाकरपदाच्या खुर्चीवर बसून नेता बनत नाही कुणी.

महोदय, गांधीजी कुठल्याही पदावर नव्हते तरीही त्यांनी देशाला गुलामीतून स्वातंत्र्याप्रत नेलं. एखाद्या प्रचंड पुतळ्यासारखी त्यांची मूर्ती आमच्या हृदयांत आणि मनांत विराजमान होती. महोदय, मी अत्यंत नम्रपणे सांगू इच्छितो की कष्टांविना संपत्ती, सदसद्विवेकबुद्धीविना सुख, चारित्र्याविना शिक्षण, नैतिकतेविना व्यापार, मानवतेविना विज्ञान, त्यागभावनेविना पूजा आणि तत्त्वांविना राजकारण या गोष्टी म्हणजे वेगवेगळे सामाजिक अपराधच आहेत, त्यांच्याविषयी गांधीजींचा उपदेश आपण लक्षात ठेवला तर आपले भलेच होईल असे मला वाटते. माझ्या मते आपण हे उपदेश विसरलो म्हणूनच योग्य ती प्रगती करू शकलो नाही.

या भव्य सदनात मी विदित करू इच्छितो की राज्यघटनेने येथील सदस्यास जी भूमिका निभवायला दिली आहे ती मी अत्यंत नम्रतेने पार पाडेन. म्हणजेच भारतातील जनतेच्या वतीने मी सरकारला उत्तरदायित्व घ्यायला लावेन. एवढे करणेच खरे आवश्यक आहे. आपल्याकडचे कायदे पुरेसे चांगले आहेत परंतु त्यांच्या अंमलबजावणीत वेग येऊन प्रत्यक्ष न्याय मिळत नाही ही समस्या आहे. एका मोठ्या राजकीय लोलकाचे प्रतिनिधित्व मी करत आहे असे मला वाटते कारण महाराष्ट्रातील तीन विभिन्न पक्षांनी अपक्ष उमेदवार या नात्याने मला पाठिंबा दिला आहे आणि माझे कुटुंब गांधीवादी विचारसरणीत पूर्णतया रुजलेले आहे. त्याचा मला खूप अभिमान वाटतो. त्यामुळेच मी अपक्ष म्हणून समतोल बुद्धीने वागायचा प्रयत्न करीन. देशासाठी काय योग्य किंवा अयोग्य हाच माझा कुठलंही मत बनवण्याचा मापदंड असेल. अर्थात कधीतरी माझीही चूक होऊ शकेल हे मी मान्य करतो.

आता मी समारोपाप्रत येतो. सर, या महान सदनात येताना राष्ट्राप्रति माझ्या जबाबदाऱ्यांची मला पूर्ण जाणीव आहे. पंडितजींनी 'नियतीशी भेट' घेताना काढलेले उद्गार आज माझ्या अंतरात गुंजत आहेत. आमच्या संस्थापक जनकांनी घेतलेली प्रतिज्ञा पूर्ण करण्यात अत्यंत नम्रतेने मदत करण्यासाठी मी येथे आलो आहे. त्यामुळे आपल्या येण्याने काही बदल घडवून आणण्याची शक्ती देवाने मला द्यावी. या भव्य सदनातील दोन्ही बाजूंच्या पाठिंब्यावर मला अवलंबून राहता येईल असे मला तीव्रपणे जाणवते.

२

आई रूपा बजाज हिच्याविषयीच्या आठवणी : राजीव बजाज

२५ फेब्रुवारी, २०१४. लाईप्सिग येथे दुपारचे तीन वाजत आहेत. जवळजवळ वर्षापूर्वी आईबद्दलची हृदयद्रावक बातमी आम्हाला समजली होती. खरंच, हे मागचं वर्ष तिची आठवण आली नाही असा एकही दिवस गेला नाही माझा. अर्थात, तसंच होईल असं वाटलं होतं मला.

मी कान स्वच्छ करायला घेतले की मला तिची आठवण येते.
मला जराशीही वेदना होऊ नये म्हणून ती त्या इअरबडच्या कापसावर
किंचितसं निव्हिया क्रीम लावायची.
मी दात घासतो तेव्हा मला तिचे शब्द आठवतात, ''सरळ नाही हं, ब्रश
असा फिरवायचा- गोल गोल...''
मी दाढी करायला घेतो तेव्हाही तिची आठवण येते. मी सगळ्यात पहिल्यांदा
दाढी केली तेव्हा ती किंचितशी धास्तावूनच माझ्याकडे पाहत होती, मला
सांगत होती, ''आफ्टरशेव्हमध्ये थोडंसं पाणी घाल,
नाहीतर झोंबेल ते गालांना.''
मी नखं कापतो तेव्हाही मला तिचे शब्द ऐकू येतात, ''हाताची नखं बोटाच्या
कडेकडेने कापायची तर पायाची नखं सरळ कापायची.''
मी केस धुतो तेव्हाही मला आठवतं. दर रविवारी ती माझ्या केसांना लिंबाचा
रस आणि खोबरेल तेलाचा मसाज करायची.

आणि जेव्हा मी अंघोळीच्या वेळेस शॉवरमध्ये पाय धुऊ लागतो तेव्हा मी कल्पना करतो की तिची प्रतिमा तिथं उभी आहे आणि मला सांगते आहे की- अरे, अंग वरून खाली धूत यायचं. असं खालून वर नाही.

आणि जेव्हा मी कपडे घालत असतो तेव्हाही तिचं बोलणं मला कानांवर पडल्याचा भास होतो- ''पपा कसं करतात ते बघ, ते कसा त्यांचा शर्ट हातात धरतात, पँट कशी वर घेतात. तसा शर्ट पँटमध्ये खोचायचा असतो.''

या सगळ्या रोजच्याच क्रिया आहेत ज्या मरेपर्यंत मी करत राहीन. त्यामुळेच मरेपर्यंत मला आईचीही आठवण येत राहील. पण या सगळ्यांच्या पलीकडे जाऊन तिनं मला एक अत्यंत महत्त्वाचा धडा शिकवला होता. तसा मी आत्तापर्यंत अन्य कुठलाही शिकलो नसेन.

आम्ही आमच्या खोलीबाहेरच्या व्हरांड्यात गोळा झालो होतो- आई, संजीव, आमच्या घरच्या मदतनीस हिराबाई आणि मी- पपांच्या ऑफिसच्या दिशेने आई धास्तावलेल्या नजरेने सतत पाहत होती. काही कामगारांनी ऑफिसला आग लावलेली दिसत होती. हिराबाईही त्याच दृश्याकडे पाहत होत्या. त्यांचा मुलगा तिथं कामगार होता आणि त्याच्या सुरक्षिततेची काळजी त्यांना वाटत होती. कदाचित त्यांची द्विधा मनःस्थिती झाली असावी, तशीच माझीही झाली होती.

मी मम्मीला विचारलं, ''हे असं का घडतंय? कुणाचं बरोबर आहे आणि कुणाचं चूक आहे?'' त्यावर ती नेहमी बोलायची तशी हलक्या पण ठाम स्वरात उत्तरली, ''जेव्हा जेव्हा आपल्या मनात शंका येते तेव्हा तेव्हा केवळ आपल्या सदसद्विवेकबुद्धीचा आवाज ऐकायचा. आपल्या अंतरातला तो छोटासा आवाज असतो ना त्यातून देवच आपल्याशी बोलत असतो.''

ते तर एका महान गुरूचंच लक्षण होतं - कारण हे गुरू तुम्हाला उत्तर भरवत नाहीत, ते त्या समस्येविषयी कसा विचार करावा हे सांगतात. मला माझ्या जीवनात आईचा सल्ला भलेही नेहमीच अनुसरता आला नाही परंतु मला वाटतं की त्यासाठी मी स्वतःला त्रास करून घेता कामा नये.

तिच्यासारखा विचार करणं सोपं आहे, तिच्यासारखं वागणं कठीण आहे. तिच्यासारखं बोलणं सोपं आहे, पण त्या बोलण्यासारखी कृती करणं कठीण आहे.

कदाचित म्हणूनच जाताना ती अगणित लोकांच्या मनावर स्वतःचा एवढा धीरोदात्त ठसा ठेवून गेली असेल. माया अँजेलुंचं सुभाषित मला आठवतं, ''तुम्ही काय बोलला होतात ते लोक विसरतील, तुम्ही काय केलं होतं तेही लोक विसरतील, पण तुम्ही त्यांच्याशी कसे वागला होतात हे ते कधीच विसरणार नाहीत.''

त्या दोघांच्या न कळत लहानपणी मी मम्मीने पप्पांना लिहिलेली बरीच पत्रं वाचली आहेत. जेव्हा सगळ्या गोष्टी सुरळीत नसतात तेव्हा पती-पत्नी एकमेकांना लिहितात तशी पत्रं आहेत ती.

त्या पत्रांनी मला सांगितलं की पपांवरची तिची निष्ठा आणि त्याच वेळेस तिचं स्वतःचं मनोधैर्य तोडीस तोड होतं. त्या पत्रांनी मला सांगितलं की त्यांचं हृदय स्वतःच्या हृदयासोबत

घेऊनच ती सदैव फिरत होती आणि अनंत काळपर्यंत फिरणार होती. एवढं की जेव्हा ती अनंताच्या प्रवासाला निघून गेली तेव्हा स्वतःचा आत्मा त्यांच्या पाठीशी ठेवून गेली.

पपा, कुणाचाही विश्वास बसणार नाही एवढी हिंमत तुम्ही मागच्या
वर्षी दाखवली आहे. तुम्ही तुमच्या दुःखाची सावली आमच्या जीवनावर पडू
दिली नाही. त्यामळे मी गोंधळात पडलो आहे.

मला माहित्ये, पपा, तुम्ही तेवढे खंबीर नाही आहात.
उलट त्यानंतर तुम्ही अधिकच हळवे, शांत बनला आहात.

तुम्ही सगळ्या गोष्टी सबुरीने घेऊ लागला आहात, इतरांचं म्हणणं ऐकू
लागला आहात. तुमच्या मनात खूप जिव्हाळा भरला आहे,
तुम्ही विचारही खूप करू लागला आहात.

का ते सांगतो मी तुम्हाला. ते तुम्ही नाही आहात. ती मम्मी आहे
आणि ती तुमच्यातून तिचं जीवन जगते आहे. मला हे खरं वाटतंय कारण
माझ्या सदसद्विवेकबुद्धीने मला तसं सांगितलं आहे. तुम्ही आनंदी आणि
तब्येतीने चांगले राहिलात तर मम्मीही आनंदी आणि चांगली
राहील– पूर्वीपेक्षाही खूप चांगली.

कारण, बॉलीवुडनेच आपल्याला सांगितलंय, ''बाबूमोशाय, मौत सिर्फ नामसे बदनाम है वरना तकलीफ तो जिंदगीही देती है....''

मला खात्री आहे की तुम्हाला ती यिड्डीश म्हण माहीत असेल, ''देव सगळीकडे असू शकत नाही, म्हणून त्यानं आईला बनवलं आहे.'' आणि 'आपली' आई नक्कीच तसं जीवन जगली आहे.

* * *

रूपाचं पार्थिव ३ मार्च, २०१३ रोजी विमानाने भारतात आणलं गेलं. जर्मनीतील रुग्णालयात जिथं ती दीर्घकालीन आजाराचे उपचार घेत होती तिथंच तिचं निधन झालं. मृत्युसमयी ती ७४ वर्षांची होती. तिच्यावरचे अंतिम संस्कार संध्याकाळी साडेचार वाजता पुण्यातील वैकुंठ स्मशानात करण्यात आले.

३

आईशी मारलेल्या गप्पा : संजीव बजाज

बजाज ऑटोच्या आकुर्डी संकुलात माझी किशोरवयातील वाढीची वर्षे व्यतीत झाली. त्या वयात बरीच औपचारिक आणि अनौपचारिक संभाषणं उत्पादन, स्कूटरचा आणि मोटर सायकलचा व्यवसाय यांच्या भोवती फिरायची. एक तरुण मुलगा म्हणून त्या वातावरणात राहणं फारच रोमांचकारक होतं. तिथं आम्ही मोटरबाइक्स तयार करत होतो आणि त्यावरून फिरतही होतो. त्यामुळे त्याच व्यवसायात जाणं हे माझ्यासाठी अगदीच नैसर्गिक होतं.

पुणे येथून १९९१ साली मी मेकॅनिकल इंजिनिरिंगची पदवी घेतली. त्यानंतर मी बजाज ऑटोच्या कारखान्यात कामाला लागलो. तिथे अठरा महिने काम केलं आणि त्यानंतर वॉरिक विद्यापीठ, इंग्लंड येथे मॅन्युफॅक्चरिंग सिस्टिम्स इंजिनिअरिंग या विषयात एमएस्सीला प्रवेश घेतला. तो शिकण्याचा अनुभव खूपच चांगला होता. मी आकुर्डी येथे उत्पादन सुधारणा टीमसोबत काम करू लागलो तेव्हा मला तो खूपच उपयोगी पडला. त्यानंतर सप्टेंबर, १९९५ मध्ये मी एमबीएसाठी हार्वर्डला गेलो. स्कूटर बनवणे आणि उत्पादन क्षेत्रात काम करणे यापासून हार्वर्ड येथील अनुभव माझ्यासारख्या इंजिनिअरसाठी खूपच आगळावेगळा होता. 'उदाहरण घेऊन अभ्यास' ('केस स्टडी') या शिक्षणपद्धतीमुळे गुंतागुंतीच्या जगात व्यवसायातील वेगवेगळ्या मुद्द्यांकडे वेगवेगळ्या पैलूंतून कसं बघायचं हे आम्ही शिकलो. पर्यायी तोडग्यांवर सखोल आणि जलद विचार कसा करायचा, वर्गातील चर्चांत आपल्या मुद्द्याविषयी युक्तिवाद कसा करायचा तेही मी शिकलो. सहाशेहूनही अधिक प्रत्यक्ष घडलेल्या प्रसंगांचा अभ्यास केल्याने त्या दोन वर्षांत उद्योग या विषयाचा तो स्नॅपशॉटच्या रूपातला अर्कच मला मिळाला. आमच्याकडे नियमित येणारे काही वक्ते होते

आणि त्यात वॉरन बफे, ॲलन मुलाली यांच्यासारखे ज्ञानीही होते. मुलाली यांनी आम्हाला बोईंग ७७७ या विमानाच्या उत्पादनाचा कार्यक्रमही सादर केला. खरोखरच, हार्वर्ड येथे एमबीए हा माझ्या कारकिर्दीतला निर्णायक टप्पा ठरला.

हॉर्वर्डहून परतल्यावर वडिलांनी आणि मी ठरवलं की मोठा भाऊ राजीव याच्या ज्ञान आणि कौशल्यांना पूरक होईल असं दुसरं काम मी करावं. तेव्हा तो उत्पादनक्षेत्रात काम करत होता. म्हणून मग मी व्यवसायाच्या आर्थिक बाजूकडे लक्ष देऊ लागलो. तथापि मला लवकरच जाणवलं की मला व्यवसायात अधिक थेट भूमिका घ्यायला हवी असं वाटू लागलं आहे. तेव्हा बजाज ऑटोच्या निर्यातीस उभारणी देण्याची संधी मला दिसली. २००५-०८ या काळात मी निर्यातीवर देखेरेख करत होतो तेव्हा आम्ही वर्तमान बाजारपेठेसोबत जगभरातल्या नव्या बाजारपेठेतही विस्तार केला आणि आमची वार्षिक उलाढाल दीड लाख वाहनांपासून ते सहा लाख पंचवीस हजारांपर्यंत पोहोचवली.

माझं आईशी नातं खूपच शिस्तबद्ध होतं. म्हणजे मी साधारण सतरा-अठरा वर्षांचा होईतो ती आम्हा सर्वांशीच शिस्तीनं वागायची. ती अतिशय व्यवस्थित होती. अनौपचारिक, खेळीमेळीची संभाषणे आमच्या घरी क्वचितच व्हायची. आम्ही लहानाचे मोठे होत असताना सगळी काही मस्ती कुमुदकाकू आणि मधुरकाका यांच्याशीच होत असे. ते दोघे आमच्या सोबत बराच काळ राहिले आणि नंतर जवळच्याच घरात राहायला गेले. सोळाव्या वर्षी मी पहिला बीअरचा ग्लास प्यायलो तो त्यांच्या सोबत प्यायलो. अठरावं पूर्ण होण्याच्या बरंच आधी मला गाडी चालवायला शिकायचं होतं तेही मी त्यांच्याकडेच शिकलो. माझ्या वडिलांना काही ते फार पसंत नव्हतं त्यामुळे हे सगळे छोटेछोटे लाड काका आणि काकूंनीच पुरवले होते.

आई गंभीर आणि शिस्तप्रिय असली तरी तिचा आम्हाला प्रचंड आधार होता. ती नेहमीच आमच्यासाठी आधारवड होती. लहानपणी सकाळी आम्ही उठलो की ती आमच्या खोलीत यायची आणि त्यानंतर आम्ही शाळेत जायला निघेपर्यंत आमच्या आसपासच असायची. परीक्षेच्या काळात आमच्या अभ्यासावर देखरेख करायची. तेव्हा ती बाबांसोबत कधीही शहराबाहेर जायची नाही. ती खंबीर तरी शांत असंच तिचं व्यक्तिमत्त्व होतं. सतराव्या वर्षाच्या आसपास आम्ही एकमेकांशी अधिक मोकळेपणाने बोलू लागलो आणि एक मैत्रीपूर्ण आणि अधिक मोकळंढाकळं नातं आमच्यात निर्माण झालं.

पुढील पंचवीस वर्षांत आमचं नातं अधिक सहज आणि समान पातळीवरचं बनलं. मी कामाबद्दल आणि मनात येणाऱ्या बाकीच्या विचारांबद्दल तिच्याशी बोलायचो. ती लक्षपूर्वक माझं बोलणं ऐकायची आणि तिच्या सहनशील, प्रगल्भ आणि शहाणिवेअनुसार सल्लाही द्यायची. माझ्या किशोरवयीन वर्षांनंतर अगदी शेवटपर्यंत तिचं आणि माझं नातं खरोखरच बहरलं. उदाहरणार्थ, सतराव्या वर्षा मी मांसाहार करायला सुरुवात केली. आई मांसाहार करायची हे मला पंधरा की सोळा वर्षांचा होईपर्यंत मला माहीत नव्हतं. अर्थात आम्ही मांसाहार घरी कधीच केला नाही.

२००४-०५ या निर्यात व्यवसायावर देखरेख करण्याच्या माझ्या प्रारंभीच्या दिवसांत मी काहीतरी भरीव करून दाखवावं म्हणून वडील माझ्यावर दबाव आणू लागले. ते म्हणू

लागले की आत्तापर्यंत तू आर्थिक विभागाचा प्रमुख होतास परंतु आता तुला निर्यात व्यवसायात यश मिळवलं पाहिजे. हे क्षेत्र आता तुझं आहे कारण तूच त्यात चालकाच्या जागी बसला आहेस. त्यामुळे यश किंवा अपयश हेही तुझंच असणार आहे. ते खूपच पाठी लागायचे. मला यश मिळावं म्हणूनच ते असं करत आहेत हे मला कळत होतं. मी त्यांना म्हणायचो, ''आपण आत्ता पायाभरणी करत आहोत. त्यामुळे वेळ तर लागणारच आहे पण लवकरच आपल्याला फळ दिसेल.''

अधूनमधून ते मला म्हणायचे, ''पण तुला एक गोष्ट माहित्ये का? मी कंपनीतल्या अमक्या ढमक्याशी बोलत होतो तेव्हा तो माणूस मला सांगत होता की निर्यातीची उलाढाल आणखी वाढू शकते. ती वाढली नाही तर हे संजीवचं यश आहे असं कुणी म्हणणार नाही.'' वित्त वर्ष २००६ सालापासून निर्यातीची उलाढाल वाढू लागली आणि पुढल्या वर्षांत आम्हाला नाट्यपूर्ण निकाल बघायला मिळाले. त्यानंतर माझ्यावरील दबाव निघून गेला.

वडील आणखी एक गोष्ट बघायचे ती म्हणजे आमची हजेरीची पंचिंग कार्डे. तुम्ही कचेरीत दिवसाचे दहा ते अकरा तास नसाल तर तुम्ही कामच करत नाही आहात असं त्यांचं म्हणणं होतं. तर माझ्या दृष्टीने तिथं सतत जाऊन बसण्यापेक्षा लोकांकडून काम योग्य प्रकारे करून घेणं अधिक महत्त्वाचं होतं, कारण मग मी माझा व्यायाम, मुलांकडे लक्ष देणं या गोष्टी करू शकत होतो. मी सहसा संध्याकाळी ६ वाजता घरी असे आणि रात्री जेवण झाल्यावर पुन्हा दोन तास काम करत असे. ते त्यांना सुरुवातीला कळायचंच नाही. त्यांच्या दृष्टीने कामावरच्या लोकांना आपण दिसत राहणं महत्त्वाचं होतं. अर्थात, ते मी अंशतः समजू शकत होतो. ते म्हणायचे, ''बाकीचे लोक काय म्हणतील, त्यांना काय वाटेल? ते विचार करतील की तुम्ही कामच करत नाही.'' ते म्हणत राहायचे.

मला माहीत होतं की माझी कार्यशैली अधिक समतोल आहे. तिच्यामुळे मला इच्छित फळ नक्कीच मिळणार आहे. प्रत्येक लहान-सहान निर्णयात आपण गुंतण्याची आणि तो मंजूर करण्याची गरज मला वाटत नाही. मला त्याऐवजी एक सक्षम परंतु जबाबदार असा व्यवस्थापनाचा मार्ग घेणं अधिक पसंत आहे. माझ्या बाबतीत आईने कायम मलमपट्टीचं काम केलं. ती म्हणायची, ''हे बघ, बेटा, काळजी करू नकोस. तुला तुझे वडील कसे आहेत ते माहीत आहे. तुझं सगळं उत्तम व्हावं असंच त्यांना वाटतं.'' मला त्याबद्दल फार काहीच वाटत नव्हतं पण मी तिला 'हो' असं उत्तर द्यायचो. आईला जबाबदारी जाणवायची आणि आपण याची समजूत काढली पाहिजे असंही वाटायचं.

२००९ की १० साली एकदा अशी वेळ आली की राजीवला त्या वर्षी पुष्कळ बक्षिसं मिळाली. अर्थात, त्याचं कामच तसं होतं त्यात काहीच शंका नाही. परंतु आई या नात्याने ती मला तिच्या पद्धतीने सांगायची, ''काळजी करू नकोस, तू खूप चांगलं काम करतो आहेस हे मला माहीत आहे. तुझी वेळही येईल.''

वित्तीय वर्ष २००८च्या अखेरीस मी वित्तीय सेवा क्षेत्राकडे वळलो. तेव्हा तिला माहीत होतं की त्यात खूपच काम करावं लागणार आहे कारण हे सगळे छोटे छोटे व्यवसाय आहेत अणि त्यातील कामगिरीबद्दल काही वर्षं कसलीच कौतुकाची दाद मिळणार नाहीये. माझ्यावर खूप दबाव होता हे तिला माहीत होतं. माझ्या पाठीशी उभं राहाण्याची खूपच

तगडी भूमिका तिनं निभावली. ती माझं बोलणं ऐकायची, माझ्याशी चर्चा करायची आणि मला उत्तेजन द्यायची. नाव होण्याचं जे सुदैव माझ्या वाट्याला आलं ते सगळं २०१३ साली तिचा मृत्यू झाल्यानंतर आलं. ती एक मोठीच खंत मला राहील. माझं थोडं तरी काम तिनं बघायला हवं होतं.

४

हळूहळू घडत गेलेले परिवर्तन : १९२६–२०२१

बजाज समूहातील कंपन्या १७ सप्टेंबर, २०२०		
अ.क्र.	**स्थापनेची तारीख**	**कंपनीचे नाव**
अ	**खाजगी कंपन्या**	
१	२७ ऑगस्ट, १९२६	बच्छराज फॅक्टरीज प्रा.लि.
२	१२ जानेवारी, १९२७	बच्छराज अँड कं. प्रा.लि.
३	५ मार्च १९३८	जमनालाल सन्स प्रा.लि
४	१४ फेब्रुवारी, १९४१	बरोडा इंडस्ट्रीज प्रा.लि.
५	९ मार्च १९४१	बजाज इंटरनॅशनल प्रा.लि.
६	६ जानेवारी, १९५३	बजाज सेवाश्रम प्रा.लि.
७	१६ जुलै, १९७९	निर्लेप अप्लायन्सेस प्रा.लि.
८	३१ जानेवारी, १९९२	कमलनयन इव्हेस्टमेंट अँड ट्रेडिंग प्रा.लि.
९	३१ जानेवारी, १९९२	राहुल सिक्युरिटीज प्रा.लि.
१०	३१ जानेवारी, १९९२	मधुर सिक्युरिटीज प्रा.लि.
११	३१ जानेवारी, १९९२	नीरज होल्डिंग्ज प्रा.लि.
१२	३ फेब्रुवारी, १९९२	शेखर होल्डिंग्ज प्रा.लि.

बजाज समूहातील कंपन्या १७ सप्टेंबर, २०२०		
अ.क्र.	स्थापनेची तारीख	कंपनीचे नाव
१३	३ फेब्रुवारी, १९९२	रूपा इक्विटीज प्रा.लि.
१४	१३ एप्रिल, १९९४	संकल्प रिझॉर्ट्स प्रा.लि.
१५	१८ एप्रिल, २००६	एमराल्ड एकर्स प्रा.लि.
१६	१७ ऑगस्ट, २००६	अडोर ट्रेडर्स अँड रिएॅल्टर्स प्रा.लि.
१७	३१ मार्च, २००८	सनराज नारायण इव्हेस्टमेंट प्रा.लि.
१८	९ जून २००८	रोझ रिएॅल्टर्स प्रा.लि.
१९	२६ जुलै, २०१४	सिंप्ली चेकीट प्रा.लि. (ही यादीतून काढून टाकण्याची प्रक्रिया चालू आहे.)
२०	३० जुलै २०१४	लेझीटेकऑनलाईन प्रा.लि.
२१	३० जुलै २०१४	रॅपिडकार्ट ऑनलाइन प्रा.लि.
(ब)	**शेअरबाजारात नोंदणीकृत कंपन्या**	
२२	२७ फेब्रुवारी १९३४	द हिंदुस्तान हाउसिंग कंपनी लि.
२३	२९ नोव्हेंबर, १९३७	मुकंद लि.
२४	१४ जुलै १९३८	बजाज इलेक्ट्रिकल्स लि.
२५	२९ नोव्हेंबर, १९४५	बजाज होल्डिंग्ज अँड इव्हेस्टमेंट लि.
२६	१५ जून १९६२	हर्क्युलस होईस्ट्स लि.
२७	११ जून, १९७५	महाराष्ट्र स्कूटर्स लि.
२८	३०जानेवारी, १९८७	मुकंद इंजिनिअर्स लि.
२९	२५ मार्च १९८७	बजाज फायनान्स लि.
३०	३०एप्रिल २००७	बजाज ऑटो लि.
३१	३०एप्रिल २००७	बजाज फिनसर्व्ह लि.
(क)	**शेअर बाजारात नोंदणी नसलेल्या सार्वजनिक कंपन्या**	
३२	२३ नोव्हेंबर १९३७	जीवन लि.
३३	३० एप्रिल १९५१	हिंद लँप्स लि.
३४	२४ ऑगस्ट १९६२	हिंद मुसाफीर एजन्सी लि.
३५	६ जानेवारी १९६६	बॉंबे फोर्जिंग लि.

Bajaj Group Companies 17 September 2020		
अ.क्र.	**स्थापनेची तारीख**	**कंपनीचे नाव**
३६	१ जुलै १९७१	विद्याविहार कंटेनर्स लि.
३७	२६ फेब्रुवारी १९७९	बजाज ऑटो होल्डिंग्ज लि.
३८	२३ जून १९७९	मुकंद ग्लोबल फायनान्स लि.
३९	१५ डिसेंबर १९९३	सिद्या इव्हेस्टमेंट लि.
४०	४ जुलै १९९५	स्टारलाईट लायटिंग लि.
४१	१७ ऑक्टोबर १९९५	स्टेनलेस इंडिया लि.
४२	२० चरू १९९८	होस्पेट स्टील्स लि.
४३	१९सप्टेंबर २०००	बजाज अलियांझ जनरल इन्शुरन्स कं. लि.
४४	१२ मार्च २००१	बजाज अलियांझ लाइफ इन्शुरन्स कं लि.
४५	१६ मार्च २००७	बजाज अलियांझ फायनान्शिअल डिस्ट्रीब्युटर्स लि.
४६	१३ जून २००८	बजाज हाउसिंग फायनान्स लि.
४७	७ एप्रिल २०१०	बजाज फायनान्शिअल सिक्युरिटीज लि.
४८	१ ऑगस्ट २०१२	मुकंद सुमी मेटल प्रोसेसिंग लि.
४९	७ फेब्रुवारी २०१४	बजाज फिनसर्व्ह डायरेक्ट लि.
५०	१५ जानेवारी २०१५	मुकंद सुमी स्पेशल स्टील लि.
५१	१६ मार्च, २०१५	बजाज अलियांझ स्टाफिंग सोल्युशन लि.
५२	५ जुलै, २०१९	बजाज फिनसर्व्ह हेल्थ लि.
(ड)	**सेक्शन ८ अंतर्गत कंपन्या (खाजगी)**	
५३	६फेब्रुवारी, १९९१	भूपती शिक्षण प्रतिष्ठान
५४	६फेब्रुवारी, १९९१	महाकल्प आरोग्य प्रतिष्ठान
५५	६ मार्च २०१४	बजाज इलेक्टोरल ट्रस्ट

आभार प्रदर्शन

या पुस्तकाच्या लेखनाचा काळ हा माझ्या करिअरमधील अत्यंत सुखाचा काळ होता. दहा वर्षांहूनही अधिक काळापूर्वी मी स्वतःलाच वचन दिलं होतं की मी एक दिवस राहुल बजाज यांचे चरित्र लिहिणार. पण काळ तर भराभरा उडाला. मी बऱ्याच नोंदी केल्या, भरपूर साहित्य जमा केलं. थोडक्यात माझ्या शैलीत सगळं विवरण लिहूनही काढलं पण त्यापुढे त्यावर काम करायला काही बसले नाही. भारताच्या कोविड -१९ लॉकडाउनच्या काळात वेळ नाही या बोलण्याला अर्थच उरला नाही. आणि मग... बघा, प्रिय वाचकांनो, आता तुमच्या हातात पुस्तक आहे.

या पुस्तकाने पूर्ण होण्यास एवढा वेळ घेतला हे मान्य करून मी सर्वप्रथम या पुस्तकाच्या विषयाचे म्हणजेच राहुल बजाज यांचे आभार मानते कारण त्यांनी मला कधीच 'का?' असं विचारलं नाही. म्हणजे अगदी 'का?' हा प्रश्न 'कधी?' असा बनू शकला असता किंवा तसा बनायला हवा होता तरी त्यांनी मला विचारलं नाही. या लेखनप्रक्रियेत काही आश्चर्यकारक असे बोनसही मला मिळाले : राहुल यांची अकल्पनीय स्मरणशक्ती, अगदी बारीकसारीक तपशीलही शोधून काढण्याची प्रचंड क्षमता यामुळे माझा त्रास खूप कमी झाला.

ऑक्स्फर्डमध्ये शिकलेल्या लोकांशी बोलताना माझ्यासमोर अनेक अनपेक्षित क्षितिजे खुली झाली. ऑक्स्फर्ड विद्यापीठातील बोडलियन लायब्ररीने मला माझ्या शब्दांना आणि त्यांच्या वापराला नवीन आकार देण्यास साहाय्य केलं. तिथं मी वार्तासत्रांना हजर राहिले- खास करून सॉमरव्हिल कॉलेज आणि सैड बिझनेस स्कूल येथील वार्तासत्रांना हजर राहिले आणि त्या वार्तासत्रांनी माझ्या मनावर कधीही पुसता येणार नाही असा ठसा उमटविला. तसेच वेगवेगळ्या रंगांविषयी माझ्या मनात उत्सुकताही जागवली.

ऑक्सफर्डचा अत्यंत अद्भुत असा पैलू म्हणजे येथल्या जगात वास करणाऱ्या आतल्या जगातही आपण अगदी सहजगत्या मैत्री मिळवू शकतो. ही संधी घेऊन मी तुम्हा सर्वांचे आभार मानते. : अब्दुर रझ्झाक, अलस्टेअर कॉलीन जोन्स, अलेक्स रॉजर्स, अल्फ्रेड गॅथॉर्न-हार्डी, एलिस आणि फ्रँकलीन प्रोचास्का, एँड्र्यू पार्कर, एँड्र्यू व्हाइट, अॅनेट आणि कॉलिन मेयर, अँथनी इव्हान्स पघ, बेंजामीन थॉम्प्सन, भास्कर चौबे, ब्रिजेट कस्टीन, ख्रिस मॅकेना,

डॅनियल एँथनी, डोना सीमूर, इव्ह कार्पेंटर-स्मिथ, फैसल देवजी, फ्रान्सेस केनक्रॉस, जॉर्ज एस. यीप, हनान यान्नी, हेलन फ्लेचर, हिरम समेळ, जॅन रॉयल ऑफ ब्लेसडन, जेनीन नाहपिट, जेफ सॅम्प्लर, जोएॅन ऑकवेल, ज्युली हेग, केट रोल, ललित जोहरी, लिंडा स्कॉट, मल्लिका कुंबेरा लँड्रस, मेरी जॉन्स्टम लुई, निक बोस्ट्रॉम, पॅट्रिक किबन्स, पॉल कोलियर, पॉल फ्रान्सिस, पेग्रम हॅरिसन, पीटर टुफानो, मार्क वेन्ट्रेस्का, नायरी वूड्स, रिचर्ड ब्रायंट, रॉजर हुड, रॉय वेस्टब्रूक, सलील त्रिपाठी, सफायर रिचर्ड्स, सारा कलिम, स्टिव्ह रेनर, स्टिफन 'स्टीव्ह' एच. सायमन, तरुण रामादोराई, टीम मॉरिस, टीम रॉयल, उषा पराशर, विजय आर. जोशी.

माझा जन्म मुझफ्फरपूर येथे झाला, लंडन येथे मी लहानाची मोठी झाले. हे शब्द लिहिताना एकीकडे कित्येक दशकांपासून जे मैत्र हळूहळू वाढत, सुदृढ होत गेलं त्याबद्दल विचार करताना मीच अचंबित होते. या इथेही मी तुम्हा प्रत्येकाचे आभार मानण्याची संधी घेते आहे- एँड्र्यू लिकिअरमन, अँजेला ग्रॅहम, आयाद खजनानी आणि कुटुंब, बलवंत पटेल, भास्कर चौबे, कॅमेलिया पंजाबी आणि रंजित माथ्राणी, चार्ल्स अँड एलिझाबेथ हँडी, क्लाईव्ह क्रुक, कॉलिन ब्लेक, कोस्टास मार्किडेस, डॉमिनिक होल्डर, डोनाल्ड एल. सुल, एम्मा डंकन, इव्हा गोल्डनबर्ग, फ्रँकॉईस ऑर्टेलो- मॅग्रे, गॅरी हॅमल, गे हास्किन्स, जे कॉंगर, हॅना क्लाईन, हेन्रिएटा रॉयल, हर्मिनिया इबारा, कामिनी आणि विंदी बंगा, जोन आणि पीटर डर्बिशायर, ज्युलियन बर्किनशॉ, लॉरा डिएँड्रिया जेसन, लिंडा ग्रेटन आणि निगेल बोर्डमन, लुकास क्रोलिक जेकब, मरियम आणि नाशीद फारुकी, मायकेल हे. निगेल अँड्र्युज, निर्मालय कुमार, निशित कोटेचा, पॉल झुकरमन, राजेश चंडी, रिचर्ड ब्रायंट, साएब आईग्नर, सलील त्रिपाठी, संतोष गोलेचा, सॉल एस्ट्रीन, शेरॉन विल्सन, शर्ली क्रेमर, सिल्व्हिया मिलर, सायमन लॉंग, स्टेला अफनॅम, सुबनीव बाबुता, सुसान 'सुझी' बाल्श, सुझन डेव्हिस, सुमंत्र घोषाल (दिवंगत) आणि ख्रिस्तोफर ए. बार्टलेट, तरुण रामादोराई, थॉमस लॉडा, तीर्थंकर रॉय, टॉबशा एस. लर्नर, टोनी बॉटाल्जा, ट्रेसी रोझ, वरुण आणि शिबानी पुरंदरे आणि वेंडी पेटन.

१९७२ साल हे इंग्लंडमधील भारतीयांसाठी एक महत्त्वाचं वर्ष होतं. १९७२च्या ऑगस्ट महिन्याच्या सुरुवातीस निर्वासित अवस्थेतलं कोठारी कुटुंब लंडनला आलं. त्याचं असं झालं की युगांडाचे अध्यक्ष इदी अमीन यांनी त्यांच्या देशातील आशियाई अल्पसंख्यांकांना ९० दिवसांच्या आत हाकलून देण्याचा आदेश काढला होता. त्यामुळे जे कुणी त्यांना मदत करू शकतील ते लोक पुढे आले होते. थोड्याच काळात बागडी, कोठारी आणि माझं कुटुंबीय एकमेकांसाठी आधार बनलं. त्याच वर्षी मी भारतात परतले. मारवाडी संस्कृतीत मिळून-मिसळून गेले, माझ्या सासरच्यांकडून भारताच्या स्वातंत्र्य चळवळीचा इतिहास मी समजून घेतला. नवे मित्र जमवले. काय करायचं ते शिकले आणि स्थानिक संस्कृतीत काय केलेलं चालणार नाही तेही समजून घेतलं. परंतु बाँबेला समजून घेण्यात मला खरा शोध लागला असं वाटलं. (बाँबेचं नाव १९९५ साली 'मुंबई' असं करण्यात आलं.) पण सगळ्यात छान म्हणजे मी न कळतपणे एका खऱ्याखुऱ्या उदारमतवादी संयुक्त कुटुंबात पोहोचले होते.

सक्रिय जीवनाची सवय असल्याने मी पत्रकारितेकडे वळले. शहरातील गरमागरम परिस्थिती अफवा आणि विनोदी दृश्यांनी गजबजून गेली होती. : परंतु रोज एक लेख लिहिण्यासाठी हे सगळं फारच चांगलं होतं. जे कधीच झोपत नाही अशा महानगरात मी होते हे माझं भाग्यच म्हटलं पाहिजे. जवळजवळ तीसहून अधिक वर्षे मी मुक्त पत्रकार म्हणून व्यतीत केली, अधूनमधून काही काळ भारतातील इकॉनॉमिक टाइम्स आणि इंग्लंडच्या फायनान्शिअल टाइम्समध्ये नोकरी केली तसंच 'इकॉनॉमिस्ट'मध्येही मी काही काळ होते. ही कृतज्ञता व्यक्त करत असताना मी माझ्या काही जुन्या नोंदींकडेही जात होते. त्यामुळे या पुस्तकात तुम्ही जे वाचाल त्यात माझ्या प्रकाशित आणि अप्रकाशित कामांतील बरेच धागे तुम्हाला सापडतील.

आणखी एक सांगायचं म्हणजे बजाज यांचे व्यवस्थापक आणि अन्य टीम्स यांनी केलेली मदत इथे व्यक्त केली नाही तर ही कृतज्ञता अपूर्णच राहील. लेखन हे काम एकट्या व्यक्तीचे असते. परंतु हे चरित्र लिहिण्यात तुम्ही जो रस दाखवलात आणि पाठिंबा दिलात त्यामुळे या चरित्रास खूपच उत्कंठावर्धक वळणं आणि वेढे लाभले. का कोण जाणे पण प्रत्येक वेळेस एखादे प्रकरण आपण पूर्ण केलं आहे असं मला वाटायचं तेव्हाच नेमकी काहीतरी नवी, संबंधित, महत्त्वाची माहिती माझ्याकडे यायची आणि पुन्हा सगळं लिहावं लागायचं- परंतु या मेहनतीचं फळही खरोखरच चीज करणारं असायचं. आत्ता तुमच्या हातात असलेल्या या पुस्तकाला आकार देण्यात पुढील सर्वांचा सहभाग आहे हे सांगण्याची संधी मी घेत आहे. त्याचप्रकारे मी राधिका मारवा आणि पेंग्विन रँडम हाउस इंडिया यांच्या टीमचेही आभार मानते.

त्यामुळे सगळ्यात उत्तम मदत करणाऱ्यांच्या नावांचा मी सगळ्यात शेवटी उल्लेख करते आहे. अपर्णा आणि अमित, राधिका आणि अमांडा, मुकेश आणि रुची, अमर्त्य आणि अगस्त्य- तुमचं हास्य आणि उत्तेजनाचे शब्द यांचेसाठी माझ्याकडे बोलायला किंवा लिहायला शब्दच नाहीत.

नावे, संस्था, तारखा आणि पुस्तकाचे स्वरूप यावर एक संक्षिप्त नोंद देते. या संपूर्ण पुस्तकात प्रत्येक प्रकरणाचा समयकाळ, इमारती-रस्ते, माणसे यांची नावे, कामकाज, तारखा हे सगळे त्या त्या प्रकरणातील प्रसंगांच्या तारखांवर आधारित आहेत. उदाहरणार्थ, एखादे प्रकरण १९६० सालच्या प्रसंगावर आधरित असेल तर मी शहराचं नाव बाँबे असं लिहिलं असेल. पण प्रकरण १९९५ नंतरच्या प्रसंगाविषयी असेल तर ते नाव मुंबई असे असेल. बजाज इलेक्ट्रिकल्स या नावाचा उल्लेख त्याच्या योग्य वेळेस योग्य प्रकरणात रेडिओ लँप वर्क्स म्हणूनच केलेला असेल, असे लक्षात घेऊन पुस्तक वाचावे.

समाप्त

अनुवादक परिचय

१९८१ साली डहाणूकर कॉलेजमधून पदवी प्राप्त केल्यानंतर सविता दामले यांनी स्टेट बँकेत नोकरी केली. त्यांना लहानपणापासूनच कविता, लेखन, वाचन यांची अत्यंत आवड होती, त्यामुळे नोकरी, संसार, मुलं इत्यादी आघाड्या सांभाळत असताना एकीकडे त्यांचं कविता आणि लेखन चालूच होतं. सरतेशेवटी त्यांनी २०१३मध्ये नोकरी सोडून पूर्णपणे लेखनास वाहून घेतलं.

आतापर्यंत त्यांचे एकूण दोन कवितासंग्रह, सहा स्वतंत्र पुस्तकं आणि सव्वीस अनुवाद प्रकाशित झाले आहेत. आणखी चार अनुवाद प्रकाशनाच्या वाटेवर आहेत. ही सर्व पुस्तकं त्यांनी अनेक मान्यवर प्रकाशनांसाठी लिहिली आहेत. त्यांना २०१३ सालचा आपटे वाचन मंदिर, इचलकरंजी यांचा आणि २०१८ सालचा ठाणे ग्रंथसंग्रहालयाचा उत्कृष्ट अनुवादाबद्दलचा राज्यस्तरीय पुरस्कार प्राप्त झाला आहे. कवितेसाठी २००० सालचा विशाखा मासिकाचा द्वितीय पुरस्कारही प्राप्त झाला आहे.

त्याशिवाय अंतर्नाद, अनुभव, अभूतपूर्व इत्यादी मासिकांतून आणि लोकसत्ता, सकाळ, महाराष्ट्र टाइम्स या वृत्तपत्रांतून त्यांनी लेखन केलं आहे.

गुलजारजींच्या ङ्गफॅमिली ट्रीफफ या लेखाचा सविताजींनी केलेला अनुवाद इयत्ता दहावीच्या मराठी पुस्तकाच्या पाठ्यक्रमात समाविष्ट करण्यात आला आहे. तसंच एफवाय बीए मराठी पाठ्यक्रमात, ङ्गनापास मुलांची गोष्टफ हे पुस्तक अभ्यासासाठी आहे; त्या पुस्तकातही त्यांचे दोन लेख आहेत.

मंजुल पब्लिशिंग हाउससाठी त्यांनी प्रस्तुत पुस्तकाव्यतिरिक्त; *गांधी : ॲन इलस्ट्रेटेड बायोग्राफी* आणि *इन्कार्नेशन्स* या जगप्रसिद्ध पुस्तकांचा ओघवता अनुवाद केला आहे.